ബോധിസത്വർ

Bodhisathwar
Novel

K B Sreedevi

CHINTHA PUBLISHERS
Thiruvananthapuram

First Edition
March 2014

Second Edition
January 2021

Second Impression
August 2021

Published
Chintha Publishers
Thiruvananthapuram

Typesetting
Sudha Graphics, Thiruvananthapuram

Printed at
Time offset printers, Thiruvananthapuram

Cover Design
Ambish

ISBN : 978-93-83432-77-6

CR - 2969 / 5531

₹ 320

Email: chinthapublishers@gmail.com
Website: www.chinthapublishers.com

Distribution
DESHABHIMANI BOOKHOUSE
H O Thiruvananthapuram 695035

Branch
Head Office Kunnukuzhi • Statue Thiruvananthapuram •
KSRTC Bus Station Thiruvananthapuram
KSRTC Bus Station Alappuzha • KSRTC Bus Station Ernakulam •
Machingal Lane Thrissur • IG Road Kozhikode •
Mavoor Road Kozhikode • NGO Union Building Kannur •
Central Bus Terminal Complex Thavakkara Kannur

ബോധിസത്വർ

(നോവൽ)

കെ ബി ശ്രീദേവി

ചിന്ത പബ്ലിഷേഴ്സ്
തിരുവനന്തപുരം-695 035
₹ 320

കെ ബി ശ്രീദേവി

1940 മെയ് ഒന്നിന് ജനിച്ചു. പിതാവ്: വെള്ളയ്ക്കാട്ട് മനയിൽ വി എം സി നാരായണൻ ഭട്ടതിരിപ്പാട്. മാതാവ്: ഗൗരി അന്തർജനം. പതിമൂന്നാമത്തെ വയസിൽ *തുഞ്ചത്തെഴുത്തച്ഛൻ* മാസികയിൽ ആദ്യകഥ (*യുഗാന്തരങ്ങളിലൂടെ*) പ്രസിദ്ധീകരിച്ചു. കുങ്കുമം അവാർഡ്, നാലപ്പാട്ട് നാരായണമേനോൻ അവാർഡ്, വി ടി ഭട്ടതിരിപ്പാട് അവാർഡ് തുടങ്ങി നിരവധി പുരസ്കാരങ്ങൾ ലഭിച്ചിട്ടുണ്ട്. കേരള സാഹിത്യ അക്കാദമി സമഗ്രസംഭാവനയ്ക്കുള്ള അവാർഡ് നൽകി ആദരിച്ചു.

യജ്ഞം, മുഖത്തോടുമുഖം, അഗ്നിഹോത്രം, ദാശരഥം, മൂന്നാം തലമുറ (നോവലുകൾ), *പാടുന്ന കിളി, ചിരഞ്ജീവി, പടുമുള, പിന്നേയും പാടുന്ന കിളി, കോമൺവെൽത്ത്* (ചെറുകഥാ സമാഹാരം), *കുറൂരമ്മ* (നാടകം) എന്നിവയാണ് പ്രധാന കൃതികൾ.

ഇപ്പോൾ തൃശൂർ അടാട്ട് താമസിക്കുന്നു.

ഭർത്താവ് : പരേതനായ കെ ബി നമ്പൂതിരിപ്പാട്

മക്കൾ : ഉണ്ണി, ലത, നാരായണൻ.

വിലാസം : കുറൂർ മന, ശോഭാ ഹെറിറ്റേജ്
അടാട്ട് പി ഒ, തൃശൂർ 680 554

ഫോൺ : 0487 2308716

പ്രസാധകക്കുറിപ്പ്

ലോകത്തിന് ഇന്ത്യയുടെ സംഭാവനയാണ് ശ്രീബുദ്ധനും അദ്ദേഹത്തിന്റെ ചിന്തകളും. ബുദ്ധചിന്തകൾ മതത്തിന്റെ ബാഹ്യരൂപം കൈക്കൊണ്ടപ്പോൾ മറ്റേതൊരു മതം പോലെയും യാഥാസ്ഥിതികരൂപം കൈവന്നു. എന്നാൽ, ബുദ്ധചിന്തകൾ പരലോകത്തെപ്പറ്റിയുള്ള അന്വേഷണമല്ല, ഭൂമിയിലെ ജീവിതത്തെയും അതിനുവേണ്ട ധാർമികതയെയും പറ്റിയുള്ള അന്വേഷണമായിരുന്നു. ഭൗതികവാദികൾക്കും ആത്മീയവാദികൾക്കും ഒരുപോലെ പ്രിയപ്പെട്ടതാണ് ബുദ്ധചിന്തകൾ. ശ്രീബുദ്ധനിലേക്കു വളർന്ന സിദ്ധാർഥ രാജകുമാരന്റെ കഥ ഹൃദ്യമായ ഭാഷയിൽ ആവിഷ്കരിക്കുകയാണ് കെ ബി ശ്രീദേവി *ബോധിസത്വർ* എന്ന ഈ നോവലിലൂടെ.

ചിന്ത പബ്ലിഷേഴ്സ്

ആമുഖക്കുറിപ്പ്

ശ്രീബുദ്ധനെപ്പറ്റി നോവലെഴുതണം എന്ന ആഗ്രഹം ഉള്ളിൽ വളർന്നുകൊണ്ടിരിക്കുകയായിരുന്നു. ആയിടയ്ക്കാണ് 2001 നവംബറിലെ *ഭാഷാപോഷിണിയിൽ* ആർ പ്രസന്നന്റെ സിദ്ധാർഥന്റെ ഒളിച്ചോട്ടം എന്ന ലേഖനം കണ്ടത്. എനിക്കൊരു വഴികാട്ടിയായി ആ ചെറിയ ലേഖനം. ആർ പ്രസന്നന് നന്ദി! അതിനുശേഷം ബുദ്ധനെപ്പറ്റി പലരും എഴുതിയ പുസ്തകങ്ങൾ പരിശോധിച്ചു. അവ അധികവും ബുദ്ധന്റെ തത്വങ്ങളെ പ്പറ്റിയും നിർവാണത്തിനുശേഷമുള്ള സംഭവങ്ങളെപ്പറ്റിയും ആയിരുന്നു.

ഒരു സൗഹൃദ സംഭാഷണത്തിനിടയ്ക്ക് തൃശൂർ ആർട്സ് കോളേജിലെ പ്രൊഫ. ഐ ഷൺമുഖദാസ് Thich Nhat Hanh എന്ന വിയത്നാമീസ് ബുദ്ധസന്യാസിയുടെ *Old path Which Clouds* എന്ന പുസ്തകത്തെപ്പറ്റി പറഞ്ഞു. ആ ഗ്രന്ഥം എനിക്ക് എത്തിച്ചുതരികയും ചെയ്തു. ശ്രീബുദ്ധന്റെ കാലത്തെയും സംഭവങ്ങളെയുംപറ്റി അറിയാൻ ആ ഗ്രന്ഥം സഹായകമായി. ശ്രീകൃഷ്ണൻ കംസന്റെ കാരാഗൃഹത്തിലല്ല അവതരിച്ചത്, യേശുക്രിസ്തുവിന്റെ വിശുദ്ധ പിറവി പുൽത്തൊട്ടിയിലല്ല ഉണ്ടായത് എന്ന് പറയാൻ വയ്യാത്തതുപോലെ അത്തരത്തിൽ ഒരു കടപ്പാട് എനിക്ക് ഈ ഗ്രന്ഥത്തിനോടും ഉണ്ട്. അഭിവന്ദ്യനായ ആ ബുദ്ധസന്യാസിക്ക് വിനയപൂർവം പ്രണാമം അർപ്പിക്കട്ടെ.

എന്നാൽ, ഒരു നോവലിന്റെ സ്വാതന്ത്ര്യമെടുത്ത് എന്റേതായ കഥാപാത്രങ്ങളെ സൃഷ്ടിച്ച് ഞാൻ അതിനോട് ചേർക്കുകയും ചെയ്തു. എത്രകണ്ട് ചേർന്നു എന്ന് തീർച്ചപ്പെടുത്തേണ്ടത് ഞാനല്ലല്ലോ. സുഹൃത്തുക്കളും ഗുണകാംക്ഷികളും ആയ പല സുമനസുകളുടേയും നിർദേശങ്ങളും സഹായങ്ങളും ഈ പുസ്തകം എഴുതി പുറത്തിറക്കാൻ എനിക്കു ലഭിച്ചു എന്നത് ഒരു ഭാഗ്യം തന്നെ. അവരോടുള്ള കൃതജ്ഞത എന്നും എന്റെ ഉള്ളിലുണ്ടാവും.

കെ ബി ശ്രീദേവി

ഒന്ന്

ഈ ലുംബിനിവാടികയ്ക്ക് ഇത്ര കൊണ്ടാടത്തക്ക സവിശേഷതകൾ വല്ലതുമുണ്ടോ? ബാഹ്യമായി അങ്ങനെ ഒന്നുമില്ല. ഒരുഭാഗം മാന്തോപ്പാണ്. പിന്നെ വിശാലമായ ഒരു സരസുണ്ട്. ആ സരസിനെപ്പറ്റി പഴമക്കാർ പലതും പറയുന്നുണ്ട്. രാത്രികാലങ്ങളിൽ ദേവസ്ത്രീകൾ പാരിജാതപുഷ്പത്തിന്റെ സുഗന്ധം പരത്തിക്കൊണ്ട് ഈ സരസിന്റെ കരയിൽ വന്നിരിക്കാറുണ്ടെന്നും സ്വന്തം ആടയാഭരണങ്ങൾ ഈ സരസിന്റെ കരയിൽ അഴിച്ചുവെച്ച് അവർ സരസിൽ നീന്തിക്കുളിക്കാറുണ്ടെന്നും, തെളിഞ്ഞ പൗർണമിചന്ദ്രികയിൽ ആ സരസിന്റെ സ്വച്ഛനീല ജലത്തിലൂടെ അവരുടെ പൊൻമേനി ഒഴുകി നീങ്ങുന്നതു നോക്കിക്കൊണ്ട് അന്തരീക്ഷത്തിൽ നിൽക്കുന്ന ഗന്ധർവന്മാർ കാമമോഹിതരാവാറുണ്ട്....... എന്നുമൊക്കെ.

അതൊന്നും വിചാരിച്ചിട്ടല്ല സിദ്ധാർഥൻ ഈ ലുംബിനിയിൽ വരുന്നത്. ഇവിടെ ആ സരസിന്റെ കരയിൽ ഒരു അശോകമരമുണ്ട്. ഋതുഭേദമില്ലാതെ എന്നും പൂത്തുനിൽക്കുന്ന അതിന്റെ താണ കൊമ്പിൽ ചാരി ഒറ്റയ്ക്കിങ്ങനെ ഇരിക്കുന്നത് ഒരു സുഖമാണ്. അപ്പോൾ എങ്ങുനിന്നെന്നറിയാതെ മനസിൽ പലേ വിചാരങ്ങളും വന്ന് നിറയും. അത് ഉള്ളിൽ കിടന്ന് വട്ടംചുറ്റിയിട്ട് ഒടുവിൽ, ആദ്യത്തെ ഏഴു ദിവസത്തെ സഹവാസം മാത്രം തന്ന് തന്നെ വിട്ടുപോയ സ്വന്തം അമ്മയിൽ അത് എത്തിനിൽക്കുകയും ചെയ്യും. അതോടെ മനസാകെ മൂകമാവും.

സത്യത്തിൽ, അമ്മ എങ്ങോട്ടാണ് പോയത്?

അഞ്ചോ ആറോ വയസിൽ, ബുദ്ധി ഉറച്ചിട്ടില്ലാത്ത ആ പ്രായത്തിൽ താനിത് അച്ഛനോടും ചെറിയമ്മയോടും കൗശികിയോടും ചന്ദനോടുമൊക്കെ ചോദിച്ച ഓർമയുണ്ട്. ആരും ഒരു ഉത്തരവും തന്നില്ല. ചന്ദൻ

പറഞ്ഞു: "അതൊക്കെ കുമാരന് വലുതാവുമ്പോൾ മനസിലാവും." ഇത് മനസിലാവാൻ വലുതാവണോ? അമ്മ മകനെ വാത്സല്യത്തോടെ മുല യൂട്ടുകയും മാറത്ത് ചേർത്ത് പുണരുകയും മൂർധാവിൽ ചുംബിക്കുകയും ചെയ്തിരുന്നു എന്ന് കൗശികി പറഞ്ഞുകേട്ടിട്ടുണ്ട്. എന്നിട്ടു പിന്നെ എന്തിനാണ് അമ്മ പെട്ടെന്നിവിടുന്ന് പോയത്? ഒന്നുമറിയാത്ത മകനേയും മറ്റെല്ലാവരേയും വിട്ട് അമ്മ എങ്ങോട്ടു പോയി?

സരസിലേക്ക് ആരോ കല്ലെടുത്തെറിയുന്ന ശബ്ദം കേട്ടപ്പോൾ മുഖം തിരിച്ചു നോക്കി. ഊക്കിൽ പറന്നുവന്ന ഒരു പൊന്മ വെള്ളത്തിൽനിന്ന് ഇരയെ കൊത്തിയെടുത്തതാണ്. കൊക്കിൽ അതിനെ തൂക്കിയെടുത്ത് അത് പറന്ന് മരക്കൊമ്പത്ത് വന്നിരുന്നു. കൊക്കിൽ കിടന്ന് പിടയുന്ന ആ ജീവിയെ പൊന്മ മരക്കൊമ്പത്ത് തലങ്ങും വിലങ്ങും ആഞ്ഞ് അടിക്കുന്നതും കണ്ടു. സിദ്ധാർഥൻ അതുതന്നെ നോക്കി ഇരിക്കുകയായിരുന്നു. പിന്നിൽ ആരോ വന്നതറിഞ്ഞപ്പോൾ തിരിഞ്ഞുനോക്കി.

തപൻ!

കുതിരയെ അപ്പുറത്തു നിർത്തിയിട്ട് തപൻ നടന്നുവന്നിരിക്കുകയാണ്.

"ഇതെന്തിരിപ്പാണ്? സ്വാധ്യായം തുടങ്ങിയില്ലേ? പഠിച്ചതൊക്കെ ഒന്ന് ആവർത്തിച്ച് ഉരുക്കഴിക്കണ്ടേ? വരൂ."

സിദ്ധാർഥനെ പിടിച്ച് എഴുന്നേൽപ്പിക്കുമ്പോൾ തപൻ ആ മുഖത്തേക്ക് ഒന്ന് ഒളിഞ്ഞുനോക്കി. ഇവിടെ ഇപ്പോഴും ഏതൊക്കെയോ കാർമേഘങ്ങൾ ഉരുണ്ടുകൂടി നിൽക്കുന്നു. അതു പറ്റില്ല. അതിനെ പുറത്താക്കണം.

അവർ മാന്തോപ്പിന് പുറത്ത് കടന്നു. മുൻപിൽ നടക്കുന്ന തപൻ പിന്നിലേക്ക് നോക്കാതെതന്നെ പറഞ്ഞു:

"സിദ്ധാർഥ്, ഉത്തരം കിട്ടാത്ത ചോദ്യങ്ങളെക്കൊണ്ട് മനസ്സ് കലക്കരുത്. തെളിഞ്ഞ ബുദ്ധിയിലേ വിദ്യ വളരുകയുള്ളൂ എന്നറിയില്ലേ?"

സിദ്ധാർഥൻ മറുപടി പറഞ്ഞില്ല. മനസിൽ വിചാരിച്ചു: തപന്റെ ശരീരം കൗമാരം കഴിഞ്ഞവന്റെയും ബുദ്ധി പ്രായപൂർത്തി വന്നവന്റേതുമാണ്.

തപന് സിദ്ധാർഥനേക്കാൾ രണ്ടു വയസേ കൂടുതുള്ളൂ. ധീരമെങ്കിലും ചിന്താബന്ധുരമാണ് തപന്റേയും മുഖഭാവം. തപന് ചിന്തിക്കാനുള്ളത് സ്വന്തം വർത്തമാനകാലത്തെ കുറിച്ചുതന്നെയാണ്. ഒരനാഥത്വം എപ്പോഴും തന്നെ ചുറ്റിപ്പറ്റി നിൽക്കുന്നുണ്ടല്ലോ. എനിക്ക് വേണ്ടെങ്കിലും ഞാൻ നിന്നെ കളയുന്നില്ല എന്നതുപോലെ.

"തപൻ, അത്രമേൽ പ്രിയപ്പെട്ടവരെയൊക്കെ വിട്ട് എങ്ങനെയാണ് മനുഷ്യന് ഇവിടുന്ന് പോവാൻ കഴിയുന്നത്?"

ചോദ്യം കേട്ടപ്പോൾ തപൻ അവിടെത്തന്നെ നിന്നിട്ട് പിന്നിലേക്കൊന്ന് നോക്കി. സിദ്ധാർഥന്റെ മനസ്സ് അവിടെത്തന്നെ കുടുങ്ങിക്കിടക്കുകയാണ്. അല്ലേ? ആ കുടുക്ക് ഊരിക്കളയണം.

"അത്രമേൽ പ്രിയപ്പെട്ടവരുടെ കൂടെ നമുക്ക് പോവാൻ കഴിയാത്തതെന്താണ്? പോവാത്തതെന്താണ്?"

തപൻ ഒന്നും പറഞ്ഞില്ല. നേരെ നിന്ന് രണ്ടുപേരും ഒന്ന് മുഖത്തോടു മുഖം നോക്കി. പിന്നെ നടക്കുന്നതിനിടയിൽ തപൻ വിശദീകരിച്ചു:

"പ്രഭാതത്തിൽ ആകാശത്തിനപ്പുറത്തുനിന്ന് ആദിത്യൻ എന്തിന് പൊന്തിവരുന്നു? രൂപംപോലുമില്ലാത്ത വായു നിരന്തരം വീശുന്നതെന്തിന്? സൂര്യനോട് ഉദിക്കരുതെന്ന് പറഞ്ഞിട്ട് വല്ല കാര്യവുമുണ്ടോ? അതൊക്കെ വന്നുകൊണ്ടേ ഇരിക്കും. നമ്മുടെ കർത്തവ്യം ഇവിടെ ജീവിക്കുക എന്നതാണ്."

അന്തരീക്ഷത്തിൽനിന്ന് തണുപ്പ് വിട്ടുപോയിട്ടില്ല. എവിടെ നിന്നോ ദേവദാരുവിന്റെ വിറക് കത്തുന്ന പുകയുടെ ഗന്ധം വരുന്നു. കുതിരക്കുളമ്പടികൾ കേൾക്കുന്നു. യോദ്ധാക്കൾ പ്രഭാതവ്യായാമങ്ങൾ പരിശീലിക്കുന്നതിന്റെ ആക്രോശങ്ങൾ. അങ്ങ് കിഴക്കൻ ചക്രവാളത്തിൽ ഒരു കുടം ചോര. തപൻ വെറുതെ ഒന്ന് ചുറ്റും നോക്കി. ഈ ഗന്ധവും ശബ്ദവുമൊക്കെ വേറെ എന്തൊക്കെയോ ഓർമിപ്പിക്കുകയാണ്. ചിന്തയുടെ അടരുകളിലെവിടെയോ പറ്റിനിൽക്കുന്ന ഓർമ.

രാജകൊട്ടാരത്തിൽ ലാളനയേറ്റ് വളരുന്ന മൂന്നുനാലു വയസുള്ളൊരു ബാലൻ. അമ്മ കയ്യിലിട്ടുകൊടുത്ത ഒരു രത്നമാല ആദരവോടെ ആ ബാലന്റെ കഴുത്തിൽ അണിയിക്കുകയായിരുന്നു ധാത്രി ജീജിമാ. അപ്പോൾ, പുറത്തുനിന്ന് നിർത്താത്ത ബഹളം കേട്ടു. അട്ടഹാസങ്ങൾ, ആക്രോശങ്ങൾ, ദീനരോദനങ്ങൾ. ശത്രുപട കൊട്ടാരം വളയുന്നു. അവന്തിപ്പട തോറ്റു കഴിഞ്ഞു. വൃദ്ധനായ ഹരിബോൽ ഓടി വന്ന് തേങ്ങിക്കരഞ്ഞുകൊണ്ട് പറയുന്നു: "അവർ മഹാരാജാവിനെ....."

എല്ലാം കേട്ട് സ്തംഭിച്ചു നിന്ന അമ്മയെ ഒരു ഭീകരൻ പിന്നിലൂടെ വന്ന് വെട്ടുന്നു. മറിഞ്ഞുവീണ അമ്മയുടെ ശവത്തെ ചവിട്ടിക്കയറി വാളുമായി അവൻ വന്നപ്പോഴേക്ക് ജീജിമാ ആ ബാലനേയും എടുത്തുകൊണ്ട് തിരക്കിലൂടെ ഊളിയിട്ട് ഓടി. എങ്ങോട്ട്? എത്ര ദൂരം? ഒന്നുമറിയില്ല. ഓടാൻ കഴിയാതെ ജീജിമാ കാലുകുഴഞ്ഞ് നിന്നത് ഇങ്ങനെ ഒരു തണുത്ത പ്രഭാതത്തിൽ മാന്തോപ്പിൽ ഒരു കുടിലിന്റെ മുൻപിലാണ്. അവിടെ പുകയുടെ ഗന്ധമുണ്ടായിരുന്നു. അപ്പോഴേക്ക് ജീജിമാ വല്ലാതെ തളർന്നിരുന്നു. ആ ബാലൻ ജീജിമായുടെ ശരീരത്തോട് ചേർന്നു നിന്നു. അവരുടെ വസ്ത്രങ്ങൾ ചോരകൊണ്ടും വിയർപ്പുകൊണ്ടും നനഞ്ഞിരുന്നു. ആ സമയത്ത് അകലെനിന്ന് ഒരു കുളമ്പൊച്ച കേട്ടു. ജീജിമാ ഭയപ്പെടുന്നതും ക്ഷീണിച്ച് കുഴയുന്നതും ആ കുട്ടി നോക്കിനിന്നു. അവനെ ചേർത്തുപിടിച്ച് ജീജിമാ പറയുന്നു:

"ശത്രുക്കൾ പിന്തുടരുന്നു. ഹേ ഭഗവൻ! ഈ കുമാരനെ രക്ഷിക്കണേ. ഹയ്യോ എനിക്കു വയ്യ.."

കുളമ്പൊച്ച നിന്നു. കുട്ടി ഔത്സുക്യത്തോടെ നോക്കി. മഹാരാജാവിന്റെ വേഷത്തിലൊരാൾ മുമ്പിൽ. അദ്ദേഹം ജീജിമായോട് എന്തൊക്കെയോ ചോദിക്കുന്നു. അവസാനം.....

അവസാനം ജീജിമായെ അവിടെ മരിക്കാൻ വിട്ടിട്ട് അദ്ദേഹം ആ ബാലനെ കുതിരപ്പുറത്ത് എടുത്തുവച്ചു. കുളമ്പൊച്ചകളുണ്ടാക്കിക്കൊണ്ട് കുതിര പിന്നെയും ഓടി.

തൊട്ടടുത്തുനിന്ന് കുതിരക്കുളമ്പടികൾ കേട്ടിട്ട് തപൻ ഒന്ന് ഞെട്ടി. പെട്ടെന്നുതന്നെ പരിസരബോധം വരികയും ചെയ്തു. നേരെവരുന്ന കൊട്ടാരം പരിചാരകനെ കണ്ടപ്പോൾ ഇരുവരും നിന്നു. പരിചാരകൻ അറിയിച്ചു."ശുദ്ധോദനപ്രഭു കുമാരനെ അന്വേഷിക്കുന്നു."

"ഉം" സിദ്ധാർഥൻ ഒന്ന് മൂളി: "വരാമെന്ന് പറയു."

പരിചാരകൻ തല താഴ്ത്തി അനുസരിച്ച് തിരിച്ചുപോയി. നടക്കുന്നതിനിടയിൽ സിദ്ധാർഥൻ ചോദിച്ചു:

തപൻ അച്ഛന് എന്തിനാണിത്ര ഉൽക്കണ്ഠ എന്നെപ്പറ്റി? മുറ്റത്തിറങ്ങി നടക്കുവാൻ വിലക്ക്, ആരോടെങ്കിലും സംസാരിക്കുന്നത് കേൾക്കുമ്പോൾ പരിഭ്രമം."

"തപൻ മിണ്ടിയില്ല. ഒന്നു തിരിഞ്ഞുനോക്കുക മാത്രം ചെയ്തു.

"തപന് അറിയുമോ?"

"ഞാനൂഹിക്കുന്നത് സിദ്ധാർഥന്റെ സ്വഭാവത്തെയാണ് അദ്ദേഹം ഭയപ്പെടുന്നത് എന്നാണ്. മകനിൽ ഒരു പിൻഗാമിയെ കാണുന്ന അച്ഛന്....."

"എന്റെ സ്വഭാവമോ? സാധാരണക്കാരിൽനിന്നു വിട്ടിട്ട് എന്തു സ്വഭാവമാണ് എനിക്കുള്ളത്?"

"ഒരു പ്രഭുകുമാരന് സാധാരണക്കാരന്റെ സ്വഭാവം പോരല്ലോ. പിന്നെ സാധാരണക്കാരിൽ ഇല്ലാത്ത സ്വഭാവവും- കാരുണ്യം. ദയയ്ക്കിവിടെ നൂറാം സ്ഥാനം പോലുമില്ലല്ലോ."

"ഇല്ല്യേ?"

കുറച്ചു നടന്നിട്ട് തപൻ ഉറച്ച സ്വരത്തിൽ തുടർന്നു:

"കഴിഞ്ഞതൊന്നും മറന്നുകൊണ്ട് പറയുന്നതല്ല. ഒരനാഥബാലനെ ഇത്തരത്തിൽ സംരക്ഷിക്കുന്നത് ചെറിയ കാര്യവുമല്ല. എന്നാൽ, അത് കാരുണ്യം കൊണ്ട് മാത്രമല്ല."

സിദ്ധാർഥൻ കാര്യം മനസിലാവാതെ തപന്റെ മുഖത്തേക്ക് നോക്കി. സിദ്ധാർഥന്റെ ഭാവപ്പകർച്ച തപൻ കണ്ടു. പക്ഷേ, ഒന്നും വിശദീകരിച്ചില്ല. വർഷങ്ങൾക്കു മുമ്പു കേട്ട ആ സംഭാഷണം തപൻ മറന്നിട്ടില്ല. ഗ്രാമസഭയിൽ പൗരപ്രമാണി വീരശൂൽക്ക ശുദ്ധോദനപ്രഭുവിനോട് ചോദിക്കുന്നു:

"ഈ തപൻ ഇനിയും ഇവിടെയിങ്ങിനെ എന്തിന്?"

"ഉം" പ്രഭുവിന്റെ അമർത്തി മൂളൽ- "തപൻ ശക്തനാണ്. സാഹസികനുമാണ്. അത് ഉപയോഗിക്കുവാൻ അവസരം വരും. അതുവരെ തപൻ ഇവിടെത്തന്നെ വേണം."

അതും പറഞ്ഞ് അദ്ദേഹം ഒന്നു ചിരിച്ചു. ഇടനാഴിയിലൂടെ നടന്നുപോകുമ്പോഴാണ് അന്ന് അതു കേട്ടത്. ഒന്ന് ഞെട്ടിക്കൊണ്ട് അവിടെത്തന്നെ നിന്നു പോയി. ഒട്ടും പ്രതികരിച്ചില്ല. അറിഞ്ഞതായി നടിച്ചതുമില്ല.

ഒരു നിശ്ചിത സമയം തനിക്കും ഉണ്ടാവും. അതുവരട്ടെ. ജീജിമായോട് അന്ന് പ്രഭു പറഞ്ഞ വാക്കുകൾ എന്തെന്ന് ഒട്ടും മനസിലായില്ല. കുട്ടിക്കാലത്ത് എന്തിനാണ് അദ്ദേഹം കൂടെക്കൂടെ അവന്തിയിലെ കാര്യങ്ങൾ ചോദിച്ചിരുന്നത്? വെറുതെ വർത്തമാനം ചോദിക്കുന്നു എന്നേ ബാലബുദ്ധി ധരിച്ചുള്ളു. എന്നാൽ, അധികാരത്തിന്റെ ഗ്രന്ഥത്തിൽ വെറുതെ എന്നൊരു പദമില്ല. ഏത് നീക്കവും ഉദ്ദേശ്യപൂർവം സ്വാർഥലാഭത്തിന്.

ആരോ ഒരാൾ എതിരെ വരുന്നു. അയാൾ ഇവരെ കണ്ടിട്ട് അകന്നു മാറി പോവുന്നു. സിദ്ധാർഥൻ ആ ആളെ നോക്കി. കീറി മുഷിഞ്ഞ വസ്ത്രമാണയാൾ ധരിച്ചിരിക്കുന്നത്. കുഴിഞ്ഞ കണ്ണുകളിൽ ദു:ഖവും നിരാശയും. ക്ഷീണിച്ച ശരീരം, ഒട്ടിയ വയർ. സിദ്ധാർഥൻ അങ്ങോട്ട് നോക്കി നിന്നു. ഒരു മനുഷ്യമുഖത്തിന് ഇങ്ങനെ ഒരു ഭാവമോ? ഒരു മറുപടിക്കു വേണ്ടി തപനോടു ചോദിച്ചു:

"തപൻ, മനുഷ്യൻ എങ്ങനിയാണ് ദരിദ്രനാവുന്നത്?"

"സമ്പത്തില്ലാതായാൽ പിന്നെ ദരിദ്രർ എന്നല്ലേ പേര്?"

"ഇവിടെ സമ്പത്തില്ലാതാവുന്നില്ലല്ലോ. വയലുകളിൽ നല്ല വിളവില്ലേ? കാടുകളിൽ ഇഷ്ടംപോലെ മൃഗങ്ങളും വൃക്ഷങ്ങളുമില്ലേ? വൃക്ഷങ്ങളിൽ നിറയെ ഫലങ്ങളും.....

സമ്പത്ത് ഓരോ സ്ഥലത്ത് കുന്നുകൂടുകയാണ്. മറ്റെല്ലാവർക്കും അനുഭവിക്കേണ്ട... അവകാശപ്പെട്ട വിഭവങ്ങൾ ചിലർ മാത്രം വെട്ടിപ്പിടിച്ച് സ്വന്തമാക്കി അടക്കിവച്ച് സുഖിക്കുന്നു. എന്നിട്ട് ആ സ്വർഥത്തെ നാം കൊണ്ടാടുകയും ചെയ്യുന്നു."

സിദ്ധാർഥന്റെ മുഖം അസ്വസ്ഥതകൊണ്ട് ചുളിഞ്ഞു. തപൻ സിദ്ധാർഥന്റെ ചുമൽ പിടിച്ചു കുലുക്കിക്കൊണ്ട്, ചിരിച്ചുകൊണ്ടു പറഞ്ഞു: "ദാ, ഇതാണ് ശുദ്ധോദനപ്രഭുവിനെ ഭയപ്പെടുത്തുന്നത്, വെട്ടിപ്പിടിച്ച് സാമ്രാജ്യം വലുതാക്കുന്നവരെ മഹാത്മാക്കളായി കാണേണ്ടവർ...."

"വേണ്ട, എനിക്കാ മാഹാത്മ്യം വേണ്ട. ഈ ദരിദ്രന്റെ ദാരിദ്ര്യം തീർക്കേണ്ടത് എങ്ങനെയാണ് എന്നാണ് എന്റെ ചിന്ത."

അവർ നടന്നുനടന്ന് പെരുവഴിയിലെത്തി. കുതിരകൾ അവിടെ ഒരുങ്ങിനിന്നിരുന്നു. കയറി ഇരുന്നില്ല. ഒരു രഥശബ്ദം കേട്ട് തപൻ തിരിഞ്ഞുനോക്കി. സിദ്ധാർഥൻ തിരിഞ്ഞുനോക്കാതെ തന്നെ പറഞ്ഞു:

"അമ്മാമന്റെ അടുത്തുനിന്ന് വരുന്നതാവും....."

രഥം അവരുടെ പിന്നിൽ വന്നുനിന്നു. പതിനാലു വയസ്സ് കഴിഞ്ഞ യശോധര വേഗം ഇറങ്ങി നടന്ന് അവരുടെ അടുത്തെത്തി. നടക്കുമ്പോൾ കാറ്റിൽ പറക്കുന്ന ഉടയാടകൾ അവൾ ഒതുക്കിപ്പിടിച്ചിരുന്നു. ഇളം വെയിലിൽ അവളുടെ മുഖവും ആഭരണങ്ങളും തിളങ്ങി.

"ഓ യശോധരാ!" സിദ്ധാർഥൻ ഉറക്കെ സ്വാഗതം ചെയ്തു. തപന്റെ കണ്ണുകൾ രഥത്തിന്റെ ചെറിയ ജാലകത്തിലാണ് ഉറച്ചു നിന്നത്. അതിലൂടെ വന്ദന എന്ന പതിനേഴുകാരിയുടെ സുന്ദരവും ഉജ്ചലവുമായ മുഖം പകുതി മറഞ്ഞ് കാണുന്നുണ്ടായിരുന്നു. അവൾ തപനെത്തന്നെയാണ്

നോക്കിയിരുന്നത്. നോട്ടം കൂട്ടിമുട്ടിയപ്പോൾ തപൻ മുഖം തിരിച്ചു. അഭിവാദ്യം ചെയ്ത് പുഞ്ചിരിതൂകി നിൽക്കുന്ന യശോധരയോട് ചോദിച്ചു:

"ഏതോ സന്ദേശവുമായി വരുന്നതുപോലെ?"

"അടുത്ത ആഷാഢപൗർണമിയിൽ മേധാമണ്ഡപത്തിൽ വന്ദനാദീദി പാടുന്നുണ്ട്. രണ്ടുപേരും വരണം. ഭജനയാണ്."

"ദീദിക്കെന്താ നടക്കാൻ വയ്യാതായോ? തമ്പുരാട്ടി പല്ലക്കിൽനിന്ന് ഇറങ്ങുന്നതേയില്ലല്ലോ?"

പരിഭവിക്കുന്ന തപനോട് കള്ളച്ചിരിയോടെ യശോധര പറഞ്ഞു:

"ഇറങ്ങും സഹോദരാ. ഇറങ്ങും, നിങ്ങളുടെ കൊട്ടാരത്തിലേക്കുതന്നെയാണ് വരുന്നത്."

പോകുവാൻ ബദ്ധപ്പെട്ടുകൊണ്ട് യശോധര വീണ്ടും ക്ഷണിച്ചു."ഭജനയ്ക്ക് രണ്ടുപേരും വരില്ലേ?"

സമ്മതഭാവത്തിൽ ഇരുവരും പറഞ്ഞു: "വരും."

യശോധര വേഗം വേഗം നടന്ന് രഥത്തിനടുത്തെത്തി. അതിൽ കയറി. രഥം നീങ്ങി. സ്വർണനിറമുള്ള തപന്റെ മുഖത്ത് ആദിത്യരശ്മികൾ തലോടുന്നത് സിദ്ധാർഥൻ കൗതുകത്തോടെ നോക്കി. തപന്റെ കണ്ണുകൾ ആ രഥത്തോടൊപ്പം നീങ്ങുന്നുണ്ടായിരുന്നു. ആ കണ്ണുകളിൽ നേരിയ വിഷാദച്ഛായയും ഉണ്ടായിരുന്നു.

"തപൻ, നമുക്ക് കുറച്ചുകൂടി നടക്കാം?...."

ആ കുതിരകളോടൊപ്പം അവർ നടന്നു. യജമാനന്മാരോടൊപ്പമുള്ള നടത്തത്തിൽ കുതിരകളും ഉത്സാഹം കാണിച്ചു. പാദരക്ഷകൾ പോലുമില്ലാതെ ഈ ഭൂമിയിലൂടെ നടക്കുവാൻ സിദ്ധാർഥന് രസം തോന്നി. ഭൂമിയും സ്വകാര്യമായി എന്തൊക്കെയോ പറയുന്നതുപോലെ. അങ്ങനെ നടക്കുമ്പോഴാണ് ഉയർന്നുനിൽക്കുന്ന ആ പേരമരം കണ്ടത്. ഉത്സാഹത്തോടെ സിദ്ധാർഥൻ വിളിച്ചു പറഞ്ഞു:

"നോക്കു തപൻ, ഇവൻ വളരെ വലുതായല്ലോ. മുമ്പ് നമ്മളീ വഴി വന്നപ്പോൾ ഇതിവിടെ ഉണ്ടെന്നു തന്നെ തോന്നിയിരുന്നില്ല, അല്ലേ? അത്ര ചെറുത്."

"നല്ല വളക്കൂറുള്ള മണ്ണാണിത്. പിന്നെ ഇഷ്ടംപോലെ സൂര്യപ്രകാശവും വെള്ളവും. ഇവർക്ക് അത്രയൊക്കെയല്ലേ വേണ്ടു വളരാനും വലുതാവാനും?"

അവർ ആ പേരമരത്തിന്റെ തൊട്ടടുത്ത് പോയി നിന്നു. ഇലകളൊക്കെ വിരുത്തിക്കൊണ്ട് മന്ദഹസിച്ച് തലയാട്ടുകയായിരുന്നു ആ മരം, മാന്യാതിഥികളെ സ്വീകരിക്കാൻ.

"ഇവൻ, നമ്മളോടെന്തോ പറയുന്നതുപോലെ തോന്നുന്നില്ലേ? തപൻ എന്താവും ഇവരുടെ ഭാഷ?"

"ഏതായാലും പാലിയാവാൻ വഴിയില്ല."

അതുകേട്ട് ചിരിച്ചുകൊണ്ട് സിദ്ധാർഥൻ തപന്റെ പുറത്ത് തട്ടി. രണ്ടടി നടന്നിട്ട് തപൻ പറഞ്ഞു:

“നമ്മൾ യജുർവേദത്തിൽ ആ മന്ത്രം പഠിച്ചില്ലേ, ഏതെങ്കിലും ആവശ്യത്തിന് മരം മുറിക്കേണ്ടി വന്നാൽ വൃക്ഷങ്ങളോട് സമ്മതം ചോദിക്കുന്ന മന്ത്രം? അതുതന്നെയാവും എല്ലാത്തിന്റേയും മൗലികമായ ഭാഷ.”

നടക്കുമ്പോൾ സിദ്ധാർഥന്റെ ചിന്തകൾ വീണ്ടും ചിതറി. എന്നിട്ടും, ഇത്രമേൽ മനോഹരിയും വത്സലയുമായ ഈ ഭൂമിയിലൂടെ നടക്കരുതെന്ന് അച്ഛൻ പറയുന്നത് എന്തിനാണ്? മനുഷ്യരെ എന്തിനിങ്ങനെ വേറെ വേറെ കളത്തിൽ വരച്ചിടുന്നു. ആവോ... യജമാനന് പാദരക്ഷ നിർബന്ധം. പരിചാരകന് മറ്റൊരു രീതി. ദരിദ്രന്റെ ദയനീയത. സിദ്ധാർഥന്റെ മനസ്സ് ആശയക്കുഴപ്പം കൊണ്ട് കലങ്ങി.

രണ്ട്

മേധാമണ്ഡപത്തിൽ അത്രയധികം വിളക്കുകളില്ല. ഒരു ഭദ്രദീപമുണ്ട്. അവിടവിടെ കല്ലുവിളക്കുകളുമുണ്ട്. മാലകളോ അലങ്കാരമോ ഒന്നുമില്ല. എന്നാലും മേധാമണ്ഡപത്തിന് സ്വന്തമായ ഒരു അന്തസ്സുണ്ട്. മാന്യതയുമുണ്ട്. അവിടെ ഗന്ധർവന്മാരുടെയും കിന്നരന്മാരുടെയും സാന്നിധ്യമുണ്ട്. എന്നും അവിടെ ഇരുന്നു പാടിയാൽ സ്വരശുദ്ധി വർധിക്കുമെന്നും പഴമക്കാർ പറയും. എന്നാൽ, തപൻ പറഞ്ഞത് മറ്റൊന്നാണ്:

“മേധാമണ്ഡപത്തിന്റെ വാസ്തുഘടന അത്രയ്ക്ക് പിഴയറ്റതാണ്. അവിടെ കാറ്റിന്റെ ഗതി നോക്കൂ. എത്ര കൃത്യം! പ്രതിധ്വനി ഇല്ലേ ഇല്ല.”

കപിലവസ്തുവിലെ പ്രസിദ്ധരായ സംഗീതജ്ഞന്മാരൊക്കെ ആഷാഢപൗർണമിയിൽ മേധാമണ്ഡപത്തിലെത്തും. അന്ന് അവിടെ ഇരുന്ന് ‘ഗ്രാമ’രാഗം ആലപിക്കുമ്പോൾ അവിടെ സരസ്വതീദേവി പ്രത്യക്ഷപ്പെടും എന്നൊരു സങ്കൽപ്പമുണ്ട്. അപ്പോഴും തപൻ പറഞ്ഞത് മറ്റൊന്നാണ്:

“അത് വെറും സങ്കൽപ്പം മാത്രം. പ്രപഞ്ചം മുഴുവൻ നിറഞ്ഞുനിൽക്കുന്നതാണ് നാദബ്രഹ്മം. അതിന് പ്രത്യേകമായി ഒരു ദേവതയൊന്നും വേണ്ട.”

വന്ദന വാദിക്കുവാനൊന്നും നിന്നില്ല. വാഗ്ദേവതയായ സരസ്വതീദേവിയെ പ്രകാശരൂപിയായി അവതരിപ്പിച്ച മഹാജ്ഞാനികളായ സംഗീതോപാസകരെപ്പറ്റി ഗുരുനാഥൻ പറഞ്ഞിട്ടുണ്ട് എന്ന് തപനോട് പറഞ്ഞതുമില്ല. ഓരോ കൊല്ലവും വന്ദന ആഗ്രഹിച്ചുകൊണ്ടിരുന്നതാണ് ആഷാഢപൗർണമിയിൽ ഇവിടെ ഇരുന്ന് ‘ദേശീ’ രാഗങ്ങൾ ആലപിക്കണമെന്ന്. ഇത്തവണ ഗുരുനാഥൻ സമ്മതിച്ചു.

“ഇനി വന്ദനയ്ക്ക് അവിടെ സംഗീതാരാധന നടത്താം. എന്നാൽ, അതൊരു ആരാധനയാണ് എന്നുതന്നെ ഓർമവേണം.

ഗുരുനാഥന്റെ വാക്കുകൾ ഓർത്തുകൊണ്ടുതന്നെ വന്ദന മേധാമണ്ഡപത്തിൽ കയറി ഇരുന്നു. പിന്നിൽ, ശ്രുതി പിടിച്ചുകൊണ്ട് യശോധരയും. സദസിനെ വണങ്ങിയ ശേഷം ഉള്ളിൽ സരസ്വതീദേവിയെ ധ്യാനിച്ചിട്ട് വന്ദന രാഗാലാപനം തുടങ്ങി. പതുക്കെ അത് വളർന്ന് അത്

വികസിച്ച് ഒന്നൊന്നായി തിരികളൊക്കെ കൊളുത്തപ്പെടുകയായിരുന്നു. എവിടുന്നൊക്കെയോ വഴികൾ തെളിയുന്നതുപോലെ. ആ തെളിച്ചത്തിൽ അവൾ ഉള്ളുതുറന്നു പാടി. ശ്രോതാക്കൾ ഉച്ചത്തിൽ ആഹ്ലാദശബ്ദമുണ്ടാക്കി അഭിനന്ദിച്ചു.

മുൻവരിയിൽത്തന്നെയാണ് ദേവദത്തൻ ഇരുന്നിരുന്നത്. കൂടെ അദ്ദേഹത്തിന്റെ കുറേ കൂട്ടുകാരും ഉണ്ടായിരുന്നു. അവർ വന്ദനയുടെ ആലാപനം തലകുലുക്കി ആസ്വദിക്കുന്നുമുണ്ടായിരുന്നു. എന്നാൽ ഓരോ ചെറിയ ഇടവേളയിലും വന്ദനയുടെ കണ്ണുകൾ ശ്രോതാക്കളുടെ ഇടയിൽ പരതി നടന്നു. നിരാശയോടെ പിന്തിരിയുകയും ചെയ്തു. നോക്കുമ്പോഴൊക്കെ ദേവദത്തന്റെ കണ്ണുകളുമായി മുട്ടുമ്പോൾ വന്ദനയ്ക്ക് മടുത്തു.

പാട്ടു കഴിഞ്ഞ് ആളുകൾ പിരിഞ്ഞുപോകുന്ന തിരക്കായി. മണ്ഡപത്തിൽ പിന്നിൽ ഒറ്റയ്ക്ക് നിൽക്കുകയായിരുന്നു തപൻ. വന്ദന അടുത്തെത്തിയപ്പോൾ പതുക്കെ പറഞ്ഞു:

"ഭജന നന്നായി."

"നല്ല ശ്രോതാവുണ്ടായതുകൊണ്ടാണ്. പിന്നെ, ആ ദേവദത്തനെ മുന്നിൽത്തന്നെ കൊണ്ടുവന്നിരുത്തിയതെന്തിനാ?"

"ഉം? അദ്ദേഹം നല്ല ശ്രോതാവാണല്ലോ. പ്രഭുകുടുംബത്തിലെ മുതിർന്ന വ്യക്തിയുമാണ്."

വന്ദന സ്വരം മാറ്റി: "അല്ല, എന്തേ സിദ്ധാർഥൻ വന്നില്ലേ?"

"വരാമെന്നു പറഞ്ഞിരുന്നു."

വന്ദന തപനെത്തന്നെ നോക്കി നിന്നു.

"ഇന്ന് തപൻ സുന്ദരനായിട്ടുണ്ടല്ലോ?"

"അപ്പോൾ, ഇന്നലെ വിരൂപനായിരുന്നുവോ?"

"ഏറ്റവുമധികം സുന്ദരൻ."

"അത്, കാണുന്ന കണ്ണിന്റെ ഗുണമാണ്. കണ്ടിട്ടിപ്പോൾ കുറേ ദിവസമായില്ലേ? പുറത്തിറങ്ങില്ലാ എന്ന വ്രതമാണോ?"

യശോധര അവിടേക്കെത്തിയപ്പോൾ ഇരുവരും നിശ്ശബ്ദരായി മാറി നിന്നു. രണ്ടുപേരെയും മാറിമാറി നോക്കിയിട്ട് യശോധര പറഞ്ഞു:

"എന്നാൽ പോവാം?"

മൂന്നുപേരും നടന്നു. പ്രഭുകുമാരന്മാർ കുതിരപ്പുറത്തു കയറി അവരെ കടന്നുപോയി. മറ്റ് വിശിഷ്ടാതിഥികൾ പല്ലക്കിലും ഡോലിയിലും യാത്രയായി. വേറെ ചിലർ ബദ്ധപ്പെട്ട് നടക്കുകയും.

വഴിയുടെ ഇരുവശത്തും കണ്ണെത്താത്ത വിളഞ്ഞ നെൽവയലാണ്. നിറഞ്ഞ പൗർണമിയുടെ സമൃദ്ധമായ നിലാവും.

"ഇന്ന് പെരുമഴയുണ്ടാവും എന്നാണ് ഞാൻ വിചാരിച്ചത്. എങ്ങനെ തിരിച്ചുപോവും എന്ന് പരിഭ്രമിച്ചു. പക്ഷേ, ഒരൊറ്റ മഴമേഘംപോലുമില്ലല്ലോ."

ആകാശത്തേക്കു നോക്കിയിട്ട് തപനാണ് പറഞ്ഞത്.

"ഉം. എന്റെ രാഗാലാപനം ശരിയായില്ല എന്ന് അല്ലേ? എന്നാൽ, ജാതിരാഗങ്ങൾക്ക് മഴ പെയ്യിക്കൽ മാത്രമല്ല, വേറെയും പല സിദ്ധികളുമുണ്ട്. അറിയില്ലേ?"

രഥം ഇവിടെ നിർത്തണോ എന്ന് ചന്ദൻ ചോദിച്ചു.

യശോധര ഇടയിൽ കടന്ന് പറഞ്ഞു.

"വേണ്ടെന്നു പറഞ്ഞതാരാ?"

"ഞാനല്ല." വന്ദന പെട്ടെന്ന് പറഞ്ഞു.

"ഞാനാണ്. നിങ്ങളെ കരുതിയിട്ട്."

ഒരു അർധസ്മിതത്തോടെ യശോധര വന്ദനയുടെ ഭാഗത്തേക്കു മാറിയിട്ട് അവളെ നടുക്കാക്കി പതുക്കെ പറഞ്ഞു:

"ഞങ്ങൾക്ക് നാളെത്തന്നെ തിരിച്ചുപോകണം."

ആരും ഒന്നും മിണ്ടിയില്ല. ഇടയ്ക്കിടെ തപനെ മുട്ടിക്കൊണ്ട് നടന്നപ്പോൾ ആദ്യം വന്ദന ഒന്ന് പരിഭ്രമിച്ചു. അപ്പോൾത്തന്നെ അവൾ ആലോചിച്ചു- 'തപനെന്താ ഒന്നും മിണ്ടാത്തത്?' പെട്ടെന്ന് തപന്റെ ശബ്ദം കേട്ടു:

"അല്ലാ, യശോധര എന്താ ഇത്ര കാര്യമായി ആലോചിക്കുന്നത്? മിണ്ടാട്ടമില്ലല്ലോ...?"

"ഓ, ഞാനോ? ഞാനാലോചിക്കുന്നത് കുതിരയ്ക്കെന്ന് കൊമ്പു വരും എന്നാണ്."

ആ വിജനതയിൽ മൂന്ന് പൊട്ടിച്ചിരികളും കൂടി കിടന്നിളകി. അവർ പിന്നേയും നടന്നു. നടക്കുമ്പോൾ തപൻ തന്നോടുതന്നെ ചോദിച്ചു. ഈ ബന്ധം ഇനിയും വളർത്തണോ? വന്ദന ഒരു നാടുവാഴിപ്രഭുവിന്റെ മകളാണ്. സുഖസമൃദ്ധിയിൽ വളരുന്നവൾ. ഞാനോ? ഒരനാഥൻ. എല്ലാം നഷ്ടപ്പെട്ടവൻ. സിദ്ധാർഥന് ബുദ്ധിയുറച്ചപ്പോളാണ് മാനസികമായി കുറച്ചെങ്കിലും രക്ഷ കിട്ടിയത്. ശുദ്ധോദനപ്രഭുവിന് എന്റെ ബുദ്ധിയും ശക്തിയും ആവശ്യമായിരുന്നു. എന്നാൽ, എനിക്കൊരു ഹൃദയമുണ്ടെന്നറിഞ്ഞത് സിദ്ധാർഥനാണ്. അച്ഛൻ തളർത്താൻ ശ്രമിച്ചതിനെ മകൻ വളർത്തി എന്നതാവും ശരി. എന്നാലും പ്രഭുവിനോടും കടപ്പെട്ടവൻ തന്നെ. ആ കടപ്പാട് തീർക്കാൻ പറ്റാത്തതുമാണ്.

"തപനറിയുമോ, ദീദി അവിടെ കുട്ടികളെ പ്രതിമാനിർമാണം പഠിപ്പിക്കുന്നുണ്ട്.കഴിഞ്ഞ തവണത്തെ ഉത്സവത്തിന് ദീദിയുടെ ഗണേശപ്രതിമ ഒന്നാമത്തേതായി തിരഞ്ഞെടുക്കപ്പെട്ടു."

"ഓഹോ"

അഭിനന്ദിക്കാനായിട്ട് തപൻ വന്ദനയുടെ നേരെ നോക്കി.

"മറ്റൊന്നു കൂടിയുണ്ട്. പറയട്ടെ ദീദി?"

" വേണ്ട പറയണ്ട" വന്ദന വേഗം യശോധരയുടെ വായ പൊത്തി. അപ്പോൾ തപൻതന്നെ പറഞ്ഞു:"വന്ദനാദീദി തപന്റെ പ്രതിമയുണ്ടാക്കിയിരിക്കുന്നു എന്നല്ലേ?"

"ഇതൊക്കെ എങ്ങനെ അറിഞ്ഞു?"

"ബുദ്ധി! ബുദ്ധികൊണ്ട്. തപന്റെ തല പ്രതിമയിൽ വലുതാക്കി ഉണ്ടാക്കിയിട്ടില്ലേ?"

"തല വലുതായാൽ ബുദ്ധിയുണ്ടാവ്വോ?"

"ഉവ്വല്ലോ."

"എന്നാൽ, ദേവദത്തകുമാരനാവുമല്ലോ വലിയ ബുദ്ധിമാൻ.ആന ത്തല പോലത്തെ തല."

യശോധരയുടെ ആംഗ്യവും പറയലും കണ്ട് വന്ദന കുടുകുടെ ചിരിച്ചു. പക്ഷേ. തപൻ ഗൗരവം വിടാതെ പറഞ്ഞു:

"അദ്ദേഹത്തിന് ബുദ്ധിയുണ്ടല്ലോ."

"ഉണ്ട്. ദുർബുദ്ധി ധാരാളമുണ്ട്."

പിന്നെ ആരും ഒന്നും സംസാരിച്ചില്ല. വന്ദന കൂടക്കൂടെ തപന്റെ മുഖത്തോക്ക് നോക്കി. തപൻ ബോധപൂർവം നിശ്ശബ്ദനായതാണ്. മീതെ വിസ്തൃതമായ ആകാശം പരന്നുകിടക്കുന്നു. ഭൂമിക്ക് ഒരു അടപ്പിട്ടതു പോലെ. അല്ലെങ്കിൽ, ഭൂമിയുടെ അടപ്പ് തുറന്നു വെച്ചതാണോ?

അവർക്ക് പിരിയാനുള്ള സ്ഥലമെത്തി. കൊട്ടാരത്തിനു പുറത്ത് ഒരു ധർമശാലയിലാണ് തപൻ താമസിക്കുന്നത്. അകത്ത് മന്ദിരമില്ലാഞ്ഞിട്ടല്ല. അവിടെ സ്ഥലം തരാഞ്ഞിട്ടുമല്ല. ഇവിടെ മതി. പ്രത്യേക നിബന്ധനക ളൊന്നുമില്ല ഇവിടെ. വല്ലപ്പോഴും വരുന്ന വഴിപോക്കരോടും നാട്ടുകാരോടും നാട്ടുവിശേഷങ്ങൾ ചോദിച്ചറിയാം. ഇഷ്ടമുള്ളപ്പോൾ പോവാം. വരാം. ശുദ്ധവായു ധാരാളം.

വന്ദനയ്ക്കും യശോധരയ്ക്കും പോകേണ്ടത് കൊട്ടാരത്തിനുള്ളിലെ അതിഥിമന്ദിരത്തിലേക്കാണ്. ശുദ്ധോദനപ്രഭുവിന്റെ ഭാര്യയുടെ രണ്ടു സഹോദരന്മാരുടേയും മക്കളാണിവർ. തപന്റെ താമസസ്ഥലത്തിനടുത്തെ ത്തിയപ്പോൾ യശോധര തിരിഞ്ഞുനോക്കാതെ വേഗം വേഗം നടന്നു. ധർമ ശാലയ്ക്കു മുമ്പിലുള്ള പന്തലിച്ച അരയാലിന്റെ നിഴലിൽ നിന്നുകൊണ്ട് വന്ദന തൊട്ടടുത്തു നിൽക്കുന്ന തപനെ നോക്കി. വികാരഭരിതനായി ത്തന്നെ തപൻ ചോദിച്ചു: "നാളെത്തന്നെ പോവും അല്ലേ?"

"ഉം. വൈകാതെ വീണ്ടും വരും, കാണാൻ തിടുക്കമാവുമ്പോൾ. കാണാതെ വയ്യ എന്നാവുമ്പോൾ."

ധർമശാലയിലേക്ക് ആരോ വരുന്നതറിഞ്ഞപ്പോൾ വന്ദന വേഗം നടന്ന് യശോധരയോടൊപ്പമെത്തി. തപൻ താമസസ്ഥലത്തെത്തിയപ്പോൾ അകത്ത് ആരോ ഉണ്ടെന്നറിഞ്ഞു. ബദ്ധപ്പെട്ട് അകത്തേക്കു കടന്നു. ഉത്സാഹത്തോടെ ചോദിച്ചു:

"ഹായ്! ആനന്ദ്. ഈ സമയത്തിവിടെ?"

"വരേണ്ടിവന്നു." ആനന്ദ് പതുക്കെയാണ് പറഞ്ഞത്.

"ജ്യേഷ്ഠൻ സിദ്ധാർഥ് നിങ്ങളെ അന്വേഷിക്കുന്നു. എന്തുകൊണ്ടോ അസ്വസ്ഥനാണദ്ദേഹം."

"അസ്വസ്ഥൻ?"

"അതെ. ഇന്ന് മുകളിൽനിന്ന് ഇറങ്ങിയിട്ടേയില്ല."

അവർ പുറത്തിറങ്ങി. കൂടെ നടക്കുമ്പോൾ ആനന്ദ് സ്വരം താഴ്ത്തിയിട്ട് ചോദിച്ചു.

"ജ്യേഷ്ഠൻ സിദ്ധാർഥന്റെ കണ്ണുകൾ തപൻ ശ്രദ്ധിച്ചിട്ടുണ്ടോ? നമ്മളെപ്പോലെയല്ല അദ്ദേഹം നോക്കുന്നത് എന്ന് തോന്നാറില്ലേ? ചിലപ്പോൾ സംസാരിച്ചുകൊണ്ടിരിക്കുമ്പോൾ തന്നെ പെട്ടെന്ന് നിശ്ശബ്ദനാവുന്നു."

ആനന്ദിന്റെ നിഷ്കളങ്കതയെ നോക്കിയിട്ട് തപൻ അഭിനന്ദിച്ച് ചിരിച്ചു. പിന്നെ ഗൗരവത്തോടെ പറഞ്ഞു:

"വലിയ കാര്യങ്ങളെപ്പറ്റിയാവും അദ്ദേഹം ആലോചിക്കുന്നത്. നമുക്ക് എത്താൻ പറ്റാത്ത അത്ര ഉയരത്തിൽ നിന്നുകൊണ്ട്."

ആനന്ദൻ തപനെ അത്ഭുതത്തോടെ ഒന്ന് നോക്കിയിട്ട് മുമ്പിൽ നടന്നു. ആനന്ദന്റെ പിന്നിൽ നടക്കുമ്പോൾ തപന് തോന്നി. അകവും പുറവും ഒരുപോലെ സുന്ദരനാണ് ആനന്ദൻ. ഏതിനേയും അതായി കാണുവാൻ കഴിയൽ വലിയ ഒരു അനുഗ്രഹം തന്നെയാണ്. ഏതും നേർവരയിലൂടെ മാത്രമേ ആനന്ദൻ നോക്കുകയുള്ളു ഏതും വക്രമായി മാത്രം കാണുന്നവരായാലോ? ഇന്ന് മേധാമണ്ഡപത്തിൽ വെച്ചാണ് ദേവദത്തൻ ചോദിച്ചത്:

"ജ്യേഷ്ഠൻ സിദ്ധാർഥൻ എന്തിനാണിങ്ങനെ ഉറക്കംതൂങ്ങി നടക്കുന്നത്? ഇന്നലത്തെ ഒരു വേഷം കണ്ടില്ലേ? ഒരു പ്രഭുകുമാരന് ചേർന്ന വേഷമാണോ അത്? എവിടെപ്പോയാലും ദരിദ്രരുടെയും രോഗികളുടെയും കൂടെയാണ് നിൽക്കുക. പ്രഭുകുടുംബത്തിനു തന്നെ അവമാനമുണ്ടാക്കുന്നതാണ് ജ്യേഷ്ഠന്റെ ഓരോ പ്രവൃത്തികൾ." ഒന്നും മറുപടി പറയുവാൻ തോന്നിയില്ല. അപ്പോൾ അദ്ദേഹം തന്നത്താൻ പിറുപിറുക്കുന്നതു കേട്ടു: "സിദ്ധാർഥൻ എന്തുചെയ്താലും അത് മാന്യതയാണ്. ശുദ്ധോദനപ്രഭുവിന്റെ മൂത്തമകനല്ലേ? അധികാരങ്ങളെല്ലാം ഒഴുകി എത്തുന്നതും അങ്ങോട്ടല്ലേ? ഭാഗ്യമാണ് കാര്യം." അത് കേട്ടിട്ടും അന്ന് അത്ഭുതപ്പെട്ടില്ല. അധികാരമാണ് ഇവരെയൊക്കെ ഭ്രമിപ്പിക്കുന്നത്. മനുഷ്യബന്ധങ്ങളെ മുഴുവൻ വില കെട്ടിയാലും അധികാരത്തിന്റെ ആർത്തി തീരില്ല. അത് യുദ്ധങ്ങളുണ്ടാക്കുന്നു. സർവനാശങ്ങൾ വിതയ്ക്കുന്നു എന്നുപോലും ഇവർ ഓർക്കുന്നുമില്ല.

ശുദ്ധോദനപ്രഭുവിന്റെ മാളിക കടന്ന് കൊട്ടാരത്തിന്റെ അപ്പുറത്തെത്തിയപ്പോൾ ആനന്ദൻ യാത്രപറഞ്ഞ് സ്വന്തം താമസസ്ഥലത്തേക്ക് പോയി. തപൻ മുറ്റത്തുനിന്നുകൊണ്ട് മാളികയിലേക്ക് നോക്കി. അവിടെ സിദ്ധാർഥന്റെ മുറിയിൽ വെളിച്ചമുണ്ട്. ഉറങ്ങാതെ കാത്തിരിക്കുകതന്നെയാണ് സിദ്ധാർഥൻ. തപൻ മാളികയിലേക്ക് കോണിപ്പടികൾ കയറി. ആ നീണ്ട വരാന്തയിൽ അകലെ എങ്ങോട്ടോ നോക്കിനിൽക്കുകയാണ് സിദ്ധാർഥൻ.

"എന്താണ് സിദ്ധാർഥ്?"

അടുത്തു പിടിച്ചിരുത്തിയിട്ട് ഉൽക്കണ്ഠയോടെ തപൻ ചോദിച്ചു.

"തപൻ, നിങ്ങൾക്കെന്നെ മനസിലാവുന്നുണ്ടോ?"

സിദ്ധാർഥൻ തപന്റെ കൈകളിൽ കടന്ന് പിടിച്ചു.

"ഒരാൾക്കും മറ്റൊരാളെ മുഴുവനായിട്ട് മനസിലാവാറില്ലല്ലോ. എന്താണ് കാര്യം?"

"കാര്യം ഇതുതന്നെ. രോഹിണിനദിയിലെ വെള്ളം. മുമ്പത്തെപ്പോലെ വെള്ളം മുഴുവൻ അവരുടേതാണ് എന്ന് അവർ. നമ്മുടെതാണ് എന്ന് നമ്മൾ. അവർ വെള്ളത്തിനുമപ്പുറം ഭൂമിയും അവരുടേതാണ് എന്ന് പറഞ്ഞു തുടങ്ങി. അതിർത്തിപ്രശ്നം തന്നെ. ഈ ഭൂമിക്കെന്ത് അതിർത്തി തപൻ? ഒഴുകുന്ന വെള്ളത്തിന് എന്ത് അവകാശികൾ? എനിക്ക് ഒന്നും മനസിലാവുന്നില്ല."

ഒന്നും മിണ്ടാതെ തപൻ സിദ്ധാർഥനെ നോക്കി ഇരുന്നു.

"അച്ഛൻ പറയുന്നു അതിക്രമിച്ചു കയറുന്നവരെ തുരത്തി വിടണമെന്ന്. ആയുധപ്രയോഗം വേണം എന്നുതന്നെ."

തപൻ ആദ്യം ഒന്നു ഞെട്ടി. എന്നാലും അതു കാണിക്കാതെ മിണ്ടാതെ തന്നെ ഇരുന്നു.

"ഞാനെന്ത് ചെയ്യണമെന്ന് പറയൂ തപൻ." സിദ്ധാർഥൻ തപന്റെ കൈകൾ പിടിച്ച് കുലുക്കി.

"ആയോധനവിദ്യ അഭ്യസിച്ചവനാണല്ലോ സിദ്ധാർഥ്. അപ്പോൾപ്പിന്നെ അച്ഛൻ ആവശ്യപ്പെട്ടതുപോലെ അതു പ്രയോഗിച്ച് ജയിച്ചു വരുന്നതല്ലേ ശരി?"

"സഹജീവികളെ വെട്ടിക്കൊന്ന് വിജയിക്കാനോ?"

"അതിർത്തി രക്ഷിക്കാഞ്ഞാൽ നമ്മളിവിടെ ജീവിക്കുന്നതെങ്ങനെ?"

മൗനംകൊള്ളുന്ന സിദ്ധാർഥന്റെ ചുമലിൽ പിടിച്ച് തപൻ പതുക്കെ പറഞ്ഞു:

'സിദ്ധാർഥ്, യുദ്ധം ചെയ്യാൻ ക്രൂരനാവണം എന്നില്ല. നമ്മൾ വർത്തമാനകാലത്തിൽ ജീവിക്കേണ്ടവരാണ്. ഏതിനേയും നേരിടാനുള്ള കരുത്തുണ്ടാവണ്ടേ?"

"മനുഷ്യരെ കൊന്നുകൂട്ടിയാൽ കരുത്തുണ്ടാവുമോ?"

"കൊല്ലേണ്ടി വരുമ്പോൾ കൊല്ലുകതന്നെ. നമ്മൾ അങ്ങോട്ടു ചെന്ന് ആക്രമിക്കുകയല്ലല്ലോ. ആക്രമണത്തെ തടുക്കുകയല്ലേ? ഈ ഭൂമി ഭീരുക്കൾക്ക് മാത്രമുള്ളതല്ലല്ലോ. ധീരന്മാരുടെയും ധർമാത്മാക്കളുടെയും സ്വന്തവുമല്ല. ക്രൂരന്മാരും കൊലപാതകികളുമൊക്കെയില്ലേ ഇവിടെ? നമുക്കാവശ്യം സമാധാനമാണ്."

"അപ്പോൾ ഞാനിനി?"

"ചെയ്യേണ്ടത് ചെയ്യുക. ഇരമ്പിവരുന്ന ശത്രുപ്പടയെ തുരത്താൻ വേറെ എന്താ വഴി? വല്ലതും തോന്നുന്നുണ്ടോ?"

മുമ്പ് കണ്ടിട്ടില്ലാത്ത ഏതോ ഒന്നിനെ കാണുന്നതുപോലെ സിദ്ധാർഥൻ തപനെത്തന്നെ നോക്കി ഇരുന്നു. ഈ മനുഷ്യന്റെ വാക്കു

കൾക്ക് അയസ്കാന്ത ശക്തിയുണ്ടോ? മറുത്തു പറയാൻ പറ്റാത്ത എന്തോ ഒന്ന്.

"സിദ്ധാർഥ്......." തപൻ കുറച്ചുകൂടി അടുത്തേക്കിരുന്നു. സ്നേഹ പൂർവം രണ്ടുകൈകളും കൂട്ടിപ്പിടിച്ചു: "എനിക്ക് നിങ്ങളെ കൂടുതൽ മന സിലാവുന്നത് ഇപ്പോഴാണ്. പോവൂ... അച്ഛൻ നിർദേശിക്കുന്നതുപോലെ ചെയ്യൂ. ഒറ്റയ്ക്കൊരാളെ ഇട്ട് വെട്ടിക്കൊല്ലുകയല്ലാ സിദ്ധാർഥ് ചെയ്യുന്നത് അതിർത്തി രക്ഷിക്കുക മാത്രമേ ചെയ്യുന്നുള്ളൂ."

സിദ്ധാർഥൻ നിശ്ചയദാർഢ്യത്തോടെ എഴുന്നേറ്റ് നിവർന്നുനിന്നു. കൈകൾ താഴ്ത്തിയിട്ടു. മുട്ടിനു താഴെ എത്തുന്ന ദീർഘബാഹുക്കൾ തന്നെ. തപന്റെ മനസ്സ് കൃത്യമായി കണക്കുകൂട്ടി. ഈ കൈകൾ എന്തെ ല്ലാമോ അത്ഭുതങ്ങൾ പ്രവർത്തിക്കുവാനുള്ളതാവില്ലേ? ജാതകം പരി ശോധിച്ച് അസിതമഹർഷി പറഞ്ഞതുപോലെത്തന്നെ.

അവർ കോണിയിറങ്ങി. വരാന്തയിലെത്തി. പരസ്പരം ആശ്ലേഷിച്ച് പിരിഞ്ഞു. തിണ്ണയിൽ കൊളുത്തിവച്ചിട്ടുള്ള കല്ലുവിളക്കുകളുടെ വെളി ച്ചത്തിൽ, നീണ്ട വരാന്തയിലൂടെ നടന്നുപോവുന്ന സിദ്ധാർഥന്റെ രൂപം തപൻ നോക്കിനിന്നു.

അറിയപ്പെടാത്ത സത്യത്തെ മറ പൊളിച്ച് കാണാൻ വെമ്പുന്ന ഒരു സത്യാന്വേഷിയുടെ രൂപം!

മൂന്ന്

"ഈ അമ്രപാലി എന്തിനാണ് സിദ്ധാർഥകുമാരന്റെ മുറിയിലേക്ക് പോകുന്നത്? അവൾക്കെന്താണവിടെ കാര്യം?"

"പ്രഭു കൽപ്പിച്ചിട്ടാ അവൾ വരുന്നത്."

"പ്രഭു കൽപ്പിച്ചിട്ടോ?"

"ഉം. കുമാരനെ സന്തോഷിപ്പിക്കുവാൻ. കുമാരന്റെ മനസ്സ്. മാറ്റു വാൻ."

"ഈ ഇത്തിരിപ്പോന്ന പെണ്ണാണോ കുമാരന്റെ മനസ്സ് മാറ്റാൻ പോകു ന്നത്?"

"അവളേയ് ലിഛാവിയിലെ മഹാനാമന്റേയും ചതുരംഗിയുടേയും മകളാ, അറിയാമോ? അമ്മയേക്കാൾ സമർഥയാണ് മകൾ. ഈ അമ്ര പാലി വലുതായപ്പോളാണ് ലിച്ഛാവീല് പണോം പ്രതാപോം വന്നു കൂടീത്."

"അതെങ്ങന്യാ?"

"ഏതൊക്കെയോ നാടുകളിൽനിന്ന് രത്നവ്യാപാരികളും, വല്ല്യേ പണക്കാരും ഈ അമ്രപാലിയെ മോഹിച്ച് വരണ്ണ്ട്. അവര് പണോം സ്വർണോം രത്നങ്ങളും അവിടെ കൊണ്ടുവന്ന് ചൊരിയല്ലേ?"

സിദ്ധാർഥൻ അതിർത്തി സംരക്ഷിച്ച് വന്നതിലുള്ള സദ്യയും ആഘോഷവും കേമമായിട്ട് നടക്കുകയായിരുന്നു. അതിന് നിയോഗിച്ച

പരിചാരികമാരുടെ അടക്കംപറച്ചിലായിരുന്നു അതൊക്കെ. അവർ കണ്ടതും സംശയിച്ചതുമൊക്കെ ശരിതന്നെ. നഗരമോഹിനിയായ അമ്രപാലി മോഹിനീവേഷത്തിൽത്തന്നെയാണ് കോണികയറിയത്. ഒട്ടും ഒളിച്ചും പതുങ്ങിയും അല്ല. ധൈര്യത്തോടെ കൈയും വീശി ഞെളിഞ്ഞ് എല്ലാവരും കണ്ടോളിൻ എന്ന് വിളിച്ചു പറയുന്നതുപോലെ. എന്തിന് അങ്ങനെയല്ലാതാവണം? ഭരണാധികാരിയുടെ ക്ഷണമല്ലേ? പ്രഭുവിന്റെ പ്രധാന ശിഷ്യനെത്തന്നെയാണ് ചതുരംഗിയുടെ വീട്ടിലേക്ക് അയച്ചിരുന്നത്. വെറുതെ അയക്കുകയല്ല. കൈ നിറയെ പണവുമായിട്ട്, സഹായം ആവശ്യപ്പെട്ടുകൊണ്ടാണ്. നാടു ഭരിക്കുന്ന രാജ ഒരു ഗണികപ്പെണ്ണിനോട് താണുകേണ് സഹായം ആവശ്യപ്പെടുക. അവളുടെ സുന്ദരിയായ മകളുടെ മേനിക്കൊഴുപ്പ് ഉപയോഗിച്ച് മകനെ തൃപ്തിപ്പെടുത്തി അയാളുടെ മനം മാറ്റണമെന്ന്. പിന്നെന്തിന് അവൾ അധൈര്യപ്പെടണം? ആടിക്കുഴയാതിരിക്കണം?

സിദ്ധാർഥൻ മുറിയിൽ ഒറ്റയ്ക്കായിരുന്നു. ആഘോഷങ്ങളിൽ പങ്കുകൊള്ളാൻ സ്വതവേ തന്നെ മനസുവരാറില്ല. അല്ലെങ്കിൽത്തന്നെ ഇതിൽ ആഘോഷിക്കുവാനെന്തുണ്ട്? സ്വധർമം പാലിച്ചു. അത്രതന്നെ. തിരിച്ചു വരുമ്പോൾ അവിടെ ഗ്രാമത്തലവന്റെ ഗൃഹത്തിലാണ് വിശ്രമിച്ചത്. ആ കെട്ടിടത്തിന്റെ രൂപഘടന കൗതുകമുണ്ടാക്കുന്നതായിരുന്നു. പർവതപ്രദേശങ്ങളിലെ ഗൃഹങ്ങളുടേതുപോലെയല്ല അത്. ഇവിടെ വന്ന് വാസ്തുവിദ്യയെപ്പറ്റിയുള്ള വിവരങ്ങളുള്ള ഓലക്കെട്ടുകൾ മലർത്തിവച്ച് നിലത്തോരോന്ന് വരച്ച് പഠിക്കുകയായിരുന്നു സിദ്ധാർഥൻ. ഓരോ രീതിയിലും പ്രാദേശികങ്ങളായ വ്യത്യാസങ്ങൾ ഉണ്ടാവും എന്നത് ശരിയാണ്. ഔത്സുക്യമുണ്ടാക്കുന്നതാണ് ആ വ്യത്യാസങ്ങൾ.

അപ്പോഴാണ് ആടയാഭരണങ്ങൾ ഇളക്കിക്കൊണ്ട് അമ്രപാലി ഒരു കൂസലുമില്ലാതെ സിദ്ധാർഥന്റെ മുമ്പിൽ വന്നുനിന്നത്. അദ്ദേഹം മുഖമുയർത്തിയിട്ട് ഒരു ചോദ്യരൂപത്തിൽ നോക്കി... "എന്താ?"

"എന്നെ മനസിലായോ?"

"അമ്രപാലിയല്ലേ?"

അഭിനയചാതുര്യത്തോടെ അത്ഭുതം നടിച്ച് വിടർന്ന കണ്ണുകൾ മുഴുവൻ തുറന്ന് അമ്രപാലി ചോദിച്ചു:

"ഹൊ അറിയാമോ? എന്തൊരോർമശക്തി."

"അമ്രപാലിയുടെ അമ്മയ്ക്ക് സുഖംതന്നെയല്ലേ?"

"സുഖം തന്നെ. നിങ്ങളുടെയൊക്കെ അനുഗ്രഹം കൊണ്ട് സുഖം തന്നെ."

അവൾ ദീർഘനിശ്വാസം വിട്ട് സിദ്ധാർഥന്റെ അടുത്ത് വന്നിരുന്നു. സിദ്ധാർഥൻ ഒന്ന് നോക്കി. അടുത്തുള്ള ഇരിപ്പിടം ചൂണ്ടിക്കാട്ടിയിട്ട് ഭവ്യതയോടെ പറഞ്ഞു:

"അതിലിരുന്നോളൂ."

അമ്രപാലി നിഷേധരൂപത്തിൽ തലയാട്ടി.

"കുമാരന്റെ പീഠത്തിലിരിക്കാനോ? അതൊന്നും ഈ അമ്രപാലി ചെയ്യില്ല."

അവൾ സിദ്ധാർഥന്റെ അടുത്തുതന്നെ ഇരുന്നു, അദ്ദേഹത്തെ സാകുതം നോക്കിക്കൊണ്ട്..... കുറച്ചു കഴിഞ്ഞപ്പോൾ അമ്മ പഠിപ്പിച്ചു കൊടുത്ത, കണ്ണുകൊണ്ടുള്ള പ്രയോഗങ്ങളും തുടങ്ങി. അതുകണ്ട് സിദ്ധാർഥൻ പറഞ്ഞു:

"അമ്രപാലിയുടെ കണ്ണുകൾക്ക് നല്ല ഭംഗിയുണ്ട്." അമ്രപാലി ചിരിച്ചു. മനസിൽ കരുതി.... കുമാരാ ഈ കണ്ണുകൊണ്ട് ഇനി എത്ര കൊമ്പന്മാരെ തളയ്ക്കണം ഈ അമ്രപാലിക്ക്. അവൾ പുറമേക്ക് പരിഭവം നടിച്ചുകൊണ്ട് കിണുങ്ങി.

"ഭംഗിയുണ്ടായിട്ടെന്താ കാര്യം? ആർക്കുവേണം ഈ അമ്രപാലിയെ?"

"അമ്രപാലിയെ എല്ലാവർക്കും ഇഷ്ടമാണല്ലോ."

"സിദ്ധാർഥകുമാരന് ഇഷ്ടമാണോ?"

"ഇഷ്ടമാണ്. ആരോടും ഇഷ്ടക്കേടില്ല എനിക്ക്."

"എങ്കിൽ എന്റെ ഈ കൈയിൽ തൊട്ട് പറയാമോ എനിക്ക് അമ്രപാലിയെ ഇഷ്ടമാണ് എന്ന്?"

അവൾ സിദ്ധാർഥന്റെ തൊട്ടടുത്തേക്ക് നീങ്ങി ഇരുന്നു. ശൃംഗാരഭാവത്തോടെ ഒന്നു കുഴഞ്ഞ് കൈ നീട്ടി. ഇളംചുവപ്പിൽ മൃദുലമായ ആ ഉള്ളംകൈയിൽ തൊട്ട് സിദ്ധാർഥൻ പറഞ്ഞു:

"ഇഷ്ടമാണ്. അമ്രപാലിക്ക് എന്നും സുഖമുണ്ടാവാൻ ഞാൻ ആഗ്രഹിക്കുന്നു."

ആ ശബ്ദം അവളുടെ ഞരമ്പുകളിൽ ഒരു വിറയലുണ്ടാക്കി. ഇത്ര പരിശുദ്ധമായ ഒരു സ്വരം കേൾക്കുന്നത് ആദ്യമായിട്ടാണ്. ഈ മനുഷ്യനോട് എങ്ങനെ പറയും. എന്റെ കൂടെ ക്രീഡിക്കൂ, ഈ ഗണികയുടെ ശരീരഭംഗി അനുഭവിച്ച് കാമലീലകളാടി ആനന്ദിക്കൂ എന്ന്?

എന്നാൽ അപ്പോൾത്തന്നെ അവൾ ഞെട്ടി ഉണരുകയും ചെയ്തു. പറയണം കുമാരന്റെ മനസിളക്കണം. അതിനല്ലേ വന്നത്? പ്രഭുവിന്റെ കൽപ്പനയും, അമ്മതന്നെ പറഞ്ഞേൽപ്പിച്ചതും അതാണ്.

മുഖമുയർത്തിയപ്പോൾ കുമാരൻ ജാലകത്തിലൂടെ പുറത്തേക്കു നോക്കി ഇരിക്കുകയാണ്. അമ്രപാലിയുടെ ഉച്ഛ്വാസം ചൂടോടെ ചുമലിൽ വന്ന് മുട്ടിയപ്പോൾ നീങ്ങിയിരുന്ന് മുഖം തിരിച്ച് സിദ്ധാർഥൻ പറഞ്ഞു:

"അമ്രപാലി നോക്കൂ, പുറത്ത് എത്ര മരങ്ങളാണ്, ചെടികളാണ്, പക്ഷികളാണ്. അവർക്കൊക്കെയില്ലേ അവരുടേതായ ജീവിതരീതികൾ, ഭക്ഷണം സമ്പാദിക്കൽ, ഇണചേരൽ- പിന്നെ എല്ലാറ്റിനും നാശവും."

അമ്രപാലിയുടെ കണ്ണുതുറിച്ചു. എന്തൊക്കെയാണ് കുമാരൻ പറയുന്നത്? വിശേഷദിവസങ്ങളിൽ പുറത്ത് കെട്ടിയുണ്ടാക്കുന്ന മണ്ഡപത്തിലിരുന്ന് മുന്നിലെ ഭക്തരോട് പുരോഹിതന്മാർ ഇങ്ങനെയൊക്കെ പറയുന്നത് കേട്ടിട്ടുണ്ട്. അതു കേട്ടാൽ അവിടെനിന്ന് ഓടിപ്പോവാനാണ് തോ

ന്നുക. എന്നാൽ, ഈ കുമാരൻ പറയുമ്പോൾ അത് എത്ര ശരിയാണ് എന്നും തോന്നുന്നു.

"അമ്രപാലിക്കറിയില്ലേ, കാക്കയും കുയിലും കണ്ടാൽ ഒരുപോലെ. പക്ഷേ, അവയുടെ ശബ്ദത്തിനും ഭക്ഷണത്തിനുമൊക്കെ വ്യത്യാസം."

സിദ്ധാർഥൻ പറഞ്ഞുനിർത്തിയപ്പോൾ അവൾക്ക് പറയാൻ തോന്നി.... ഉം കുറച്ചുകൂടി പറയൂ. ഇനിയും ഇതുതന്നെ പറയൂ എന്ന്. ഉടൻതന്നെ അവളൊന്ന് തെന്നി. ഞാനിവിടെ വന്നതെന്തിനാണ്? വിശേഷ വസ്ത്രാഭരണങ്ങൾ ധരിച്ചതും സുഗന്ധതൈലം പൂശിയതുമൊക്കെ എന്തിന്? പ്രഭുവിന്റെ പരിചാരകൻ അമ്മയെ ഏൽപ്പിച്ച ആ കാര്യമില്ലേ? ആ കനത്ത സ്വർണനാണ്യക്കിഴി മറക്കുകയോ? അമ്രപാലി പിന്നെ ശരിക്കും ഒരു ഗണികയായി. സിദ്ധാർഥന്റെ കുറേക്കൂടി അടുത്തേക്കിരുന്നു. മുഖത്തേക്കുതന്നെ നോക്കിക്കൊണ്ട്. വിഷാദഭാവത്തിൽ- പിന്നെ ആകാംക്ഷാഭരിതമായിട്ട്, ആദ്യം കുമാരന്റെ കണ്ണുകളിൽ പിന്നെ, വിടർന്ന മാറിടത്തിലേക്ക്- താഴെ അരക്കെട്ടിൽ.... പിന്നെയും കണ്ണുകളിൽ. എന്നിട്ട് ഹാവഭാവങ്ങളോടെ ഒന്ന് ചിരിച്ചു. ഒന്ന് ആടിക്കുഴഞ്ഞു. ഏറ്റവും മൃദുലമായി ചോദിച്ചു: "കുമാരൻ എപ്പോഴെങ്കിലും ഒരു പെണ്ണിനെപ്പറ്റി ആലോചിച്ചിട്ടുണ്ടോ?"

"ഉണ്ടല്ലോ. പുരുഷനെപ്പറ്റി ആലോചിക്കുന്നതുപോലെ തന്നെ സ്ത്രീയെപ്പറ്റിയും ആലോചിക്കാറുണ്ട്."

"അതല്ല. സുന്ദരിയായ ഒരു സ്ത്രീയെപ്പറ്റി?"

"ഞാൻ എല്ലാ സ്ത്രീയിലും സൗന്ദര്യം കാണുന്നു. ഈ പ്രപഞ്ചത്തിന്റെ നിലനിൽപ്പിനാധാരം സ്ത്രീയാണല്ലോ. അതിനേക്കാൾ വലിയ സൗന്ദര്യം മറ്റെന്താണ്?"

ഈ ചെറുപ്പക്കാരനോട് ഇനി എന്താണ് പറയുക? അമ്രപാലി ആകെ വലഞ്ഞു. വീട്ടിൽനിന്ന് ഇറങ്ങിപ്പോരുമ്പോൾക്കൂടി അമ്മയുടെ നിർദേശമുണ്ടായതാണ്:

"ഏതുപ്രകാരമെങ്കിലും നീയ് കുമാരനെ വശത്താക്കണം." എങ്ങനെയാണത് അനുസരിക്കേണ്ടത്?

"അമ്രപാലി ഒരു പ്രത്യേകതരം ജീവിയെപ്പറ്റി കേട്ടിട്ടുണ്ടോ?" സിദ്ധാർഥൻ ചോദിക്കുകയാണ്.

വൈശാലിയിലെ പേരെടുത്ത സൗന്ദര്യറാണി രതിക്രീഡക്കൊരുങ്ങിക്കൊണ്ട് തൊട്ടുരുമ്മി ഇരിക്കുമ്പോൾ ഇദ്ദേഹത്തിന്റെ ഒരു ചോദ്യം. എന്നാലും അമ്രപാലി ഔത്സുക്യം ഭാവിച്ചുകൊണ്ട് ചോദിച്ചു: "ഏതുതരം ജീവി?"

"മഞ്ഞ് കൂടുതലുള്ള സ്ഥലത്താണ് ഉണ്ടാവുക. അവ കുട്ടിയെ വയറിനോട് ബന്ധിച്ച ഒരു സഞ്ചിയിൽ ഇട്ടുകൊണ്ടാണ് നടക്കുക."

"അങ്ങനെയാണോ?" അവൾ കണ്ണുകൾ വിടർത്തി.

"പ്രസവിച്ച ഉടനെ കുട്ടിയെ നക്കിത്തോർത്തുവാനായി അമ്മ നാവും നീട്ടിക്കൊണ്ട് വരും. എന്നാൽ, പെറ്റുവീണ ഉടൻ കുട്ടി ഒരോട്ടമാണ്. തള്ള

യുടെ നാവിന് നല്ല മൂർച്ചയാണ്. അതിൽനിന്ന് രക്ഷപ്പെടാൻ. ആരാവും ഇതൊക്കെ അവയെ പഠിപ്പിക്കുന്നത്?"

"അപ്പോൾ സ്ത്രീ ഗർഭം ധരിക്കുന്നതും പ്രസവിക്കുന്നതുമൊക്കെ കുമാരൻ ആലോചിക്കാറുണ്ടോ?"

"അമ്രപാലി ആലോചിക്കാറില്ലേ?"

"എന്നെപ്പോലെയാണോ കുമാരൻ?"

"എന്താ വ്യത്യാസം? നമ്മളൊക്കെ ജനിക്കുന്നു. ജീവിക്കുന്നു. മരിക്കുന്നു. ഒരുപോലെത്തന്നെ. അതുകൊണ്ടാണെനിക്ക് അമ്രപാലിയെ സ്നേഹിക്കാൻ കഴിയുന്നത്."

അമ്രപാലി ആകെ വിയർത്തു. ഇദ്ദേഹത്തിന് ഒരു ഇളക്കവുമില്ലല്ലോ. മാത്രമല്ല തന്നെക്കൂടി ഇദ്ദേഹം ഇളക്കമില്ലാതാക്കാൻ ശ്രമിക്കുകയും ചെയ്യുന്നു, ഇനി എന്തുവേണം? ഒരു ശ്രമം കൂടി നടത്തണോ? അമ്മ പറഞ്ഞുതന്ന ആ അടവുകൾ എടുക്കണോ? വേണ്ട. അത്രയ്ക്ക് ധൈര്യം വരുന്നില്ല. ഏതായാലും അമ്മ പ്രഭുവിന്റെ പരിചാരകനോട് ഒരാഴ്ച ഇട ചോദിച്ചിട്ടുണ്ടല്ലോ. അതിനുള്ളിൽ ശരിയാക്കാം. അമ്രപാലി സിദ്ധാർഥനോട് യാത്രപറഞ്ഞ് കോണിയിറങ്ങി.

പിറ്റേദിവസവും അമ്രപാലി സിദ്ധാർഥന്റെ മുറിയിലെത്തി. കുറേ നേരം സംസാരിച്ചു. വിസ്തൃതമായ ഈ ഭൂമണ്ഡലത്തെപ്പറ്റിയാണ് കുമാരൻ പറഞ്ഞത്. കേട്ടിരുന്നുപോയി. എന്തെന്ത് അത്ഭുതങ്ങൾ! മരുഭൂമി മഹാസമുദ്രമാവുമത്രെ. അതെല്ലാം കേട്ടുകൊണ്ടിരിക്കുമ്പോൾ താനെന്തിനാണ് ഇവിടെ വന്നത് എന്നുതന്നെ മറക്കുന്നു.കുമാരനെ തൊട്ടുകൊണ്ടിരിക്കാൻ സങ്കോചം. ആ സംസാരം കേട്ടുകൊണ്ടിരിക്കാൻ എന്തു സുഖമാണ്! എന്നിട്ടും അന്ന് കോണിയിറങ്ങി പോരുമ്പോൾ അവൾ തീർച്ചപ്പെടുത്തി.... നാളെ എന്തായാലും ഞാൻ എന്റെ സാമർഥ്യം തെളിയിക്കും. കുമാരന്റെ മനസിലെ സന്യാസിഭാവം മാറ്റിയാൽ തനിക്കിവിടെ കിട്ടുന്ന പദവി എന്താണ്! ആ ഉന്നത പദവിയെപ്പറ്റി ആലോചിച്ചപ്പോൾ അമ്രപാലിക്ക് മേലൊക്കെ പൊട്ടിത്തരിച്ചു.

എന്നാൽ പിറ്റേദിവസം അമ്രപാലി വന്നപ്പോൾ സിദ്ധാർഥൻ തീരെ ഉത്സാഹശൂന്യനായിരുന്നു. അവൾ പറയുന്നതൊക്കെ കേട്ടു. എങ്കിലും മറുപടി ഒന്നും പറഞ്ഞില്ല. എന്തോ ഒരു ദുഃഖം കുമാരനെ വിഷമിപ്പിക്കുന്നു എന്ന് തോന്നിയപ്പോൾ അവൾക്കും ഉത്സാഹമില്ലാതായി. കയ്യിൽ കരുതിയ ബദാം പാൽപ്പായസം കുമാരന് കൊടുക്കാതെ തിരികെ കൊണ്ടുവന്നു. അമ്രപാലി ആലോചിച്ചു. പ്രഭുകുമാരന്മാർക്ക് എങ്ങനെ ദുഃഖമുണ്ടാവുന്നു? അവർക്ക് ഒന്നിനും ഒരു കുറവും ഉണ്ടാവില്ലല്ലോ. എന്നും സുഖമാവില്ലേ? എന്നിട്ടും ഈ സിദ്ധാർഥകുമാരന് എന്തിനാവും ഈ വിഷാദഭാവം?

പിറ്റേദിവസം അമ്രപാലി പുതിയ ആടയാഭരണങ്ങളൊന്നും അണിഞ്ഞിരുന്നില്ല. സാധാരണ വസ്ത്രം വൃത്തിയായി ധരിച്ച് സിദ്ധാർഥന്റെ

മുറിയിലെത്തി. മുഖത്ത് ഹാവഭാവങ്ങളും വരുത്തിയില്ല. സിദ്ധാർഥൻ അവളെ നോക്കിയിട്ട് പറഞ്ഞു:

"അമ്രപാലി ഇന്ന് വളരെ സുന്ദരിയായിരിക്കുന്നു."

"ഞാൻ സുന്ദരിയാവരുതായിരുന്നു." പരിഭവിച്ചുകൊണ്ടാണ് അമ്രപാലി പറഞ്ഞത്.

"സുന്ദരിയായാലെന്താ കുഴപ്പം?"

"കുഴപ്പമുണ്ടല്ലോ. അരുതാത്തതൊക്കെ ചെയ്യേണ്ടി വരും."

"അരുതാത്തതോ? അതെന്താ?"

സിദ്ധാർഥന്റെ ചോദ്യം പിന്നെയും അമ്രപാലിയെ വിഷമിപ്പിച്ചു. ഇത്ര ശുദ്ധമായ മനസിലാണല്ലോ മാലിന്യം കലർത്തേണ്ടത്. എന്നാൽ,അപ്പോൾത്തന്നെ അവൾ വിചാരഗതി മാറ്റി. ഈ പരിശുദ്ധി നശിപ്പിക്കാനല്ലേ താനിവിടെ വന്നത്. പരിശുദ്ധിയെ മുതലാക്കുകയല്ലേ തന്നെപ്പോലുള്ളവരുടെ കർത്തവ്യം. കർത്തവ്യം നിറവേറ്റുകതന്നെ വേണം. അവൾ പതുക്കെപ്പതുക്കെ സിദ്ധാർഥന്റെ അടുത്തേക്ക് നീങ്ങിനീങ്ങി ഇരുന്നു. അലസമായി കാലുകൾ നീട്ടി. ബോധപൂർവമല്ലെന്ന മട്ടിൽ വസ്ത്രം പൊക്കിക്കൊണ്ടിരുന്നു. കണങ്കാലിനു മീതെ. തുടകൾക്കു മീതെ...

സിദ്ധാർഥൻ പുറത്തേക്ക് നോക്കി ഇരിക്കുകയാണ്. അപ്പോൾ ഇങ്ങോട്ടൊന്ന് നോക്കൂ എന്ന മട്ടിൽ അമ്രപാലി സിദ്ധാർഥനെ ഒന്ന് തൊട്ടു. വിദഗ്ധമായിത്തന്നെ കടാക്ഷിച്ചു. സിദ്ധാർഥൻ മുഖം തിരിച്ച് ഒന്ന് നോക്കിയിട്ട് ഒന്നും മിണ്ടാതെ അവിടെ നിന്ന് എഴുന്നേറ്റ് പോവുകയും ചെയ്തു. കിടന്നുകൊണ്ടുതന്നെയാണ് അമ്രപാലി ആ പോക്ക് നോക്കിയത്. കുമാരന്റെ മുഖത്ത് ഈർഷ്യയില്ല. പരിഹാസമില്ല. നെറ്റി ഒന്ന് ചുളിഞ്ഞിട്ടു പോലുമില്ല. അമ്രപാലിക്ക് സിദ്ധാർഥനെ തടയുവാൻ തോന്നിയില്ല. കുറച്ചുനേരം കൂടി ഇവിടെ ഇരിക്കൂ എന്നും പറഞ്ഞില്ല. താൻ ഇവിടെ വന്നുകൊണ്ടിരുന്നത് എന്തിനാണെന്നും ഓർമിച്ചില്ല. അദ്ദേഹം പോയപ്പോൾ വല്ലാത്തൊരു ശൂന്യത തോന്നി. പെട്ടെന്ന് എല്ലാം നിശ്ചലമായതുപോലെ.

അവൾ പതുക്കെ എഴുന്നേറ്റ് കോണിയിറങ്ങി. വീട്ടിലെത്തിയ ഉടനെ അമ്മ ചോദ്യങ്ങൾ വർഷിച്ചു. പ്രഭുവിന്റെ പരിചാരികനോട് ഏറ്റ കാര്യങ്ങൾ ഓർമിപ്പിച്ചു. അയാൾ തന്ന സ്വർണക്കിഴിയെയും സ്ഥാനമാനങ്ങളെയും കാണിച്ച് പ്രലോഭിപ്പിച്ചു. അമ്രപാലി ഒന്നും മിണ്ടാതെ, ആരേയും നോക്കാതെ മുറിയിൽ കടന്ന് വാതിലടച്ച് കട്ടിലിൽ കമിഴ്ന്ന് കിടന്നു.

നാല്

കപിലവസ്തുവിലെ പ്രഭു ശുദ്ധോദന ഗൗതമന് സ്വസ്ഥത പിന്നെപ്പിന്നെ ഇല്ലാതാവുകയാണ്. രാജ്യകാര്യങ്ങളെക്കൊണ്ടുണ്ടാവുന്ന സ്വസ്ഥതക്കുറവല്ല. നാട്ടുകാര്യങ്ങൾ മുറപോലെയും സമാധാനത്തോടെയും നീങ്ങുന്നുണ്ട്. കോസലത്തിലെയോ അവന്തിയിലെയോ മഗധത്തിലെയോ

പോലെ എന്നും വെട്ടിപ്പിടിക്കലും യുദ്ധവും ആക്രമണങ്ങളും ഒന്നും ഇവിടെയില്ല. പുറമേ നിന്ന് ആരേയും ഇവിടേക്ക് കടത്തുകയും പതിവില്ല. ഉള്ളതു മതി. സമാധാനമായിട്ടിരിക്കാമല്ലോ. വംശശുദ്ധിതന്നെയാണ് പ്രധാനം.

എന്നാൽ, ഇപ്പോൾ സ്വന്തം മകനെപ്പറ്റിത്തന്നെയാണ് ശുദ്ധോദന പ്രഭുവിന് അസ്വാസ്ഥ്യം. സിദ്ധാർഥൻ ബുദ്ധിമാനാണ്. വിവേകമുള്ളവനാണ് എന്നാണ് വന്ദ്യഗുരു കൗചീകൻ തന്നെ പറഞ്ഞത്. വേദാധ്യയനത്തിന് സിദ്ധാർഥനെ ഗുരുകുലത്തിലേക്കയച്ചപ്പോൾ അയാൾ കൂടെ ഇരുന്നൂറ് കൂട്ടുകാരെയും കൂട്ടി. എന്നിട്ട് ഗുരുനാഥനോട് പറഞ്ഞുവത്രെ: "ഇവരെക്കൂടി വിദ്യ അഭ്യസിപ്പിക്കണം." ഗുരുവിനെ അത് സന്തോഷിപ്പിച്ചു. വിശാലഹൃദയനാണ് സിദ്ധാർഥൻ എന്നും പറഞ്ഞുവത്രെ. വേദശാസ്ത്രങ്ങളെല്ലാം അയാൾ വേഗം ഹൃദിസ്ഥമാക്കി എന്നാണ് ഗുരു പറഞ്ഞത്. ആയോധന അഭ്യാസത്തിലും ഒട്ടും പിന്നിലായിരുന്നില്ലല്ലോ. ഗുരുവന്ദനവും ആചാരമര്യാദയും വേണ്ടതുപോലെ പാലിക്കാനും അറിയാം. അങ്ങനെ എല്ലാ പ്രതീക്ഷയും പ്രഭുവിന് ഈ മകനിൽത്തന്നെയായിരുന്നു.

എന്നാൽ വലുതാവുംതോറും സിദ്ധാർഥൻ തീരെ മാറിവരികയാണല്ലോ. പഴയ ഉത്സാഹവും പ്രസന്നതയും മാഞ്ഞുപോവുകയാണോ.... എന്തിനാണ് ലൗകികതയോട് ഇങ്ങനെ ഒരു വൈമുഖ്യം? യുദ്ധം ജയിച്ചു വന്നതല്ലേ. നല്ലപോലെ ആഘോഷിച്ചോട്ടെ, സുഖം അനുഭവിച്ചുകൊള്ളട്ടെ എന്നു വിചാരിച്ചിട്ടാണ് ചതുരംഗിയുടെ മകളെത്തന്നെ ഏർപ്പാടാക്കിയതും. എന്നാൽ മുകളിലേക്ക് കയറിയതുപോലെത്തന്നെ, ഒട്ടും ഉലച്ചിൽ തട്ടാതെതന്നെ അവൾ തിരിച്ചു പോകുന്നതും കണ്ടു. ഇയാളിൽ കാമം എന്നൊന്ന് ഇല്ലായിരിക്കുമോ?

പ്രഭു സ്വന്തം യൗവനാരംഭത്തെപ്പറ്റി ഓർത്തു. മദിച്ച കാളയെപ്പോലെ ആയിരുന്നു ഇന്ദ്രിയങ്ങൾ. അന്ന് തനിക്ക് സുഖവും ആശ്രയവും തന്നിരുന്നത് ചതുരംഗിയായിരുന്നു. അവളുടെ ഇളംചുണ്ടും മാറിടവും നിതംബവും ..... ഹൊ! ഇന്നും അതോർക്കുമ്പോൾ ആഗ്രഹം പൊന്തി മുഴയ്ക്കുന്നു. കുളിർകോരുന്നു. അമ്മയേക്കാൾ മദാലസയും സമർഥയും ആണ് മകൾ അമ്രപാലി. അവളെ ഈ സിദ്ധാർഥൻ ഒന്ന് കെട്ടിപ്പിടിക്കുകയെങ്കിലും ചെയ്യാതിരുന്നത്?....

ഒരുപക്ഷേ, വർഷങ്ങൾക്കുമുമ്പ് ഈ സിദ്ധാർഥന്റെ ജനനസമയം നോക്കിയിട്ട് ലുംബിനിയിലെ അസിതമഹർഷി പറഞ്ഞത് സത്യമായി ഭവിക്കുമോ?

പ്രഭുവിന് തന്റെ ഹൃദയം കനത്തുവരുന്നത് അറിഞ്ഞു. തന്റെ പ്രിയപ്പെട്ട സിദ്ധാർഥൻ ഒരു സന്യാസിയായിട്ട് അകന്നുപോയാലത്തെ കഥ...? എങ്ങനെ സഹിക്കേണ്ടു? ഒരു പിടിവള്ളി കിട്ടാതെ അദ്ദേഹം അങ്ങോട്ടുമിങ്ങോട്ടും നടക്കുമ്പോൾ ആരോ വാതിൽക്കൽ വന്നുനിന്നു എന്ന് തോന്നി. അങ്ങോട്ട് നോക്കി. ഇളയ അനുജത്തി പാമിതയും അവളുടെ

ഭർത്താവ് ദണ്ഡപാണിയും ആണ്. അവരെ സ്വീകരിച്ച് ഇരുത്തിയശേഷം ശുദ്ധോദനപ്രഭു സ്വന്തം മനഃപ്രയാസങ്ങൾ അവരെ ധരിപ്പിച്ചു. "ഞാനിനി എന്തു ചെയ്യണം എന്നുതന്നെ അറിയുന്നില്ല."

അപ്പോൾ നയജ്ഞനായ ദണ്ഡപാണി പറഞ്ഞു:

"എനിക്കൊരു അഭിപ്രായമുണ്ട്. ഇവിടെ ഇങ്ങനെ ഒരേമട്ടിൽ ഒതുങ്ങിക്കഴിഞ്ഞിട്ടാണ് സിദ്ധാർഥന് ഇങ്ങനെയൊക്കെ തോന്നുന്നത്. സിദ്ധാർഥന് ധാരാളം കഴിവുകളുണ്ട്. നല്ല പ്രതിഭയുണ്ട്. അത് വളർത്താനും ആവിഷ്കരിക്കാനും മറ്റുള്ളവരെ അറിയിക്കാനും അവസരമുണ്ടാക്കണം. എന്നാൽത്തന്നെ സിദ്ധാർഥൻ ഉത്സാഹിയാവും."

'ഏതുവിധത്തിലാണ് ആ അവസരം ഉണ്ടാക്കേണ്ടത്?' ശുദ്ധോദനപ്രഭുവിനും ചെറിയൊരു ഉണർവു തോന്നി.

ദണ്ഡപാണി അപ്പോൾ ഭാര്യയുടെ മുഖത്തേക്കാണ് നോക്കിയത് "എന്താണ് മാർഗം?"

"നമുക്കവിടെ, നമ്മുടെ ദേശത്ത് ഒരു പ്രതിഭാസംഗമം നടത്താം. അവിടെയും ഇവിടെയും ഉള്ള എല്ലാ പ്രതിഭാശാലികളേയും പങ്കെടുപ്പിക്കാം. എല്ലാതരത്തിലുള്ള ചെറുപ്പക്കാരേയും അവരുടെയൊക്കെ കായികവും ബൗദ്ധികവും കലാപരവും ആയ കഴിവുകൾ അവതരിപ്പിക്കട്ടെ. എല്ലാ വിഷയവും കൂടുതൽ നന്നായി അവതരിപ്പിച്ച ഒരാൾക്ക് ഒരു വിശേഷപ്പെട്ട സമ്മാനവും കൊടുക്കാം."

ശുദ്ധോദനപ്രഭു ഈ ആശയത്തെ തലകുലുക്കിത്തന്നെ സ്വീകരിച്ചു. നാട്ടിൽ ആകെ ഒരു ഇളക്കമുണ്ടാവുമല്ലോ. സിദ്ധാർഥനും ഉത്സാഹമാവും. അമ്മാമന്റെ ദേശത്തേക്കു പോകാൻ സ്വതവെ സിദ്ധാർഥന് ഉത്സാഹവുമാണ്. പ്രഭു ഉറക്കെത്തന്നെ പറഞ്ഞു:

"വേണം. നമുക്കിത് ഒരു ആഘോഷമായിത്തന്നെ നടത്തണം. ഒന്നിനും ഒരു കുറവുണ്ടാക്കണ്ട."

അദ്ദേഹം അപ്പോൾത്തന്നെ പത്നി മഹാപ്രജാപതിയെ വിളിച്ച് കാര്യം പറഞ്ഞു. അവർക്കും വളരെ സന്തോഷമായി.

കപിലവസ്തു ആകെത്തന്നെ ഒന്ന് ഉണർന്നു. രോഹിണീനദി മുറിച്ചുകടന്നാൽ കോലിയരുടെ നാടായി. അവിടെ തലസ്ഥാനമായ രാമഗമയിലെ വിശാലമായ പുൽപ്പറമ്പിൽ വെച്ചാണ് പരിപാടി. ഓരോ വീടുകളിലും യുവാക്കൾ അവനവൻ പഠിച്ച വിദ്യകളൊക്കെ ഉരുക്കഴിച്ചുതുടങ്ങി. ഓട്ടം, ചാട്ടം, അസ്ത്രാഭ്യാസം, വാൾപ്പയറ്റ്, വേദോച്ചാരണം. പഠിച്ച വിദ്യകൾ ഓരോന്നും മറവിതീർക്കലിന്റെ തിരക്ക്. സിദ്ധാർഥന് ഒരുങ്ങലൊന്നും വേണ്ടിവന്നില്ല. പഠിച്ചുറച്ചത് സന്ദർഭം വരുമ്പോൾ പുറത്തിടുക. അത്രതന്നെ.

ഒരു മുഴുവൻ ദിവസത്തെ യാത്ര വേണം കപിലവസ്തുവിൽനിന്ന് രാമഗമയിലെത്താൻ. കൂടെക്കൊണ്ടുപോവാനുള്ള സാധനങ്ങൾ സംഘടിപ്പിക്കുന്ന തിരക്കാണ് കൊട്ടാരത്തിലെല്ലാവർക്കും. കാട്ടിൽനിന്ന് ശുദ്ധമായ തേൻകുടങ്ങളെത്തി. ഉപ്പും പൊടികളും ചേർത്ത് ചോറുമായി വര

ട്ടിയെടുത്ത പന്നിമാംസം വലിയ പാത്രങ്ങളിലായി അടച്ചുവെച്ചതെടുത്തു. പിന്നെ യാത്രയ്ക്കുള്ള മറ്റു സാധനങ്ങൾ. എല്ലാവരും പുറപ്പെട്ടപ്പോൾ സിദ്ധാർഥൻ നോക്കി-

"എവിടെ, തപനെവിടെ? കാണുന്നില്ലല്ലോ?"

"തപൻ വരുന്നില്ല." ദേവദത്തൻ തലതാഴ്ത്തി പറഞ്ഞു.

"എന്താ വരാതിരിക്കാൻ? തപൻ വരണം."

സിദ്ധാർഥൻ ഉടനെ ധർമശാലയിലെത്തി. നോക്കുമ്പോൾ അവിടെയെങ്ങും തപനില്ല. അന്വേഷിക്കാൻപോലും അവിടെ ആരേയും കണ്ടില്ല. ഇവരൊക്കെ എവിടെ പോയി? സിദ്ധാർഥന്റെ ഉത്സാഹം കെട്ടു. തപനെവിടെ പോയിട്ടുണ്ടാവും? എങ്ങോട്ടായാലും തന്നോട് പറയാതെ പോവാറില്ലല്ലോ. കുറച്ചുനേരം സിദ്ധാർഥൻ അവിടെത്തന്നെ നിന്നു. പിന്നെ, യാത്രയ്ക്ക് സമയം വൈകുന്നു എന്നറിയിച്ച് ആളു വന്നപ്പോൾ അയാളുടെ കൂടെ കൊട്ടാരത്തിലേക്കു തിരിച്ചുപോയി.

ഒരു ഘോഷയാത്രയായിട്ടായിരുന്നു പ്രതിഭാശാലികളുടെയും സംഘത്തിന്റെയും പോക്ക്. വരിവരിയായി അവനധി രഥങ്ങൾ, മഞ്ചലുകൾ, കുതിരകൾ...... കുന്നും മലകളും കടന്ന് ഉത്സാഹത്തോടെയുള്ള യാത്ര. ഉറക്കെയുറക്കെ നേരംപോക്കു പറഞ്ഞും പൊട്ടിച്ചിരിച്ചും പരസ്പരം കളിയാക്കിയും ഓരോരുത്തരും അത് ആസ്വദിക്കുകയായിരുന്നു.

അതിനിടയിൽ സിദ്ധാർഥൻ മാത്രം ഒന്നും മിണ്ടാതെ പുറത്തേക്കു നോക്കി ഇരുന്നു. നിരനിരയായിട്ട് ഉയർന്നുപൊങ്ങിയ വൃക്ഷങ്ങളെ കാണുമ്പോൾ തപനെ കൂടുതൽ ഓർമ വരികയാണ്. വൃക്ഷങ്ങളും മലകളും നദികളുമൊക്കെ തപന് ആവേശമുണ്ടാക്കുന്നതാണ്. നമ്മുടെ ഉച്ഛ്വാസവായു സദയം സ്വീകരിച്ച് പകരം നമുക്കാവശ്യമായ ശുദ്ധമായ പ്രാണവായു തരുന്ന വൃക്ഷങ്ങളാണ് ഏറ്റവും പരോപകാരികൾ എന്ന് തപൻ പറയും. പലപ്പോഴും '*ഛന്ദോഗ്യ*'ത്തിൽ ഉദ്ദാലകാരുണി മകൻ ശ്വേതകേതുവിന് പറഞ്ഞുകൊടുക്കുന്ന ഭാഗങ്ങളാണ് ഉദ്ധരിക്കുക. ഏതിന്റേയും താത്വികവശങ്ങളാണ് തപൻ ചികഞ്ഞു നോക്കുക. എന്തുകൊണ്ടാവും തപൻ ഇന്ന് വരാത്തത്? സിദ്ധാർഥന്റെ മനസ്സ് പിന്നേയും മ്ലാനമായി. ആലോചിച്ചു..... ഈ യാത്രയെപ്പറ്റി പറഞ്ഞപ്പോൾ തപൻ ഒരുമിച്ച് വരാമെന്നോ വരുന്നില്ലെന്നോ പറഞ്ഞില്ല. എന്നാൽ ഉത്സാഹം ഒട്ടും കുറയ്ക്കാതെ താൻ ഏതൊക്കെ അവതരിപ്പിക്കണം എന്ന് ചൂണ്ടിക്കാണിച്ചു തന്ന് പ്രോത്സാഹിപ്പിക്കുകയും ചെയ്തു. ഒന്നുകൂടി നിർബന്ധിക്കാത്തതുകൊണ്ടാവുമോ തപൻ ഒഴിഞ്ഞുപോയത്? ഏയ്, അത്തരം അൽപ്പരസങ്ങളും ദൗർബല്യങ്ങളും ഒന്നും തപനില്ല. ഏതിലും ഒരുപടി ഉയർന്നു നിന്നുകൊണ്ടേ തപൻ ചിന്തിക്കുകയും പ്രവർത്തിക്കുകയും ചെയ്യുള്ളു.

സിദ്ധാർഥൻ ഒന്നുകൂടി നിവർന്നിരുന്നു. വാഹനങ്ങളിൽ വർത്തമാനത്തിന്റെയും ചിരിയുടെയും ബഹളം കുറഞ്ഞിരിക്കുന്നു. തൊട്ടടുത്തിരിക്കുന്ന ആനന്ദൻ ഉറക്കം തൂങ്ങിക്കൊണ്ട് സിദ്ധാർഥന്റെ ചുമലിലേക്ക്

തലവെച്ചപ്പോൾ ആനന്ദനെ പിടിച്ചടുപ്പിച്ച് താങ്ങി ഇരുന്നു. പതുക്കെ സിദ്ധാർഥനും പിന്നിലേക്ക് ചാരി ഇരുന്നു ഉറങ്ങി.

പ്രഭാതത്തിലാണ് അവർ രാമഗമയിലെത്തിയത്. കോലിയരുടെ പൗര മുഖ്യന്മാരും പ്രധാനികളും ബന്ധുക്കളും എല്ലാം ചേർന്ന് ആഘോഷ പൂർവം മാന്യമായിത്തന്നെ ശുദ്ധോദനപ്രഭുവിനെയും സംഘത്തെയും സ്വീകരിച്ചു. പരസ്പരം അഭിവാദ്യം ചെയ്യലും കുശലപ്രശ്നങ്ങളും നട ന്നു. കപിലവസ്തുവിലെ നാട്ടുകാരിൽ പലരും ആദ്യമായിട്ടായിരുന്നു കോലിയരുടെ തലസ്ഥാനമായ രാമഗമയിൽ പോകുന്നത് അവർ അവി ടെയൊക്കെ നടന്നു കണ്ടു. രാമഗമയിലെ വിശാലമായ പറമ്പിലാണ് എല്ലാ വർക്കും ഒത്തുകൂടാൻ സൗകര്യം ഒരുക്കിയിരിക്കുന്നത്. നാടകശാല ആർഭാടത്തോടെ അലങ്കരിച്ചിരുന്നു. വന്ദനയും യശോധരയും പാമിത യോടൊപ്പം അതിഥികളെ സ്വീകരിച്ചു. കലാപരിപാടികളുടെ വിധികർത്താ ക്കൾ കോലിയർ തന്നെയായിരുന്നു. കോലിയരിലും നല്ല പ്രതിഭാശാലി കളായ യുവാക്കൾ ഉണ്ടായിരുന്നു. ഓരോരുത്തരും അവനവന്റെ കഴിവു കൾ സമർഥമായിത്തന്നെ അവതരിപ്പിച്ചു. അവസാനം നിഷ്പക്ഷമായി ത്തന്നെ ഫലപ്രഖ്യാപനവും ഉണ്ടായി. എല്ലാ വിഷയത്തിലും സിദ്ധാർഥ നുള്ള അറിവിന്റെ പൂർണതയും അനായാസതയുമായിരുന്നു പ്രകീർത്തി ക്കപ്പെട്ടത്. ശുദ്ധോദനപ്രഭു വേഗം വന്ന് സിദ്ധാർഥനെ ആഞ്ഞു പുൽകി മൂർധാവിൽ ചുംബിച്ചു. അപ്പോഴേക്കും കാണികളെ ഒന്നുകൂടി ആവേശ ഭരിതരാക്കിക്കൊണ്ട് ദണ്ഡപാണിയുടെ കനത്ത ശബ്ദം മുഴങ്ങി: "ഇവിടെ എല്ലാ വിഷയത്തിലും ഉയർന്ന പ്രാഗത്ഭ്യം തെളിയിച്ച സിദ്ധാർഥന് ഒരു പാരിതോഷികം കൊടുക്കുവാൻ വിചാരിക്കുന്നു."

സിദ്ധാർഥൻ പതുക്കെ ജനമധ്യത്തിലേക്കു നീങ്ങിയപ്പോൾ സഭാ വാസികൾ നിർന്നിമേഷരായി നോക്കി ഇരുന്നു. ഒരേ താളത്തിൽ അടി വെച്ചുകൊണ്ടുള്ള സിദ്ധാർഥന്റെ ആ വരവിനും മുഖഭാവത്തിനും ആകർഷകമായ ഒരു മാന്യതയുണ്ടായിരുന്നു. സ്വർണാഭരണങ്ങളണിഞ്ഞ ഒരു വെള്ളാനക്കുട്ടിയെ മുമ്പിൽ നടത്തി സദസിലേക്കു വന്നത് ശുഭ്രവ സ്ത്രങ്ങളണിഞ്ഞ യശോധരയാണ്. യശോധര സിദ്ധാർഥനെ കൈകൾ കൂപ്പി അഭിവാദ്യം ചെയ്തു.

"അങ്ങയുടെ അളവറ്റ അറിവിനും വിജയത്തിനും ഉള്ള ഈ പാരി തോഷികം സ്വീകരിച്ചാലും, കൂട്ടത്തിൽ ഈ യശോധരയുടെ ഹൃദയപൂർവ മുള്ള അഭിനന്ദനങ്ങളും."

സിദ്ധാർഥൻ നേരെനിന്ന് യശോധരയെ നോക്കി ഒന്ന് മന്ദഹസിച്ചു. പിന്നെ തുറന്ന സ്വരത്തിൽ പറഞ്ഞു: "ഈ പാരിതോഷികം ഞാൻ ആദ രവോടെ സ്വീകരിക്കുന്നു. ഇവിടുത്തെ പരിപാടികൾ കണ്ടുകൊണ്ടിരു ന്നപ്പോൾ, കോലിയ ദേശത്തെ പ്രതിഭാശാലികളായ യുവാക്കളുടെ, എന്റെ സുഹൃത്തുക്കളുടെ പ്രകടനങ്ങൾ അഭിനന്ദനാർഹങ്ങളാണെന്ന് തോന്നി. ഈ വെള്ളാനയെ, കോലിയപുരിയിലെ യുവപ്രതിഭകൾക്കായി ഞാൻ സന്തോഷത്തോടെ സമർപ്പിക്കുന്നു."

ആ വെള്ളാനയെ കോലിയർക്ക് സമ്മാനിച്ചശേഷം സിദ്ധാർഥൻ സ്വന്തം ഇരിപ്പിടത്തിൽത്തന്നെ വന്നിരുന്നു. സഭാവാസികൾ സിദ്ധാർഥനെ കുറെക്കൂടി ഉച്ചത്തിൽ അഭിനന്ദിച്ചു.

അപ്പോൾ പാമിത അടുത്തുനിന്നിരുന്ന ഭർത്താവിനോട് ശബ്ദം താഴ്ത്തി പറഞ്ഞു: എന്തായിട്ടും സിദ്ധാർഥന്റെ മുഖത്തിനൊരു തെളിവില്ലല്ലോ."

എല്ലാം കഴിഞ്ഞ് വന്ദനയും യശോധരയും തനിച്ചായപ്പോൾ യശോധര ചോദിച്ചു: "തപനെ ഇതിലൊന്നും കണ്ടില്ലല്ലോ ദീദി?"

"തപൻ ശാക്യരുടെയോ കോലിയരുടെയോ പ്രജയല്ലല്ലോ?"

യശോധര സംശയിച്ചത് മറ്റൊന്നാണ്. സിദ്ധാർഥന് സമ്മാനം കിട്ടാനായി തപൻ സ്വയം ഒഴിഞ്ഞുപോയതാവില്ലേ? തപന് അങ്ങനെയൊക്കെ ആലോചിച്ച് പ്രവർത്തിക്കാൻ കഴിയും. അല്ലെങ്കിൽ തപനേ അതിന് കഴിയുകയുള്ളൂ.

"നമുക്കും ഇന്നുതന്നെ അവരുടെ കൂടെ ശാക്യദേശത്തേക്ക് പോവാം. ദീദി ഒരുങ്ങിക്കോളൂ. ഞാൻ അമ്മയോട് പറയാം." യശോധര തീർത്തു പറഞ്ഞു.

തിരിച്ചുപോകുമ്പോഴും ആനന്ദനും അതുതന്നെ ആലോചിച്ചുകൊണ്ടിരുന്നു. എന്തേ തപൻ ഇതിൽ നിന്നൊഴിഞ്ഞു നിന്നത്? തപന് ഇതിൽ പങ്കെടുക്കാനുള്ള കഴിവില്ലായ്മയില്ലല്ലോ. പാഠശാലയ്ക്കകത്തിരുന്ന് പ്രഭുകുമാരന്മാർ അഥർവവേദം പഠിക്കുമ്പോൾ തപൻ പുറത്തുനിന്നുകൊണ്ട് അത് കേട്ട് പഠിക്കുകയായിരുന്നു പതിവ്. എന്നിട്ടും തപനോട് ആയിരുന്നു ഗുരുനാഥന് കൂടുതൽ വാത്സല്യം. അനധ്യായ ദിനങ്ങളിൽ അദ്ദേഹം തപനേയും കൂട്ടിക്കൊണ്ട് പുഴവക്കത്തുകൂടി നടക്കുമ്പോൾ എന്തൊക്കെയോ നിർത്താതെ സംസാരിക്കുന്നത് കണ്ടിട്ടുണ്ട്. ഗൗരവമുള്ള ഏതോ പഠനവിഷയമാവും അതെന്നും തോന്നാറുണ്ട്. തപന്റെ കഴിവുകൾ അദ്ദേഹം എന്നും വർധിപ്പിക്കുവാൻ ശ്രമിച്ചിരുന്നു. ശ്രദ്ധയോടെ കണ്ടറിഞ്ഞിരുന്നു. എന്നിട്ടും തപൻ ഇതിൽ പങ്കെടുക്കാതിരുന്നത്? പങ്കെടുപ്പിക്കാത്തത്? അറ്റത്ത് ഇരുന്നിരുന്ന ദേവദത്തൻ തിക്കിത്തിരക്കി ആനന്ദന്റെ അടുത്തു വന്നിരുന്നിട്ട് കാലുഷ്യത്തോടെ പറഞ്ഞു:

"സമ്മാനം എപ്പോഴും സിദ്ധാർഥനുതന്നെ അല്ലേ? ഞാനെന്താ അത്രയ്ക്ക് പൊട്ടനാണോ? ജ്യേഷ്ഠനെപ്പോലെയൊക്കെ ഞാനും ചെയ്തുവല്ലോ."

ആനന്ദൻ ഒന്നും പറയാതിരുന്നപ്പോൾ ദേവദത്തൻ പിന്നേയും പറഞ്ഞുകൊണ്ടിരുന്നു:

"ആ തപനെയായിരുന്നു എനിക്ക് ഭയം. ഒപ്പം ചാടിപ്പുറപ്പെടുമോ എന്ന്. അതേതായാലും കൂടാതെ കഴിഞ്ഞു. ഇനി അഥവാ വന്നാലും ഇതിൽ പങ്കെടുക്കാൻ ഞാൻ സമ്മതിക്കില്ല. അതു തീർച്ചയാണ്."

"അതെന്താ?"

“അതങ്ങനെയാണ്. ഇതിൽ ഒരു അന്യദേശക്കാരന് എന്തവകാശം? ഇത് നമുക്കായി നടത്തുന്നതല്ലേ, ശാക്യർക്കും കോലിയർക്കും?”

ആനന്ദൻ നീരസത്തോടെ മുഖം തിരിച്ചപ്പോൾ ദേവദത്തൻ പിന്നെയും ചോദിച്ചു:

“ആനന്ദാ. ജ്യേഷ്ഠൻ സിദ്ധാർഥൻ സമ്മാനം മേടിക്കുമ്പോൾ നീയും വലിയ ഉത്സാഹത്തോടെ ശബ്ദമുണ്ടാക്കി കൈയടിക്കുന്നത് കണ്ടുവല്ലോ. എന്തൊരു ബഹളമായിരുന്നു.”

അപ്പോഴും ആനന്ദൻ മറുപടി പറഞ്ഞില്ല. ആനന്ദനറിയാം ഇത്തരം സന്ദർഭങ്ങളിൽ മൗനമാണ് നല്ലത് എന്ന്. തന്റെ ജ്യേഷ്ഠൻ എന്താണെല്ലാ കാര്യത്തിലും ഇങ്ങനെ വിപരീതം ചിന്തിക്കുന്നത് എന്ന് ആനന്ദന് ചിന്താക്കുഴപ്പമുണ്ടാക്കി. മറ്റൊരാളുടെ കഴിവുകളെ അംഗീകരിക്കുമ്പോഴല്ലേ നമ്മുടെ മനസിന് സന്തോഷം വരിക? വിപരീതമാവുമ്പോൾ അത്രെ മാത്രം നമ്മുടെ സ്വസ്ഥതയെ നശിപ്പിക്കുന്നു എന്ന് ദേവദത്തജ്യേഷ്ഠൻ അറിയുന്നില്ലല്ലോ. ആനന്ദൻ കണ്ണടച്ച് ചാരിയിരുന്നു. രഥം അതിവേഗം നീങ്ങിക്കൊണ്ടിരുന്നു.

അഞ്ച്

ഈ പുൽപ്പറമ്പിന് പ്രത്യേകമായ ഒരു ചാരുതയുണ്ട്. വിരഹാർത്തരെയും കമിതാക്കളെയും ഒരുപോലെ ആകർഷിക്കുന്നതാണിത്. രോഹിണീനദിയുടെ ചെറിയൊരു കൈവഴി അപ്പുറത്തുകൂടി ഒഴുകുന്നുണ്ട്. ആരെയോ കൂടെ കൂട്ടാൻ കാത്തുനിൽക്കുന്നതുപോലെ പതുക്കെപ്പതുക്കെയാണ് നീങ്ങുന്നത്. അതും നോക്കിക്കൊണ്ട് പുല്ലിൽ കിടക്കുകയാണ് തപൻ. മനസിൽ പലപല വിചാരങ്ങൾ. കുറച്ചു ദിവസങ്ങളായിട്ട് ചിന്തകൾ തപനെ വേട്ടയാടുകയാണ്. താനിവിടെ ആരാണ്? ഇങ്ങനെ പറ്റിക്കൂടുന്നതിന് വല്ല അർഥവുമുണ്ടോ? നഷ്ടപ്പെട്ട തന്റെ നാടിനെ തിരിച്ചുപിടിക്കാൻ എന്താ വഴി? ശുദ്ധോദനപ്രഭുവിന് ശക്തമായ ഒരു സൈന്യം തന്നെയില്ലല്ലോ. അതുണ്ടാക്കാൻ അദ്ദേഹമോ ഗണപരിഷത്തോ ഗ്രാമസഭക്കാരോ സമ്മതിക്കുകയുമില്ല. ഇങ്ങനെ യൊക്കെ അങ്ങട്ട് കഴിഞ്ഞാൽ മതി എന്നാണ്. ഇന്നലത്തെപ്പോലെത്തന്നെ ഇന്നും. അതുപോലെതന്നെ നാളെയും. നാലുപുറത്തും നടക്കുന്നത് എന്താണ് എന്നറിയുകയേ വേണ്ട. പുറത്തുനിന്ന് ആരെയും ഇവിടേക്ക് കടത്തുകയുമില്ല. ഈ വാത്മീകത്തിൽനിന്ന് ഒന്ന് പുറത്തുചാടുവാൻ വൈകി. അന്യന്റെ കൃപാകടാക്ഷത്തിലുള്ള ഈ കഴിയൽ ദുസ്സഹമാണ്. എങ്ങോട്ടെങ്കിലും പോവാം. പക്ഷേ, സിദ്ധാർഥനെ വിട്ട് പോവുന്നതെങ്ങനെ?. സിദ്ധാർഥനോ തനിക്കോ അത് സഹിക്കാൻ കഴിയുമോ? അല്ലെങ്കിലും തന്റെ വന്ദന യില്ലേ ഇവിടെ? എല്ലാ പരാധീനതകളും മനസിലാക്കുന്നവളാണ് വന്ദന. അവളെ വിട്ട്......? ഹൊ, അതാലോചിക്കാൻ വയ്യ. എന്നാലും എന്തെങ്കിലുമൊന്ന് തീർച്ചയാവാതെ വയ്യല്ലോ. ഉറപ്പിക്കുകതന്നെ വേണം.

തപൻ മലർന്നു കിടന്ന് മുകളിലേക്ക് നോക്കി. ആകാശം തന്റെ അനന്തതയെ മുഴുവൻ വിടർത്തിക്കാണിച്ചുകൊണ്ട് പരന്നുകിടക്കുകയാണ്. അവിടെ മേഘങ്ങൾ പലപല രൂപങ്ങളുണ്ടാക്കുന്നു. ചിലത് വികൃതരൂപങ്ങളാണ്. എന്നാലും അതിനും ഒരു ചന്തമുണ്ട്. വൈരൂപ്യത്തിനും സൗന്ദര്യമുണ്ടാക്കുകയാണ് പ്രകൃതി. അത് പ്രകൃതിയുടെ ഒരു അത്ഭുത വിദ്യ തന്നെയാണ്. ആ മാസ്മരസിദ്ധി എന്തേ പ്രകൃതി മനുഷ്യന് പ്രദാനം ചെയ്യാനുള്ള സൗമനസ്യം കാണിക്കാഞ്ഞതാവോ.

ഒരു പാദസരത്തിന്റെ കിലുക്കം അടുത്തുവരുന്നുണ്ട് എന്നു തോന്നി. തപൻ ചെവിയോർത്തു. വന്ദനയുടെ നടത്തത്തിന്റെ താളമാണത്. അവൾ ഇന്നലെ പ്രതിഭാസംഗമക്കാരുടെ കൂടെ വന്നതാവാം. തപനെ കണ്ടില്ലല്ലോ എന്ന പരാതിപ്പെടലും ഉണ്ടാവും. തപൻ അങ്ങോട്ടു നോക്കിയില്ല. അടുത്തെത്തട്ടെ. വന്ദന തപന്റെ അടുത്തു വന്നു നിന്നു- സുന്ദരിയായിട്ട് സുപ്രസന്നയായിട്ട്, മനസിൽ ഒരുകുടന്ന മുല്ലപ്പൂവിന്റെ സുഗന്ധം തപന്. പതുക്കെ എഴുന്നേറ്റിരുന്ന് വന്ദനയെ അടുത്തു പിടിച്ചിരുത്തിയിട്ട് സാകൂതം നോക്കിക്കൊണ്ടിരുന്നു.

"എന്താ ഇങ്ങനെ നോക്കുന്നത്?"

"ഈ ശരീരത്തിലെ കേശാകാരസിരകളൊക്കെ ശരിക്കുതന്നെയല്ലേ എന്ന് നോക്കിയതാണ്."

"ഞാൻ വന്നത് ഒരു കാര്യം പറയാനാണ്."

"ഹൊ, നാളെ തിരിച്ചുപോവും എന്ന് പറയുമോ എന്ന് ഭയപ്പെട്ടിട്ടാണ് ഞാനിരിക്കുന്നത്."

"എന്തേ പ്രതിഭസംഗമത്തിന് വരാതിരുന്നത് ഞങ്ങളുടെ നാട്ടിലേക്ക്?"

"അതൊക്കെ ഗൗതമന്മാർക്കും കോലിയർക്കും ഉള്ളതല്ലേ? ഒരു പരദേശിക്ക് അതിൽ എന്തുകാര്യം?"

"അടുത്ത വസന്തത്തിലെ പർവതാരോഹണമോ?"

"അതിൽ പ്രത്യേക വ്യവസ്ഥകളൊന്നും കേട്ടില്ല. മലകയറുവാൻ എനിക്ക് എന്നും മോഹവുമാണ്. അതൊക്കെ കഴിഞ്ഞിട്ടേ തിരിച്ചുപോകാവൂ."

"കാണുമ്പോൾ ഇതൊക്കെ പറയും. പക്ഷേ, തപനെ ഒന്ന് കണ്ടുകിട്ടുവാൻ എന്ത് വിഷമമാണ്. ഇപ്പോൾത്തന്നെ യശോധരയാണ് പറഞ്ഞത് തപൻ ഇവിടെയുണ്ടെന്ന്."

"അന്തപ്പുരത്തിന് ചില നിയമങ്ങളൊക്കെയില്ലേ? അത് പാലിക്കണ്ടേ? ഞാനിവിടെ വന്ന് കിടന്നത് എന്തിനാണെന്നറിയ്യോ? ആ മരക്കൊമ്പിലിരുന്ന് കുയിലുകൾ പാടും. അപ്പുറത്ത് പുഴയുടെ കിന്നാരം. അതൊക്കെ കേട്ടുകൊണ്ട് വനന്ദയേയും വിചാരിച്ച് ആകാശത്തിന്റെ ചുവട്ടിലിങ്ങനെ കിടക്കുവാനൊരു സുഖം..."

വിടർന്ന കണ്ണുകൾ മുഴുവൻ തുറന്ന് വന്ദന തപനെ നോക്കി. പിന്നെ പെട്ടെന്ന് ആ കൈത്തണ്ടയിൽ അമർത്തിപ്പിടിച്ചു.

തപൻ അവളെ ആവേശത്തോടെ കെട്ടിപ്പിടിക്കുമ്പോൾ ചെവിയിൽ പതുക്കെ മന്ത്രിച്ചു:

'ഈ ഭൂമണ്ഡലം ഒരേയൊരു വന്ദനയിൽ ഒതുങ്ങിയിരിക്കുകയാണ്."

വന്ദന പതുക്കെ ആലിംഗനത്തിൽനിന്ന് അടർന്നുനിന്നപ്പോൾ തപൻ ചോദിച്ചു: "ഞാനിവിടെ ഉണ്ടെന്ന് യശോധര എങ്ങനെ അറിഞ്ഞു."

"തപന് അറിയാമോ? യശോധര വേഷം മാറി നടക്കാറുണ്ട്."

തപൻ അത്ഭുതപ്പെട്ട് കണ്ണുതുറന്ന് നിന്നു.

"ഇതൊരു പുതിയ അറിവാണല്ലോ എന്തിനാണത്?"

"നാട്ടിലെ വർത്തമാനങ്ങളറിയുവാൻ. ഇവിടെ എനിക്കു മാത്രമേ ഇതറിയുള്ളൂ."

"ഇപ്പോൾ എനിക്കും. ഇന്ന് എന്ത് വേഷമായിരുന്നു?"

"ഓർത്തു നോക്കൂ. വില്ലും അമ്പുമായിട്ട് ഒരു പടയാളി ഈ വഴിയിൽ കടന്നുപോയ്യോ?"

"ഉവ്വല്ലോ. പക്ഷേ അയാൾ എന്നെ നോക്കിയതേയില്ലാ?"

"നോക്കിനിൽക്കാൻ മാത്രം വിഡ്ഢിയല്ലല്ലോ അവൾ. ഞാനാണ് വേഷം കെട്ടിച്ചത്. അതുകൊണ്ട് ഇന്നൊരു സൽക്കർമം ചെയ്തു എന്നായി."

"സൽക്കർമം?"

"ഈ ഇടവഴിയിൽ വച്ച് രണ്ട് കാളകൾ മദിച്ചുവന്ന് ഒരു വൃദ്ധനെ കുത്തിമറിച്ചിടാൻ ശ്രമിക്കുകയായിരുന്നു. തക്കസമയത്ത് പടയാളി ചാടി വീണ് കാളകളെ ഓടിച്ചു. അവിടെയാവുമ്പോഴും അവളിങ്ങനെ വേഷം മാറി നടക്കും. അതൊരു വിനോദമാണ് യശോധരയ്ക്ക്. ഗ്രാമങ്ങളിലെ പലപല വാർത്തകളും രഹസ്യങ്ങളും ഇങ്ങനെ അവൾ അറിയും. എന്നാൽ, അവിടങ്ങളിൽ അത് കുറേശ്ശ പരസ്യമായിത്തുടങ്ങിയപ്പോൾ അവൾ നിർത്തി."

കുറച്ചുനേരം ഇരുവരും ഒന്നും മിണ്ടാതെ പരസ്പരം നോക്കി ഇരുന്നു. ഇരുവരുടേയും ഹൃദയം സ്പന്ദിച്ചത് ഒരേ താളത്തിൽ...... ഒരേ സ്വരത്തിൽ.

തപന്റെ മുഖത്തും ശരീരത്തിലും പോക്കുവെയിൽ വന്ന് മുട്ടുന്നുണ്ടായിരുന്നു. വൃക്ഷശാഖകൾ വന്ദനയെ വെയിലിൽനിന്ന് മറയ്ക്കുകയാണുണ്ടായത്.

"യശോധര മറ്റൊരു കാര്യം കൂടി പറഞ്ഞു. ശുദ്ധോദനപ്രഭു ഗണപരിഷത്തിൽ പറഞ്ഞതാണത്രെ."

കുറച്ചൊരു പരിഭ്രമസ്വരത്തിലാണ് വന്ദന തുടങ്ങിയത്.

"ഉം, കാര്യമെന്താണ്?"

"കിഴക്കൻ ദേശങ്ങളെ നോക്കാൻ തപനെ അയക്കുന്നുണ്ട് എന്ന്."

ഞെട്ടലൊന്നുമില്ലാതെ അലസമായിട്ടുതന്നെയാണ് തപൻ അത് കേട്ടത്. പറഞ്ഞതും– "പ്രഭു എന്നോടൊന്നും പറഞ്ഞില്ല്യാ?"

"ഇന്നോ നാളെയോ പറയുമായിരിക്കും."

"എപ്പോഴും സംഘർഷമുണ്ടാവുന്ന സ്ഥലമാണ്. കോസലത്തിന്റെ

അയൽപക്കം. ശാക്യദേശം സ്വന്തമാക്കുവാൻ മോഹിച്ചിരിക്കുകയാണ് കോസലേശൻ."

വന്ദനയുടെ മുഖം വാടി.

"ഇതുകേട്ട് വിഷമിക്കുന്നതെന്തിനാണ് വന്ദനാ."

"വിഷമമൊന്നുമില്ല. തപൻ പോവുന്നത് ഒറ്റയ്ക്കാവില്ല. എങ്ങോട്ടായാലും എപ്പോഴായാലും അതോർത്തോളൂ."

തപൻ ആർത്തിപിടിച്ച് അവളെ പിടിച്ചടുപ്പിച്ച് പിടിമുറുക്കി.

"എനിക്ക് വന്ദനയേയും കൊണ്ട് ഈ അനന്തതയിലൂടെ പറക്കാൻ തോന്നുന്നു."

"പറന്നോളൂ."

"അവിടെ മേഘമാലകൾക്കിടയിലൂടെ നുണ്ട് നുണ്ട്... ഹായ് എന്ത് രസമായിരിക്കും.."

"പിന്നെ, നക്ഷത്രങ്ങളുടെ ഇടയിലേക്ക് പോണ്ടേ?"

"അതു വേണ്ട.... പിന്നെ ഭൂമിയിലേക്ക് വരവുണ്ടാവില്ല. നമ്മൾ എത്തേണ്ടത് ഈ ഭൂമിയിൽത്തന്നെയാണ്. ഇവിടെ, ഈ മണ്ണിൽ. ഇവിടുത്തെ..."

അകലെ കാട്ടിൽ ഒരു ആളിളക്കം കണ്ടപ്പോൾ തപൻ പെട്ടെന്ന് ദൃഷ്ടികൾ അങ്ങോട്ടു തിരിച്ച് ശ്രദ്ധിച്ചു.

"എന്താ?" വന്ദനയും അങ്ങോട്ടുതന്നെ നോക്കി.

"അവിടെ ആരോ കാടിറങ്ങിവരുന്നതുപോലെ...."

"ഉം.. ശരിയാണ്. കാണാനുണ്ട്. അയാൾ ഏതൊക്കെയോ ചെടികളും കൊമ്പുകളും പൊട്ടിച്ചെടുക്കുന്നുണ്ടല്ലോ. അതാ, മരത്തിന്മേൽ കയറി കായ പൊട്ടിക്കുന്നുമുണ്ട്."

തപൻ ഒന്നും മിണ്ടാതെ അങ്ങോട്ടുതന്നെ നോക്കി ശ്രദ്ധിച്ചുകൊണ്ടിരുന്നു. അപ്പോൾ കയ്യിൽ കുറേ വേരോടുകൂടി പറിച്ച ചെടികളുടെ കൊമ്പുകളും കായകളുമായി ഒരു യുവാവ് ആ ഊടുവഴിയിലൂടെ ഇറങ്ങി അവരുടെ അടുത്ത് വന്നു. തപനും വന്ദനയും ആ യുവാവിനെ അപരിചതഭാവത്തിൽ നോക്കി. ആഗതൻ ഒട്ടും സഭാകമ്പമില്ലാതെ തന്നെ പറഞ്ഞു: "ഞാൻ ജീവകനാണ്."

"ജീവകൻ?"

"അതെ. പണ്ഡിത വരൂഥന്റെ ഗുരുകുലത്തിൽ താമസിച്ച് വൈദ്യശാസ്ത്രം പഠിച്ചു."

"ഇപ്പോൾ ഇവിടെ വന്നത് ഉദ്ദേശ്യപൂർവം ആവുമല്ലോ."

"അതെ, ഇവിടുത്തെ ലുംബിനിതോട്ടത്തിൽ മാത്രം ധാരാളമായി ഉണ്ടാവുന്ന ഒരു ചെടിയുണ്ട്. അത് കിട്ടണം. പിന്നെ പണ്ഡിത മൃത്യുഞ്ജയ മഹാശയനെ കണ്ട് അതിന്റെ പ്രയോജന സാധ്യതകളെപറ്റി പഠിക്കുകയും വേണം."

"അപ്പോൾ ജീവകന്റെ ദേശം?"

"ഞാൻ ശാക്യദേശ പ്രജയല്ല."

അതുകേട്ട് വന്ദനയുടെ മുഖഭാവം ഒന്ന് മാറി. അവൾ തപനെ നോക്കി. തപനും വന്ദനയെ ഒന്ന് നോക്കിയിട്ട് മുഖം ജീവകന്റെ നേരെ ത്തന്നെ തിരിച്ചു ചോദിച്ചു:

"ജന്മദേശം ഏതാണ്?"

ജീവകൻ ഒന്ന് ചിരിച്ചു: "എനിക്കെന്ത് ജന്മദേശം സഹോദരാ. ഈ വലിയ ലോകത്തിൽ നമ്മൾ ഒരിടത്ത് ജനിക്കുന്നു. മറ്റൊരിടത്ത് വള രുന്നു. വേറെ ഒരിടത്ത് പ്രവർത്തിക്കുന്നു..."

തപന് രസം തോന്നി. ആള് മോശക്കാരനല്ലല്ലോ.

"എന്നാലും ജീവകൻ ജനിച്ചത് എവിടെയാണ്? അച്ഛനമ്മമാർ? കുടുംബം?" ജീവകൻ ഒന്ന് നിവർന്നുനിന്ന് ദീർഘശ്വാസം വിട്ടു.

"ഞാൻ ജനിച്ചുവീണത് മഗധത്തിലെ ഒരു കട്ടച്ചാലിലാണ് എന്ന് കേട്ടിട്ടുണ്ട്."

"മഗധത്തിലെ?" തപന്റെ ശബ്ദം വലുതായി. വന്ദനയും ചെറുതാ യൊന്ന് ഞെട്ടി.

"അതെ, ഒരു ദാസീപുത്രൻ. അവിഹിതബന്ധത്തിൽ ജനിച്ച പ്രജ. എന്നെ പ്രസവിക്കേണ്ടിവന്നു എന്ന അപരാധത്താൽ അപമാനിതയായ അമ്മ പുഴയിൽ ചാടി മരിച്ചുവത്രെ. കട്ടച്ചാലിൽനിന്ന് എന്നെ എടുത്ത് കുളിപ്പിച്ച് ഭക്ഷണം തന്ന് സംരക്ഷിച്ചത് പൗരമുഖ്യനായ ചന്ദ്രദത്തസേ നൻ. അദ്ദേഹം പതിവുള്ള പ്രഭാത നടത്തത്തിനിടയിൽ യദൃച്ഛയാ ഒരു ഇളംപൈതലിന്റെ കരച്ചിൽകേട്ടു. നോക്കിയപ്പോൾ കട്ടച്ചാലിൽ എന്നെ കണ്ടു."

"എന്നിട്ട്?"

"എന്നെ അദ്ദേഹം സ്വന്തം മക്കളോടൊപ്പം തന്നെ വളർത്തി വലു താക്കി. ഒട്ടും വ്യത്യാസം കാണിക്കാതെ."

ജീവകന്റെ കഥ കേട്ട് വന്ദനയുടെ മുഖം വികസിച്ചത് തപൻ ശ്രദ്ധിച്ചു. വീണ്ടും ജീവകനോട് ചോദിച്ചു: "പിന്നീട്?"

"എനിക്ക് വൈദ്യശാസ്ത്രം പഠിക്കാനാണാഗ്രഹം. അതിന് വരുഥഗു രുകുലമാണ് ഏറ്റവും നല്ലത് എന്നറിഞ്ഞപ്പോൾ അവിടെ ചേർന്നു."

"ഈ പ്രായത്തിൽത്തന്നെ?"

"അതെ. വളരെ ചെറുപ്രായത്തിൽ വിഷയം തെരഞ്ഞെടുത്ത് അധ്യാ പനം തുടങ്ങും അവിടെ. പന്ത്രണ്ടു കൊല്ലം ഞാൻ അവിടെ പഠിച്ചു. എന്നാലോ, പഠിക്കാൻ നല്ല ചെലവുണ്ട് അവിടെ. ഗുരുകുലം എന്നാണ് പറയുക എന്നേയുള്ളു."

"അതെങ്ങനെ ശരിപ്പെടുത്തി?"

"ഞാൻ ചന്ദ്രദത്തസേനന് വാക്കുകൊടുത്തു. പഠിത്തം കഴിഞ്ഞ് രോഗികളെ ചികിത്സിച്ച് കടം വീട്ടിക്കോളാം എന്ന്."

തപന് രസം തോന്നി. ഉള്ളിൽ കരുതി മിടുക്കൻ തന്നെ.

ചോദിച്ചു: "ജീവകൻ അങ്ങനെ വിശ്വസിക്കുന്നുണ്ടോ?"

"ഉവ്വ്, എനിക്ക് ഋണവിമുക്തനാവണം."

തപൻ ജീവകനെ അടുത്ത് പിടിച്ചിരുത്തി. "ജീവകന് അറിയാമോ, ഈ കപിലവസ്തുവിന് ഒരു പ്രത്യേക മനഃശാസ്ത്രമുണ്ട്. പുറത്തേക്കുള്ള വാതിലുകൾ എപ്പോഴും അടച്ചിടും. പുറമേ നിന്ന് ഒരാൾ വരലോ, ഇവിടുന്നൊരാൾ പുറത്തുപോവലോ രണ്ടും ഭരണകർത്താക്കൾ സമ്മതിക്കാറില്ല. എന്നാലും ജീവകനെ സഹയിക്കണമെന്ന് എനിക്കാഗ്രഹമുണ്ട്."

"ചോദിക്കട്ടെ. അങ്ങ്?"

"എന്റെ പേര് തപൻ,"

"അങ്ങേയ്ക്ക് ഇവിടുത്തെ ഭരണകൂടവുമായിട്ട് ബന്ധമുണ്ടോ?"

"എനിക്ക് ആരുമായും ഒരു ബന്ധവുമില്ല."

പതുക്കെ പോവാനൊരുങ്ങിയ വന്ദനയെ തപൻ തടഞ്ഞു.

"വന്ദന അവിടെ നിൽക്കൂ."

"ഞാൻ വന്നത് അസമയത്തായോ?" ജീവകൻ തിരിഞ്ഞ് വന്ദനയെ നോക്കി. തപൻ ഒന്ന് ചിരിച്ചു: "എന്നാലും ജീവകൻ വന്നത് നന്നായി."

തപൻ വന്ദനയോടാണ് ചോദിച്ചത്: "ജീവകനെ സഹായിക്കേണ്ടതെങ്ങനെയാണ്? വല്ല വഴിയും തോന്നുന്നുണ്ടോ?"

"യശോധര വിചാരിച്ചാൽ സാധിക്കും."

"യശോധരയോ? അതെങ്ങനെ?"

"പുഴയിൽ ഒലിച്ചുപോയിട്ട് മുങ്ങിമരിക്കാറായ ജാലകനെ മുമ്പ് യശോധരയാണ് രക്ഷിച്ചത്. ജാലകനിപ്പോൾ ലുംബിനിയിൽ നല്ല സ്ഥാനമാണ്. യശോധരയ്ക്കു വേണ്ടി എന്തും ചെയ്യും ജാലകൻ."

ജീവകൻ ഇരുവരെയും ചോദ്യരൂപത്തിൽ മാറിമാറി നോക്കി. ആരാണീ യശോധര. ആരാണീ ജാലകൻ എന്ന മട്ടിൽ.

തപൻ വിശദീകരിച്ചു: "ഈ വന്ദനയുടെ അച്ഛൻപെങ്ങളാണ് ശുദ്ധോദനപ്രഭുവിന്റെ പത്നി. വന്ദനയുടെ ചെറിയച്ഛന്റെ മകൾ യശോധരയും."

"അപ്പോൾ എന്റെ കാര്യം സാധിക്കുമെന്ന് കരുതാമോ?"

"ശ്രമിക്കാം."

"ഞാൻ യശോധരയെ കൂട്ടിവരാം."

വന്ദന നടന്നു പോവുന്നത് തപനും ജീവകനും നോക്കി ഇരുന്നു. ജീവകൻ വിചാരിച്ചു. ഗ്രന്ഥങ്ങളിൽ വിവരിക്കുന്ന ഉത്തമലക്ഷണങ്ങൾ തികഞ്ഞ സ്ത്രീവടിവു തന്നെ. ഇത്തരം സ്ത്രീകൾ ധർമമാർഗത്തിൽ നിന്ന് വഴുതി പോവില്ല ഒരിക്കലും.

"ആചാര്യവരുഥന്റെ ഗുരുകുലരീതി എങ്ങനെയുണ്ട്?"

അതുകേട്ട് ജീവകൻ ഒന്ന് ചിരിച്ചു.

"രീതിയൊക്കെ നല്ലത്. പക്ഷേ, പിടിച്ചുനിൽക്കാൻ ബുദ്ധിമുട്ടാണ്."

"അതെന്താ?"

"എനിക്കാദ്യം തന്ന പരീക്ഷ, ഭൂമിയിൽ ഔഷധമില്ലാത്ത ഒരു ചെടി കൊണ്ടുവരൂ എന്നാണ്" ഒന്ന് നിർത്തിയിട്ട് തുടർന്നു:

"എളുപ്പമാണെന്ന് തോന്നും. അന്വേഷിച്ച് നടന്നു. ഒന്നും കണ്ടെത്തിയതുമില്ല. ആവശ്യമില്ലാത്തതെന്നും പ്രകൃതി ഉണ്ടാക്കില്ല എന്നതാവും."

"ഒന്നും തന്നെ?"

"അതെ. ഒന്നുംതന്നെ." ജീവകൻ അതു പറഞ്ഞത് അകലേക്കു നോക്കിയിട്ടാണ്. തപനും നോക്കി.നേരെ ഇരുന്നു. തന്നത്താൻ പറഞ്ഞു: "ഓ, സിദ്ധാർഥ് വന്നുവല്ലോ."

"ആരാണദ്ദേഹം?" ജീവകൻ കണ്ണെടുക്കാതെ നോക്കിക്കൊണ്ട് ആത്മഗതം ചെയ്തു. സാധാരണക്കാരനല്ലല്ലോ ഇദ്ദേഹം.

"ശുദ്ധോദനപ്രഭുവിന്റെ മൂത്തമകനാണ്."

സിദ്ധാർഥൻ അടുത്തെത്തിയപ്പോൾ തപൻ ജീവകനെ പരിചയപ്പെടുത്തി.

"ഒരു വൈദ്യനാണ്. പേര് ജീവകൻ."

"സ്വദേശം?" ശാന്തസ്വരത്തിലായിരുന്നു സിദ്ധാർഥന്റെ ചോദ്യം. ജീവകൻ ചിരിച്ചു. "സ്വന്തമായി ദേശവും ബന്ധുവും ഒന്നുമില്ല എനിക്ക്. അച്ഛൻ ആരെന്നറിയില്ല. എന്നെ പ്രസവിച്ച സ്ത്രീയെ ഞാൻ കണ്ടിട്ടു പോലുമില്ല."

സിദ്ധാർഥൻ സൂക്ഷിച്ചു നോക്കി: "ഇവിടെ വന്നത്?"

"കാര്യം ഞാൻ ഇദ്ദേഹത്തിനോട് പറഞ്ഞിട്ടുണ്ട്."

ആ മറുപടി സിദ്ധാർഥനെ തൃപ്തനാക്കിയില്ല. ഒരു അന്യനിൽ നിന്ന് ഇത്തരം മറുപടി കേട്ട് ശീലവുമില്ല ആ പ്രഭുകുമാരന്. എതിരെ ദേവദത്തനും കാംബില്യനും നന്ദനും വരുന്നുണ്ടായിരുന്നു. വേഗം വേഗം മുന്നിലേക്കു വന്ന് ദേവദത്തൻ ശാസനയോടെ പറഞ്ഞുതുടങ്ങി: "തപനെന്താ ഇവിടെ കൂടിയിരിക്കുന്നത്? അവിടെ തപനെ അന്വേഷിക്കുന്നുണ്ടല്ലോ."

"എന്തിന്?" തപൻ ഒന്ന് നിവർന്നിരുന്നു.

"ആ കൊങ്കന്മാരുടെ അഹങ്കാരം തീർക്കാൻ. അവിടെ തർക്കം കലശലായിരിക്കുന്നു."

"കൃഷിക്കാർ തമ്മിലുള്ളതല്ലേ? അത് അവർ തീർത്തോളും."

"ഇല്ല്യാ. കാര്യം ഗൗരവപ്പെട്ടിരിക്കുന്നു. തപനോട് ഒരുങ്ങിയിരിക്കാൻ പറയാനേൽപ്പിച്ചിട്ടുണ്ട്."

ദേവദത്തൻ ജീവകനെ സംശയത്തോടെ, അവഗണനയോടെ നോക്കിയിട്ട് വേഗം വേഗം നടന്ന് പോയി. പിന്നാലെ കാംബില്യനും നന്ദനും.

"ഇതാരാണെന്ന് പറയൂ തപൻ." സിദ്ധാർഥൻ തപന്റെ അടുത്തേക്ക് നീങ്ങി നിന്നു.

"പറയാം. പക്ഷെ ഒരു കാര്യം. ഇദ്ദേഹത്തെ ഇവിടെ നിന്ന് ഒഴിവാക്കരുത്."

"ഒഴിവാക്കാനോ? എന്തിന്?"

"ജീവകൻ ഒരു പരദേശിയാണ്. വൈദ്യം പഠിച്ചുകൊണ്ട് ഓരോ നാട്ടിൽ പോവുന്നു. വരൂഥന്റെ ഗുരുകുലത്തിലായിരുന്നു ഇതേവരെ അന്തേവാസിത്വം."

"മഗധത്തിലോ? വരൂഥൻ മഗധനല്ലേ?"

"അതാണ് ആദ്യം തന്നെ പറഞ്ഞത്?"

"ഇവിടെ വന്നത് എന്തിനാണ്?"

"ലുംബിനീവാടിയിൽ വീരമൃത്യുഞ്ജയ മഹാശയനനെ കണ്ടിട്ട് ചില വൈദ്യവിദ്യകൾ അറിയണമെന്നുണ്ട് ജീവകന്. ഇവിടത്തെ നിയമം അതനുവദിക്കുമെന്ന് സിദ്ധാർഥന് തോന്നുന്നുണ്ടോ?"

'ഇല്ല്യാ. വംശശുദ്ധിയെ കാത്തുസൂക്ഷിക്കണമല്ലോ.'

"എന്നാൽ സിദ്ധാർഥ്. ആദാനപ്രദാനം കൊണ്ടേ അറിവ് വർധിക്കുകയുള്ളൂ എന്ന് മറക്കാമോ?"

"ഇദ്ദേഹത്തിനെ എങ്ങനെ സഹായിക്കാം എന്നാണ് തപൻ വിചാരിക്കുന്നത്?"

"സിദ്ധാർഥനെന്ത് തോന്നുന്നു?"

"മനുഷ്യന്റെ ജിജ്ഞാസയെ അതിരിട്ട് തടഞ്ഞുനിർത്തണം എന്നൊന്നും എനിക്കില്ല. എന്നാൽ ഇവിടെയുള്ള വ്യവസ്ഥയെ പാലിക്കേതേയും വയ്യ. വഴി കണ്ടെത്തണം."

സിദ്ധാർഥൻ തിരിഞ്ഞ് നടക്കാൻ തുടങ്ങി. പിന്നാലെ തപനും എഴുന്നേറ്റപ്പോൾ ജീവകനേയും കൂട്ടി.

"വരൂ ജീവകന് അവിടെ എന്റെ കൂടെ നിൽക്കാം."

നടക്കുമ്പോൾ ആരും ഒന്നും മിണ്ടിയില്ല. തപൻ ആലോചിച്ചു. സിദ്ധാർഥൻ കാര്യമായി എന്തോ പറയാൻ വന്നതാവും. എന്തിനൊക്കെയോ വേണ്ടി ഉഴറുകയാണാ മനസ്സ്. ഈ പർവതപ്രദേശം അതിന് ഉത്തരം കൊടുക്കുമോ? നാലുദിവസം മുമ്പ് സിദ്ധാർഥ് സംസാരിച്ചത്. പഞ്ചഭൂതങ്ങളെപ്പറ്റിയാണ്. അത്ഭുതം തോന്നി. എത്ര അഗാധമായിട്ടാണ് ചിന്തിക്കുന്നത്. ഇന്നലെ ചോദിച്ചു, ശബ്ദം തരംഗങ്ങളായിട്ടാവില്ലേ സഞ്ചരിക്കുന്നത് എന്ന്. അപ്പോൾ പറയണമെന്ന് തോന്നി, ഇതറിയുന്നവർ മറ്റെവിടേയൊക്കെയോ ഉണ്ട്. വംശശുദ്ധി കാത്ത് അവിടെ ഇരുന്നാൽ ഒന്നും അറിയില്ല എന്ന്. മഗധത്തിൽ നിന്നു വന്ന ചിലരെ അതിർത്തിയിൽ വച്ച് പരിചയപ്പെട്ടപ്പോൾ, അവിടെയുണ്ടാവുന്ന പുരോഗതിയേയും ശാസ്ത്രത്തിന്റെ വളർച്ചയേയും പറ്റി അവർ പറഞ്ഞു. അതൊന്നും അറിയാൻ ശ്രമിക്കാതെ ഇവിടെ ഇങ്ങനെ ഭയപ്പെട്ട് ജീവിക്കൽ എത്രകാലം സാധിക്കും? ഈ മറ വലിച്ച് മാറ്റുകതന്നെ വേണം. അത് സിദ്ധാർഥനു മാത്രമേ സാധിക്കുകയുള്ളൂ. അദ്ദേഹം അത് ചെയ്യാതിരിക്കില്ല.

തപൻ ജീവകനേയും കൂട്ടി ധർമശാലയിലേക്ക് കടന്നു. സിദ്ധാർഥൻ നേരെ കൊട്ടാരത്തിലേക്കും നടന്നു.

ആറ്

വടക്കേക്കാടിന്റെ താഴ്‌വാരത്തിൽ ഒരു വേനൽക്കാല വസതി പണിയിക്കുകയാണ് ദേവദത്തന്റെ അച്ഛൻ. അതിന്റെ ഭാരം അദ്ദേഹം മകനെ ഏൽപ്പിച്ചു. കാര്യങ്ങൾ ഏറ്റെടുത്തു നടത്താൻ ദേവദത്തന് കഴിവുണ്ടെന്ന് അദ്ദേഹത്തിനറിയാം.

ആ പണികളുടെ പുരോഗതി പരിശോധിച്ച് വേണ്ട നിർദേശങ്ങൾ കൊടുത്ത് തിരിച്ചു വരികയായിരുന്നു ദേവദത്തൻ. തല ഉയർത്തിപ്പിടിച്ച് കയ്യും വീശി അന്തസ്സോടെ തന്നെയാണ് വരുന്നത്. ഉത്തമസുഹൃത്തായ കോകിലനും കൂടെയുണ്ട്. കോകിലൻ പ്രഭുകുടുംബത്തിലെ പ്രജയല്ല. എന്നാലും ദേവദത്തന് പ്രിയപ്പെട്ടവനാണ്. നടക്കുന്നതിനിടയിൽ കോകിലൻ ചോദിച്ചു:

"പ്രതിഭാസംഗമം ഗംഭീരമായില്ലേ?"

ദേവദത്തൻ പിന്നിലേക്കൊന്ന് നോക്കി. മുഖം വികൃതമാംവിധം ചുളിച്ചുകൊണ്ട് പരിഹാസസ്വരത്തിൽ പറഞ്ഞു:

"ഓ, ഗംഭീരം. അതിഗംഭീരം."

"സമ്മാനം സിദ്ധാർഥനാണ് കിട്ടിയത് എന്ന് കേട്ടു?"

"അത് പിന്നെ അങ്ങനെയല്ലാതെ വരോ? എല്ലാം കൊണ്ടും സമർഥനല്ലേ സിദ്ധാർഥൻ? സിദ്ധാർഥൻ, സിദ്ധാർഥൻ എന്നല്ലാതെ വേറെ ഒരു വിചാരവും ഇവിടെ ആർക്കുമില്ലല്ലോ."

കോകിലൻ ദേവദത്തന്റെ ഒപ്പമെത്താൻ രണ്ടടി മുന്നലേക്കുവച്ച് മുഖത്തുനോക്കി ചോദിച്ചു:

"ഞാനാലോചിക്ക്യാ, ഈ സിദ്ധാർഥനെന്താ അത്രയ്ക്കൊരു കേമത്തമുള്ളത്? ഊതിയാൽ വീഴുന്ന ദേഹം. അങ്ങയുടേത് അങ്ങനെയാണോ? എനിക്ക് കൊതി തോന്നാറുണ്ട് അങ്ങയുടെ ശരീരവും മെയ്മിടുക്കും കാണുമ്പോൾ. ഏത് ആന വന്നാലും തടുക്കാനുള്ള കരുത്ത്..."

ദേവദത്തൻ കൈ ഒന്നുകൂടി നിവർത്തി മാറിടം വിരുത്തിക്കൊണ്ട് നടന്നു: "കോകിലാ, നിങ്ങൾ കേട്ടിട്ടുണ്ടോ ജ്യേഷ്ഠൻ സിദ്ധാർഥൻ ഏതെങ്കിലും ചോദ്യത്തിന് മറുപടി പറയുന്നത്? ചോദിച്ചാൽ മുഖത്തേക്ക് നോക്കിയങ്ങനെ നിൽക്കും. എന്നിട്ടെല്ലാവർക്കും സിദ്ധാർഥന്റെ വാക്സാമർഥ്യം പുകഴ്ത്തലും."

"അതു ശരിയാ.. ശരിയാണ്." കോകിലൻ പെട്ടെന്ന് പറഞ്ഞു. 'സിദ്ധാർഥന്റെ വായിൽ നിന്നൊരു വാക്ക് വീണു കിട്ടാൻ എത്രനേരം കാത്തുനിൽക്കണം ആ സമയം കൊണ്ട് അങ്ങ് നൂറു വാക്ക് പറഞ്ഞു ചോദ്യകർത്താവിന്റെ വായ അടയ്ക്കും. അതെനിക്കറിയാം."

"ഗുരുകുലത്തിൽ താമസിക്കുമ്പോഴും ഇങ്ങനെത്തന്നെയായിരുന്നു. എല്ലാവർക്കും സിദ്ധാർഥൻ മതി. ദേവദത്തൻ ചെയ്യുന്നതും പറയുന്നതും വിഡ്ഢിത്തം. തെറ്റ്." ദേവദത്തന്റെ സ്വരത്തിൽ വിഷാദം നിഴലിച്ചു.

അവർ നടന്ന് നദീതീരത്തെത്തി. രണ്ടുപേരും പുഴയിലേക്ക് നോക്കി. അവിടെ ഒരു വെള്ളത്തുണി വളച്ചുകെട്ടി മറയാക്കിയിട്ട് ഒരു സ്ത്രീ കുളിക്കുന്നുണ്ടായിരുന്നു. ആ മറയുടെ ഇടയിലൂടെ അവളുടെ അർധനഗ്നമേനി നിഴലിച്ചിരുന്നു. ദേവദത്തൻ അവളെ നോക്കിക്കൊണ്ട് അവിടെത്തന്നെ നിന്നു.

"കോകിലാ. ഇത് അവളാണല്ലോ. അതെ, അവൾ തന്നെ."

കോകിലൻ കാര്യമറിയാതെ ദേവദത്തനെ നോക്കി. നോട്ടം പറിച്ചെടുക്കാതെ അവിടെത്തന്നെ നിന്ന് ദേവദത്തൻ പറയാൻ തുടങ്ങി: "കുറച്ചു ദിവസം മുമ്പ് കന്നൗ നദിയിൽ തോണി തുഴഞ്ഞ് കളിക്കാൻ എല്ലാവരും ഒരുമിച്ചാണ് പുറപ്പെട്ടത്. ഞാനാദ്യം പോയിട്ട് നേരത്തെ അവിടെ എത്തി. സ്ത്രീകൾ കുളിക്കുന്ന സമയമാണ് എന്ന് കരുതിത്തന്നെയാണ് ഒറ്റയ്ക്ക് വേഗം പോയത്."

കോകിലനെ നോക്കി കള്ളച്ചിരി ചിരിച്ച് വീണ്ടും തുടർന്നു:

"ഉദ്ദേശ്യം ശരിയായിരുന്നു. സുന്ദരിയായ ഒരു പെൺകിടാവ് കുളിക്കുന്നു. ഹ; ആ ശരീരത്തിന്റെ വടിവും നിൽപ്പും കാണാൻ എന്തു രസം! അവളുടെ മാറിടം ഉരുണ്ടുകൂടിത്തുടങ്ങിയിരുന്നു. കൈകൾ കൊണ്ട് അവളത് മറച്ചപ്പോൾ വേഗം പോയിട്ട് കയ്യുകൾ തട്ടിമാറ്റിയിട്ട് അവളെ പിടിച്ചടുപ്പിച്ച് കൂടെ വരാൻ പിടിച്ചുവലിച്ചു എന്നത് ശരിയാണ്."

കോകിലൻ അത്ഭുതം കൂറിക്കൊണ്ട് ഉറക്കെ ചോദിച്ചു:

"അങ്ങ് അങ്ങനെ ചെയ്തുവോ?"

"ചെയ്താലെന്താ? പറഞ്ഞാലെന്താ? പ്രഭുകുമാരന്മാർക്ക് അവകാശപ്പെട്ടതല്ലേ അതൊക്കെ? ഞാനും ഒരു പുരുഷനല്ലേ? പറഞ്ഞിട്ടെന്താ, ഉടനെ വന്നു സിദ്ധാർഥനും കൂട്ടരും. എന്നെ ശക്തിയായി പിടിച്ചു മാറ്റിയിട്ട് അവളോട് വേഗം വീട്ടിൽ പൊയ്ക്കോളാനും പറഞ്ഞു. ജ്യേഷ്ഠനാണ് എന്നൊന്നും നോക്കാതെ ചവിട്ടി മറിച്ച് പുഴയിലേക്കിടാനാണ് തോന്നിയത് സിദ്ധാർഥനെ."

ദേവദത്തൻ പുഴയിലേക്കു തന്നെ നോക്കി ബദ്ധപ്പെട്ട് പറഞ്ഞു:

"കോകിലൻ, അവൾ കുളികഴിഞ്ഞ് പോവാനൊരുങ്ങുന്നു. അവളെ വിളിക്കൂ. ഉം– വിളിക്കൂ."

അപ്പോൾ ഒരു കുതിരക്കുളമ്പടി ശബ്ദം അടുത്ത് എത്തി. രണ്ടുപേരും പിന്നിലേക്ക് നോക്കിയപ്പോഴേക്കും കുതിരയെ നിർത്തി കലുദായ് വന്നു. ദേവദത്തൻ ഉരഞ്ഞുകൊണ്ടുതന്നെ ചോദിച്ചു. "എന്താ?"

"ഗുരുകൗചീകന് സുഖമില്ല." കലുദായ് കിതയ്ക്കുന്നുണ്ടായിരുന്നു.

"അതിന്?"

"എല്ലാവരും കാണാൻ പോവുകയാണ് ജ്യേഷ്ഠനോടും വരാൻ പറഞ്ഞു."

"ആരു പറഞ്ഞു?"

"ശുദ്ധോദനപ്രഭു. പിന്നെ സിദ്ധാർഥനും."

"ഞാൻ വരുന്നില്ല. സുഖമില്ലെങ്കിൽ ചികിത്സിക്കട്ടെ."

"ചികിത്സയുണ്ട്. വൈദ്യൻ ജീവകനാണ് പറഞ്ഞത്. ഇനി അധികം സമയമുണ്ടാവില്ല ഗുരുവിന് എന്ന്."

"ഏത് ജീവകൻ? അങ്ങനെ ഒരു വൈദ്യനുണ്ടോ ഇവിടെ?"

"ഉവ്വ്. മൃത്യുഞ്ജയ മഹാശയന്റെ ശിഷ്യനാണ്."

ദേവദത്തൻ ആലോചിച്ചു. അങ്ങനെ ഒരാളെപ്പറ്റി കേട്ടിട്ടില്ലല്ലോ. ഏതായാലും അന്വേഷിക്കണം.

"നിങ്ങളൊക്കെ പോയി കണ്ടാൽ മതി. ഞാൻ വരുന്നില്ല."

ദേവദത്തൻ നടത്തം തുടർന്നു. ഒപ്പം തന്നെ കോകിലനും. കലുദായ് രണ്ടുപേരേയും ഒന്ന് നോക്കിയിട്ട് കുതിരയുടെ അടുത്തേക്ക് നീങ്ങി. ദേവദത്തൻ തന്നത്താൻ ഒന്ന് ചിരിച്ചു.

"ഹും.... ഗുരുനാഥനെ കാണാൻ പോവല്. സിദ്ധാർഥനാണല്ലോ വത്സല ശിഷ്യൻ. പോയി കണ്ടോട്ടെ."

കോകിലൻ ചോദിച്ചു: "ഈ സിദ്ധാർഥന് ഗുരുപൂജയിലൊക്കെ വല്ല വിശ്വാസവുമുണ്ടോ? അന്നൊരു ദിവസം പുരോഹിതന്മാർ വേദമന്ത്രങ്ങൾ ചൊല്ലി ഭൂമിപൂജ നടത്തിയപ്പോൾ തിരിഞ്ഞിരുന്ന് അവരെ പരിഹസിച്ചവനല്ലേ സിദ്ധാർഥൻ?"

"അങ്ങനെ ഒന്നുണ്ടായോ? ഞാനറിഞ്ഞില്ല?" ദേവദത്തൻ തിരിഞ്ഞുനിന്ന് ശബ്ദം മൂപ്പിച്ച് ചോദിച്ചു.

"ഞാൻ കേട്ടതാണ്. എന്തിന് ബ്രാഹ്മണരെ മാത്രം പുരോഹിതന്മാരാക്കി, അവർ മന്ത്രം ചൊല്ലിയാൽ നമുക്കെന്ത് ഗുണം, എന്നൊക്കെയായിരുന്നു. സംശയങ്ങൾ. ഗംഗയിൽ കുളിച്ചാലെങ്ങനെ പാപം പോകുന്നു? എന്തെല്ലാം ചോദ്യങ്ങളാണ്. ആ ധിക്കാരങ്ങളൊക്കെ കേട്ടിട്ടും ശുദ്ധോദനപ്രഭുവും ഗൗതമിയും മറുത്തൊരക്ഷരം പറഞ്ഞില്ല. ചിരിച്ചുകൊണ്ടു പ്രിയപുത്രന്റെ പുറത്ത് തട്ടി. അത്രതന്നെ."

കോകിലന്റെ വാക്കുകൾക്ക് ഉദ്ദേശിച്ച ഫലമുണ്ടായി. അത് ദേവദത്തനെ കുറേക്കൂടി അരിശം കൊള്ളിച്ചു. നീരസം കൊണ്ട് മുഖം ഇരുണ്ടു. നടത്തത്തിന്റെ വേഗത കൂട്ടിയിട്ട് കയ്യുംകലാശവുമായി പ്രഖ്യാപിച്ചു:

"ഞാനിതിനൊക്കെ പകരം ചോദിക്കും. ചോദിക്കാതിരിക്കില്ല. സിദ്ധാർഥനു വേണ്ടി മറ്റെല്ലാവരും ജീവിക്കുക, അല്ലേ? കുലാചാരങ്ങളൊക്കെ തല്ലിത്തകർക്കണം എന്ന് ഏത് സിദ്ധാർഥൻ പറഞ്ഞാലും സമ്മതിക്കില്ല. തീർച്ചയാണ്.'

കുറച്ചുനേരം രണ്ടുപേരും ഒന്നും മിണ്ടിയില്ല. അപ്പോൾ കോകിലൻ തന്നെ വീണ്ടും തുടങ്ങിവെച്ചു.

"സിദ്ധാർഥന്റെ കൂടെ ഒരു കൂട്ടുകാരനെ കാണാറുണ്ടല്ലോ. ആരാണയാൾ?"

"ഏതോ ഒരനാഥച്ചെറുക്കൻ. അയാളെ ഇവിടെ കൊണ്ടുവന്ന് തീറ്റിപ്പോറ്റേണ്ട ഒരു കാര്യവും ഉണ്ടായിരുന്നില്ല. ഇപ്പോളിനി അടുത്ത പ്രഭുവുമായിട്ട് അരങ്ങേറാനുള്ള പുറപ്പാടാണ്. അതിനു മുമ്പ് എങ്ങനെയെ

ങ്കിലും അയാളെ ഇവിടുന്ന് പറഞ്ഞയക്കണം. സമയമാവുമ്പോൾ പറയാം. കോകിലൻ എന്റെ ഒപ്പമുണ്ടാവണം."

"ഈ കോകിലൻ എന്നും അങ്ങയോടൊപ്പമുണ്ടാവും. സംശയിക്കേണ്ട".

അപ്പോഴാണ് കാടിറങ്ങിവന്ന് യുവാവായ വർഷഹേതു പെട്ടെന്ന് ഇവരുടെ മുമ്പിൽ പ്രത്യക്ഷപ്പെട്ടത്. വർഷഹേതുവും ദേവദത്തന്റെ ഇഷ്ടക്കാരനാണ്. കൗചീകന്റെ ഗുരുകുലത്തിൽ സഹപാഠിയും ആയിരുന്നു. പ്രഭുകുടുംബമായിട്ട് ബന്ധമുണ്ടെങ്കിലും സാമ്പത്തികമായി താണനിലയിലാണ്. ഇപ്പോൾ ദേവദത്തിന്റെ പൂർണ സഹായത്തോടെ ലുംബിനിയിൽ ഗുരുകുലത്തിൽ ചേർന്ന് വൈദ്യശാസ്ത്രം പഠിക്കുന്നു.

ദേവദത്തൻ കൈകൊടുത്ത് അദ്ദേഹത്തെ കെട്ടിപ്പിടിച്ചു.

'അങ്ങ് വല്ലാതെ വിയർത്തിട്ടുണ്ടല്ലോ. അസ്വസ്ഥനായിട്ടുള്ളതുപോലെ? പ്രത്യേകിച്ച് എന്തെങ്കിലും?"

"എന്നെപ്പോലുള്ളവർക്ക് ഇവിടെ സ്വസ്ഥത ഉണ്ടാവുന്നതെങ്ങനെ? ഇത് സിദ്ധാർഥന്റെ സ്വന്തം ലോകമല്ലേ?"

വർഷഹേതു ശബ്ദിച്ചില്ല. ശരിയാണെന്ന് സമ്മതിച്ച് തല കുലുക്കി.

"അവിടെ ലുംബിനിയിൽ വിശേഷമെന്താണ്?'

മൂന്നുപേരും വഴിവക്കിലെ പാറക്കല്ലിൽ ഇരിക്കാൻ തുടങ്ങിയതാണ്. പക്ഷേ, പെട്ടെന്ന് എന്തോ ഓർത്ത് കോകിലൻ ദേവദത്തനോട് യാത്രപറഞ്ഞ് നേരെ നടന്നു.

"ലുംബിനിയിലെ വിശേഷം അറിഞ്ഞില്ലേ?"

വർഷഹേതുവിന്റെ ചോദ്യം.

"അവിടെ ഏതാ ഒരു വലിയ ഭിഷഗ്വരൻ വന്നിരിക്കുന്നത്? മനുഷ്യന്റെ മരണം മുൻകൂട്ടി പറയാനൊക്കെ കെൽപ്പുള്ളവൻ!"

"അതുതന്നെ വിശേഷം. ഏതോ ഒരു ജീവകൻ. നാടും വീടും ഒന്നുമില്ലെന്ന് തോന്നുന്നു. എന്തു പറഞ്ഞ് ഫലിപ്പിച്ചിട്ടാണാവോ ഗുരുവിന് ഇഷ്ടശിഷ്യനായിരിക്കുന്നു."

'ഗുരു മൃത്യുഞ്ജയൻ മര്യാദക്കാരനാണല്ലോ."

"ഗുരു മര്യാദ വിടുന്നു എന്നല്ല. പക്ഷേ, എന്തിനും ഏതിനും ജീവകനാണ് ഇപ്പോൾ. ജീവകൻ ഗുരുവിനേയും ഒരു ഗ്രന്ഥം പഠിപ്പിക്കുന്നുണ്ടെന്ന് കേട്ടു."

"ഓഹോ, ഗുരുവിനെ അങ്ങോട്ട് പഠിപ്പിക്കലും ഉണ്ടോ?"

"ഞങ്ങളുടെ പഠനസമയം കഴിഞ്ഞാൽ കുറേനേരം പിന്നെ അവരുടെ ചർച്ചകളും പഠിപ്പിക്കലും തന്നെയാണ്."

ഒരു വൃദ്ധനും യുവാവും ആ വഴി വന്നു, ദരിദ്രവേഷക്കാർ കയ്യിൽ പണിയായുധങ്ങളുണ്ട്. അവർ ദേവദത്തനെ താണു തൊഴുത് അകന്നു നിന്നു.

"ഉം മതി മതി പോ പോ പോ." ദേവദത്തൻ അവരെ അകറ്റിയപ്പോൾ അവർ ഒന്നും മിണ്ടാതെ പതുക്കെ അകന്നുപോയി. "ജീവകൻ ഈ നാട്ടുകാരനല്ലേ." ദേവദത്തൻ പ്രകൃതത്തിലേക്ക് വന്നു.

"അല്ലെന്നാണ് എനിക്ക് തോന്നുന്നത്. ചോദിച്ചാൽ. എനിക്ക് നാടും വീടുമില്ലെന്ന് പറയും. വാൽസല്യം കാരണം ഗുരു കൂടുതൽ പറയിക്കുന്നുമില്ല."

വർഷഹേതു നാലുപുറവും നോക്കിയിട്ട് ശബ്ദം താഴ്ത്തി:

"എനിക്ക് സംശയം ജീവകൻ മഗധത്തിൽനിന്നാണ് വരുന്നത് എന്നാണ്."

"മഗധമോ? മാഗധരെ നമ്മൾ അകറ്റിനിർത്താനല്ലേ തീരുമാനിച്ചിരിക്കുന്നത്? അവരെപ്പോലെ സൈനികശക്തി വർധിപ്പിച്ചും യുദ്ധം ചെയ്ത് അയൽരാജ്യങ്ങളെ വെട്ടിപ്പിടിച്ച് സാമ്രാജ്യം വലുതാക്കലും നമുക്ക് യോജിച്ചതും അല്ല. സമാധാനം നശിപ്പിക്കുന്നവയാണ് അതെല്ലാം."

"ഞാനും അതാണ് വിചാരിച്ചത്, അയാളുടെ ഉച്ചാരണങ്ങളും സംഭാഷണരീതിയും മാഗധരെപ്പോലെ തോന്നും."

"കാര്യങ്ങൾ വ്യക്തമായിട്ട് അന്വേഷിക്കാതെ എന്തിന് അയാളെ ഇവിടെ സ്വീകരിച്ചു? നമ്മുടെ ഭരണവ്യവസ്ഥകൾ ഗുരുവിന് അറിവുള്ളതാണല്ലോ."

"സൂത്രക്കാരനാണ് ജീവകൻ. ബുദ്ധിമാനുമാണ്. ന്യായം പറഞ്ഞ് ആർക്കും അയാളെ തോൽപ്പിക്കാനാവില്ല. എന്നോടുപോലും വലിയ ആദരവൊക്കെ കാണിക്കും."

"അതു ശരിതന്നെ. ലക്ഷ്യം അതാവും. പലപ്പോഴും ജീവകൻ ലുംബിനിവാടിയിൽനിന്ന് ഓരോ ചെടികൾ പറിച്ചു നോക്കി പരിശോധിക്കുന്നത് കാണാറുണ്ട്."

"എങ്ങനെ അയാൾ അവിടെ എത്തി?"

"സിദ്ധാർഥനാണോ തപനാണോ എന്നറിയില്ലാ ആരുടെയോ ശുപാർശയിൽ നമ്മുടെ ജാലകനാണ് അയാളെ അവിടെ കൊണ്ടുവന്നത്."

ദേവദത്തൻ പെട്ടെന്ന് എഴുന്നേറ്റ് കൈകൊണ്ട് കലാശം കാണിച്ച് ഉറക്കെ പറഞ്ഞു: "എന്നാൽ ഇതിൽ ദുരുദ്ദേശ്യമുണ്ട്. അത് സമ്മതിക്കരുത്. തപന് ശാക്യരോട് ഒരു ബന്ധവും സ്നേഹവും ഇല്ല. അയാൾ ഈ നാട്ടുകാരനും അല്ല. കാലാകാലമായിട്ട് നമ്മൾ ആചരിച്ചുവരുന്നതെല്ലാം മാറ്റിമറിക്കണമെന്നാണയാളുടെ വാശി. നാലു പുറത്തുള്ളവർക്കും വാതിലു തുറന്നുകൊടുത്താൽ എന്താവും നമ്മുടെ സ്ഥിതി? ആ ജീവകനെയും തപനെയും ഇവിടന്ന് ആട്ടിപ്പുറത്താക്കുക തന്നെ വേണം."

വർഷഹേതു അമിത വിനയം അഭിനയിച്ച് പറഞ്ഞു:

"അങ്ങുതന്നെ അത് ചെയ്യണം. ഈ ധൈര്യവും കാര്യപ്രാപ്തിയും ഇവിടെ വേറെ ഒരാൾക്കുമില്ല."

ആ സ്തുതിവചനങ്ങൾ കേട്ട് ദേവദത്തന്റെ മുഖം തെളിഞ്ഞു. ആർക്കെങ്കിലും ചിലർക്ക് താൻ വേണ്ടപ്പെട്ടനാവുന്നുണ്ടല്ലോ. അദ്ദേഹം വർഷഹേതുവിന്റെ കുറച്ചുകൂടി അടുത്തേക്കിരുന്നു.

"എനിക്ക് കഴിവില്ലാഞ്ഞിട്ടല്ല വർഷഹേതു. ഏതു കാര്യത്തിനൊരുങ്ങിയാലും തടയാൻ ജ്യേഷ്ഠൻ സിദ്ധാർഥൻ വരും. അദ്ദേഹത്തിന്റെ വാക്കിനേ ഇവിടെ വിലയുള്ളു. എന്നാലും ഞാൻ നോക്കാം."

അവർ എഴുന്നേറ്റ് നടന്നു. കപിലവസ്തുവിൽ കൊട്ടാരത്തിലും മുറ്റത്തും പരിസരങ്ങളിലും കുടുംബാംഗങ്ങൾ ആരുമില്ല. ചില പരിചാരകരും ആശ്രിതരും അവിടേയും ഇവിടേയുമുണ്ട്. കൊട്ടാരത്തിലെ പ്രഭുക്കളും മറ്റ് അംഗങ്ങളുമെല്ലാം ഗുരുവന്ദനത്തിന് പോയിരിക്കുകയാണല്ലോ. ദേവദത്തന് ഉത്സാഹം തോന്നി. കുറച്ചു സമയമെങ്കിലും തനിക്ക് ഇവിടത്തെ അധികാരം വഹിച്ച് ഇരിക്കാമല്ലോ. നല്ലത്.

ഏഴ്

അവർ നാട്ടുവഴിയിൽ നിന്നുവിട്ട് കാട്ടുവഴിയിലേക്ക് തിരിഞ്ഞു. ഉല്ലാസയാത്രയായിട്ടു തന്നെ. സാധാരണ നാടൻവേഷത്തിലാണ് തപൻ. വന്ദന പട്ടുവസ്ത്രങ്ങളും ആഭരണങ്ങളും അണിഞ്ഞുകൊണ്ടും. പ്രതീക്ഷയുടെ കൊടുമുടിയിൽ നിൽക്കുന്ന മനസുമായിട്ട് തപന്റെ കയ്യിന്മേൽ പിടിച്ചു കൊണ്ടാണ് വന്ദന നടക്കുന്നത്.

"കുറെ ദിവസമായിട്ട് മോഹിക്കുന്നതാണ് ഇങ്ങനെ ഒരു നടത്തം. ഈ കൈത്തണ്ടയിൽ പിടിച്ച് തൂങ്ങാൻ തോന്നാറുണ്ട് എനിക്ക്."

തപൻ ചിരിച്ച് കൈ ബലപ്പെടുത്തി. "ഉം. തൂങ്ങിക്കോളു. വ്യായാമം കൊണ്ട് സുദൃഢമാണ് പേശികൾ."

"അറിയാം. ഇരുമ്പിന്റെ ബലം."

വന്ദന ആ കൈത്തണ്ടമേൽ അമർത്തി.

"പക്ഷേ, വന്ദന തൊടുമ്പോൾ അത് താമരവളയം പോലെയാവുന്നു."

ശബ്ദം ചെറുതാക്കിയിട്ട് തപൻ വന്ദനയെ നോക്കിയിട്ട് ഒരുനിമിഷം നിന്നു. ഉള്ളിലേക്ക് കടന്നുനിൽക്കുന്നതുപോലെ. വഴിവക്കിലെ ചെറുവീടുകളിൽ നിന്ന് അമ്മമാരും കുട്ടികളും പുറത്തുവന്ന് അത്ഭുതതോടെ നോക്കുകയാണ്. മൺപാത്രമുണ്ടാക്കുന്നവർ, മുണ്ടു നെയ്യുന്നവർ, എണ്ണയാട്ടുന്നവർ...

"നോക്കു തപൻ, ഈ കുട്ടികളുടെയും അമ്മമാരുടെയും മുഖത്തിന് എന്തൊരു പ്രസന്നതയാണ്. അവർക്ക് വേവലാതികളേ ഇല്ലെന്ന് തോന്നും."

"അവർക്ക് നാടു ഭരിക്കേണ്ട ഭാരമൊന്നുമില്ലല്ലോ. ഉള്ളിൽ അസൂയയും വിദ്വേഷവും നിറച്ച് പരസ്പരം കലഹിക്കലും ഉണ്ടാവില്ല. അധ്വാ

നിച്ച് ജോലിയെടുക്കുന്നു. പരസ്പരം കുറ്റങ്ങൾ പൊറുക്കുന്നു. സുഖമായി ജീവിക്കുന്നു."

"മറ്റുള്ളവരുടെ തെറ്റുകൾ പൊറുക്കാൻ കഴിയുന്നത് ഒരു അനുഗ്രഹം തന്നെയാണല്ലേ?"

"എല്ലാ തെറ്റുകളും ഒരുപോലെയാവില്ല. ചിലതിനോട് ശക്തിയായി പ്രതികരിക്കുകയും വേണ്ടിവരും. ഒരേയൊരു ഋജുരേഖയിൽ നീങ്ങുന്നതല്ലല്ലോ ജീവിതം. എന്തേ ഇപ്പോൾ ഇങ്ങനെ ഒരു സംശയം ഉണ്ടായത്?'

"നോക്കൂ ആ ദേവദത്തന് സിദ്ധാർഥനോടുള്ള അസഹിഷ്ണുതയും അസൂയയും പുകഞ്ഞ്പുകഞ്ഞ് എല്ലാ സ്വസ്ഥതയും നശിക്കുകയല്ലേ? എപ്പോഴാ കത്തിപ്പടരുക ആവോ. സിദ്ധാർഥന് അതൊക്കെ മനസിലാവുന്നുമുണ്ട്. എന്നിട്ടും ഒരിളക്കവുമില്ല. സാഗരഗംഭീരൻ എന്നൊക്കെ പറയാൻ തോന്നും."

"ഉം. ദേവദത്തൻ ദേവദത്തൻ മാത്രമാണ്. സിദ്ധാർഥൻ സിദ്ധാർഥനും.'

കുറച്ചുകൂടി നടന്നിട്ട് വന്ദന സംശയിച്ചുകൊണ്ട് നിന്നു.

"അപ്പോൾ, നമ്മൾ പോകുന്നത് എങ്ങോട്ടാണ്?"

തപൻ ഉറക്കെ ചിരിച്ചു.

"ഏതു കാട്ടിലേക്കും കൂടെ വരാമെന്നു പറഞ്ഞിട്ട്? കഴിഞ്ഞുവോ ധൈര്യം?"

"ഇല്ല. ഭൂമിയുടെ അറ്റം കഴിഞ്ഞാലും ഒപ്പമുണ്ടാവും."

"കുറേക്കൂടി നടന്നാൽ അവിടെ ഒരു സരസുണ്ട്..... നീലത്താമര വിരിയുന്ന സരസ്സ്."

"തപൻ കണ്ടിട്ടുണ്ടോ?"

'കാണാത്തതൊന്നും ഞാൻ കണ്ടതുപോലെ പറയാറില്ല. ആ സരസിൽ ഹംസങ്ങൾ വന്ന് താമരനൂലെടുത്ത് പ്രേയസിയുടെ കൊക്കിൽ വെച്ചു കൊടുക്കാറുണ്ട് എന്നൊക്കെ ഒരു ചൊല്ലുണ്ട്. അത് ഞാൻ കണ്ടിട്ടില്ല. നീലത്താമര കണ്ടിട്ടുണ്ട്."

"പിന്നെ എന്തൊക്കെ?"

"സരസിന്റെ പ്രത്യേകത പകുതിഭാഗം വെള്ളം നീലനിറം, പകുതി ചുവപ്പ്. പകുതി കടും തണുപ്പ്. മറുഭാഗം ഇളംചൂട്."

"ഇതൊക്കെ വാസ്തവമാണോ തപൻ? വിശ്വസിക്കണോ?"

"സ്ത്രീകളെ വിശ്വസിപ്പിക്കുവാൻ വലിയ ബുദ്ധിമുട്ടുതന്നെ. അതാണ് നേരിട്ട് കാണിച്ചുതരാമെന്ന് വെച്ചത്. ഇതിനു മുമ്പ് സിദ്ധാർഥനും ഞാനും കൂടിയാണിവിടെ വന്നത്."

"ഇന്നും അദ്ദേഹത്തെ കൂടി കൂട്ടാമായിരുന്നു."

തപൻ പെട്ടെന്നു നിന്ന് അർഥഗർഭമായി ഒന്ന് മന്ദഹസിച്ചു:

"ഈ വാക്കുകൾ നാവിന്റെ അറ്റത്തുനിന്ന് വന്നതല്ലേ? ഹൃദയത്തിന്റെ ഉള്ളിൽ നിന്നല്ല തീർച്ച."

വന്ദന മിണ്ടുന്നില്ല. മുഖം താഴ്ത്തി.

“നമ്മുടെ സ്വകാര്യത നഷ്ടപ്പെടും എന്ന് കരുതി മാത്രമല്ല സിദ്ധാർഥൻ വരാതിരുന്നത്. അദ്ദേഹത്തിന്നറിയാൻ വയ്യാത്തതല്ലല്ലോ നമ്മുടെ അഭിലാഷങ്ങൾ.”

മിണ്ടാതെ കുറച്ചുകൂടി നടന്നശേഷം തപൻ പതുക്കെ പറഞ്ഞു:

“ആ സരസിന്റെ തീരത്ത് കുറേ പടവുകൾ മേൽപ്പോട്ടു കയറിയാൽ ഒരു മണ്ഡപമുണ്ട്. ആ മണ്ഡപത്തിൽ കയറി പ്രാർഥിച്ചാൽ ആഗ്രഹങ്ങൾ സാധിക്കും എന്നൊരു വിശ്വാസമുണ്ട്, ഈ നാട്ടുകാർക്ക്. വിശിഷ്ടനായ ഒരു മഹർഷി ആ മണ്ഡപത്തിൽ ഇരുന്ന് വളരെക്കാലം തപസ്സ് ചെയ്തിട്ടുണ്ട്. ഇടയിൽ ഏതോ ഒരു ഘട്ടത്തിൽ ആ ത്യാഗിവര്യൻ അതേവരെ നേടിയ തപസിദ്ധികളൊക്കെ ഇവിടെ ഉപേക്ഷിച്ച് പോവുകയും ചെയ്തു–ദുഃഖാർത്തരായ മനുഷ്യരുടെ സമാധാനത്തിനു വേണ്ടി.”

“ഒരത്ഭുത കഥ തന്നെ.”

“പക്ഷേ, മഹർഷി ഒരു നിബന്ധന വെച്ചിട്ടുണ്ട്. രണ്ടിലധികം പേർ ഒരേ സമയത്ത് അവിടെ വരരുത് എന്ന്. സിദ്ധാർഥൻ വരാതിരുന്നത് അതുകൊണ്ടാവാം. പക്ഷേ, മഹർഷി അങ്ങനെ പറഞ്ഞത് ജനത്തിരക്ക് ഒഴിവാക്കാനാവും.”

കാടിന്റെ ഉള്ളിലേക്ക് കടക്കുംതോറും അതിന്റെ ഗംഭീരമർമരം അവരെ ആവേശം കൊള്ളിച്ചു. വന്ദന തപനോട് ഒട്ടിച്ചേർന്ന് നടന്നു. പക്ഷികൾ മരക്കൊമ്പുകളിലേക്ക് മാറിമാറി പറക്കുന്നത് നോക്കി. അവയുടെ ചിറകടിശബ്ദം കേട്ട് വന്ദന ഞെട്ടി. എവിടുന്നൊക്കെയോ ഒഴുകിവരുന്ന ചോലവെള്ളം അവരുടെ കാലടികളെ തഴുകി. ഒടുവിൽ അവർ അവിടെ എത്തി. ആ അത്ഭുത സരസിന്റെ തീരത്ത്. നോക്കിനിന്നപ്പോൾ അതേവരെ തോന്നാതിരുന്ന ഒരു ശാന്തത അവർക്കനുഭവപ്പെട്ടു. വന്ദന തപനോട് കൂടിച്ചേർന്നു നിന്നു.

“തപൻ പറഞ്ഞത് വളരെ ശരിയാണ്. വന്ദ്യയായ പ്രകൃതിദേവിക്ക് നമുക്ക് തരാനുള്ളത് ഇതാവും അല്ലേ, ഈ ശാന്തി?”

“ഞങ്ങളാദ്യം വന്നപ്പോൾ ഇവിടെ ഇരുന്ന് കുറെനേരം ധ്യാനിച്ചു. സിദ്ധാർഥന്റെ ആ ധ്യാനാവസ്ഥ ഗംഭീരംതന്നെ ആയിരുന്നു. അതിനെപ്പറ്റി അദ്ദേഹം പിന്നീടും പറയാറുണ്ട്.”

വന്ദന ഓരോന്നും പ്രത്യേകം പ്രത്യേകം അനുഭവിച്ചറിഞ്ഞു. സരസിന്റെ സൗന്ദര്യം, വർണവ്യത്യാസം.

“ഇതെങ്ങനെ ഉണ്ടാവുന്നു തപൻ, സരസിന്റെ നിറവ്യത്യാസം? പിന്നെ ചൂടും തണുപ്പും....”

“എനിക്കതിന്റെ ശാസ്ത്രീയതയൊന്നും അറിയില്ല. അടിഭാഗത്ത് ഗന്ധകപ്പാറകളോ, അല്ലെങ്കിൽ വല്ല രാസപ്രവർത്തനങ്ങളോ നടക്കുന്നുണ്ടാവാം. എങ്ങനെ നടക്കുന്നു എന്നതിലധികം ഞാൻ അനുഭവിക്കുന്നത് അതിന്റെ ചാരുതയാണ്. ഈ മഹാപ്രകൃതിയുടെ സൗന്ദര്യബോധം! വൈവിധ്യം! എല്ലാറ്റിലുമധികം ആ കളങ്കമില്ലാത്ത സ്നേഹ സാമീപ്യം. അതൊക്കെ നേരിട്ടറിയുന്നത് ഇത്തരം സ്ഥാനങ്ങളിൽ വന്നാലാണ്.”

"ഹായ്! വിരിഞ്ഞ നീലത്താമര!"

ഉത്സാഹത്തോടെ താമര പൊട്ടിച്ചെടുക്കാൻ വന്ദന സരസിലിറങ്ങാൻ ഒരുങ്ങിയപ്പോൾ തപൻ പെട്ടെന്ന് തടഞ്ഞു: "വേണ്ട വേണ്ട. അതവിടെ നിന്നോട്ടെ. താമര ആ നീലജലത്തിൽ മുഴുവൻ ഇതളുകളേയും വിടർത്തി നിൽക്കുന്നതു കാണാനല്ലേ ഭംഗി? പിന്നേയ്, വല്ല ഗന്ധർവന്മാരും ഇറങ്ങിവന്ന് എന്റെ വന്ദനയേയും കൊണ്ട് പോയാൽ...."

അവർ പതുക്കെ ആ സരസിന്റെ തീരത്തിലൂടെ നടന്നു.

ചിലപ്പോൾ കൈകൾ കോർത്തുകൊണ്ട് അല്ലെങ്കിൽ തൊട്ടുരുമ്മി ക്കൊണ്ട്. സുഗന്ധവാഹിയായ ഇളംകാറ്റിന്റെ തഴുകൽ ഏറ്റുകൊണ്ട്, പരസ്പരം നോക്കി മന്ദഹസിച്ചുകൊണ്ട്.

"എവിടെയാണ് മണ്ഡപം?" വന്ദന നാലുപുറവും നോക്കി.

"മണ്ഡപത്തിലേക്ക് എളുപ്പത്തിൽ എത്തില്ല. എഴുപത്തിഞ്ച് കൽപ്പടവുകൾ കയറണം. കയറുമ്പോൾ കാലിടറരുത്. മറിഞ്ഞു വീഴരുത്.'

"എഴുപത്തഞ്ച് കൽപ്പടവുകളോ? ശിവ ശിവ. അതു മുഴുവൻ കയറണോ?"

"മരം കയറുന്ന ആൾക്ക് ഇതിനാണോ വിഷമം? കാലിടറാതെ ദുശ്ശകുനങ്ങളൊന്നുമുണ്ടാവാതെ തൊഴുത് ഇറങ്ങിയാലേ അഭീഷ്ടസിദ്ധിയുണ്ടാവുകയുള്ളു."

"അല്ലെങ്കിൽ? ഈശ്വരാ. എനിക്ക് ഭയമാവുന്നു."

"ഭയപ്പെടാനൊന്നുമില്ല. ശകുനം നോക്കാനല്ല, അവിടെ പോയി കുറേ നേരം ഇരിക്കാനാണ് പോകുന്നത്. ആ സൗന്ദര്യവും ശാന്തതയും അനുഭവിക്കാൻ."

തപൻ പിന്നെ വന്ദനയെ കെട്ടിപ്പിടിച്ച് ചെവിയിൽ പറഞ്ഞു:

"ഈ ദേവിയോടൊത്ത്. അനുഗ്രഹം കാത്ത്."

അവർ മണ്ഡപത്തിലേക്കുള്ള പടവുകൾ കയറാൻ തുടങ്ങി. ഇടുങ്ങിയ പൊട്ടിപ്പൊളിഞ്ഞ പടവുകൾ. ചോലവെള്ളം തട്ടിയതിനാൽ വഴുക്കലും ഉണ്ട്. തപൻ വന്ദനയെ പിടിച്ച് ശ്രദ്ധയോടെ കാലടികൾ പൊക്കി വച്ച് പടവുകൾ കയറിക്കൊണ്ടിരുന്നു. മഹർഷിമാരുടെ ത്യാഗബോധത്തെ ഓർത്തു. സമസ്ത ലോകത്തിനു സുഖമുണ്ടാവട്ടെ എന്ന് പ്രാർഥിക്കുകയും അതിനായി പ്രയത്നിക്കുകയും ചെയ്ത ധന്യാത്മാക്കൾ!

പടവുകൾ കയറിക്കയറി മുകളിലെത്താറായപ്പോൾ എവിടെനിന്നോ ഒരു വെള്ളമുയൽ ചാടി വന്ന് വന്ദനയുടെ കാലടികളിൽ കിടന്ന് പിടഞ്ഞു. അവൾ കാലിടറി വീഴാൻ തുടങ്ങിയപ്പോഴേക്ക് തപൻ താങ്ങി.

"നോക്കൂ, മുയലിനും കൂടി വന്ദനയുടെ കാലടികളോടാണ് കമ്പം. ശരിയായ സൗന്ദര്യാസ്വാദകർ തന്നെ അവരും."

പക്ഷേ, ആ ഫലിതം ആസ്വദിക്കാൻ അപ്പോൾ വന്ദനയ്ക്ക് കഴിഞ്ഞില്ല. അവൾ ദയനീയഭാവത്തിൽ തപനെ നോക്കി.

"വന്ദന, ഇവിടെ പ്രവചനങ്ങൾക്കല്ല പ്രസക്തി. നമ്മൾ ഇവിടെ വന്നത് ഈ പ്രകൃതി തന്ന ശാന്തി അനുഭവിക്കാനാണ്."

വന്ദനയെ മണ്ഡപത്തിലേക്ക് കയറ്റിനിർത്തിയിട്ട് തപനും അവിടെ കയറി നിന്നു. അപ്പോൾ ആരോ ഒരാൾ പെട്ടെന്ന് ഇറങ്ങിപ്പോവുന്നതു കണ്ടു. തപൻ തിരിഞ്ഞുനിന്ന് അയാളെ നോക്കി. അയാൾ നടന്നു മറഞ്ഞിരുന്നു. എന്നാലും ഓർത്തു നോക്കി. ഇയാളെ കണ്ടിട്ടുണ്ടല്ലോ. ഓർമ വന്നു. ദേവദത്തന്റെ അടുത്ത കൂട്ടാളി. തീരെ അനാശാസ്യമായ ഒരു കർമത്തിന് ദേവദത്തന് കൂട്ടുനിൽക്കുന്നതാണ് കണ്ടത്. തപന്റെ ഉള്ളിൽ എന്തോ ഒന്ന് കൊളുത്തി വലിച്ചു. ഒരു അശുഭചിന്ത. പക്ഷേ, അപ്പോൾ തന്നെ അത് കുടഞ്ഞു കളയുകയും ചെയ്തു. എന്തുമാവട്ടെ.

വന്ദന അത്ഭുതപ്പെട്ടുപോയി. മലമുകളിൽ പഞ്ചാരമണൽ വിരിച്ച പരന്ന മുറ്റം. അതിനപ്പുറത്ത് ധാരാളം മരങ്ങൾ. അതിന്മേലിരുന്ന് പാട്ടു പാടുന്ന പക്ഷികൾ. കൂടെത്തന്നെ ചില പരുക്കൻ പക്ഷികളുടെ ആസുര സ്വരങ്ങൾ, വിരിഞ്ഞ് തലയാട്ടിനിൽക്കുന്ന പലതരം പൂക്കൾ. എവിടുന്നൊക്കെയോ ഒഴുകുന്ന ചോലകളുടെ കിണുങ്ങൽ. വന്ദന ശ്വാസം വിടാതെ നാലുപുറത്തേക്കും നോക്കിക്കൊണ്ട് നിന്നു.

"എങ്ങനെയുണ്ട്?" ചിരി ഒതുക്കിക്കൊണ്ടുള്ള തപന്റെ ചോദ്യം.

"വിസ്മയമുണ്ടാക്കുന്നതുതന്നെ."

"ഇവിടെ ഇരുന്ന് ആ വിശിഷ്ടരാഗം ഒന്ന് ആലപിക്കേണ്ടേ?"

"വേണ്ട തപൻ. നമുക്ക് പോവാം. എനിക്കെന്തോ ഒരു ഭയം തോന്നുന്നു."

തപൻ ഉറക്കെ ചിരിച്ചു: "ഭയമോ? ഈ പച്ചപ്പകലെ എന്തിനു ഭയം? ഞാനില്ലേ കൂടെ?"

വന്ദന കൂടെ ചരിച്ചു എങ്കിലും അവൾക്കവിടെ അധികസമയം നിൽക്കാൻ തോന്നിയില്ല. മനസിൽ എന്തൊക്കെയൊ ആശങ്ക വരുന്നു. തപനാണെങ്കിൽ, ആ വിജനതയിൽ വന്ദനയോടൊപ്പം കുറേനേരം നിൽക്കണമെന്നാണ് തോന്നിയത്. വിശ്വപ്രകൃതിയുടെ വിളയാട്ടങ്ങൾ കണ്ടുകൊണ്ട്.

വന്ദനയുടെ മുഖം വാടുന്നതു കണ്ടപ്പോൾ തപൻ അവളേയും കൂട്ടി പതുക്കെ പടവുകൾ ഇറങ്ങി. താഴെ സരസിന്റെ കരയിലെത്തിയപ്പോൾ, അവിടെ ഒരു കുതിര നിൽക്കുന്നു. ഇത് കൊട്ടാരത്തിലെ കുതിരയാണല്ലോ. തപൻ വേഗം അടുത്തേക്ക് നടന്നപ്പോൾ ചന്ദൻ ഓടി വന്ന് കാര്യങ്ങൾ പറഞ്ഞു: യശോധര സ്വകാര്യമായിട്ട് അയച്ചതാണ് കുതിരയുമായിട്ട് ചന്ദനെ. "വഴിയിൽ ആക്രമണത്തിന് സാധ്യതയുണ്ട്. വേഗം തരിച്ചെത്തണം എന്നും പറഞ്ഞു."

തപന്റെ ഉള്ളിൽ പലതും തെളിഞ്ഞു. ചന്ദനോട് നന്ദി പറഞ്ഞ് അവർ വേഗം കുതിരപ്പുറത്ത് കയറി. കുതിര അതിവേഗം ഓടിയിട്ട് അവരെ കൊട്ടാരത്തിലെത്തിച്ചു. അതിഥിമന്ദിരത്തിലേക്ക് വന്ദന തനിച്ചാണ് പോയത്. അവിടെ ജാലകത്തിന്നടുത്തിരുന്ന് യശോധര ഒരു രോമക്കുപ്പായം തുന്നുകയായിരുന്നു. വന്ദനയെ കണ്ടപ്പോൾ വേഗം എഴുന്നേറ്റു വന്ന് കെട്ടിപ്പിടിച്ചു: "ഹാവൂ. വന്നല്ലോ"

"എന്തുണ്ടായി യശോ?" വന്ദന നല്ലവണ്ണം പരിഭ്രമിച്ചിരുന്നു.

"എല്ലാം ആ ദേവദത്തന്റെ ദുർബുദ്ധി തന്നെ. അവർ പരിപാടി ഇടുന്നത് ഞാൻ കേട്ടത് നന്നായി എന്നുമാത്രം"

"എനിക്ക് തപന്റെ കാര്യത്തിലാണ് ഭയം."

"എനിക്ക് ആരുടെ കാര്യത്തിലും ഭയമില്ല. അതൊക്കെ അവർ നോക്കിക്കോളും. ദീദി വരൂ. നമുക്ക് മറ്റെന്തെങ്കിലും സംസാരിക്കാം."

വന്ദനയേയും കൂട്ടി യശോധര മുറിയിൽനിന്ന് പുറത്തിറങ്ങി.

എട്ട്

തനിക്ക് ഇങ്ങനെ ഒരു ഭാഗ്യം കിട്ടുമെന്ന് ജീവകൻ വിചാരിച്ചതേയില്ല. ഗുരു മൃത്യുഞ്ജയൻ ഒരു ഗുരുവും മൃത്യുഞ്ജയനും തന്നെ. മനുഷ്യശരീരത്തിലെ, അതിലെ ഓരോ ഞരമ്പുകളും അദ്ദേഹം സ്വന്തം ഉള്ളം കയ്യിലെ രേഖപോലെ കാണുന്നു! നഗ്നനേത്രങ്ങളെക്കൊണ്ട് മനുഷ്യന്റെ ആന്തരാവയവങ്ങളെ കാണുക എന്തൊരു അത്ഭുതസിദ്ധി!

വളരെ ചെറിയ ചെറിയ മരുന്നുകളാണ് അദ്ദേഹം ഉപയോഗിക്കുന്നതും പ്രയോഗിക്കുന്നതും. മുറ്റത്തിറങ്ങിയിട്ട് ഒന്നു ചുറ്റും നടന്ന് തിരിച്ചു വരുമ്പോൾ കയ്യിൽ മരുന്നുകളുണ്ടാവും. ഒരുദിവസം പുഴയിലേക്ക് കൂടെ സഹായത്തിന് പോകാൻ വേറെ ആരുമില്ലാത്തതിനാൽ അദ്ദേഹം വിളിച്ചു:

"ജീവകൻ വരൂ."

അന്ന് ഒരുമിച്ച് നടക്കുമ്പോഴാണ് അദ്ദേഹം വിശ്വാസപൂർവം ആ രഹസ്യം തന്നോട് പറഞ്ഞത്.

"ചക്രപാണി ദത്തന്റെ വ്യാഖ്യാനമാണ് പഠിച്ചത്."

"അതിവിടെ പ്രചാരത്തിലില്ലല്ലോ. അപ്പോൾ, അങ്ങ് ഈ നാട്ടുകാരൻ അല്ലാ...."

"നാട് ഏതായാലെന്താ? ഞാൻ അവന്തിയിലാണ് വിദ്യ അഭ്യസിച്ചത്."

കൂടുതൽ ചോദിക്കുന്നത് അദ്ദേഹത്തിന് ഹിതകരമാവില്ല എന്ന് തോന്നി. നാട്, വീട്, എന്റെ, നിന്റെ എന്നൊക്കെയുള്ള സങ്കുചിത ബോധത്തിൽനിന്ന് പുറത്തുകടന്നവർക്കേ ഇത്തരം അത്ഭുതകർമങ്ങൾ നിർവഹിക്കാൻ കഴിയൂ.

തപന്റെ കൂടെ ആദ്യം ഇവിടെ എത്തുമ്പോൾ തന്നെ ആശങ്കപ്പെടുത്തിയിരുന്നതും അതായിരുന്നുവല്ലോ. ദേശം, ഗോത്രം എന്നൊക്കെ ചോദിച്ചാൽ എന്തു പറയും? പക്ഷേ, ഒന്നും പറയേണ്ടി വന്നില്ല. യശോധര ജാലകനെ എല്ലാം പറഞ്ഞേൽപ്പിച്ചിരുന്നു. എന്നിട്ടും ഇടയ്ക്കിടെ അന്വേഷണമുണ്ടാവുന്നുണ്ട്. വസ്ത്രധാരണരീതി, ഉച്ചാരണത്തിലെ വ്യത്യാസം ഓരോന്നും ചോദ്യം ചെയ്യപ്പെടുന്നു. അപ്പോഴൊക്കെ ജാലകനാണ് രക്ഷയ്ക്കെത്തുക. ജാലകന് യശോധര ഈശ്വരിതന്നെയാണ്. "എന്റെ ജീവനെ രക്ഷിച്ച ആളല്ലേ" എന്നാണ് മൊഴി.

ജീവകൻ വീണ്ടും ആലോചിച്ചു നോക്കി, മഗധവും കപിലവസ്തുവും തമ്മിലുള്ള അന്തരം. ഫലഭൂയിഷ്ഠമായ മണ്ണാണ് ഇവിടെ. ഏതു കാലത്തും നിറഞ്ഞൊഴുകുന്ന പുഴകൾ. കാടുനിറയെ മരങ്ങൾ. വിളഞ്ഞു നിൽക്കുന്ന വയലുകൾ. ഒരുഭാഗത്ത് നെല്ലാണെങ്കിൽ മറ്റൊരിടത്ത് ഗോതമ്പ്, റാഗി. നോക്കിനിന്നുപോവാറുണ്ട്. തടിമിടുക്കുള്ള ജനങ്ങൾ. അവരുടെ ശബ്ദത്തിൽ പോലും എന്ത് ഊർജസ്വലതയാണ്. വ്യാപാരത്തിൽ പോലും കാപട്യം കാണിക്കാത്തവർ. ഇതൊക്കെയായിട്ടും ഒരു നൂറ്റാണ്ടിനപ്പുറത്താണ് ഇവർ നിൽക്കുന്നത് എന്നു തോന്നും. മാറ്റത്തെ ഭയപ്പെടുന്ന ഭരണാധികാരികൾ. മാറ്റമില്ലെങ്കിൽ ജീവിതമില്ല എന്നും ഇവർ അറിയുന്നില്ല. എന്നിട്ടും ഇവിടെ സിദ്ധാർഥനും തപനും യശോധരയും ഒക്കെയുണ്ടല്ലോ എന്നാണ് ആശ്വാസം.

ജീവകന് ആലോചിക്കാൻ ഉത്സാഹം വന്നു. സിദ്ധാർഥനും തപനും. ആകൃതിയിലും ചില പ്രകൃതിയിലും സാമ്യമുണ്ടവർക്ക്. എന്നാൽ ഉള്ളിലേക്കിറങ്ങുമ്പോൾ വ്യത്യസ്തർ. പ്രായോഗികബുദ്ധി തപന് കൂടും എന്ന് തോന്നാറുണ്ട്. ഒരിക്കലും ഭീരുത്വം കാണിക്കില്ല തപൻ. ക്ഷാത്രരക്തമാണോ ആ സിരകളിൽ ഓടുന്നത് എന്നും ചിലപ്പോൾ സംശയമുണ്ടാവും. അങ്ങനെയൊക്കെ ഓരോന്ന് ആലോചിച്ച് മുറ്റത്ത് നടക്കുമ്പോഴാണ് സിദ്ധാർഥൻ മുമ്പിൽ വന്നുനിന്നത്. അത്ഭുതപ്പെട്ടുപോയി. വേഗം ഉപചാരങ്ങൾക്ക് ബദ്ധപ്പെട്ട് അകത്തേക്ക് പോവാനൊരുങ്ങി

"വേണ്ട. ഒന്നും വേണ്ട. ഇവിടെ നിൽക്കൂ."

സൗമ്യവും ദീപ്തവും ദൃഢവും ആയ സിദ്ധാർഥ ശബ്ദം!

ജീവകൻ അവിടെത്തന്നെ നിന്നു, ആ ആകാരസൗഷ്ഠവം നോക്കികൊണ്ട്. വാരണാസിയിൽ ഗംഗാതീരത്ത് ഏതോ ശിൽപ്പി സ്ഥാപിച്ച പരമേശ്വര വിഗ്രഹമാണ് ഓർമവന്നത്.

"പ്രതീക്ഷിച്ചതൊക്കെ ലഭിച്ചുവോ?" സിദ്ധാർഥന്റെ സ്നേഹാന്വേഷണം.

"ഉവ്വ്, പ്രതീക്ഷിച്ചതിലധികം. 'ചരകൻ' എന്ന മഹാശാസ്ത്രജ്ഞന്റെ *ചരകം* എന്ന ഗ്രന്ഥത്തിൽ കായചികിത്സയ്ക്ക് പ്രത്യേക പ്രാധാന്യമുള്ള ഒരു ഖണ്ഡത്തിൽ, വേർപിരിച്ചെടുത്തിട്ടില്ലാത്ത ഒരു ഭാഗമുണ്ട്. അതാണ് ഗുരു മൃത്യുഞ്ജയ മഹാശയൻ വ്യാഖ്യാനിച്ചെടുത്ത് പ്രയോഗിക്കുന്നത്. ചരകന്റെ ശിഷ്യനായ അത്രേയൻ രചിച്ച *ആത്രേയസംഹിത*യിലാണ് അതുള്ളത്. ചികിത്സാവിഷയത്തിൽ ഏറെ ഫലപ്രദവുമാണത്. അത് അദ്ദേഹം എനിക്ക് പറഞ്ഞുതന്നു."

"ജീവകൻ ഇതൊക്കെ എങ്ങനെ മനസിലാക്കി?"

"ഓരോ നാട്ടിൽ നടന്ന് പലരേയും കണ്ട് ചോദിച്ചും കേട്ടും ശ്രദ്ധിച്ചും അറിഞ്ഞു."

"ഈ ചെറുപ്രായം കൊണ്ടുതന്നെ?"

ജീവകൻ മന്ദഹസിച്ചു. "ഉപനയനം കഴിഞ്ഞാൽത്തന്നെ ഏതു വഴി തെരഞ്ഞെടുക്കണം എന്ന് തീർച്ചപ്പെടുത്തും."

"ചരകത്തിൽ പറയുന്നതെന്താണ്?"

"സൂത്രം, നിദാനം, ശാരീരികം, ചികിത്സിതം, ഇന്ദ്രിയം.... തുടങ്ങി എട്ട് സ്ഥാനങ്ങളായി വിഭജിച്ച് വിസ്തരിക്കുന്നുണ്ട്. അതി ബൃഹത്തായ ഒരു ഗ്രന്ഥം. വളരെ വിശിഷ്ടമായതും. പക്ഷെ, കുറച്ചു സ്ഥലങ്ങളിൽ മാത്രമേ അത് പ്രയോഗിച്ച് തുടങ്ങിയിട്ടുള്ളു."

"എന്തേ പ്രചാരം കുറയാൻ..?"

"സമുദ്രംപോലെ അഗാധവും വിസ്തൃതവും ആണത്. കണാദന്റെ അണുസിദ്ധാന്തത്തെപ്പറ്റി പറയുന്നുണ്ട്– അണുസംഘാതങ്ങളാണ് ശരീരകോശങ്ങൾ എന്ന് വിവരിക്കുമ്പോൾ."

"കണാദൻ! കണാദൻ വളരെ പ്രാചീനമായ മഹർഷിയല്ലേ? എന്തൊക്കെയാണ് അദ്ദേഹം പറയുന്നത്?"

"കണാദ മഹർഷി മഹാഭാരതകാലത്തിനു മുമ്പാണ് ജീവിച്ചിരുന്നത് എന്നും ഒരഭിപ്രായമുണ്ട്. കശ്യപഗോത്രജനാണത്രെ. അതുകൊണ്ടാവാം കണാദന്റെ കണ്ടെത്തലുകൾക്ക് 'കാശ്യപീയദർശനം' എന്ന പേരു വന്നത്. മിഥിലയിലാണ് അദ്ദേഹം ജീവിച്ചത്. കശ്യപൻ എന്നായിരുന്നു ആദ്യത്തെ പേര് എന്നും അണുഭക്ഷകൻ (അണുസിദ്ധാന്തവാദി) ആയപ്പോഴാണ് 'കണാദൻ' എന്ന നാമം വീണത് എന്നും പറയാറുണ്ട്. വൈശേഷികദർശനത്തിന്റെ കർത്താവാണ്."

ജീവകൻ പറയുന്ന ഓരോ വാക്കുകളും സിദ്ധാർഥൻ അതീവശ്രദ്ധയോടെ തന്നെ കേൾക്കുകയായിരുന്നു. ചില നിമിഷങ്ങൾ ആലോചിച്ചു നിന്നിട്ട് ചോദിച്ചു:

"ഇനി എന്താണ് പഠിക്കുന്നത്?"

"സുശ്രുതൻ എന്ന ഗുരുവിന്റെ ശിഷ്യത്വം സ്വീകരിച്ചാൽ കൊള്ളാമെന്നുണ്ട്."

"സുശ്രുതൻ? ആരാണദ്ദേഹം?"

"ശസ്ത്രക്രിയയിലൂടെ മനുഷ്യശരീരത്തിലെ രോഗഭാഗങ്ങൾ നീക്കിയിട്ട് സുഖപ്പെടുത്താം എന്ന് തെളിയിച്ച മഹാൻ. വാരണാസിയാണ്. സ്വദേശം. പണ്ഡിത ദിവോദാസമഹാശയന്റെ ശിഷ്യൻ."

"ശരീരം കീറിമുറിക്കുകയോ? ആലോചിക്കാൻ കഴിയുന്നില്ല."

"എത്രയോ രോഗികളെ അങ്ങനെ അദ്ദേഹം സുഖപ്പെടുത്തിയത്രെ. എനിക്കതിനെ പറ്റി വ്യക്തമായി അറിയണം അവിടെ പോകണം."

ആരോ അടുത്ത് വന്നു നിന്നു എന്നറിഞ്ഞപ്പോൾ സിദ്ധാർഥൻ തിരിഞ്ഞുനോക്കി. ആളെ പെട്ടെന്ന് മനസിലായി.

"ഓ ഹരിദത്തൻ."

അതുകേട്ട് ചുമലിലിട്ട വസ്ത്രമെടുത്ത് ചുരുട്ടിപ്പിടിച്ച് കണ്ണിമവെട്ടാതെ ആ നാടൻ യുവാവ് ഹരിദത്തൻ ഭവ്യതയോടെ നിന്നു.

"നമ്മൾ ഗുരുകുലത്തിൽനിന്ന് പിരിഞ്ഞതല്ലേ? എന്നാലും അങ്ങ് എന്നെ ഓർമിച്ചുവല്ലോ."

"ഹരിദത്തൻ എന്നെ ഓർത്തില്ലേ? പിന്നെന്താ?"

"ഞാൻ അങ്ങയെ കണ്ടിട്ടുതന്നെ വന്നതാണ്. അങ്ങ് നടന്നുവരുന്നത് ഞാൻ കണ്ടിരുന്നു."

"സന്തോഷം തോന്നുന്നു ഇപ്പോൾ കണ്ടതിൽ. ഈ ഭാഗത്താണോ ഹരിദത്തൻ താമസിക്കുന്നത്?"

"അതെ, ഇവിടെ അടുത്താണ്."

ഹരിദത്തൻ നിന്ന് പരുങ്ങുമ്പോൾ അങ്ങോട്ടു തന്നെ പറഞ്ഞു. "ഞാൻ വരാം. ഹരിദത്തന്റെ അച്ഛനമ്മമാരേയും കണ്ട് പരിചയപ്പെടാമല്ലോ."

ഹരിദത്തൻ പിന്നെയും പരുങ്ങി.

"ഞങ്ങൾ പാവങ്ങളാണ്."

"വരൂ. നമുക്ക് നടക്കാം."

സംശയം കൂടാതെ സിദ്ധാർഥൻ രണ്ടടി നടന്നിട്ട് തിരിഞ്ഞ് ജീവകനോട് യാത്ര ചോദിച്ചു: "നമുക്കിനിയും കാണാം."

ഹരിദത്തന്റെ കൂടെ സിദ്ധാർഥൻ ആ ഒറ്റയടി വഴിയിലൂടെ നടന്നു. തൊട്ടാവാടികളും കാരമുള്ളുകളും ചാടിക്കടന്നുകൊണ്ട്. സിദ്ധാർഥൻ ശ്രദ്ധിച്ചു..... ഹരിദത്തൻ പാദരക്ഷകൾ പോലും ധരിച്ചിട്ടില്ല. എന്നിട്ടും നടത്തത്തിന് എന്ത് അനായാസത. നടക്കുന്നതിനിടയിൽ കുടുംബത്തിലെ സ്ഥിതിയും ഹരിദത്തൻ പറഞ്ഞുകൊണ്ടിരുന്നു.

അച്ഛൻ ഇരുമ്പിൽ പണിയെടുക്കുന്നവനാണ്. വീട്ടുപണിക്കും കൃഷിപ്പണിക്കും ആവശ്യമുള്ളതൊക്കെ പണിതുകൊടുക്കും. രഥനിർമാണത്തിനാവശ്യമുള്ളതും ഉണ്ടാക്കാനറിയാം. അതൊക്കെ അച്ഛൻ പ്രത്യേകമായി തന്നെ അഭ്യസിച്ചിട്ടുണ്ട് എന്നാണ് ഹരിദത്തൻ പറഞ്ഞത്. അമ്മ കൃഷിപ്പണിയും വീട്ടുജോലികളും ചെയ്യും.

"ഹരിദത്തന്റെ ലക്ഷ്യം എന്താണ്?"

"എനിക്ക് പക്ഷികളെ പറ്റി പഠിക്കാനാണ് ആഗ്രഹം. അവയുടെ ജീവിതരീതി, സ്വഭാവങ്ങൾ. അതിനായിട്ട് ഈ കാട്ടിലൊക്കെ ഇങ്ങനെ നടക്കുന്നു."

"അച്ഛനമ്മമാർക്ക് സമ്മതമാണോ അത്?"

"സമ്മതിക്കാതിരിക്കാനെന്താ? ഇത് എന്റെ ഒരാഗ്രഹമല്ലേ?"

സിദ്ധാർഥന് അത്ഭുതം തോന്നി. അച്ഛനമ്മമാർ അവരുടെ മക്കളെ അവരുടെ മോഹത്തിന് വിടുന്നത് രസാവഹം തന്നെ. കൊട്ടാരത്തിലാണെങ്കിൽ ഞാനെന്താവണം എന്ന് തീരുമാനിക്കുന്നത് അച്ഛനാണ്. എനിക്ക് ഇഷ്ടമോ അനിഷ്ടമോ എന്ന ചോദ്യമില്ല.

"അതാ അവിടെ ആ മലഞ്ചെരിവിൽ കാണുന്ന വീടില്ലേ?"

ഹരിദത്തൻ അകലേക്ക് വിരൽചൂണ്ടിയിട്ട് പറഞ്ഞുതുടങ്ങി: "അവിടുത്തെ കാനായി എന്ന് ചെറുപ്പക്കാരന് മത്സ്യങ്ങളെപ്പറ്റി അറിയാനാണ് മോഹം. നമ്മളീകാണുന്നതൊന്നുമല്ല അതിനേക്കാളൊക്കെ എത്രയോ അധികം വിവിധതരത്തിൽ മത്സ്യങ്ങളുണ്ടത്രെ. അവരുടെ ജീവിതവും

കുട്ടികളെ വളർത്തലും എല്ലാം കാനായി നോക്കി പഠിച്ച് എന്നോട് പറയും. രസമുള്ളതാണ്."

"ഹരിദത്തന് സഹോദരങ്ങളില്ലേ?"

"ഇല്ല്യാ. എന്റെ താഴെ അമ്മ മൂന്ന് പ്രസവിച്ചു. മൂന്നുപേരും മരിച്ചു പോയി."

"മൂന്ന് കുട്ടികൾ മരിച്ചുവോ?" സിദ്ധാർഥന്റെ മുഖം വിവർണമായി.

"ഉവ്വ്, അവർക്ക് ആദ്യംതന്നെ എന്തോ സുഖക്കേടുണ്ടായിരുന്നുവത്രെ."

"അതെങ്ങനെ? ജനിക്കുമ്പോൾ തന്നെ സുഖക്കേട്?"

"അതെനിക്കറിയില്ല. അമ്മ പറഞ്ഞ് കേൾക്കുന്നതാണ്."

അവർ ഹരിദത്തന്റെ വീട്ടിലെത്തി. ഒരു കൊച്ചുവീട്. മുറ്റത്ത് പശുക്കളുണ്ട്. അപ്പുറത്ത് അച്ഛന്റെ പണിപ്പുരയുണ്ട്. ചുറ്റും വൃക്ഷങ്ങൾ. കുറേ അപ്പുറത്ത് ഒരു ജലാശയം. മകന്റെ കൂടെ വരുന്ന പുതിയ ആൾ ആരാണെന്ന് ഹരിദത്തന്റെ അച്ഛനമ്മമാർ നല്ലവണ്ണം നോക്കി. ആളെ അറിഞ്ഞപ്പോൾ അവർ കണ്ണുതുറിച്ച് വായ പൊത്തിപ്പിടിച്ച് നിന്നു. ഇങ്ങനെ ഒരു മഹാദ്ഭുതം അവർക്ക് സങ്കൽപ്പിക്കുവാനേ സാധിക്കുമായിരുന്നില്ല. നാടു ഭരിക്കുന്ന ശുദ്ധോദനപ്രഭുവിന്റെ മകൻ തങ്ങളുടെ ഈ കൊച്ചു കുടിലിൽ വരുന്നു...... ഈ കാട്ടുവഴിയിലൂടെ നടന്നുകൊണ്ട് അവർ വേഗം മുറ്റത്തേക്കിറങ്ങിച്ചെന്ന് സിദ്ധാർഥന്റെ കാൽക്കൽ വീണ് വണങ്ങി. ആദരവോടെ അകത്തേക്ക് കൂട്ടിക്കൊണ്ടു വന്നു. പിന്നെ ആകെക്കൂടി ഒരു ബഹളമായിരുന്നു. ഏതൊക്കെ വിധത്തിൽ സ്വീകരിക്കണം. സൽക്കരിക്കണം? ഹരിദത്തന്റെ അമ്മ വേഗം പശുവിനെ കറന്നു. വിശിഷ്ടാതിഥികൾ വരുമ്പോൾ ഉണ്ടാക്കാറുള്ള പായസവും പാൽക്കട്ടിപലഹാരവും ഉണ്ടാക്കുവാൻ ബദ്ധപ്പെട്ടു. മുറികളിൽ സാധനങ്ങളൊക്കെ അടുക്കിവെക്കാനും വൃത്തിയാക്കാനും തുടങ്ങി അച്ഛൻ. പിന്നെ, വേഗം വാഴയില മുറിച്ചുകൊണ്ടുവന്ന് അതിൽ അരിപ്പൊടിയും മധുരവും പൊതിഞ്ഞ് വേവിക്കുന്ന പലഹാരം ഉണ്ടാക്കുവാൻ അമ്മയെ സഹായിച്ചു. ഹരിദത്തൻ ആ സമയത്തൊക്കെ സിദ്ധാർഥനേയും കൂട്ടി മുറ്റത്തേക്കിറങ്ങി. അവരുടെ കൃഷിസ്ഥലങ്ങളും കുളങ്ങളുമെല്ലാം കാണിച്ച് അതിനെപ്പറ്റി വിവരിച്ചു. വളച്ചുകെട്ടും അതിശയോക്തിയും ഇല്ലാത്ത ഹരിദത്തന്റെ സംസാരം സിദ്ധാർഥന് ഇഷ്ടപ്പെട്ടു. കൃഷിയുടെ കാര്യത്തിൽ ആ കുടുംബത്തിനുള്ള ശ്രദ്ധ സിദ്ധാർഥനെ രസിപ്പിച്ചു.

അവരുടെ ചെറിയ ഊൺതളത്തിൽ, അവിടത്തെ ഏറ്റവും നല്ല പുൽപ്പായയും പുത്തൻ വിരിപ്പും ഇട്ട് ഹരിദത്തന്റെ അച്ഛൻ സിദ്ധാർഥനെ ഭക്ഷണത്തിന് ക്ഷണിച്ചു.

"ഹരിദത്തൻ വരൂ.... നമുക്ക് ഒരുമിച്ച് കഴിക്കാം."

ഇരിക്കുമ്പോൾ ഹരിദത്തനേയും സിദ്ധാർഥൻ അടുത്തു പിടിച്ചിരുത്തി.

"അവൻ പിന്നീട് സാവധാനത്തിൽ കഴിക്കട്ടെ. കുമാരന്റെ ഒരുമിച്ചിരുന്ന് അവൻ..... അതു വേണ്ട."

ഹരിദത്തന്റെ അച്ഛൻ മകനെ പിടിച്ചെണീപ്പിച്ചു.

"അതു പറ്റില്ല. ഗുരുകുലത്തിൽ നമ്മൾ ഒരുമിച്ചിരുന്നിട്ടല്ലേ ഭക്ഷണം കഴിച്ചിരുന്നത്? ഹരിദത്തൻ വരൂ."

സിദ്ധാർഥൻ നിർബന്ധിച്ചപ്പോൾ ഹരിദത്തൻ സിദ്ധാർഥന്റെ അടുത്ത് ഭക്ഷണത്തിനിരുന്നു. ഭക്ഷണം കഴിച്ചുതുടങ്ങും മുമ്പ് ഹരിദത്തൻ ഭക്ഷണത്തെ വന്ദിക്കുന്നതും ശാന്തിമന്ത്രം ചൊല്ലുന്നതും സിദ്ധാർഥൻ ശ്രദ്ധിച്ചു.

'ഇതൊക്കെ ഹരിദത്തൻ ഇപ്പോഴും ചെയ്യാറുണ്ടോ?'

"ഞാൻ മാത്രമല്ലാ അച്ഛനും അമ്മയും ചെയ്യും. ഗുരുകുലത്തിൽ നമ്മൾ ചെയ്തിരുന്നില്ലേ? എന്തിനുപേക്ഷിക്കണം?"

"ശരിയാണ്" സിദ്ധാർഥൻ മുഖം താഴ്ത്തി.

വെന്ത അരിയിൽ പശുവിൻപാൽ ഒഴിച്ച് കുറുക്കി മധുരം ചേർത്ത ഭക്ഷണം സിദ്ധാർഥൻ ആദ്യമായിട്ട് കഴിക്കുകയാണ്. കൊട്ടാരത്തിൽ ഇങ്ങനെയൊന്നും ഉണ്ടാക്കാറില്ല. പശുവിന്റെ പാലിന്റെ ഉപയോഗം തന്നെ കുറവാണ്. അധികവും പലതരം മാംസാഹാരങ്ങളാണുണ്ടാവുക. അരിയും മാംസവും ഇട്ട് വേവിച്ചുണ്ടാക്കുന്ന പ്രത്യേക വിഭവങ്ങളും..... പലതരം മൃഗങ്ങളുടെ മാംസങ്ങൾ. ഇവിടെ മാംസാഹാരം പതിവില്ലായിരിക്കുമോ? അല്ലെങ്കിൽ പെട്ടെന്ന് ശരിപ്പെടുത്തുവാൻ സാധിക്കാഞ്ഞിട്ടുമാവാം. ഏതായാലും പലഹാരങ്ങളും പായസവും സിദ്ധാർഥൻ ഏറെ രുചിയോടെ ത്തന്നെ കഴിച്ചു.

"കുമാരന് ഇഷ്ടപ്പെട്ടുവോ ആവോ...."

ഹരിദത്തന്റെ അച്ഛൻ കുറച്ച് അകന്നുനിന്ന് കൈകൂപ്പിക്കൊണ്ടും അമ്മ വാതിലിന്റെ മറവിൽ നിന്നുകൊണ്ടും പതുക്കെ ചോദിച്ചു.

"ഉവ്വ്. വളരെ രുചിയുള്ളതുതന്നെ. നിങ്ങൾ മാംസം ഉപയോഗിക്കാറില്ലേ?"

സിദ്ധാർഥന്റെ ചോദ്യം ഹരിദത്തന്റെ അച്ഛനെ കുഴക്കി. കുമാരൻ പ്രഭു കുടുംബത്തിലെ ആളാണ്. മാംസം നിർബന്ധമാണല്ലോ അവിടെ. ച്ഛെ; അത് നേരത്തെ ആലോചിച്ചില്ലല്ലോ. ഇനി എന്തു ചെയ്യും.

"കുമാരന് വേണമായിരുന്നോ. തെറ്റു പിണഞ്ഞതാണ്." അദ്ദേഹം കിടന്നു പരുങ്ങി.

"വേണ്ടിയിട്ടല്ല. അറിയാൻ ചോദിച്ചതാണ്."

"ഞങ്ങൾ മാംസം കഴിക്കാറില്ല. പാല് ധാരാളം കലർത്തിയ അരിഭക്ഷണവും പിന്നെ പഴങ്ങളും ഇലക്കറികളും... അങ്ങനെയാണൊരു പതിവ്."

"ഇവിടുത്തെ ഭക്ഷണം എനിക്ക് വളരെ ഇഷ്ടപ്പെട്ടു."

സിദ്ധാർഥൻ അങ്ങനെ പറഞ്ഞപ്പോൾ അച്ഛനമ്മമാർക്ക് സമാധാനമായി. കൈകൂപ്പി നിൽക്കുന്ന അവരോട് യാത്ര പറഞ്ഞ് സിദ്ധാർഥൻ ആ വീട്ടിൽ നിന്നിറങ്ങി. കുതിരയെ നിർത്തിയത് ലുംബിനിയിലാണ്. അതുവരെ ഹരിദത്തനും അനുഗമിച്ചു. വഴിയിലൊക്കെ അയാൾ നിർത്താതെ സംസാരിച്ചിരുന്നു. നാട്ടുവിശേഷങ്ങൾ, ഇവിടത്തെ കൃഷികൾ. പലതരം

ഭക്ഷണരീതികൾ... എല്ലാം ഹരിദത്തന് അറിയാമായിരുന്നു. സമ്പന്നരുടെയും പ്രഭുക്കളുടെയും കുടുംബങ്ങളിലാണ് മാംസം ധാരാളമായി ഉപയോഗിക്കുക എന്ന് പറഞ്ഞു.

"ഇടത്തരക്കാരായ ഞങ്ങൾ മാംസം ഭക്ഷിക്കാറില്ല. പശുവിന്റെയോ എരുമയുടെയോ പാല് ധാരാളം കഴിക്കും. കുടിലുകളിൽ താമസിക്കുന്നവർ നല്ലതുപോലെ എണ്ണ ചേർത്ത റാഗി പലഹാരങ്ങളും ഗോതമ്പും വയറുനിറയെ കഴിക്കും. അവരും മൃഗങ്ങളെ കൊന്ന് തിന്നാറില്ല."

"എന്തുകൊണ്ട് മാംസം ഭക്ഷിക്കുന്നില്ല?"

"മൃഗങ്ങളെ കൊല്ലാനുള്ള വിഷമം കൊണ്ടാവാം. കൃഷിപ്പണിക്കൊക്കെ ഞങ്ങളെ സഹായിക്കുന്നത് ആ നാൽക്കാലികളല്ലേ? അവയെ കൊന്നൊടുക്കിയാൽ ഞങ്ങൾ എന്തു ചെയ്യും? ഇവിടുത്തെ പശുക്കളും കാളകളുമൊക്കെ അച്ഛന്റേയും അമ്മയുടേയും മക്കളെപ്പോലെത്തന്നെയാണ്. അച്ഛന്റെ ശബ്ദം കേട്ടാൽ തരിച്ചറിഞ്ഞ് ഓടിവരും. അവയെ പിടിച്ച് കൊല്ലുന്നതെങ്ങനെ? കാട്ടിൽ പോയി വേട്ടയാടുവാനൊന്നും ഞങ്ങൾ ഒരുങ്ങാറില്ല. ഉത്സാഹമായി ഓടിനടക്കുന്ന ജീവികളെ പിടിച്ച് വെട്ടിക്കൊല്ലുന്നത് ക്രൂരതയല്ലേ. അതും നമ്മുടെ ഒരു നേരത്തെ വിശപ്പടക്കാനായിട്ട്? എനിക്ക് എന്തായാലും സസ്യാഹാരമേ പറ്റുള്ളൂ."

ഹരിദത്തിന്റെ മുഖത്തേക്ക് സൂക്ഷ്മമായി നോക്കിക്കൊണ്ട് ആ വഴിയിൽത്തന്നെ നിന്നു സിദ്ധാർഥൻ. അതിനിടയിൽ ഹരിദത്തൻ യാത്ര പറഞ്ഞ് പിരിഞ്ഞു. എന്നിട്ടും നിഷ്കളങ്കമായ ആ ശബ്ദം തന്റെ ഹൃദയത്തിൽ ഉച്ചത്തിൽ പ്രതിധ്വനിയുണ്ടാക്കുന്നതറിയുന്നു..... "ഓടിനടക്കുന്ന ജീവികളേ..."

കൊട്ടാരത്തിൽ ഓരോ ദിവസവും എത്രയെത്ര മൃഗങ്ങളെയും പക്ഷികളെയുമാണ് കൊല്ലുന്നത് ഭക്ഷണത്തിനു മാത്രമായിട്ട്. അവയ്ക്ക് ജീവനും ജീവിതവും ഉണ്ട് എന്നുപോലും ആരും വിചാരിക്കാറില്ലല്ലോ. ഇണ ചേരുകയും പ്രസവിക്കുകയും മക്കളെ മുലയൂട്ടുകയും ചെയ്യുന്നവരാണ് എല്ലാ മൃഗങ്ങളും എന്നും ആർക്കും അറിയാത്തതുപോലെയാണവിടെ. കൊട്ടാരത്തിലെ കശാപ്പുശാലയിലേക്ക് വലിച്ചിഴച്ചുകൊണ്ടുപോകുമ്പോൾ മൃഗങ്ങൾ ദയനീയമായി നിലവിളിക്കുന്നത് താനും കേൾക്കാറുണ്ട്. എന്നിട്ടും ആ പാവം മൃഗം ആപത്ത് മനസിലാക്കിക്കൊണ്ട് നിസ്സഹായനായി രക്ഷ യാചിക്കുകയാണ് എന്ന് താൻ ആലോചിക്കാത്തതെന്തേ? സിദ്ധാർഥന്റെ മനസിൽ പറഞ്ഞറിയിക്കാൻ കഴിയാത്ത ഒരു അസ്വസ്ഥത മുളച്ചു. അത് ഹൃദയത്തിന്റെ ഓരോ അറകളിലേക്കും വളർന്ന് അവിടത്തെ മുഴുവൻ സ്വാസ്ഥ്യവും കെടുത്താനും തുടങ്ങി.

ഭൂതദയ എന്ന ആ വികാരത്തെപ്പറ്റി ഇത്രകാലവും താൻ അറിയാതിരുന്നതെന്തുകൊണ്ടാണ്? അന്വേഷിക്കാത്തതെന്തുകൊണ്ട്? ജീവകൻ പറഞ്ഞ ആ ആചാര്യന്മാരുടെ മഹത്തായ നേട്ടങ്ങളെപ്പറ്റി അറിയേണ്ടതെങ്ങനെ? അതിന്റെയൊക്കെ അടിവേര് ഉറച്ചുനിൽക്കുന്നതും ഈ കാരുണ്യത്തിൽത്തന്നെയല്ലേ? എന്നിട്ടും.....

കലങ്ങിമറിഞ്ഞ ഒരു മനസുമായി സിദ്ധാർഥൻ കൊട്ടാരത്തിൽ വന്നു. ആരേയും നോക്കാതെ, ആരുടെ ചോദ്യവും ശ്രദ്ധിക്കാതെ നേരെ മാളികയിൽ കയറി. തന്റെ മുറിയിലേക്ക് കടന്നു.

ഒൻപത്

കൊട്ടാരത്തിന്റെ തെക്കുഭാഗത്തുള്ള പൂന്തോട്ടത്തിൽ പുല്ലുപറിക്കുകയും ചെടികൾക്ക് മണ്ണും വളവും ഇടുകയുമൊക്കെ ചെയ്യുകയായിരുന്നു തോട്ടംപണിക്കാർ. ആനന്ദനേയും കൂട്ടി സിദ്ധാർഥൻ അവിടെ പോയി നിന്നിട്ട് പണിക്കാരോട് ഓരോന്ന് സംസാരിച്ചുകൊണ്ടിരുന്നു. പ്രഭുകുമാരൻ സാധാരണക്കാരെപ്പോലെ ഇങ്ങനെ ഈ പണിക്കാരോടൊക്കെ നാട്ടുവർത്തമാനം പറയുന്നത് അന്തസ്സിന് ചേർന്നതല്ല എന്ന് ദേവദത്തനും മറ്റു പലരും പറയാറുണ്ട്. ആനന്ദനാണെങ്കിൽ ഇത്തരം സന്ദർഭങ്ങളിൽ ജ്യേഷ്ഠനോട് സംസാരിക്കാനാണ് കൂടുതൽ രസം. ഈ അവസരങ്ങളിൽ ജ്യേഷ്ഠനോട് ഫലിതം പറയും. ചോദിക്കുന്ന ചോദ്യങ്ങൾ ക്കൊക്കെ സരസമായി മറുപടി പറഞ്ഞ് ചിരിക്കും. ചിലപ്പോൾ പുരാണ കഥകളും പറയും. ജ്യേഷ്ഠന്റെ പലപല ഭാവങ്ങളിൽ. ആനന്ദന് ഏറ്റവും ഇഷ്ടപ്പെട്ടതും ഈ ഭാവമാണ്. അന്ന് അവിടെ ഇരുന്ന് പറഞ്ഞത് ശിബിചക്രവർത്തിയുടെ കഥയായിരുന്നു. അഭയംതേടി വന്ന ഒരു പ്രാവിന്റെ ജീവനുവേണ്ടി സ്വന്തം ശരീരം അങ്ങനെതന്നെ ഉപേക്ഷിക്കാൻ തയാറായ ഒരു ത്യാഗിവര്യനായ ചക്രവർത്തിയുടെ കഥ. ആനന്ദനും മറ്റുള്ളവരും അത് ശ്രദ്ധയോടെ കേട്ടുകൊണ്ടിരിക്കുകയായിരുന്നു. അപ്പോൾ, അകലെനിന്നു പറന്നുവരുന്ന ഒരു പക്ഷിയുടെ കരച്ചിൽ അടുത്തടുത്ത് വരുന്നപോലെ തോന്നി. എല്ലാവരും ചെവി കൂർപ്പിച്ച് ശ്രദ്ധിച്ചു. അതെന്താണ്? അപ്പോൾ എല്ലാവരെയും അത്ഭുതപ്പെടുത്തിക്കൊണ്ട് ആ പക്ഷി കരഞ്ഞു കരഞ്ഞ് സിദ്ധാർഥന്റെ മടിയിൽ ചെന്ന് വീഴുകയും ചെയ്തു. അതിന്റെ ശരീരത്തിൽ ഒരു അസ്ത്രം തറച്ചിരിപ്പുണ്ടായിരുന്നു. ആ മുറിവിൽക്കൂടി ചോര ഒഴുകുന്നതും ഉണ്ടായിരുന്നു.

“ആരാണ് ഇത്രയ്ക്കൊരു ക്രൂരത ചെയ്തത്?”

സിദ്ധാർഥൻ ഉറക്കെ ചോദിച്ചു പോയി. വേഗം തന്നെ ആനന്ദന്റെ സഹായത്തോടെ അസ്ത്രം പറിച്ചെടുത്ത് മുറിവിൽ മരുന്നുവെച്ച് രക്തം തുടച്ചുകളഞ്ഞു. അപ്പോളാണ് സിദ്ധാർഥൻ അതു കണ്ടത്– “ഓ, പക്ഷിയുടെ കഴുത്തിൽ ഏതോ തകിട് കെട്ടിത്തൂക്കിയിട്ടുണ്ടല്ലോ. സന്ദേശവാഹകയാണോ ഇവൾ?” പക്ഷി ദയനീയമായി ആനന്ദനെയും സിദ്ധാർഥനെയും നോക്കി. ആ സമയത്ത് വില്ലും അമ്പുമായിട്ട് ദേവദത്തൻ അവിടെ വന്നു. പക്ഷിയെ കണ്ട് സന്തോഷത്തോടെ അതിനെ പിടിക്കുവാൻ കൈ നീട്ടി. “നീ ഇവിടെ വന്നിരിക്കുകയാണല്ലോ?”

എന്നാൽ, പക്ഷി ദേവദത്തനെ കണ്ട് കരഞ്ഞുകൊണ്ട് സിദ്ധാർഥനോട് ചേർന്നുനിൽക്കുകയാണ് ചെയ്തത്.

“ഞാൻ അമ്പെയ്ത് വീഴ്ത്തിയ പക്ഷിയാണ്. ഇതിനെ എങ്ങനെ ജ്യേഷ്ഠന് കിട്ടി?” ഔദ്ധത്യത്തോടെയായിരുന്നു ചോദ്യം.

“എനിക്ക് കിട്ടിയതല്ല. എന്റെ മടിയിൽ വന്ന് വീണതാണ്.” ദേവദത്തനെ നോക്കാതെ പക്ഷിയെത്തന്നെ ശുശ്രൂഷിച്ചുകൊണ്ടാണ് സിദ്ധാർഥൻ പറഞ്ഞത്.

“എന്നാൽ, ഇങ്ങ് തന്നേയ്ക്കു.” ദേവദത്തൻ കൈനീട്ടി.

സിദ്ധാർഥൻ പ്രതികരിച്ചില്ല. മുഖം ഉയർത്തിയതുമില്ല. കണ്ടുനിന്നിരുന്ന ആനന്ദനും മുറ്റത്തുനിന്ന പണിക്കാരും ശ്വാസമടക്കിപ്പിടിച്ച് നിന്ന് പരുങ്ങി. ഇനി സംഭവിക്കുന്നതെന്താവും?

“ഉം. തരു.” ദേവദത്തൻ അധികാരഭാവത്തിൽ അടുത്ത് പക്ഷിയെ പിടിച്ചപ്പോൾ അത് പിന്നേയും അലറിക്കരയാൻ തുടങ്ങി. അപ്പോൾ സിദ്ധാർഥൻ ദേവദത്തിന്റെ കൈ തട്ടിക്കൊണ്ട് പക്ഷിയെ മറച്ചുപിടിച്ചു. സിദ്ധാർഥന്റെ മുഖത്തും ഗൗരവം ഉരുണ്ടുകൂടുന്നത് കണ്ട് ആനന്ദൻ പരിഭ്രമിച്ചു. ദേവദത്തന്റെ ദേഷ്യം ധാരാളം കാണാറുള്ളതാണ്. എന്നാൽ, സിദ്ധാർഥന്റെ ദേഷ്യം അങ്ങനെയല്ല. അത് ശരിക്കും ഗൗരവപ്പെട്ടതു തന്നെയാണ്. ഇനി എന്തുണ്ടാവും...?

എന്നാൽ, ആനന്ദൻ കണ്ടുകണ്ട് അത്ഭുതപ്പെട്ടു. ജ്യേഷ്ഠൻ സിദ്ധാർഥൻ കോപമടക്കിക്കൊണ്ടുതന്നെ ഉറപ്പിച്ചു പറയുന്നു:

“തരില്ല. മാറി നിൽക്കൂ. പക്ഷിയെ തൊടരുത്.”

ദേവദത്തൻ ആദ്യം ഒന്നമ്പരക്കുകയാണ് ചെയ്തത്. സിദ്ധാർഥൻ തന്നോട് എതിർക്കാൻ വരുമെന്ന് കരുതി. എന്നാൽ ആയുധംകൊണ്ടു തന്നെ മറുപടി കൊടുക്കാനും ഒരുങ്ങി. പക്ഷേ, ആ ശബ്ദത്തിൽ ഒട്ടും കോപമില്ല. അധികാരവും ഇല്ല. വേറെ എന്തോ ഒന്നിന്റെ ദാർഢ്യമുണ്ടായിരുന്നു. എനിക്ക് ഇളക്കമില്ല എന്ന് ഉറപ്പ്. അതാണ് ദേവദത്തനെ കുഴക്കിയത്. എന്നാലും അദ്ദേഹം പിന്മാറിയില്ല. തന്റെ ശക്തിയും ഒന്ന് കാണിക്കാതെ വെറുതെ തോറ്റുകൊടുക്കുവാൻ വയ്യ. വീണ്ടും അടുത്തേക്ക് നീങ്ങി. “ഞാൻ അമ്പെയ്ത് വീഴ്ത്തിയതാണ്. എനിക്കവകാശപ്പെട്ടതുമാണ്. ആ പക്ഷിയെ വേഗം വിട്ടുതരികയാണ് നല്ലത്.”

“ഒരു ജീവിയുടേയും അവകാശം അതിനെ കൊല്ലാനായിട്ട് അസ്ത്രം അയയ്ക്കുന്നവനല്ല.” സിദ്ധാർഥൻ മുഖമുയർത്തി ദേവദത്തനെ നോക്കി.

“എനിക്കീ മുരട്ടുവാദങ്ങളൊന്നും കേൾക്കേണ്ട. അതിനെ തരൂ. എന്റെ ഇന്നത്തെ സ്വാദിഷ്ഠമായ ഭക്ഷണമാക്കണം.”

സിദ്ധാർഥൻ വല്ലാതെ ഒന്ന് ഞെട്ടി. ഏതോ ഒരോർമയിൽ പിന്നെ ചോദിച്ചു: “അതെങ്ങനെ? ആകാശത്തിലൂടെ പറന്നുപോകേണ്ട പറവ എങ്ങനെ ദേവദത്തിന്റേതാകും?”

“അമ്പെയ്ത് വീഴ്ത്തിയപ്പോൾ അത് എന്റേതായി.”

“ഇല്ല്യാ. പക്ഷി വീണത് എന്റെ മടിയിലാണ്. ഞാനിതിനെ ഇനി കൊലയാളിക്ക് വിട്ടുകൊടുക്കില്ല.”

ദേവദത്തൻ ഒരടി പിന്നിലേക്ക് നിന്നു. ദേഷ്യംകൊണ്ട് അടിമുടി വിറയ്ക്കുകയാണദ്ദേഹം. അർഥഗർഭമായി കണ്ണുചെക്കി. ഈ എതിരാളിയുടെ കഥ ഇപ്പോൾ തന്നെയങ്ങ് തീർത്താലെന്താ? എന്നാൽ. അതിനടിയിൽ സിദ്ധാർഥൻ പിന്നേയും ദേവദത്തനെ നോക്കി. ആ നോട്ടത്തെ നേരിടാനുള്ള ബലം ദേവദത്തനുണ്ടാവുന്നില്ല. എന്നാലും അദ്ദേഹം രൗദ്രത വിടാതെ തന്നെ അലറി.

“ആ പക്ഷിയെ എനിക്ക് തരുന്നുണ്ടോ? അതോ? തരില്ലേ?”

“ഇല്ല്യാ.... തരില്ല്യാ.”

ഇനിയൊരു വാക്കിന്റെയും ചോദ്യത്തിന്റെയും ആവശ്യമില്ലാത്ത മറുപടി. രംഗം പന്തിയുള്ളതാവില്ലെന്ന് കണ്ടുനിന്നവർക്കൊക്കെ തോന്നി. ആപത്ത് കണ്ടറിഞ്ഞിട്ട് ആനന്ദൻ വേഗം പോയിട്ട് ശുദ്ധോദനപ്രഭുവിനെ വിവരം അറിയിച്ചു. കാര്യമറിയാവുന്ന അദ്ദേഹം കുലഗുരുവിനേയും കൂട്ടിയിട്ടാണ് വന്നത്. അവരെ കണ്ടപ്പോൾ വേഗം സിദ്ധാർഥൻ എഴുന്നേറ്റ് അച്ഛനെയും ഗുരുവിനെയും വന്ദിച്ചു. ദേവദത്തനാണ് കാര്യം അവതരിപ്പിച്ചത്:

“ഗുരോ, ഞാൻ വളരെ സമർഥമായിട്ട് അമ്പെയ്ത് വീഴ്ത്തിയ പക്ഷിയാണിത്. ഇതിനെ ജ്യേഷ്ഠൻ സ്വന്തമാക്കിവെച്ചിരിക്കുകയാണ്. എനിക്കിതിനെ തിരിച്ചുകിട്ടണം.”

സിദ്ധാർഥൻ ഒന്നും മിണ്ടിയില്ല. പക്ഷി ഭയപ്പെട്ട് ചിറകിട്ടടിക്കുമ്പോൾ അതിനെ പതുക്കെ തലോടിക്കൊണ്ട് നിന്നു.

ഗുരു ഒന്നുരണ്ടു നിമിഷം ആലോചിച്ചു നിന്നിട്ട് ശാന്തഭാവത്തിൽ പറഞ്ഞു: “കാര്യം എനിക്ക് മനസിലായി. ഇത് അവന്തിനാട്ടിൽ ഉള്ള പക്ഷിയാണ്, സന്ദേശവാഹക.”

“അവന്തിയിൽ?” സിദ്ധാർഥൻ പെട്ടെന്ന് ചോദിച്ചു.

“അതെ, മറ്റെങ്ങും ഇത്തരം പക്ഷികളുണ്ടെന്ന് കേട്ടിട്ടില്ല. സന്ദേശമെത്തിക്കുവാൻ ഇത്തരം പക്ഷികളെ പ്രത്യേകമായിത്തന്നെ പരിശീലിപ്പിക്കാറുണ്ട്.”

“ഏത് രാജ്യത്തെയായാലും വേണ്ടില്ല. അമ്പെയ്തു വീഴ്ത്തിയത് ഞാനാണ്. എനിക്കതിനെ തിരിച്ചുകിട്ടണം.” ദേവദത്തൻ ഇളകാതെ ഉറച്ചുനിൽക്കുകയാണ്.

കുലഗുരു സിദ്ധാർഥന്റെ നേരെ തിരിഞ്ഞു:

“എന്താണ് പറയാനുള്ളത്?”

“മുറിവുണങ്ങിയാൽ ഞാനീ പറവയെ ആകാശത്തിലേക്ക് പറത്തിവിടും. വേണ്ടിവന്നാൽ അവന്തിയിലെ ആകാശത്തിലേക്കുതന്നെ.” തീർച്ചപ്പെട്ടതായിരുന്നു സിദ്ധാർഥന്റെ സ്വരം.

എല്ലാം കേട്ടുനിന്ന ശുദ്ധോദനപ്രഭു കുലഗുരുവിൽത്തന്നെ പ്രതീക്ഷയർപ്പിച്ചിട്ട് അങ്ങോട്ടുമിങ്ങോട്ടും നടന്നു. അപ്പോൾ ഗുരുവിന്റെ തീരുമാനം കേട്ടു:

"ധർമം സിദ്ധാർഥന്റെ ഭാഗത്താണ്. അതിനെ ഞാനും ഇവിടുത്തെ പ്രജകളും അനുസരിക്കേണ്ടിയിരിക്കുന്നു. അതിനാൽ സിദ്ധാർഥന്റെ വാദമാണ് സ്വീകാര്യമായത്."

രംഗം ഒരുനിമിഷം പൂർണനിശ്ശബ്ദമായി. എല്ലാവരും ദേവദത്തനെയും സിദ്ധാർഥനെയും മാറിമാറി നോക്കി. സിദ്ധാർഥന്റെ മുഖത്ത് ഭാവഭേദമൊന്നുമില്ല. എന്നാൽ ദേവദത്തൻ നിന്ന് കത്തുകയായിരുന്നു. പരാജയം, അപമാനം, നഷ്ടം.... എല്ലാം കൂടി ദേവദത്തനെ കൂടുതൽ രൗദ്രനാക്കി. അദ്ദേഹം പ്രഭുവിന്റെ നേരെ തിരിഞ്ഞ് ആക്രോശിച്ചു:

"ഈ നാട്ടിൽ എനിക്ക് വല്ല സ്ഥാനവുമുണ്ടോ? ഞാനിവിടെ ആരെങ്കിലുമാണോ?"

"പറഞ്ഞുതരാം. അധർമികൾക്ക് ഇവിടെ സ്ഥാനമില്ല. ഒരു പക്ഷിയുടെ ജീവനുവേണ്ടി സ്വന്തം ശരീരം മുറിച്ചെടുത്ത് ത്രാസിലിട്ട് തൂക്കിക്കൊടുത്ത പാരമ്പര്യമാണ് ഈ നാട്ടിനുള്ളത്."

"പാരമ്പര്യത്തിന്റെ കഥയൊന്നും എനിക്ക് കേൾക്കണ്ട. എനിക്കീ നാട്ടിൽ വല്ല അവകാശവും ഉണ്ടോ?"

"ഈ നാട്ടിലെ പ്രജകളുടെ ന്യായമായ ഒരവകാശവും നിരോധിച്ചിട്ടില്ല. നിരോധിക്കുകയും ഇല്ല."

"ശുദ്ധോദനപ്രഭുവിന്റെ അനുജന്റെ മകൻ ശാക്യവംശപ്രജയല്ലാതെ വരുമോ? ഞാൻ അമ്പെയ്തു വീഴ്ത്തിയ പക്ഷിയിൽ എനിക്കൊരവകാശവുമില്ല എന്നു വരുന്നത്....?"

"അക്കാര്യം ഗുരുദേവൻ തീർച്ചപ്പെടുത്തിക്കഴിഞ്ഞു. അദ്ദേഹം ധർമശാസ്ത്രം വേണ്ടവിധം പഠിക്കുകയും പ്രയോഗിക്കുകയും ചെയ്യുന്ന ആളാണ്. പോരെങ്കിൽ, അവന്തിനാട്ടിൽനിന്ന് സന്ദേശവും കൊണ്ട് വേറെ എങ്ങോട്ടോ പറന്നുപോവുകയായിരുന്നു ഈ പക്ഷി. ഇത്തരം പക്ഷികളെ ആരും അമ്പെയ്ത് വീഴ്ത്താറുമില്ല."

"എന്നാൽ ഒരു കാര്യം ഞാൻ പറഞ്ഞേക്കാം. ഈ അവഗണനകളും പക്ഷഭേദങ്ങളും ഞാൻ ഇനി സഹിക്കുകയുണ്ടാവില്ല."

മടമ്പിടിച്ച് കുലുക്കിച്ചവിട്ടിക്കൊണ്ട് ദേവദത്തൻ അവിടെനിന്ന് പോയി. മറ്റുള്ളവരും പോയപ്പോൾ സിദ്ധാർഥൻ മുറിവേറ്റ ആ പക്ഷിയുടെ പരിചര്യയിൽ വ്യാപൃതനാവുകയുംചെയ്തു.

ഇതെല്ലാം കണ്ടും കേട്ടുംകൊണ്ട് അകത്തളത്തിന്റെ നീണ്ട വരാന്തയിൽ നെഞ്ചിടിപ്പോടെ നിൽക്കുന്നുണ്ടായിരുന്നു ഗൗതമി, മഹാപ്രജാപതി. അടുത്തുതന്നെ നിന്നിരുന്ന കൗശികിയോട് അവർ പറഞ്ഞു:

"സാധാരണയായിട്ട് മറ്റെല്ലാവരുടേയും ഭക്ഷണം കഴിഞ്ഞ് പോയാലാണ് സിദ്ധാർഥൻ ഭക്ഷണശാലയിൽ വരാറ് പതിവ്. വലിയ ശബ്ദവും ബഹളവുമായി ഭക്ഷണം കഴിക്കുന്നതാവില്ല അവനിഷ്ടം എന്ന് മനസിലാക്കിക്കൊണ്ട് ഞാൻ ബാക്കി എല്ലാവരും പോയിക്കഴിഞ്ഞാൽ പൊരിച്ച പന്നിമാംസവും മറ്റു വിഭവങ്ങളുമായിട്ട് സിദ്ധാർഥനെ കാത്തിരിക്കുകയും ചെയ്യും."

"കുമാരന് ഇപ്പോഴൊക്കെ മട്ടും ശീലവും മാറിയിട്ടുണ്ട് എന്ന് ഞങ്ങളൊക്കെ പറയാറുണ്ട്. വലിയ ഒരു പ്രഭുകുടുംബത്തിലെ ആളാണ് എന്ന് ധാരണയില്ലാതെയാണ് ഇരിപ്പും നടപ്പും."

കൗശികി ആവലാതി സ്വരത്തിൽ ഇടയിൽ കയറി പറഞ്ഞത് ഗൗതമിക്ക് അത്ര രസിച്ചില്ല. എന്നാലും അവർ തുടർന്നു:

"കാത്തിരിക്കുന്ന എന്റെ അടുത്തേക്ക് സിദ്ധാർഥന്റെ ഒരു വരവുണ്ട്. വളരെക്കാലമായി കണ്ടിട്ട് എന്നൊരു ഭാവമാണ് എന്നു കണ്ടാലും. എനിക്ക് ഭക്ഷണം വിളമ്പിത്തന്നിട്ട് ഞാൻ കഴിച്ചു തുടങ്ങിയാലേ സിദ്ധാർഥൻ കഴിക്കുകയുള്ളു. പതുക്കെ സാവധാനത്തിൽ ഓരോ കാര്യങ്ങൾ പറയുകയും ചെയ്യും."

ഗൗതമിയുടെ സംസാരത്തിന്റെ രീതി അറിയാവുന്ന കൗശികി ചെവി കൂർപ്പിച്ച് ഇരുന്നു. ഇനി എന്താവും പറയുക? പറയുവാൻ ബുദ്ധിമുട്ടുള്ള കാര്യങ്ങൾക്കാണ് ഇങ്ങനെയുള്ള തുടക്കങ്ങൾ പതിവ്.

"നാലുദിവസം മുമ്പ്" ഗൗതമി തുടർന്നു. "ഞാൻ സിദ്ധാർഥനു വേണ്ടിത്തന്നെ പ്രത്യേകമായി ഉണ്ടാക്കിയ മുയൽക്കറിയും ഇളമാനിന്റെ കരൾ പൊടികളിട്ട് വരട്ടിയതും ചോറിനോടൊപ്പം വിളമ്പുവാൻ തുടങ്ങിയപ്പോൾ സിദ്ധാർഥൻ തടഞ്ഞു.

"വേണ്ടമ്മേ... എനിക്കത് വേണ്ട."

"ഇത് നിനക്കുവേണ്ടിത്തന്നെ ഉണ്ടാക്കിയതാണ് സിദ്ധാർഥ്. നിനക്ക് വളരെ ഇഷ്ടമാണല്ലോ എന്ന് കരുതിയിട്ട്."

അത് വിളമ്പുവാൻ സിദ്ധാർഥൻ സമ്മതിച്ചതേയില്ല.

'എന്നാൽ പിന്നെ കുമാരൻ എന്തുകൂട്ടിയിട്ടാണ് ചോറുണ്ടത് അതോ ഒന്നും കഴിച്ചില്ലേ?'

കൗശികി വീണ്ടും ഇടയിൽ കടന്ന് ചോദിച്ചു.

"ഞാനെത്ര നിർബന്ധിച്ചിട്ടും സിദ്ധാർഥൻ മാംസം കഴിക്കാൻ സമ്മതിച്ചില്ല. അമ്മ വിഷമിക്കരുത്. എനിക്കത് സാധിക്കാഞ്ഞിട്ടാണ് എന്നാണ് പറഞ്ഞത്. ഇപ്പോൾ അരി വേവിച്ചത് ഉപ്പ് കൂട്ടി കഴിക്കും. ജീവികളെ കൊന്ന് എടുക്കുന്ന അവയുടെ മാംസം പാകം ചെയ്ത് ഇനി ഒരിക്കലും ഭക്ഷിക്കില്ലെന്നും സിദ്ധാർഥൻ പറഞ്ഞു. അവന്റെ മനസിന് കാര്യമായിട്ടു തന്നെ എന്തോ പറ്റിയിട്ടുണ്ട്. ഭഗവാൻ രക്ഷിക്കണേ..."

വാചകം മുഴുമിക്കും മുമ്പ് ഗൗതമിക്ക് കണ്ഠമിടറി. മേൽമുണ്ടുകൊണ്ട് മുഖം മറച്ച് അവർ വേഗം അവിടെനിന്ന് പോയി. കൗശികിയും വസ്ത്രം വായിൽ തിരുകി കണ്ണുതുടച്ചുകൊണ്ട് നിന്നു. ഈ കൈകളിൽ കിടന്നുകൊണ്ടാണല്ലോ കുമാരൻ ചിരിച്ചതും വളർന്നതും. കയ്യോ കാലോ വളരുന്നത് എന്ന് നോക്കിക്കൊണ്ട് തലയിലും താഴത്തും വയ്ക്കാതെ കൊണ്ടുനടന്നു. ഇപ്പോളെന്താ കുമാരന് ഇങ്ങനെയൊക്കെ തോന്നുന്നതാവോ.

സിദ്ധാർഥൻ പിന്നേയും പക്ഷിയെ ശുശ്രൂഷിക്കുന്നതിൽ ബദ്ധശ്രദ്ധനായി. നോക്കിനിന്ന ആനന്ദൻ അത്ഭുതപ്പെട്ടു. മുറിവ് കഴുകുമ്പോ

ഴോ മരുന്ന് പുരട്ടുമ്പോഴോ പക്ഷി കരയുന്നതേയില്ല. ഇളകി പിടയ്ക്കുന്നതും ഇല്ല. എല്ലാറ്റിനും നിന്നുകൊടുക്കുന്നതുപോലെ. എപ്പോഴും ജ്യേഷ്ഠനോട് പറ്റിച്ചേർന്ന് നിൽക്കുന്നു. 'ഒന്ന് മാറിനിൽക്ക് കുഞ്ഞേ' എന്ന് ജ്യേഷ്ഠൻ പറഞ്ഞാൽ പക്ഷി തലയും പൃഷ്ഠവും ഇളക്കിക്കൊണ്ട് പതുക്കെ കാലടികൾ മാറ്റിവയ്ക്കുന്നു. ജ്യേഷ്ഠനെ നോക്കിയിട്ട് കുഞ്ഞിക്കണ്ണുകൾ ഒന്നടച്ച് തുറക്കുകയും ചെയ്യുന്നു. രാത്രിയിൽ ജ്യേഷ്ഠന്റെ മുറിയിൽത്തന്നെയാണ് പക്ഷിയുടേയും വിശ്രമം. എന്നാൽ ,ഒരിക്കലെങ്കിലും പക്ഷിയുടെ കഴുത്തിൽ തൂക്കിയ തകിട് ജ്യേഷ്ഠൻ പരിശോധിച്ചു എന്നു തോന്നുന്നില്ല. ഒരുതവണ താനതിനായി ശ്രമിച്ചപ്പോൾ തടയുകയും ചെയ്തു.

"വേണ്ട, ഇത്തരം സന്ദേശങ്ങൾ തുറന്നുനോക്കരുത്."

പക്ഷി വേഗം സുഖപ്പെട്ടു. മുറിവുണങ്ങി. പരാവശ്യം പോയി. സുന്ദരിയായി. ചിറകുകൾ അടുക്കിനിന്നു. മഷി എഴുതിയതുപോലെയുള്ള കണ്ണുകൾ വിടർത്തി അവൾ ഓരോരുത്തരേയും മാറിമാറി നോക്കി. സ്വേച്ഛയാ പറക്കാറായോ എന്ന് സിദ്ധാർഥൻ അവളെ കൊട്ടാരത്തിനുള്ളിൽത്തന്നെ പറപ്പിച്ച് പരിശോധിച്ചു. അതിനുശേഷം ഒരുദിവസം പക്ഷിയേയും കൊണ്ട് പുറപ്പെട്ടു. പുറത്തിറങ്ങിയപ്പോൾ പകൽ വെളിച്ചവും ആകാശവും മരങ്ങളുമൊക്കെ കണ്ട് പക്ഷി ഉത്സാഹത്തോടെ ചിറകിട്ടടിച്ചു. ദേവദത്തൻ അമ്പെയ്ത സ്ഥലം സിദ്ധാർഥൻ ഏതാണ്ട് ഊഹിച്ചു നടന്ന് അവിടെ എത്തി. പക്ഷി സിദ്ധാർഥനെത്തന്നെ നോക്കുന്നുണ്ടായിരുന്നു. അദ്ദേഹം അതിനെ ഒന്നുകൂടി തൊട്ട് തലോടിയപ്പോൾ അവൾ ചിറകുകൾ ഒതുക്കിപ്പിടിച്ച് അനുസരിച്ചു. അവിടെ ഒരു മരത്തിന്റെ ചാഞ്ഞ കൊമ്പിൽ അദ്ദേഹം പതുക്കെ ആ പറവയെ വെച്ചിട്ട് പറഞ്ഞു:

"നീ നിന്റെ ദൗത്യം നിർവഹിക്കുക."

പക്ഷി സിദ്ധാർഥനെ ഒന്നു നോക്കി. ഒന്നുകൂടി കണ്ണടച്ച് തുറന്നു. പിന്നെ ആകാശത്തിന്റെ പരപ്പിലേക്ക് ഉയർന്ന് പറന്നു പോവുകയും ചെയ്തു. അങ്ങോട്ടുതന്നെ നോക്കിക്കൊണ്ട് നിൽക്കുമ്പോൾ സിദ്ധാർഥൻ തന്നെത്താൻ പറഞ്ഞു:

'ബന്ധങ്ങളില്ല. തടസങ്ങളുമില്ല. തുറന്ന വിഹായസിലൂടെയുള്ള സ്വതന്ത്രമായ യാത്ര!'

പക്ഷിയുടെ വാലിന്റെ അറ്റം കൂടി കാണാതെയായി. സിദ്ധാർഥൻ തിരിച്ചുപോന്നു. ലുംബിനിയിലെ കുഗ്രാമങ്ങളിൽ കൂടിയുള്ള നടത്തം സിദ്ധാർഥന് ആവേശം പകരുന്നതായി തീർന്നിരിക്കുന്നു. കാടും തോടും പറമ്പും വയലും മാറിമാറി പിന്നിട്ടുകൊണ്ടുള്ള യാത്ര. പാദരക്ഷപോലുമില്ലാതെ വളരെ പാവപ്പെട്ടവർ താമസിക്കുന്ന ഒരു പ്രദേശത്ത് എത്തി. അവിടവിടെ ചെറിയ കുടിലുകൾ. ഒരുവശത്ത് കുറേ കുട്ടികൾ ഒന്നിച്ചുകൂടി നിൽക്കുന്നുണ്ട്. മേലാകെ ചൊറി ബാധിച്ചവരും കണ്ണിൽ ദീനക്കാരും മെലിഞ്ഞുണങ്ങിയവരും.... എല്ലാ മുഖങ്ങളിലും ദൈന്യഭാവമാണ്. ആ സമയത്ത് ഒരു കുടിലിൽ നിന്നും വലിയ ചെമ്പുകളിൽ വെള്ളവുമാ

യിട്ട് രണ്ടു സ്ത്രീകൾ ഇറങ്ങിവന്നു. ഇത്? സിദ്ധാർഥൻ നല്ലവണ്ണം നോക്കി.

ഇത് യശോധരയാണല്ലോ; മറ്റവൾ തോഴിയും. വളരെ സ്നേഹഭാവത്തിൽ അവർ കുട്ടികളുടെ കണ്ണുകൾ കഴുകിത്തുടച്ചു മരുന്നൊഴിക്കുന്നു. കുട്ടികളെ കുളിപ്പിച്ച് മേലൊക്കെ തുടയ്ക്കുന്നു. വായിൽ മരുന്നൊഴിച്ച് കൊടുക്കുന്നു.

സിദ്ധാർഥന് അവരുടെ അടുത്തേക്ക് എത്താതെ വയ്യ എന്നായി. സിദ്ധാർഥനെ കണ്ടിട്ടും യശോധര താൻ ചെയ്തുകൊണ്ടിരുന്ന കർമങ്ങൾ നിർത്തിയില്ല. മുഖത്തു നോക്കി ഒന്ന് ചിരിച്ചു എന്നു മാത്രം. ചെയ്തിരുന്ന പണി മുഴുമിപ്പിച്ച് കുട്ടികളെ കുടിലിൽ കൊണ്ടുപോയി കിടത്തിയ ശേഷം അവൾ സിദ്ധാർഥന്റെ അടുത്തു വന്നു നിന്നു. വിനീതയായി തല കുനിച്ചു. പിന്നെ സൗമ്യഭാവത്തിൽത്തന്നെ പറഞ്ഞു:

"കുട്ടികളുടെ അമ്മമാർ വയലിൽ പണി ചെയ്യുവാൻ പോയിരിക്കുകയാണ്. മഴവരും മുമ്പ് ഇവരെ കുടിലിൽ കൊണ്ടുപോയി കിടത്താമെന്നു കരുതി. അങ്ങ് ഇവിടെ വരാറുണ്ടോ?"

"ഈ വഴി കടന്നുപോവാറുണ്ട്. നിങ്ങൾ അനുഷ്ഠിക്കുന്ന ഈ മഹനീയ കർമങ്ങൾ ചെയ്യാറില്ല. എനിക്കതിൽ ലജ്ജ തോന്നുകയാണിപ്പോൾ."

"ലജ്ജയുടെ ആവശ്യമെന്താണ്? ഇനിയും ചെയ്യാമല്ലോ."

സിദ്ധാർഥൻ യശോധരയെത്തന്നെ നോക്കി നിന്നു. വളരെ ലളിതമായ വേഷമാണ്. എന്നിട്ടും ഒരു ദേവിയെപ്പോലെ ഇവൾ ശോഭിക്കുന്നു. അദ്ദേഹം ക്ഷണിച്ചു:

"വിരോധമില്ലെങ്കിൽ നമുക്ക് ഒരുമിച്ച് നടക്കാം."

അവർ ഇരുവരും നടന്നു. ആദ്യം യശോധര സിദ്ധാർഥന്റെ പിന്നിൽ നടന്നപ്പോൾ അദ്ദേഹം മാറിനിന്ന് അവളെ ഒപ്പം നിർത്തി.... "പിന്നിലല്ല. ഒരുമിച്ച്."

നടക്കുമ്പോൾ സിദ്ധാർഥൻ ചോദിച്ചു:

"യശോധരയുടെ ഇത്തരം പുണ്യകർമങ്ങളെപ്പറ്റി കൊട്ടാരത്തിൽ സ്ത്രീകൾ എന്തു പറയും എന്ന് സംശയിക്കാറില്ലേ?"

"അവർക്ക് അറിവില്ലാത്തതുകൊണ്ട് എന്തെങ്കിലും പറയുന്നുണ്ടാവും. അറിവില്ലായ്മ ഒരു കുറ്റമല്ലല്ലോ. അവർക്ക് അറിവില്ലെന്നുവെച്ച് എനിക്കിത് ചെയ്യാതിരിക്കുവാനും വയ്യ."

സിദ്ധാർഥന്റെ മുഖത്ത് വിസ്മയം വിടർന്നു. ഇവരുടെ വാക്കുകൾക്ക് എന്തൊരു സുതാര്യതയാണ്. ഒരു വലിയ മനസിൽനിന്നു മാത്രം ഉത്ഭവിക്കുന്നവ. ഈ ചെറുപ്രായത്തിൽ ഇവർക്കെങ്ങനെ ഇത് സാധിക്കുന്നു. തുടർന്ന് സിദ്ധാർഥൻ പലതും താൽപ്പര്യത്തോടെ യശോധരയോട് ചോദിച്ചു. ഓരോ മറുപടിയും തൃപ്തികരമായിരുന്നു. തന്റെ സങ്കൽപ്പങ്ങളോടും വിശ്വാസങ്ങളോടും വളരെ അടുത്ത് നിൽക്കുന്നവ. അർഥശൂന്യങ്ങളായ അനാചാരങ്ങളെ യശോധരയും തള്ളിക്കളയുന്നു. പുറംമോടിയേക്കാൾ എത്രയോ വിലപിടിപ്പുള്ളത് ഹൃദയശുദ്ധിയാണ് എന്ന് അവൾ തീർത്തു

പറയുന്നു. യശോധര വേദപഠനം നടത്തിയിട്ടുണ്ട് എന്ന കാര്യം സിദ്ധാർഥനെ ഏറെ സന്തോഷിപ്പിച്ചു.

യശോധര പറഞ്ഞു: "വിദ്യയെ വിഭജിച്ച് സ്ത്രീക്ക് ഇന്നത്, പുരുഷന് മറ്റൊന്ന് എന്ന് വേർതിരിച്ച് കൊടുക്കേണ്ട ആവശ്യമില്ല."

"യശോധര ഒട്ടും ഇഷ്ടപ്പെടാത്തത് എന്തിനെയാണ്?" മറുപടി വന്നു: "അസമത്വം. മനുഷ്യരെ മേലും കീഴേയും ആക്കിനിർത്തൽ. അടിമകളെയും ഉടമകളെയും ഉണ്ടാക്കൽ. ഒന്നിന്റെ തന്നെ അംശങ്ങളാണെല്ലാവരും എന്ന് മുകളിലിരുന്ന് പറയുന്നു. എന്നിട്ടിവിടെ..."

"ശരിക്കും നിങ്ങൾ അങ്ങിനെ വിശ്വസിക്കുന്നുണ്ടോ?"

"ഉവ്വ്."

കൊട്ടാരത്തിലെത്തിയപ്പോൾ യശോധര യാത്ര പറഞ്ഞ് അതിഥി മന്ദിരത്തിലേക്ക് പോയി. എന്തുകൊണ്ടോ, വേറെ ഒരു പെൺകുട്ടിയോടും തോന്നാത്ത ഒരു ആദരവും ബന്ധവും സിദ്ധാർഥന് യശോധരയോട് തോന്നി. പ്രായപൂർത്തിവന്ന ഒരാളുടേതുപോലെ പക്വമായ ഭാഷണം. കുറച്ചു സമയം കൂടി ഇവിടെ നിൽക്കു എന്നു പറയാൻ തോന്നി.

ആദ്യമായിട്ട് യശോധരയെ കണ്ട സന്ദർഭം സിദ്ധാർഥൻ ആലോചിച്ചു നോക്കി. അത് അമ്മാമന്റെ കൊട്ടാരത്തിൽ പോയപ്പോളായിരുന്നു. അന്നുതന്നെ തനിക്ക് ആ കുട്ടിയോട് ഒരു പ്രത്യേക മമത തോന്നി. പ്രേമമോ അനുരാഗമോ ഒന്നുമല്ല. സൗഹൃദം പോലുമായിരുന്നില്ല. ഒരു ആദരവ്. വിശുദ്ധമായ ഒരു ഐക്യബോധം. യശോധരയുടെ മനസിൽ തന്നെപ്പറ്റി തോന്നുന്നത് എന്താവും? അതറിയില്ല. അന്വേഷിച്ചിട്ടുമില്ല. ഇഷ്ടമല്ല എന്ന് അർഥമുണ്ടാക്കുന്നതൊന്നും അവർ പറഞ്ഞിട്ടില്ല. ഇഷ്ടമാണ് എന്നും പറഞ്ഞിട്ടില്ല. ഏറ്റവും സമ്പന്നവും മാന്യവും ആയിരുന്നു വാക്കും ഭാവവും എന്നു മാത്രം അറിയാം.

കൊട്ടാരത്തിലെ മാളികയിലേക്ക് കയറുവാൻ തുടങ്ങുമ്പോൾ വരാന്തയിൽ കൂടി നടക്കുന്ന അച്ഛനെ കണ്ടു. അച്ഛൻ അസ്വസ്ഥനായി എന്നു തോന്നി. ആ അസ്വസ്ഥതയുടെ കാരണം ഊഹിക്കാമായിരുന്നതിനാൽ വിശദീകരണത്തിനൊന്നും നിന്നില്ല. അദ്ദേഹം ദയനീയ ഭാവത്തിൽ ഒന്നു നോക്കിയിട്ട് അവിടുന്ന് പോയപ്പോൾ സിദ്ധാർഥൻ മാളികയിലേക്ക് കോണിപ്പടികൾ കയറി സ്വന്തം മുറിയിൽ കടന്നു.

അപ്പോൾ തപനെ കാണുവാൻ വൈകി എന്നാണ് തോന്നിയത്. കിഴക്കൻമലകളിലെങ്ങോ മല്ലന്മാരുടെ തർക്കം തീർക്കുവാൻ പോയതാണ് തപൻ. ഇന്നു വരുമായിരിക്കും....

പത്ത്

ആനന്ദനും നന്ദനും കൊട്ടാരത്തിലേക്ക് തിരിച്ചുപോയപ്പോൾ അവർ പറഞ്ഞ കാര്യങ്ങളെപ്പറ്റി തപൻ വീണ്ടും ആലോചിച്ചു. സിദ്ധാർഥനുമായി ഇന്നലെ വളരെ നേരം സംസാരിച്ചതാണ്. കാണാൻ ബദ്ധപ്പാ

ടായിട്ടുതന്നെ ഇരിക്കുകയായിരുന്നു ഇരുവരും. കിഴക്കൻമലകളിലെ മല്ലരുടെയും ലിഛാവികളുടെയും കലഹം ആയുധപ്രയോഗമില്ലാതെ തന്നെ തീർക്കാൻ കഴിഞ്ഞതിൽ സിദ്ധാർഥൻ സന്തോഷിച്ചു. "ശാക്യരെ ഭരിക്കുന്നതുതന്നെ ഭയം എന്ന വികാരമല്ലേ? അതെടുത്തുമാറ്റിയപ്പോൾ അവരും അടങ്ങി." അതുകേട്ട് സിദ്ധാർഥൻ മന്ദഹസിച്ചതേയുള്ളു. ആ മന്ദഹാസത്തിന്റെ മാധുര്യവും ഭംഗിയും അളക്കാൻ കഴിയാത്തതാണ്. നോക്കി ഇരുന്നുപോവും. ചെങ്കുത്തായ ആ മലമുകളിലെ ജനജീവിതത്തിന്റെ രീതിയും സിദ്ധാർഥൻ ചോദിച്ചു. കോസലാധിപനായ പ്രസേനജിത്ത് വിവരമുള്ളവനാണ് എന്നാണ് തോന്നിയത് എന്നും അവരോട് സഹവർത്തിത്വമാവും നമുക്ക് ഗുണം ചെയ്യുക എന്നും ഉള്ള തന്റെ അഭിപ്രായത്തെയും സിദ്ധാർഥൻ ശരിവയ്ക്കുകയാണുണ്ടായത്.

അപ്പോഴും ആനന്ദൻ പറഞ്ഞ ആ പക്ഷിസംഭവത്തെപ്പറ്റി സിദ്ധാർഥൻ ഒന്നും പറഞ്ഞതേയില്ല. അല്ലെങ്കിലും ഇത്തരം കാര്യങ്ങൾ സിദ്ധാർഥൻ ഒന്നും പറയാറേയില്ല. ഇതിനേക്കാളൊക്കെ എത്രയോ വലിയ കാര്യങ്ങളാണ് ആ മനസിൽ കിടന്ന് വലുതാവുന്നത്. സിദ്ധാർഥന്റെ ജീവിതം ഈ മലകൾക്കിടയിൽ കുടങ്ങിക്കിടക്കില്ല എന്ന് മുമ്പും തോന്നിയിരുന്നു. ഇപ്പോൾ കൂടുതൽ തീർച്ചയായിക്കൊണ്ടിരിക്കുന്നു. വിജ്ഞാന തൃഷ്ണയുടെ ജ്വാല ആ മുഖത്ത് അധികമധികം തെളിഞ്ഞു വരുന്നുണ്ട്. ഏതു വിധത്തിലാവും അത് രൂപപ്പെടുക? പിന്നെ? അതിനുശേഷം....?

അപ്പോൾതന്നെ പതുക്കെ മറകൾ നീക്കി മറ്റൊരു മുഖം മുന്നിലേക്ക് വരുന്നു.... യശോധര! എന്തോ ഒരു പ്രത്യേക ഭാവം യശോധരയെപ്പറ്റി പറയുമ്പോഴും യശോധര അടുത്തുണ്ടാവുമ്പോഴും സിദ്ധാർഥനിൽ പ്രത്യക്ഷപ്പെടാറുണ്ട്. അത് അവളുടെ സ്വഭാവഗുണങ്ങളോടുള്ള ആദരവ് മാത്രമല്ല എന്നും തോന്നിത്തുടങ്ങിയിട്ടുണ്ട്. അതിൽ കവിഞ്ഞ മറ്റെന്തോ കൂടിയാണ് അത്.....?

ചോദിച്ചിട്ടില്ല. പറഞ്ഞിട്ടുമില്ല.

തപൻ മെത്ത വിരിച്ച് വിളക്കണച്ച് കിടന്നു.

വന്ദനയെ കണ്ടിട്ട് കുറേ ദിവസമായി. അവർ രാമഗമയിലേക്ക് തിരിച്ചു പോയിട്ടുണ്ടാവുമോ? നാളെ അന്വേഷിക്കണം.

രാവിലെ വളരെ നേരത്തെ ഒരു മുന്നറിയിപ്പുമില്ലാതെ സിദ്ധാർഥൻ ധർമശാലയിൽ തപന്റെ മുറിയിലെത്തിയപ്പോൾ തപൻ ഒന്ന് പരിഭ്രമിച്ചു. വേഗം എഴുന്നേറ്റ് സിദ്ധാർഥന്റെ കൈപിടിച്ച് മെത്തയിലിരുത്തി:

"എന്താണ് സിദ്ധാർഥ്?"

സിദ്ധാർഥൻ. മലർക്കെ തുറന്നിട്ട ജാലകങ്ങളിലൂടെ പുറത്തേക്കു നോക്കിക്കൊണ്ട് ചോദിച്ചു: "എന്താണ് ബഹളം?"

"ഓ, അത് സൈനികർ ചെയ്യുന്ന വ്യായാമത്തിന്റെ തിരക്കല്ലേ? പിന്നെ, അപ്പുറത്ത് ഏതൊക്കെയോ മത്സരങ്ങൾക്ക് ചെറുപ്പക്കാരെ ഒരുക്കലുമുണ്ട്.... കായികമത്സരങ്ങൾ, പർവതാരോഹണ മത്സരം."

സിദ്ധാർഥൻ അസഹ്യത നടിച്ച് പറഞ്ഞു:

"മത്സരം, മത്സരം. ഈ മത്സരം തന്നെ ഇല്ലാതാവണം എന്നാണെനിക്ക്."

തപൻ പതുക്കെ ചിരിച്ചു: "നമ്മളൊക്കെ ആഗ്രഹിക്കുന്നത് അതു തന്നെയാവും ഒരു നിലയ്ക്ക്. പക്ഷേ, ഇതൊക്കെ വ്യക്തിവികാസത്തിന്റെ ഒരു ഭാഗമല്ലേ? നിർദോഷകരമായ ഒരു സാഹസികത?"

"എന്ത് സാഹസികത? തപൻ, നമ്മൾ കണ്ടതല്ലേ ആ വിലാലൻ വേദനകൊണ്ട് പിടയുന്നത്? മുറ്റിനിൽക്കുന്ന യുവത്വം. ആ പാവം പരിചാരകൻ എന്തു ചെയ്തിട്ടാണ് ഇങ്ങനെയൊക്കെ വരുന്നത്? ഇവിടെ എന്ത് വ്യക്തിത്വം? എന്ത് വികാസം? ഇതൊന്നും പോരാഞ്ഞിട്ട് ഇനി ഒരു മത്സരവും വേണ്ട."

"സിദ്ധാർഥ്." തപൻ സ്വരം ചെറുതാക്കി. "ജീവിതത്തോട് പിന്തിരിഞ്ഞു നിന്നിട്ട് എന്താ കാര്യം? നമ്മുടെയൊന്നും ഇച്ഛയ്ക്കൊത്തിട്ടല്ലല്ലോ ഈ ബ്രഹ്മാണ്ഡം തിരിയുന്നത്. ദുഃഖിതരോട് അനുകമ്പ വേണം. അവരുടെ ദുഃഖം തീർക്കാൻ ശ്രമിക്കണം. എന്നാൽ, ദുഃഖമേ അരുത് എന്നു പറയുവാൻ നമുക്കെന്തധികാരം? നമ്മളൊക്കെ ഇവിടെ...."

സിദ്ധാർഥൻ തടഞ്ഞു: "വേണ്ട. ആ മായാവാദമൊന്നും എനിക്ക് ഉൾക്കൊള്ളാൻ കഴിയുന്നില്ല തപൻ. സത്യം സമർഥമായി മറയ്ക്കപ്പെട്ടിരിക്കുകയാണ്. ആ മറ പൊളിച്ചുകളയണം. പറയൂ. അതിനെന്തു ചെയ്യണം?"

തപൻ സിദ്ധാർഥന്റെ ചുമലിൽ പിടിച്ച് മുഖത്തേക്കുതന്നെ നോക്കിക്കൊണ്ട് നിന്നു. പിന്നെ രണ്ടുതവണ അങ്ങോട്ടുമിങ്ങോട്ടും നടന്നു. ഇദ്ദേഹത്തിനോട് എന്താണ് പറയേണ്ടത്? വേദശാസ്ത്രങ്ങൾ ശ്രദ്ധിച്ച് പഠിച്ചവനാണ്. സിദ്ധാർഥൻ ഒന്നും അങ്ങോട്ട് പറഞ്ഞുകൊടുക്കേണ്ടതില്ല. പക്ഷേ, അദ്ദേഹം സമൂഹത്തെ അറിഞ്ഞിട്ടില്ല. ഒരു മനുഷ്യന്റെ ദു:ഖവും സമൂഹത്തിന്റെ വ്യാകുലതയും ഒരുപോലെയല്ല. അതറിയുവാൻ ഇവിടെയിങ്ങനെ ഭയപ്പെട്ടിരുന്ന് അസ്വസ്ഥനായാൽ പോരാ.

"തപൻ." സിദ്ധാർഥന്റെ ശബ്ദത്തിലെ കൂടിവരുന്ന ദാർഢ്യം തപൻ അറിഞ്ഞു. "ഏതോ ഒന്നിന്റെ ഭേരി എപ്പോഴും എന്റെ ഉള്ളിൽ മുഴങ്ങുന്നു. അത് കണ്ടെത്താതെ വയ്യ. എങ്ങിനെ സാധിക്കും?"

"കഠിനപ്രയത്നം കൊണ്ട്, തീവ്രതപസുകൊണ്ട് സാധിക്കും. എന്ന് കേട്ടിട്ടുണ്ട്. പക്ഷേ..."

"ഉംം? എന്താ തടസ്സം?"

"നമുക്കൊക്കെ ചില കർത്തവ്യങ്ങളില്ലേ? മനുഷ്യബന്ധങ്ങളോട്. പിന്നെ....."

"എന്റെ കർത്തവ്യം സഹജീവികളെ സത്യത്തിലേക്ക് നയിക്കുക എന്നതാണ്. അതിന് ആദ്യം എനിക്ക് സത്യം കണ്ടെത്തേണ്ടിയിരിക്കുന്നു തപൻ. ഞാൻ മത്സരിക്കുന്നത് അതിന് തടസം നിൽക്കുന്ന, എന്റെ

തന്നെ ഉള്ളിലുള്ള ശത്രുക്കളോടാണ്. അവയെ ജയിക്കേണ്ടത് എങ്ങനെ എന്ന് പറഞ്ഞുതരൂ......"

"തപസ്സ് മാത്രമാണ് അതിന്റെ വഴി എന്നാണ് ഞാൻ കേട്ടിട്ടുള്ളത്. അത്, പർവതങ്ങളിലോ ഗുഹകളിലോ പോയിട്ട് കണ്ണടച്ചിരിക്കാൻ മാത്ര മല്ല. സ്വന്തം അന്തരാളങ്ങളിലേക്ക് ഇറങ്ങിനോക്കാറാവണം. അതിന് ഈ ലോകത്തിന്റെ ഗതിവിഗതികളെ കണ്ടറിയണം. വിജ്ഞാനത്തിന്റെ അട ച്ചിട്ട ആ പെരുംഗോപുരം തള്ളിത്തുറക്കുകതന്നെ വേണം."

"അതിന്?"

"അതിന് ഈ മതിലുകൾക്കപ്പുറത്തേക്കു കടന്ന് വൈരുധ്യങ്ങൾ നിറഞ്ഞ വിശാലമായ ഈ ലോകത്തെ അറിയുകയും വേണം."

തപൻ പറഞ്ഞു നിർത്തിയപ്പോൾ അവിടെ പെട്ടെന്നൊരു നിശ്ശബ്ദ ത നിറഞ്ഞു. എല്ലാം നിന്നുപോയതുപോലെ. ചില നിമിഷങ്ങൾ കഴി ഞ്ഞപ്പോൾ ഉറപ്പുള്ള ആ രണ്ട് കൈപ്പടങ്ങളും തപന്റെ ചുമലിൽ വച്ച് തപന്റെ മുഖത്തേക്കുതന്നെ നോക്കിക്കൊണ്ട് സിദ്ധാർഥൻ നിന്നു. പിന്നെ, ശാന്തനായി സ്നേഹസ്വരത്തിൽ പറഞ്ഞു:

"ഞാനും ആലോചിച്ചുകൊണ്ടിരുന്നത് അതുതന്നെയാണ് തപൻ. എത്ര സ്പഷ്ടമായിട്ട് അങ്ങ് എന്നെ അറിയുന്നു!"

വാക്കുകൾ കിട്ടാതെ പരുങ്ങേണ്ട അനുഭവം തപന് ഉണ്ടാവാറില്ല. എന്നാൽ, ഇപ്പോൾ എന്തു പറയണം എന്ന് അറിയാതെയാവുന്നു. അപ്പോൾ, സിദ്ധാർഥൻ തന്നെ പറഞ്ഞു:

"ആ ലക്ഷ്യം എന്റെ മുമ്പിൽ അകലെ തെളിയുന്നുണ്ട്. അങ്ങോട്ടെ ത്തണം. കഠിനപ്രയത്നം കൊണ്ടായാലും ഞാൻ അവിടെ എത്തും."

തപന് വല്ലാത്തൊരു സംഭ്രമമാണ് ഉണ്ടായത്. താൻ എവിടെയാ ണ്, ആരുടെ മുമ്പിലാണ് നിൽക്കുന്നത്?

സിദ്ധാർഥനെ കൊട്ടാരം വരെ അനുയാത്ര ചെയ്ത് ഗാഢാശ്ലേഷം ചെയ്ത് തിരിച്ചു വന്നിട്ടും തപന്റെ ഉള്ളിലെ ആ സംഭ്രമം വിട്ടുപോയില്ല. സിദ്ധാർഥന് യശോധരയോടുള്ള വികാരം? അതൊരു തിരിച്ചറിയലിലാ ണ്. അത് പൂർത്തീകരിക്കാതെ സിദ്ധാർഥന്റെ അന്വേഷണം സഫലമാ വുമോ? സ്നേഹലോലമാണ് ഇപ്പോഴും ആ ഹൃദയം. യശോധര ഒരു സാധാരണ സ്ത്രീയൊന്നുമല്ല. അവരുടെ മനസിൽ എന്താണുള്ളതെന്ന് വന്ദനയെങ്കിലും അന്വേഷിച്ചിട്ടുണ്ടാവില്ലേ? പക്ഷേ, വന്ദന ഒന്നു സൂചി പ്പിച്ചിട്ടുപോലുമില്ലല്ലോ തന്നോട്....ഇനി, യശോധര സിദ്ധാർഥനെ സ്വീക രിക്കാനൊരുങ്ങിയാൽ പവിത്രമായ ആ ഗാർഹസ്ഥ്യത്തിനേയും തട്ടിത്തെ റിപ്പിച്ചിട്ടാവില്ലേ സിദ്ധാർഥന്റെ യാത്ര? ആലോചിക്കുംതോറും കൂടുതൽ കെട്ടിക്കുടുക്കാവുകയാണ്. തപൻ അന്ന് ധർമശാലയിൽനിന്ന് പുറത്തി റങ്ങിയില്ല. പതിവുള്ള വ്യായാമവും ധ്യാനവും നടത്തി. മനസിനെ സമ നിലയിലേക്ക് കൊണ്ടുവരാൻ ശ്രമിച്ചു.

പതിനൊന്ന്

നിറനിലാവ്. എവിടെന്നൊക്കെയോ തണുത്ത കാറ്റടിക്കുന്നു. പുൽമേട്ടിൽ തപൻ മലർന്നു കിടക്കുകയാണ്. കാലടികൾ പിണച്ചുവച്ച് പതുക്കെ ഇളക്കുന്നുമുണ്ട്. ഇങ്ങനെ കിടന്നുകൊണ്ട് ചിന്തകളെ അലസമായി അലയുവാൻ വിടൽ തപന്റെ ഒരു ശീലമായിരിക്കുന്നു. വിശ്വപ്രകൃതിയുടെ ഭാവനാവിലാസത്തെപ്പറ്റി മേധ ഉണർന്നന്വേഷിക്കുന്നതും ഈ സന്ദർഭത്തിൽ തന്നെയാണ്. ആദിമാതാവിന്റെ ഇടറാത്ത താളത്തെപ്പറ്റിയാണ് തപൻ ആലോചിച്ചത്. ജീവിവർഗങ്ങൾ അതിന്റെ അവിഭാജ്യഘടകങ്ങളാണ് എന്ന് ഉറപ്പിക്കുമ്പോൾ തന്നെ ഇവയുടെ വികാരങ്ങളെ പ്രകൃതി ഉൾക്കൊള്ളാത്തതെന്താണ്? സ്വകർമാനുഭവം എന്നൊക്കെ ഓമനപ്പേരിട്ട് ഒഴിഞ്ഞുമാറാവുന്നതാണോ അത്?

രണ്ടു ദിവസം മുമ്പ് വിലലന്റെ വീട്ടിൽ കണ്ട ആ രംഗം ഏത് കഠിനഹൃദയനേയും കരയിക്കുന്നതായിരുന്നു. യുവതിയും ഗർഭിണിയും ആയ ഭാര്യയുടെ മുമ്പിൽ കിടന്ന് വിലലൻ മരണത്തിനോട് മല്ലിടുക. വിലലൻ കൊട്ടാരത്തിലെ പരിചാരകനായിരുന്നു. ഒത്ത ശരീരം. പൂർണ ആരോഗ്യവാൻ. ജീവിതത്തിനെപ്പറ്റി വലിയ പ്രതീക്ഷകളും നല്ല ഇച്ഛാശക്തിയും ഉള്ളവനായിരുന്നു. ഇടകിട്ടുമ്പോഴൊക്കെ ധർമശാലയിൽ വന്ന് കുറെ നേരം സംസാരിക്കും. എന്നിട്ടോ? ഒന്നും സാധിക്കാതെ പെട്ടെന്ന് ഇവിടുന്ന് പോകേണ്ടിയും വന്നു. ആരോ നിർബന്ധിച്ച് ഊക്കിട്ട് പിടിച്ചുവലിച്ച് കൊണ്ടുപോവുന്നു എന്നാണ് ആ മരണം കണ്ടുനിൽക്കുമ്പോൾ തോന്നിയത്. ശവസംസ്കാരത്തിന് കൂടെ പോയപ്പോൾ, അതാ കിഴക്കിന്റെ വാതിൽ പതുക്കെപ്പതുക്കെ തുറന്ന് ഉദയസൂര്യൻ പൊന്തിവരുന്നു. അപ്പോൾ, ആ മാർത്താണ്ഡദേവനോട് പറഞ്ഞുപോയി..... യഥാർഥ കർമയോഗി അങ്ങുതന്നെ. പകലൊക്കെ നടന്ന് ഈ ലോകത്തിന്റെ ദുഃഖം ആവാഹിച്ചെടുത്തിട്ടാണോ അങ്ങ് കറുത്തിരുണ്ടുപോയിരുന്നത്?

വന്ദന പതുക്കെവന്ന് അടുത്തിരുന്നപ്പോൾ തപൻ ഞെട്ടി എഴുന്നേറ്റു.

"വന്ദന, ഈ സമയത്ത് വന്നത്?"

"ചന്ദൻ ആരോടോ പറയുന്നതു കേട്ടു തപൻ ഇവിടെയുണ്ടെന്ന്. പിന്നെ സമയവും സന്ദർഭവും നോക്കിയില്ല."

വന്ദനയെ പിടിച്ച് തപൻ കുറേക്കൂടി അടുത്തേക്കിരുത്തി.

"മുഖത്തെന്തിനാ മ്ലാനത? പ്രസാദം വേണ്ട സമയമല്ലേ?"

"ഞങ്ങൾ നാളെ പോവുകയാണ്."

"നാളെ?" തപൻ പെട്ടെന്ന് വന്ദനയുടെ കൈ കടന്നുപിടിച്ചു.

"ഉം. അമ്മ സാധനങ്ങളൊക്കെ മടക്കിക്കെട്ടിത്തുടങ്ങി."

"സാരമില്ല. പോയിട്ട് വിവാഹവേഷവുമായിട്ട് തിരിച്ചു വരാമല്ലോ."

വന്ദനയുടെ മൗന മന്ദഹാസം ശ്രദ്ധിച്ചുകൊണ്ട് തപൻ തുടർന്നു:

"ഏയ്, നാളെ പോവരുത്. അടുത്ത ദ്വിതീയയ്ക്ക് ഇവിടെ ഒരു മത്സരം ഏർപ്പെടുത്തിയിട്ടുണ്ട്."

"മത്സരമോ?"

"ഉം. പർവതാരോഹണ മത്സരം. മലകയറ്റത്തിൽ കേമനാര് എന്ന് പരീക്ഷിക്കൽ."

"ഹയ്യോ. അതുവേണ്ട. അത് അന്നു പറഞ്ഞതല്ലേ?"

"ഉം? ഞങ്ങള് പുരുഷന്മാരല്ലേ?"

"അതെ അത് ശരിയാണ്. ബഹുവചനം വേണ്ട. പുരുഷൻ തന്നെ."

"വന്ദന അടുത്തുണ്ടെങ്കിലേ എനിക്ക് ഊക്കുണ്ടാവുള്ളൂ. ഒപ്പം നിന്നാൽ......"

"ഒപ്പം നിൽക്കും."

ഇരുവരും വളരെ അടുത്ത് പരസ്പരം നോക്കി ഇരുന്നു.

"നമുക്കാ കാട്ടിലെ മണ്ഡപത്തിൽ പോവേണ്ടായിരുന്നു തപൻ."

"അതെന്താ? അവിടെ ഇഷ്ടമായില്ലേ?"

"അന്തരീക്ഷം ഇഷ്ടമാവാഞ്ഞിട്ടല്ലാ."

"പിന്നെ? ആ പാവം മുയൽ ദിക്കറിയാതെ ഇടയിൽ ചാടിവീണതോ?"

വന്ദന മിണ്ടിയില്ല. പതുക്കെ സമ്മതിച്ച് തലയിളക്കി.

"ച്ഛെ! ഇനിയും അതിങ്ങനെ ഉള്ളിലിട്ട് ഉരുട്ടിയിരിക്കുകയാണോ? സ്ത്രീകൾ എപ്പോഴും ഇങ്ങനെ അശുഭകാംക്ഷികളാവുന്നതെന്താണ്?"

വന്ദനയ്ക്ക് ഒന്നും പറയാൻ തോന്നിയില്ല.

"നോക്കു വന്ദനാ. സൗന്ദര്യം നിർല്ലോഭം കോരി ഒഴിച്ചിരിക്കുകയല്ലേ അവിടെ പ്രകൃതി? അതിനു മുമ്പിൽ ഈ ശകുനങ്ങൾക്കൊക്കെ എന്തു വില? എനിക്ക് എന്റെ ചിന്തയിലും പ്രവൃത്തിയിലുമാണ് വിശ്വാസം."

"അതൊക്കെ അറിയാമെങ്കിലും ഉള്ളിൽ ഒരു പടപടപ്പ്."

"എന്റെ പടപടപ്പ് വന്ദന ഇവിടുന്ന് പോകുമല്ലോ എന്നാണ്. ഈ പരിസരത്തിലെവിടെയെങ്കിലും വന്ദന ഉണ്ടായാൽ മതി, എന്റെ മനസ്സ് പൂത്തുലയും."

മരക്കൊമ്പിലിരുന്ന് ഒരു രാക്കിളി ചിലച്ചപ്പോൾ ഇരുവരും മേൽപ്പോട്ടുനോക്കി. തപൻ പുഞ്ചിരിച്ചുകൊണ്ട് പതുക്കെ പറഞ്ഞു, "നോക്കു, അവിടേയും ഇതുതന്നെയാണ് വിഷയം. കൂട്ടുകാരിയെ പറഞ്ഞ് മനസിലാക്കുന്നു, എത്ര ഊക്കിട്ടു പറന്നാലും എത്താത്ത ചില സ്ഥാനങ്ങളുണ്ട്. അതിനെ കണ്ട് ഭയപ്പെടലല്ലാ നേരിടാനാവലാണ് ബുദ്ധി എന്ന്."

പിന്നേയും മിണ്ടാതിരിക്കുന്ന വന്ദനയെ പിടിച്ചു കുലുക്കിയിട്ട് തപൻ നിർബന്ധിച്ചു "എന്താ? എന്തെങ്കിലും പറയൂ. എന്തായാലും പറഞ്ഞോളൂ."

"തപൻ എനിക്ക് ദേവദത്തകുമാരനെപ്പറ്റി ഭയം തോന്നുന്നു. നമുക്ക് വേറെ എങ്ങോട്ടെങ്കിലും പോവാം തപൻ."

അവൾ തപന്റെ ചുമലിലേക്ക് ചാഞ്ഞു. തപൻ അത്ഭുതപ്പെട്ടുപോയി. ഇവൾക്കെന്തുപറ്റി? വന്ദനയെ ചേർത്തുപിടിച്ച് പുറത്ത് പതുക്കെ കൊട്ടിക്കൊണ്ട് ചോദിച്ചു:

"എന്തിനാണ് വന്ദനാ ഭയം? ഞാനില്ലേ കൂടെ? ദേവദത്തന് നമ്മളെ ഒന്നും ചെയ്യാനാവില്ല. നമുക്ക് ഒരുമിച്ച് ഇവിടുന്ന് പോകണം എന്ന്

ഞാനും തീർച്ചയാക്കിയിട്ടുണ്ട്. എന്നാൽ അത് ആരെയെങ്കിലും പേടിച്ച് ഓടിപ്പോവലാവില്ല."

എന്തുപറയണമെന്നറിയാതെ ഒട്ടിച്ചേർന്ന് നിൽക്കുന്ന വന്ദനയുടെ മുഖം രണ്ടു കൈകൊണ്ടും ചേർത്തു പിടിച്ച് തപൻ വികാരപരവശനായി.

'വന്ദനാ എന്റെ വന്ദന ഭീരുവാവരുത്. ബുദ്ധിശൂന്യയും ആവരുത്. നോക്കൂ, നമുക്ക് ചെയ്യാൻ വളരെ കാര്യങ്ങളുണ്ട്."

"അറിയാം. ഹായ്! ഇതെന്ത് അനുഭവമാണ്! ഞാനെന്താണ് പറയേണ്ടത് തപൻ?"

തപൻ വന്ദനയെ ആർത്തിയോടെ കെട്ടിപ്പിടിച്ചു. പിടിമുറുക്കി. പിന്നെ പെട്ടെന്ന് കൈവിട്ടു. കിതച്ചുകൊണ്ട് പറഞ്ഞു: "ഇനി വന്ദന കൊട്ടാരത്തിലേയ്ക്ക് പോവൂ. നാളെ തിരിച്ചുപോവരുത്. സാമ്രാജ്യം, അച്ഛൻ, അമ്മ എല്ലാം നഷ്ടപ്പെട്ടവനാണ് ഞാൻ. എന്നാൽ, ഇന്ന് ലോകത്തിലെ ഏറ്റവും വലിയ സമ്പന്നൻ ഞാനാണ്."

വന്ദനയുടെ കൈപ്പടങ്ങൾ ഒന്നുകൂടി കൈയിലെടുത്ത തപൻ അതിൽ മുഖമമർത്തി.

വന്ദന തിരിഞ്ഞു നോക്കി പതുക്കെ നീങ്ങി അകലുമ്പോൾ കാണാതെയാവുന്നതുവരെ തപൻ അങ്ങോട്ടു തന്നെ നോക്കിക്കിടന്നു. അവൾ പോയിക്കഴിഞ്ഞപ്പോൾ തപന് ഉള്ളിൽ ഒരാശങ്ക ഈ രാത്രിയിൽ വഴിയിൽ എന്തെങ്കിലും ആപത്ത്...? ഉടൻ തിരുത്തി. വന്ദനയേ രക്ഷിക്കുവാൻ വന്ദന മതി.

വന്ദന പറമ്പിനറ്റത്തെത്തിയപ്പോൾ യശോധര പുരുഷവേഷത്തിൽ അടുത്തുള്ള ഒരു കുടിലിൽനിന്ന് ഇറങ്ങിവരുന്നത് കണ്ടു. ചോദിക്കുന്നതിനു മുമ്പു തന്നെ യശോധര പറഞ്ഞു:

"ഇന്നലെ നമ്മൾ പുഴവക്കത്ത് ഒരു ദീനക്കാരി കുട്ടിയെ കണ്ടില്ലേ, മിഥില?"

"ഉവ്വ്. അവൾ?"

"അവൾ സുഖം പ്രാപിക്കുകയാണ്. ജീവകന്റെ ചികിത്സകൊണ്ട്."

"അത് നന്നായി. അവളെ തിരിച്ചുകിട്ടും എന്നുതന്നെ തോന്നിയില്ല ഇന്നലെ കണ്ടപ്പോൾ."

"ജീവകന്റെ മരുന്നുകൾക്ക് നല്ല ഫലമാണ്. അശ്വിനീദേവകളുടെ അനുഗ്രഹം വാങ്ങിയിട്ടുണ്ടോ എന്ന് ഞാൻ ജീവകനോട് ചേദിച്ചു. നമ്മുടെ ചന്ദന്റെ ഏതോ സഹോദരൻ ശരീരമാകെ കുഴഞ്ഞ് കിടക്കുകയായിരുന്നില്ലേ? ഇന്നലെ ഞാൻ അയാളെ കണ്ടു. വയലിനരികിലൂടെ തനിയെ നടന്നു വരുന്നു. ജീവകൻ കൊടുത്ത മരുന്നുകളാണത്രെ അയാൾ സേവിച്ചത്."

"ഇതൊരു വലിയ അനുഗ്രഹം തന്നെയാണ് അല്ലേ? മനുഷ്യരുടെ രോഗം ഭേദമാക്കിക്കൊടുക്കുവാൻ സാധിക്കൽ."

"പക്ഷേ, പറഞ്ഞിട്ടെന്താ ഇദ്ദേഹത്തിനേയും ഇവർ ഇവിടെനിന്ന് ഓടിക്കാറായിരിക്കുന്നു."

"അതെന്തിന്? ആര് ഓടിക്കും?"

"ദേവദത്തകുമാരൻ കുരുട്ടുപണി തുടങ്ങിക്കഴിഞ്ഞു. ഗുരു മൃത്യുഞ്ജനനെ പറഞ്ഞ് തെറ്റിദ്ധരിപ്പിക്കുകയാണദ്ദേഹം. എന്തൊരു നശിച്ച ജന്മമാണ് ആ കുമാരന്റേത്, അല്ലേ?"

"നീ ഇതൊക്കെ എങ്ങനെ അറിഞ്ഞു യശോ?"

"അറിയണം എന്നുണ്ടായാൽ എല്ലാം അറിയാം. കണ്ണടച്ചിരുന്നാൽ ഒന്നും കാണുകയും ഇല്ല."

"അതു ശരി."

ഇരുവരും ചിരിച്ചുകൊണ്ട് കൊട്ടാരത്തിൽ കയറി. നാളത്തെ യാത്രയെ, യാത്ര നീട്ടേണ്ടതിനെപ്പറ്റി പറയുവാൻ അച്ഛൻപെങ്ങളുടെ മുറിയിലേക്കാണ് പോയത്. അവിടെ വിളക്ക് തെളിഞ്ഞ് കത്തുന്നുണ്ട്. യശോധരയാണാദ്യം കടന്നത്. പെട്ടെന്ന് പിന്നിലേക്ക് നീങ്ങി അവൾ വേഷം മാറ്റി വാതിൽക്കൽ നിന്നു. അച്ഛൻപെങ്ങളുടെ അടുത്തുതന്നെ ദേവദത്തനും ഇരിക്കുന്നു. ദേവദത്തൻ വിളിച്ചു:

"വാ. നീ പോകണ്ട. നീ ഇവിടെ വരും എന്ന് കരുതിത്തന്നെയാണ് ഞാൻ ഇവിടെ ഇരുന്നത്."

യശോധര ധൈര്യം വിടാതെ ചോദ്യരൂപത്തിൽ നോക്കിനിന്നു.

"വല്യമ്മ ഇവളോട് കാര്യം പറഞ്ഞില്ലേ?" ദേവദത്തന്റെ കനത്ത ചോദ്യം. "ഇല്ല്യ" ഗൗതമി ശബ്ദം കനപ്പിച്ച് ദേവദത്തന്റെ മുഖത്ത് നോക്കാതെയാണ് പറഞ്ഞത്.

"ഇല്ലേ? എന്നാൽ ഞാൻ തന്നെ പറയാം. ഇവിടുത്തെ ഗണപരിഷത്ത് അടുത്ത ഭരണാധികാരിയായിട്ട് എന്നെയാണ് തിരഞ്ഞെടുക്കുക. അതറിയില്ലേ?"

യശോധരയുടെ മുഖത്തുള്ള അസഹ്യതാഭാവം അതിന്റെ മൂർദ്ധ്യന്യത്തിലെത്തി. അച്ഛൻപെങ്ങൾ അതറിഞ്ഞിട്ടും നിർവികാരമായി മുഖം തിരിച്ചിരിക്കുകയും ചെയ്തു.

"നിങ്ങൾ തപന്റെ വിവാഹം ആഘോഷിക്കുവാനല്ലേ ഒരുങ്ങുന്നത്? ഇതു കഴിഞ്ഞിട്ടു മതി എവിടുന്നോ കയറി വന്ന ആ....."

അതേവരെ മിണ്ടാതിരുന്ന ഗൗതമി വെടിപൊട്ടിക്കുന്നതുപോലെ ദേവദത്തന്റെ നേരെ തിരിഞ്ഞു:

"നിർത്തുന്നുണ്ടോ ഈ പ്രാന്തുപറച്ചിൽ? തപന്റെ പേരു പറയുവാൻ യോഗ്യതയുണ്ടോ ദേവദത്തന്? എല്ലാവരും ഈ ഭൂമിയിൽ വരുന്നത് എവിടുന്നോ തന്നെയാണ്. ആ കാര്യം മിണ്ടിപ്പോവരുത് ഇവിടെ ഇനി."

വല്ല്യമ്മയുടെ ഉശിരു കണ്ടിട്ട് ദേവദത്തൻ ഒന്ന് പകച്ചു. പിന്നെ പതുക്കെ നയസ്വരത്തിൽ അപേക്ഷിച്ചു:

"വല്ല്യമ്മ ക്ഷോഭിക്കണ്ട. ദയവുചെയ്ത് ഈ യശോധരയെ എനിക്ക് വിവാഹം ചെയ്ത് തരൂ. എനിക്കവകാശപ്പെട്ടവളല്ലേ എന്തായാലും ഇവൾ?"

'മനഃശുദ്ധിവരുവാൻ കൈലാസപതിയെ ഭജിക്കു ആദ്യം. അതിനു ശേഷമാവാം അവകാശം നേടിയെടുക്കൽ."

ദേവദത്തന് അരിശം അടക്കാൻ കഴിയാതെയാവുകയാണ്. പല്ലിറുമ്മി അങ്ങോട്ടുമിങ്ങോട്ടും നടന്നു.

"സ്ത്രീകളൊക്കെ ഇങ്ങനെത്തന്നെയാണോ? അതോ, ഗൗതമിമാരുടെ പ്രത്യേകതയാണോ ഈ സ്നേഹശൂന്യതയും വിവേകമില്ലായ്മയും? സിദ്ധാർഥന്റെ അമ്മയാണെങ്കിൽ പ്രസവിച്ച് പുലപോവുംമുമ്പ് മകനെ ഇവിടെ ഇട്ട് പരലോകത്ത്..."

ഗൗതമിക്ക് കേട്ടിരിക്കുവാൻ വയ്യാതെയായി. ക്രുദ്ധയായിക്കൊണ്ടു തന്നെ അവർ പറഞ്ഞു:

"ദേവദത്തൻ ഇവിടെ നിന്ന് പോവൂ. ഭഗവാനേ, എന്തൊരു ശിക്ഷയാണിത്...."

ദേവദത്തൻ ഗൗതമിയെ തുറിച്ചുനോക്കിക്കൊണ്ട് പിറുപിറുത്ത് ഒരു നിമിഷം നിന്നു. പിന്നെ യശോധരയെ നോക്കിക്കൊണ്ട് പറഞ്ഞു:

"നീ കണ്ടോ. ആരെതിർത്താലും ഞാൻ നിന്നെ എന്റെ ഭാര്യയാക്കും."

വായിൽ വന്ന വാക്കുകൾ പണിപ്പെട്ട് അടക്കിയിട്ട് യശോധര മിണ്ടാതെ നിന്നപ്പോൾ ദേവദത്തൻ കാലുകൾ അമർത്തിച്ചവിട്ടിക്കൊണ്ട് മുറിവിട്ട് പോയി.

തന്നെ ആദരിച്ചുകൊണ്ടാണ് യശോധര മിണ്ടാതെ നിന്നത് എന്ന് ഗൗതമിക്ക് മനസിലായി. അവൾ യശോധരയുടെ അടുത്ത് പോയിട്ട് പുറം തടവി നിന്നു.

"നീ വ്യാകുലപ്പെടരുത് കുട്ടീ. താൻ ആരെ വിവാഹം കഴിക്കണം എന്ന് തീർച്ചപ്പെടുത്തുവാൻ പ്രായപൂർത്തി വന്ന ഏത് പെൺകുട്ടിക്കും അവകാശമുണ്ട്. നമ്മുടെ പ്രശസ്തമായ ഈ ശാക്യവംശം ഒരിക്കലും അതിനെ നിഷേധിക്കില്ല."

യശോധര ആദരവോടെ ആത്മഗതം ചെയ്തു.

ഞാൻ നമസ്കരിക്കുന്നു അച്ഛൻപെങ്ങളേ......

പന്ത്രണ്ട്

ആ കൂറ്റൻ മലയുടെ താഴ്വാരത്തിലാണ് അവരെല്ലാം ഒന്നിച്ചുകൂടി നിൽക്കുന്നത്. ശാക്യരുടെ വിനോദമായ ഈ മലകയറ്റ മത്സരത്തിൽ പങ്കെടുക്കുന്നവരും അതുകണ്ട് രസിച്ച് പ്രോത്സാഹിപ്പിക്കുന്നവരും പ്രഭുകുമാരന്മാരായ ദേവദത്തൻ, ആനന്ദൻ, നന്ദൻ, കാംബില്യൻ. കലുദായ് തുടങ്ങിയവരും പിന്നെ തപനും, നാട്ടുകാരായ മറ്റു സാഹസികരായ യുവാക്കളും എല്ലാവരും ഉത്സാഹശീലർ തന്നെ.

"ഇക്കൂട്ടത്തിൽ സിദ്ധാർഥ കുമാരനെ കാണുന്നില്ലല്ലോ"

കൗശികിയാണ് ചോദിച്ചത്. ആരും മറുപടി പറഞ്ഞില്ല. ഗൗതമി, പാമിത, രഞ്ജന തുടങ്ങിയ പ്രഭ്വികളും പിന്നെ വന്ദന, യശോധര തുടങ്ങിയവരും കൗശികീകാദംബരീ തുടങ്ങിയ പരിചാരകരും ഒരുവശത്തുണ്ട്.

കായികാഭ്യാസപരിശീലകനായ കൗണ്ഡില്യഗുരുവാണ് പരീക്ഷകൻ. മല കയറുന്ന രീതി, സമയം, കയറുന്ന വഴി..... എല്ലാം പരീക്ഷിക്കപ്പെടും. തിരക്കുകൾക്കിടയിൽ ശുദ്ധോദനപ്രഭുവും അനുജന്മാരും വന്നു. എല്ലാം കണ്ട് ഇനിയും വേണ്ട നിർദേശങ്ങൾ കൊടുത്ത് പോയി. പരിപാടി തുടങ്ങുന്നതിനു മുമ്പുള്ള ഒരുക്കങ്ങളായി. മത്സരാർഥികൾ മലകയറ്റത്തിന് പ്രത്യേകമായിട്ടുള്ള വസ്ത്രങ്ങൾ ധരിച്ചു. അടയാളവസ്ത്രങ്ങൾ കയ്യിൽ പിടിച്ചു. അന്തരീക്ഷം ഉത്സാഹത്തിമിർപ്പിലാണ്.

വന്ദനയുടെ ഹൃദയം വേഗത്തിൽ തുടിക്കുന്നത് അവൾക്കുതന്നെ അറിയുന്നുണ്ടായിരുന്നു. ധൈര്യത്തോടെ മുന്നിലേക്കു വന്നിട്ട് വന്ദന തപനെ മാടിവിളിച്ച് കാട്ടിൽ മറവിലേക്ക് നീങ്ങി. വല്ലാതെ വീർപ്പടക്കി നിൽക്കുന്ന വന്ദനയെ പിടിച്ച് തപൻ ബദ്ധപ്പെട്ട് ചോദിച്ചു: "എന്തുപറ്റി വന്ദന?"

വന്ദന സ്വന്തം കൈവിരലിൽനിന്ന് രത്നം പതിച്ച മോതിരം ഊരിയെടുത്ത് തപന്റെ വിരലിൽ അണിയിച്ചു:

"പോയി വിജയിച്ച് വരൂ."

വന്ദനയെ ആവേശത്തോടെ വരിഞ്ഞുമുറുക്കി നെറ്റിയിൽ ചുംബിച്ചിട്ട് തപൻ പറഞ്ഞു:

"എന്റെ വിജയം ഇതാ ഇവിടെയാണിരിക്കുന്നത്!"

അപ്പുറത്ത് മത്സരം തുടങ്ങുന്നതിനുള്ള കൊട്ടും കിലുക്കവും മുറുകുന്നു. തപൻ വേഗം മത്സരസ്ഥലത്തെത്തി. ശാണ്ഡില്യഗുരു ഓരോരുത്തർക്കും നിശ്ചിത സ്ഥാനങ്ങൾ തീർച്ചപ്പെടുത്തി അറിയിച്ചു. മത്സരാർഥികൾ കയറ്റം തുടങ്ങാനുള്ള വിളി പ്രതീക്ഷിച്ച് നിന്നു. അതു കേട്ടപ്പോൾ എല്ലാവരും ഒപ്പം മേൽപ്പോട്ട് കയറാൻ തുടങ്ങി. താഴെയുള്ളവർ ഉറക്കെ ജയാരവങ്ങൾ മുഴക്കിയും പറകൊട്ടി ശബ്ദിച്ചും ആവേശം പകർന്നു.

മല കയറിയവർ പലരും ആദ്യം വലിയ ഉത്സാഹം കാണിച്ച് മുന്നിലെത്തി. എന്നാൽ കുറച്ചു കഴിഞ്ഞപ്പോൾ തളർന്നു. മേൽപ്പോട്ട് കാല് പൊങ്ങുന്നില്ല. ചിലർ വാശിയോടെ കുറെക്കൂടി മുകളിലെത്തി. പിന്നേയും മുകളിലേക്കു നോക്കുമ്പോൾ ഭയപ്പെട്ട് പിൻമാറി. ദേവദത്തനും കാംബില്യനും പകുതിയിലധികം കയറി തോൽവി സമ്മതിച്ചു. തപൻ മുകളിലേക്ക് കയറുകതന്നെയായിരുന്നു. കയറുംതോറും തപന് ആവേശം കൂടി. മറ്റെല്ലാം മറക്കുന്ന ഏകാഗ്രത. പിന്നിലേക്ക് നോക്കിയതേയില്ല. കാലിടറിയില്ല. തെന്നിപ്പോയതുമില്ല. ഒരേ ഊക്കിലുള്ള കയറ്റം. വേഗത കൂടലില്ല. കുറയലുമില്ല. ശാണ്ഡില്യഗുരു മേൽപ്പോട്ടു നോക്കിക്കൊണ്ട് പ്രത്യേകം നിരീക്ഷിക്കുന്നുണ്ടായിരുന്നു. യശോധര കൂടെക്കൂടെ വന്ദനയുടെ മുഖത്തേക്കാണ് നോക്കിയത്. രംഗം ലാഘവപ്പെടുത്തുന്നതുപോലെ യശോധര ചോദിച്ചു:

'ദീദീ, എവിടുന്നാണ് ഒരു തുടികൊട്ടു കേൾക്കുന്നത്? പടപടാന്ന്?"

വന്ദനയ്ക്ക് മന്ദഹസിക്കുവാൻ തന്നെ പ്രയാസം തോന്നി. ഒടുവിൽ, തപൻ അതാ മലയുടെ ഒത്ത നിറുകയിൽ കയറി നിൽക്കുന്നു. ആകാശ

ത്തിന്റെ നേരെ താഴെ. അവിടെ നിന്നുകൊണ്ട് അടയാളവസ്ത്രം വീശുന്നുണ്ട്. വന്ദന വേഗം തിരിഞ്ഞ് യശോധരയെ കെട്ടിപ്പിടിച്ചു. വീണ്ടും നോക്കി. അപ്പോൾ തപൻ ഒരുതവണ കൂടി അടയാളം കാണിച്ചു.

യശോധര പറഞ്ഞു: "ഇത് ദീദിക്കുള്ളതാണ്"

വന്ദനയ്ക്ക് ഒന്നും ശബ്ദിക്കാൻ തോന്നിയില്ല. എല്ലാം ഒരു ബിന്ദുവിൽ ഘനീഭവിച്ചതുപോലെ.

കാണികളും നാട്ടുകാരും ഉറക്കെയുറക്കെ തപനെ പ്രശംസിക്കുന്നുണ്ട്. അഭിനന്ദിക്കുന്നുണ്ട്. അവരുടെ ആവേശം തിരതല്ലിയപ്പോൾ ദേവദത്തൻ കൽപ്പിച്ചു:

"മതി മതി ഇതൊന്ന് നിർത്തണം."

ശാണ്ഡില്യഗുരു എപ്പോഴോ ഒന്ന് കണ്ണെടുത്ത് വീണ്ടും മലമുകളിലേക്ക് നോക്കിയപ്പോൾ തപനെ കാണുന്നില്ല. തപനെവിടെ?

കാണികളായ മറ്റുള്ളവരും നോക്കി. തപൻ ഇറങ്ങിവരാത്തതെന്താണ്?

എവിടെ പോയി? അപ്പോൾ, കാട്ടിൽ ജീവിക്കുന്ന ചിലർ മുമ്പോട്ടു ഓടിവന്ന് പറഞ്ഞു:

"അയ്യോ, കുമാരൻ അപ്പുറത്തേക്ക് ഇറങ്ങി. വഴി എളുപ്പമുണ്ടെന്ന് കരുതിയിട്ടാവും. അവിടെ വലിയ മടകളുണ്ട്. മലയിടിച്ചിലും പതിവുണ്ട്. ആപത്താണ്."

ആനന്ദന് ഓർമ വന്നു. 'ശരിയാണ്. തപൻ പറഞ്ഞിരുന്നു, മല കയറലല്ല, കയറി മറിയണം എന്ന്. മറുവശത്തുകൂടി ഇറങ്ങും എന്ന്.'

ശാണ്ഡില്യഗുരു ഉറക്കെ പറഞ്ഞു: "ആരെങ്കിലും വേഗം പോയിട്ട് തപനോടു പറയണം ആ വഴി ഇറങ്ങരുത് എന്ന്."

ദേവദത്തൻ വേഗം മുമ്പിലേക്ക് വന്നു പറഞ്ഞു:

"ഗുരോ, ഞാൻ ഉടൻ പോയിട്ട് വിവരം പറയാം."

ഉടൻ കുതിരപ്പുറത്ത് കയറിയിട്ട് പോവുകയും ചെയ്തു. കാര്യമറിയാതെ യശോധര മുന്നിലേക്കു വന്ന് ചോദിച്ചു:

"ദേവദത്തൻ പറന്നുപോയതെങ്ങോട്ടാണ്?"

"മലയുടെ അപ്പുറത്ത് മലയിടിച്ചിലുണ്ടത്രെ. തപനോട് വിവരം പറയുവാൻ." യശോധരയുടെ നെറ്റി ചുളിഞ്ഞു.

"വേറെ ആരേയും കിട്ടിയില്ലേ പറഞ്ഞയക്കാൻ?"

"മലകളുടെ ഭൂമിശാസ്ത്രം അറിയാത്തവനല്ലല്ലോ തപൻ. മടകളെയും മല ഇടിച്ചിലിനെയും ശ്രദ്ധിക്കാതിരിക്കില്ല" വന്ദനയ്ക്ക് പരിഭ്രമമുണ്ടായിരുന്നില്ല.

യശോധര വേഗം ചന്ദന്റെ അടുത്തുനിൽക്കുന്ന കുതിരപ്പുറത്തു കയറി "ദീദീ വേഗം കയറൂ. ആ ദേവദത്തൻ പോയതാണ് അപകടം." വന്ദനയേയുംകൊണ്ട് യശോധര അതിവേഗം കുതിരയെ വിടുമ്പോൾ ചന്ദനോട് വിളിച്ചു പറഞ്ഞു:

"ചന്ദൻ ഉടനെ ഒരു കുതിരയെ എടുത്ത് ഞങ്ങളോടൊപ്പം വരു. താമസിക്കരുത്."

ആനന്ദൻ വന്ന കുതിരപ്പുറത്ത് കയറി ചന്ദൻ കുതിരയെ പറപ്പിച്ചു. കാണികൾ പരസ്പരം നോക്കി. ആർക്കും ഒന്നും മനസിലായില്ല.

വന്ദനയും യശോധരയും ഒന്നും സംസാരിക്കുന്നില്ല. കുതിരയെ അതിവേഗം ഓടിക്കുകമാത്രം. ഒരുതവണ യശോധര പിന്തിരിഞ്ഞ് നോക്കി. കുതിരപ്പുറത്ത് ചന്ദൻ കൂടെ വരുന്നുണ്ട്. മലയുടെ അപ്പുറത്ത് എത്താറായപ്പോൾ ഒരു വല്ലാത്ത ശബ്ദം കേട്ടു.... മണ്ണും കല്ലും ഒന്നിച്ച് ഉയരത്തിൽ നിന്ന് വീഴുന്ന ശബ്ദം: "ഭഗവാനേ!"

"ദീദീ, മല ഇടിച്ചിലിന്റെ ശബ്ദമല്ലല്ലോ അത്."

"അവിടെ എത്തട്ടെ നോക്കാം."

അപ്പോൾ ഒരു കുതിരക്കുളമ്പടിയും അവർ കേട്ടു. അവർ മലയുടെ അപ്പുറത്തെത്തി. കുതിരകളെ താഴെ നിർത്തിയിട്ട് മൂന്നുപേരും അതിവേഗം മല കയറി. അങ്ങോട്ടുമിങ്ങോട്ടും നടന്ന് നോക്കിയപ്പോൾ ചന്ദനാണ് കണ്ടത്. വലിയ കല്ലുകളും മണ്ണും അപ്പോഴും ഒരിടത്ത് ഉതിരുന്നു. പൊടിപടർന്ന് ഒന്നും കാണാതെയാവുന്നു. മൂന്നുപേരും അവിടെ ഓടിയെത്തിയിട്ട് മണ്ണ് മാറ്റിക്കൊണ്ടിരുന്നപ്പോൾ അതിനടിയിൽ ഒരു മനുഷ്യന്റെ കാല് കണ്ടു. അത് ഇളകി. അവർ വളരെ പണിപ്പെട്ട് വീണ്ടും മണ്ണ് നീക്കിമാറ്റിയപ്പോൾ അവിടെ ഒരു ദീനസ്വരം കേട്ടു: "ഹായ്! ഭഗവാൻ!"

മണ്ണിൽനിന്ന് അയാളെ വലിച്ചെടുത്തപ്പോൾ യശോധര ഉറക്കെ പറഞ്ഞു: "ഓ, അമർനാഥ് നിങ്ങളോ?"

അയാൾ പതുക്കെ മന്ത്രിച്ചു: "പ്രഭുകുമാരിയുടെ ശബ്ദം!"

"അതെ ഞാൻ തന്നെ. നോക്കൂ, അമർനാഥ്, നിങ്ങൾ തപനെ കണ്ടുവോ?"

"കണ്ടു." അയാളുടെ ശബ്ദം ഇടറി. "ഞാൻ വഴി നടന്നുവരുമ്പോൾ അവിടെ അപകടമുണ്ട്. വഴിമാറു എന്നു പറഞ്ഞ് തപൻ ഓടിവന്നു. ഞങ്ങൾ ശ്രദ്ധിച്ച് അപ്പുറത്തുവന്നപ്പോൾ......."

അയാൾ കിതച്ചു തുടങ്ങി. വാക്ക് വരുന്നില്ല.

"അപ്പോൾ ആരോ ഒരാൾ വന്ന് ഞങ്ങളുടെ പിന്നിലേക്ക് പാറ പുഴക്കി ഉരുട്ടിയിട്ടു. കുമാരീ, അയാളുടെ വേഷം... ചുവപ്പുവസ്ത്രവും പുലിനഖമാലയും-കൊട്ടാരത്തിൽ കണ്ടിട്ടുണ്ട്....."

"എന്നിട്ട് തപനെവിടെ?" വന്ദന അക്ഷമയോടെ തിരക്കി.

"എന്റെ കൈവിട്ട് പോയി തപൻ. അയ്യോ എനിക്കു വയ്യ."

ചന്ദൻ അപ്പോഴേക്കും മണ്ണു നീക്കാൻ തുടങ്ങിയിരുന്നു. യശോധരയും വന്ദനയും വേഗം വേഗം മണ്ണ് നീക്കിക്കൊണ്ടിരുന്നു. കുറേ നീക്കിയപ്പോൾ മണ്ണിനടിയിൽ ഒരു തിളക്കം കണ്ടു. വീണ്ടും വാരി വാരി മണ്ണ് നീക്കി. അതാ തപന്റെ കൈ! കൈവിരലിൽ മോതിരം. കല്ല് തിളങ്ങുന്നു!

യശോധര ഉറക്കെ പറഞ്ഞു. "ദീദിയുടെ മോതിരം."

വന്ദന മനസ്സാന്നിധ്യം ഉപേക്ഷിച്ചില്ല. അതിശക്തയായി അവരോടൊപ്പം മണ്ണ് മാന്തി നീക്കി. ഒടുവിൽ മൂന്നുപേരുംകൂടി തപനെ പുറത്തെടുത്തു. വന്ദന ഒരുതവണ ഇടതുവശത്തേക്ക് നോക്കി, ചന്ദന്റെ കണ്ണുകൾ നിറഞ്ഞു കവിയുന്നുണ്ടായിരുന്നു. അവർ മൂന്നുപേരും കൂടി പതുക്കെ തപനെ എടുത്ത് സാവധാനത്തിൽ മലയിറങ്ങി. കുതിരകൾ എന്തോ മനസിലായതുപോലെ ഇളകാതെ നിൽക്കുകയാണ്. വന്ദന ആദ്യം കുതിരപ്പുറത്തിരുന്ന് യശോധരയും ചന്ദനും കൂടി തപനെ കുതിരപ്പുറത്ത് കയറ്റിപ്പിടിച്ചു. തപൻ ശാന്തമായി ഉറങ്ങുകയാണെന്നേ തോന്നുള്ളൂ. വന്ദന ആ മുഖത്തേയ്ക്കുതന്നെ നോക്കി ഇരുന്നു. മനസിന് ഒരു നിഗമനത്തിലും എത്തുവാൻ കഴിയുന്നില്ല. കുതിര നീങ്ങി. ആദ്യം നിന്നിരുന്ന സ്ഥലത്ത് മറ്റെല്ലാവരുടേയും അടുത്തെത്തിയിട്ട് നിന്നു.

പതിമൂന്ന്

വർഷഹേതുവിന്റെ ചരടുവലി ഏതാണ്ട് ഫലിക്കും എന്നായിട്ടുണ്ട്. ദേവദത്തൻ ലുംബിനിയിലെ ഗുരുകുലത്തിൽ നേരിട്ടു ചെന്ന് അന്വേഷിച്ചു. കർക്കശരീതിയിലായിരുന്നു അന്വേഷണം. ഗുരുകുലത്തിലെ മുക്കും മൂലയും പരിശോധിച്ചു. അധികാരസ്വരത്തിൽ ചോദിച്ചു:

"ആരാണിവിടെ ഒരു പരദേശി?"

ഗുരു മൃത്യുഞ്ജയൻ ജീവകനേയും കൂട്ടി പുറത്തുപോയ സമയമായിരുന്നു. അതിനാൽ ആദ്യത്തെ ചോദ്യത്തിന് ആരും ഉത്തരം പറഞ്ഞില്ല. വീണ്ടും കുറേക്കൂടി ഉരത്തുകൊണ്ടുള്ള അന്വേഷണം വന്നപ്പോൾ, വർഷഹേതു തന്നെ പറഞ്ഞു:

"ജീവകൻ ഈ നാട്ടുകാരനല്ല."

"എന്നിട്ടെന്തിന് അയാളെ ഇവിടെ സ്വീകരിച്ചു? നമ്മുടെ ആചാരത്തിന് വിപരീതമാണത് എന്നറിയില്ലേ?"

മറവിൽനിന്നുകൊണ്ട് ഈ ആക്രോശങ്ങൾ കേട്ട ജാലകൻ വേഗം പുറത്തെ മുറിയിൽ കടന്ന് വാതിലടച്ചു. മറ്റെല്ലാവരും മിണ്ടാതെ നിന്നതേയുള്ളൂ. ജീവകൻ കൂടെയുണ്ടാവുന്നത് അവർക്ക് ഇഷ്ടമായിരുന്നു. ജീവകന് വ്യക്തിവിരോധങ്ങളൊന്നുമില്ല. കാര്യങ്ങളെ അതിന്റെ ശരിയായ അർഥത്തിൽ സ്വീകരിക്കും. സഹായിക്കും. അങ്ങനെയുള്ള ഒരാളെ എന്തിനിവിടന്ന് പറഞ്ഞയക്കണം? കുറെനേരം മുക്കി മുരണ്ട് ശുണ്ഠിയെടുത്ത് അങ്ങോട്ടുമിങ്ങോട്ടും നടന്നതിനുശേഷം ഇറങ്ങിപ്പോവുമ്പോൾ ദേവദത്തൻ വീണ്ടും ഓർമിപ്പിച്ചു.:

"ഞാൻ വീണ്ടും വരും. ആ ജീവകനെ ഇവിടുന്ന് പുറത്താക്കാൻ."

കേട്ടുനിന്നവർ പരസ്പരം നോക്കുക മാത്രം ചെയ്തു.

അതിനുമുമ്പത്തെ ദിവസം ജീവകനും ഗുരു മൃത്യുഞ്ജയനും തമ്മിലുണ്ടായ സംഭാഷണം അവിടെ ആരും കേട്ടിട്ടുണ്ടായിരുന്നില്ല. കേൾക്കണ്ട എന്നുതന്നെ രണ്ടുപേരും കരുതിയിരുന്നു. രാത്രിയിൽ

അത്താഴത്തിനുശേഷം പുഴവക്കത്തിരുന്നിട്ടാണ് സംസാരിച്ചത്. ഈ ഗുരുകുലത്തിലെ ജീവകന്റെ അവസാനത്തെ രാത്രിയാണ് അത് എന്നും രണ്ടുപേർക്കും അറിയാമായിരുന്നു. അതുകൊണ്ടുതന്നെ അതൊരു ദീർഘ സംഭാഷണമായിരുന്നു. വൈദ്യശാസ്ത്രത്തിന്റെ ഇന്നോളമുണ്ടായ പുരോഗതിയെപ്പറ്റി ആ ഗുരുനാഥൻ പറഞ്ഞു. പിന്നെ, അതിനെ സ്വീകരിച്ച് ഉപയോഗിക്കേണ്ടവിധം, പലപല ചികിത്സാരീതികൾ. ഏറ്റവും കുറച്ചു മരുന്നുകൊണ്ട് രോഗം മാറ്റലാണ് വിജയം എന്ന്. എല്ലാറ്റിനേക്കാളും പ്രധാനമായ മന:ശുദ്ധിയെപ്പറ്റി. ഏത് മരുന്നിനും ചികിത്സയ്ക്കും അപ്പുറത്തുള്ള ആ വലിയ ശക്തിയെ ആശ്രയിക്കാതെ, ആദരിക്കാതെ ഒന്നും തുടങ്ങരുത് എന്ന്. ജീവകന് നല്ല ഓർമയുണ്ട്, ഇവിടെ വന്ന ആദ്യദിവസങ്ങളിൽ ഗുരുനാഥൻ സ്ത്രീയുടെ പ്രസവം ഉദാഹരിച്ചിരുന്നത്. പൊക്കിൾക്കൊടി മുറിക്കുന്നതുവരെ കുട്ടിയുടെ ഹൃദയസ്പന്ദനം അമ്മയുടേതുതന്നെയാവും പുറത്ത് വന്നാലും. അത് വിച്ഛേദിക്കുന്നതോടെ കുട്ടിയുടെ ഹൃദയം തന്നത്താൻ മിടിച്ചു തുടങ്ങും. അതു പറഞ്ഞപ്പോൾ അന്ന് ഗുരുനാഥൻ നിരുദ്ധകണ്ഠനായി. അദൃശ്യനായ ആ വലിയ വൈദ്യനെ ഓർത്തിട്ടാവും. ഇന്നലെയും അത്തരത്തിൽ പലതും പറഞ്ഞു.

ദക്ഷിണ കൊടുത്ത് കാൽക്കൽ നമസ്കരിച്ചപ്പോൾ, എത്രയോ പേർക്ക് രോഗശാന്തി കൊടുത്ത ആ കൈകൾ തന്റെ മൂർധാവിൽ കമഴ്ത്തിവച്ച് അനുഗ്രഹിക്കുകയും ചെയ്തു. അപ്പോഴും അദ്ദേഹം ചോദിച്ചില്ല. ദേശമേത്, ഗോത്രമേത്, യാത്ര എങ്ങോട്ട് എന്ന്. ഒന്നുമാത്രം ഉറപ്പിച്ചു പറഞ്ഞു:

"ഈ പറഞ്ഞതൊക്കെ ഓർമിക്കുക മറക്കരുത്. മംഗളം ഭവിക്കും."

ആരോടും പറയാതെ, ആരേയും അറിയിക്കാതെ ഗുരുകുലം വിടണം എന്നായിരുന്നു ജീവകന്റെ ആഗ്രഹം. ഒരു പരദേശിക്ക് എന്തിന് യാത്രയയപ്പും യാത്രചോദിക്കലും? രാത്രിതന്നെ തന്റെ സാധനങ്ങൾ എടുത്ത് ഭാണ്ഡം കെട്ടി. സാധനങ്ങൾ അധികമൊന്നുമില്ല. ചില വസ്ത്രങ്ങൾ, രണ്ടുമൂന്ന് ഗ്രന്ഥങ്ങൾ. പിന്നെ വേറെ ഒന്നുകൂടിയുണ്ട്. വെണ്മയേറിയ ഒരു ശിവലിംഗം. ഗുരു വരുഥമഹാശയൻ തന്നതാണത്. ഇതെപ്പോഴും കൂടെയുണ്ടാവട്ടെ' എന്നും നിർദേശിച്ചു. അത് ഒന്നുകൂടി നോക്കി. തൊട്ടു വന്ദിച്ചു. ഇനി പോവാം.

എന്നാൽ, ശാക്യദേശം വിടും മുമ്പ് മറ്റൊരു കടമകൂടിയില്ലേ? അത് മറക്കാമോ? തപൻ, യശോധര, സിദ്ധാർഥ്, പിന്നെ വന്ദന. അവരോട് യാത്രപറയണ്ടേ?

നേരെ തെക്കോട്ട് നടന്നു. വയലുകളും കുന്നുകളും നദികളും ഇടതൂർന്ന മരങ്ങളും പിന്നെ പ്രശാന്തമായ ഗ്രാമപ്രദേശങ്ങളും കടന്നുകടന്ന് ഓരോന്നും നോക്കിനോക്കി നടന്നു. എന്തുകൊണ്ടോ ഇന്ന് ജീവകന് ആ ഭൂമിയോട് വളരെ ആദരവ് തോന്നുന്നു. ഇതും ഒരു സംസ്കാര വിശേഷം തന്നെയല്ലേ? ഇവിടെ വെട്ടിപ്പിടിക്കലില്ല. തോറ്റു കൊടുക്കലുമില്ല. യുദ്ധത്തിന്റെ കെടുതികളില്ല. അമിതമായ സൈനികച്ചെലവുകളില്ല.

പാരമ്പര്യങ്ങളെ അനുസരിച്ചുകൊണ്ട് അതിമോഹങ്ങളില്ലാതെ നിശ്ശബ്ദ രായി കഴിയുന്ന ഒരു ജനത. ഇതിനെ ബുദ്ധിശൂന്യത എന്ന് പറയാമോ. യുദ്ധം വെട്ടി സാമ്രാജ്യം വലുതാക്കലാണോ ബുദ്ധി?

അങ്ങനെ ഓരോന്ന് ആലോചിച്ച് നടക്കുമ്പോൾ കുറച്ചകലെ ഒരു പർവതത്തിന്റെ താഴ്‌വരയിൽ ആളുകൾ കൂടിനിൽക്കുന്നത് കണ്ടു. ചിലർ വേഗം വേഗം അങ്ങോട്ടുമിങ്ങോട്ടും നടക്കുന്നുമുണ്ട്. എന്താവും സംഭവം? ജീവകൻ വേഗം അങ്ങോട്ടുതന്നെ നടന്നു. അടുക്കുംതോറും എന്തോ പന്തികേട് തോന്നുന്നു. ഇത്രയേറെ ജനം കൂടിനിന്നിട്ടും അവിടെ ശബ്ദ മില്ലല്ലോ. ഏതോ അനിഷ്ടസംഭവത്തിന്റെ സൂചന. ജീവകൻ നടത്ത ത്തിന്റെ വേഗത കൂട്ടി. അപ്പോൾ ആരോ ഒരാൾ കുതിരപ്പുറത്ത് എതിരെ വന്നു. വേഷം കണ്ടപ്പോൾ കൊട്ടാരത്തിലെ പരിചാരകനാണെന്ന് തോന്നി. വേഗം തടഞ്ഞുനിർത്തി ചോദിച്ചു:

"സഹോദരാ, അവിടെ ഇങ്ങനെ ആളുകൾ കൂടിനിൽക്കുന്നതെന്തു കൊണ്ടാണ്?"

"കൂടിനിൽക്കാതിരിക്കുന്നതെങ്ങനെ?"

അയാൾ കുതിരയെ പുറപ്പെടുവിച്ചപ്പോൾ ജീവകൻ തടഞ്ഞു.

"കാര്യമെന്താണ് എന്ന് പറയൂ."

"എനിക്ക് പറഞ്ഞു നിൽക്കുവാനിടയില്ല. ഉടൻ ഗുരുകുലത്തിൽ പോയിട്ട് ജീവകനെ കൊണ്ടുവരാൻ അയച്ചതാണ് എന്നെ."

"ജീവകനെ വരുത്തുന്നത് എന്തിനാണ് എന്നുകൂടി പറയൂ."

"തപൻ മരിച്ചതുപോലെ കിടക്കുകയല്ലേ? കൊട്ടാരം വൈദ്യന്മാ രൊക്കെ കയ്യൊഴിഞ്ഞിരിക്കുന്നു. അപ്പോൾ യശോധരാ ദേവിയാണ് നിർബന്ധിച്ച് പറഞ്ഞത് ഉടനെ ജീവകനെ വരുത്തണം എന്ന്. ഞാൻ......"

ജീവകൻ ശരിക്കും ഞെട്ടി. പരിചാരകൻ പറഞ്ഞത് മുഴുവൻ കേട്ടില്ല. അയാളെ തടഞ്ഞകൊണ്ട് പറഞ്ഞു–

"സഹോദരാ, എന്നാലിനി നിങ്ങളെങ്ങോട്ടും പോകണ്ട. ഞാൻ ജീവ കനാണ്. കുതിരയെ വേഗം അങ്ങോട്ടുതന്നെ വിടു. വേഗം....'

പരിചാരകൻ കുതിരപ്പുറത്തുനിന്നിറങ്ങിയിട്ട് ജീവകനെ നല്ലവണ്ണം ഒന്ന് നോക്കി. ഈ നാട്ടിലൊന്നും കാണാറുള്ള വേഷമല്ല. ആലോചി ക്കാൻ സമയമില്ല. ജീവകൻ കുതിരപ്പുറത്ത് കയറി ഇരുന്നു. പരിചാര കൻ കുതിരയെ ഓടിച്ചു. ജീവകന് മനസിലാവുന്നില്ല, തപന് എന്താണിത്ര പെട്ടെന്നൊരു ബോധക്ഷയം? ഇന്നലെക്കൂടി കണ്ടതാണല്ലോ തപനെ. ആരോഗ്യവാനായിട്ട്, ഏറ്റവും ഊർജസ്വലനായിട്ട് വളരെ കാര്യങ്ങൾ സംസാരിക്കുകയും ചെയ്തു. മുന്നിലിരിക്കുന്ന പരിചാരകനെക്കൊണ്ട് സംസാരിപ്പിക്കുവാൻ തോന്നിയില്ല. ഇത്തരക്കാർ എപ്പോഴും ഉള്ളതില ധികം പറയും.

അടുത്തെത്തും മുമ്പുതന്നെ യശോധര ഓടിവന്ന് കൂട്ടിക്കൊണ്ടു പോയി, ജീവകനോട് വിവരങ്ങൾ വിശദമായിട്ട് പറഞ്ഞു. ജീവകൻ അവിടെ എത്തിയിട്ട് രംഗം ആകെ ഒന്ന് നോക്കി. ആ പുൽത്തകിടിയിൽ

നീണ്ടുനിവർന്ന് കിടക്കുകയാണ് തപന്റെ സുന്ദരമായ ശരീരം. ജീവന്റെ യാതൊരു സൂചനയും ഇല്ല. എല്ലാവരും കയ്യൊഴിഞ്ഞിരിക്കുന്നു. ദേവദത്തൻ തപന്റെ മരണാനന്തരക്രിയകൾക്ക് ഒരുക്കം കൂട്ടിത്തുടങ്ങി. അപ്പോൾ യശോധരയാണ് വാശിപിടിച്ചത്, "ജീവകനെ വരുത്തണം" ഒരു നേരമ്പോക്കുപോലെ കരുതി ശുദ്ധോദനപ്രഭുപോലും. എന്നിട്ടും യശോധര സമ്മതിച്ചില്ല. സ്തബ്ധനായിനിൽക്കുന്ന സിദ്ധാർഥനോട് വീണ്ടും നിർബന്ധിച്ചു: "വേഗം ജീവകനെ വരുത്തണം."

ജീവകൻ തപന്റെ തൊട്ടടുത്ത് ഇരുന്നു. തലമുതൽ കാല്വരെ വിസ്തരിച്ച് പരിശോധിച്ചു. കാലടികളെത്തി ദൃഷ്ടി. തള്ളവിരലിലും ഞരിയാണിയിലും ശക്തിയായി അമർത്തി. കുറച്ചുനേരം കണ്ണെടുക്കാതെ സൂക്ഷ്മമായി നോക്കിക്കൊണ്ടേ ഇരുന്നു. വീർപ്പടക്കി നിൽക്കുകയാണ് എല്ലാവരും. അപ്പോൾ, ജീവകൻ എഴുന്നേറ്റു വന്ന് സിദ്ധാർഥന്റെ മുഖത്തേക്ക് നോക്കി. സിദ്ധാർഥൻ ജീവകന്റെ കൈകളിൽ അമർത്തിപ്പിടിച്ചു. ഇനി കേൾക്കേണ്ടത് എന്താവും?

"ശക്തമായി ക്ഷതം ഏറ്റിട്ടുണ്ട്. എന്നാലും ചികിത്സിക്കാം."

"ചികിത്സിക്കാം?"

യശോധരയും വന്ദനയും സിദ്ധാർഥനും ഒപ്പം ചോദിച്ചു.

"അതെ, ചികിത്സിക്കണം. പക്ഷേ...."

"എന്താ?"

"ഇവിടെ പോരാ."

"പിന്നെ?"

"സുശ്രുത മഹാരാജിന്റെ ശിഷ്യന്മാർ അവന്തിയിലുണ്ട്. അവിടെ കൊണ്ടുപോകണം."

സിദ്ധാർഥൻ ഓരോരുത്തരുടേയും മുഖത്തേക്ക് മാറിമാറി നോക്കി. യശോധര താഴെ ഭൂമിയിലേക്കാണ് നോക്കിയത്..... ഒരു തീരുമാനത്തിന്. അതിനിടയിൽ ജീവകൻ ഒരു കാര്യംകൂടി പറഞ്ഞു:

"ഒട്ടും താമസിച്ചുകൂടാ. അറുപതുനാഴിക- ഒരുദിവസം- അതിനുള്ളിൽ ചികിത്സ തുടങ്ങണം: എന്നാൽ രക്ഷപ്പെട്ടേക്കും."

യശോധര സിദ്ധാർഥന്റെ അടുത്തേക്ക് നീങ്ങിയിട്ട് അധികാരസ്വരത്തിൽ തന്നെ നിർബന്ധിച്ചു:

"ചന്ദനോട് വേഗം രഥം ഒരുക്കുവാൻ പറയൂ. തപനെ ഉടനെ കൊണ്ടുപോകണം."

"സമയം വൈകുന്നു." ജീവകൻ തിരക്കുകൂട്ടി.

അപ്പോൾ കാംബില്യൻ കൊട്ടരത്തിൽ നിന്ന് ഓടിവന്നു.

"അവിടെ, ശവദാഹത്തിന് ഒരുക്കങ്ങൾ കഴിഞ്ഞു."

"എങ്കിൽ പിന്നെ ശവം അവന്തിയിൽ കൊണ്ടുപോയാലെന്താ?"

ഒന്നിലും ഒരഭിപ്രായവും പറയാത്ത ആനന്ദൻ വല്ലാതെ ശുണ്ഠിയെടുത്തുകൊണ്ടാണ് പറഞ്ഞത്.

ഈ സമയംകൊണ്ട് ജീവകൻ സ്വന്തം ഭാണ്ഡത്തിൽനിന്ന് ഒരു

പൊതിയെടുത്ത് തുറന്നു. അതിലുള്ള മിശ്രിതം കയ്യിലിട്ട് നല്ലവണ്ണം തിരുമ്മി. പിന്നെ കുനിഞ്ഞിരുന്ന് അത് തപന്റെ മൂക്കിലിട്ട് ശക്തിയായി ഊതിക്കൊണ്ട് മേൽപ്പോട്ട് കയറ്റി. ആ പൊടിയുടെ ഗന്ധം അവിടെ നിറഞ്ഞു. എല്ലാവരുടെ മൂക്കിലും എരിച്ചിൽ കയറി. ജീവകൻ തപന്റെ മുഖത്തേക്കു തന്നെ ബദ്ധശ്രദ്ധനായി നോക്കിക്കൊണ്ടിരിക്കുകയായിരുന്നു; ഞരമ്പുകളിലേക്കും. സിദ്ധാർഥൻ പരിചാരകരെ വിട്ട് രഥം വരുത്തി. എല്ലാവരും വന്ദനയുടെ മുഖത്തേക്കാണ് നോക്കിയത്. വന്ദന കരയുന്നുണ്ടായിരുന്നില്ല. ഉരുക്കിന്റേതുപോലെ ഒരു ഉറപ്പുണ്ടായിരുന്നു അവളുടെ മുഖത്ത്.

"ദീദീ..." യശോധര ദീദിയുടെ കൈപിടിച്ചമർത്തി.

വന്ദനയുടെ ഉള്ളിൽ തന്റേതന്നെ വാക്കുകൾ കിടന്ന് മുഴങ്ങുന്നുണ്ടായിരുന്നു. എങ്ങോട്ടായാലും....

അവൾക്ക് അധൈര്യം തോന്നിയില്ല. മനസിനെ ശക്തിപ്പെടുത്തുവാനായി തപൻ പലപ്പോഴായി പറഞ്ഞു തന്നിരുന്ന രീതികൾ പ്രയോഗിക്കുകയായിരുന്നു. അവളുടെ ഉള്ളിൽ തപനല്ലാതെ മറ്റൊന്നുമില്ലാതായി. തപന്റെ വാക്കുകളല്ലാതെ, അതുകൊണ്ടുതന്നെ അമ്മയും ചെറിയമ്മയും അച്ഛൻപെങ്ങളും മറ്റെല്ലാവരും തടുത്തിട്ടും വന്ദന പോകുവാൻ തന്നെ ഉറച്ചു. രഥത്തിൽ കയറുന്നതിനു മുമ്പ് യശോധരയെ കെട്ടിപ്പിടിച്ച് പറഞ്ഞു:

"നമ്മളിനിയും കാണും യശോ.... കാണാതിരിക്കില്ല."

രഥത്തിൽ വന്ദന ആദ്യം കയറിയിട്ട് തപനെ മടിയിൽ കിടത്തി. കണ്ണടച്ചു കിടക്കുന്ന തപനെ കണ്ടപ്പോൾ ആ കവിളിൽ ഒന്ന് ചുംബിക്കാനാണ് തോന്നിയത്. ജീവകൻ രഥത്തിൽ കയറി തപന്റെ തൊട്ടടുത്തു തന്നെ ഇരുന്ന് മുഖം പ്രത്യേകം നിരീക്ഷിച്ചുകൊണ്ടിരുന്നു.

രഥം ഇളകി. കുതിരകൾ ഓട്ടം തുടങ്ങി. പിന്നെ നോക്കിനിന്നവരുടെ കണ്ണിൽനിന്ന് മറയുകയും ചെയ്തു.

സിദ്ധാർഥന് ആ പോക്കു കാണാൻ വയ്യാതെ അദ്ദേഹം കൊട്ടാരത്തിലേക്ക് തിരിഞ്ഞു. കേവലം രണ്ടുമൂന്നാളുകൾ രഥത്തിൽ പോവുകയല്ലല്ലോ ഉണ്ടായത്. തന്റെ ഒരു അംശം അറ്റുപോവുകയല്ലേ? കൂടുതൽ ഓർക്കാൻവയ്യ. അദ്ദേഹം മുന്നിലേക്ക് നടന്നു.

രഥം കണ്ണിൽനിന്ന് മറയുന്നവരെ നോക്കിനിന്നത് യശോധരയാണ്. എന്തുകൊണ്ടോ യശോധര അപ്പോഴും അശുഭകരമായതൊന്നും ചിന്തിച്ചില്ല. ജീവകന്റെ ശ്രദ്ധയിലും കഴിവിലും നല്ല വിശ്വാസമുണ്ടായിരുന്നു അവൾക്ക്. അനിഷ്ടകരമായതൊന്നും സംഭവിക്കില്ല എന്ന് അവൾ മനസിൽ ഉറപ്പിച്ചുകൊണ്ടിരുന്നു. "തപനെപ്പോലെ ഒരാൾക്ക് ഈ ലോകത്തിനുവേണ്ടി വലിയ വലിയ കാര്യങ്ങൾ ചെയ്യുവാനുണ്ട്. അതൊക്കെ ചെയ്തുതീർക്കാതെ ഇവിടന്ന് പോകുവാൻ പറ്റോ? തപന്? ഇല്ല്യാ, പറ്റില്ല്യ. അങ്ങനെയൊക്കെ ആലോചിച്ച് നിന്നപ്പോൾ, അകലെ പച്ചപ്പുല്ലുകൾക്കിടയിൽ ഒരു മിന്നൽ കണ്ടു. സ്വർണത്തിന്റെ തിളക്കം. യശോധര അവിടെ പോയി നോക്കി..... തപന്റെ കഴുത്തിലുണ്ടായിരുന്ന മാല.

അതെ, ഇത് ആ മാലതന്നെ. യശോധരയ്ക്ക് ആ മാലയെപ്പറ്റി അറിയാം. തപൻ കഴുത്തിൽ മാലയൊന്നും അണിഞ്ഞിരുന്നില്ല. സിദ്ധാർഥൻ സന്തോഷത്തോടെ തപന്റെ കഴുത്തിൽ ചാർത്തിയതാണിത്. രഥത്തിലേക്ക് എടുത്തപ്പോൾ കൊളുത്ത് ഊരി വീണതാവാം. അല്ലെങ്കിൽ അത് ഇവിടെത്തന്നെ കിടന്നോട്ടെ എന്നാവുമോ വിധിമതം? ഏയ്, അതാവില്ല. പൂർണ ആരോഗ്യവാനായി തപൻ ഇവിടെ വരുമ്പോൾ ഇത് തിരിച്ചുകൊടുക്കാം. ആ മാലയിൽ പറ്റിയ മണ്ണും പൊടിയും അവൾ തട്ടിക്കളഞ്ഞ് തുടച്ചുവെച്ചു.

"എവിടെ? ശവമെവിടെ? സംസ്കാരത്തിന് എല്ലാം ഒരുങ്ങിക്കഴിഞ്ഞു."

ബദ്ധപ്പെട്ട് വന്ന് നാലുപുറവും നോക്കുന്ന ദേവദത്തന്റെ ചോദ്യമാണ്. ആരും ഒന്നും മിണ്ടിയില്ല. യശോധര ആവുന്നത്ര രൂക്ഷമായി ദേവദത്തനെ നോക്കി. ഈ നോട്ടത്തിൽ ഇയാൾ ഒന്നു ദഹിച്ചുപോയെങ്കിൽ....

ദേവദത്തൻ അവിടെതന്നെ ഇളകാതെ നിൽക്കുകയാണ്.

"ഇവളുടെ കണ്ണിൽ നിന്ന് തീയ്യ് പറക്കുകയാണല്ലോ. ഇവിടെ നിൽക്കാൻ വയ്യ."

അദ്ദേഹം നീരസത്തോടെ മുരണ്ടുകൊണ്ട് വന്നവഴി പോവുകയും ചെയ്തു. ദേവദത്തനും പോയിക്കഴിഞ്ഞപ്പോൾ യശോധര ആലോചിച്ചു. മലമുകളിൽ ആ പാവം അമർനാഥ് എന്ത് ചെയ്യുന്നുവോ ആവോ. അയാളെ ഒന്ന് സഹായിക്കാമായിരുന്നു. അവൾ അവിടെ നിന്നിരുന്ന ഒരു കുതിരപ്പുറത്ത് കയറിയിട്ട് മലയുടെ അപ്പുറത്തേക്ക് കുതിരയെ വിട്ടു.

പതിനാല്

യശോധര ശാക്യദേശത്തുനിന്ന് സ്വന്തം നാട്ടിലേക്ക് പോകുവാനുള്ള ഒരുക്കങ്ങൾ തുടങ്ങി. ഒരുക്കുവാൻ അത്രയധികം കാര്യങ്ങളൊന്നുമില്ല. ഗ്രാമങ്ങളിൽ ചില ദരിദ്ര കുടുംബങ്ങളിലെ കുട്ടികളെ അക്ഷരാഭ്യാസം ശീലിപ്പിച്ചിരുന്നു, ചിലർക്ക് കായിക പരിശീലനവും. അത് മറ്റാരെയെങ്കിലും ഏൽപ്പിക്കണം. ദീദിയാണ് ഏതിനും സഹായത്തിനുണ്ടായിരുന്നത്. ഓർമവെച്ച മുതൽക്ക് ഒരുദിവസം പിഴയ്ക്കാതെ കണ്ടുതുടങ്ങിയാതാണ് ദീദിയുടെ മുഖം. അനുഭവിച്ചുകൊണ്ടിരുന്നതാണ് ആ സാന്നിധ്യം. അമ്മയേക്കാളും മറ്റാരേക്കാളും ബന്ധം ഇന്നും ദീദിയോടാണ്. ദീദിയോട് ഒരിക്കലും പിണങ്ങലുണ്ടായിട്ടില്ല. കുട്ടിക്കാലത്തുപോലും തള്ളിപ്പറയേണ്ടി വന്നിട്ടും ഇല്ല. ശാന്തവും എന്നാൽ സ്ഥിരവും ആയ ഒരു ഭാവമാണ് ദീദിക്കുള്ളത്. തന്റെ ഈ സാമൂഹ്യപ്രവർത്തനങ്ങൾക്കുള്ള എല്ലാ പിന്തുണയും ദീദി തന്നിരുന്നു. എന്നാലും ഒരിക്കലെങ്കിലും ദീദി ഗ്രാമത്തിലേക്ക് ഇറങ്ങി വന്നിട്ടില്ല. ദീദിയുടെ പ്രവർത്തനമണ്ഡലം മറ്റൊന്നായിരുന്നു. ദീദി ഒരു കലാകാരിയായിരുന്നു. സ്നേഹിക്കൽപോലും ഒരു കലയായിരുന്നു ദീദിക്ക്. തപനോട് അടുത്തതുതന്നെ ആ മട്ടിലാണല്ലോ.

യശോധരയ്ക്ക് ഓർമയുണ്ട്. ആ രംഗം.

ശ്രാവണ പൗർണമിനാൾ ഒരുതവണ അച്ഛൻപെങ്ങളുടെ കൂടെ സിദ്ധാർഥനും തപനും രാമഗമയിൽ വന്നു. മുറ്റവും മതിലുമൊക്കെ അലങ്കരിക്കുകയായിരുന്നു കുട്ടികൾ. ദീദിയാണ് മതിലുകളെ ചിത്രവർണാങ്കിതങ്ങളാക്കിയത്. സിദ്ധാർഥന്റെ കൂടെ സാവധാനത്തിൽ നടന്നുവരികയായിരുന്ന തപൻ അതുതന്നെ നോക്കിനിൽക്കുന്നത് കണ്ടു. ആരും നോക്കിനിന്നുപോകുന്നതായിരുന്നു ദീദിയുടെ ആ നിൽക്കലും വരയും. എന്നാലും തപന്റെ നോട്ടത്തിൽ സാധാരണ കൗതുകം വിട്ട് മറ്റെന്തോ കൂടി ഉണ്ടെന്ന് തോന്നി. ദീദി മുഖം തിരിച്ചത് തപന്റെ കണ്ണുകളിലേയ്ക്കുതന്നെ......

യശോധര ഒന്നുകൂടി നിവർന്നിരുന്നു. കിഴക്കേ മുറ്റത്തിന്റെ അറ്റത്തെ തടാകക്കരയിലൂടെ ആരോ നടക്കുന്നുണ്ടെന്ന് തോന്നി. ആരാണ്? യശോധര ഏന്തിവലിഞ്ഞ് നോക്കി. സിദ്ധാർഥകുമാരനാണ്. ആ മനസിലിപ്പോൾ ഇളകിമറിയുന്നത് എന്തൊക്കെയാവും എന്ന് ആലോചിക്കാവുന്നതേയുള്ളൂ. മുമ്പ് തപന്റെ കൂടെ കുമാരൻ പലപ്പോഴും ഈ തടാകക്കരയിൽ ഇരിക്കുന്നത് കണ്ടിട്ടുണ്ട്. സംസാരിക്കുന്നത് കേട്ടിട്ടുമുണ്ട്. ഒരാൾ വിചാരിക്കുന്നത് മറ്റൊരാൾ അറിയുന്നു. എന്നതുപോലെയാണ് ആ സംസാരം. മുമ്പൊരിക്കൽ ഇവിടെ വന്നപ്പോഴും തപനും സിദ്ധാർഥനും ഈ തടാകക്കരയിൽ ഇരുന്നിരുന്നു. ഒരു കൗതുകം തോന്നിയിട്ട് താൻ ദീദിയെ കൂട്ടിയിട്ട് അവിടെ പോയിനിന്നു. അപ്പോൾ, ചിരിച്ചുകൊണ്ട് തപൻ പറഞ്ഞു:

"എന്തൊക്കെ പറഞ്ഞാലും ജീവിതം സുന്ദരം തന്നെ അല്ലേ യശോധരാ?"

"അതെ" എന്ന് താൻ സമ്മതിച്ചു.

എന്നാൽ സിദ്ധാർഥൻ അത് സമ്മതിച്ചില്ല.

"എപ്പോൾ? എപ്പോളാണ് സുന്ദരം?"

"നമ്മൾ ഇങ്ങനെയൊക്കെ കഴിയുമ്പോൾ......?"

"മറിച്ചായാലോ?"

"സിദ്ധാർഥ്, എന്തിനാണിങ്ങനെ മറിച്ച് ചിന്തിക്കുന്നത്?"

ദീദിയാണ് ചോദിച്ചത്: "മുമ്പിൽ കാണുന്നതിനെ വിശ്വസിച്ച് സ്വീകരിക്കുകയല്ലേ നല്ലത്?"

"ഞാൻ മുമ്പിൽ കാണുന്നത് സുന്ദരമായ ജീവിതങ്ങളെയല്ല. വികൃതമായ....."

വാചകം മുഴുമിക്കുവാൻ അന്ന് തപൻ സിദ്ധാർഥനെ അനുവദിച്ചില്ല. കെട്ടിപ്പിടിച്ചുകൊണ്ട് പറഞ്ഞു:

"എത്ര സുന്ദരമാണ് എന്റെ അനുജന്റെ മുഖവും മനസും. ഒന്ന് ഉത്സാഹിക്കൂ സിദ്ധാർഥ് എനിക്കുവേണ്ടിയെങ്കിലും."

ഒരുപക്ഷേ, കുമാരൻ അതൊക്കെ ഓർക്കുകയാവുമോ?

ആവില്ല. അദ്ദേഹത്തിന് അത്തരം വിഷാദചിന്തകളൊന്നും ഉണ്ടാവില്ല. എത്രയോ വലിയ വലിയ കാര്യങ്ങൾ ആ ചിന്താമണ്ഡലത്തിൽ കിടന്ന് വലുതാവുകയാവും.

ദേവദത്തന്റെ ക്രൂരതയെപ്പറ്റി സിദ്ധാർഥൻ ഒരക്ഷരം പറഞ്ഞില്ല. അതെന്തുകൊണ്ടാവും? അറിയില്ല. രണ്ടുദിവസം മുമ്പ് ആനന്ദൻ അസഹ്യതയോടെ അത് സൂചിപ്പിച്ചപ്പോൾ സിദ്ധാർഥൻ പറയുന്നത് കേട്ടു:

"അറിയാഞ്ഞിട്ടല്ലാ...."

യശോധര കിഴക്കോട്ടുതന്നെ നോക്കി നിന്നു. ആ പേരമരത്തിന്മേൽ ചാരിനിൽക്കുകയാണ് സിദ്ധാർഥൻ. തടാകത്തിലെ നീലജലത്തിലേക്ക് നോക്കിക്കൊണ്ട് സിദ്ധാർഥന്റെ ആ നിൽപ്പ് യശോധരയുടെ ഉള്ളിൽ ഒരു കൊളുത്തിവലിവുണ്ടാക്കി. മുമ്പൊരിക്കൽ ദീദി വരച്ച പഴയ ദാർശനികനായ 'സത്യനാഥ'ന്റെ ചിത്രം പോലെ. യശോധര ഓർത്തുനോക്കി, ചെറുപ്രായത്തിൽ തന്നെ സിദ്ധാർഥന് ഈ ഒരു ഭാവം ഉണ്ടായിരുന്നു. അന്ന് ആദ്യമായി രാമഗമയിൽ വന്ന് പരിചയപ്പെട്ടപ്പോൾ തന്നെ. കൊട്ടാരത്തിനു പുറത്ത് ആഘോഷപ്പറമ്പിൽ നടക്കുമ്പോൾ ഒരരികിൽ കൂനിപ്പിടിച്ചിരിക്കുന്ന വൃദ്ധനെത്തന്നെ സിദ്ധാർഥൻ കുറെനേരം നോക്കി നിന്നു. പിന്നെ തപനോട് ചോദിക്കുന്നതും കേട്ടു:

"ആ മനുഷ്യനെ കണ്ടില്ലേ?"

"ഉവ്വ്, അതാരാണ്?"

"ആരാണെന്നറിയില്ല. ആ ശരീരം നോക്കിയോ? എന്താണിങ്ങനെ?"

"അത് ജരകൊണ്ടല്ലേ? നമ്മളൊക്കെ പ്രായമാവുമ്പോൾ ഇങ്ങനെയാവുമല്ലോ."

"നമ്മളൊക്കെ? നമ്മുടെയൊക്കെ ശരീരം ഇതുപോലെയാവുമെന്നോ?"

"ആവും. കോശങ്ങളിങ്ങനെ മാറിമാറി വരുമ്പോൾ സമ്പ്രദായവും മാറും. ബാല്യത്തിലെ രൂപമാണോ ഇപ്പോൾ നമുക്ക്? ഇതിലെന്താ സിദ്ധാർഥ് ഇത്ര പരിഭ്രമിക്കാൻ.....?"

"എങ്കിൽ പിന്നെ മനുഷ്യർ എന്തിനിങ്ങനെ ശരീരസൗന്ദര്യത്തിൽ ഭ്രമിക്കുന്നു.? സുന്ദരമെന്ന് വാഴ്ത്തുന്നു?"

"സുന്ദരമാവുമ്പോൾ സുന്ദരമെന്ന് പറയും. വൈരൂപ്യം വന്നാൽ വിരൂപമെന്നും."

തപൻ എപ്പോഴും പ്രായോഗിക തലത്തിലാണ് നിൽക്കുക. തികഞ്ഞ ക്ഷാത്രവീര്യമുണ്ട് തപനിൽ. ഇപ്പോൾ തോന്നുന്നു തപൻ ഇവിടുന്ന് വിട്ടുപോയത് നന്നായി എന്ന്. ഇങ്ങനെ ഒരു ദയനീയാവസ്ഥയിൽ വേണ്ടായിരുന്നു എന്നു മാത്രം. ഈ ചെറിയ വട്ടത്തിൽ ഒതുങ്ങി നിൽക്കേണ്ടവനല്ല തപൻ. ഇതിൽ ഒതുങ്ങുകയുമില്ല.

ഒരു ഉച്ഛ്വാസം തന്റെ ചുമലിൽ വന്ന് മുട്ടുന്നതറിഞ്ഞിട്ട്, ഒരു പുരുഷഗന്ധം വന്നതറിഞ്ഞിട്ട് തിരിഞ്ഞുനോക്കുവാൻ തുടങ്ങിയപ്പോഴേക്ക് ആ കൈ അവളുടെ ചുമലിൽ തൊട്ടു. ശൃംഗാരഭാവവുമായി ദേവദത്തൻ പിന്നിൽ.

"കയ്യെടുക്കൂ." യശോധരയുടെ ഉരത്ത ആജ്ഞ തന്നെ.

"എന്തിന്? ഈ കപ്പ് ഇവിടെയല്ലേ ഇരിക്കേണ്ടത്?'

"കയ്യെടുക്കാനാണ് പറഞ്ഞത്. ചോരക്കറയാണ് അതിൽ നിറയെ."

കൂടുതൽ പറയാൻ നിൽക്കാതെ രൂക്ഷമായി ഒന്നു നോക്കിയിട്ട് യശോധര അകത്തേക്ക് പോയി.

തപന്റെ വേർപാട് സിദ്ധാർഥനെ ഏതൊക്കെ വിധത്തിൽ ബാധിക്കും എന്നതിൽ ഗൗതമിയേക്കാളും കൗശികിയേക്കാളും ഭയം ആനന്ദന് ഉണ്ടായിരുന്നു. അവരുടെ ഗാഢസൗഹൃദത്തിന് എത്രയോ തവണ സാക്ഷ്യം നിന്നതാണല്ലോ. ആനന്ദനും സിദ്ധാർഥനും മാത്രമല്ല പരിചയപ്പെടുന്ന ആർക്കും ഏത് കുഴപ്പംപിടിച്ച പ്രശ്നത്തിനും അവിടെ മറുമരുന്നുമുണ്ട്. അങ്ങനെ ഒരാൾ ഇടയിൽനിന്ന് വിട്ടുപോവുമ്പോൾ....?

എന്നാൽ, പ്രകടമായ ഒരു വിഷാദഭാവവും പെരുമാറ്റ വ്യത്യാസവും സിദ്ധാർഥനിൽ ആരും കണ്ടില്ല. കുറേ ദിവസമായിട്ടുതന്നെ അദ്ദേഹത്തിന്റെ സമ്പ്രദായങ്ങൾ ഇങ്ങനെ ആയിക്കഴിഞ്ഞിരുന്നു. അവർക്കാർക്കും അറിയുവാൻ കഴിയാത്ത അത്ര വലിയ ഒരു സംഘട്ടനം തന്റെ ഉള്ളിൽ നടക്കുന്നു എന്നത് സിദ്ധാർഥന് അറിയാമായിരുന്നു.

"ഈ പ്രകൃതി അതിന്റെ വിജ്ഞാനഖനിയെ എന്തിനാണിത്ര സമർഥമായി മറച്ചുവെച്ചിരിക്കുന്നത്? ഇതിലെ ചരാചരങ്ങൾക്ക് അനുഭവിക്കാനല്ലെങ്കിൽ പിന്നെ എന്തിനുള്ളതാണത്?"

ഈ ചോദ്യം മുമ്പൊരിക്കൽ സിദ്ധാർഥൻ തപനോട് ചോദിച്ചതാണ്. മറുപടി വേഗം വന്നു.

"മറച്ചുവയ്ക്കപ്പെട്ട ഖനിയും മറയും ചോദ്യവും മറുപടിയും കണ്ടത്തേണ്ട വഴിയും എല്ലാം പ്രകൃതിയിൽത്തന്നെ ഉണ്ടല്ലോ. ഖനി കുഴിച്ചെടുക്കുകതന്നെ വേണ്ടേ? ഭൂമിക്കടിയിലല്ലേ ഖനി."

താൻ പഠിച്ച പാഠങ്ങളൊക്കെ സിദ്ധാർഥൻ ഓർത്തുനോക്കി. എങ്ങനെ അത് കുഴിച്ചെടുക്കും? കുറെ കഴിഞ്ഞപ്പോൾ ഒരു തീരുമാനത്തിലെത്തി. ആ മാർഗം തന്നെ..... തപസ്സ്. ജീവകനും പറഞ്ഞത് അതാണല്ലോ. ഇത്ര അനന്തമായ അറിവ് ചരകമഹർഷി എങ്ങനെ കണ്ടെത്തി എന്ന് ചോദിച്ചപ്പോളാണ് ജീവകൻ അത് പറഞ്ഞത്:

"തപസ്സ് കൊണ്ട് സ്വന്തം ഹൃദയഗുഹയിലേക്ക് ഇറങ്ങിച്ചെല്ലുമ്പോൾ അവിടെ പുറത്തുള്ളതിനേക്കാൾ വലിയ അത്ഭുതമാണ് കാണുക അതിനെ മൂലപ്രകൃതിയുമായി കൂട്ടിയോജിപ്പിച്ച്....."

"അതെങ്ങനെ സാധിക്കും?"

"ഏകാഗ്രമായ ഒരു മനസ്സ് വേണം. അഹങ്കാരരഹിതമായ ബുദ്ധി വേണം. പിന്മടങ്ങാത്ത സ്ഥിരോത്സാഹം വേണം. ഉറച്ച ലക്ഷ്യബോധം വേണം...."

ആകെക്കൂടി ഒരു ആശയക്കുഴപ്പമാണ് അന്ന് ജീവകന്റെ വാക്കുകൾ സിദ്ധാർഥനിൽ ഉണ്ടാക്കിയത്. ഒന്ന് പുഞ്ചിരിച്ചിട്ട് വിഷയം മാറ്റി.

സിദ്ധാർഥൻ പതുക്കെ നടന്നുചെന്ന് ആ നദിയുടെ കരയിൽ എത്തി നിന്നു. പുഴയുടെ ഒഴുക്കിലേക്ക് നോക്കിക്കൊണ്ടിരിക്കുവാൻ രസമാണ്. ലക്ഷ്യബോധത്തോടെയാണ് പുഴ ഒഴുകുന്നത്. സമുദ്രം ഉൽക്കണ്ഠയോടെ കാത്തിരിക്കുന്നു എന്നറിയാം. എന്തൊരു ബദ്ധപ്പാടാണ്. തിരിഞ്ഞുനോട്ടമില്ലാത്ത ഒരേ വഴിക്കുള്ള ഓട്ടം.

എവിടുന്നാണ് ഒരു പാട്ട് കേൾക്കുന്നത്.

സിദ്ധാർഥൻ ചെവിയോർത്തു നിന്നു. ഏതോ ബാലികയുടെ ഗാനാലാപനമാണ്. കരടില്ലാത്ത ശരീരം. ശരിക്കും ഹൃദയഹാരിതന്നെ. ഋതുക്കളെ വർണിക്കുകയാണവൾ. കേട്ട് നിന്നുപോയി. അപ്പോൾ, സംഗീതം തന്നെ കരയിച്ച ഒരു സംഭവവും ഓർമവന്നു. കൗമാരപ്രായത്തിലൊരിക്കൽ അമ്മാമന്റെ നാട്ടിൽ പോയപ്പോഴാണ് അതുണ്ടായത്. ചിത്രാപൗർണമി ആഘോഷത്തിന് ഒരുങ്ങുകയായിരുന്നു എല്ലാവരും. എങ്ങും തിരക്ക്. ഉത്സാഹം. അപ്പോൾ, അകലെ ആ വയലിന്റെ അറ്റത്തെ ഒരു വീട്ടിൽ നിന്ന് ഒരു പാട്ട് കേട്ടു. ഒരു പ്രത്യേകതയുള്ള ഗാനമായിരുന്നു അത്. കേൾക്കുന്തോറും തന്റെ ഉള്ളിലും ശോകം വന്ന് നിറഞ്ഞിരുന്നു. ആ വികാരം ദുഃഖമാണ് എന്നുതന്നെ അന്ന് മനസിലായിരുന്നില്ല. തന്റെ ഉള്ള് കിടന്ന് തേങ്ങുന്നത് അറിഞ്ഞിരുന്നു എന്നു മാത്രം. കണ്ണുകൾ നിറഞ്ഞ് ഒഴുകുകയും ചെയ്തിരുന്നു. ആ പാട്ട് കേൾക്കാതെ വയ്യ. കേൾക്കുമ്പോൾ ദു:ഖം വരാതെയുമിരിക്കില്ല. ആ അവസ്ഥയിൽ, അടുത്ത് നിന്നിരുന്ന യശോധരയോടാണ് ചോദിച്ചത്:

"ആ പാട്ട്.....?"

യശോധര സംശയം കൂടാതെ പറഞ്ഞു:

"അവർ ദുഃഖം മറയ്ക്കുവാൻ വേണ്ടി പാട്ടുപാടുകയാവും."

"ദുഃഖമോ? എന്ത് ദുഃഖം?"

അപ്പോൾ, ഒരനുഭവസ്ഥയെപ്പോലെ യശോധര വിവരിച്ചു: "അവരുടെ ഭർത്താവ് നല്ല മനുഷ്യനായിരുന്നു. വളരെ ആനന്ദത്തോടെ കഴിയുകയായിരുന്നു രണ്ടുപേരും. ഭർത്താവ് യുദ്ധത്തിനു പോയി. പിന്നെ തിരിച്ചുവന്നില്ല. കടുത്ത വിരഹവേദന സഹിക്കുവാനായി ഭാര്യ പാട്ടുപാടുകയാണ്."

പാട്ട് അപ്പോഴും തുടരുന്നുണ്ടായിരുന്നു. അന്ന് യശോധരയോട് ബഹുമാനം തോന്നി. ഈ പെൺകുട്ടി എങ്ങനെ ഇതൊക്കെ മനസിലാക്കി? ഈ ചെറുപ്രായത്തിൽ തന്നെ. യശോധരയോട് എന്നും ബഹുമാനം തന്നെയാണ് തോന്നിയിട്ടുള്ളത്. കാര്യങ്ങളെ പെട്ടെന്ന് മനസിലാക്കുവാനും വേണ്ട തീരുമാനമെടുക്കാനും യശോധരയ്ക്ക് സവിശേഷമായ ഒരു കഴിവുണ്ട്.

സിദ്ധാർഥൻ ആ പച്ചപ്പുല്ലിലൂടെ അങ്ങോട്ടുമിങ്ങോട്ടും നടന്നു.

ഇന്നലെ രാമഗമയിലേക്ക് തിരിച്ചുപോകുവാനൊരുങ്ങിക്കൊണ്ട് യാത്ര പറയാൻ മുമ്പിൽ വന്ന് നിന്നപ്പോഴും യശോധരയ്ക്ക് പതറിച്ചയൊന്നും കണ്ടില്ല. വന്ദനയുടെ കൂടെയല്ലാതെ യശോധര ഇവിടെ വന്നിട്ടും

പോയിട്ടും ഇല്ല. അതൊന്നും അവൾ ഓർക്കാതിരിക്കുന്നുണ്ടാവില്ല. എന്നിട്ടും മുഖത്ത് ആ കുലീനമായ മന്ദഹാസം തന്നെ. തനിക്ക് അങ്ങോട്ട് പറയേണ്ടിവന്നു.-

"അവന്തിയിൽനിന്ന് വിവരം കിട്ടിയാൽ അറിയിക്കാം."

"ഉം."

തല സ്വൽപ്പം ചെരിച്ച് അവൾ പതുക്കെ പറഞ്ഞു:

"തപൻ കണ്ണ് തുറന്നു എന്നാണറിഞ്ഞത്."

"എങ്ങനെ അറിഞ്ഞു?"

"ജീവകൻ ഒരു ദൂതൻ വശം രഹസ്യമായി അറിയിച്ചതാണ്."

"രഹസ്യമായി?"

"അതെ. പരസ്യമാക്കുന്നത് ആപത്താണ് എന്ന് മനസിലാക്കുന്നുണ്ടാവും."

യശോധരയുടെ വാക്കുകളിലെ മുള്ളുകൾ കാണാതിരുന്നില്ല. എന്നാലും ചോദിച്ചു:

"കൂടുതൽ എന്തൊക്കെയാണ് ദൂതൻ പറഞ്ഞത്?"

"അവിടെ, സുശ്രുതന്റെ പ്രത്യേക ശ്രദ്ധയിലാണ് ചികിത്സ. അടുത്തുതന്നെ തപനെ കാശിയിലേക്ക് കൊണ്ടുപോവും. സുശ്രുത മഹാരാജന് പ്രതീക്ഷയുണ്ടത്രെ."

"വന്ദന?"

"ദീദി ഒരുമിച്ചുതന്നെയാണ്. ജീവകനും മറ്റെല്ലാവർക്കും വലിയ ആദരവാണ് ദീദിയോട് എന്ന് തോന്നി."

"എന്തെങ്കിലും സഹായം ആവശ്യപ്പെട്ടിട്ടുണ്ടോ?"

"ഇല്ല."

യശോധര നടക്കുവാൻ തുടങ്ങിയപ്പോൾ ചോദിക്കണമെന്നു തോന്നി ഇനി എന്നാണ്? ചോദിച്ചില്ല. തന്റെ ഭാവം മനസിലാക്കിട്ടവൾ പറഞ്ഞു:

"അമ്മ വരുമ്പോൾ ഞാനും കൂടെ വരും."

ഇപ്പോൾ യശോധരയെ ഒന്ന് കാണണമെന്ന് സിദ്ധാർഥന് കലശലായ മോഹം തോന്നി. പക്ഷേ. എങ്ങിനെ കാണും? ആഗ്രഹം വർധിച്ചപ്പോൾ മനസിനെ മറ്റൊരു വഴിക്ക് തിരിച്ചു വേണ്ട. അത്തരം ദൗർബല്യങ്ങൾക്ക് അടിമപ്പെടരുത്.

സിദ്ധാർഥൻ നടന്നുനടന്ന് എവിടെയോ എത്തി. നാലുപുറവും നോക്കി. നാട്ടുവഴികളിൽ നിന്ന് വിട്ടിരിക്കുന്നു. ഇനി കാടാണ്. ഒരു കൗതുകം തോന്നിയിട്ട് കാട്ടിലേക്ക് കടന്നു. കാട് സിദ്ധാർഥന് ഒരു ഹരമാണ്. ഉള്ളിലേക്ക് ഉള്ളിലേക്ക് പോയപ്പോൾ അവിടെ മനുഷ്യസഞ്ചാരത്തിന്റെ ലക്ഷണങ്ങൾ കണ്ടു. ചീഞ്ഞ പച്ചിലകൾക്കു മീതെ നീണ്ട കാലടിപ്പാടുകൾ, അവിടവിടെ ഒടിച്ചിട്ട മരക്കൊമ്പുകൾ. ഈ കാട്ടിനുള്ളിലും മനുഷ്യവാസമോ? കുറച്ചുകൂടി നടന്നപ്പോൾ, അവിടെ മരങ്ങളുടെ തിക്കിത്തിരക്കില്ല. ഒഴിഞ്ഞ പ്രദേശം. ഒരു അരുവി എവിടുന്നോ ഒലിച്ച് വരുന്നു. കുറച്ചുനേരം അവിടെത്തന്നെ നിന്നു. അപ്പോൾ മുമ്പു

കണ്ട ഒരും രംഗം ഓർമ വന്നു. തപന്റെ കൂടെ നടന്നപ്പോളാണത്. കാടിന്റെ ഉള്ളിലൂടെത്തന്നെയായിരുന്നു അന്നും നടന്നിരുന്നത്. എന്തൊക്കെയോ പറയുകയും കേൾക്കുകയും ചെയ്തുകൊണ്ടുള്ള അന്നത്തെ ആ നടത്തങ്ങൾ ഏറെ ഉന്മേഷപ്രദങ്ങളായിരുന്നു. ഒരു സ്ഥലത്തെത്തിയപ്പോൾ, അന്തരീക്ഷത്തിൽ പുകയുടെ ഗന്ധം വന്നു. വിറക് കത്തി പൊട്ടുന്ന ശബ്ദം. മനുഷ്യരുടെ സംസാരങ്ങൾ. രണ്ടുപേരും അങ്ങോട്ട് നടന്നു. അവിടെ ഒരു ശവസംസ്കാരം നടക്കുകയായിരുന്നു. ഒരു ഇടത്തരം കുടുംബത്തിലെ ഒരേയൊരു മകൻ. ചിതയിൽ വയ്ക്കും മുമ്പ് മന്ത്രങ്ങൾ ചൊല്ലി കുളിപ്പിക്കുകയാണ് പുരോഹിതന്മാർ. യുവത്വം മുറ്റിനിൽക്കുന്ന ശരീരം. അദ്ദേഹത്തിന്റെ സുന്ദരിയായ ഭാര്യ കുറച്ചകലെ നിൽക്കുന്നുണ്ട്. അവർ വിങ്ങിവിങ്ങി കരയുന്നു. അപ്പോൾ പുരോഹിതന്മാർ ശാസിക്കുകയാണ്:

"ഇപ്പോൾ കരയരുത്. പരേതാത്മാവിന് ദോഷമാണത്. കരയാതെ പിതൃകർമങ്ങൾ ചെയ്യണം."

അന്ന് പതുക്കെ തപനോട് ചോദിച്ചു:

"അങ്ങനെ ഒന്ന് ഉണ്ടോ തപൻ? ഈ പരേതാത്മാവ്?"

ആ കത്തുന്ന ചിതയിലേക്കു നോക്കിയിട്ട് അലക്ഷ്യഭാവത്തിൽ തപൻ അന്ന് പറഞ്ഞു: "എനിക്കറിയില്ല."

എന്നിട്ട് ആ ബാലവിധവയുടെ അടുത്തേക്ക് നീങ്ങിയിട്ട് അനുനയ സ്വരത്തിൽ പറയുന്നത് കേട്ടു:

"കരഞ്ഞാൽ ആശ്വാസം തോന്നുന്നുണ്ടെങ്കിൽ കരഞ്ഞോളു. പേടിക്കണ്ട."

തപന്റെ സിദ്ധാന്തം അതായിരുന്നു എന്നും. മനസിന്റെ സമാധാനത്തിനുള്ളതാണ് ഇതെല്ലാം. ആചാരങ്ങളും അനുഷ്ഠാനങ്ങളും എല്ലാം തന്നെ.

അകലെ ഒരു ആളനക്കം തോന്നിയപ്പോൾ സിദ്ധാർഥൻ അങ്ങോട്ട് നടന്നു. അവിടെ ഒരു ആശ്രമം. ഒരു പരന്ന കല്ലിന്മേൽ ഒരാൾ ഇരിക്കുന്നു. പത്മാസനത്തിലാണ്. അർധനിമീലിതങ്ങളാണ് കണ്ണുകൾ. കൈപ്പടങ്ങൾ രണ്ടുതുടയിലും മലർത്തി വെച്ചിരിക്കുന്നു. തീരെ ദുർമേദസില്ലാത്ത ശരീരം. കുറച്ചു നേരം അകലെനിന്നുകൊണ്ട് നോക്കി. പിന്നെ കുറച്ചുകൂടി അടുത്തേക്ക് നീങ്ങി. ആദ്യം ഒന്ന് ഞെട്ടി. അദ്ദേഹത്തിനു ചുറ്റും ഒരു പ്രകാശത്തിന്റെ വലയം. കണ്ണെടുക്കാതെ സിദ്ധാർഥൻ അവിടെത്തന്നെ നോക്കിനിന്നു. അധികം വൈകാതെ ആ മനുഷ്യൻ സാവധാനത്തിൽ കണ്ണു തുറന്നു. സിദ്ധാർഥനെ കണ്ട് സന്തോഷഭാവത്തിൽ തന്നോടു തന്നെ എന്നപോലെ പതുക്കെ പറയുന്നതു കേട്ടു.

"അങ്ങ് വന്നു, അല്ലേ?"

സിദ്ധാർഥൻ പതുക്കെ മുന്നോട്ടു നീങ്ങിയിട്ട് ആദരവോടെ അദ്ദേഹത്തെ വന്ദിച്ചു. അപ്പോൾ അദ്ദേഹം വീണ്ടും കണ്ണുകൾ പകുതിയടച്ചിട്ട് ധ്യാനത്തിലേക്ക് കടക്കുകയും ചെയ്തു. സിദ്ധാർഥൻ അദ്ദേഹത്തിനെ സൂക്ഷ്മമായി നിരീക്ഷിച്ചുകൊണ്ട് അവിടെത്തന്നെ നിന്നതേയുള്ളു. കുറേ

കഴിഞ്ഞിട്ടാണ് പിന്നെ ആ താപസൻ കണ്ണു തുറന്നത്. ഇളകാതെ ശ്രദ്ധിച്ച് കാത്തിരുന്ന സിദ്ധാർഥനെ നോക്കി അടുത്തേക്ക് വിളിച്ചു. ധ്യാനത്തിന്റെ രീതിയും, അതുണ്ടാക്കുന്ന ആനന്ദവും അനുഷ്ഠിക്കേണ്ട കാര്യങ്ങളും സമാധ്യാവസ്ഥയെപ്പറ്റിയും എല്ലാം ചുരുങ്ങിയ വാക്കുകളിൽ വിശദമായിട്ട് പറഞ്ഞു. അങ്ങോട്ടെന്തെങ്കിലും ചോദിക്കാതെതന്നെ.

ഉടനെ ആ യോഗി സമാധിസ്ഥനാവുകയും ചെയ്തു.

സിദ്ധാർഥന് അത്ഭുതമോ ആശ്വാസമോ ആശാഭംഗമോ ഒക്കെ തോന്നി. എന്നാലും അത്രത്തോളമെങ്കിലും അറിഞ്ഞുവല്ലോ. തിരിച്ചു പോന്നു. ആ താപസന്റെ ചുറ്റും കണ്ടെത്തിയ പ്രഭാവലയം വികസിച്ച് തന്നിലും വ്യാപിച്ചതുപോലെ തോന്നുകയാണ്. കൊട്ടാരത്തിൽ തിരിച്ചെത്തിയിട്ട് അന്നുതന്നെ സിദ്ധാർഥൻ ആ വിധത്തിൽ ധ്യാനം തുടങ്ങി. അതൊരു സുഖമുള്ള അനുഭവമായിരുന്നു. ശരീരത്തിന്റെ ഘനം കുറഞ്ഞു പോകുന്നതുപോലെ. മനസിലെ അനാവശ്യ ഉൽക്കണ്ഠകളും ആശങ്കകളും അകന്നകന്ന് പോവുന്നതുപോലെ. അപ്പോൾ ഒരു കാര്യം തീർച്ചയായി– മനോഗതിയെ നിയന്ത്രിക്കുന്ന കാര്യത്തിൽ ശ്വസനക്രിയയ്ക്ക് വലിയ പങ്കുണ്ട്.

മറ്റൊരു ദിവസം സിദ്ധാർഥൻ വലിയ പ്രതീക്ഷകളോടെ ആ കാട്ടിലേക്ക് കടന്നു. ഗുരുവിനെ കാണണം. കണ്ട് അടുത്തിരുന്ന് സംസാരിക്കണം. ആശ്രമത്തിനടുത്തെത്തി. അവിടെ ആരേയും കാണുന്നില്ല. തീരെ ശൂന്യം, നിശ്ശബ്ദം. ഒരു ചീവീടിന്റെ ശബ്ദംപോലുമില്ല. നാലുപുറത്തേക്കും നോക്കി. ആരുമില്ല ഒന്നുമില്ല. ആ പരന്ന കല്ല് അനാഥമായി ഒഴിഞ്ഞു കിടക്കുന്നു. അദ്ദേഹം എങ്ങോട്ട് പോയി?

പതിനഞ്ച്

രാജ്യസഭയിലെ കാര്യാലോചനകൾ കഴിഞ്ഞ് അന്ന് ശുദ്ധോദന പ്രഭു അന്തഃപുരത്തിൽ വന്നപ്പോൾ ഗൗതമി പറഞ്ഞു:

“സിദ്ധാർഥന് വിവാഹപ്രായമായിരിക്കുന്നു.”

“ശരിയാണ്.”

മനസിൽനിന്ന് വിട്ടുപോവാത്ത മറ്റേതോ ദുർഘടംപിടിച്ച സംഗതികൾ ആലോചിച്ചുകൊണ്ട് കനത്ത താടി തടവി നടക്കുന്നതിനിടയിൽ പ്രഭു സമ്മതിച്ചു.

“നമ്മുടെ കുടുംബത്തിലെ കീഴ്വഴക്കംപോലെത്തന്നെയായാലെന്താ? യശോധരയ്ക്കും പ്രായപൂർത്തിയായല്ലോ.”

“നല്ലത്, വളരെ നല്ലത്.”

ഗൗതമി അന്നുതന്നെ സിദ്ധാർഥനോട് അഭിപ്രായം ചോദിച്ചു. മറുപടി പെട്ടെന്ന് കിട്ടിയില്ല. കുറച്ചൊന്നാലോചിച്ചിട്ട് സിദ്ധാർഥൻ പറഞ്ഞു:

‘യശോധരയോട് ചോദിക്കൂ. അവർക്ക് എന്നെ ഇഷ്ടപ്പെട്ടില്ലെങ്കിലോ?’

ഗൗതമി കള്ളച്ചിരി ചിരിച്ച് സിദ്ധാർഥന്റെ പുറത്ത് തട്ടി. അന്നുതന്നെ രാമഗമയിൽ പോയി. സഹോദരനോടും പാമിതയോടും വിവരം പറഞ്ഞു. പാമിതയാണ് യശോധരയോട് അഭിപ്രായം ചോദിച്ചത്. ആ ചോദ്യം അവൾ പ്രതീക്ഷിച്ചതായിരുന്നു. അവൾക്കറിയാം. ഇതത്ര സുന്ദരമായ ദാമ്പത്യമൊന്നും ആവില്ലാ എന്ന്. എന്നാലും, ഒരുദിവസമേ പറ്റിയുള്ളു എങ്കിൽ അത് ആസ്വദിക്കാം. യശോധര സമ്മതിച്ചു.

രാമഗമയിലെ രഥോത്സവം ഗംഭീരമായിട്ടുതന്നെയാണ് അത്തവണയും നടത്തിയത്. ദീപങ്ങൾ തെളിക്കലും രഥങ്ങൾ അലങ്കരിക്കലും. എല്ലാറ്റിലും യശോധര സജീവമായിത്തന്നെ പങ്കെടുത്തു. എന്നിട്ടും ഉള്ളിൽ കൂടെക്കൂടെ ഒരു മൗഢ്യം വന്നു. ദീദി ചെയ്തിരുന്ന പണികളാണ് ഇതൊക്കെ. അലങ്കാരപ്രിയയാണല്ലോ ദീദി. ചെയ്യുന്ന ഏതു പ്രവൃത്തിക്കും ഒരു സൗന്ദര്യവും വൃത്തിയും ഉണ്ടാവും. ഭംഗിയുടെ ഒരു പൂർണത. അവിടെ ഇരുന്നിട്ടായാലും ദീദി ഈ ദിവസം ഓർക്കാതിരിക്കുമോ? അതോ, തപന്റെ ശുശ്രൂഷയുടെ തിരക്കിൽ ഓർമ വിടുമോ? തപനെ മരുന്ന് തേപ്പിക്കലും കുളിപ്പിക്കലുമൊക്കെ ദീദിയാണ് ചെയ്യുന്നത് എന്നാണല്ലോ ജീവകൻ പറഞ്ഞയച്ചത്. തപൻ വേഗം സുഖപ്പെടുന്നുണ്ട്. സംസാരശേഷി കിട്ടിത്തുടങ്ങി എന്നൊന്നും സിദ്ധാർഥനോട് പറഞ്ഞിട്ടില്ല. സ്വകാര്യമായിട്ടാണ് ജീവകൻ അറിയിച്ചത്. അത് സ്വകാര്യമായിത്തന്നെ ഇരിക്കട്ടെ. പരസ്യമാക്കണ്ട.

ഉത്സവത്തിനുള്ള രഥത്തോടൊപ്പം നൃത്തം ചവിട്ടിവരേണ്ട ബാലികമാരെ അണിയിച്ചൊരുക്കുമ്പോൾ മറ്റൊരു രഥശബ്ദം കേട്ടു. യശോധര മുഖമുയർത്തി നോക്കി. ശാക്യദേശത്തുനിന്ന് അച്ഛൻപെങ്ങൾ വരാറുണ്ട് രഥോത്സവത്തിന്. എന്നാൽ, ആ രഥം കൊട്ടാരത്തിലേക്കുള്ള വഴിയിലേക്ക് തിരിഞ്ഞില്ലല്ലോ. ആരോ ആവട്ടെ. യശോധര സ്വന്തം കർത്തവ്യങ്ങളിൽ മുഴുകി. ചെറിയ കുട്ടികളാണ്. അവരെ കുട്ടിപ്പിടിച്ച് കൊണ്ടുനടക്കുകതന്നെ വേണം. കുറച്ചുകഴിഞ്ഞപ്പോൾ പിന്നിൽനിന്ന് ഒരു വിളി കേട്ടു: "ഗോപാ."

യശോധര സ്തംഭിച്ചുപോയി. സിദ്ധാർഥൻ ഇങ്ങനെ ഒരു സംബോധന? ഇവിടെ ചില പ്രത്യേക സന്ദർഭങ്ങളിൽ അമ്മ മാത്രം വാത്സല്യത്തോടെ വിളിക്കുന്ന ഈ വിളി സിദ്ധാർഥൻ എങ്ങനെ അറിഞ്ഞു? അവൾക്ക് ഒരു പരിഭ്രമമാണ് തോന്നിയത്. എത്രയോ തവണ കാണുകയും സംസാരിക്കുകയും ചെയ്തിട്ടും ഇന്ന് സിദ്ധാർഥന്റെ നേരെ നിൽക്കാൻ സങ്കോചം തോന്നുന്നു. ഇതെന്താണിങ്ങനെ?

അധികാരഭാവത്തിൽ സിദ്ധാർഥൻ യശോധരയുടെ നേരെ നിന്ന് പറഞ്ഞു: "കാണാൻ വേണ്ടിത്തന്നെ. വരുമ്പോൾ മുഖം താഴ്ത്തണ്ട."

അവളേയും കൂട്ടിക്കൊണ്ട് സിദ്ധാർഥൻ ആളൊഴിഞ്ഞ സ്ഥലത്തേക്ക് മാറി അഭിമുഖമായിട്ട് നിന്നു.

"സമ്മതം മൂളിയത് ബോധപൂർവമാണോ?"

സിദ്ധാർഥന്റെ ശബ്ദത്തിന് ഘനമുണ്ടായിരുന്നു.

"ബോധക്കേടൊന്നും ഉണ്ടായിരുന്നില്ല."

"ഭയം തോന്നുന്നുണ്ടോ?"

"ഭയമോ? ഒരു ദിവസമാണെങ്കിലും അത് അനുഭവിക്കാം എന്നുതന്നെയാണ് വിചാരിച്ചത്. ആരും നിർബന്ധിച്ചിട്ടല്ല. ഭയം കൊണ്ടുമല്ല."

"ഗോപയ്ക്ക് ഇഷ്ടമാവില്ലേ എന്ന് ഞാൻ സംശയിച്ചു. എന്റെ സമ്പ്രദായങ്ങൾ അറിയാവുന്നതുകൊണ്ട്."

"അറിയാവുന്നതുകൊണ്ടാണ് ആഗ്രഹിച്ചത്."

സിദ്ധാർഥന്റെ കണ്ണുകൾ വിടർന്നു. ആഹ്ലാദത്തോടെതന്നെ ചോദിച്ചു: "ശരിക്കും? സത്യമായിട്ടും?"

അവൾ മന്ദഹസിച്ചുകൊണ്ട് തലുകുലുക്കി: "ഉം"

തെളിഞ്ഞ മുഖത്തോടെ അദ്ദേഹം ഒന്നുകൂടി അവളുടെ അടുത്തേക്ക് നീങ്ങി.

"മതി. ഇത് കേൾക്കാനാണ് കാത്തിരുന്നത്."

"നാളെത്തന്നെ തിരിച്ചുപോവുമോ?"

"ഇനി തിരിച്ചുപോവേണ്ട എന്നാണിപ്പോൾ തോന്നുന്നത്."

സിദ്ധാർഥൻ ചെറുപുഞ്ചിരിയോടെ ശബ്ദം താഴ്ത്തിയിട്ടാണ് പറഞ്ഞത്. മുന്നിൽ വിടർന്ന നിൽക്കുന്ന യശോധരയെ ഒന്ന് അമർത്തി കെട്ടിപ്പിടിച്ചാലെന്താ എന്ന് മോഹം തോന്നി. അപ്പോൾത്തന്നെ കൈ വലിച്ചു. വേണ്ട, സമയമാവട്ടെ.

ആഘോഷസ്ഥലത്തുനിന്ന് ചിലർ യശോധരയെ അന്വേഷിച്ച് വന്നപ്പോൾ അവൾ അവരുടെ കൂടെ പോയി. യശോധര പോയപ്പോൾ സിദ്ധാർഥന് വല്ലാത്തൊരു ഏകാകിത്വം തോന്നി. ഒറ്റയ്ക്കായതുപോലെ ഇതെന്താണിങ്ങനെ? സ്നേഹത്തിന് ഇങ്ങനേയും ഭാവങ്ങളുണ്ടോ?

രഥോത്സവഘോഷങ്ങളിൽ മറ്റുള്ളവരോടൊപ്പംതന്നെ സിദ്ധാർഥനും പങ്കുകൊണ്ടു. അതിഥിപൂജയ്ക്ക് പാമിത നയോഗിച്ചത് യശോധരയെയാണ്. വിശിഷ്ടാതിഥികളെ വേണ്ടവിധം സ്വീകരിച്ചിരുത്താൻ അവൾക്കറിയാം. ഗുരുക്കന്മാർ, പുരോഹിതന്മാർ, പ്രഭുക്കൾ, സുഹൃത്തുക്കൾ.... എല്ലാവരേയും യഥാസ്ഥാനത്ത് ആനയിച്ചിരുത്തി. ശാക്യദേശത്തിന്റെ അടുത്ത ഭരണാധികാരിയാവും എന്ന് പ്രതീക്ഷിക്കപ്പെടുന്ന സിദ്ധാർഥകുമാരനും ആ സ്വീകരണപ്പന്തലിലേക്ക് ആനയിക്കപ്പെട്ടു. യശോധര അർഘ്യപാദ്യങ്ങളുമായി അദ്ദേഹത്തെ സ്വീകരിക്കുകയായിരുന്നു. അതിനിടയിൽ അദ്ദേഹം ഒന്ന് മുഖമുയർത്തിനോക്കി. യശോധരയുടെ കഴുത്തിൽ ഇന്നലെ കാണാതിരുന്ന മാല കിടന്ന് മിന്നുന്നു. ഒരു തൂമുത്തുമാല. ഇത്? നല്ല പരിചയം തോന്നുന്നു. സിദ്ധാർഥൻ പിന്നേയും നോക്കി. മുമ്പൊരിക്കൽ ചെറിയമ്മ തനിക്കുവേണ്ടി ഒരു കുമാരീപൂജ നടത്തി. നാട്ടിലെ പെൺകിടങ്ങളെ മുഴുവൻ വരുത്തിയിട്ട് അവർക്ക് ഭക്ഷണവും സമ്മാനവും കൊടുക്കുക. സമ്മാനം കൊടുക്കാൻ ചെറിയമ്മ തന്നോടാണ് പറഞ്ഞത്. കുറേ കുട്ടികളുണ്ടായിരുന്നു. വലിയ തട്ടുകളിൽ കൊണ്ടുവന്നുവച്ച മാലകൾ ഓരോരുത്തർക്കായി കൊടുത്തു. മാലകളൊക്കെ

തീർന്നപ്പോഴാണ്. യശോധരയെ കണ്ടത്. ഒരു മാലയും ബാക്കിയില്ലല്ലോ. അപ്പോൾ താൻ സ്വന്തം കഴുത്തിലുണ്ടായിരുന്ന മുത്തുമാല ഊരിയെടുത്ത് അവൾക്ക് കൊടുത്തു. ആ മാല അത്രമേൽ വിശേഷപ്പെട്ടതായിരുന്നു. അമ്മ കഴുത്തിൽ അണിഞ്ഞിരുന്നതായിരുന്നവത്രേ അത്. ഒരുദിവസം പിന്നെ ചെറിയമ്മയാണ് അത് തന്റെ കഴുത്തിലിട്ടത്. ആ മാല കൊടുത്തപ്പോൾ യശോധര അന്ന് ക്ഷമാപണം ചെയ്തു.

"അയ്യോ..... അങ്ങയ്ക്ക് ആഭരണങ്ങൾ ഇല്ലാതായല്ലോ."

ഇപ്പോൾ യശോധരതന്നെ തനിക്ക് ഒരു ദിവ്യാഭരണമായിരിക്കുകയാണല്ലോ.

"ഓർമയുണ്ടോ ഈ മാല ഏതെന്ന്?"

വിശിഷ്ടാതിഥിയെ കാലുകഴുകി തുടയ്ക്കുമ്പോൾ അവർക്കിരുവർക്കും മാത്രം കേൾക്കാവുന്ന സ്വരത്തിൽ യശോധര ചോദിച്ചു. സിദ്ധാർഥൻ ചിരിച്ച് തലകുലുക്കിയതേയുള്ളു.

സിദ്ധാർഥന്റെ വിവാഹദിവസം അടുക്കുന്തോറും കൊട്ടാരം മാത്രമല്ല കപിലവസ്തു ആകെ തിരക്കേറിയതായി. ജനങ്ങൾ സന്തോഷത്തോടെ അത്ഭുതപ്പെട്ടു.

"ഈ കുമാരന്റെ സമ്പ്രദായം കണ്ടപ്പോൾ ഇദ്ദേഹം വിവാഹമേ കഴിക്കില്ലായിരിക്കുമോ എന്ന് ഭയം തോന്നിയിരുന്നു. ഇത് നമ്മുടെ ഭാഗ്യം. യശോധരാദേവിതന്നെ ഇങ്ങോട്ട് വരികയാണല്ലോ."

ശുദ്ധോദനപ്രഭുവിന്റെ സന്തോഷത്തിനും അതിരുണ്ടായിരുന്നില്ല. അദ്ദേഹം ഇത്രകാലവും ഭയപ്പെട്ടുകൊണ്ടാണ് കഴിഞ്ഞിരുന്നത്. "ഞാൻ സന്യസിച്ചിരിക്കുന്നു" എന്നും പറഞ്ഞ് കാഷായ വേഷവുമായിട്ട് സിദ്ധാർഥൻ മുമ്പിൽ വന്ന് നിൽക്കുമോ? ഏതായാലും വിവാഹത്തിനൊരുങ്ങിയല്ലോ. യശോധര ബുദ്ധിയുള്ളവളാണ്. സമർഥയുമാണ്. സിദ്ധാർഥനെ പിടിച്ചുനിർത്താൻ യശോധരയ്ക്ക് കഴിഞ്ഞാൽ നന്നായി. ഇപ്പോൾ സിദ്ധാർഥന്റെ പെരുമാറ്റത്തിൽത്തന്നെ വന്നിട്ടുണ്ട്. ചിലപ്പോൾ രാജ്യസഭയിൽ വന്നിരിക്കുന്നുണ്ട്. കാര്യങ്ങൾ ശ്രദ്ധിക്കുന്നുമുണ്ട്. എല്ലാംകൂടി ശുദ്ധോദനപ്രഭുവിന് സമാധാനം തോന്നി. മകൻ തന്റെ വഴിയിലൂടെത്തന്നെ വരികയാണല്ലോ. അദ്ദേഹം മകനും വധുവിനും വേണ്ടി വേഗം തന്നെ മൂന്ന് ഗൃഹങ്ങൾ വേറെ പണിയിച്ചു. ഓരോ കാലാവസ്ഥയിലും ഉപയോഗിക്കുവാനായിട്ട്. കാറ്റും തണുപ്പും സുലഭമായിട്ട് കിട്ടുന്ന ഒരു കുന്നിന്റെ താഴ്വരയിലാണ് വേനൽക്കാല വസതി പണിതത്. മഴയെയും തണുപ്പിനേയും നേരിടുവാൻ പാകത്തിൽ രണ്ടെണ്ണം വേറെ പട്ടണത്തിലും മൂന്നിനും അതാതിനു യോജിച്ച അലങ്കാരങ്ങളും നീന്തൽക്കുളങ്ങളും താമരപ്പൊയ്കകളും ഉണ്ടാക്കി അടുത്തെത്തുന്ന ആ സന്തോഷത്തെ കാത്തിരുന്നു.

യഥാകാലം ആ ദിവസവും എത്തി. വലിയ ആഘോഷങ്ങളും ബഹളവും വേണ്ടെന്ന് സിദ്ധാർഥൻ നേരത്തെതന്നെ ഏൽപ്പിച്ചിരുന്നു. എന്നാലും എങ്ങനെ ചുരുക്കും? ആരെ കുറയ്ക്കും? ശുദ്ധോദനപ്രഭുവിന്

ആരേയും മാറ്റിനിർത്താൻ പറ്റിയില്ല. വിവാഹമണ്ഡപത്തിലെത്തിയ സിദ്ധാർഥന്റെ അടുക്കലേക്ക് യശോധര ശുഭവേഷത്തിൽ സാവധാനത്തിൽ നടന്നടുക്കുന്നത് കണ്ട സഭാവാസികൾ കണ്ണെടുക്കാതെതന്നെ പതുക്കെ അടക്കം പറഞ്ഞു: “ശ്രീരാമനും സീതയുംപോലെ.” പുരോഹിതന്മാർ ചെല്ലിക്കൊടുത്ത മന്ത്രങ്ങൾ അനായാസേന ഏറ്റുചൊല്ലിക്കൊണ്ട് സിദ്ധാർഥൻ യശോധരയുടെ കഴുത്തിൽ മംഗല്യസൂത്രം അണിയിച്ചു. പാണിഗ്രഹണം ചെയ്ത് അഗ്നിയെ പ്രദക്ഷിണം വച്ചു.

അവർ പതിപത്നികളായി!

സിദ്ധാർഥൻ ഒന്നുരണ്ടു തവണ കൗതുകത്തോടെ യശോധരയുടെ മുഖത്തേക്ക് നോക്കി. പ്രാർഥനാനിർഭരമായ ഒരു ഭാവമായിരുന്നു അവളുടെ മുഖത്ത്. അത് പരിശുദ്ധവും ആകർഷകവും ആയിരുന്നു.

വിവാഹകർമം കഴിഞ്ഞ് ഇരുവരും ആദ്യം എത്തിയത് അച്ഛന്റെയും ചെറിയമ്മയുടെയും മുൻപിലാണ്. ശുദ്ധോദനപ്രഭു മകനെ കെട്ടിപ്പിടിച്ച് വാക്കുകിട്ടാതെ ആനന്ദബാഷ്പം ഒഴുക്കി. മൂർധാവിൽ ചുംബിച്ചു. അനുഗ്രഹിച്ചു. കാൽക്കൽ നമസ്കരിച്ച പുത്രവധുവിനെ പിടിച്ചുയർത്തി ഗൗതമി സ്വർണത്താമ്പാളത്തിൽ കൊണ്ടുവന്ന അക്ഷതവും മുല്ലപ്പൂവും നവദമ്പതികളുടെ ശിരസിലിട്ട് മംഗളം നേർന്നു.

അകലെ ഒരു തൂണിന്റെ മറവിൽ നിന്നുകൊണ്ട് ഇതെല്ലാം സശ്രദ്ധം നോക്കിക്കാണുന്ന കൗശികിയുടെ കണ്ണിലും വെള്ളം നിറയുന്നുണ്ടായിരുന്നു. സിദ്ധാർഥനെത്തന്നെ നോക്കിനിന്ന അവർ ആശ്വാസത്തോടെ ആത്മഗതം ചെയ്തു: “കുമാരന് സന്തോഷം തന്നെയാണ്.”

ഗൗതമിക്ക് മാത്രമല്ല ആനന്ദനും നന്ദനുമൊക്കെ ആശങ്ക ദേവദത്തനെപ്പറ്റിയായിരുന്നു. അദ്ദേഹം ഏതൊക്കെ വിധത്തിലാവും ഇതിൽ പ്രതിഷേധം പ്രകടിപ്പിക്കുക

ഒരു അനുഗ്രഹമെന്നോണം ദേവദത്തൻ ആ ദിവസങ്ങളിൽ കുറേ കൂട്ടാളികളുമായിട്ട് ഇവിടുന്ന് മാറിനിന്നു. പിന്നെ കേട്ടത്, അവർ ചതുരംഗിയുടെ വേശ്യാലയത്തിലാണ് കൂത്താടിക്കഴിഞ്ഞത് എന്നാണ്. അല്ലെങ്കിൽ ഇത്ര സമർഥമായിട്ട് ദേവദത്തൻ വേറെ ഏതുപ്രകാരത്തിലാണ് സ്വന്തം പ്രതിഷേധം അവതരിപ്പിക്കുക?

സിദ്ധാർഥനും യശോധരയ്ക്കും വേണ്ടി അച്ഛൻ ഒരുക്കിക്കൊടുത്ത ആ വേനൽക്കാല വസതി ഒരു കുന്നിൽചെരുവിലായിരുന്നു. പ്രകൃതി മനോഹരമായ ശാന്തമായ അന്തരീക്ഷം. സിദ്ധാർഥന്റെ കൂടെ യശോധര അവിടെയൊക്കെ നടന്ന് കണ്ടു. കൊട്ടാരത്തിലെ കുറേ പരിചാരകരെ ഇങ്ങോട്ടയക്കുവാൻ അച്ഛൻ ഒരുങ്ങി എങ്കിലും വളരെ അത്യാവശ്യത്തിലുള്ളവരെ മാത്രമേ യശോധര കൂടെ കൂട്ടിയുള്ളു. ഭക്ഷണം പാകം ചെയ്യൽ യശോധരയുടെ ചുമതലയായിരുന്നു. ശുദ്ധമായ പച്ചക്കറികൾ അരിഞ്ഞ് സ്വാദിഷ്ഠമാക്കി പാകം ചെയ്ത് അവർ സിദ്ധാർഥന് വിളമ്പി. ആഡംബരജീവിതത്തിനോടും അധികാരഭാവത്തിനോടും യശോധരയ്ക്കുള്ള പ്രകടമായ വൈമുഖ്യം സിദ്ധാർഥനെ ഏറെ സന്തോഷിപ്പിച്ചു.

യശോധരയ്ക്കാവശ്യം സിദ്ധാർഥന്റെ സന്തോഷവും സാമീപ്യവും ആണ് എന്ന് അദ്ദേഹം മനസിലാക്കി. ഇരുവരും ഹൃദയങ്ങൾ തുറന്ന് പരസ്പരം അറിഞ്ഞു ഒന്നായി. അതൊരു അസാധാരണ സംഗമമായിരുന്നു!

അന്ന് യശോധര ഒറ്റയ്ക്കാണ് പുറത്തിറങ്ങിയത്. കുന്നിൻമുകളിൽ നിരനിരയായി ഉയർന്നുനിൽക്കുന്ന കൂറ്റൻ വൃക്ഷങ്ങൾ, അതിന്റെ മുകളിൽ പറന്നുകളിച്ച് പാട്ടുപാടുന്ന നാനാതരം പക്ഷികൾ. അവയ്ക്കൊക്കെ ദാഹജലം കൊടുക്കുന്ന തെളിനീർച്ചാലുകൾ. വിശ്വപ്രകൃതിയുടെ അന്യാദൃശ്യമായ ഭാവനയെയും കരവിരുതുകളെയും ഓർത്തുകൊണ്ട് യശോധര അവിടെയൊക്കെ നടന്നു. കുശലം ചോദിക്കുന്ന അവിടുത്തെ വിജനതയാണ് ഏറെ ഗംഭീരം എന്നവൾ അനുഭവിച്ചു.

പെട്ടെന്നാണ് മുന്നറിയിപ്പൊന്നും കൂടാതെ മഴ ചാറിത്തുടങ്ങിയത്. വെള്ളത്തുള്ളികൾക്ക് കനം കൂടി വന്നു. എന്നാലും തിരികെ പോവാൻ തോന്നുന്നില്ല. അവൾ മഴയെ നോക്കിക്കൊണ്ടുതന്നെ നടന്നു. അപ്പോൾ പിന്നിലൂടെ ഒരു കൈ തന്റെ തലയ്ക്കുമീതെ വന്നു. യശോധര പെട്ടെന്ന് പിന്നിലേക്കു നോക്കി. സ്വന്തം ഉത്തരീയംകൊണ്ട് സിദ്ധാർഥൻ യശോധരയ്ക്ക് കുട പിടിക്കുന്നു. അവൾ അടിമുടി കോരിത്തരിച്ച് കണ്ണു തുറന്നുനോക്കി നിന്നു: "അങ്ങ് പുറകെ വന്നത് ഞാനറിഞ്ഞില്ലല്ലോ."

അവളുടെ നെറ്റിയിലും കവിളിലും പറ്റിനിന്ന വെള്ളത്തുള്ളികൾ തുടച്ചുകൊണ്ട് സിദ്ധാർഥൻ പറഞ്ഞു:

"ഗോപാ. നിനക്കറിയില്ലേ, ഞാനില്ലാതെ നീ ഇല്ലെന്ന്?"

ആ സ്വരമാധുര്യം ഓർത്ത് ആസ്വദിച്ചുകൊണ്ടുതന്നെ അവൾ അദ്ദേഹത്തിനോട് ചേർന്ന് നടക്കുകയായിരുന്നു.

അപ്പോൾ കുറച്ചകലെ നിന്ന് ഒരമ്മയും നാല് കുട്ടികളും നേരെ വരുന്നത് കണ്ടു. ഇവരെ കണ്ടപ്പോൾ കുട്ടികളെക്കൂട്ടി ആ അമ്മ വഴിമാറിപ്പോകുന്നത് എന്തിന്? യശോധര പിന്നേയും നോക്കി. അമ്മയുടെ മുഖത്ത് ദയനീയഭാവമാണ്. കുട്ടികളാണെങ്കിൽ വയറുന്തി എല്ലുംതോലുമായവർ. ദാരിദ്ര്യം തന്നെ. യശോധര കാര്യം ഊഹിച്ചു. സിദ്ധാർഥൻ യശോധരയുടെ മുഖഭാവം ശ്രദ്ധിക്കുന്നുണ്ട്. അവളെ പിടിച്ച് നേരെ നിർത്തിക്കൊണ്ട് ചോദിച്ചു:

"എന്താണ് ഗോപാ?"

"നോക്കൂ. ആ അമ്മയുടെ അവസ്ഥ. ഞാനവരോട് വിവരങ്ങൾ ചോദിക്കട്ടെ?"

"ചോദിക്കൂ."

യശോധര വേഗം പോയി ആ സ്ത്രീയെ തടഞ്ഞുനിർത്തിയിട്ട് ചോദിച്ചു:

"എന്തിനാ വഴിമാറി പോയത്?"

ആ നാടൻ സ്ത്രീ അത്ഭുതംകൊണ്ട് വായ പൊത്തി. നാടുഭരിക്കുന്ന പ്രഭുവിന്റെ പുത്രവധു തന്നോട് സംസാരിക്കുന്നു.

"അവിടെ, ഒരു ഊട്ടിൽ അന്നദാനമുണ്ട്. നാലു നാഴിക നടക്കണം. എന്നാലും കുട്ടികൾ വിശന്ന് കരയുന്നു."

"ഈ കുട്ടികൾ നാലു നാഴിക ദൂരം നടക്കുമോ?"

"വയറുനിറയെ ആഹാരം കിട്ടുമല്ലോ, നടക്കും."

"നിങ്ങൾ എന്റെ കൂടെ വരു. ആ കെട്ടിടത്തിൽ ഭക്ഷണം കഴിക്കാം."

ആ സ്ത്രീക്ക് ഈ പ്രഭ്വി പറയുന്ന രീതി മനസിലാവുന്നതേയില്ല. അവർ എന്തുവേണമെന്നറിയാതെ തല താഴ്ത്തി നിന്നു. അപ്പോൾ യശോധരതന്നെ അവരെ കൂട്ടിക്കൊണ്ടു പോയിട്ട് ഭക്ഷണം കൊടുത്തു. കുട്ടികൾ ആർത്തിയോടെ ചോറും കറികളും വാരിക്കഴിക്കുകയാണ്. വീണ്ടും വീണ്ടും വിളമ്പിക്കൊടുക്കുമ്പോൾ യശോധര വിചാരിച്ചു:

ഏറ്റവും വലിയ ദുഃഖം വിശപ്പുതന്നെ.

സിദ്ധാർഥന് മനസിലായി. ആരേയും ബോധിപ്പിക്കാനായിട്ടല്ല യശോധര ഇതൊന്നും ചെയ്യുന്നത്. ആദരണീയമായ ആ സ്വഭാവശുദ്ധിയെ അദ്ദേഹം ഹൃദയംകൊണ്ട് ശ്ലാഘിച്ചു.

മറ്റൊരു രാത്രിയിൽ അവർ മട്ടുപ്പാവിൽ നിൽക്കുകയായിരുന്നു. തെളിഞ്ഞ പൗർണമി. ചന്ദ്രൻ മലർക്കെ ചിരിക്കുന്നു. ഭൂമിയാകെ വെൺനിലാവ് പരത്തിത്തെളിഞ്ഞ് നിൽക്കുകയാണ്.

"ഈ ഭൂമിയിൽ ഇത്രയേറെ ദു:ഖിതരുണ്ടായിട്ടും ഈ ചന്ദ്രന് ഇങ്ങനെ ചിരിച്ച് ഞെളിയാൻ കഴിയുന്നുണ്ടല്ലോ."

യശോധരയാണ് പറഞ്ഞത്: "എത്രയേറെ?"

"അതാ, എവിടുന്നാണ് കരച്ചിൽ കേൾക്കുന്നത്? കേൾക്കുന്നില്ലേ കൂട്ടക്കരച്ചിൽ."

സിദ്ധാർഥൻ ചന്ദനെ വിളിച്ച് അന്വേഷിച്ചപ്പോൾ ചന്ദൻ പറഞ്ഞു: പകർച്ചവ്യാധി പടർന്നിരിക്കുന്നു. പേടിച്ചിട്ട് ശവദാഹത്തിനുപോലും ആരും സഹായിക്കാൻ പോവില്ല. ആരെങ്കിലുമൊക്കെ മരിച്ചുകാണും."

ആലോചിച്ചു നിന്നപ്പോൾ യശോധരയ്ക്ക് ഓർമ വന്നു. പകർച്ചവ്യാധി തടയാൻ ഒരു മരുന്ന് മുമ്പ് ജീവകൻ തന്നത് പെട്ടിയിലിരിപ്പുണ്ട്. അതൊന്ന് പ്രയോഗിക്കാം. സിദ്ധാർഥനോട് പറഞ്ഞ് ഒന്ന് പരീക്ഷിക്കുവാൻ ഒരുങ്ങി. പലതരം പച്ചില മരുന്നുകളും ഇലകളും വേരുകളും കൂട്ടി ഇടിച്ചു ചതച്ച് കലർത്തി വലിയ ചെമ്പിൽ വെള്ളം തിളപ്പിച്ച് രോഗിയെ ആ വെള്ളമൊഴിപ്പിച്ച് കുളിപ്പിക്കുക. വേറെ മരുന്നുകൾ സേവിപ്പിക്കുക. യശോധര കർത്തവ്യബോധത്തോടെത്തന്നെ അതിൽ വ്യാപൃതയായി. സഹായിക്കുവാൻ നിന്ന പരിചാരകർ മൂക്കത്ത് വിരൽവെച്ചു.

"സുഖമായി ഭക്ഷണം കഴിച്ച് കാറ്റും കൊണ്ട് ഭർത്താവിന്റെ അടുത്ത് ഇരുന്നാൽ പോരേ ഈ ദേവിക്ക്?"

എന്നിട്ടും ഒരുദിവസം കൽപ്പണിക്കാരൻ ചമ്പന്റെ വീടിനു മുമ്പിലൂടെ നടന്നുവന്നപ്പോൾ ഉമ്മറത്തിണ്ണയിൽ ചമ്പൻ ഇരുന്നു കരയുന്നത് യശോധര കണ്ടു. ചുമലിൽ ഒരു പിഞ്ചുകുഞ്ഞും ഉണ്ട്.

"എന്താ ചമ്പൻ?"

"അവൾ പോയി തമ്പുരാട്ടി. അവൾ...."

"മധുബാലയ്ക്ക് അസുഖമുണ്ടായിരുന്നുവോ?"

"ഒന്നുമുണ്ടായിരുന്നില്ല തമ്പുരാട്ടീ. രാത്രി ഞങ്ങൾ കുറേനേരം ഒരുമിച്ച് മകളെ കളിപ്പിച്ച് ഇരുന്നതാണ്. രാവിലെ എഴുന്നേൽക്കാതിരുന്നപ്പോൾ ഞാൻ കുലുക്കി വിളിച്ചു. അപ്പോഴേക്കും തന്നെ...."

ചമ്പൻ തേങ്ങിത്തേങ്ങി കരഞ്ഞു. യശോധരയ്ക്ക് ഒന്നും പറയാനുണ്ടായിരുന്നില്ല. ചമ്പന്റെ ജീവനായിരുന്നു മധുബാല. തികഞ്ഞ ആരോഗ്യം സൗന്ദര്യം കുടുംബഭരണത്തിൽ സമർഥ. എന്തിനാണവൾ ഭർത്താവിനേയും മകളേയും അനാഥരാക്കി പോയത്? എങ്ങോട്ട് പോയി?

യശോധര അതുതന്നെ ആലോചിച്ചുകൊണ്ട് തിരിച്ചുപോന്നു. മുഖത്തുണ്ടായ ദൈന്യഭാവം കണ്ടിട്ടാവാം സിദ്ധാർഥൻ ചോദിച്ചു; "എന്തുണ്ടായി ഗോപാ?"

"എനിക്കിതൊന്നും മനസിലാവുന്നില്ല പ്രഭോ. തന്റേതെന്ന് ഉറച്ചു വിശ്വസിച്ച് തൊട്ടടുത്ത കിടന്നിട്ടും പെട്ടെന്ന് ഒന്നുമില്ലാതെയാവുക. ഞാനെങ്ങനെ ഇതിനെയൊക്കെ സ്വീകരിക്കണമെന്ന് ഒന്നു പറഞ്ഞുതരൂ."

"ഇതിന് മറുമരുന്നില്ല ഗോപാ. എന്നാലും ഞാൻ ഒന്നു പറയാം. ധ്യാനം കൊണ്ട് മനസിന് ഉറപ്പുകിട്ടും. വരുന്നതിനെ നേരിടാൻ കഴിയും."

അന്നുതന്നെ സിദ്ധാർഥൻ യശോധരയെ ധ്യാനത്തിന്റെ രീതികൾ അഭ്യസിപ്പിച്ചു. രണ്ടുപേരും ഒരുമിച്ച് വ്യായാമങ്ങളും ശ്വസനക്രിയകളും ധ്യാനവും തുടങ്ങി.

വേനൽ അവസാനിക്കാറായപ്പോൾ കൊട്ടാരത്തിൽനിന്ന് ശുദ്ധോദന പ്രഭുവിന്റെ ദൂതൻ വന്നു. സിദ്ധാർഥനും യശോധരയും തിരിച്ചുവരണം. നാട്ടിലെ ചില പ്രധാന കാര്യങ്ങൾ ചർച്ചചെയ്യുവാനുണ്ട്. സിദ്ധാർഥൻ പങ്കെടുക്കണം.

ആ മനോഹരമായ കുന്നിൻപ്രദേശത്തോടും ചുറ്റുപാടും ഉള്ള ജീവിതങ്ങളോടും യാത്ര പറഞ്ഞ് യശോധര സിദ്ധാർഥനോടൊപ്പം കൊട്ടാരത്തിലേക്ക് പോകുവാൻ ഒരുങ്ങി.

രഥം എത്തി. ഗ്രാമവാസികൾ കൂട്ടമായി ഈ ദമ്പതികളെ യാത്രയാക്കുവാൻ മ്ലാനവദനരായി വന്നു നിന്നു. രഥത്തിൽ കയറും മുമ്പ് യശോധര ഒന്നുകൂടി തിരിഞ്ഞുനോക്കി. ഇളംപൈതലിനേയും മാറത്ത് ചേർത്തു പിടിച്ചുകൊണ്ട് തിരക്കിൽനിന്നു വിട്ട് ഒരാൾ നിൽക്കുന്നു. ചമ്പൻ! അയാൾക്ക് ഒന്നും പറയുവാനുണ്ടായിരുന്നില്ല. പറയാൻ കഴിയുകയില്ല.

പതിനാറ്

സിദ്ധാർഥനും യശോധരയും വന്നപ്പോൾ ഏറെ സന്തോഷിച്ചത് ഗൗതമിയും മകൻ നന്ദനുമാണ്. ജ്യേഷ്ഠനുമായിട്ട് നന്ദന് ചങ്ങാത്തമൊന്നുമില്ല. എന്നാലും ജ്യേഷ്ഠൻ ഇവിടെ ഉണ്ടാവുന്നത് ഒരു സുഖമാണ്. ഉറപ്പാണ്. കല്യാണിയുമായിട്ടുള്ള തന്റെ അനുരാഗം നന്ദൻ ആദ്യം പറഞ്ഞത് അമ്മയോടുതന്നെയാണ്. അമ്മയറിയാത്ത ഒരു കാര്യവും നന്ദനില്ല. പിന്നെ സിദ്ധാർഥജ്യേഷ്ഠനും മാത്രമേ ഈ കാര്യം അറിയുള്ളൂ. ഇത്

ജ്യേഷ്ഠൻ മറ്റാരോടെങ്കിലും പറയുമോ എന്നാദ്യം ശങ്കിച്ചിരുന്നു. ഈ നിമിഷം വരെ അതുണ്ടായിട്ടില്ല. എന്നാലും, അടുത്തൊന്നും ആരുമില്ലാത്തപ്പോൾ ഒരുദിവസം ജ്യേഷ്ഠൻ പതുക്കെ ചോദിച്ചു.

"കല്യാണി എന്തുപറയുന്നു?"

ലജ്ജകൊണ്ട് താൻ തല താഴ്ത്തി നിന്നുപോയി. അപ്പോൾ ജ്യേഷ്ഠൻ തന്നെ ശക്തിപ്പെടുത്തി.

"പരസ്പരം സ്നേഹിക്കൽ ഒരു കുറ്റമല്ല. ദോഷവുമല്ല. എന്നാൽ നന്ദൻ, നീ വഞ്ചിക്കപ്പെടരുത്. ശ്രദ്ധിക്കണം."

ജ്യേഷ്ഠൻ വില കുറഞ്ഞകാര്യങ്ങൾ പറയില്ല. ചെയ്യുകയുമില്ല. ഗൗതമിക്കും സിദ്ധാർഥൻ അടുത്തുണ്ടാവുന്നത് ആശ്വാസം ആണ്.

എന്താണ് ചെറിയമ്മേ? എന്നു ചോദിച്ച് അടുത്തു വന്ന് നിൽക്കുമ്പോൾ മനസിലെ എല്ലാ അശുഭചിന്തകളും ഒഴിഞ്ഞുപോവും.

സിദ്ധാർഥനോട് ഗൗതമിക്ക് എന്തും പറയാം. ഉപചാരങ്ങളൊന്നും വേണ്ട. രാജ്യകാര്യങ്ങളിൽ സിദ്ധാർഥൻ ശ്രദ്ധിച്ചുകൂടേ? എന്ന് ഒരു തവണ ചോദിച്ചു. മറുപടി പറഞ്ഞില്ല. ഒന്ന് ചിരിച്ചതേയുള്ളൂ. എന്നാൽ, ഇന്നലെ മുതൽക്ക് സിദ്ധാർഥൻ രാജ്യസഭാമന്ദിരത്തിൽ വന്നുതുടങ്ങി എന്ന് പ്രഭു പറഞ്ഞു. അദ്ദേഹത്തിന് അത് വലിയ സന്തോഷമുണ്ടാക്കിയിരിക്കുന്നു. മുന്നിൽത്തന്നെ മകന് ഇരിപ്പിടം കൊടുത്തു എന്നും, ഓരോ സാമാജികരേയും വേറെ വേറെ പരിചയപ്പെടുത്തി എന്നും പ്രഭു പറഞ്ഞു. സഭയിൽ സിദ്ധാർഥൻ കാണിച്ച ശ്രദ്ധയെയും കാര്യവിവരത്തേയും പറ്റി പറഞ്ഞപ്പോൾ പ്രഭു ആവേശഭരിതനായി.

പക്ഷേ, ശുദ്ധോദനപ്രഭുവിന്റെ ആ ഉത്സാഹത്തിന് വളരെ ചെറിയ ആയുസ്സേ ഉണ്ടായുള്ളൂ. രാജ്യകാര്യസഭ രണ്ടുദിവസം കണ്ടപ്പോൾ ത്തന്നെ, ഇനി അവിടെ പോവണ്ട എന്ന് സിദ്ധാർഥന് മനസിലായി. എല്ലാവരും അവനവനുവേണ്ടി മാത്രമാണ് അവിടേയും വാദിക്കുന്നത്. പൊതുജനങ്ങൾക്കും രാജ്യത്തിനും നന്മവരേണ്ടതല്ല ഇവർ ആലോചിക്കുന്നത്. ഉന്നതസ്ഥാനത്തിരിക്കുന്നവർക്കുപോലും കള്ളത്തരം കാട്ടാനാണ് വാസന. സിദ്ധാർഥന് മടുത്തു. പിന്നെ അവിടെ പോയതുമില്ല.

തുടർച്ചയായി സിദ്ധാർഥന്റെ അഭാവമറിഞ്ഞപ്പോൾ ശുദ്ധോദനപ്രഭു മകനെ വിളിച്ച് ചോദിച്ചു:

"സിദ്ധാർഥൻ വന്നപ്പോൾ കാര്യങ്ങൾ എളുപ്പത്തിൽ നീങ്ങിപ്പോയിരുന്നു. എന്തേ പിന്നെ വിട്ടുനിന്നത്?"

മകൻ ആദരവോടെ അറിയിച്ചു:

"അവിടെ നടക്കുന്നത് ഭരണകാര്യ ചിന്തകളല്ല അച്ഛാ. അവർക്കാവശ്യം നാടിന്റെ പുരോഗതിയുമല്ല. തന്റെ സ്ഥാനം ഏതൊക്കെ അഴിമതികളിൽക്കൂടി ഉറപ്പിക്കണം എന്നാണ്. അച്ഛൻ ആ കെണിയിൽ പെട്ടു കഴിഞ്ഞു. ഞാനേതായാലും അതിലേക്കില്ല."

ആ അച്ഛൻ മകന്റെ വാക്കുകൾക്കു മുമ്പിൽ ഇമവെട്ടാൻ മറന്ന് മിഴിച്ചിരുന്നു. അച്ഛനും മകനും നീങ്ങേണ്ടത് ഒരു വഴിയിൽ കൂടിയല്ലാ

എന്ന് മനസിലായി. മകന്റെ ബുദ്ധിയുടെ കൂർമതയും സാമർഥ്യവും അദ്ദേഹത്തെ തൽക്കാലം സന്തോഷിപ്പിച്ചു.

പക്ഷേ, എന്തായിട്ടെന്താ കാര്യം? അദ്ദേഹം മിണ്ടാതെ മുഖം കുനിച്ചിരുന്നു.

യശോധര കൊട്ടാരത്തിലെ മാന്യയായ വധുവായിട്ട് സസുഖം വാഴുകയാണ് എന്ന് എല്ലാവർക്കും വിശ്വസിക്കാം. ഇങ്ങനെ ഒരു ഭാഗ്യം മറ്റാർക്കാണ് ഉണ്ടാവുക? എന്നിട്ടും യശോധരയുടെ മനസിൽ ആശങ്കയും വിഷാദവും തളംകെട്ടിത്തന്നെ നിന്നു. പലപ്പോഴും അത് അവളുടെ ഉത്സാഹത്തെത്തന്നെ കെടുത്തി. ദൈനംദിന കർമങ്ങളിൽത്തന്നെ താൽപ്പര്യക്കുറവ്.

ഒരുദിവസം ഗൗതമി യശോധരയെ അടുത്തു പിടിച്ചിരുത്തിയിട്ട് പറഞ്ഞു: "നീ ഇപ്പോൾ ഇവിടുത്തെ വധുവാണ് എന്നത് ശരിതന്നെ. എന്നാലും നിന്റെ മനസിന് ഉത്സാഹം കിട്ടുമെങ്കിൽ മുമ്പത്തെപ്പോലെ ഗ്രാമങ്ങളിൽ പോയി ജനസേവനം ചെയ്യാം. ജീവിതം സഫലമാക്കുന്നതാണല്ലോ അതും."

യശോധര വിടർന്ന കണ്ണുകൾ മുഴുവൻ തുറന്ന് ആ അമ്മയെ നോക്കിക്കൊണ്ടിരുന്നു. ഇവരുടെ മനസിന്റെ വലുപ്പത്തിന്റെ അറ്റം കാണുന്നില്ലല്ലോ.

മനസ്സ് വിങ്ങി നിന്നതുകൊണ്ടാവാം സിദ്ധാർഥനെ കണ്ടപ്പോഴേക്ക് അവൾക്ക് പിടിച്ചു നിർത്താനായില്ല. ചേർത്തുപിടിച്ച് മുഖം പിടിച്ചുയർത്തിയിട്ട് സിദ്ധാർഥൻ ചോദിച്ചു:

"ഗോപാ, എന്താണിത്?"

"എനിക്കെന്തോ, വല്ലാത്ത ഒരാലംബമില്ലായ....."

"എനിക്ക് മനസിലാവുന്നുണ്ട് നിന്റെ വിഷമം.... "അതെങ്ങനെ തീർക്കണമെന്ന് പറഞ്ഞു തരൂ." ഞാനെങ്ങനെ പറഞ്ഞുതരും ഗോപാ. ഞാനത് കണ്ടെത്തുമ്പോൾ തീർച്ചയായും എന്റെയും ഗോപയുടെയും കണ്ടെത്തലാവും അത്."

യശോധര ഭർത്താവിന്റെ മാറിൽനിന്ന് മുഖം മാറ്റിയിട്ട് ചോദിച്ചു:

"അങ്ങ് ഇന്നും ആ ബ്രാഹ്മണരെ കണ്ടുവോ?"

"ഉവ്വ്. അവർ പറഞ്ഞത് വേദപഠനംകൊണ്ടു മാത്രമൊന്നും വഴി തെളിയില്ലാ എന്നാണ്. മനുഷ്യായുസ്സിനെ അവർ നാല് ആശ്രമങ്ങളാക്കി ഭാഗിച്ചു. ഏറ്റവും ഒടുവിൽ നാലാമത്തേതാണ്. കെട്ടുപൊട്ടിച്ച് സത്യത്തിലേക്ക് കടക്കൽ. എനിക്കാണെങ്കിൽ, കാലത്തെ കാത്തിരിക്കേണ്ടതില്ല. ലക്ഷ്യപ്രാപ്തിക്കായി ഇവിടുന്ന് പോവുകതന്നെ വേണം."

യശോധര മിണ്ടിയില്ല. അകലെ എങ്ങോട്ടോ നോക്കി ഇരുന്നു.

"ഗോപാ!" അടക്കാൻ കഴിയാത്ത ഒരാർത്തിയോടെയുള്ള സിദ്ധാർഥന്റെ വിളി.

"ഉം?"

"എന്താ മിണ്ടാത്തത്?"

അവൾ പതുക്കെ ഭർത്താവിന്റെ മുഖം തന്റെ വയറിനോട് ചേർത്തു വെച്ച് ചോദിച്ചു:

"ഇതിനുള്ളിൽനിന്ന് അങ്ങ് വല്ല ശബ്ദവും കേൾക്കുന്നുണ്ടോ? അവിടെ......'

സിദ്ധാർഥൻ ശരിക്കും സന്തോഷംകൊണ്ട് ശ്വാസംമുട്ടി. അവളെ ആവേശത്തോടെ കെട്ടിപ്പിടിച്ച് വീണ്ടും ചുംബിച്ചു: "ശരിയാണോ ഗോപാ? നമ്മുടെ മകൻ നിന്റെ വയറിലേക്കെത്തിക്കഴിഞ്ഞു!"

ചില നിമിഷങ്ങൾ അവർ മറ്റെല്ലാം മറന്നു. ഒന്നായി.

അപ്പോൾ, താഴെ പൂന്തോട്ടത്തിനപ്പുറത്തുള്ള മാന്തോപ്പിൽ മാവിൻ കൊമ്പത്തുനിന്ന് ഏതോ ഒരു രാക്കിളി ആവർത്തിച്ച് ആവർത്തിച്ച് ചില ച്ചു. കൂടെത്തന്നെ ഇണയുടെ പ്രതിഷേധവും.

പിന്നീടുള്ള ദിവസങ്ങൾ ഇരുവർക്കും മധുരസ്വപ്നങ്ങളുടേതായിരു ന്നു. യശോധരയുടെ ഉള്ളിൽ വളരുന്ന ഒരു കൊച്ചുജീവന്റെ വളർച്ചയെ കുറിച്ചായി അവിടെ സകലരുടേയും ശ്രദ്ധ. ഗർഭകാലപരിചരണത്തിനായി മകളെ രാമഗമയിൽ കൊണ്ടുപോവാം എന്ന് പാമിത വന്ന് പറഞ്ഞു. എന്നാൽ സിദ്ധാർഥന് അത് സമ്മതമായില്ല.

"ഇവിടെ കിട്ടുന്ന പരിചരണം മതി." യശോധര തീർച്ച പറഞ്ഞു. അവൾക്ക് സിദ്ധാർഥനെ വിട്ടുപോവാൻ ഭയം. വിഷമം. സമയം അടുത്ത ടുത്ത് വരികയാണ്. ഉള്ളിൽ ഏതു സമയത്തും ഒരു നെടുവീർപ്പ്. ആശ ങ്ക. എന്നാലും അത് പുറത്ത് കാണിച്ചില്ല. ആരോടും പറഞ്ഞതുമില്ല. ആ ദിവസം വേഗം വരാതിരിക്കില്ല എന്ന് അവൾക്ക് തീർച്ചപ്പെട്ടു തുടങ്ങി. സിദ്ധാർഥൻ യശോധരയെപ്പറ്റി നിരന്തരം അന്വേഷിച്ചുകൊണ്ടിരുന്നു. അവൾ കൃത്യമായി ഭക്ഷണം കഴിച്ചില്ലേ, ഉത്സാഹത്തോടെ ഇരിക്കു ന്നില്ലേ എന്നൊക്കെ. ഒഴിവു കിട്ടുമ്പോഴൊക്കെ അദ്ദേഹം യശോധര യുടെ അടുത്തുതന്നെ ഇരുന്നു. ഭൂമണ്ഡലത്തേയും ഗ്രഹതാരകളേയും പറ്റിയൊക്കെ അവളോട് പറഞ്ഞു. യശോധര ചോദിച്ചു:

"എന്റെ ഈ വയറ്റിൽനിന്ന് ആരെങ്കിലും മൂളുന്നുണ്ടോ?"

സിദ്ധാർഥനും ചിരിച്ചു: "മൂളുന്നുണ്ടാവും, അവൻ ഒരു ഭരണാധി കാരിയായിട്ടല്ല. ഒരു സത്യാന്വേഷിയായി ഭവിക്കട്ടെ."

രാത്രിയിൽ പലപ്പോഴും യശോധരയ്ക്ക് ഉറക്കം വരില്ല. ഗർഭാലസ്യ ത്തിന്റെ ബുദ്ധിമുട്ട്. പിന്നെ, സാധാരണ സ്ത്രീകൾക്കാർക്കും ഉണ്ടാവാത്ത ആ ആശങ്ക. ആ സമയം കുറേക്കൂടി അടുത്തെത്തിയിരിക്കുന്നു. അത് ഉണ്ടാവാതെയും ഇരിക്കില്ല. നേരിടാതെയും വയ്യ. പിന്നീടുള്ള തന്റെ ജീവിതം? ഓർക്കുമ്പോൾ ഞെട്ടലാവുന്നു. ചിലപ്പോൾ യശോധര മറിച്ചും ആലോചിക്കും. ഗർഭിണിയായ ഭാര്യയെ വിട്ട് ഭർത്താവ് മരിച്ചുപോകു ന്നില്ലേ? ഇതിപ്പോൾ വളരെ മഹത്തായ ഒരു കാര്യത്തിനുള്ള പോക്കല്ലേ? സ്വന്തം ആത്മാവിന്റെ സ്വാതന്ത്ര്യം. സത്യം കണ്ടെത്തൽ!

സിദ്ധാർഥനും ഉറക്കം വളരെ കുറവായി. ഓരോ ദിവസവും നീങ്ങി പ്പോവുകയാണല്ലോ. തന്റെ ജീവിതലക്ഷ്യത്തെ പ്രാപിക്കാതെ വയ്യ. ജന്മോ

ദ്ദേശ്യമാണത്. അതിനു മുമ്പിൽ ഏത് തടസവും തടസം തന്നെ. പോകണം. അനുഭവസ്ഥരെ കണ്ട് മാർഗം ആരായണം. കണ്ടെത്തണം.

അതിനിടയിൽ പെട്ടെന്ന് ഒരു രാത്രിയിൽ തപനെ ഓർമ വന്നു. എവിടെയാവും തപൻ? ആരോഗ്യം ശരിപ്പെട്ടിരിക്കുമോ? മുമ്പ് ഏത് സംശയനിവാരണത്തിനും ആദ്യം എത്തിയിരുന്നത് തപന്റെ മുമ്പിലല്ലേ? ഇപ്പോൾ തപനെപ്പറ്റി യശോധരയോട് ചോദിക്കാറില്ല. ഇടയിൽ എന്തോ കുറ്റബോധം തടയുന്നു. യശോധര പറയാറുമില്ല. പതുക്കെ എഴുന്നേറ്റിരുന്നു. സുഖമായി ഉറങ്ങുകയാണവൾ. ഉണർത്തണോ?

"അങ്ങെന്താണ് എഴുന്നേറ്റിരിക്കുന്നത്?"

മറുഭാഗം ചെരിഞ്ഞു കിടന്നുകൊണ്ടുതന്നെ യശോധര ചോദിച്ചു. അവൾക്കും ഉറങ്ങുവാൻ കഴിയുന്നില്ല. വീർത്ത വയറും താങ്ങിക്കൊണ്ട് ചെരിഞ്ഞു കിടക്കുന്ന ഭാര്യയുടെ അടുത്തേക്ക് നീങ്ങി ഇരുന്നു. തന്നെ ഉണർത്താതിരിക്കാൻ ഇവൾ ഉറക്കം നടിച്ച് കിടക്കുകയായിരുന്നു. ആ വീർത്ത വയറിനു മീതെ പതുക്കെ തലോടി. ഗർഭഭാരക്ലേശത്തെപ്പറ്റി ഓർത്തപ്പോൾ നടുക്കം തോന്നി.

"ഗോപാ....."

"ഉം?"

"വല്ലാതെ വിഷമമുണ്ടോ?"

"എന്തിന്?"

"ഇങ്ങനെ ഈ ഭാരം?"

യശോധര പതുക്കെ എഴുന്നേറ്റിരുന്നു. ഉലഞ്ഞ മുടി വാരിക്കെട്ടി. "ഭാരം ഭാരം തന്നെയാണ്. എന്നാൽ ഇത് തരുന്ന ആനന്ദത്തിന് അളവില്ല. അങ്ങ് എന്റെ ഉള്ളിൽ ജനിച്ച് വളരുകയല്ലേ?"

സിദ്ധാർഥൻ പെട്ടെന്ന് കണ്ണ് തുറന്നു. ചെറുതായിട്ടൊന്ന് ഞെട്ടി. ഈ ഒരു അറിവ് ആലോചിച്ചിട്ടുപോലുമില്ല. പുതുതാണ്. ഞാൻ നിന്നിലൂടെ വളരുന്നു. നീ ജായയാവുന്നു.

സിദ്ധാർഥന് ഭാര്യയെ കെട്ടിപ്പിടിച്ച് തുരുതുരാ ഉമ്മ വയ്ക്കാൻ തോന്നി. പക്ഷേ, ചെയ്തില്ല. അതേവരെ തോന്നാത്ത ഏതോ ഒരാദരവ് അത് തടയുന്നു. വിശിഷ്ടമായ ഏതോ യജ്ഞത്തിന് സാക്ഷ്യം വഹിക്കേണ്ടവളാണിവൾ. എന്നെ സർവാത്മനാ സ്വീകരിച്ച് എന്റെ പരമ്പരയെ വളർത്തേണ്ടവൾ. സിദ്ധാർഥൻ ഭാര്യയുടെ വയറിനു മീതെ സൂക്ഷ്മതയോടെ സ്പർശിച്ചു. അപ്പോൾ കൈ പെട്ടെന്ന് ഒന്ന് ഞെട്ടി. ഉള്ളിൽ കിടക്കുന്ന ആൾ ഒന്ന് കാല് കുടഞ്ഞതാണ്. വയറിനു മീതെ കുത്തിമുഴയ്ക്കുന്നു.

"ഗോപാ നോക്ക്. ഇയ്യാളും ഉറങ്ങാതെ കിടക്കുകയാണ്."

"അവിടേയും മോചനത്തെപ്പറ്റിയാവും ചിന്ത. കണക്കുപ്രകാരം നാളെയാണ് ദിവസം."

"നാളെയോ?"

സിദ്ധാർഥന് പിന്നെ ഓർമ വന്നില്ല. നാളെ! എങ്ങനേയാവും ആ വരവ്? സൂതികാ വായുവിന്റെ സമ്മർദത്തിൽ ഞെക്കി ഞെരുങ്ങി.... ഹൊ,

കണക്കു തെറ്റിക്കാതെതന്നെ യശോധരക്ക് പിറ്റേദിവസം പ്രസവ ലക്ഷണങ്ങൾ കണ്ടു. പാമിതയും ഗൗതമിയും എല്ലാ ഒരുക്കങ്ങളോടെയും യശോധരയെ പ്രസവമുറിയിലേക്ക് കൊണ്ടുപോയി.

സാവധാനത്തിൽ നടക്കുമ്പോൾ യശോധര തന്റെ വയറിന്മേൽ നോക്കി. ചുവന്ന് തുടുത്തിരിക്കുന്നു. അടിയിലേക്ക് തൂങ്ങിയതുപോലെ, അവൾക്ക് വല്ലാത്തൊരു സംഭ്രമം തോന്നുകയാണ്. ഇനി എന്തൊക്കെ? അവൾ വയറും താങ്ങിക്കൊണ്ട് കട്ടിലിൽ ഇരുന്നു. അപ്പോഴാണ് പിന്നിൽ അരക്കെട്ടിൽ ഒരു വേദന വന്നത്. യശോധര ഒന്ന് ഉറക്കെ ശബ്ദമുണ്ടാക്കി..... ഹമ്മേ!

പ്രഭാതകൃത്യങ്ങൾ കഴിഞ്ഞ് സിദ്ധാർഥൻ മാളികയിലെ മുറിയിൽ വന്നപ്പോൾ അവിടെ യശോധരയെ കണ്ടില്ല. കൗശികി വന്നു പറഞ്ഞു- വേദന തുടങ്ങിയിട്ട് യശോധര പ്രസവമുറിയിലെത്തിയിട്ടുണ്ട്. സിദ്ധാർഥൻ ജാലകത്തിലൂടെ പുറത്തേക്കു തന്നെ നോക്കിനിന്നു. അപ്പുറത്തെ മാളികയുടെ വരാന്തയിൽ ശുദ്ധോദനപ്രഭു അസ്വസ്ഥനായിട്ട് അങ്ങോട്ടുമിങ്ങോട്ടും നടക്കുകയാണ്. ആരും ഉറക്കെ സംസാരിക്കുന്നില്ല. പരിചാരികമാർ വേഗം വേഗം അങ്ങോട്ടുമിങ്ങോട്ടും നടന്ന് ഓരോന്ന് എടുക്കുകയും കൊടുക്കുകയും ചെയ്യുന്നുണ്ട്. സിദ്ധാർഥൻ അങ്ങോട്ടുതന്നെ കാതോ ർത്തു നിന്നു. പ്രസവമുറിയിൽ നിന്നുള്ള നേരിയ ഞരക്കം കേൾക്കുന്നു. ആ ശബ്ദത്തിനു മുമ്പിൽ അദ്ദേഹം പ്രാർഥനയോടെ നിന്നു. അവിടെ ഒരു മഹാസംഭവം നടക്കുകയാണ്. പ്രകൃതിയുടെ ഏറ്റവും അത്ഭുതകരവും പാവനവും ആയ ഒരു കർമം. അത് ഏറ്റെടുക്കുന്നവർക്ക് വേദന അനുഭവിക്കാതെ വയ്യ. കോടാനുകോടി ജീവികൾ ഈ ഭൂമിയിൽ വന്ന് വീഴുന്നതൊക്കെ ഈ വഴിയിൽക്കൂടിത്തന്നെ. അമ്മയെ ആവുന്നത്ര വേദനിപ്പിച്ചുകൊണ്ട്. വേറെ ഒരു മാർഗവും ഇല്ല. സൃഷ്ടിയുടെ അജയ്യതയാണിത്. അതീവരഹസ്യമായതുമാണ്. അവസാനമില്ലാത്തതുമാണ്.

നോക്കിനിൽക്കുമ്പോൾ ഇറുക്കിപ്പിടിത്തവും പരിഭ്രമവും പെട്ടെന്ന് അയഞ്ഞു എന്ന് തോന്നി. അന്തരീക്ഷം മാറി. പകരം ഒരു ഇളംപൈതലിന്റെ കരച്ചിൽ കേൾക്കുന്നു-ള്ളേ, ള്ളേ...

സിദ്ധാർഥൻ പെട്ടെന്ന് ജനലിന്റെ അഴികളിൽനിന്ന് കയ്യെടുത്ത് രണ്ടടി പിന്നോക്കം മാറി. ആ ശബ്ദം തന്നെ ശ്രദ്ധിച്ചുകൊണ്ടുനിന്നു. അപ്പോൾ അതൊരു കരച്ചിലായി അനുഭവപ്പെട്ടില്ല. മറ്റൊരു ശബ്ദത്തിനും ഇത്രയ്ക്ക് മാധുര്യമില്ല എന്ന് തോന്നുകയാണ്- ഇത്രയ്ക്ക് സുഖം തരുന്നതും വേറൊന്നുമില്ല. കലർപ്പില്ലാത്ത പരിശുദ്ധമായ ശബ്ദം...

കുറച്ചു കഴിഞ്ഞപ്പോൾ ഗൗതമി ഉത്സാഹത്തോടെ കോണി കയറി വന്ന് അറിയിച്ചു:

"സിദ്ധാർഥ്, നീ ഒരു ആൺകുഞ്ഞിന്റെ അച്ഛനായിരിക്കുന്നു!"

അപ്പോഴേക്കുതന്നെ മുറിയുടെ വാതിൽക്കൽ ആനന്ദനും നന്ദനും മറ്റ് സഹോദരന്മാരും എത്തി. വിവരമറിഞ്ഞ് അവർ ജ്യേഷ്ഠനെ കെട്ടിപ്പിടിച്ച് സന്തോഷം പങ്കിട്ടു. അഭിനന്ദനങ്ങൾ ചൊരിഞ്ഞു.

അന്ന് വൈകുന്നേരം സിദ്ധാർഥൻ യശോധരയും മകനും കിടക്കുന്ന മുറിയിലേക്ക് പോയി. മകനെ അടുത്തു കിടത്തിയിട്ട് പ്രസന്നമുഖിയായി കിടക്കുകയാണ് യശോധര. കട്ടിലിൽ അവളുടെ അടുത്തുതന്നെ ഇരുന്ന് കൈയ്ക്കുപിടിച്ച് പതുക്കെ തലോടി. ഇരുവർക്കും ഒന്നും പറയാൻ കഴിയുന്നില്ല. യശോധര മുഖം തിരിച്ച് മകനെ നോക്കിയപ്പോൾ സിദ്ധാർഥൻ മകനെ എടുത്തു. ദേഹം പട്ടുതുണി കൊണ്ട് പൊതിഞ്ഞിരുന്നതിനാൽ മുഖം മാത്രമേ കണ്ടിരുന്നുള്ളു. ഇളംചുവപ്പിൽ ഒരു കൊച്ചുമുഖം. നനുത്ത കറുത്ത മുടി നെറ്റിയിലേക്കിറങ്ങി ഒട്ടിക്കിടക്കുന്നു.

അദ്ദേഹം ആ മുഖത്തേക്കുതന്നെ നോക്കി ഇരുന്നു. ജനനജീവിത മരണങ്ങളുടെ നൈരന്തര്യത്തെപ്പറ്റി ഓർത്തു. അതിന്റെ പരിശുദ്ധിയെപ്പറ്റി ഓർത്തു. എന്നാൽ കാലാകാലമായി തുടരുന്ന ഈ പ്രക്രിയയുടെ ഉദ്ദേശ്യമെന്താവും? എന്തിന് ഇങ്ങനെ ഒരു മറ?

യശോധര കിടന്നുകൊണ്ടുതന്നെ അച്ഛനെയും മകനെയും കൗതുകത്തോടെ നോക്കുകയായിരുന്നു. അങ്ങനെ നോക്കിക്കാണാൻ ഒരു സുഖം തോന്നി. അപ്പോൾത്തന്നെ ഉള്ള് ഒന്ന് ഞെട്ടിയതറിഞ്ഞു. ഈ കാണലും സന്തോഷിക്കലും എത്ര ദിവസം? എന്നാലും കിട്ടുന്നത്ര അനുഭവിക്കാം.

അപ്പോൾ സിദ്ധാർഥന്റെ പ്രസന്നമായ തെളിഞ്ഞ ശബ്ദം:

"ഗോപാ, നമുക്ക് ഇവനൊരു പേര് കണ്ടെത്തണ്ടേ?"

"രാവിലെ അച്ഛൻ വന്ന് കണ്ടു. അച്ഛൻ പറഞ്ഞത് 'രാഹുൽ' എന്ന് പേരിടാം എന്നാണ്."

സിദ്ധാർഥൻ ഒരുനിമിഷം ആലോചിച്ചു. പിന്നെ ചിരിച്ചുകൊണ്ട് ചോദിച്ചു: "അച്ഛന്റെ ഉദ്ദേശ്യം മനസിലായോ?"

യശോധരയും ചിരിച്ചു: "ഊഹിച്ചു എന്നാലും പറയു."

"രാഹുൽ എന്നതിന് ചങ്ങല എന്ന് അർഥമുണ്ടല്ലോ. പിടിച്ച് കെട്ടിയിടാനോ യോജിപ്പിക്കാനോ ഉള്ളതല്ലേ ചങ്ങല. ഇവൻ എന്നെ ഇവിടെ പിടിച്ചു നിർത്തട്ടെ എന്നാവും."

"പാവം അച്ഛൻ, അല്ലേ?"

"അതെ."

ശബ്ദങ്ങൾ കേട്ടപ്പോൾ അച്ഛന്റെ കയ്യിൽ കിടന്നുകൊണ്ടുതന്നെ ഉണ്ണി കുഞ്ഞിക്കണ്ണുകൾ തുറന്നു. ഉറക്കുമുണർന്ന് ഒന്ന് ഞെളിഞ്ഞു. പുതപ്പിനടിയിൽ കൂടി കുഞ്ഞുക്കയ്യുകൾ പുറത്തെടുത്ത് വിരലുകൾ വായിലേക്കാക്കി. ഓരോന്നും സിദ്ധാർഥൻ കൗതുകത്തോടെ നോക്കി ഇരുന്നു. മകൻ കരഞ്ഞുതുടങ്ങിയപ്പോൾ യശോധരയെ ഏൽപ്പിച്ചു.

ഒന്നുകൂടി തിരിഞ്ഞു നോക്കിയിട്ട് പുറത്തേയ്ക്ക് കടന്നു.

പതിനേഴ്

പ്രസവം കഴിഞ്ഞിട്ടുള്ള വിശ്രമവും ചികിത്സകളും കഴിഞ്ഞിട്ട് യശോധര മകനെയുമെടുത്ത് സിദ്ധാർഥന്റെ കിടപ്പറയിലെത്തി. വാതിൽക്കലേക്കുതന്നെ നോക്കിക്കൊണ്ട് കാതോർത്തിരിക്കുകയായിരുന്നു സിദ്ധാർഥൻ. യശോധരയുടെ രണ്ട് ചുമലുകളിലും പിടിച്ച് മുഖത്തേക്ക് ആവേശത്തോടെ നോക്കിക്കൊണ്ട് അദ്ദേഹം പറഞ്ഞു:

“നീ ഏറെ മനോഹരി ആയിരിക്കുന്നു.”

“എനിക്ക് സ്ഥാനക്കയറ്റം കിട്ടിയല്ലോ. ഞാനിപ്പോൾ ഭാര്യ മാത്രമല്ലല്ലോ.”

“അല്ല. അമ്മയാണ്.”

ആ വാക്കുകൾക്ക് ആവശ്യത്തിലധികം മുഴക്കമുണ്ടോ എന്ന് യശോധര സംശയിച്ചു. സംശയം അസ്ഥാനത്താണ് എന്ന് ബോധ്യപ്പെടുത്തുവിധം ആ രാത്രിയെ സിദ്ധാർഥൻ പ്രഥമരാത്രിയെപ്പോലെ ആസ്വാദ്യമാക്കുകയും ചെയ്തു.

എന്നാൽ, രാവിലെ പിരിഞ്ഞുപോന്നപ്പോൾ മറ്റൊരാശങ്ക അവളെ കുഴക്കി. അദ്ദേഹത്തിന്റെ ലക്ഷ്യപ്രാപ്തിക്ക് ഈ യശോധര ഒരു തടസമാവുമോ? അടർന്ന് മാറുവാൻ ശ്രമിച്ചിട്ടും അദ്ദേഹം എന്നോട് കൂടുതൽ അടുക്കുകയാണ്. ബന്ധം കൂടുതൽ ഗാഢമാവുകയാണ് എന്നും മനസിലാവുന്നു. അദ്ദേഹത്തിനെ സഹായിക്കേണ്ടത് എങ്ങനെയാണ്? ആ മനസിന്റെ വിങ്ങൽ അറിയുമ്പോൾ, അതു മാറ്റുവാൻ മുമ്പിൽ വരുന്ന ഏത് ദുഃഖവും സഹിക്കാം എന്ന് തോന്നുകയാണ്. ആ മനോബലത്തിൽ അവൾ കാര്യങ്ങൾ കണ്ടുതുടങ്ങി.

ഒരുദിവസം രാത്രി എപ്പോഴോ ഉണർന്ന രാഹുലിനെ ഉറക്കിക്കിടത്തിയിട്ട് തിരിഞ്ഞുനോക്കിയപ്പോൾ സിദ്ധാർഥന്റെ കിടക്ക ഒഴിഞ്ഞുകിടക്കുന്നു. യശോധര ആദ്യം ഒന്ന് ഞെട്ടി. പിന്നെ എഴുന്നേറ്റ് നോക്കി. മട്ടുപ്പാവിൽ നിൽക്കുകയാണദ്ദേഹം. പുറത്തെ ഇരുട്ടിലേക്കുതന്നെ നോക്കിക്കൊണ്ട്. കുറച്ചുനേരം അവൾ ആ നിൽപ്പ് നോക്കിക്കൊണ്ട് പിന്നിൽ നിന്നു. ഏകാഗ്രതയുടെ ഒരു വലയം സൃഷ്ടിച്ചിരിക്കുന്നു അദ്ദേഹം. അത് ഭേദിക്കേണ്ട. പക്ഷേ. സിദ്ധാർഥൻ തിരിഞ്ഞുനോക്കി. വാതിൽക്കൽ ഇളകാതെ നിൽക്കുന്ന പത്നിയെ കാണുകയും ചെയ്തു. നേരിയ വെളിച്ചത്തിൽ ഒരു പ്രതിമ പോലെ തോന്നി– അത്രയും നിശ്ചലയായിട്ട്. അദ്ദേഹം വാതിൽക്കലേക്ക് വന്നു. ആവേശത്തോടെ അവളുടെ കൈപിടിച്ച് അമർത്തി.

“ഗോപാ, എനിക്ക് അടങ്ങിയിരിക്കുവാൻ വയ്യാതാവുന്നു.” അവളുടെ കണ്ണുകളിലേക്ക് ഇമവെട്ടാതെ നോക്കിക്കൊണ്ട് തുടർന്നു: “സഹിക്കാൻ കഴിയുന്നില്ല ഗോപാ.”

“ഈ ഗോപ ഒരിക്കലും അങ്ങയുടെ വഴിമുടക്കില്ല. തീർച്ച.”

തള്ളിവന്ന ഗദ്ഗദം അടക്കിപ്പിടിച്ചിട്ടാണ് യശോധര പറഞ്ഞത്.

“അതു പോരാ. ഞാൻ എന്തുചെയ്യണം എന്നുകൂടി പറഞ്ഞുതരൂ.”

"അങ്ങയ്ക്കറിയാവുന്ന, കണ്ടറിയുന്ന ഏത് മാർഗവും സ്വീകരിക്കാം. അതാവും ശരി."

ഒന്നുരണ്ടു നിമിഷം ആലോചിച്ചുനിന്നിട്ട് തന്നോടുതന്നെ എന്നതു പോലെയാണ് സിദ്ധാർഥൻ പറഞ്ഞത്.

"മുമ്പ് തപൻ പറഞ്ഞ ആ വഴി തന്നെ–തപസ്സ്. ഏകാഗ്രമായ ധ്യാനം."

"അതെ. അതാവും ശരി. അങ്ങ് തപസനുഷ്ഠിക്കണം. സത്യം കണ്ടെത്തണം. അങ്ങയ്ക്കതിന് കഴിയും."

ഒരു അപരിചിതനെപ്പോലെ സിദ്ധാർഥൻ പത്നിയെ നോക്കി. ഇവളാരാണ്? ഒരു പ്രഭാമണ്ഡലമുണ്ടോ ഇവൾക്ക് ചുറ്റും? പ്രേമത്തിന്റെ ശക്തിയുടെ, വിശുദ്ധിയുടെ ഭേദിക്കാൻ പറ്റാത്ത പ്രഭാമണ്ഡലം.

അടുത്ത നിമിഷത്തിൽത്തന്നെ മുന്നിലേക്കുവന്ന് അവളെ ആവേശത്തോടെ കെട്ടിപ്പിടിച്ച് വരിഞ്ഞു മുറുക്കി.

"ഗോപാ. എന്റെ ഗോപാ!"

അപ്പോൾ ആ ആലിംഗനത്തിൽ ഭർത്താവിന്റെ ശരീരത്തിൽനിന്ന് മുമ്പനുഭവിച്ചിട്ടില്ലാത്ത എന്തോ ഒരു താപം അവൾക്ക് ശക്തിയായി അനുഭവപ്പെട്ടു. ആ ഗാഢാലിംഗനത്തിൽനിന്ന് മാറിനിന്നിട്ട് അവൾ ഭർത്താവിന്റെ മുഖത്തേക്കു നോക്കി. പുതിയൊരു കാഴ്ച കാണുന്നതുപോലെ. അതൊരു വല്ലാത്ത അനുഭവമായിരുന്നു.

തുടർന്നുള്ള സിദ്ധാർഥന്റെ മാനസികാവസ്ഥ ഒരു പ്രത്യേക തരത്തിലുള്ളതായിരുന്നു. ദിവസത്തിൽ വളരെ നേരം സമാധിസ്ഥനായിട്ട് ഇരിക്കും. അതിൽ നിന്നുണർന്നാൽ യശോധര കൂടെത്തന്നെ വേണം. പിരിയാതെ, രാഹുലിന്റെ കളികൾ കാണണം. പക്ഷേ, ഒരു കാര്യം യശോധരയ്ക്ക് തീർച്ചയാക്കേണ്ടി വന്നു– ആ പഴയ ഹൃദ്യമായ ലൗകികഭാവം അദ്ദേഹത്തിൽ നിന്ന് വിട്ടുപോയിരിക്കുന്നു.

ഒരു രാത്രിയിൽ ഉണർന്നിരുന്നുകൊണ്ട് അദ്ദേഹം തന്നെത്താൻ പറയുന്നത് യശോധര കേട്ടു.

"തപൻ ഒരുതവണ പറഞ്ഞു– വൈശാലിയിൽ 'അളാരകലാമൻ' എന്ന മഹർഷി ആശ്രമം വെച്ച് ശിഷ്യരെ പഠിപ്പിക്കുന്നുണ്ട് എന്ന്. അവിടെ പോവാം."

യശോധര ഇളകാതെ കിടന്നതേയുള്ളു. ആരും കേൾക്കാനോ കേൾക്കാതിരിക്കാനോ പറഞ്ഞതല്ല അതൊന്നും എന്ന് യശോധരയ്ക്കറിയാം.

രാഹുലിന്റെ ആണ്ടുപിറന്നാൾ ഗംഭീരമാക്കണമെന്ന് ഗൗതമിയാണ് ശുദ്ധോദനപ്രഭുവിനെ ഓർമിപ്പിച്ചത്. അദ്ദേഹം രാഹുലിനെ മടിയിലിരുത്തി കളിപ്പിക്കുകയായിരുന്നു.

"വേണം. അതുവേണം. ഗംഭീരമാക്കണം."

യശോധര ആ മുറിയിൽ ഒരരികിൽ നിന്നിരുന്നു. പിറന്നാൾ ഗംഭീരമാക്കേണ്ടതിന്റെ പട്ടിക ഗൗതമി അവതരിപ്പിക്കുന്നത് കേട്ടപ്പോഴും അവൾ അഭിപ്രായമൊന്നും പറഞ്ഞില്ല.

“പാട്ടുകച്ചേരി വേണം. ഉദയനന്റെ സംഘത്തെ ഏൽപ്പിക്കുന്നതല്ലേ നല്ലത്?” ഗൗതമിയുടെ ചോദ്യം.

“അതെ. അതുമതി. സിദ്ധാർഥന് പ്രിയപ്പെട്ടവനാണ് ഉദയനൻ.”

രാഹുലിനെ വാത്സല്യത്തോടെ ചുമലിൽ കിടത്തിക്കൊണ്ട് പ്രഭു പറഞ്ഞു. പാട്ടും നൃത്തവുമൊക്കെ സിദ്ധാർഥന് വളരെ താൽപ്പര്യമുള്ള കാര്യങ്ങളാണ്. എങ്ങനെയെങ്കിലും അയാൾ ഒന്ന് ഉത്സാഹിക്കുന്നത് കണ്ടാൽ മതി.

രാഹുലിന്റെ പിറന്നാളിന്റെ തലേദിവസം ഉച്ചയ്ക്ക് സിദ്ധാർഥൻ അച്ഛന്റെ വിശ്രമമുറിയിലേക്ക് വന്നു. ശുദ്ധോദനപ്രഭു മകനെ കണ്ട് സന്തോഷിച്ച് വേഗം അടുത്തേക്ക് നടന്നതായിരുന്നു. പക്ഷേ, മകൻ അച്ഛന്റെ മുമ്പിൽ മുട്ടുകുത്തി ഇരുന്ന് പറയുകയാണ്:

“അച്ഛൻ എന്നെ അനുഗ്രഹിക്കണം.”

മകന്റെ മുഖത്തേക്ക് ഒന്നേ നോക്കിയുള്ളു. പ്രഭുവിന് എല്ലാം മനസിലായി. ഒന്നും അങ്ങോട്ട് ചോദിച്ചില്ല. വാക്കുകൾ പുറത്തേക്ക് വരുത്താൻ കഴിയാഞ്ഞതിനാൽ കണ്ണീരൊലിപ്പിച്ച് തന്റെ വിറയ്ക്കുന്ന കൈകൾ മകന്റെ മൂർധാവിൽ അമർത്തി കമഴ്ത്തിവയ്ക്കുകമാത്രം ചെയ്തു. ഒരു കാളരാത്രി വന്ന് മൂടിയതുപോലെ അദ്ദേഹത്തിന് അനുഭവപ്പെട്ടു. എങ്ങും ഭീകരമായ ഇരുട്ട്. എവിടുന്നൊക്കെയോ ഇടിമുഴങ്ങുന്നു. ലോകം അവസാനിക്കുകയാണോ?

കൊട്ടാരം ആകെ ഒരു മൂകാവസ്ഥയിലായിരുന്നു. എന്നാലും രാഹുലിന്റെ പിറന്നാൾ ആഘോഷിക്കാതിരുന്നില്ല.

യശോധരയുടെ ഉള്ള് ശരിക്കും തീപിടിച്ചതുപോലെ ആയി. എന്നിട്ടും അവൾ ഒന്നും ചെയ്യാതിരുന്നില്ല. ഗൗതമിയുടെ കൂടെനിന്ന് അതിഥികളെ സ്വീകരിച്ചു. ഭക്ഷണം വിളമ്പി ഊട്ടി. അപ്പോഴും അവളുടെ ശ്രദ്ധ സിദ്ധാർഥനിൽ തന്നെ ആയിരുന്നു. ഉദ്വേഗത്തോടൊപ്പം അസാധാരണമായ ഒരു ശാന്തിയും ആ മുഖത്ത് കാണുന്നുണ്ടായിരുന്നു.

അന്ന് രാത്രിയിൽ കൊട്ടാരത്തിനടുത്തുള്ള നാടകശാലയിൽ സംഗീതനൃത്തങ്ങൾ ഗംഭീരമാക്കുകയാണ്. ദേവദത്തനും കൂട്ടുകാരും തലകുലുക്കി ആസ്വദിക്കുന്നു. യശോധര അവളുടെ മാളികയിൽനിന്നുകൊണ്ട് പുറത്തേക്ക് നോക്കി. യാത്ര പറയുന്ന ചന്ദ്രന്റെ നേരിയ പ്രകാശമുണ്ട് മുറ്റത്ത്. ആവേശകരവും അതീവമോഹനവും ആയിരുന്ന കഴിഞ്ഞുപോയ പലപല രംഗങ്ങൾ അവൾക്ക് ഓർമ വന്നു. അപ്പോൾ തന്നെ അതിൽ നിന്ന് മുഖം തിരിക്കുകയും ചെയ്തു. മതി, അതൊക്കെ കഴിഞ്ഞു പോയില്ലേ? നോക്കിനിന്നപ്പോൾ പുറത്തെ മുറ്റത്ത് പൂന്തോട്ടത്തിനരികിൽ ഒരു പാറയുടെ മീതെ ഒരാൾ ഒറ്റയ്ക്ക്....! അവൾ നല്ലവണ്ണം നോക്കി. അതെ അത് അദ്ദേഹം തന്നെ. മുഖമുയർത്തി ആകാശത്തിലേക്കു തന്നെ ഏകാഗ്രമായി നോക്കിക്കൊണ്ടിരിക്കുകയാണ്. യശോധര വേഗം മട്ടുപ്പാവിന്റെ അറ്റത്ത് പോയി നിന്നു. കുറെക്കൂടി വ്യക്തമായിട്ട് കാണാൻ. ആകാശത്തിൽ നൂറായിരം നക്ഷത്രങ്ങളും ഗ്രഹങ്ങളും ചിക്കി

പ്പരന്ന് കിടക്കുകയാണ്. ഇവയുടെ ഉൽപ്പത്തിയെയും നാശത്തിനെയും പറ്റിത്തന്നെയാവുമോ സിദ്ധാർഥനും ആലോചിക്കുന്നത്? അവൾ ഏന്തി വലിഞ്ഞ് ആ ഇരിപ്പ് വീണ്ടുംവീണ്ടും നോക്കി. എന്തൊരു ഗംഭീരമായ ദൃശ്യം!

ഇത് അവസാനത്തെ കാഴ്ചയാവുമോ? ആ സമയം അത്രയ്ക്ക് തൊട്ടടുത്തെത്തിയിരിക്കുന്നു. അവളുടെ ഉള്ള് കിടന്നു പിടയ്ക്കുകയാണ്. കണ്ണുകൾ നിറഞ്ഞൊഴുകി. ച്ഛെ! യശോധര മുഖം തുടച്ച് താഴേക്കിറങ്ങിപ്പോന്നു. നേരെ നടന്നത് കുതിരാലയത്തിലേക്കാണ്. ഒരരികിൽ ചന്ദൻ കിടന്നുറങ്ങുന്നുണ്ട്. വിളിച്ചുണർത്തി. മുന്നിൽ തമ്പുരാട്ടിയെ കണ്ടപ്പോൾ ചന്ദൻ അമ്പരന്ന് കണ്ണ് തുറിച്ചു. യശോധര ശബ്ദം താഴ്ത്തിയിട്ട് ശാന്തസ്വരത്തിലാണ് പറഞ്ഞത്:

"ചന്ദൻ, കാന്തകനെ യാത്രയ്ക്കൊരുക്കി നിർത്തണം, സിദ്ധാർഥന് യാത്ര ചെയ്യാൻ. കൂടെ ചന്ദനും മറ്റൊരു കുതിരപ്പുറത്ത്."

"കുമാരന് എവിടെ പോവാനാണ് തമ്പുരാട്ടീ?"

"അത് അദ്ദേഹം പറയും."

കൂടുതൽ പറയാൻ നിൽക്കാതെ യശോധര വേഗം തിരിച്ചുപോന്നു. മുകളിലേക്ക് കയറി യാത്രയ്ക്കു വേണ്ട വസ്ത്രങ്ങൾ തെരഞ്ഞെടുത്ത് സിദ്ധാർഥന്റെ മുറിയിലെ ഇരിപ്പിടത്തിൽ കൊണ്ടുവന്ന് വയ്ക്കുമ്പോൾ അവളുടെ കണ്ണുനീർ അതിൽ വീഴാതിരിക്കാൻ പ്രത്യേകം ശ്രദ്ധിച്ചു. അതിനുശേഷം സ്വന്തം കിടപ്പുമുറിയിലേക്ക് വന്നു. അവിടെ സുഖമായി ഉറങ്ങുന്ന മകന്റെ അടുത്ത് വന്നിരുന്നു. ഉറക്കത്തിൽ രാഹുൽ വല്ലാതെ തേങ്ങുന്നുണ്ട്. കവിളുകൾ വിറയ്ക്കുന്നു. ആസന്നഭാവിയെ മുൻകൂട്ടി അറിയുകയാണോ രാഹുലും? അവൾ മകനെ കെട്ടിപ്പിടിച്ച് അടുത്തുതന്നെ കിടന്നു-കോണി കയറുന്ന പാദപതനവും സുപരിചിതമായ ആ ഗന്ധവും ശ്രദ്ധിച്ചുകൊണ്ടുതന്നെ. ഉള്ളിൽ കോലാഹലത്തോടെ ഇരമ്പി അലയടിക്കുകയാണ് സമുദ്രം. യശോധര ആവുന്നത്ര മനസിനെ ഉറപ്പിച്ചു- ഉറപ്പ്, ഉറപ്പ്, ഉറപ്പ്.

ഒടുവിൽ, ആ സമയവും എത്തി. അതാ, അദ്ദേഹം വരുന്നു. വളരെ പതിഞ്ഞ കാൽവയ്പ്പുകൾ. യശോധര കണ്ണു തുറന്നില്ല. പക്ഷേ, ആ ഗന്ധം അവളെ അടിമുടി ഉണർത്തി. എന്നിട്ടും എഴുന്നേറ്റില്ല. ഈ സമയത്ത് ഉചിതമല്ലാത്ത ഒരു രംഗം സൃഷ്ടിക്കേണ്ട. അത് അദ്ദേഹത്തിന് കൂടുതൽ പ്രയാസമുണ്ടാക്കിയേക്കും. കണ്ണടച്ചുകൊണ്ടുതന്നെ കിടന്നു.

സിദ്ധാർഥൻ കിടപ്പുമുറിയിലേക്ക് കടന്നു. അവിടെ ആകെ ഒന്ന് കണ്ണോടിച്ചു. യഥാസ്ഥാനത്ത് യാത്രയ്ക്കുള്ള വസ്ത്രങ്ങളുമെല്ലാം ഒരുക്കിവെച്ചത് കണ്ടു. അദ്ദേഹത്തിന് എല്ലാം മനസിലായി. ആ വസ്ത്രങ്ങൾ ധരിച്ചു. അപ്പോഴും വിചാരിച്ചു, ഗോപയുടെ കരസ്പർശമേറ്റ വസ്ത്രങ്ങൾ!

എന്നോ വിട്ടുപോയ അമ്മയുടെ ഛായാചിത്രമുണ്ട് ചുവരിൽ. കുറച്ചുനേരം അത് നോക്കി നിന്നു. പിന്നെ അത് തൊട്ട് വന്ദിച്ചു:

"അനുഗ്രഹിക്കണേ, അമ്മേ!"

കട്ടിലിൽ മകന്റെ കൂടെ, മകനെ കെട്ടിപ്പിടിച്ച് ചെരിഞ്ഞു കിടക്കുകയാണ് യശോധര. അവൾ ഉറങ്ങുകയല്ല എന്നും ഉറങ്ങാനവൾക്ക് കഴിയില്ല എന്നും അറിയാം. എന്നിട്ടും തൊട്ടുണർത്തിയില്ല. യാത്ര പറഞ്ഞതുമില്ല. പറയാനുള്ളതൊക്കെ പറഞ്ഞുവല്ലോ. അല്ലെങ്കിൽ എത്ര പറഞ്ഞാലും കഴിയാത്തതുമാണ്.

ഉറങ്ങുന്ന രാഹുലിന്റെ മുഖത്തേക്ക് നോക്കി. എന്തൊരു കോമളത! മകനെ ഒന്ന് വാരിയെടുക്കണമെന്ന് വല്ലാത്ത മോഹം തോന്നി. എന്നിട്ടും എടുത്തില്ല.

കണ്ണടച്ചുകിടക്കുന്ന ഭാര്യയുടെ അടുത്തേക്ക് രണ്ടടി നീങ്ങി. അവളെ തൊട്ടുണർത്തണം. ഗോപയുടെ ശബ്ദം ഒരിക്കൽക്കൂടി കേൾക്കണമെന്ന് തോന്നുകയാണ്. വേണ്ട, അതു വേണ്ട, യാത്ര കൂടുതൽ ദുഷ്കരമാക്കുകയേയുള്ളു അത്. രാഹുലിനെ പിന്നേയും നോക്കി. എടുക്കാനായി കൈ നീട്ടി. 'അച്ഛാ' എന്ന അവന്റെ വിളി കേൾക്കാൻ കൊതിയാവുന്നു. എന്നിട്ടും, നീട്ടിയ കൈ പിന്നിലേക്കുതന്നെ വലിച്ചു. പതുക്കെ തിരിഞ്ഞ് വാതിൽക്കലെത്തി. മനസ്സ് പിന്നേയും പിടിച്ചുവലിക്കുന്നുവല്ലോ. ഒന്നുകൂടി കാണണം. അദ്ദേഹം വീണ്ടും മുറിയിലേക്ക് തന്നെ വന്നു. പത്നിയെയും മകനെയും നോക്കിക്കൊണ്ടേ നിന്നു– ഏറ്റവും ആവേശത്തോടെ തന്നെ. ഒരുകാലത്തും മനസിൽനിന്ന് പോവാതിരിക്കത്തക്കവണ്ണം ആ രണ്ട് രൂപവും മനസിൽ ഉറപ്പിച്ച് വെച്ച് ഉറക്കെയും പതുക്കെയും അല്ലാത്ത സ്വരത്തിൽ പറഞ്ഞു:

'ഗോപാ, നമ്മൾ ഒരിക്കലും വേറെയാവില്ല. എവിടെയായാലും എപ്പോഴായാലും എന്നിൽ നീയുണ്ടാവും. തീർച്ച." പിന്നെ ഒരു ദീർഘനിശ്വാസത്തോടെ തിരിഞ്ഞു. വാതിൽ കടന്ന് കോണിയിറങ്ങി പോവുകയും ചെയ്തു.

സിദ്ധാർഥൻ നേരെ ചന്ദന്റെ അടുത്തേക്കാണ് പോയത്. അവിടെ, യാത്രയ്ക്കൊരുങ്ങിക്കൊണ്ട് ഉണർന്നിരിക്കുകയാണ് ചന്ദൻ. അടുത്തുതന്നെ തന്റെ പ്രിയപ്പെട്ട കുതിര കാന്തകനും. ചന്ദൻ ആദരവോടെ കാന്തകനെ സിദ്ധാർഥന്റെ അടുത്തേക്ക് നീക്കിനിർത്തി. ആ കുതിര സ്നേഹം കാണിച്ചുകൊണ്ട് വാലിളക്കുകയും ശബ്ദമുണ്ടാക്കുകയും ചെയ്തു. വളരെ വാത്സല്യത്തോടെ സിദ്ധാർഥൻ ആ കുതിരയോട് എന്തോ പറഞ്ഞ് അതിന്റെ ചുമലിൽ തട്ടി. കാര്യമറിഞ്ഞതുപോലെ കുതിര തലയിളക്കി ഉത്സാഹത്തോടെ പുറപ്പെട്ടു.

"ചന്ദൻ വരൂ."

സിദ്ധാർഥൻ വളരെ പതുക്കെയാണ് പറഞ്ഞത്. കാര്യമൊന്നുമറിയാതെ, വീർപ്പടക്കി നിൽക്കുന്ന പാവം കുതിരക്കാരന് സമാധാനമായി. സ്വന്തം കുതിരയെ നടത്തിക്കൊണ്ട് ചന്ദൻ സിദ്ധാർഥന്റെയും കാന്തകന്റെയും കൂടെ നടന്നു. അവർ പടിവാതിലുകൾ ഓരോന്നായിട്ട് ശബ്ദമുണ്ടാക്കാതെ കടന്നു. പിന്നെ നഗരത്തിന് പുറത്തെത്തി. സിദ്ധാർഥൻ ഒന്നുകൂടി തിരിഞ്ഞുനോക്കി. ഭൂതകാലം മുഴുവനായിട്ട് അങ്ങനെ മുമ്പിൽ വന്ന്

നിൽക്കുന്നു. എന്തെല്ലാം സംഭവങ്ങൾ! വെട്ടിമാറ്റാൻ പറ്റാത്ത എത്ര എത്ര ബന്ധങ്ങൾ! ആ പടിപ്പുറത്ത് നിന്നുകൊണ്ട് കപിലവസ്തുവിനെ നോക്കി ദൃഢസ്വരത്തിൽ പറഞ്ഞു: "ലക്ഷ്യപ്രാപ്തിക്കുശേഷം ഞാൻ തിരിച്ചുവരും." അവർ കുതിരപ്പുറത്തു കയറി. കുതിരകൾ ആകാവുന്നത്ര വേഗത്തിൽ കുതിച്ച് പാഞ്ഞു. നഗരത്തിന്റെ കിഴക്കു ഭാഗത്തുകൂടെ നേരെ കിഴക്കോട്ട്.

പ്രഭാതമായപ്പോഴേക്കും ശാക്യപുരിയുടെ അറ്റത്തെത്തി. കാടിന്റെ താഴ്വരയിൽ കുതിരയെ നിർത്തിയിട്ട് സിദ്ധാർഥൻ ഇറങ്ങിയപ്പോൾ ചന്ദനും കുതിരപ്പുറത്തുനിന്ന് ഇറങ്ങി. വെളിച്ചം പരന്നിട്ടില്ല. കാട്ടിലെ പക്ഷികൾ ഉണർന്ന് ചിലച്ചു തുടങ്ങി. സിദ്ധാർഥൻ കാന്തകന്റെ പുറത്തു തട്ടി ഒന്ന് മന്ദഹസിച്ചിട്ട് പറഞ്ഞു: "കാന്തകൻ, നീ മിടുക്കൻ തന്നെ. എന്നെ ശരിക്ക് സഹായിച്ചു. നിന്റെ പണി വളരെ നന്നായിട്ട് ചെയ്തിരിക്കുന്നു."

കുതിര അത് മനസിലാക്കിയതുപോലെ ഉത്സാഹിച്ച് തലയിളക്കി. വൃക്ഷ നിബിഡമായ ആ കാടിനെ ആകെ ഒന്നു നോക്കിയിട്ട് സിദ്ധാർഥൻ പറഞ്ഞു:

"നല്ല പ്രദേശം. ഇവിടെ നിർത്താം."

പിന്നെ കാന്തകന്റെ പട്ടയിൽ തിരുകിയിരുന്ന കത്തിയെടുത്ത് നീണ്ടു തഴച്ച് കറുത്തു മിനുത്ത സ്വന്തം മുടി സിദ്ധാർഥൻ അടിയിലേ മുറിക്കുന്നതു കണ്ടപ്പോൾ ചന്ദൻ വായപൊളിച്ച് ഉറക്കെ പറഞ്ഞുപോയി: "ഹയ്യോ!"

മുടിയും കഴുത്തിലെ മുത്തുമാലയും ചന്ദന്റെ കൈയിൽ കൊടുത്ത് പറഞ്ഞു: "ഇത് അച്ഛന് കൊടുക്കണം. ഞാനാരേയും ഉപേക്ഷിച്ച് പോവുകയല്ലെന്നും അന്വേഷിക്കുന്നത് കിട്ടിയാൽ തിരിച്ചുവരുമെന്നും പറയണം."

ചന്ദൻ കരഞ്ഞുകൊണ്ട് ശബ്ദിക്കാനാവാതെ തളർന്ന് നിൽക്കുകയാണ്. വിക്കി വിക്കി പതുക്കെ ചോദിച്ചു:

"കുമാരാ, ഞാനും ഇവിടെ നിൽക്കട്ടെ സഹായത്തിന്?"

സിദ്ധാർഥൻ ഒന്ന് ചിരിച്ചു: "ചന്ദൻ, എനിക്ക് സഹായം ആവശ്യമില്ല. നിങ്ങൾക്കൊക്കെ വേണ്ടിയാണ് ഇനി ഞാൻ ശ്രമിക്കുന്നത്. കാര്യം സാധിച്ച് തിരിച്ചുവന്നാൽ നമുക്ക് വീണ്ടും ഒപ്പം കഴിയാം. ഇപ്പോൾ വേഗം പോവൂ. അച്ഛനും മറ്റെല്ലാവരും ദുഃഖിച്ചിരിക്കുകയാവും."

പിന്നെ ചന്ദൻ ഒന്നും പറഞ്ഞില്ല. സിദ്ധാർഥന്റെ കയ്യുപിടിച്ച് സ്വന്തം നെറ്റിയിലും കണ്ണിലും അമർത്തി. തിരിഞ്ഞ് കുതിരകളെക്കൂട്ടി നടന്നു. കാന്തകന് എന്തൊക്കെയോ മനസിലായി. ആ പാവം കുതിര സിദ്ധാർഥനെ ദയനീയമായി ഒന്ന് നോക്കി. കണ്ണീരൊഴുക്കിക്കൊണ്ടുതന്നെ ചന്ദന്റെ കൂടെ നടന്നു. നടക്കുമ്പോഴും കൂടെക്കൂടെ തിരിഞ്ഞുനോക്കി. അവർ ദൃഷ്ടിയിൽനിന്ന് മറയുന്നതുവരെ സിദ്ധാർഥൻ നോക്കിനിന്നു. പിന്നെ കാട്ടിലേക്ക് കയറിപ്പോയി.

പതിനെട്ട്

കോണിയുടെ അവസാനത്തെ പടിയും കൂടി ഇറങ്ങുന്ന ശബ്ദം കേട്ടു. പുറത്തേക്കുള്ള വാതിൽ അടയുന്നതും കേട്ടു. യശോധര വേഗം എഴുന്നേറ്റ് മട്ടുപ്പാവിൽ പോയിനിന്ന് പുറത്തേക്ക് നോക്കി. അദ്ദേഹം ബദ്ധപ്പെട്ട് കുതിരാലയത്തിലേക്കുള്ള വഴിയിലൂടെ തിരിയുന്നു. അരണ്ട വെളിച്ചത്തിൽ ആ രൂപം ഒന്നുകൂടി കണ്ടു. പിന്നെ അതും കാണാതായി.

ഇനി......

യശോധരയ്ക്ക് ഉറക്കെ ഒന്ന് കരയണമെന്നുണ്ടായിരുന്നു. അതും സാധിക്കുന്നില്ല. അപ്പോഴേക്ക് ആ മുഖം മുമ്പിൽ വരുന്നു. ആ വിളി കാതിലെത്തുന്നു: "ഗോപാ, എന്റെ ഗോപാ....."

പിന്നെ എന്തിന് കരയുന്നു? ഒരു ആയുഷ്കാലത്തേക്ക് വേണ്ട പ്രേമവും ഐക്യവുമാണ് അദ്ദേഹം തന്നത്. ഇനി അദ്ദേഹം ആഗ്രഹിക്കുന്നത് കണ്ടെത്തട്ടെ.

സിദ്ധാർഥനിലെ അസാധാരണത്വം തനിക്ക് ആദ്യംതന്നെ അറിയാമായിരുന്നുവല്ലോ. ഒരു ഋഷിയെപ്പോലെയാണ് അദ്ദേഹം ചിന്തിക്കുന്നത് എന്നും അറിഞ്ഞിരുന്നു. എല്ലാം അറിഞ്ഞുകൊണ്ടുതന്നെയാണ് സ്വീകരിച്ചതും.

എന്നാലും.....

യശോധര ഉറപ്പുകിട്ടാതെ ഒന്ന് തേങ്ങി.

രാഹുൽ ഉണർന്നപ്പോൾ കിടപ്പുമുറിയിൽ പോയി മകനെ എടുത്തു. കണ്ണു തുറന്ന് ഇരുവശത്തേക്കും നോക്കിയിട്ട് അമ്മയുടെ ചുമലിൽ കിടന്ന് രാഹുൽ പറയുന്നത് കേട്ടു: "അച്ഛ, അച്ഛ–"

വീർപ്പുമുട്ടിക്കൊണ്ട് ഒന്നും മിണ്ടാതെ മകനെ കാലിൽ കിടത്തി അവിടെ ചാരി ഇരുന്നു. ഇനി നാളയെ നേരിടേണ്ടതെങ്ങനെയാണ്. തന്റെ ജന്മംതന്നെ മാറിയോ?

പലതും ആലോചിച്ച് എപ്പോഴോ ഒന്ന് മയങ്ങി. അപ്പോൾ ഒരു രൂപം മനസിൽ തെളിഞ്ഞു. മുണ്ഡനം ചെയ്ത തല കാട്ടിലൂടെ നടന്ന് ഒരിടത്തിരിക്കുന്നു. ആശ്വാസത്തോടെ പറയണം: "ഹായ് ഞാൻ സ്വതന്ത്രനായിരിക്കുന്നു. ഈ പ്രകൃതി എത്ര മനോഹരം." അപ്പോൾത്തന്നെ വിളി കേൾക്കുന്നു.

"എന്റെ ഗോപാ, രാഹുൽ, അച്ഛാ......"

യശോധര ഞെട്ടി ഉണർന്നു. അദ്ദേഹം ശാക്യപുരി വിട്ടിരിക്കുന്നു. തീർച്ചയാണ്. താൻ കണ്ടത് ആ രൂപംതന്നെ. എത്ര കണ്ടാലും മതിയാവാത്ത ആ രൂപം! കാട്ടിലേക്ക് കയറിയിട്ടുണ്ടാവും. ചന്ദൻ തിരിച്ചുവന്നുവോ ആവോ.

അവൾ മകനെ ചുമലിലിട്ട് കോണിയിറങ്ങി താഴെ വന്നു. തലേ ദിവസത്തെ ആട്ടവും പാട്ടും കഴിഞ്ഞിട്ട് കൊട്ടാരം ആലസ്യത്തിൽനിന്ന് ഉണർന്നിട്ടില്ല. അവൾ ഗൗതമിയുടെ മുറിയുടെ വാതിലിൽ മുട്ടി. വിവരം

പറഞ്ഞു. കാട്ടുതീ പോലെ അത് കത്തിപ്പടരുകയും ചെയ്തു. തെരയാനായി നാലു ഭാഗത്തേക്കും പ്രഭു ആളുകളെ വിട്ടു.

ഏതാണ്ട് ഉച്ചയായപ്പോഴാണ് കിഴക്കേ ഗോപുരത്തിലൂടെ ചന്ദനും കുതിരകളും വരുന്നത് കാവൽക്കാർ കണ്ടത്. കാന്തകൻ ഒറ്റയ്ക്കാണല്ലോ? കണ്ണീരൊലിപ്പിച്ച് മുഖമുയർത്താതെ ആ കുതിര ആരേയും നോക്കാതെ ആടിയാടി സ്വന്തം ലായത്തിലേക്ക് കടന്നു. ചന്ദൻ കാവൽക്കാരെയോ സഹപ്രവർത്തകരെയോ നോക്കിയില്ല. നേരെ ശുദ്ധോദനപ്രഭുവിന്റെ അടുത്തേക്ക് പോയി. ഏതാണ്ട് അർധബോധാവസ്ഥയിലായിരുന്നു പ്രഭു. ഗൗതമിയും യശോധരയും അടുത്തുണ്ട്. ഒരു പ്രസാദം പോലെ കയ്യിൽ വെച്ചിരുന്ന പൊതി ആദരവോടെ പ്രഭുവിന് കൊടുത്ത് മാറിനിന്ന് തേങ്ങിക്കരഞ്ഞു. ഗൗതമിയാണത് ചോദിച്ചത്:

'ഞങ്ങളുടെ മകനെ നീ എവിടെ കൊണ്ടുപോയി വിട്ടു?'

ചന്ദന് പറയാൻ കഴിയുന്നില്ല. അപ്പോൾ യശോധര പതുക്കെ പറഞ്ഞു: "ചന്ദൻ വിവരങ്ങൾ പറയൂ.."

ചന്ദൻ പതുക്കെ നടന്നതൊക്കെ പറഞ്ഞു. പ്രഭുവിന്റെ കയ്യിലെ മുത്തുമാല യശോധര ഒന്നുകൂടി നോക്കി. അതെ. ഇത് അതുതന്നെ. അതുതന്നെ.

ചന്ദൻ കൊടുത്ത ആ തലമുടിയും മാലയും അദ്ദേഹം മാറോടടക്കിപ്പിടിച്ചു. തലമുടിക്കെട്ടെടുത്ത് ഘ്രാണിച്ചു. കണ്ണിൽ തൊടുവിച്ച് തേങ്ങിക്കരഞ്ഞു.

യശോധരയ്ക്ക് അവിടെ നിൽക്കാൻ കഴിഞ്ഞില്ല. മുകളിൽ കിടപ്പറയിൽ വന്ന് കമിഴ്ന്ന് കിടന്നു. ഭർത്താവിന്റെ ഊഷ്മളഗന്ധം തങ്ങിനിൽക്കുന്നുണ്ട് അതിൽ. അവിടെ കിടന്ന് കഴിഞ്ഞതോരോന്നും ഓർത്തു. അത് ഓർക്കാൻ ഇതിലധികം യോജിച്ച സമയം മറ്റേതാണ്?

അപ്പോൾ ഒരു ഉൾവിളിപോലെ അവൾ കേട്ടു:

ഗോപാ. ഞാൻ സ്വതന്ത്രനായിരിക്കുകയാണ് ഇവിടെ. വിസ്തൃതമായ ആകാശം, സൂര്യചന്ദ്രന്മാർ, നക്ഷത്രങ്ങൾ, ഈ കാട്, മൃഗങ്ങൾ, പക്ഷികൾ. അവ ഓരോന്നും പറയുന്നു. സ്വാതന്ത്ര്യം, സ്വാതന്ത്ര്യം...'

യശോധര തന്നത്താൻ പറഞ്ഞു. അതെ മനുഷ്യബന്ധങ്ങളാണല്ലോ അസ്വാതന്ത്ര്യമുണ്ടാക്കുന്നത്. ഈ ബന്ധങ്ങളില്ലെങ്കിൽ സ്വതന്ത്രനാണോ മനുഷ്യൻ? പ്രപഞ്ചത്തിലെ സകല ജീവജാലങ്ങലും പര്സപരബന്ധിതരാണെന്നും പറയുന്നു. പിന്നെ എന്താണ് സ്വാതന്ത്ര്യം.?

ചോദ്യങ്ങളും ഉത്തരങ്ങളും പിന്നേയും അന്വേഷണങ്ങളും ആയിട്ട് യശോധരയുടെ ദിവസങ്ങൾ നീങ്ങി. രാഹുലിന്റെ സാന്നിധ്യമാണ് ഇടയ്ക്കിടക്ക് അവളെ ഉണർത്തിയത്.

ഒരു സായാഹ്നത്തിൽ പുറത്തെ പൂന്തോട്ടത്തിനടുത്ത് രാഹുലിനേയും എടുത്തുകൊണ്ട് നിന്നപ്പോൾ ചന്ദൻ പതുക്കെപ്പതുക്കെ അവിടെ വന്നു. രാഹുൽ വേഗം ചന്ദന്റെ അടുത്തേക്കോടി. രാഹുലിനെ വാരിയെടുത്തപ്പോഴും ചന്ദന്റെ മുഖത്ത് ഉത്സാഹം കണ്ടില്ല.

"എന്താ ചന്ദൻ?" യശോധര ചോദിച്ചു.

"കാന്തകൻ പോയി" ഗദ്ഗദം വന്ന് മുട്ടി ചന്ദന്.

"പോയ്യോ......"

"അന്ന് വന്നതിൽപ്പിന്നെ അവൻ നേരെയായിട്ടില്ല. തിന്നലും കുടിക്കലുമില്ല. ഇന്ന് നോക്കുമ്പോൾ... കഴിഞ്ഞിരിക്കുന്നു."

യശോധര അലക്ഷ്യമായിട്ട് എങ്ങോട്ടോ നോക്കിനിന്നു.

"പ്രഭു പറഞ്ഞത് അവനെ ദഹിപ്പിക്കണം എന്നാണ്."

"ശരിയാണ്. ബന്ധങ്ങളെയൊക്കെ സംസ്കരിക്കണമല്ലോ."

ആ നാടൻ കുതിരക്കാരന് അതിന്റെ അർഥം മനസിലായില്ല. മുഖം തുടച്ചിട്ട് ചന്ദൻ ശബ്ദം താഴ്ത്തി പറഞ്ഞു:

"പുറത്തെ ധർമശാലയിൽ ഒരു സന്യാസി വന്നിരുന്നു."

യശോധര ഒന്ന് ഞെട്ടി: "ഏത് സന്യാസി?"

"അവന്തിക്കാരനാണത്രെ, ഒരു ചീട്ട് തന്നിട്ട് പോയി."

ഒരു ഭൂർജപത്രത്തിന്റെ ഏട് മടിക്കുത്തിൽ നിന്നെടുത്ത് അയാൾ യശോധരയ്ക്ക് കൊടുത്തു. യശോധര നോക്കി. ദീദിയുടെ സന്ദേശം. "തപൻ സുഖപ്പെട്ട് വരുന്നു. സിദ്ധാർഥനെ കാണണമെന്ന് പറയുന്നു."

കത്തിലെ വിവരം വല്ലതും പറയുമോ എന്നു കാത്ത് യശോധരയെ നോക്കി നിന്നു ചന്ദൻ. യശോധര കത്തു കയ്യിൽ പിടിച്ച് എങ്ങോട്ടെ നോക്കി നിൽക്കുകയാണ്.ഒന്നും പറയുന്നില്ലെന്നായപ്പോൾ രാഹുനിലേയും കൂട്ടിക്കൊണ്ട് അപ്പുറത്തേക്ക് പോയി.

ഈ ഒരു ജീവിതാവസ്ഥയെപ്പറ്റി യശോധര ആലോചിക്കാതിരുന്നിട്ടില്ല. എങ്കിലും നേരിട്ട് സഹിക്കാൻ ബുദ്ധിമുട്ടുള്ളതാവുന്നു. മുമ്പൊക്കെ രാവിലെ ഉണർന്നെഴുന്നേൽക്കുമ്പോഴത്തെ പ്രസന്നത. ആദ്യം ഉണരുക സിദ്ധാർഥനായിരുന്നു. 'ഗോപാ' എന്ന് മാധുര്യമൂറുന്ന ഉണർത്തൽ. പിന്നീടുള്ള പ്രേമസുരഭിലങ്ങളായ അനേകമനേകം സംഭവങ്ങൾ. രാഹുൽ കുടി ആയപ്പോൾ ജീവിതം നിറഞ്ഞു. മനോഹരങ്ങളായ സായാഹ്നങ്ങളിൽ ഒരുമിച്ചുള്ള നടത്തം. അവയൊക്കെ അകന്നകന്ന് പോവുകയാണ്.

വേണ്ട. ഇനിയും അതോർത്തിരുന്നിട്ടെന്തു കാര്യം? അദ്ദേഹം എങ്ങനെ ദിവസങ്ങൾ കഴിക്കുന്നുണ്ടാവും എന്ന ചിന്തയാണിപ്പോൾ. വ്യക്തമായ ലക്ഷ്യബോധം അത്രയ്ക്ക് ശക്തമാവുമ്പോൾ പ്രതിബന്ധങ്ങൾ പോലും ബുദ്ധിമുട്ടുള്ളതാവില്ല. എന്നിട്ടല്ലേ ഈ മഴവില്ലുപോലെ മാഞ്ഞുപോകുന്ന ഹ്രസ്വമായ ഭൂതകാലം. എന്നിട്ടും ഇപ്പോൾ ചിലപ്പോഴൊക്കെ ആ വിളി കേൾക്കുന്നു. ശരിക്കും ആ ശബ്ദം തന്നെ. ഒട്ടും തോന്നലല്ല.

രാവിലെ കുളിച്ചുവന്നാൽ ആ നീണ്ട ഇടനാഴിയുടെ അറ്റത്തുനിൽക്കുന്ന തന്റെ അടുത്തുവന്ന് ഒരു വിളിയുണ്ട്:

"ഗോപാ....."

ഓർമകൾ ശ്വാസംമുട്ടിച്ചു തുടങ്ങിയപ്പോൾ അതിൽനിന്ന് കുതറി ഊരിപ്പോരാൻ തന്നെ യശോധര തീരുമാനിച്ചു. ജീവിതം ഇങ്ങനെ

തേങ്ങിയും നെടുവീർപ്പിട്ടും കഴിയാനുള്ളതല്ലല്ലോ. ദീദിയെങ്കിലും കൂടെയുണ്ടെങ്കിൽ നന്നായിരുന്നു. അപ്പോൾ തന്നെ തിരുത്തി. ദീദിയില്ലെങ്കിലും തനിക്ക് ജീവിക്കാണ്ടേ. നമ്മളൊക്കെ എപ്പോഴും ഒറ്റക്കൊറ്റയ്ക്കുതന്നെയാണ്.

ഗ്രാമങ്ങളിലുടെ നടന്ന് ദീനരെ ശുശ്രൂഷിക്കലാണ് യശോധര കർത്തവ്യമായി എടുത്തിട്ടുള്ളത്. എന്നാൽ രാഹുൽ ഇപ്പോൾ ചെറിയ കുട്ടിയല്ലേ? അമ്മയുടെ സാമീപ്യവും ശ്രദ്ധയും വാത്സല്യവും ഏറ്റവും ആവശ്യമായ സമയം. അത് നഷ്ടപ്പെടുത്തിക്കൂടാ. മുഴുവനായിത്തന്നെ അവന് കൊടുക്കണം. യശോധര മകനേയും കൂട്ടി കുറച്ചു ദിവസം അമ്മയുടെ അടുത്തുപോയി താമസിച്ചു. പക്ഷേ, അവിടെ ഇരിപ്പുറച്ചില്ല. ഇവിടെയാണെങ്കിൽ സിദ്ധാർഥന്റെ മാഞ്ഞുപോവാറായ സ്മരണയും ഗന്ധവുമെങ്കിലുമുണ്ട്. തുല്യദു:ഖിതരായ പലരുമുണ്ട്. വേഗം തിരിച്ചു പോന്നു. കാന്തകനും കൂടി പോയപ്പോൾ ചന്ദൻ തീരെ നിശ്ശബ്ദവും മൂകനുമായി. എവിടെയെങ്കിലും കുനിപ്പിടിച്ചിരിക്കും. ഭക്ഷണം കൊടുത്തത് കഴിക്കും. രാഹുലിനെ കണ്ടാൽ മാത്രം എടുത്ത് കളിപ്പിക്കും.

ദേവദത്തൻ ഒരുദിവസം ശുദ്ധോദനപ്രഭുവിനോട് പറയുന്നത് കേട്ടു:

“ഈ ചന്ദനെ ഇനിയും ഇവിടെ ഇങ്ങനെ നിർത്തുന്നതെന്തിനാണ്? അയാൾക്ക് ഒന്നും വയ്യാതായിരിക്കുന്നു. വീട്ടിൽ പോയി ഇരുന്നോട്ടെ.”

അവൾ അപ്പോൾത്തന്നെ ഗൗതമിയോട് പറഞ്ഞു:

“ചന്ദനെ വീട്ടിലേക്ക് പറഞ്ഞയയ്ക്കണ്ട. ഇവിടെ നിന്നോട്ടെ.”

രാഹുലിനെ കളിപ്പിക്കുമ്പോൾ ചന്ദൻ ചിലപ്പോൾ സിദ്ധാർഥന്റെ കുട്ടിക്കാലം ഓർത്തുകൊണ്ട് പറയും:

സിദ്ധാർഥന്റെ അമ്മ പ്രസവത്തിന് രാമഗമയിലേക്ക് പോയപ്പോൾ ചന്ദന്റെ അച്ഛനായിരുന്നുവത്രെ രഥം തെളിച്ചിരുന്നത്. അപ്പോൾ, പന്ത്രണ്ടുവയസ്സ് പ്രായമായിരുന്ന ചന്ദനേയും അദ്ദേഹം കൂടെ കൊണ്ടുപോയിരുന്നു.

“വഴിയിൽ ലുംബിനിയിൽ വെച്ച് പ്രഭി മായാദേവി കുമാരനെ പ്രസവിച്ചു. അച്ഛന്റെ കൂടെ നിന്നുകൊണ്ട് ആ കുമാരനെ കണ്ടത് ഇപ്പോഴും ഓർക്കുന്നു. എന്തൊരു തേജസും ഭംഗിയുമായിരുന്നു ആ മുഖത്തിന്. ദൈവം ഇറങ്ങിവന്നതുപോലെ...”

“ചന്ദൻ അത്രം ചെറുപ്രായത്തിൽ ഇവിടെ വന്നുവോ?”

“നാലാം വയസിൽ ചന്ദന്റെ അമ്മ പോയില്ലേ? അപ്പോൾ അച്ഛൻ മകനേയും കൊണ്ട് പോന്നു ഇവിടേക്ക്. പിന്നെ ഈ കുതിരകളും ഈ പ്രഭുകുടുംബത്തിലുള്ളവരുമായി ചന്ദന്റെ ആളുകള് പ്രഭി മായാദേവി ശരിക്കും ഒരു ദേവി തന്നെയായിരുന്നു.”

ചന്ദൻ കുറച്ചുനേരം മിണ്ടാതെ കണ്ണടച്ചു തൊഴുത് ഇരുന്നു.

“ദേവി സ്വർഗത്തിൽ പോയീന്നറിഞ്ഞിട്ട് മൂന്നുദിവസം ചന്ദൻ മുറി അടച്ചിരുന്നു. ആരേയും കാണാൻ വയ്യ; ദു:ഖം കൊണ്ട്. ഇപ്പോൾ കുമാരനും ഇവിടുന്ന് പോയില്ല്യേ....” ചന്ദന് ഗദ്ഗദം വന്ന് മുട്ടി. മിണ്ടാതായി.

ഈ കുടുംബത്തിനോട് ഇത്രമേൽ ബന്ധപ്പെട്ട ഒരാളെയും ആരോഗ്യമില്ലാതായി എന്നു പറഞ്ഞ് പടിയിറക്കിവിടാൻ ഏതായാലും തനിക്ക് വയ്യ. പോയിനിൽക്കുവാൻ ചന്ദന് ഒരു വീടുപോലും ഇല്ല. ഗൗതമിയുടെ ഒഴിവുസമയത്ത് അടുത്തുപോയി യശോധര വീണ്ടും ഓർമിപ്പിച്ചു: "ഇളയമ്മേ, ചന്ദനെ പറഞ്ഞുവിടേണ്ട കേട്ടോ."

"ഇല്ല കുട്ടീ. അത്തരം കഠിന കൃത്യങ്ങളൊന്നും നമ്മൾ ചെയ്യാറില്ല." ഗൗതമി സമാധാനിപ്പിച്ചു.

പത്തൊൻപത്

വിശ്രുതമായ കാശിനഗരത്തിനടുത്ത് ആചാര്യ സുശ്രുതന്റെ ചികിത്സാലയത്തിൽ നാലു പുറത്തും വൈദ്യന്മാരും പരിചരണക്കാരും ബദ്ധശ്രദ്ധരായിട്ട് നിൽക്കുന്നതിന്റെ മധ്യത്തിൽ ശസ്ത്രക്രിയയ്ക്കുള്ള പാത്തിയിൽ മലർന്ന് കിടക്കുകയാണ് തപൻ. തപന്റെ ബുദ്ധി തെളിഞ്ഞിരിക്കുന്നു. ഉള്ളിലെ അവയവങ്ങളൊക്കെ ശക്തമായിരിക്കുന്നു. പക്ഷേ, കാലിന് ഏറ്റിട്ടുള്ള ചതവ് ഗുരുതമായിത്തന്നെ നിൽക്കുന്നു. വൈദ്യം പഠിക്കാൻ വന്ന ജംബു നിസ്സാരഭാവത്തിൽ പറഞ്ഞു:

"മുട്ടിനു താഴെ മുറിക്കുക തന്നെ, മറ്റെന്താ വഴി?"

അത് കേട്ടുകിടന്ന തപൻ ഒന്ന് ഞെട്ടി എങ്കിലും ധൈര്യം ഉപേക്ഷിച്ചില്ല. എന്നാൽ അതു കേട്ടുകൊണ്ട് അവിടേക്കു വന്ന ആചാര്യ സുശ്രുതനും ജീവകനും രൂക്ഷമായി ജംബുവിനെ നോക്കി. സുശ്രുതൻ ഗൗരവത്തോടെത്തന്നെ കൽപ്പിച്ചു:

"ജംബു ഇതിൽ സഹായിയാവേണ്ട. എല്ലാം കണ്ടുകൊണ്ട് അപ്പുറത്ത് നിന്നാൽ മതി. ഒന്നും തൊട്ടുപോവരുത്. ശബ്ദിക്കുകയുമരുത്."

ജംബു മുഖം വീർപ്പിച്ച് മാറിനിന്നു. കൂട്ടുകാർ കരുതി, അയാൾക്കീ ശിക്ഷ തന്നെ കിട്ടണം. കുറേ കൂടിയതാണ് പ്രമാണിത്തം. ഏതോ വലിയ പണക്കാരന്റെ ബന്ധുവാണെന്ന മേനിയാണ്.

സുശ്രുതൻ ശസ്ത്രക്രിയയ്ക്കുള്ള വേഷം ധരിച്ചു. കത്തികളും മറ്റ് ആയുധങ്ങളും ഒന്നൊന്നായി ശ്രദ്ധയോടെ പരിശോധിച്ചു. ചില നിമിഷങ്ങൾ ധ്യാനനിരതനായി നിന്നു. പിന്നെ ജീവകന്റെ മുഖത്തേക്ക് നോക്കി: "ഉം വരൂ."

ജീവകനും ഏതാണ്ട് ധ്യാനാവസ്ഥയിലായിരുന്നു. മനുഷ്യരാശിക്ക് അസാധ്യമെന്ന് തോന്നിയ കാര്യത്തിന് ഒരുങ്ങുകയാണ് ഗുരുനാഥൻ. അതിന് മുമ്പ് അദ്ദേഹം സ്വകാര്യമായിട്ട് തപനോട് എന്തോ പറയുന്നത് കണ്ടു. തപൻ തല കുലുക്കി സമ്മതിച്ച് കണ്ണടച്ച് കിടക്കുന്നതും കണ്ടു. നിമിഷങ്ങൾക്ക് ആയിരം ഭാരം ഘനമുണ്ടെന്ന് തോന്നി. അന്തരീക്ഷം തികച്ചും ഘനീഭൂതം തന്നെ. വിവരങ്ങൾ ഇന്നലെത്തന്നെ സുശ്രുതൻ ജീവകനോട് പറഞ്ഞിരുന്നു:

"സ്പർശനത്തിൽ മനസിലായത് ഒരു നേരിയ ഞരമ്പ് ഞെരിയാണിക്കു മുകളിൽ പൊട്ടാതെ നിൽക്കുന്നുണ്ട് എന്നാണ്. അതിനെ കൂട്ടിപ്പിടിച്ച് നമുക്ക് കാലിന്റെ എല്ലിനെ ചുവട്ടിലേക്ക് കൊണ്ടുവന്ന് വളർത്താം.'

ഉള്ളിൽനിന്ന് പൊന്തിവന്ന അമ്പരപ്പും അവിശ്വാസവും പുറത്തുകാണിക്കാതിരിക്കാൻ ജീവകൻ ബുദ്ധിമുട്ടി.

"കുറച്ച് സമയമെടുക്കും എന്നേയുള്ളു. നമുക്ക് ശരിയാക്കാം." തികഞ്ഞ ആത്മവിശ്വാസത്തോടെതന്നെയാണ് ആചാര്യ സുശ്രുതൻ പറഞ്ഞത്.

"ഓരോ ദിവസത്തേയും എല്ലിന്റെ വളർച്ച ശ്രദ്ധിച്ചിട്ട് വളയങ്ങൾ കൂട്ടിക്കൂട്ടി ഇടണം. ആ ഭാരം ജീവകന്റേതാണ്."

ജീവകൻ എല്ലാം കേട്ട് സമ്മതിച്ച് തലകുലുക്കിയതേയുള്ളു. ശബ്ദം പുറത്തേക്ക് വന്നില്ല. തപൻ കാലില്ലാത്തവനാവരുതേ എന്ന് പ്രാർഥിച്ചു. സുശ്രുതമഹാരാജിന്റെ കഴിവിൽ അങ്ങേയറ്റം വിശ്വസിച്ചിട്ടും ജീവകന് ആ രാത്രി ഉറങ്ങാൻ കഴിഞ്ഞില്ല. എല്ലു മുഴുവൻ നുറുങ്ങിപ്പൊടിഞ്ഞ കാല്. ആയുഷ്കാലം മുഴുവൻ മലർന്നുകിടക്കേണ്ടി വരുമോ തപന് എന്ന ഭയം ശരിക്കും തന്നെ തളർത്തിയിരുന്നു.

എന്നാൽ സുശ്രുതമഹാരാജിന്റെ അറിവും. സൂക്ഷ്മദൃഷ്ടിയും ധൈര്യവും തന്നെ ഒരേസമയം അമ്പരപ്പിക്കുകയും ആശ്വസിപ്പിക്കുകയുമാണ്.

ശസ്ത്രക്രിയ തുടങ്ങി. സുശ്രുതന്റെ കയ്യിലിരുന്ന് ആ കത്തികൾ ചലിക്കുന്നത് ജീവകൻ നോക്കിനോക്കി നിന്നു. ഒരു സംഗീതാലാപനം പോലെയായിരുന്നു ആ ചലനം. ജീവകൻ ഇടയിൽ ഒരുതവണ തപന്റെ മുഖത്തേക്കും നോക്കി...പ്രാർഥനാനിരതമായ ഭാവം.

മൂന്നു നാഴികയും രണ്ട് വിനാഴികയും സമയമെടുത്ത് ശസ്ത്രക്രിയ പൂർത്തീകരിച്ചിട്ട് സുശ്രുതമഹാരാജ് ഒന്ന് നിവർന്നു നിന്നു. മറ്റു പണികളൊക്കെ പരിചരണക്കാരെ ഏൽപ്പിച്ചിട്ട് അദ്ദേഹം വാതിൽ തുറന്ന് പുറത്തേക്കു കടക്കുമ്പോൾ ജീവകനേയും വിളിച്ച് കൂടെ കൂട്ടി. ശബ്ദം വളരെ താഴ്ത്തിയാണ് വൈദ്യരാജൻ പറഞ്ഞത്:

"ഇനിയുള്ള ദിവസങ്ങൾ നിർണായകങ്ങളാണ്. ജീവകന്റെ സാമർഥ്യത്തിനനുസരിച്ചാണ് വിജയം. വളരെ ശ്രദ്ധിക്കേണ്ട പല കാര്യങ്ങളുമുണ്ട്. വരൂ.... നമുക്ക് സംസാരിക്കാം."

അദ്ദേഹം ജീവകനേയും കൂട്ടിക്കൊണ്ട് സ്വന്തം താമസസ്ഥലത്തേക്ക് പോയി.

വന്ദന പരിപൂർണമായും പ്രാർഥനയിൽ തന്നെയായിരുന്നു. ഇത്രയൊക്കെ സാധിപ്പിച്ച ഭഗവാൻ ഇനി കൈവിടുമോ?

തപനെ മുടന്തനാക്കരുതേ എന്നതിൽ അവൾ മനസുറപ്പിച്ച് ഇരുന്നു. വളരെ ചെറിയ ശബ്ദം പോലും വന്ദനയെ ഞെട്ടിപ്പിച്ചു. രാവും പകലും ഒരേ ഇരിപ്പു തന്നെ. ജീവകനും ഒരു തപസ്സായി തന്നെ അത്

ഏറ്റെടുത്തു. സുശ്രുതൻ ഏൽപ്പിച്ചതിൽ നിന്ന് അണുവിടതെറ്റാതെ എല്ലാം ശ്രദ്ധിച്ച് ചെയ്തു. പരിചരിച്ചു.

തപന്റെ കാലിൽനിന്ന് ആദ്യത്തെ വളയം നീക്കിയപ്പോൾ ജീവകന്റെ പോലും ഉള്ളിൽനിന്ന് ഒരു ആഹ്ലാദശബ്ദം ഉയർന്നു: "ഹായ്!"

സുശ്രുതൻ വന്ന് വിശദമായി പരിശോധിച്ചിട്ട് ജീവകന്റെ മുഖത്ത് നോക്കി ഒന്ന് മന്ദഹസിച്ചു. ഒന്നും പറഞ്ഞില്ല. രണ്ടാം ഘട്ടത്തിലേക്കുള്ള നിർദേശങ്ങൾ കൊടുത്ത് പോവുകയും ചെയ്തു. ഒരു കൊല്ലവും നാലു മാസവും എടുത്തു ചികിത്സ. വിദഗ്ധമായി തന്നെ പരിശോധിച്ചതിനു ശേഷം സുശ്രുതൻ ഉറപ്പിച്ചുതന്നെ പറഞ്ഞു.

"എല്ല് വളർന്ന് യോജിച്ചിരിക്കുന്നു. ഇനി ആദ്യം പരസഹായത്തോടെ ഒന്ന് നടന്നുനോക്കാം."

അതും പറഞ്ഞ് പുറത്തുകടന്നപ്പോൾ സുശ്രുതൻ കണ്ടത് മഗധത്തിൽ നിന്നുവന്ന ഒരു ദൂതനെയാണ്. "മഗധത്തിലെ രാജാവിന് മാറാത്ത വയറുവേദന. ചികിത്സ ഫലിക്കുന്നില്ല. സുശ്രുതൻ ഉടൻ വരണം."

സുശ്രുതൻ ജീവകന്റെ മുഖത്തേക്ക് നോക്കി.

"ജീവകൻ പോയി പരിശോധിക്കൂ."

"ഞാനോ?"

"അതെ. ഈ അവസ്ഥയിൽ എനിക്കിവിടം വിടാൻ വയ്യ. വേറെയും രോഗികളുമുണ്ട്. രോഗവിവരം കേട്ടപ്പോൾ ജീവകന് അത് മാറ്റാൻ കഴിയും എന്ന് വിശ്വാസം വരുന്നു. പോവൂ. പോയിട്ട് വേണ്ടത് ചെയ്ത് വരൂ."

ജീവകൻ പോവാനൊരുങ്ങി. രാജാവിനാണ് അസുഖം. ചികിത്സ ഫലിച്ചില്ലെങ്കിൽ.....? തല പോവുന്ന കാര്യമാണ്. സുശ്രുതനോട് അനുജ്ഞ വാങ്ങിക്കൊണ്ട് ജീവകൻ ഒതുക്കുകൾ ഇറങ്ങുന്നത് തപൻ ജാലകത്തിലൂടെ നോക്കിക്കിടന്നിരുന്നു. അപ്പോഴൊന്നും കരുതിയിരുന്നില്ല ആ പോക്കിന് ഇത്ര ദൂരവ്യാപകമായ ഫലമുണ്ടാവും എന്ന്.

മഗധേശന് മൂത്രസഞ്ചിയിൽ കല്ലുണ്ടാവലായിരുന്നു രോഗം. അതികഠിനമായ വേദന അനുഭവിച്ച് വയ്യാതെയായി. കുറച്ചുനേരം മിണ്ടാതെ കിടന്നാൽ പിന്നെ ഇരട്ടി ശക്തിയിൽ കരച്ചിലായി. പല വൈദ്യവിദഗ്ധരും വന്ന് ചികിത്സിച്ചിട്ടും ഫലമുണ്ടാവുന്നില്ല. എന്നാൽ ജീവകന് തൊട്ടുനോക്കിയപ്പോൾ തന്നെ മനസിലായി. തൊലിയുടെയും മാംസത്തിന്റേയും അപ്പുറത്തുള്ള മൂത്രാശയവും അതിലെ കല്ലുകളും ജീവകന് നേരിട്ട് കാണുന്നതുപോലെ തീർച്ചയായിരുന്നു. അത് അലിയിക്കാനുള്ള മരുന്ന് കൊടുത്തു. കുറച്ചുകഴിഞ്ഞപ്പോൾ മൂത്രദ്വാരത്തിലൂടെ കല്ലുകൾ പുറത്തേക്ക് വീണു. രാജാവിന്റെ വേദനയും മാറി. അദ്ദേഹം സുഖമായിട്ട് ഉറങ്ങി. മഹാരാജാ ബിംബിസാരന്റെ സന്തോഷവും ആശ്വാസവും പറയാനില്ല. ഇതിന് പാരിതോഷികമായി വൈദ്യന് എന്തുകൊടുക്കണം? എന്തും കൊടുക്കാം. അദ്ദേഹം ജീവകനോടു തന്നെ ചോദിച്ചു. ജീവകൻ ഒന്നുരണ്ടു തവണ അങ്ങോട്ടുമിങ്ങോട്ടും നടന്നു. പിന്നെ പറഞ്ഞു:

"തപന് ഇവിടെ ഒരു സ്ഥാനം കൊടുക്കണം."

“ആരാണ് തപൻ? എവിടുത്തുകാരൻ?”

ജീവകൻ അപ്പോഴാണ് അത് ആലോചിച്ചത്, ആരാണ് തപൻ? സ്വദേശം? കുലമെന്ത്? ഗോത്രമേത്? ഒന്നും ചോദിച്ചിട്ടില്ല. പറഞ്ഞിട്ടുമില്ല. ഒന്നുമാത്രം മനസിലായിട്ടുണ്ട്- തപൻ മാന്യമല്ലാത്തതൊന്നും പറയുകയോ ചെയ്യുകയോ ഉണ്ടായിട്ടില്ല. അങ്ങേയറ്റം വിശ്വസ്തൻ. ബുദ്ധിമാൻ കർമകുശലനും. എന്നാലും കുലം അറിയാതെ എങ്ങനെ ശുപാർശ ചെയ്യും? രാജാവെങ്ങനെ സ്വീകരിക്കും?

ജീവകൻ തപനോടുതന്നെ ചോദിച്ചു. തപൻ ആദ്യം ഒന്ന് ചിരിച്ചതേയുള്ളു. പിന്നെ സത്യാവസ്ഥ വെളിപ്പെടുത്തി. ജീവകന് ഉത്സാഹമായി തൽക്കാലം ഇതാരോടും പറയണ്ട. രഹസ്യമായിരിക്കട്ടെ.

രാജാവ് തപനെ ഏറ്റെടുക്കുമെന്ന് സമ്മതിച്ച വിവരം ജീവകൻ വന്ന് പറഞ്ഞപ്പോൾ തപൻ ഒരു കാര്യം ആവശ്യപ്പെട്ടു: “അവിടെ വെറുതെ പറ്റിക്കൂടി നിൽക്കാൻ വയ്യ.”

ജീവകൻ മന്ദഹസിച്ചുകൊണ്ടുതന്നെ അറിയിച്ചു:

“എനിക്കറിയാം. അവിടെ സാംസ്കാരികവകുപ്പ് കൈകാര്യം ചെയ്യുവാനാണ്.”

“സാംസ്കാരികം?” തപൻ അത്ഭുതത്തോടെ നോക്കി.

“അതെ. സംസ്കാരമുള്ളവനല്ലേ അത് ചെയ്യാനാവുള്ളൂ?”

തപന്റെ ചികിത്സയുടെ അവധി കഴിഞ്ഞിട്ടില്ല. ശരീരം ഒന്നുകൂടി ബലപ്പെടുത്തേണ്ടതുണ്ട്.

“ഒരു പരീക്ഷണം കൂടി നടത്താനുമുണ്ട്.” ജീവകൻ അർഥഗർഭ സ്വരത്തിലാണ് പറഞ്ഞത്.

“പരീക്ഷണം? ഇനിയും?”

“അതെ.” ജീവകൻ താടി തടവിക്കൊണ്ട് അങ്ങോട്ടുമിങ്ങോട്ടും നടന്നു. “ആവട്ടെ. ഞാൻ പറയാം.”

തപന് അറിയാൻ ഉൽക്കണ്ഠയൊന്നും തോന്നിയില്ല. ഇനി എന്തു വന്നാലെന്താ?

അന്ന് സന്ധ്യക്ക് വന്ദന അടുത്തു വന്നിരുന്നപ്പോൾ തപൻ കൈയ്ക്കു പിടിച്ച് ചോദിച്ചു: “ഇന്നെന്താ ആമ്പൽ വിടരാത്തത്?”

“കപിലവസ്തുവിൽ നിന്ന് ഗൗരാംഗൻ വന്നിരുന്നു.”

“കൗശികിയുടെ മകനോ?”

“ഉം. യശോധര പറഞ്ഞയച്ചതാണ്.”

വന്ദന മിണ്ടാതെ മുഖം താഴ്ത്തി.

“കാര്യം പറയൂ വന്ദനാ.”

“ഭയപ്പെട്ടിരുന്നത് സംഭവിച്ചു എന്നാണ് കുറിച്ചിരിക്കുന്നത്. സിദ്ധാർഥ്.....”

“കപിലവസ്തുവിൽ നിന്ന് പോയിട്ടുണ്ടാവും.”

“അതെ.”

തപൻ അന്നു പിന്നെ ഒന്നും പറഞ്ഞില്ല. വന്ദന അടുത്തുതന്നെ ഇരുന്നു; ശല്യപ്പെടുത്താതെ. ഈ വിവരം പറയണ്ടായിരുന്നു, ചികിത്സ കഴിയാത്ത സ്ഥിതിക്ക് എന്നും തോന്നി. രാവിലെ നേരത്തെ ജീവകൻ വന്ന് തപന്റെ നാഡി പിടിച്ചുനോക്കി. വൈദ്യന്റെ മുഖം ചുളിയുന്നത് തപൻ ശ്രദ്ധിച്ചു. ജീവകൻ പതുക്കെ പറഞ്ഞു: "ഇന്ന് വസ്തി പറ്റില്ല. ഇന്ന് വേണ്ട." ഒന്നുരണ്ടു നിമിഷം കഴിഞ്ഞ് താംബൂലം വായിലിടും മുമ്പ് ചോദിച്ചു: "കപിലവസ്തുവിൽനിന്ന് വിവരം കിട്ടിയിരിക്കും അല്ലേ?"

"ഉവ്വ്."

"നാഡി നോക്കിയപ്പോൾ മനസിലായി. സിദ്ധാർഥൻ വൈശാലിയിൽ 'അളാരകലാമൻ' എന്ന പണ്ഡിതന്റെ ശിഷ്യത്വം സ്വീകരിച്ച് അവിടെ താമസിച്ച് പഠിക്കുകയാണ്."

"അതു നന്നായി."

ശബ്ദം കേട്ട് ജീവകൻ ഒന്ന് തിരിഞ്ഞുനോക്കി. തപന്റെ ശബ്ദം തന്നെയല്ലേ കേട്ടത്? പക്ഷേ, അടുത്ത ദിവസം രാവിലെ നോക്കിയപ്പോഴേക്ക് നാഡീസ്പന്ദനം ക്രമപ്പെട്ടിരിക്കുന്നു. വളരെ കൃത്യം. ജീവകന് സമാധാനമായി. ചികിത്സ ഫലിക്കുന്നുണ്ടല്ലോ. പഴയ ആ മന:ശക്തി മുഴുവൻ തിരിച്ചെടുക്കണം.

സിദ്ധാർഥൻ ശാക്യപുരി വിടാതിരിക്കില്ല എന്ന് തപനറിയാമായിരുന്നു. അടക്കാനാവാത്ത ഒരു വിജ്ഞാന തൃഷ്ണയുണ്ട് ആ ബുദ്ധിയിൽ. എന്നാൽ, യശോധര? മകൻ? അവരോട് കടപ്പാടില്ലേ? തിരിച്ചും മറിച്ചും ചിന്തിച്ചുകൊണ്ടിരിക്കുമ്പോൾ വന്ദന അടുത്തുവന്നിരുന്നു. വന്ദനയുടെ മനസിലും ഇതുതന്നെയാണ്: "സിദ്ധാർത്ഥൻ രാത്രിയിൽ ആരോടും പറയാതെ പോയതെന്തിനാണാവോ?"

"പച്ചപ്പകലെ നാട്ടുകാരോടൊക്കെ യാത്ര പറഞ്ഞ് പോകാവുന്ന യാത്രയല്ലല്ലോ ഇത്. വഴിയിൽ ഏതോ സന്യാസിയോട് ചോദിച്ചുവത്രെ. കപിലവസ്തുവിൽ നിന്നെത്ര അകലെയാണാസ്ഥലം എന്ന്. 'പന്ത്രണ്ടു കാതം' എന്ന് കേട്ടപ്പോൾ ബദ്ധപ്പെട്ട് വേഗം പോയി. ശാക്യപുരിയുടെ അടുത്താണല്ലോ എന്ന് പറഞ്ഞിട്ട്."

"എന്റെ യശോധരയെ വിചാരിക്കുമ്പോഴാണ്...."

"യശോധര എല്ലാം സഹിക്കും. യശോധരയുടെ പൂർണ സമ്മതമില്ലാതെ സിദ്ധാർഥ് പോവില്ല. സിദ്ധാർഥനെ ശരിക്ക് അറിഞ്ഞവളാണ് യശോധര. അവൾ തടയുകയുമില്ല."

വന്ദനയോട് അങ്ങനെയൊക്കെ പറഞ്ഞു എങ്കിലും തപന്റെ മനസ്സ് അടങ്ങിയില്ല. ഗാർഹസ്ഥ്യത്തെ വലിച്ചെറിഞ്ഞുകൊണ്ട് ഒരു സത്യാന്വേഷണമോ? അതും യശോധരയെപ്പോലെ ഒരു ഭാര്യയെ?

വന്ദനയ്ക്ക് യശോധരയെ ഒന്ന് കാണാൻ വലിയ ബദ്ധപ്പാടു തോന്നി. അവരുടെ മകനെ കണ്ടിട്ടുപോലുമില്ല. പക്ഷേ.. രാമഗമയിലേക്കു പോലും പോവാനുള്ള സാധ്യതയില്ല. ഇപ്പോൾ വന്ദന തപനെ ശുശ്രൂഷിക്കുന്നതിൽ എല്ലാ സന്തോഷവും ആശ്വാസവും അർപ്പിച്ചുപോന്നു. ചികിത്സ

മുഴുവൻ കഴിഞ്ഞ് "ഇനി പോവാം" എന്ന് വൈദ്യരാജന്റെ അനുവാദം കിട്ടിയപ്പോൾ വന്ദനയും തപനും മഗധത്തിലേക്ക് കുടികയറി.

കൊട്ടാരത്തിലെ ആസ്ഥാന വൈദ്യനാണ് ജീവകൻ. മഹാരാജാവിന് വിശ്വസ്തനുമാണ്. ജീവകൻ എന്നും കൊട്ടാരത്തിലുണ്ടാവില്ല. രോഗികളെ കാണുക, അവർ ആരുതന്നെയായാലും രോഗം ചികിത്സിച്ചു മാറ്റുക, അത് ജീവകന്റെ വ്രതമാണ്. അദ്ദേഹം പല സ്ഥലത്തും നടക്കും. വില കുറഞ്ഞ നാടൻ മരുന്നുകളാണ് രോഗശമനത്തിന് ഉപയോഗിക്കുക. അതിനാൽ ഗ്രാമീണരുടെ ഇടയിൽ ജീവകൻ പ്രസിദ്ധനും പ്രിയപ്പെട്ടവനുമായി. നാഗരികർക്കും ജീവകനെ ആവശ്യമായിരുന്നു. ആചാര്യസുശ്രുതമഹാരാജിന്റെ ശിഷ്യന് കൈപ്പിഴ പറ്റില്ലാ എന്ന് അവർക്കറിയാമായിരുന്നു. ഒരു തവണ ഏതൊക്കെയോ യാത്ര കഴിഞ്ഞ് വന്നിട്ട് ജീവകൻ പറഞ്ഞു:

"സിദ്ധാർഥൻ വൈശാലിയിൽനിന്ന് പോയിരിക്കുന്നു."

"ഉം. പോവും. കപിലന്റെ സാംഖ്യശാസ്ത്രത്തിൽ വിശ്വസിക്കുന്ന ആളാണ് അളാരകലാമൻ. സിദ്ധാർഥന് വേണ്ടത് ആത്മീയ ഗുരുവിനെയാണ്."

"അതെവിടെ കിട്ടും?"

"കിട്ടാതിരിക്കില്ല. ആത്മാവിനെ അറിയുവാൻ ആത്മാവുകൊണ്ടു തന്നെ അന്വേഷിക്കണമല്ലോ. ഏകാഗ്രമായ തപസ്സ്. ഗുരുക്കന്മാർക്ക് ചില വഴികൾ കാണിച്ചുകൊടുക്കുവാൻ കഴിയുമായിരിക്കും."

ഈ ചെറുപ്പക്കാരനിൽനിന്ന് എന്തൊക്കെ അർഥമുള്ള വാക്കുകളാണ് വരുന്നത്.

ജീവകൻ തപനെത്തന്നെ നോക്കിനിന്നു. പഴയ ഓജസ്സ് കിട്ടിയിട്ടുണ്ട് തപന്. എന്നിട്ടും ഒരു ഖേദം ജീവകനെ മൂകനാക്കുന്നു. മുഖം താഴ്ത്തിക്കൊണ്ട് തന്നത്താൻ പറഞ്ഞു: "ഉം, ഏതിനും ഒരു പരിധിയുണ്ടല്ലോ."

ഇരുപത്

വൈശാലിയിൽ അളാരകലാമന്റെ കീഴിലുള്ള ശിഷ്യത്വം സിദ്ധാർഥന് ഉപയോഗപ്രദമായില്ല എന്ന് പറയാൻ വയ്യ. കാട്ടിൽ ചെറിയ വയ്ക്കോൽ കുടിലുകളുണ്ടാക്കിയിട്ട് അതിലാണ് ഗുരുവും ശിഷ്യരും കഴിഞ്ഞിരുന്നത്. ഭിക്ഷയെടുത്ത് ഭക്ഷണം കഴിക്കും. കാട്ടുചോലകളിലെ വെള്ളം കുടിക്കും. ഒഴുകുന്ന നദികളിൽ ആണ്ടുമുങ്ങിക്കുളിക്കും.

സിദ്ധാർഥനും ആ കാട്ടിൽ പരന്ന ഒരു സ്ഥലത്ത് ചെറിയ കുടിൽ കെട്ടിയുണ്ടാക്കി. ഭിക്ഷാപാത്രമെടുത്ത് ഗ്രാമങ്ങളിൽ നടന്ന് ഭിക്ഷ യാചിച്ചു കൊണ്ടുവന്ന് കുടിലിൽ ഇരുന്ന് ഭക്ഷണം കഴിച്ചു. ആ ലളിതജീവിതം സിദ്ധാർഥന് ഇഷ്ടമായി. സിദ്ധാർഥന്റെ അത്ഭുതകരമായ വ്യക്തിത്വത്തിൽ ഗുരുനാഥനും സഹപാഠികളും ആകൃഷ്ടരാവുകയാണുണ്ടായത്. ഗുരു അളാരകലാമൻ സിദ്ധാർഥനെ പ്രത്യേകം വിളിച്ച് ആദ്യം സന്യാസത്തെപ്പറ്റിയും പിന്നെ ധ്യാനത്തെപ്പറ്റിയും പറഞ്ഞു. സന്യാസത്തെപ്പറ്റി

പറഞ്ഞപ്പോൾ ഭൗതികതയെയും അതിന്റെ നിലനിൽപ്പില്ലായ്മയെയും പറ്റിയും പറഞ്ഞു. ധ്യാനത്തിന്റെ വിവിധ ഘട്ടങ്ങൾ സിദ്ധാർഥൻ സ്വന്തം കുടിലിൽ ഇരുന്ന് പരിശീലിച്ചു. അപ്പോൾ, അറിഞ്ഞിട്ടില്ലാത്തത് പലതും അറിഞ്ഞു. എന്നാൽ സിദ്ധാർഥൻ അറിയുവാൻ ആഗ്രഹിച്ച ആ മോക്ഷ മാർഗം അറിഞ്ഞില്ല. അത് അറിയാതെ വയ്യ.

ഇനി ഇവിടെ നിന്നിട്ട് കാര്യമില്ലെന്ന് കരുതി ഗുരുവിനോട് യാത്ര പറഞ്ഞപ്പോൾ സിദ്ധാർഥനെ വിടാൻ അദ്ദേഹത്തിന് ഒട്ടും മനസുവന്നില്ല. അദ്ദേഹം വീണ്ടും ആവശ്യപ്പെട്ടു. "ഗൗതമാ, അങ്ങിവിടെയുണ്ടാവുന്നത് ഈ ആശ്രമത്തിനു തന്നെ ഒരു ധന്യതയാണ്. എന്റെ ശിഷ്യരും അങ്ങയുടെ സാന്നിധ്യം മോഹിക്കുന്നു. അങ്ങ് പോവരുത്."

പക്ഷേ, സിദ്ധാർഥന് ആ അപേക്ഷ സ്വീകരിക്കാനായില്ല. തന്റെ ലക്ഷ്യം മറ്റൊന്നാണ്. അത് കുറേ അപ്പുറത്താണ്. അദ്ദേഹം വിനയപൂർവം ഗുരുവിനോടു പറഞ്ഞു:

"ഗുരോ, അങ്ങയുടെ സ്നേഹവാത്സല്യങ്ങൾ വളരെ വിലപ്പെട്ടതു തന്നെ. ഞാൻ വളരെ നന്ദിയുള്ളവനാണ്. പക്ഷേ, ഞാൻ കൊട്ടാരത്തിൽ നിന്ന് എല്ലാം ഉപേക്ഷിച്ചുപോന്നത് മറ്റൊരു സത്യം അറിയുവാനായിട്ടാണ്. എനിക്ക് അതറിയണം. എന്നെ പോകുവാൻ അനുവദിച്ചാലും."

സിദ്ധാർഥൻ അവിടെനിന് ഇറങ്ങിപ്പോന്നു. കാവിവസ്ത്രം ധരിച്ച് ഭിക്ഷാപാത്രവും കയ്യിലെടുത്ത് നടക്കുമ്പോൾ സിദ്ധാർഥൻ ആലോചിച്ചു. ഗുരു അളാരകലാമൻ തന്റെ മുമ്പിൽ ഏതൊക്കെയോ വാതിലുകൾ തുറന്നിട്ടു എന്നത് ശരിയാണ്. എന്നാൽ, അത് തനിക്ക് പോകേണ്ട വഴി തന്നെയാണ് എന്ന് തോന്നിയില്ല. ഈ ജനനമരണ ദുഃഖങ്ങളിൽ നിന്ന് മോചനം കിട്ടേണ്ടത് എങ്ങനെയാണ്? ആ സ്വാതന്ത്ര്യം എവിടെയാണ്? അതറിയണം. അത് നേടിയെടുക്കണം. അതുതന്നെ ആലോചിച്ചുകൊണ്ട് നടന്നു നടന്ന് അദ്ദേഹം വിശ്രുതമായ പരിശുദ്ധ ഗംഗാനദിയുടെ വക്കത്തെത്തി. അവിടെ നിന്നുകൊണ്ടു നാലുപുറവും നോക്കി. നിറഞ്ഞൊഴുകയാണ് സ്വർഗഗംഗ. മുന്നിലേക്ക് മുന്നിലേക്ക് പോക്ക്. കുറേനേരം അതുതന്നെ നോക്കി. നിന്നു. അപ്പോൾ ഒരാവേശം തോന്നി. തടസങ്ങളെ മുഴുവൻ തട്ടിനീക്കിക്കൊണ്ടുള്ള ആ പ്രവാഹം കൗതുകമുണ്ടാക്കുന്നു. എന്തൊക്കെയോ ഓർമിപ്പിക്കുന്നു. ആ ഓളങ്ങൾ നിർത്താതെ സംസാരിക്കുന്നതെന്താണ്? കുറേനേരം കൂടി അതുതന്നെ നോക്കിനിന്നു-ആലക്ഷ്യപ്രാപ്തിക്കുള്ള കുതിപ്പ്. ഒരിക്കലും ഒരു തിരിച്ചുപോക്കില്ലാത്ത ഒഴുക്ക്. അപ്പുറത്ത് നിറഞ്ഞ കാടാണ്. ഉയർന്നുപൊങ്ങിയ മരങ്ങളിൽ തുറ്റ്. തുറ്റ് നിറയെ ഇലകൾ. ഘനഗംഭീരമായ ഒരു ഹരിത സൗന്ദര്യം. ആ പച്ചപ്പിന് എന്തൊരു തൂർമയാണ്. അപ്പോൾ തോന്നി ആ കാടും മരങ്ങളും ഇലകളും എല്ലാമായി താൻ വളരെ ബന്ധപ്പെട്ടിരിക്കുന്നു. ആ ഇലകളും താനും ശ്വസിക്കുന്നത് ഒരേ വായു തന്നെയാണ്. ഈ കിളികളുടെ കളകളാരവവും തന്റെ ശബ്ദവും ഒരേ അന്തരീക്ഷത്തിന്റെ കൃപയാണ്. ഈ പ്രകൃതിയിലെ ഓരോ വസ്തുക്കളും പരസ്പരം അത്രമേൽ ബന്ധപ്പെ

ട്ടിട്ടുള്ളതാണ്. വേറെയാണെന്ന തോന്നൽ സത്യവിരുദ്ധമാണ്. ആ അസത്യബോധമാണ് മനുഷ്യനെ കുഴക്കുന്നത്. സിദ്ധാർഥൻ വളരെനേരം അവിടെത്തന്നെ നിന്ന് പലതും ആലോചിച്ചു. കുട്ടിക്കാലത്ത് ചന്ദന്റെ കയ്യും പിടിച്ച് രോഹിണീനദിയുടെ തീരത്തുകൂടിയും കാടിന്റെ താഴ്‌വരകളിലും നടന്നിരുന്നത്. പിന്നെ തപന്റെ കൂടെ അതിനുശേഷം അർധാംഗംതന്നെ ആയിത്തീർന്ന ഗോപയുമൊരുമിച്ച്.... ഗൃഹാതുരത്വം വർധിച്ചപ്പോൾ വിചാരങ്ങളുടെ ഗതി മാറ്റി.

ഈ ഗംഗാനദിക്കപ്പുറത്ത് പ്രസിദ്ധമായ മഗധരാജ്യമാണ്. പണ്ഡിതന്മാരുടെയും ജ്ഞാനികളുടെയും തപസ്വികളുടെയും നാട്. മഗധത്തെപ്പറ്റി വളരെ ഏറെ കേട്ടിട്ടുണ്ട്. തപനാണ് അധികവും അതറിഞ്ഞ് പറഞ്ഞിട്ടുള്ളത്. തപന് എങ്ങനെ ഇത്രയേറെ കാര്യങ്ങൾ മനസിലാവുന്നു എന്ന് അത്ഭുതം തോന്നിയിട്ടുണ്ട്. എല്ലാം അറിഞ്ഞുകൊണ്ട് തനിക്കൊന്നും അറിയില്ലാ എന്ന ഭാവത്തിൽ തപനൊരു നിൽപ്പുണ്ട്. മുമ്പെന്നോ ആത്മജ്ഞാനത്തെപ്പറ്റി പറഞ്ഞപ്പോൾ തപൻ പറഞ്ഞിരുന്നു:

"മഗധയിൽ നിന്നു വന്ന ചിലരെ വൈശാലിയിൽ വെച്ചു കണ്ടു. അവർ 'ഉദ്ദകരാമപുത്ര'ന്റെ ശിഷ്യന്മാരാണത്രെ. അദ്ദേഹത്തിന്റെ പാഠശാലയിൽ എഴുന്നൂറോളം ശിഷ്യന്മാരുണ്ടത്രെ." തപന്റെ വാക്കുകളിൽ ഭാവനകളുണ്ടാവില്ല. യാഥാർഥ്യത്തിനെ ആദരിക്കുന്നവനാണ് തപൻ. അറിഞ്ഞതേ പറയുള്ളു. ബുദ്ധിയാണ് തപന്റെ ആയുധം.

മഗധയിൽ പോവാം.

ഭിക്ഷാപാത്രവുമായിട്ട് സിദ്ധാർഥൻ പുഴ കടന്ന് കാട്ടിലൂടെ നടന്നു. ഗ്രാമങ്ങളിലെത്തിയപ്പോൾത്തന്നെ മഗധത്തിന്റെ വളർച്ചയെപ്പറ്റി മനസിലായി. കണ്ണെത്താത്ത സ്ഥലത്തുവരെ വിളഞ്ഞു നിൽക്കുന്ന വയൽ. നിരന്ന് വീതിയേറിയ രാജപാതകൾ. വൃത്തിയായി വസ്ത്രം ധരിച്ച ആരോഗദൃഢഗാത്രരായ മനുഷ്യർ. പറമ്പുകളിൽ ഓടിക്കളിക്കുന്ന ഉത്സാഹശീലരായ കുട്ടികൾ. പച്ചപ്പുല്ലുതിന്ന് ശാന്തരായി മേഞ്ഞുനടക്കുന്ന അകിടുതൂങ്ങിക്കൊഴുത്ത പശുക്കൂട്ടങ്ങൾ. സിദ്ധാർഥന് ഉത്സാഹം തോന്നി. അവിടെ വീടുകൾക്കുമുമ്പിൽ നിന്ന് ഭിക്ഷയെടുത്ത് ഒരു വൃക്ഷച്ചുവട്ടിലിരുന്ന് ഭക്ഷണം കഴിച്ചു വിശ്രമിക്കുമ്പോൾ രണ്ട് ചെറുപ്പക്കാർ നടന്നുവരുന്നതു കണ്ടു. അവർ തമ്മിൽ പതുക്കെ സംസാരിക്കുന്നതു സിദ്ധാർഥൻ കേട്ടു.

"ഇതാരാണ്? ഈ നാട്ടുകാരനല്ലല്ലോ?"

"സാമാന്യക്കാരനല്ല. ആ മുഖത്തെ മാന്യത നോക്കൂ. എന്തൊരു തേജസാണ്!'

അവർ അടുത്തെത്തിയപ്പോൾ സിദ്ധാർഥൻ എഴുന്നേറ്റു നിന്നു മന്ദഹസിച്ചു. മുമ്പിൽ നിന്ന് ആദരവോടെ അഭിവാദ്യം ചെയ്തിട്ട് അവർ ചോദിച്ചു:

"ഞങ്ങൾ അങ്ങയ്ക്ക് എന്തെങ്കിലും ചെയ്തുതരേണ്ടതുണ്ടോ?"

"നിങ്ങളുടെ ചോദ്യത്തിന് നന്ദി പറയുന്നു. മഗധയിൽ ഗുരു ഉദ്ദകരാമ പുത്രന്റെ പാഠശാല എവിടെയാണ് എന്നറിയാമോ?"

"ഓ മഹാശയ രമപുത്തജി?"

"അതെ."

"അതിവിടുന്ന് കുറേ അകലെയാണ്. രാജ്ഗീറിൽ. ഇവിടുന്ന് പതിനഞ്ചുദിവസത്തെ വഴിയുണ്ട്. ഇവിടുന്ന് നേരെ കിഴക്കോട്ട് ഒരുദിവസം നടന്നാൽ 'മല്ലിഗ് നാഥൻ' നടത്തുന്ന പാഠശാലയുണ്ട്. അവിടെ ചോദിച്ചാൽ കൃത്യമായ സ്ഥലം പറഞ്ഞു തരും."

"സഹോദരന്മാരെ വളരെ നന്ദി."

ശാന്തവും ഹൃദ്യവുമായ സ്വരത്തിൽ സിദ്ധാർഥൻ അവർക്ക് നന്ദി പറഞ്ഞു നേരെ നടന്നു. കാടും തോടും പറമ്പും വയലുകളും പിന്നിട്ടുകൊണ്ട് സിദ്ധാർഥൻ ഒറ്റയ്ക്ക് നടക്കുകയാണ്. സന്ധ്യക്ക് അവിടെ കണ്ട ഒരു അരുവിയിൽ കുളിച്ചു. രാത്രി ഒരു വൃക്ഷച്ചുവട്ടിൽ മേൽമുണ്ടുവിരിച്ച് അതിൽ കിടന്നു. അപ്പോൾ മനസ്സ് ശാക്യപുരിയിലേക്ക് പറന്നു. രാഹുലിനെ എടുത്തുകൊണ്ടുള്ള ഗോപയുടെ നിൽപ്പ്. അച്ഛാ അച്ഛാ എന്ന് രാഹുലിന്റെ വിളി. അച്ഛൻ, ഇളയമ്മ..... ഗോപ സഹിക്കുന്ന വേർപാടിന്റെ വേദന... എല്ലാംകൂടി മനസ്സ് കലങ്ങിയപ്പോൾ എഴുന്നേറ്റിരുന്നു. ശ്വാസം നിയന്ത്രിച്ചു. സാവധാനത്തിൽ ധ്യാനത്തിലേക്ക് കടന്നു. രാത്രിയിൽ എപ്പോഴോ ധ്യാനത്തിൽ നിന്നുണർന്നു. കുറച്ചപ്പുറത്ത് നേരെ മുമ്പിൽ തീക്കട്ടപോലെ രണ്ട് കണ്ണുകൾ തിളങ്ങുന്നു. കാര്യം മനസിലായി സിദ്ധാർഥൻ ഇളകാതെ മനസിൽ സ്നേഹവും കാരുണ്യവും നിറച്ചു. അത് കണ്ണിലേക്ക് കൊണ്ടുവന്നു നിർത്തി. സഹഭാവത്തോടെ, നിർഭയനായിക്കൊണ്ട് മുന്നിലുള്ള തീക്കട്ടക്കണ്ണുകളെ നോക്കി– എന്താണ് സഹോദരാ? അപ്പോൾ ആ തീക്കട്ടകൾ പതുക്കെ പിന്നിലേക്ക് പിന്നിലേക്ക് നീങ്ങുന്നതു കണ്ടു. പിന്നെ കാണാതായി.

ആ വഴിപോക്കർ പറഞ്ഞതുപോലെ ഒരുദിവസത്തെ നടത്തംകൊണ്ടുതന്നെ മല്ലിഗ് നാഥന്റെ പാഠശാലയിലെത്തി. അവിടത്തെ പഠനരീതി തരക്കേടില്ലെന്നു തോന്നി. നല്ലതുതന്നെ. എങ്കിലും മൂന്നുമാസമേ അവിടെ നിന്നുള്ളു. അവിടന്ന് പിന്നേയും നടന്നു. ഒറ്റയ്ക്കുതന്നെ. രാത്രി ഏതെങ്കിലും വൃക്ഷച്ചുവട്ടിൽ കിടന്നുറങ്ങി. രാവിലെ പുഴയിലോ അരുവിയിലോ കുളിച്ചു. ഗ്രാമങ്ങളിലെത്തിയാൽ ഭിക്ഷയെടുത്ത് ആളൊഴിഞ്ഞ സ്ഥലത്തിരുന്ന് ഭക്ഷണം കഴിച്ചു. അങ്ങനെ, അവസാനം രാജഗൃഹത്തിലെത്തി.

അവിടെ ഒരു കുന്നിൻമുകളിലിരുന്ന് വിശ്രമിക്കുമ്പോൾ, വിചാരങ്ങൾ എല്ലാ കടിഞ്ഞാണും വിട്ട് ഭൂതകാലത്തിലേക്ക് കുതിച്ചു. തന്റെ കുട്ടിക്കാലം, ഇളയമ്മ ഗൗതമി, കൗശികി, ചന്ദൻ, സുഹൃത്തും രക്ഷിതാവുമായിരുന്ന തപൻ, അച്ഛൻ, കൂട്ടുകാർ 'ആനന്ദൻ' യശോധര, രാഹുൽ .... എത്ര നീണ്ട ആഴമേറിയ ബന്ധങ്ങൾ! ആലോചിച്ചുനോക്കി. നാല് കൊല്ലങ്ങൾ കഴിഞ്ഞു താനവിടുന്ന് പോന്നിട്ട്. രാഹുൽ വലുതായിട്ടുണ്ടാവും. ഗോപയുടെ അവസ്ഥ എന്താവുമാവോ!

അത്രയുമായപ്പോൾ സിദ്ധാർഥൻ മുഖം തിരിച്ചു. സത്യം കണ്ടെത്താതെ തിരിച്ചുപോക്കില്ല, എത്രകാലം വേണ്ടിവന്നാലും. ഭിക്ഷാപാത്രവുമെടുത്ത് താഴെ ഇറങ്ങി ഭിക്ഷയ്ക്ക് പുറപ്പെട്ടതാണ്. മഗധയിലെ നിരന്ന് വൃത്തിയുള്ള വീഥിയിലൂടെയാണ് നടന്നത്. ഇരുവശത്തുമുള്ള വീടുകളിൽ നിന്ന് സ്ത്രീപുരുഷന്മാർ ബദ്ധപ്പെട്ട് പുറത്തുവന്ന് അടക്കം പറയുന്നുണ്ട്. "ആരാണു വരുന്നത്? ഒരു സിംഹം വരുന്നതുപോലെയാണല്ലോ. എന്നാൽ, മുഖത്ത് അങ്ങേയറ്റം ശാന്തതയും. എന്തോ ഒരു പ്രകാശം കാണുന്നില്ലേ ചുറ്റും?"

അപ്പോൾ അകലെനിന്ന് ഒരു രഥശബ്ദം കേട്ടു. അത് അടുത്തെത്തുന്നു. സിദ്ധാർഥന്റെ അടുത്തായിട്ട് രഥം നിന്നു. അതിൽനിന്നും ഒരാൾ ഇറങ്ങി. രാജാവിന്റേതാണ് വേഷവും ഭാവവും. അദ്ദേഹം കുറച്ചുനേരം സിദ്ധാർഥന്റെ അനിഷേധ്യമായ ആ പോക്ക് നോക്കിനിന്നു. പിന്നെ പരിചാരകരോട് പറഞ്ഞു:

"ഈ സന്യാസി എവിടെ താമസിക്കുന്നു എന്ന് അറിഞ്ഞിട്ട് എന്നോടു പറയണം."

രഥം വന്നപോലെത്തന്നെ നേരെ പോവുകയും ചെയ്തു. അടുത്ത ദിവസം സിദ്ധാർഥൻ ആ പാണ്ഡവക്കുന്നിന്മേൽ ഒരു പാറപ്പുറത്ത് ഒറ്റയ്ക്കിരിക്കുകയായിരുന്നു. അസ്തമനസൂര്യന്റെ മഞ്ഞപ്രഭയെ നോക്കി ആ സൗന്ദര്യം ആസ്വദിച്ചുകൊണ്ട്. അപ്പോൾ ഒരാൾ ഒറ്റയ്ക്കവിടെ വന്നു. സിദ്ധാർഥനോടു സ്നേഹഭാവം കാണിച്ചു. സിദ്ധാർഥൻ എഴുന്നേറ്റ് തൊഴുതപ്പോൾ അദ്ദേഹം പറഞ്ഞു:

"ഞാൻ മഗധയിലെ രാജാവ് ബിംബിസാരനാണ്. അങ്ങയെ എന്റെ കൊട്ടാരത്തിലേക്ക് ക്ഷണിക്കുവാനായി വന്നതാണ് ഞാൻ. അങ്ങയുടെ സാമീപ്യം എനിക്കും എന്റെ പ്രജകൾക്കും തീർച്ചയായും ഗുണം ചെയ്യും. അങ്ങ് വരണം."

സിദ്ധാർഥൻ മന്ദഹസിച്ചു. "മഹാനായ രാജാവേ, ഞാൻ മോക്ഷമാർഗം അന്വേഷിക്കുന്ന ഒരു ഭിക്ഷുവാണ്. എനിക്ക് കൊട്ടാരത്തേക്കാൾ സുഗമമായത് കാടാണ്. അങ്ങയുടെ സ്നേഹപൂർവമുള്ള ഔദാര്യത്തിന് വളരെ നന്ദിയുണ്ട്. പക്ഷേ, എനിക്ക് ഒരു പ്രധാന ലക്ഷ്യമുണ്ട്. മനുഷ്യമനസിൽ പല ദുഷ്ടശക്തികളുമുണ്ട്. അവയെ ജയിച്ച് ശാശ്വതസമാധാനം നേടേണ്ടതെങ്ങനെ എന്ന അന്വേഷണത്തിലാണ് ഞാൻ. അത് കിട്ടിക്കഴിഞ്ഞാൽ ഇരുട്ടിൽ കിടന്നുഴലുന്ന എന്റെ സഹജീവികൾക്കും ആ വെളിച്ചം കൊടുക്കണം എന്നും ആഗ്രഹമുണ്ട്. എന്നെ അങ്ങ് യഥാർഥമായും സ്നേഹിക്കുന്നു എങ്കിൽ ആ സത്യം കണ്ടെത്തുവാൻ എന്നെ അനുവദിക്കണം." സിദ്ധാർഥന്റെ ഈ വാക്കുകൾ അദ്ദേഹത്തിനോട് ബിംബിസാരരാജാവിന് കൂടുതൽ ആദരവും സ്നേഹവും ഉണ്ടാക്കുകയാണ്. ചെയ്തത്. രാജാവ് പറഞ്ഞു: "അങ്ങയുടെ വാക്കുകൾ എന്നെ കൂടി ഉൽബുദ്ധനാക്കുന്നു. ഞാൻ ചോദിക്കട്ടെ-അങ്ങയുടെ സ്വദേശം ഏതാണ്? കുടുംബം ഏതാണ്?"

"മഹാരാജാവേ, ഞാൻ ശാക്യരാജവംശത്തിലാണ് ജനിച്ചത്. അച്ഛൻ ശുദ്ധോദനപ്രഭു ഇപ്പോൾ കലിവസ്തു ഭരിക്കുന്നു. അമ്മ രാജ്ഞി മഹാ മായാദേവി ആയിരുന്നു. എന്നെ പ്രസവിച്ച് ഏഴാം ദിവസം അന്തരിച്ചു. എനിക്ക് ഒരു സത്യാന്വേഷിയായി സന്യാസജീവിതം നയിക്കുവാനാണ് താൽപ്പര്യം. അതിനാൽ നാലുകൊല്ലം മുമ്പ് അച്ഛനെയും പ്രിയപ്പെട്ട ഒരു ഭാര്യയെയും ഒരു വയസായ മകനെയും വിട്ട് പോന്നു.

ഇതെല്ലാം കേട്ട് ബിംബിസാരരാജാവ് വിസ്മയഭരിതനായി. കൈകൂപ്പി ആദരവോടെ പറഞ്ഞു:

"ഞാനെത്ര വിഡ്ഢിയാണ് എന്ന് മനസിലായി. എനിക്ക് മാപ്പുതരണം. എന്നാൽ, എനിക്കൊരു അപേക്ഷയുണ്ട്. അങ്ങയ്ക്ക് ആ മോക്ഷമാർഗം തെളിഞ്ഞുകിട്ടിയാൽ ഇവിടെ വരണം. എന്നെ ശിഷ്യനായി സ്വീകരിക്കണം എന്റെ വിനീതമായ ഈ അപേക്ഷ തള്ളിക്കളയരുത്."

സിദ്ധാർഥൻ പറഞ്ഞു: "ഞാൻ ആ മോക്ഷമാർഗം കണ്ടെത്തിക്കഴിഞ്ഞാൽ ഇവിടെ വന്ന് അങ്ങയോടതിനെപ്പറ്റി പറയും. അതിൽ അങ്ങ് സംശയിക്കേണ്ട."

രാജാവ് സിദ്ധാർഥന്റെ മുമ്പിൽ വീണ്ടും വിനീതനായി കുനിഞ്ഞ് യാത്ര ചോദിച്ച് കുന്നിറങ്ങി.

അടുത്ത ദിവസംതന്നെ സിദ്ധാർഥൻ ഗുരു ഉദ്ദകരാമപുത്രന്റെ പാഠശാല എവിടെ എന്നന്വേഷിച്ചു. രാജഗൃഹത്തിൽ നിന്ന് അത്ര അധികം ദൂരത്തല്ല അതെന്ന് അറിഞ്ഞപ്പോൾ അങ്ങോട്ടു പോയി.

രാജധാനിയിലെത്തിയിട്ടും ബിംബിസാരരാജാവിന്റെ അത്ഭുതവും ആവേശവും മാറിയില്ല. ഇങ്ങനെ ഒരു മനുഷ്യനെ ഇതേവരെ കണ്ടിട്ടില്ല. സങ്കൽപ്പിക്കുവാൻ പോലും സാധിക്കുന്നില്ല. സത്യത്തിനു വേണ്ടി ജീവിതംതന്നെ ഉഴിഞ്ഞുവയ്ക്കുക. അതും ഒരു രാജകുമാരൻ. ആ മുഖത്തുള്ള മാന്യമായ ശാന്തത, സംഭാഷണത്തിലെ ആർജവം..... ഓരോന്നും ആലോചിച്ച് അനുഭവിച്ചുകൊണ്ട് അദ്ദേഹം ഇരിക്കാതെ അങ്ങോട്ടുമിങ്ങോട്ടും നടന്നു.

അന്ന് സന്ധ്യക്ക് ജീവകൻ വന്നപ്പോൾ രാജാവ് ആദ്യംതന്നെ. ഈ അത്ഭുതം ജീവകനോട് പങ്കിട്ടു. നേരിട്ടു കണ്ട് കേട്ടതല്ലേ, അല്ലെങ്കിൽ വിശ്വാസം വരില്ല.

ജീവകൻ അത്ഭുതം നടിക്കാതെയാണ് മറുപടി പറഞ്ഞത്: "സിദ്ധാർഥ ഗൗതമനെ കുട്ടിക്കാലം മുതൽക്കേ അറിയുന്ന ഒരാൾ ഇവിടെയുണ്ട്."

"അതാര്?"

"തപൻ"

"എന്നാൽ തപനെ വിളിക്കൂ. നേരിട്ട് പോയി അദ്ദേഹത്തിനെ കൂട്ടിക്കൊണ്ടുവരാമല്ലോ."

ജീവകന്റെ കൂടെത്തന്നെ തപൻ കൊട്ടാരത്തിൽ വന്നു.

"തപൻ എങ്ങനെ ആ യുവസന്യാസിയെ അറിയും?"

രാജാവ് ചോദിച്ചു.

"ഞാൻ യുവസന്യാസിയെ കണ്ടിട്ടില്ല. സിദ്ധാർഥനെ അറിയും."

"അതെങ്ങിനെ?"

"പർവതാരോഹണത്തിലെ അപകടം വരെ ശാക്യപുരിയിൽ സിദ്ധാർഥന്റെ ഒരുമിച്ചു തന്നെയായിരുന്നു ഞാൻ. ഞങ്ങൾ അടുത്ത സുഹൃത്തുക്കളും ആയിരുന്നു."

"ഇതൊക്കെ വളരെ വിചിത്രമായിരിക്കുന്നുവല്ലോ. നിങ്ങളുടെ ആ നല്ല സുഹൃത്തിനെ ഇവിടേക്ക് കൊണ്ടുവരാൻ സാധിക്കില്ലേ? അദ്ദേഹത്തിന്റെ സൗഹൃദവും സാമീപ്യവും വിലപ്പെട്ടതാണ്. എനിക്കത് വളരെ ഉപകാരമാവും." തപൻ ഒന്നുരണ്ടു നിമിഷം മൗനംപൂണ്ട് മുഖം താഴ്ത്തി നിന്നതേയുള്ളൂ. രാജാവ് വീണ്ടും ആവശ്യപ്പെട്ടപ്പോൾ പറഞ്ഞു: "മഹാരാജൻ, അങ്ങ് തെറ്റിദ്ധരിക്കരുത്. അടക്കാനാവാത്ത സത്യാന്വേഷണത്വരകൊണ്ടാണ് സിദ്ധാർഥൻ രാജ്യവും കുടുംബവും ഭാര്യയെയും മകനെയും ഒക്കെ വിട്ട് പോന്നത്. സിദ്ധാർഥൻ അങ്ങയോടു പറഞ്ഞതുപോലെ അദ്ദേഹം ആ സത്യം കണ്ടെത്തട്ടെ. അതിനുശേഷം ഇവിടെ സ്വീകരിക്കുകയാവും ശരി. ബലം പ്രയോഗിച്ച് ഒരാൾക്കും സിദ്ധാർഥനെ വഴിതിരിക്കുവാൻ സാധിക്കുകയില്ല."

"ശരി നമുക്കു സമയത്തിനുവേണ്ടി കാക്കാം."

പൂർണസമ്മതത്തോടെ അല്ലെങ്കിലും രാജാവ് തലകുലുക്കി അകത്തേക്ക് പോയി. തപന്റെ വാക്കിലും അഭിപ്രായത്തിലും കഴമ്പുണ്ട് എന്ന തോന്നലുണ്ട് രാജാവിന് ജീവകൻ കൊണ്ടുവന്ന ആളല്ലേ, പിഴയ്ക്കില്ലെന്ന വിശ്വാസത്തിലാണ്. ആദ്യം തപനെ സ്വീകരിച്ചത്. വളരെ വേഗം തന്നെ തപന്റെ കഴിവും മാന്യതയും വെളിപ്പെട്ടു തുടങ്ങി. ഇവിടെ നടക്കുന്നതൊക്കെ തപൻ അറിയുന്നുണ്ടെങ്കിലും ആവശ്യമില്ലാത്തതിലൊന്നും തപൻ ഇടപെടില്ല. ഒന്നുരണ്ടു തവണ മറിച്ചും അനുഭവപ്പെട്ടിട്ടുണ്ട്. അതിൽ ഒന്ന് രാജ്യാകാര്യങ്ങളിൽത്തന്നെ. സൈന്യത്തിനിടയിൽ ചേരിപ്പോരും അപസ്വരവും വന്നു. സൈന്യം ഛിദ്രിച്ചാൽ രാജ്യമെവിടെ? അയൽരാജ്യങ്ങൾ ആക്രമിക്കാൻ ഒരുങ്ങിനിൽക്കുകയുമാണ്. സംഗതി ആദ്യമൊക്കെ രഹസ്യമാക്കി വെച്ചു. രാജാവിന്റെ മ്ലാനത കണ്ടിട്ട് ഒരു ദിവസം തപൻ ചോദിച്ചു:

"അങ്ങ് വളരെ അസ്വസ്ഥനായിരിക്കുന്നവല്ലോ മഹാരാജൻ."

"രാജാവിന് സ്വസ്ഥത എന്നൊന്ന് വിധിച്ചിട്ടുണ്ടോ? തലയ്ക്കുമുകളിൽ തൂങ്ങിനിൽക്കുകയല്ലേ വാള് രാവും പകലും."

"നമുക്കാവാളെടുത്ത് സമർഥമായി ഉപയോഗിക്കാം. അങ്ങയെ ഇത്രയ്ക്ക് അസ്വസ്ഥനായിക്കാണാൻ വയ്യ എനിക്ക്."

വളരെ സ്വകാര്യമായിട്ടാണ് രാജാവ് പറഞ്ഞത്:

"സൈന്യാധിപന്റെ കുതന്ത്രങ്ങളാണ്."

"ഞാനൊന്ന് സംസാരിക്കുന്നതിന് വിരോധമുണ്ടോ?"

രാജാവ് കണ്ണു തുറിച്ച് നോക്കി ഇരുന്നു. ഈ സ്വരത്തിൽ അസാമാന്യമായി ഒന്നുമില്ല. എന്നാലും ഇതിലൊന്നും പെടാത്ത മറ്റൊരാളെ ഇത്ര

ഗൗരവപ്പെട്ട കാര്യം എങ്ങനെ ഏൽപ്പിക്കും? മന്ത്രിസഭയിൽ മറ്റുള്ളവരും സൈന്യാധിപനിൽ കുറ്റം കാണുന്നവരാണ്. സാംസ്കാരികരംഗം തപൻ ഏറ്റവും നന്നായിട്ട് കൈകാര്യം ചെയ്യുന്നു എന്നത് ശരിയാണ്. മഗധത്തിന്റെ യശസ്സ് ഉയർത്തുവാൻ പറ്റുന്നതരത്തിലായിട്ടുണ്ട്. വിദ്യാവിഹീനരായിട്ട് ഇവിടെ ആരും ഉണ്ടാവരുത് എന്നാണ്. സ്ത്രീവിദ്യാഭ്യാസത്തിലുള്ള ശ്രദ്ധ കൂടുതൽ രസകരം. കൂടെക്കൂടെ നടത്തുന്ന പണ്ഡിതന്മാരുടെ പ്രഭാഷണങ്ങളും ധർമോപദേശങ്ങളും സാമാന്യജനങ്ങളിൽ ഉത്സാഹം വർധിപ്പിക്കുന്നുണ്ട്. അതൊക്കെ ശരിതന്നെ. എന്നാലും തപന് ആലോചിച്ചപ്പോൾ തോന്നിയത് സൈന്യാധിപന്റെ തെറ്റല്ലാ എന്നാണ്. സാധാരണക്കാരന്റെ ഭാവത്തിൽ തപൻ സൈന്യങ്ങൾക്കിടയിൽ നടന്ന് അവരോട് സംസാരിച്ച് കാര്യം അറിഞ്ഞു. വേതനവിഷയത്തിൽ അവർക്കുണ്ടായ ചില അതൃപ്തികളായിരുന്നു ഈ ഛിദ്രത്തിന് കാരണം. അത് തീർത്തുകൊടുത്തപ്പോൾ അവർ ഉത്സാഹികളായി.

മറ്റൊന്ന് അജാതശത്രുവിന്റെ കാര്യത്തിലാണ്. ആരെയും കൂസാത്ത അവന്റെ ദുർനടപടികൾ അതിരുകവിഞ്ഞിരുന്നു. തപനാണ് അവനെ ഒരു നിലയ്ക്ക് നിർത്തിയത്. തപൻ പറഞ്ഞു: "അജാതശത്രു അംഗീകാരമാണ് ആഗ്രഹിക്കുന്നത്. താൻ എല്ലാവരുടേയും മീതെയാവണമെന്ന്. അത് ആർക്കും സാധ്യമല്ല എന്ന് ബോധ്യപ്പെടുത്തിയപ്പോൾ തൽക്കാലം അടങ്ങി. എന്നാൽ ആ ആഗ്രഹം അദ്ദേഹത്തിന്റെ ഉള്ളിൽ കിടന്ന് എരിയുന്നുണ്ട്. അവസരം കിട്ടുമ്പോൾ ജ്വലിക്കും. പിന്നെ പിടിച്ചാൽ കിട്ടില്ല."

ആ വാക്കുകൾ ഇപ്പോഴും രാജാവിന്റെ ഉള്ളിൽ കിടന്ന് അലറുന്നുണ്ട്. അത് എവിടെ എത്തിക്കും ആവോ! തന്റെ വൈദേഹി അവനെ ഗർഭം ധരിച്ച കാലത്ത് ഏതോ ദൈവജ്ഞൻ അവളോടു പറഞ്ഞുവത്രെ. ഈ മകൻ പിതൃഹന്താവാവും എന്ന്."

"മകൻ അച്ഛനെ കൊല്ലുമെന്നോ?"

വൈദേഹി അന്ന് പെട്ടെന്ന് ഉറക്കെ ചോദിച്ചു.

"ഉവ്വ്, ഇഞ്ചിഞ്ചായി കൊല്ലും എന്നാണ് ശാസ്ത്രം പറയുന്നത്."

വൈദേഹി ദുഃഖവും ആശങ്കയും സഹിക്കാതെ വയറ്റത്ത് മർദിച്ച് ഗർഭം അലസിപ്പിക്കുവാൻ കൂടി ശ്രമിച്ചിട്ടുണ്ട്. എന്നിട്ടും ഗർഭം വളർന്ന്, പ്രസവിച്ചു. വൈദേഹി ഇപ്പോൾ സന്തോഷത്തോടെ മകനെ ലാളിക്കുകയും പരിരക്ഷിക്കുകയും ചെയ്യുന്നു. എല്ലാറ്റിനും ഒരു പൂർവ നിശ്ചയമുണ്ടെന്നല്ലേ പ്രമാണം.

രാജ്ഞി വൈദേഹി മധുരപാനീയവുമായി മുമ്പിൽ വന്നപ്പോൾ രാജാവ് പ്രകൃതത്തിലേക്ക് ഇറങ്ങിവന്നു.

ഇരുപത്തിയൊന്ന്

വന്ദനയുടെ ദിവസങ്ങൾ സാധാരണപോലെ ആയിത്തുടങ്ങി. തപന്റെ ദിനചര്യകളിൽ ഇനി ശ്രദ്ധിക്കേണ്ടതില്ല. തപനും ഉത്സാഹവാ

നാണ്. മഹാരാജ ബിംബിസാരന്റെ മാന്യതയിൽ തപൻ തുഷ്ടനുമാണ്. പുതിയ പാഠശാലകളുണ്ടാക്കൽ, ധർമപ്രചാരണങ്ങൾ, ജനങ്ങളുടെ ആരോഗ്യപ്രശ്നങ്ങൾ തീർക്കൽ അങ്ങനെ എന്നും തിരക്കാണ് തപന്. ജീവകൻ കൂടെയുള്ളതാണ് തന്റെ ശക്തി എന്ന് തപൻ പറയും. ചില പ്രശ്നങ്ങളുമായി വരുന്നവരെ ജീവകനിങ്ങനെ മൂർച്ചയോടെ നോക്കുന്നത് കാണാമെന്നും അതോടെ അവരുടെ ഉള്ളിലുള്ളത് അദ്ദേഹം മനസിലാക്കുമെന്നും തപൻ പറഞ്ഞു. ഇതൊക്കെ എങ്ങനെ പഠിച്ചു എന്ന് ജീവകനോട് ചോദിച്ചുവത്രെ. "അത് ശ്വസനക്രിയയുടെ മറ്റൊരു ഫലമാണ്" എന്നായിരുന്നു മറുപടി. കന്യാകുബ്ജത്തിൽ പോയപ്പോൾ അവിടത്തെ വിശിഷ്ടനായ ഒരു മഹർഷിയിൽ നിന്നാണത്രെ ജീവകൻ ഇത് പഠിച്ചത്.

"തപന് അത് പഠിക്കുവാൻ ആഗ്രഹമില്ലേ?" വന്ദന ഒരിക്കൽ ചോദിച്ചു.

"ഇല്ല."

"അതെന്താ? നല്ലതല്ലേ അത്?"

"രഹസ്യങ്ങൾ രഹസ്യങ്ങളായിത്തന്നെ ഇരിക്കണം. ഹൃദയത്തിന് ഇത്ര കനത്ത കവചവും സുരക്ഷയും കൊടുത്തത് ഉദ്ദേശ്യപൂർവം തന്നെ ആയിരിക്കണം. ഇത്ര നല്ല ഒരു പൂട്ടറ വേറെയുണ്ടോ?"

വന്ദനയ്ക്കറിയാം. എല്ലാവരും ചിന്തിക്കുന്നതുപോലെയല്ല തപന്റെ ചിന്ത. എന്നാൽ യശോധരയെപ്പറ്റി പറയുമ്പോൾ തപൻ ഇപ്പോഴും നിശ്ശബ്ദനും ചിന്താധീനനും ആവുന്നു.

വന്ദന ആലോചിച്ചു, സത്യാന്വേഷണമാണ് ജീവിതലക്ഷ്യമെങ്കിൽ സിദ്ധാർഥൻ വിവാഹിതനാവരുതായിരുന്നു. അതല്ലെങ്കിൽ യശോധരയെ കൂടെ കൊണ്ടുപോകാമായിരുന്നു. സീതാദേവിയെപ്പോലെ മടികൂടാതെ പോവുമായിരുന്നു എന്റെ യശോ. സീതാദേവിയക്കാൾ സിദ്ധാർഥനെ ശക്തിപ്പെടുത്തുകയും ചെയ്യുമായിരുന്നു. ഗാർഹസ്ഥ്യത്തിലൂടെത്തന്നെ സത്യം കണ്ടെത്തിയവരല്ലേ നമ്മുടെ മഹർഷിമാർ?

തപനോട് ഇതൊന്നും പറയാറില്ല. കൂടുതൽ ശ്വാസംമുട്ടിക്കരുതല്ലോ.

വന്ദന എന്നും ഒരുതവണയെങ്കിലും രാജധാനിയിൽ അന്തഃപുരത്തിൽ പോവും. ബിംബിസാരരാജാവിന് പ്രത്യക്ഷത്തിൽ നാല് ഭാര്യമാരുണ്ട്. നാലുപേർക്കും വന്ദന പ്രിയപ്പെട്ടവൾ തന്നെ. എന്നാലും രാജ്ഞി വൈദേഹിയോടാണ് വന്ദനയ്ക്ക് കൂടുതൽ അടുപ്പം. സാത്വിക പ്രകൃതിയാണ് അവരുടേത്. വന്ദനയെ സ്വന്തം അനുജത്തിയെപ്പോലെയാണ് വൈദേഹിക്ക്. അതിനാൽ അധികം വൈദേഹിരാജ്ഞിയുടെ കൊട്ടാരത്തിലാണ് വന്ദന പോവുക. കണ്ട ഉടനെ വന്ന് കെട്ടിപ്പിടിക്കും രാജ്ഞി. മുടിയിൽ പുതിയ മുല്ലമാല ചൂടിക്കും. അടുത്തു പിടിച്ചിരുത്തും.

എനിക്ക് വന്ദനയെ കിട്ടിയത് എത്ര വലിയ ഭാഗ്യമാണ് എന്ന് മിക്ക ദിവസവും പറയും. രാജധാനിയിലെ പല അനിഷ്ട സംഭവങ്ങൾ കൊണ്ടും രാജ്ഞി ദുഃഖിതയാണ്. ഭർത്താവിന്റെ വിഷയാസക്തിയും പരസ്ത്രീഗമനങ്ങളും അവരെ ബുദ്ധിമുട്ടിക്കുന്നുണ്ട്. രാജധാനിയിലെ പരമരഹസ്യ

ങ്ങൾപോലും കേൾക്കേണ്ടിവരുമ്പോൾ വന്ദനയ്ക്ക് ഭയം തോന്നാറുണ്ട്. പക്ഷേ, അതൊരിക്കലും പുറത്തുപോവാതെ സൂക്ഷിക്കാൻ വന്ദനയ്ക്ക് കഴിഞ്ഞു. ചിലപ്പോൾ മനസിന്റെ വിങ്ങൽ സഹിക്കാതെ രാജ്ഞി കുറേ പറഞ്ഞതിനുശേഷം വന്ദനയുടെ മൂർധാവിൽ ചുംബിച്ചു പറയും:

"ആദിത്യദേവൻ എനിക്കൊരു അനുജത്തിയെ തന്നുവല്ലോ, ഇതൊക്കെ കേട്ട് ആശ്വസിപ്പിക്കുവാൻ."

ചില ദിവസങ്ങളിൽ അടുത്തുപിടിച്ചിരുത്തിയ ഉടൻ ആവശ്യപ്പെടും:

"നിനക്കിഷ്ടപ്പെട്ട ആ രാഗം ഒന്നാലപിക്കൂ വന്ദനാ."

അത് കേൾക്കാനിരിക്കുകായണ് എന്നമട്ടിൽ വന്ദന പാട്ട് തുടങ്ങും. മതിയാവുന്നതുവരെ ആലപിക്കുകയും ചെയ്യും.

മഗധയിൽ ചിത്രാപൗർണമി വിശേഷമായി ആഘോഷിക്കാറുണ്ട്. പത്തുദിവസം മുമ്പെ തുടങ്ങും നഗരം അലങ്കരിക്കലും പരിപാടികളും. കുടുംബിനികൾ പരസ്പരം സമ്മാനം കൊടുത്ത് ആശംസിക്കലും ഉണ്ട്. ആ ചിത്രാപൗർണമി ദിവസം എന്തൊക്കെയോ കുറെ സമ്മാനങ്ങളുമായിട്ട് രാജ്ഞി വന്ദനയുടെ താമസസ്ഥലത്ത് വന്നു. വന്ദന ഒട്ടും പ്രതീക്ഷിച്ചിരുന്നില്ല ഇങ്ങനെ ഒരു അപൂർവാനുഭവത്തെപ്പറ്റി. എന്നാലും ഏറ്റവും സന്തോഷത്തോടെ ഹൃദ്യമായി സ്വീകരിച്ച് അനുഗ്രഹം വാങ്ങി. അവിടെ പ്രധാന മുറിയിൽ ശ്രദ്ധയോടെ അലങ്കരിച്ചുവെച്ചിട്ടുള്ള ഒരു പ്രതിമയിൽ രാജ്ഞിയുടെ ദൃഷ്ടി പതിഞ്ഞു. അവർ അതിൽത്തന്നെ ശ്രദ്ധിച്ചു നോക്കി.

"ഇതെവിടുന്നു സമ്പാദിച്ചു വന്ദനാ?"

"സമ്പാദിച്ചതല്ല. ഞാനുണ്ടാക്കിയതാണ്."

"ഇത്ര ലക്ഷണമൊത്ത സ്ത്രീയെ വന്ദന ഉണ്ടാക്കിയോ നോക്കൂ, എന്തൊരു ഐശ്വര്യമാണ് മുഖത്തിന്! എത്ര കുലീനമായ ഭാവം! ഇതേത് ദേവസ്ത്രീയാണ്?"

"ഈ ഭൂമിയിൽ ജീവിക്കുന്ന മനുഷ്യസ്ത്രീയാണ്."

വന്ദനയുടെ ശബ്ദം നേർത്തു ചിലമ്പിച്ചു.

"ആരാണിവർ? പേര്?"

"എല്ലാ സൗഭാഗ്യങ്ങളും ഉണ്ടായിട്ടും അനുഭവിക്കാൻ യോഗമില്ലാത്തവൾ. ഭർത്താവ് ജീവിച്ചിരിക്കെ വൈധവ്യം അനുഭവിക്കുന്നവൾ. യശോധര എന്നാണ് പേര്."

"നല്ല പേര്. ഹൊ, ഇവരുടെ അവസ്ഥ കഷ്ടം തന്നെ. ഇത് ജീവനുള്ള സ്ത്രീ തന്നെ. പ്രതിമയാണെന്ന് തോന്നില്ല."

വന്ദന ആലോചിച്ചു. ഈ പ്രതിമയെ തപൻ എത്ര നേരമാണ് നോക്കിനിന്നത്. ഭൂതവർത്തമാനങ്ങൾ കൂട്ടിവെച്ച് ഓർത്തതാവും. ഒടുവിൽ ഒരു നെടുവീർപ്പോടെ മുഖം തിരിക്കുകയും ചെയ്തു.

ക്രമത്തിൽ വന്ദന ഭൂതകാലത്തെപ്പറ്റി അധികം വിചാരിക്കാതെയായി. രാമഗമയിലെ കുട്ടിക്കാലം. യശോധരയോടൊത്തുള്ള ബാല്യകൗമാരങ്ങൾ. കൂടെക്കൂടെയുള്ള കപിലവസ്തുവിലെ താമസം. ഓരോന്നും മറ

ഞ്ഞു. മറഞ്ഞുപോവുന്നപോലെയായി. എന്നിട്ടും ആ രൂപം വന്ദനയെ വിടാതെ പിന്തുടരുന്നു. വിരഹിണിയായ അവളുടെ യശോയുടെ.

ചിന്തകൾ മനസിനെ വിഷാദമൂകമാക്കുമ്പോൾ വന്ദനയ്ക്ക് ഒരു ഉപായമുണ്ട്– വാതിൽ അടച്ചിരുന്ന് സംഗീതാലാപനം തുടങ്ങും. പിന്നെ വിഷാദമില്ല. വിഹ്വലതകളും ഇല്ല. സർവസാക്ഷിയായ ആദിത്യദേവനോട് എന്നും വന്ദന ആദരവോടെ നന്ദിപറയും. തപനെ തിരിച്ചു തന്നുവല്ലോ. ഇതിൽപ്പരം ഒരു കാരുണ്യം മറ്റെന്താണ്?

ജീവകന്റെ ഉത്സാഹം വർധിച്ചിരിക്കുന്നു. വൈദ്യശാസ്ത്രത്തിലെ ഗവേഷണങ്ങൾ, കണ്ടെത്തലുകൾ, ചികിത്സയിലെ അർപ്പണബോധം എല്ലാ നിലയിലും ജീവകൻ തിളങ്ങിക്കൊണ്ടിരിക്കുകയാണ്. നാട്ടിലാണെങ്കിൽ ധനികദരിദ്രഭേദമില്ലാതെ ജീവകൻ ആരാധ്യനാണ്. കഴിഞ്ഞ വർഷകാലത്ത് നാട്ടിൽ ഒരു പ്രത്യേകതരം രോഗം പടർന്നു പിടിച്ചു. രണ്ടുദിവസത്തെ പനി. അതോടെ ശരീരം കഴയ്ക്കുന്നു. പിന്നെ കൈകാലുകൾ നീരു വന്നു വീർക്കുന്നു. ഭക്ഷണം കഴിക്കാൻ കഴിയാതെയാവുന്നു. എന്തു വേണമെന്നറിയാതെ ജനം കുഴങ്ങി.

കാശിയിലെ ഗംഭീരസദസിൽ പങ്കെടുത്തതിനുശേഷം ചരിതാർഥനായി തിരിച്ചെത്തിയിട്ടേ ഉണ്ടായിരുന്നുള്ളു ജീവകൻ–ആസ്ഥാനവൈദ്യൻ. മഹാരാജാവ് ബിംബിസാരൻ ഉടനെ ജീവകനെ വരുത്തി പറഞ്ഞു:

"വേഗം വേണ്ടത് ചെയ്യണം ജീവകൻ."

"പരിഹാരമുണ്ടാക്കാം."

ജീവകൻ രോഗികളെ പരിശോധിച്ചു. അതിനുശേഷം പൂർണാരോഗ്യവാന്മാരായ ചില ചെറുപ്പക്കാരേയും കൂട്ടി മലമുകളിൽ കയറി. മൂത്ത പാറകളുടെ ഇടിയിലുണ്ടാവുന്ന പായലുകളും ചില ചെടികളും കിട്ടാവുന്നിടത്തോളം ശേഖരിച്ചു. അത് കൊണ്ടുവന്ന് വലിയ ഓട്ടുപാത്രങ്ങളിൽ കഷായം വെച്ചു. അതും വേറെ വൈദ്യന്റെ കൈവശമുണ്ടായിരുന്ന മരുന്നുകളും ചേർത്ത് രോഗികൾക്ക് കൊടുത്തു. ഭാഗ്യം തന്നെ. ഒരാൾക്കും അന്ന് ഈ രോഗം കൊണ്ട് ജീവാപായമുണ്ടായില്ല. ക്രമത്തിൽ അവരുടെ ആരോഗ്യം ശരിപ്പെടുകയും ചെയ്തു. ഇതും കൂടി കഴിഞ്ഞപ്പോൾ രാജാവിന് ജീവകൻ ഇല്ലാതെ വയ്യ എന്നായി. ജനങ്ങളും വൈദ്യനുവേണ്ടി എന്തും ചെയ്യാൻ സന്നദ്ധരായി.

എന്നിട്ടും തപന് ജീവകനെ കാണുമ്പോൾ എന്തോ ഒരു പന്തികേട് തോന്നുകയാണ്. പുറമേക്ക് ഉച്ചത്തിൽ ചിരിച്ചിട്ടും ഇദ്ദേഹം ഉള്ളിൽ കരയുകയാണ് എന്നറിയുന്നു. അതെന്തുകൊണ്ടാവും? പ്രസിദ്ധിയുടെ തലപ്പത്തിരിക്കുന്ന ഉത്സാഹവാനായ മനുഷ്യൻ ചിലപ്പോൾ ആളൊഴിഞ്ഞ നദീതീരത്തോ വയൽവരമ്പത്തോ വിഷാദമൂകനായി ഒറ്റയ്ക്കിരുന്ന് നെടുവീർപ്പിടുന്നുണ്ട് എന്ന് തപനോട് ചിലർ പറയുകയും ചെയ്തു. അത്തരം ഒരു സന്ദർഭത്തിൽ തപൻ പതുക്കെ പിന്നിൽ ചെന്ന് നിന്നു. ജീവകൻ ഒന്ന് ഞെട്ടി എങ്കിലും ഉറക്കെ ചിരിച്ച് തപനെ ഹസ്തദാനം ചെയ്യുകയാ

ണുണ്ടായത്. തപൻ ചിരിച്ചില്ല. ഗൗരവത്തോടെതന്നെ ചോദിച്ചു: "എന്താണ് കാര്യം? എന്നോട് സത്യം പറയണം."

"എന്തുകാര്യം? ഇതിൽ കാര്യവും അകാര്യവും ഒന്നുമില്ല. ഒറ്റയ്ക്ക വിടെ ഇരിക്കാൻ തോന്നി. ഇരുന്നു. അത്രതന്നെ." തപൻ മുഖത്ത് കുറച്ചു കൂടി ഗൗരവം വരുത്തി, ഉരത്തു:

"പറയു. മറച്ചുവെച്ചതുകൊണ്ട് ദുഃഖം തീരില്ല."

"പറയാൻ തക്കവണ്ണം ഒന്നുമില്ല തപൻ." ജീവകൻ ഒഴിഞ്ഞുമാറു കയാണ്.

'പറയാനുള്ളതുണ്ട്. എനിക്കത് കേൾക്കണം.'

വീണ്ടും വീണ്ടും നിർബന്ധിച്ചപ്പോഴാണ് ജീവകൻ അത് പറയാൻ തുടങ്ങിയത്. ആ ഭഗ്നപ്രണയത്തിന്റെ ദയനീയകഥ. പെട്ടെന്നുണ്ടായ ഒരു ഭ്രമമൊന്നുമായിരുന്നില്ല. വളരെക്കാലത്തെ അടുപ്പമായിരുന്നു. ഒരിക്കലും പിരിയുവാൻ വയ്യ എന്ന് തീർച്ചയാക്കിയതും ആയിരുന്നു. എന്നാൽ, ആയി ടെയായിട്ട് മറുഭാഗത്ത് എന്തോ ഒരു അരുചി ഉണ്ടാവുന്നുണ്ടോ എന്ന് തോന്നിത്തുടങ്ങി. മറ്റെന്തെങ്കിലും കാരണങ്ങളാൽ ഉത്സാഹം കുറയുക യാവും എന്നു കരുതി അവരെ ഉത്സാഹിപ്പിക്കുവാൻ ശ്രമിക്കലായിരുന്നു പിന്നെ. പക്ഷേ.........

കരുത്തനെന്ന് കേൾവികേട്ട ജീവകനും അവിടെ ഒന്ന് നിർത്തേണ്ടി വന്നു. നന്നായിട്ടൊന്ന് ദീർഘനിശ്വാസം വിട്ടതിനുശേഷം തുടർന്നു: "ഒരു രാത്രിയിൽ ഞാൻ ബദ്ധപ്പെട്ട് കാണുവാൻ ആർത്തിപിടിച്ച് വീട്ടിലെത്തി യപ്പോൾ.... അവിടെ കിടപ്പറയിൽ എത്രയോ രാത്രികൾ ഞങ്ങളൊന്നിച്ച് കിടന്ന കിടക്കയിൽ അവളോടൊപ്പം വേറൊരാൾ..."

"ഏ?" തപന്റെ ഉള്ളിൽനിന്ന് ഒരു രോദനം പൊന്തി.

"അതെ. ഞാൻ നേരിട്ടു കണ്ടു. അവൾ അയാളെ സ്വീകരിച്ചു കഴി ഞ്ഞിരിക്കുന്നു."

"പിന്നെ?"

"അത് തൽക്കാലത്തെ ഒരു ബുദ്ധിഭ്രമമാവും എന്നു കരുതിക്കൊണ്ട് ഞാൻ ക്ഷമിക്കാൻ പോലും ഒരുങ്ങി. പക്ഷേ, അവൾക്ക് ജാള്യതയൊന്നും ഉണ്ടായില്ല. ഇനി ഇവിടേക്ക് കടക്കണ്ട എന്ന് ഉറപ്പിച്ചു പറഞ്ഞു. ആട്ടിപ്പു റത്താക്കി എന്നു തന്നെ."

"സത്യമാണോ ജീവകൻ ഇതൊക്കെ?"

തപൻ വികാരനിർഭരനായിട്ട് ജീവകന്റെ കൈകൾ പിടിച്ച് അമർത്തി.

"കുറച്ചുകൂടിയുണ്ട് സത്യങ്ങൾ. എന്റെ രണ്ടുമാസം പ്രായമുള്ള മകൻ അടുത്ത മുറിയിൽ കിടന്ന് ഉറങ്ങിയിരുന്നു. ആ കുട്ടിയെ അവൾ ആർക്കോ കൊടുത്തു. പുതിയ കാമുകനെ സന്തോഷിപ്പിക്കുവാൻ കഴി ഞ്ഞു. എല്ലാം ശുഭം അല്ലേ? ഏ?"

അതും പറഞ്ഞ് ജീവകൻ കയ്യടിച്ച് ഉറക്കെ ചിരിച്ചു. ചിലമ്പിച്ച ചിരി.

"ഇതൊക്കെ എന്നാണുണ്ടായത്?"

"തപന്റെ ശസ്ത്രക്രിയയുടെ തൊട്ടുമുമ്പ്. ഏതായാലും ഒരു കാര്യം തീർച്ചയാക്കി. കർമത്തിൽ മുഴുകുക. വേറെ ലക്ഷ്യമൊന്നുമില്ല. എന്നാലും ഒരു ശ്വാസംയ്ക്ക് ചിലപ്പോൾ അതൊക്കെ ഓർത്തുപോവുന്നു. എന്നുമാത്രം."

"ആ കുട്ടി എവിടെയാണാവോ?"

"കുറച്ചൊക്കെ അന്വേഷിച്ചു കിട്ടിയില്ല. മറ്റൊരു അനാഥൻ കൂടി വരും. വളരട്ടെ."

"നമുക്ക് ഒന്ന് തെരയാം? കണ്ടെത്താതിരിക്കുമോ?"

"കണ്ടെത്തുന്നതെന്തിനാ? മനസിന്റെ ഭാരം കൂട്ടാനല്ലേ?"

ഒന്നുരണ്ടുനിമിഷം മിണ്ടാതിരുന്നിട്ട് ജീവകൻ പ്രസാദഭാവത്തിൽ തുടർന്നു:

"ഞാൻ ഋണമുക്തനായി തപൻ."

"എന്ത് ഋണം?"

"വിദ്യാഭ്യാസത്തിന് ചന്ദ്രസേനജിത്തിനോട് കടംവാങ്ങിയ പണം കൊടുത്തു."

"മഹാരാജാവ് തന്നിരിക്കും."

"അല്ലല്ല. അവന്തിയിലെ ഒരു വ്യാപാരിയുടെ ഭാര്യക്ക് അസുഖം-വിറവാതം-കുറച്ച് വിഷമം പിടിച്ചതായിരുന്നു.എന്നാലും ചികിത്സകൊണ്ട് സുഖപ്പെട്ടു. സന്തോഷിച്ച വ്യാപാരി എന്റെ മുമ്പിൽ ഒരു വലിയ കിഴി കൊണ്ടുവന്ന് വച്ചു. സ്വീകരിക്കണമെന്ന് പറഞ്ഞു. അതിൽ കുത്തി നിറച്ച് സ്വർണനാണയങ്ങളുണ്ടായിരുന്നു. ഞാനത് അങ്ങനെത്തന്നെ ചന്ദ്രസേനജിത്തിന് കൊടുത്ത് കടംവീട്ടി. എനിക്കെന്തിനാ സ്വർണനാണയം?" തപൻ ജീവകനെത്തന്നെ നോക്കി ഇരുന്നു-ഈ മനുഷ്യനെ ഏതു കോലു കൊണ്ടാണ് അളക്കേണ്ടത്?

ഇരുപത്തിരണ്ട്

ഗുരു ഉദ്ദകരാമപുത്രന്റെ പാഠശാലയിൽ സിദ്ധാർഥഗൗതമൻ ഒരു ഉച്ചയ്ക്കാണ് എത്തിയത്. ഗുരുവിന് എഴുപത്തിഅഞ്ച് വയസ്സ് കഴിഞ്ഞിരുന്നു. എന്നാലും പൂർണ ആരോഗ്യവാൻ. ദീർഘകായൻ. ജ്ഞാനവൃദ്ധൻ. നാട്ടുകാർക്കും ശിഷ്യന്മാർക്കും അദ്ദേഹം ജീവിക്കുന്ന ദൈവമായിരുന്നു. സിദ്ധാർഥനെ കണ്ടപ്പോൾ അദ്ദേഹം വയ്ക്കോൽമേഞ്ഞ കുടിലുകളിൽ ഒന്നിൽ നിന്ന് പുറത്തുവന്ന് നേരെ നിന്ന് നല്ലവണ്ണം നോക്കി.

ഇതാരാണ്? ഇദ്ദേഹത്തിന് ഇനി അറിയേണ്ടതെന്താണ്?

ആദരവോടെ സിദ്ധാർഥൻ ഗുരുവിനെ വണങ്ങിയിട്ട് കാര്യം അറിയിച്ചു: "ഞാൻ അങ്ങയുടെ ശിഷ്യത്വം സ്വീകരിക്കാൻ ആഗ്രഹിക്കുന്നു." ഗുരുനാഥൻ പിന്നേയും ശബ്ദിക്കാതെ നിന്നു. രണ്ടുമൂന്നുതവണ ഉമിനീരിറക്കി. പിന്നെ കുടിലിനകത്തേക്ക് ക്ഷണിച്ചു.

"വരൂ...."

അവിടെ എഴുന്നൂറോളം വിദ്യാർഥികളുണ്ട്. ലളിതമായ ഒരു ജീവിതരീതി സ്വീകരിച്ച് ജ്ഞാനാർഥികളായി ശിഷ്യത്വം സ്വീകരിച്ചവരാണ്. ചിട്ടയായി ധ്യാനം ശീലിപ്പിക്കുന്ന ഒരു പഠനരീതിയാണിവിടെ. കൂടെ ആത്മീയവിഷയങ്ങളെപ്പറ്റിയുള്ള പഠനങ്ങളുമുണ്ട്. സിദ്ധാർഥന് ഔത്സുക്യം തോന്നി. ധ്യാനത്തിന്റെ ഉന്നതമായ അവസ്ഥവരെ ബോധത്തിന്റെയും അബോധത്തിന്റെയും ഇടയിലുള്ള നിലയിലെത്തുക. ഏറ്റവും ശ്രദ്ധയോടെ അത് സ്വീകരിക്കാൻ ഒരുങ്ങി.

ഒരു സായാഹ്നത്തിൽ ആശ്രമത്തിൽനിന്ന് പുറത്തുവന്നപ്പോൾ കപിലവസ്തുവിൽനിന്നു വന്ന കുറേ അധികംപേർ മുറ്റത്തു നിൽക്കുന്നത് കണ്ടു. മകന്റെ സഹായത്തിനായിട്ട് ശുദ്ധോദനപ്രഭു പറഞ്ഞയച്ചവരായിരുന്നു അവർ. കുറച്ചുസമയം സിദ്ധാർഥന് അച്ഛനെപ്പറ്റിത്തന്നെ ആലോചിക്കുവാൻ തോന്നി. അച്ഛനോട് നേരിട്ട് യാത്രപോലും പറയാതെ പോന്നതാണ് താൻ. അച്ഛന് ഏറ്റവും ഹൃദയവ്യഥയുണ്ടാക്കുന്നതാണ് ചെയ്തതും. എന്നിട്ടും മകന്റെ ബുദ്ധിമുട്ടുകൾ ഓർത്ത് വ്യാകുലപ്പെടുകയാണ് അച്ഛൻ. മകനുവേണ്ടി എന്ത് ചെയ്യാനും ഒരുങ്ങുന്നു. പക്ഷേ, അവരെല്ലാവരും കൂടി ഇവിടെ നിന്നാൽ ബുദ്ധിമുട്ടുതന്നെയാണ്. മുമ്പും ലുംബിനിയിൽ വെച്ച് ഒരുമിച്ച് ധ്യാനം ശീലിച്ച അഞ്ചുപേരെ മാത്രം അവിടെ നിർത്തി. "തനിക്കവിടെ ഒരു ബുദ്ധിമുട്ടുമില്ലെന്നും സുഖമാണെന്നും കാര്യം സാധിച്ചാൽ ഉടൻ അച്ഛനെ കാണാൻ വരും" എന്നും അച്ഛനോട് പറയാൻ ഏൽപ്പിച്ചിട്ട് മറ്റുള്ളവരെ തിരിച്ചയച്ചു.

ഒന്നുരണ്ടുകൊല്ലം കഴിഞ്ഞപ്പോൾ ഉദ്ദകരാമപുത്രന്റെ ആശ്രമത്തിലും ഇനി അധിക ദിവസം നിൽക്കണമെന്ന് സിദ്ധാർഥന് തോന്നിയില്ല. എല്ലാ ഗുരുക്കന്മാരിൽനിന്നും ലഭിച്ച ജ്ഞാനവിജ്ഞാനങ്ങൾ തന്നെ. പക്ഷേ, തനിക്ക് അറിയേണ്ട സത്യം ഇതൊന്നുമല്ലല്ലോ. അപ്പോൾ, മുമ്പൊരിക്കൽ തപൻ പറഞ്ഞകാര്യം ഓർമ വന്നു.

"ആത്മാവിനെക്കൊണ്ടല്ലേ ആത്മാവിനെ അറിയാൻ കഴിയൂ?" എന്നാൽ, സിദ്ധാർഥനറിയാം. തനിക്ക് ആത്മാവിനെപ്പറ്റിയുമല്ല അറിയേണ്ടത്. ജനനമരണങ്ങളുടെ താൽപ്പര്യമെന്താണ്? ഈ ദുഃഖങ്ങളിൽ നിന്നുള്ള മോചനം എങ്ങനെ സാധിക്കും? ശാശ്വതമായ സത്യം എന്താണ്?

അതറിയണം. അതറിയുവാൻ സ്വയം പരിശ്രമിക്കുകയാണ് വേണ്ടത് എന്ന് മനസിലായി. മറ്റൊരാൾക്ക് പകർന്നു തരുവാൻ കഴിയുന്നതല്ലാ ഇത്. ഇത് കണ്ടെത്തിയവരല്ലല്ലോ അവരാരും.

ഗുരു ഉദ്ദകനോട് സിദ്ധാർഥൻ വിനീതനായി കാര്യം പറഞ്ഞു. ഗുരു ഗദ്ഗദകണ്ഠനായി അപ്പോൾ. കണ്ഠമിടറിക്കൊണ്ടുതന്നെ അപേക്ഷിച്ചു: "അങ്ങ് ഈ ചെറുപ്രായത്തിൽത്തന്നെ ജ്ഞാനിയായിരിക്കുന്നു. എനിക്ക് വയസായി. ഈ ആശ്രമം അങ്ങ് ഏറ്റെടുക്കണം." എന്നാൽ ഗുരുവിനെ വന്ദിച്ചശേഷം സിദ്ധാർഥൻ യാത്രപറഞ്ഞ് മലയിറങ്ങി. നേരെ നടക്കുമ്പോൾ തീർച്ചയാക്കി– ഞാനിനി ഈ സന്യാസി ഗുരുക്കന്മാരെ അന്വേഷിക്കുന്നില്ല. എനിക്ക് ഞാൻ തന്നെയാണ് ഗുരു.

ഭിക്ഷാപാത്രവുമെടുത്ത് അദ്ദേഹം നേരെ പടിഞ്ഞാട്ടാണ് നടന്നത്. കാടും കുന്നും സമതലങ്ങളും പിന്നിട്ടുകൊണ്ടുള്ള ഒട്ടും ബദ്ധപ്പാടില്ലാത്ത യാത്ര. വഴിയിലെ ഓരോ കാഴ്ചകളും കണ്ട്, ആസ്വദിച്ച്, അനുഭവിച്ചു കൊണ്ടാണ് നടന്നത്. അളവില്ലാത്ത വൈവിധ്യവും വൈരുധ്യവും നിറഞ്ഞ അത്ഭുതപ്രപഞ്ചം. കാരുണ്യവതിയായ ഭാവനാസമ്പന്നയായ പ്രകൃതി നിർലോഭം കോരിയൊഴിക്കുന്ന സൗന്ദര്യം!

അങ്ങനെ നടക്കുമ്പോൾ, മുമ്പൊരിക്കൽ ഉരുവേല ഗ്രാമത്തെപ്പറ്റി ജീവകൻ പറഞ്ഞത് ഓർമവന്നു. അവിടെ ഡാങ്സിരി പർവതത്തിന്റെ ഗുഹകളിൽ പല ഗുരുക്കന്മാരും തപസിരുന്നിട്ടുണ്ട് എന്നും അവർ അവിടെ പാഠശാലകൾ തന്നെ നടത്തിയിരുന്നു എന്നും ജീവകൻ പറഞ്ഞിരുന്നു. ആ മനോഹരമായ പ്രദേശത്ത് അധ്വാനശീലരായ കർഷകർ താമസിക്കുന്ന ഗ്രാമമുണ്ടെന്നും ജീവകൻ പറഞ്ഞിട്ടുണ്ട്. ആ പർവതത്തിനപ്പുറത്തുകൂടി നിറഞ്ഞൊഴുകുന്ന നിരഞ്ജനപ്പുഴയാണത്രെ ആ ഗ്രാമത്തെ സമൃദ്ധമാക്കുന്നത്. ഗ്രാമത്തിലൂടെ സഞ്ചരിച്ചിട്ട് ജീവകൻ പലരുടേയും രോഗം ചികിത്സിച്ചു മാറ്റുകയും അവിടെ നിന്ന് അപൂർവങ്ങളായ ഔഷധസസ്യങ്ങൾ കണ്ടെത്തി ശേഖരിക്കുകയും ചെയ്തിട്ടുണ്ട് എന്നും പറഞ്ഞിട്ടുണ്ട്. നടന്നെത്തിയപ്പോൾ ജീവകന്റെ അഭിപ്രായം ശരിയാണെന്നു തന്നെ തോന്നി. ഡാങ്സിരി ഒരു പർവതം തന്നെയാണ്. ധാരാളം മരങ്ങൾ, നീർച്ചാലുകൾ, വൃത്തിയും വിസ്താരവും ഉള്ള ഗുഹകൾ; അധികം അകലെയല്ലാതെ ശാന്തമായി ഒഴുകുന്ന നിരഞ്ജനപ്പുഴ. സിദ്ധാർഥൻ ഉത്സാഹത്തോടെ ആ ഗുഹകളിലൊന്നിൽ കടന്നിരുന്നു. സുഖകരമായ തണുപ്പ്. ധ്യാനിക്കാൻ പറ്റിയ അന്തരീക്ഷം. ഗുരു അളാര കലാമൻ പഠിപ്പിച്ച ശാസ്ത്രങ്ങളും ഉദ്ദകരാമപുത്രഗുരുവിന്റെ ധ്യാനക്രമവും എല്ലാം മനസിലേക്ക് കൊണ്ടുവന്നു. നിരന്തരധ്യാനം തന്നെ. രണ്ടു നേരവും നിരഞ്ജനപ്പുഴയിൽ പോയി കുളിക്കും. ഗ്രാമങ്ങളിൽ പോയി ഭിക്ഷയെടുത്ത് ഭക്ഷണം കഴിക്കും. അങ്ങനെ ഒരു ജീവിതക്രമംകൊണ്ട് തൽക്കാലം മനസിനൊരു സമാധാനം കിട്ടി. പക്ഷേ, ഇതെന്ത് സമാധാനം? ഇതുകൊണ്ട് സമസ്ത ജീവരാശികളുടേയും ജനനമരണദുഃഖം മാറ്റാനുള്ള പരിഹാരം കണ്ടെത്തുന്നതെങ്ങനെ? മനസിന്റെ അസ്വസ്ഥത കുറയുന്നില്ല. ലക്ഷ്യപ്രാപ്തി എങ്ങനെ?

ആറുമാസം അങ്ങനെ കഴിഞ്ഞപ്പോഴാണ് പഴയ കൂട്ടുകാർ അഞ്ചു പേർ അന്വേഷിച്ചെത്തിയത്. അവർ ഉപദേശിച്ചു. “മേദസ്സ് വർധിപ്പിക്കരുത്, അത് ധ്യാനത്തിന് തടസമാണ്. ആഹാരം കുറച്ച് മനസ്സ് ധ്യാനത്തിൽ ഊന്നണം. ഇന്ദ്രിയങ്ങളെ അടക്കണം.” പിന്നീട് സിദ്ധാർഥൻ ആ വഴിക്ക് നീങ്ങി. ശരീരത്തെ ശ്രദ്ധിക്കാതെ ആത്മപീഡനം വഴി കഠിന തപസ്സുതന്നെ. ആ സമയത്തൊരിക്കൽ വൈദ്യൻ ജീവകൻ ആ വഴി വന്നു. സിദ്ധാർഥനെ കണ്ടിട്ട് ജീവകന് ദുഃഖവും സംഭ്രമവും തോന്നി. ഇതെന്ത് കോലം? വയറ്റത്ത് കൈവച്ചാൽ നട്ടെല്ലിൽ മുട്ടുമല്ലോ. ഈ തപശ്ചര്യയിൽനിന്ന് പിന്മാറാൻ ജീവകൻ നിർബന്ധിച്ചു. സിദ്ധാർഥൻ എഴുന്നേറ്റ്

പതുക്കെ നടക്കാൻ ശ്രമിച്ചതായിരുന്നു. കാല് കുഴയുന്നുണ്ട്. പുഴക്കരയിലെത്തിയപ്പോഴേക്ക് കണ്ണ് ഇരുട്ടടച്ചു. ചെവി കേൾക്കാതെയായി. ഒന്നും ഓർമവരുന്നില്ല. തല തിരിയുന്നു. അദ്ദേഹം അവിടെ ആ മണ്ണിൽ ചെരിഞ്ഞ് കിടന്നു. ബോധം പോയി.

പ്രഭാതത്തിൽ വനദേവതകൾക്ക് അർപ്പിക്കുവാനായി പാൽക്കഞ്ഞിയും പുഷ്പങ്ങളും താമരവിത്തുകളും എടുത്തുകൊണ്ട് ബദ്ധപ്പെട്ട് വരികയായിരുന്നു ഗ്രാമത്തിലെ പതിമൂന്നു വയസുകാരി സുജാത എന്ന പെൺകിടാവ്. പുഴവക്കത്ത് ആരോ ഇളകാതെ കിടക്കുന്നതുകണ്ടിട്ട് അവൾ അങ്ങോട്ടു നീങ്ങി. ഒരു യുവസന്യാസി, മുഖം വല്ലാതെ ശോഷിച്ചതാണെങ്കിലും ശ്വാസമുണ്ട്. അവൾ മറ്റൊന്നും നോക്കാതെ കയ്യിലുള്ള പാൽക്കഞ്ഞി കുറച്ചെടുത്ത് സിദ്ധാർഥന്റെ ചുണ്ടിൽ ഉറ്റിച്ചു. ആ ചുണ്ടുകൾ അതനുഭവിച്ച് നുണയുന്നതു കണ്ടപ്പോൾ അവൾ പിന്നേയും അതു തന്നെ ചെയ്തു. അദ്ദേഹം വായ പതുക്കെ വിടർത്തി. സുജാത ഉത്സാഹത്തോടെ കുറേശ്ശയായി പാത്രത്തിലെ കഞ്ഞി മുഴുവൻ അദ്ദേഹത്തിന്റെ വായിൽ ഒഴിച്ചു. അപ്പോൾ അദ്ദേഹം പതുക്കെ കണ്ണ് തുറക്കുന്നത് കണ്ടു. ഒരു പാത്രം പാൽ കൂടി തരാമോ എന്ന് ആംഗ്യം കാണിക്കുന്നത് കണ്ടപ്പോൾ സുജാത വേഗം ഓടിപ്പോയി വീട്ടിൽനിന്ന് ഒരു പാത്രം നല്ല പാൽ കൊണ്ടുവന്ന് അദ്ദേഹത്തിന്റെ വായിൽ ഒഴിച്ചുകൊടുത്തു. അത് ഭക്ഷിച്ചു കഴിഞ്ഞപ്പോൾ സിദ്ധാർഥന് എഴുന്നേറ്റിരിക്കാമെന്നായി. മധുരമായി മന്ദഹസിച്ചുകൊണ്ട് സുജാതയോട് പതുക്കെ നന്ദി പറഞ്ഞു.

താൻ ഗ്രാമത്തിൽ ഒരു കർഷകന്റെ മകളാണെന്നും നാളെയും പാൽക്കഞ്ഞി കൊണ്ടുവരാമെന്നും പറഞ്ഞപ്പോൾ അദ്ദേഹം സന്തോഷത്തോടെ തല കുലുക്കി സമ്മതം അറിയിച്ചു. കുറച്ചുകഴിഞ്ഞപ്പോൾ ഏതൊക്കെയോ ഔഷധക്കെട്ടുമായി പോകുന്നതിനിടയിൽ വീണ്ടും ജീവകൻ ആവഴി വന്നു. സിദ്ധാർഥൻ പുഴയിലേക്കു നോക്കിക്കൊണ്ട് അവിടെത്തന്നെ ഇരിക്കുകയായിരുന്നു. സിദ്ധാർഥൻ പാൽക്കഞ്ഞി കഴിച്ച വിവരം അറിഞ്ഞപ്പോൾ ജീവകൻ തന്റെ ഔഷധക്കെട്ടുകളിൽനിന്ന് ചില ഇലകൾ തെരഞ്ഞെടുത്ത് കയ്യിലിട്ട് തിരുമ്മി നീരെടുത്ത് സിദ്ധാർഥന്റെ വായിൽ ഒഴിച്ചുകൊടുത്ത് ഇറക്കുവാൻ പറഞ്ഞു. ആദ്യം വിസമ്മതിച്ചു എങ്കിലും പിന്നെ അദ്ദേഹം അത് ഇറക്കി. "നിരാഹാരം കഴിഞ്ഞ് വെറും വയറ്റിൽ പാൽക്കഞ്ഞി കഴിച്ചാൽ വയറ്റിന് കേടാണ്. വിശപ്പ് കെടും.അത് കൂടാതിരിക്കാനാണ്." ജീവകൻ വിശദീകരിച്ചു. കുറച്ചുസമയം കൂടി ജീവകൻ അവിടെത്തന്നെ നിന്നു. സൂര്യൻ ഉദിച്ചുയർന്നു കഴിഞ്ഞിരുന്നു. താനിപ്പോൾ ആരോഗ്യവാനായിരിക്കുന്നു എന്നു പറഞ്ഞ് സിദ്ധാർഥൻ ജീവകന് പോകാൻ അനുമതി നൽകി.

തുടർന്നുള്ള ദിവസങ്ങളിൽ സിദ്ധാർഥന്റെ ജീവിതരീതി മാറി. ശരീരത്തെ ക്ലേശിപ്പിച്ചുകൊണ്ടുള്ള ധ്യാന സമ്പ്രദായം സിദ്ധാർഥൻ തീരെ ഉപേക്ഷിച്ചു. എന്നും ഉച്ചയ്ക്ക് സുജാതയും ഗ്രാമത്തിലെ അവരുടെ കൂട്ടുകാരും കൂടി സിദ്ധാർഥനുള്ള ഭക്ഷണവുമായി എത്തും. ഭക്ഷണം കഴി

പ്പിച്ച് കഥകൾ പറയിപ്പിച്ച് അവർ പോവുകയും ചെയ്യും. സുജാത വരാത്ത ദിവങ്ങളിൽ അദ്ദേഹം ഭിക്ഷാപാത്രവുമായിട്ട് ഗ്രാമത്തിലേക്കിറങ്ങിച്ചെന്ന് വീടുകളുടെ മുമ്പിൽ നിന്നുകൊണ്ട് ഭിക്ഷയാചിച്ച് കിട്ടിയത് ഭക്ഷിക്കും. ബാക്കി സമയങ്ങളിൽ ഗുഹയിലിരുന്ന് ധ്യാനിക്കുകയും ചെയ്യും.

സിദ്ധാർഥൻ തപസ്സ് നിർത്തിയിട്ട് ഗ്രാമങ്ങളിലെ കുട്ടികളുമായി ചിരിച്ച് ഭക്ഷണം കഴിച്ച് കഴിയുകയാണ് എന്നറിഞ്ഞ ആ അഞ്ച് ഹഠ യോഗികളും അദ്ദേഹത്തെ ഉപേക്ഷിക്കാൻ തീർച്ചപ്പെടുത്തി.

"ഇതെന്ത് തപസ്സ്? ലൗകികരെപ്പോലെ സുഖമായി ഭക്ഷണം കഴിക്കലും ചിരിച്ചു കളിക്കലും. ഇതിന് കൂട്ടുനിൽക്കുവാൻ ഞങ്ങൾക്ക് വയ്യ."

സിദ്ധാർഥൻ സൗമ്യനായിക്കൊണ്ടുതന്നെ അവരെ ധരിപ്പിച്ചു.

"ശരീരവും മനസും വളരെ ബന്ധപ്പെട്ടുകൊണ്ടാണിരിക്കുന്നത്. ദേഹത്തെ പീഡിപ്പിച്ച് ശുഷ്ക്കമാക്കിക്കൊണ്ട് ഒരു തപസ്സ് എനിക്കു വേണ്ട. ഇത്ര ദിവസവും നിങ്ങൾ എന്റെ കൂടെ നിന്നതിൽ നന്ദിയുണ്ട്."

"ഇനി പോവുകയാണെങ്കിൽ പൊയ്ക്കോളൂ."

അവർ പോകുമ്പോഴും കാശിയിലെത്തിയിട്ടും പറഞ്ഞു: "ആ ഗൗതമൻ തപസൊക്കെ നിർത്തിയിട്ട് സുഖമായി ഭക്ഷണം കഴിച്ചു പെൺകുട്ടികളുമായി ഉല്ലസിക്കുകയാണ്."

സിദ്ധാർഥൻ വിചാരിച്ചു-അവർ പോയത് നന്നായി. ഇനി എനിക്ക് എന്റെ വഴി തുടരാം.

അതിനുശേഷം സിദ്ധാർഥൻ ചില ഉറച്ച തീരുമാനങ്ങളെടുത്തു. നിരഞ്ജനപ്പുഴയുടെ തീരത്തുള്ള ആ അരയാലിന്റെ ചുവട്ടിലിരുന്ന് ചിലപ്പോൾ ഒരുദിവസം മുഴുവൻ നിർത്താതെ ധ്യാനിക്കും. ചിലപ്പോൾ ആ പുഴക്കരയിലൂടെ സാവധാനത്തിൽ നടന്നുകൊണ്ട് പൂർണസാധന ചെയ്യും. ചിലപ്പോൾ പുഴയിൽ മുങ്ങിക്കിടക്കും. നീന്തിത്തുടിക്കും. ആവശ്യമെന്ന് തോന്നുമ്പോൾ ഗ്രാമത്തിലേക്ക് പോയി ഭിക്ഷ യാചിച്ച് കിട്ടിയ ഭക്ഷണം സാവധാനം ഭക്ഷിക്കും. ഈ ദിനചര്യയിൽ സിദ്ധാർഥൻ അറിഞ്ഞു, ഈ പ്രകൃതിയിൽനിന്നു വിട്ടുപോവലല്ല തപസ്സ്. വിട്ടുപോവാൻ സാധിക്കുകയുമില്ല. ഈ പുഴ, അരയാല്, ഇവിടുത്തെ പലതരത്തിലുള്ള കൃമികീടങ്ങൾ, മൃഗങ്ങൾ, മനുഷ്യർ ഓരോ പുല്ലും ഇലയും സൂര്യ ചന്ദ്രന്മാരും എല്ലാം പരസ്പര ബന്ധിതങ്ങളാണ്. ചിലപ്പോൾ അരയാൽ കടയ്ക്കലിരുന്ന് ചുറ്റുപാടും നോക്കുമ്പോൾ, അവിടെ തുറ്റുതുറ്റായി മുളച്ചുനിൽക്കുന്ന പുല്ലുകൾ തന്നെ നോക്കി മന്ദഹസിക്കുന്നത് അദ്ദേഹം അറിയും. അപ്പോൾ അദ്ദേഹവും അവയെ നോക്കി പുഞ്ചിരിതൂകും. കാട്ടുചെടികളിൽ വിരിഞ്ഞു നിൽക്കുന്ന പൂക്കളെ നോക്കി എന്തെങ്കിലുമൊക്കെ കുശലം പറയാൻ തോന്നും. അരയാലിന്റെ ഇലകളും കൊമ്പിൽ വന്നിരിക്കുന്ന കിളികളുമൊക്കെ തന്നോട് എന്തൊക്കെയോ പറയാൻ വെമ്പുന്നുണ്ട്. അവയെ നോക്കി പുഞ്ചിരിതൂകുമ്പോൾ അവ പ്രത്യഭിവാദ്യം ചെയ്യുന്നത് അറിയും. അപ്പോഴൊക്കെ മനസ്സ് താൻ കടന്നുവന്ന വഴികളിലേക്കു തിരിയും, സഞ്ചരിക്കും. പ്രിയപ്പെട്ട ഗോപ, രാഹുൽ, അച്ഛൻ,

ഇളയമ്മ, ചന്ദൻ, കൂട്ടുകാർ... കണ്ടുമുട്ടിയ എത്രയോ മനുഷ്യർ. അവരോടൊക്കെ ബന്ധപ്പെട്ടവനാണല്ലോ താൻ. എല്ലാവരും പരസ്പരം ബന്ധപ്പെട്ടവരാണെങ്കിൽ, ആരുമായും ഒന്നുമായും അന്യത്വമില്ലെങ്കിൽ പിന്നെ ഇവിടെ മത്സരത്തിന്റെയോ വിരോധത്തിന്റെയോ യാതൊരാവശ്യവുമില്ലല്ലോ. എന്നിട്ടും ഇവിടെ ദുഃഖവും നിരാശയും ധർമസങ്കടങ്ങളും അക്രമങ്ങളും ഉണ്ടാവുന്നതെന്തിനാണ്? അതില്ലാതാക്കേണ്ടത് എങ്ങനെയാണ്? അതറിയണം. അറിയാതെ വയ്യ. നൈഷ്കാമ്യം, അവ്യാപാദം, അഹിംസ.

അതിനായി സിദ്ധാർഥ ഗൗതമൻ മറ്റെല്ലാ അനുഷ്ഠാനങ്ങളേയും മാറ്റി വെച്ചു. പരിപൂർണ സമാധ്യാവസ്ഥയിലേക്ക് എത്താൻ തന്നെ തീരുമാനിച്ചു.

ആ രാത്രിയിൽ അദ്ദേഹം അസാധാരണങ്ങളുടെ മൂന്ന് സ്വപ്നങ്ങൾ കണ്ടു. ആദ്യം കണ്ടത്. സിദ്ധാർഥൻ നീണ്ടുനിവർന്ന് കിടക്കുന്നത്. അദ്ദേഹം തന്നെ നോക്കി നിൽക്കുന്നതാണ്. കിടക്കുന്ന സിദ്ധാർഥന്റെ ഉന്നതശീർഷം ഹിമാലയനിരകളെ മുട്ടിയുരുമ്മിയിരുന്നു. വലത്തേ കയ്യ് പടിഞ്ഞാറൻ സമുദ്രക്കരയേയും ഇടത്തേത് കിഴക്കൻ സമുദ്രത്തേയും മുട്ടിക്കിടക്കുന്നു. രണ്ട് കാലടികളും തെക്കൻസമുദ്രത്തെ സ്പർശിച്ചുകൊണ്ട് ഒരു വിരാടപുരുഷനായി ശയിക്കുന്നതാണ്.

ഞെട്ടിയുണർന്ന് വീണ്ടും ഉറങ്ങിയപ്പോൾ മറ്റൊരു സ്വപ്നം കണ്ടു. കിടക്കുന്ന സിദ്ധാർഥന്റെ പൊക്കിളിൽനിന്ന് ഒരു താമരപ്പൂവ് മുളച്ച് പൊന്തുന്നു. അത് വലുതായി വലുതായി വന്ന് ഉയർന്ന് പൊങ്ങി മേഘമാലകളെ തഴുകി നിൽക്കുന്നു. പെട്ടെന്ന് ഉണർന്ന് പിന്നേയും ഉറങ്ങി. അപ്പോഴും സ്വപ്നം കണ്ടു. പല വർണത്തിൽ ചിത്രാങ്കിതങ്ങളായ ചിറകുകളോടെ അനേകം പറവകൾ നാലുപുറത്തുനിന്നും പറന്നുവന്ന് അദ്ദേഹത്തിന് ചുറ്റും നിൽക്കുന്നു.

ഈ സ്വപ്നങ്ങൾ സുലക്ഷണമാണെന്നും ജ്ഞാനോദയത്തിന്റെ നാന്ദിയാണ് എന്നും സിദ്ധാർഥന് തോന്നി.

അന്ന് വൈശാഖപൗർണമിയായിരുന്നു. പകലൊക്കെ സിദ്ധാർഥൻ ധ്യാനാവസ്ഥയിൽ പുഴവക്കത്തുകൂടി നടന്നു. ഉച്ചയ്ക്ക് സുജാത കൊണ്ടുവന്ന ഭക്ഷണം കഴിച്ചു. വൈകുന്നേരം നിരഞ്ജനപ്പുഴയിൽ സുഖമായി മുങ്ങിക്കുളിച്ചു. സന്ധ്യയായപ്പോൾ പ്രിയപ്പെട്ട അരയാൽ ചുവട്ടിലിരുന്നു. താൻ എത്രയോ തവണ ഇരുന്ന് ധ്യാനിച്ച ആ സ്ഥാനത്ത് ആരോ ഹൃദയപൂർവം കൊണ്ടുവന്നു വെച്ച ഒരു പുത്തൻ ദർഭാസനം കണ്ട് ഒന്നു പുഞ്ചിരിതൂകി അതിൽ ഇരുന്നു. ചുറ്റും നല്ലവണ്ണം ഒന്ന് കണ്ണോടിച്ചു. അന്തരീക്ഷത്തിന് ഒരു ചാരനിറമായിരുന്നു. പൂർണചന്ദ്രൻ പതുക്കെ ഉദിച്ചുവരുന്നതേയുള്ളൂ. ആ കാടിന് അപ്പോൾ ഒരു പ്രത്യേക ഭംഗി തോന്നി. അരയാൽ ചുവട്ടിൽ തലയുയർത്തി നിന്ന പുല്ലുകളെ നോക്കി ഒന്ന് മന്ദഹസിച്ചു. പിന്നെ പത്മാസനത്തിൽ നേരെ നിവർന്നിരുന്നു. ദൃഢസ്വരത്തിൽ പതുക്കെ പറഞ്ഞു: "എത്ര കാലം വേണ്ടിവന്നാലും വേണ്ടില്ല;

ആ ജ്ഞാനപ്രകാശം ലഭിക്കാതെ ഞാൻ ഇവിടെനിന്ന് ഈ ഇരിപ്പിൽ നിന്ന് ഇളകുകയില്ല."

മുഖപ്രകൃതിയോടുള്ള ആ ദൃഢപ്രതിജ്ഞയെടുത്തുകൊണ്ട് സിദ്ധാർഥൻ സാവധാനത്തിൽ കണ്ണുകൾ അടച്ചു. സൂക്ഷ്മമായ ഏകാഗ്രതയോടെ ശരീരവും മനസും ശ്വാസവും ഒരേ ദിശയിലാക്കി. അദ്ദേഹം സമാധിയിലേക്ക് പ്രവേശിച്ചു. പതുക്കെപ്പതുക്കെ അതിലേക്ക് ആണ്ടുപോകുവാൻ തുടങ്ങി. പലപല കടവുകൾ കടന്നു. അപ്പോൾ, കുറേക്കൂടി ഏകാഗ്രത കൂട്ടിക്കൊണ്ട് ആഴത്തിലേക്കിറങ്ങി. നിർത്താതെ പിന്നേയും ആഴത്തിലാഴത്തിലേക്ക് പോയി.

അർധരാത്രിയായപ്പോൾ കാർമേഘത്തിന്റെ ഇടയിൽ കാണുന്ന വിദ്യുല്ലേഖപോലെ ഭാസുരവും വരിനെല്ലിന്റെ മുനമ്പുപോലെ കൃശമായിട്ടുള്ളതും ആയ സിദ്ധാർഥ ചേതന പലപല അത്ഭുതദൃശ്യങ്ങളിലൂടെ കടന്നുപോയി! ഈ ഭൂമിയും ആകാശവും ഇതിലെ ജീവജാലങ്ങളും തന്റെ ജീവകോശങ്ങളോട് ബന്ധപ്പെട്ടതാണെന്നും അത് ത്രികാലങ്ങൾക്കിടയിൽ വർത്തിക്കുന്നു എന്നും അദ്ദേഹം കണ്ടു. ജീവന്മാർ അനേകം ജനനമരണങ്ങളിലൂടെ നീന്തിയൊഴുകുന്ന കാഴ്ച കണ്ടു.

എന്നിട്ടും തനിക്കറിയേണ്ട ആ സത്യം കണ്ടില്ലല്ലോ. സിദ്ധാർഥൻ കുറേക്കൂടി ഹൃദയാന്തരാളങ്ങളിലേക്ക് കടന്ന് ധ്യാനിച്ചു. അപ്പോൾ കണ്ടു- അനേകായിരം ലോകങ്ങൾ ഉണ്ടാവുന്നു. ഇല്ലാതാവുന്നു. ജനനമരണങ്ങൾക്കിടയിൽ കൂടി ഒഴുകി ജീവജാലങ്ങൾ ഉഴലുന്നു. അവയെല്ലാം പരസ്പരം ഇഴചേർക്കപ്പെട്ടതാവുന്നു.

അപ്പോൾത്തന്നെ മറ്റൊന്നുകൂടി അറിഞ്ഞു:

ഈ കണ്ടതൊക്കെ ഒരു വ്യാജകാഴ്ച മാത്രമാണ്- യാഥാർഥ്യമില്ലാത്തതാണ്. സത്യമല്ലാത്തതാണ്. വെറും തോന്നലാണ്. അനന്തമായ സമുദ്രത്തിൽ ഉയർന്നുപൊങ്ങുന്ന നൂറായിരം തിരമാലകളെപ്പോലെ താൻ ഈ സമുദ്രത്തിലെ വെള്ളം മാത്രമാണ് എന്ന സത്യം ആ തിരമാല അറിയുമ്പോൾ പിന്നെ ഈ ഉയർച്ചയെയോ പതനത്തെയോ അതുണ്ടാക്കുന്ന നുരച്ചാർത്തുകളേയോ പറ്റിയൊന്നും തിരമാലയ്ക്ക് ചിന്തിക്കുകയോ വ്യാകുലപ്പെടുകയോ വേണ്ടതില്ല. അറ്റമില്ലാത്ത ആ ജലപ്പരപ്പിന്റെ നിതാന്ത ശാന്തി അനുഭവിച്ച് അതിൽ ലയിക്കാൻ കഴിയുന്നു.

ഈ ഒരറിവ് വിവേകം, സിദ്ധാർഥനെ ഉണർത്തുക തന്നെ ചെയ്തു. താൻ ഈ ജനനമരണക്കൂട്ടിൽനിന്ന് പുറത്തുകടന്നിരിക്കുന്നു എന്നദ്ദേഹത്തിന് മനസിലായി. അദ്ദേഹം സാവധാനത്തിൽ ഒന്നു മന്ദഹസിച്ചു. അത്ഭുതകരമായ ഒരു തിരിച്ചറിവിന്റെ മന്ദഹാസമായിരുന്നു. അത്.

അപ്പോൾ ആകാശത്തിൽ ദിഗന്തങ്ങളെ ഭേദിക്കുമാറുള്ള ഇടിവെട്ടലുണ്ടായി. കനത്ത കാർമേഘങ്ങൾ ഗ്രഹതാരകളെയും ചന്ദ്രനെയും പോലും മറച്ചു. ഇടിമിന്നലുകൾ ശക്തിയായി അങ്ങോട്ടുമിങ്ങോട്ടും ജ്വലിച്ചു. മഴ കോരിച്ചൊരിഞ്ഞു.

ആ ജലധാരയിൽ സിദ്ധർഥൻ നനഞ്ഞുകുതിർന്നു. പക്ഷേ, അദ്ദേഹം അവിടെത്തന്നെ ഇരുന്നു; എഴുന്നേറ്റില്ല. അദ്ദേഹം ധ്യാനം തുടരുകയാണുണ്ടായത്. ഈ ഭൂമിയിലെ ജീവജാലങ്ങൾ അനുഭവിക്കുന്ന ദുഃഖത്തിനും മത്സരങ്ങൾക്കും അസ്വസ്ഥതകൾക്കും കാരണം അവർ പരസ്പരബന്ധിതരാണ് എന്ന സത്യം അവർ തന്നെ അറിയാത്തതാണ്. തിരിച്ചറിവാണു സ്നേഹം എന്ന ആ അത്ഭുതസത്യം അതിനുശേഷം അദ്ദേഹം കണ്ടു. ഒരാളുടെ ദുഃഖത്തിന്റെയും, വെറുപ്പിന്റെയും അസ്വസ്ഥതകളുടെയും യഥാർഥ കാരണം നാം തിരിച്ചറിയുമ്പോൾ സഹാനുഭൂതി ഉണ്ടാവുന്നു. അത് സ്നേഹത്തിലേക്ക് പരിണമിക്കുന്നു. ആ സ്നേഹം സൽകർമങ്ങൾക്ക് പ്രേരിപ്പിക്കുന്നു. എന്നാൽ അതിനായി ആ തിരിച്ചറിവിനായി ചുറ്റുപാടുകളെ സൂക്ഷ്മമായി നിരീക്ഷിക്കേണ്ടിയിരുന്നു. ഒപ്പം തന്നെ സ്വന്തം ഹൃദയാന്തർഭാഗങ്ങളിലും പുറത്തും എന്തൊക്കെ സംഭവിക്കുന്നു എന്നും നിരന്തരം നോക്കി മനസിലാക്കുകയും വേണം. സിദ്ധാർഥന് തികച്ചും ബോധ്യപ്പെട്ടു-യഥാർഥ അറിവാണ് സ്നേഹം. സ്വാതന്ത്ര്യത്തിന്റെ രഹസ്യവും അതാണ്–'ശരിയായ അറിവ്, ശരിയായ വാക്ക്, ശരിയായ വിചാരം, ശരിയായ പ്രവൃത്തി, നേരായ ജീവിതചര്യ, നിർവ്യാജമായ പ്രയത്നം, ശരിയായ ഏകാഗ്രത, ശരിയായ ജാഗ്രത.' മഹനീയമായ ഈ ജീവിതപഥത്തെ സിദ്ധാർഥൻ മനസുകൊണ്ട് സമർഥിച്ചു.

ഓരോരുത്തരുടേയും ഹൃദയത്തിലേക്ക് ആഴത്തിൽ ഇറങ്ങി നോക്കിയപ്പോൾ അവിടെയൊക്കെയുള്ള ചിരിയും കരച്ചിലും വേദനകളും സന്തോഷവും സിദ്ധാർഥൻ കേട്ടു. അനുഭവിച്ചു. അതൊരു ദിവ്യാനുഭവമായിരുന്നു.

അതോടെ, ഇടിവെട്ടും മിന്നലും മഴയും നിന്നു.

കാർമേഘങ്ങൾ അകലേക്കു പിൻവാങ്ങി.

ആകാശം തെളിഞ്ഞു.

സിദ്ധാർഥന് അനവദ്യമായ ഒരു സ്വതന്ത്രതാബോധം അനുഭവപ്പെട്ടു. സഹസ്രാബ്ദങ്ങളുടെ കാരാഗൃഹജീവിതത്തിൽനിന്ന് മുക്തനായതുപോലെ കാലാകാലമായിട്ട് അജ്ഞതയുടെ ബന്ധനത്തിലായിരുന്നുവല്ലോ താൻ. അവിടെ ഇരുന്നുകൊണ്ടുതന്നെ ബന്ധനമില്ലാത്ത ആ അവസ്ഥ അനുഭവിച്ചുകൊണ്ട് സിദ്ധാർഥൻ മധുരമായി മന്ദഹസിച്ചു. സംശയരഹിതനായിത്തന്നെ പറഞ്ഞു:

"എല്ലാ ബന്ധനങ്ങളിൽനിന്നും ഞാൻ മുക്തനായി." അപ്പോൾ അദ്ദേഹത്തിന് ഭൂതകാലം ഓർമവന്നു. തന്റെ വേദനകൾ, വിഭ്രാന്തികൾ, ആശങ്കകൾ....... പിന്നെ, കുടുംബം, ബന്ധങ്ങൾ, സൗഹൃദങ്ങൾ...... തനിക്ക് തുറന്നുകിട്ടിയ ഈ മഹത്തായ മോചനമാർഗം അവർക്കും പരിചയപ്പെടുത്തണം. സിദ്ധാർഥൻ സാവധാനത്തിൽ കണ്ണുതുറന്നു മുന്നിലേക്ക് നോക്കി. കിഴക്ക് ശുക്രനക്ഷത്രം ഉദിച്ചുകഴിഞ്ഞിരിക്കുന്നു. ആ നക്ഷത്രത്തിന് അതേവരെ കാണാത്ത ഒരു മനോഹാരിത തോന്നി.

എന്തൊരു ശോഭ! നീലാകാശത്തിൽ ഒരു പ്രകാശഗോളം കിടന്ന് തിളങ്ങുന്നതുപോലെ. സിദ്ധാർഥൻ നാലുപുറത്തേക്കും നോക്കി. ഇവിടെ കാണുന്ന ഓരോന്നും പുതുതായി ജന്മമെടുത്ത് വന്നതുപോലെ തോന്നുകയാണ്.

അദ്ദേഹം എഴുന്നേറ്റ് പതുക്കെ നടന്നു. അവിടെ കാണുന്ന ഓരോന്നും കൂടുതൽ ഊർജസ്വലങ്ങളും സുന്ദരങ്ങളും ആയിട്ടുണ്ട്. അരയാലിന് ചുറ്റുമുള്ള ഈ പുല്ലുകൾക്ക് ഇന്നലെ കാണാത്ത ഭംഗി! നിരഞ്ജനപ്പുഴയുടെ ഓളങ്ങളുടെ മർമത്തിന് എന്തൊരു ഹൃദയഹാരിത! അകലെ ഉയർന്നു കാണുന്ന പർവതത്തിന് ഇത്രയും പ്രൗഢിയോ! അവയിലോരോന്നിലും അദ്ദേഹം തന്റേതന്നെ പ്രതിസ്പന്ദനങ്ങളും അറിയുന്നു. ഒരുതരം ധ്യാനാവസ്ഥയിൽ സിദ്ധാർഥൻ അവിടെയൊക്കെ വളരെ സാവധാനത്തിൽ നടന്നു. അപ്പോൾ, കിഴക്കേ ചക്രവാളത്തിൽനിന്ന് ഇരുട്ട് ഒഴിഞ്ഞുകഴിഞ്ഞിരുന്നു. ആ അനന്തതയെ നോക്കിക്കൊണ്ട് അദ്ദേഹം കുറച്ചുനേരം നിന്നു. നിരഞ്ജനപ്പുഴയുടെ വെള്ളം ഇളകുന്നതുകണ്ട് അദ്ദേഹം അങ്ങോട്ടു നോക്കി. മാൻകൂട്ടം വെള്ളം കുടിക്കുകയാണ്. അവ ഒന്നിച്ച് ഓടിക്കൊണ്ട് സിദ്ധാർഥന്റെ അടുത്ത് വന്നു നിന്നു. വളരെ കൗതുകം തോന്നി. അപ്പോൾ മാൻകൂട്ടം അങ്ങനെ അദ്ദേഹത്തെ കണ്ണെടുക്കാതെ നോക്കുകയായിരുന്നു. അത് ഭയം കൊണ്ടായിരുന്നില്ല. പിന്നെ? അവർ എന്തോ അത്ഭുതം കണ്ടിരിക്കുന്നു.

അതീവ ശാന്തനായി, സ്വതന്ത്രനായി, ഓരോ ശ്വാസവും ശ്രദ്ധയോടെ അനുഭവിച്ചുകൊണ്ട് സിദ്ധാർഥൻ പിന്നേയും അവിടെ നടന്നു. അതിനുശേഷം ആ അരയാൽ ചുവട്ടിൽത്തന്നെ വന്നിരുന്നു. ഉദയസൂര്യൻ കിഴക്കിനെ വകഞ്ഞ് പൊന്തിവരികയായിരുന്നു. സിദ്ധാർഥന് സൂര്യോദയം കണ്ടിട്ടും കണ്ടിട്ടും മതിയാവുന്നില്ല. ഈ പ്രകൃതിയിലെ ഓരോ അണുവിനേയും തൊട്ടുതലോടുന്ന ആ പരമമായ കാരുണ്യത്തെ അദ്ദേഹം അറിഞ്ഞനുഭവിക്കുകയായിരുന്നു. ഇതൊന്നും ഇന്നലെ കണ്ടതുപോലെ അല്ലല്ലോ. സിദ്ധാർഥന്റെ മുഖം ഒരു താമരപ്പൂവുപോലെ വിരിഞ്ഞുവന്നു.

ആ സമയത്ത് കയ്യിൽ പാൽപ്പാത്രവും പൂക്കളുമായിട്ട് സുജാത ബദ്ധപ്പെട്ട് ആ വഴി പോവുകയായിരുന്നു.അവൾ സിദ്ധാർഥനെ കണ്ടു. അവളുടെ കണ്ണുകൾ വിടർന്നു– അദ്ദേഹം തന്നെയാണല്ലോ. പക്ഷേ, അദ്ദേഹത്തിന് ചുറ്റും പ്രകാശമെങ്ങനെവന്നു? മുഖത്ത് നക്ഷത്രം ഉദിച്ചതുപോലെ. ഇവിടെയൊക്കെ അദ്ദേഹം നിറഞ്ഞുനിൽക്കുന്നതുപോലെ? വിസ്മയപ്പെട്ട് സ്തംഭിച്ചുനിൽക്കുന്ന ആ നാടൻ പെൺകുട്ടിയുടെ അടുക്കലേക്ക് ശാന്തനായി, സ്നേഹാർദ്രനായി സിദ്ധാർഥ ഗൗതമൻ നടന്നെത്തി. അപ്പോൾ എന്തോ ഒരു അന്തഃപ്രേരണകൊണ്ടെന്ന പോലെ, വനദേവതകൾക്ക് അർപ്പിക്കുവാനുള്ള ആ പൂവും പാൽക്കഞ്ഞിയും അവൾ ആദരവോടെ അദ്ദേഹത്തിന്റെ മുമ്പിൽ വെച്ചുനോക്കി നിന്നപ്പോൾ തന്റെ ഉള്ളിലും ആ പ്രകാശം പരക്കുന്നതായി ആ പെൺകിടാവിനു തോന്നി. വേദനകളും ആശങ്കകളും അകന്നകന്നു പോവുന്നു.

അദ്ദേഹം പതുക്കെ വിളിച്ചു: "സുജാതാ."

"ഗുരോ!" കൈകൾ കൂപ്പി നിന്നു.

"സുജാത, ഞാൻ വർഷങ്ങളായി അന്വേഷിച്ചുകൊണ്ടിരുന്നത്, അത് കണ്ടെത്തിയിരിക്കുന്നു. ഞാൻ സ്വതന്ത്രനായിരിക്കുന്നു."

"പ്രഭോ, അങ്ങയുടെ അടുത്ത് നിൽക്കുമ്പോൾ ഞാനും ആ സ്വാതന്ത്ര്യം അനുഭവിക്കുന്നുണ്ട്. എന്റെ ഉള്ളിൽനിന്ന് ഭയവും ദ്വേഷ്യവും നീരസവും അകന്നുപോകുന്നതായി തോന്നുന്നു.

സിദ്ധാർഥൻ പിന്നേയും മന്ദഹസിച്ചു. ആ മന്ദഹാസത്തിൽ സ്നേഹത്തോടൊപ്പം ഗൗരവവുമുണ്ടായിരുന്നു. അദ്ദേഹം പറഞ്ഞു:

"ശരിയാണ് സുജാത. ഇന്നലെ രാത്രി എനിക്ക് ആ ജ്ഞാനോദയം ഉണ്ടായി. ഞാനത് അനുഭവിക്കുന്നു. സത്യത്തിന്റെ ആ മഹാപഥം എന്റെ മുമ്പിൽ തുറന്നിരിക്കുന്നു."

സുജാത കണ്ണു മുഴുക്കെ തുറന്ന് സിദ്ധാർഥനെ നോക്കിക്കൊണ്ട് നിന്നു കൈകൾ കൂപ്പി. വിനീതയായി പറഞ്ഞു:

"ഗുരോ, മാഗധി ഭാഷയിൽ ഈ ഉണർവ് കിട്ടിയവരെ 'ബുധ്' എന്നാണ് പറയുക. അങ്ങയെ ഞാൻ ബുദ്ധൻ എന്ന് പറയട്ടെ? വിളിക്കട്ടെ?"

സിദ്ധാർഥന് വളരെ സന്തോഷമായി: "അങ്ങനെയാവട്ടെ സുജാത. ആ നാമം എനിക്ക് ഏറ്റവും ഇഷ്ടപ്പെട്ടതായി. അപ്പോൾ എന്റെ ഇഷ്ടപ്പെട്ട ഈ അരയാൽ സഹോദരൻ ബോധിവൃക്ഷമാവട്ടെ. ഇതിന്റെ ചുവട്ടിലിരുന്നിട്ടാണ് അതുണ്ടായത്."

"അതെ. ഇത് ബോധിവൃക്ഷം തന്നെ."

മുന്നിൽ നിൽക്കുന്ന ആ തേജസിനുമുമ്പിൽ സുജാത കളങ്കരഹിതയായി, അത്യന്തം ആദരവോടെ നമസ്കരിച്ചു. അപ്പോൾ ഏതൊക്കെയോ മഹാത്ഭുതങ്ങൾ ചെയ്തുതീർക്കാനിരിക്കുന്ന ബുദ്ധന്റെ കൈപ്പടങ്ങൾ അവരുടെ മൂർധാവിൽ സാവധാനം കമിഴ്ത്തപ്പെട്ടു– സ്വസ്തി.

ആ ദിവ്യാനുഭവത്തിൽനിന്ന് ഉണർന്നപ്പോൾ സുജാതയ്ക്ക് ഓർമ വന്നു: "ഞാൻ ഗ്രാമത്തിലെ എന്റെ കൂട്ടുകാരോട് ഈ അത്ഭുതം പറയട്ടെ." ബുദ്ധൻ പുഞ്ചിരിതൂകിക്കൊണ്ടു യാത്രാനുമതി കൊടുത്തു. സുജാത വേഗം വേഗം നടന്നു പോയി.

ഇരുപത്തിമൂന്ന്

തനിക്ക് വെളിപ്പെട്ടുകിട്ടിയ ഈ സ്വതന്ത്രത, ഈ ശാന്തി ജീവജാലങ്ങളുടെ ദു:ഖമകറ്റാൻ ഉതകണം എന്ന് ബുദ്ധൻ ആഗ്രഹിച്ചു. ദുഃഖിതരും, ദിശാബോധം കിട്ടാതെ ഇരുട്ടിൽ അലയുന്നവരും ആയ ജനങ്ങളിൽ എങ്ങനെ ഇത് എത്തിക്കണം എന്നതിനെപ്പറ്റി അദ്ദേഹം ചിന്തിച്ചു. മനുഷ്യരെ ഈ ആര്യമാർഗത്തിലേക്ക് തിരിക്കേണ്ടതെങ്ങനെയാണ്. ആദ്യത്തെ ഏഴു ദിവസക്കാലം അദ്ദേഹം ആ ബോധിവൃക്ഷക്കടയ്ക്കിൽ

ത്തന്നെ ഇരുന്ന് ധ്യാനത്തിൽ മുഴുകി. പിന്നീട് കണ്ണുതുറന്ന് അരയാലി ലകളുടെ ഇടയിൽക്കൂടി ആദിത്യനെ നോക്കിക്കൊണ്ട് ഏതാണ്ടൊരു ധ്യാനാവസ്ഥയിൽ ദിവസങ്ങളോളം നിന്നു. ഒരേ നിൽപ്പിൽ. അതിനു ശേഷം നിരഞ്ജനപ്പുഴയുടെ തീരത്തുകൂടി ധ്യാനത്തിൽ മുഴുകിക്കൊ ണ്ടുതന്നെ ഉലാത്തിക്കൊണ്ടിരുന്നു. പിന്നീടൊരു ദിവസം അവിടെത്തന്നെ സൗകര്യമുള്ള കുറച്ചുസ്ഥലം തെരഞ്ഞെടുത്ത് കുറേ ദിവസങ്ങൾ അവിടെ ധ്യാനിച്ചുകൊണ്ട് ഇരുന്നു. പരിപൂർണധ്യാനത്തിൽ.

ആ അവസ്ഥയിൽനിന്ന് ഉണർന്നിട്ട് ഒരുദിവസം ഭിക്ഷാപാത്രവുമെ ടുത്ത് പതുക്കെ നടന്നു. രാജ്ഗീറിൽ പോയി ഗുരുവിനെ കാണുകയും രാജാവിനോട് ഏറ്റ ശപഥം നിറവേറ്റുകയും ചെയ്യാം എന്നാണ് വിചാരി ച്ചത്. കുറേ നടന്നപ്പോൾ മുടി നീട്ടി ഒരു സന്യാസവേഷധാരി എതിരെ വരുന്നതു കണ്ടു. ബുദ്ധൻ അദ്ദേഹത്തെ തടഞ്ഞുനിർത്തി. സന്യാസി കുറേനേരം ബുദ്ധനെത്തന്നെ അത്ഭുതത്തോടെ നോക്കിനിന്നു. പിന്നെ ചോദിച്ചു:

"ആരാണങ്ങ്. അങ്ങയുടെ ആചാര്യനാരാണ്?"

"എന്റെ പേര് സിദ്ധാർഥഗൗതമൻ എന്നാണ്. ഞാൻ പല ഗുരുക്ക ന്മാരുടേയും കീഴിൽ അഭ്യസിച്ചിട്ടുണ്ട്. പക്ഷേ, ഇപ്പോൾ എനിക്ക് ആചാ ര്യനാരുമില്ല. അങ്ങ് ആരാണ്? എവിടെപ്പോകുന്നു?"

"എന്റെ പേര് ഉപാകൻ. ഉദ്ദകരാമപുത്രന്റെ പാഠശാലയിൽ പഠിച്ചി ട്ടുണ്ട്. ഇപ്പോൾ ഞാനവിടുന്ന് വിട്ടിരിക്കുന്നു."

"ഗുരു സുഖമായിട്ടിരിക്കുന്നില്ലേ?"

"അദ്ദേഹം പതിനാലു ദിവസം മുമ്പ് ദിവംഗതനായി."

ബുദ്ധൻ അറിയാതെ ഒന്ന് ഞെട്ടി: "ഓ വൈശാലിയുടെ ഗുരു അളാ രകലാമനെ അങ്ങ് അറിയുമോ?"

"അറിയാം. അദ്ദേഹവും ഇന്നീലോകത്തിലില്ല."

"ഗുരു ഉദ്ദകരാമപുത്രന്റെ പാഠശാലയിൽ ഹഠയോഗികളായ അഞ്ചു പേരെ അങ്ങ് അറിയുമോ?"

"കേട്ടിട്ടുണ്ട്. കോൺഡഞ്ഞൻ, അസ്സാജി.... അല്ലേ?"

"അതെ. അവരിപ്പോഴും അവിടെയുണ്ടോ?"

"ഇല്ല്യ. അവർ കാശിയിൽ ഇശിപട്ടണത്തിനടുത്ത് 'മാൻതോട്ട'ത്ത് ധ്യാനം ശീലിക്കുന്നു എന്നാണ് കേട്ടത്. അഞ്ചുപേരും."

"വളരെ നന്ദി ഉപാകൻ."

അവർ പിരിഞ്ഞു. സിദ്ധാർഥൻ ആലോചിച്ചു. ഗുരുക്കന്മാർ പോയി. ഇനി ഏതായാലും ആ അഞ്ചുപേരെ കാണാം. അദ്ദേഹം നേരെ കാശി ലക്ഷ്യം വെച്ച് നടക്കുന്നു. ആ നടത്തത്തിൽ പലതും ഓർമവന്നു. അസ്വസ്ഥ ചിത്തനായി ലക്ഷ്യമറിയാതെ നടന്നിരുന്ന കാലം.

കാശിയിൽ ആ അഞ്ചുപേരുടേയും സ്ഥലത്ത് സിദ്ധാർഥൻ എത്താ റായപ്പോൾ അസ്സാജി മാത്രമെ പുറത്തുണ്ടായിരുന്നുള്ളു. സിദ്ധാർഥനാണ്

എന്നു മനസിലായപ്പോൾ അദ്ദേഹം വേഗം അകത്തുകടന്ന് വാതിലടച്ചു. മറ്റുള്ളവരോട് പറയുന്നതു കേട്ടു:

"ആ സിദ്ധാർഥൻ വരുന്നുണ്ട്. തപസൊക്കെ തെറ്റിച്ച് നടന്നവൻ." എന്നാൽ സിദ്ധാർഥൻ പടികടന്ന് അടുത്തെത്തിയപ്പോൾ ആ അഞ്ചു പേരും അന്തംവിട്ട് നോക്കി നിന്നു: "ഇതാരാണ്? ഇദ്ദേഹത്തിനു ചുറ്റും ഒരു പ്രഭാമണ്ഡലം കാണുന്നു! അദ്ദേഹത്തിന്റെ ഓരോ കാലടിവയ്പ്പും പ്രത്യേക ആത്മീയശക്തി അറിയിക്കുന്നതാണ്!" ആദ്യം കോൺഡണ്ണ നാണ് ഓടിപ്പോയി സിദ്ധാർഥന്റെ കയ്യിൽ നിന്ന് ഭിക്ഷാപാത്രം മേടിച്ചത്. അപ്പോഴേക്കും മഹാനാമൻ ഒരു പാത്രത്തിൽ വെള്ളവുമായി വന്ന് സിദ്ധാർഥന്റെ കാല് കഴുകിത്തുടച്ചു. ബദ്യ വേഗം ഇരിപ്പിടം കൊണ്ടുവന്നു. പാപ്പ എന്ന ആൾ ഒരു വിശറികൊണ്ടുവന്ന് സിദ്ധാർഥനെ വീശിത്തുടങ്ങി. അസ്സാജിയാവട്ടെ എന്തുചെയ്യണമെന്നറിയാതെ ചെറിയൊരു ജാള്യതയോടെ ഒരറ്റത്ത് നിന്നു. ആ അഞ്ചുപേരെയും അടുത്തിരുത്തിയിട്ട് സിദ്ധാർഥൻ തനിക്കു ലഭിച്ച ആ ദിവ്യാനുഭവത്തെപ്പറ്റി പറഞ്ഞു. പക്ഷേ, അവർക്കത് വിശ്വസിക്കുവാൻ കഴിഞ്ഞില്ല. ചിട്ടകളൊക്കെ തെറ്റിച്ച ഒരാൾക്ക് തപ:സിദ്ധി കിട്ടുന്നതെങ്ങനെ?

സിദ്ധാർഥൻ നേരെ നിവർന്നിരുന്നു. തന്റെ മാന്യമായ സ്വരത്തിൽ ദൃഢതയാർന്ന ശൈലിയിൽ സ്വാനുഭവങ്ങൾ വിവരിച്ചു. ഓരോ മനുഷ്യരും അനുവർത്തിക്കേണ്ട ആ ആര്യമാർഗത്തെപ്പറ്റിയും പറഞ്ഞു. സിദ്ധാർ ഥൻ, താൻ തെരഞ്ഞെടുത്ത ആ നാല് ആര്യസത്യങ്ങളെ വിവരിച്ചപ്പോൾ പെട്ടെന്ന് കോൺഡണ്ണന്റെ ഉള്ളിൽ ഇടിമിന്നൽപോലെ ഒരു പ്രകാശം വന്ന് മുട്ടിയതുപോലെ തോന്നി. അദ്ദേഹത്തിന്റെ മുഖം സന്തോഷം കൊണ്ട് വിടർന്നു. ബുദ്ധൻ അതറിഞ്ഞുകൊണ്ടു പറഞ്ഞു: "കോൺഡണ്ണൻ, അങ്ങേയ്ക്ക് അത് കിട്ടിക്കഴിഞ്ഞു."

കോൺഡണ്ണൻ കൈകൂപ്പി ശിരസുകൊണ്ട് ആദരവോടെ അഭ്യർഥിച്ചു: "അഭിവന്ദ്യനായ ഗൗതമാ, എന്നെ ശിഷ്യനായി സ്വീകരിച്ചാലും, അങ്ങയുടെ ശിക്ഷണത്തിൽ എനിക്കാ ജ്ഞാനപ്രകാശം ലഭിക്കും എന്നുതന്നെ ഞാൻ വിശ്വസിക്കുന്നു." ബുദ്ധൻ കോൺഡണ്ണനെ ശിഷ്യനായി സ്വീകരിച്ചു.

നാല് ആര്യസത്യങ്ങളേയും അഷ്ടാംഗമാർഗങ്ങളേയും പഠിപ്പിച്ചു. അതിനെപ്പറ്റി പ്രഭാഷണം ചെയ്തു. ആദ്യത്തെ പ്രഭാഷണം. സിദ്ധാർഥ ഗൗതമന് ജ്ഞാനോദയം ലഭിച്ച് ബുദ്ധനായതിനുശേഷം ആദ്യം സ്വീകരിക്കപ്പെട്ട ശിഷ്യനായിരുന്നു കോൺഡണ്ണൻ. മറ്റ് നാലുപേരെയും ആര്യമാർഗത്തിലേക്ക് വരുത്തുവാനായി ബുദ്ധൻ കുറേ ദിവസം കൂടി അവിടെ വന്നു. ഒടുവിൽ ആ അഞ്ചുപേരും ദീക്ഷയെടുത്ത് അർഹതന്മാരായി. ബുദ്ധന് വളരെ സന്തോഷമായി. ഉത്സാഹത്തോടെ പറഞ്ഞു:

"ഇപ്പോൾ നമ്മൾ ഒരു സംഘമായി. ഒരേ മട്ടിൽ ചിന്തിക്കുകയും പ്രവർത്തിക്കുകയും ചെയ്യുന്നവർ ഒത്തുചേരുന്നതാണ് സംഘം. ഈ ഉണർവിന്റെ വിത്തുകൾ എല്ലാ സ്ഥലത്തും നമുക്ക വിതയ്ക്കാം."

കുറച്ചുദിവസം കൂടി അവിടെ നിന്നതിനുശേഷം അദ്ദേഹം ഗംഗാനദി കടന്ന് മഗധയിലെ രാജഗൃഹത്തിലേക്ക് നടന്നു. ഈ വഴി ബുദ്ധന് പരിചിതമാണ്. അപ്പോൾ കുറേ ചെറുപ്പക്കാർ കയ്യിൽ ദർഭപ്പുല്ലിന്റെ കെട്ടും ചമതക്കോലുകളുമായി പിന്നിൽ വന്നു. അവർ തലയിൽ ശിഖവെച്ചിരുന്നു. ബുദ്ധൻ അവരോട് ആദരവോടെ ചോദിച്ചു:

"നിങ്ങൾ എവിടേക്ക് പോവുകയാണ്?"

"ഇവിടെ, ഉരുവേലയിൽ ഉരുവേല കാശ്യപൻ എന്ന മഹാ ബ്രാഹ്മണൻ ഉണ്ട്. അദ്ദേഹത്തിന്റെ ആശ്രമത്തിൽ പ്രധാനപ്പെട്ട ഒരു ഹോമം നടക്കുന്നുണ്ട്. അതിനായി പുല്ലും ചമതയും കൊണ്ടുപോവുകയാണ്. ഞങ്ങൾ അദ്ദേഹത്തിന്റെ ശിഷ്യരാണ്."

"എന്ത് ഉദ്ദേശ്യത്തോടെയുള്ള ഹോമമാണ്."

"ഉദ്ദേശ്യം ലോകരക്ഷയും സമാധാനവും തന്നെ. സമസ്ത ലോകർക്കും സുഖമുണ്ടാക്കുവാൻ."

"എനിക്ക് നിങ്ങളുടെ ഗുരുവിനെ കാണണമെന്നുണ്ട്. സൗകര്യപ്പെടുമോ?"

"ആവാമല്ലോ. ചോദിക്കട്ടെ. അങ്ങ് ആരാണ്? മനസിലായില്ല."

"ഞാൻ ഒരു സന്യാസി. സിദ്ധാർഥഗൗതമൻ."

ആ മറുപടി ചെറുപ്പക്കാരെ തൃപ്തിപ്പെടുത്തിയില്ല. അവർ ബുദ്ധനെ നോക്കിനിന്നു. ഒരു സാധാരണ സന്യാസിയൊന്നും അല്ല ഇദ്ദേഹം. അവർ സാദരം ക്ഷണിച്ചു:

"വരൂ, നമുക്ക് പോവാം."

ബുദ്ധൻ അവരുടെകൂടെ നടന്നു. ഒരു കുന്നിൻ മുകളിലാണ് ആശ്രമം. അവിടെ ഓലകൊണ്ടും പനമ്പട്ടകൊണ്ടും നിർമിച്ച കൊച്ചുകൊച്ചു കുടിലുകളിലാണ് അവർ കഴിയുന്നത്. അപ്പുറത്ത് വലിയ ഒരു താമരപ്പൊയ്കയും ഉണ്ട്. ആ ചെറുപ്പക്കാർ പറഞ്ഞു: "ഞങ്ങൾ ഭിക്ഷയെടുക്കാറില്ല. ഗ്രാമത്തിലെ ജനങ്ങൾ ഞങ്ങൾക്ക് ഭക്ഷണത്തിനുവേണ്ട ധാന്യങ്ങളും നെയ്യും പാലും അപ്പപ്പോൾ കൊണ്ടുവന്നു തരാറുണ്ട്. ഞങ്ങളുടെ ഗുരുനാഥൻ എപ്പോഴും വേദങ്ങൾ സ്വാധ്യായം ചെയ്തും ഹോമങ്ങൾ നടത്തിയും കഴിയും. അദ്ദേഹം ധനം കൈകൊണ്ട് തൊടില്ല എന്ന വ്രതവും ഉണ്ട്. മുന്നൂറിലധികം വിദ്യാർഥികൾ ഇവിടെ വേദധ്യായനത്തിനും ഹോമാദികൾക്കുമായി താമസിക്കുന്നുണ്ട്."

ബുദ്ധന് ഉത്സാഹം തോന്നി. തീർച്ചയായും അദ്ദേഹത്തിനെ കാണണം. കാശ്യപശിഷ്യന്മാർ ബുദ്ധനെ അവരുടെ ഗുരുവിന്റെ അടുക്കലേക്ക് കൊണ്ടുപോയി. അതും ഓലയും വയ്ക്കോലും കൊണ്ട് മറച്ചുകെട്ടിയ ഒരു കുടിലായിരുന്നു. അകത്തുനിന്ന് വേദോച്ചാരണം കേൾക്കുന്നുണ്ട്. ബുദ്ധൻ ശ്രദ്ധിച്ചിട്ട് വിചാരിച്ചു: 'നല്ല സ്വരശുദ്ധി.' ശിഷ്യന്മാർ അകത്തു ചെന്ന് വിവരം പറഞ്ഞപ്പോൾ ഗുരു കാശ്യപൻ പുറത്തേക്കു വന്നു. മധ്യവയസും കഴിഞ്ഞിരിക്കുന്നു പ്രായം. എന്നാലും വളരെ ഊർജസ്വലൻ. അകത്ത് എന്തൊക്കെയോ വേഗം വേഗം നടന്ന് ചെയ്തിട്ടാണ് ബുദ്ധന്റെ

അടുത്തേക്ക് വന്നത്. ഇരുവരും പരസ്പരം നോക്കിക്കൊണ്ട് ചില നിമിഷങ്ങൾ നിന്നു. കാശ്യപ ബ്രാഹ്മണന്റെ മേദസില്ലാത്ത ശരീരവും മുഖത്തെ ഊർജസ്വലഭാവവും ആണ് ബുദ്ധൻ ശ്രദ്ധിച്ചത്. എന്നാൽ കാശ്യപൻ ബുദ്ധന്റെ മുഖത്തേക്കും ശരീരമാകയും നോക്കി അത്ഭുതപ്പെട്ട് കണ്ണ് ഇമവെട്ടാതെ നിന്നു. ജിജ്ഞാസയോടെ ചോദിച്ചു:

"അങ്ങ് ആരാണ്?"

"ഞാൻ സിദ്ധാർഥ ഗൗതമനാണ്. കപിലവസ്തുവിലെ ശുദ്ധോദന പ്രഭുവിന്റെ മൂത്തമകൻ."

"അങ്ങയുടെ ചുറ്റുമുള്ള ഈ പ്രഭാവലയം......?" കാശ്യപ ബ്രാഹ്മണൻ ഗദ്ഗദകണ്ഠനായി.

ബുദ്ധൻ മന്ദഹസിച്ചു. ശാന്തനായിത്തന്നെ പറഞ്ഞു:

"ഏഴുകൊല്ലം മുമ്പ് കപിലവസ്തുവിൽനിന്ന് രാജ്യവും ബന്ധുക്കളേയും വിട്ട് പോന്നു. പല ഗുരുനാഥന്മാരുടേയും ശിഷ്യത്വം സ്വീകരിച്ചു. ഒടുവിൽ ഏകാഗ്രമായ തപസ്സു ചെയ്തു. ഒരു രാത്രി എനിക്ക് ജ്ഞാനോദയമുണ്ടായി."

അപ്പോൾ കാശ്യപനും ശിഷ്യന്മാരും ബുദ്ധനെ സാഷ്ടാംഗം നമസ്കരിച്ചു. അതിനുശേഷം കാശ്യപൻ വേഗം രണ്ട് ഇരിപ്പിടങ്ങൾ എടുത്തുകൊണ്ടുവന്ന് ബുദ്ധനെ അതിലൊന്നിൽ കയ്യുപിടിച്ച് ഇരുത്തിയിട്ട് മറ്റേതിൽ അടുത്തുതന്നെ അദ്ദേഹവും ഇരുന്നു. കാശ്യപൻ ഒരു അഗ്ന്യാരാധകനാണ്. മഹാപണ്ഡിതനും. ദമശമങ്ങൾ ശീലിച്ചവനുമാണ്. ബുദ്ധന് കാശ്യപന്റെ വൈശിഷ്ട്യം ആദ്യംതന്നെ മനസിലായി. അവർ സുഹൃത്തുക്കളെപ്പോലെയാണ് സംസാരിച്ചുകൊണ്ടിരുന്നത്. സംസാരത്തിനിടയിൽ കാശ്യപൻ സംശയിച്ച പല ചോദ്യങ്ങൾക്കും ബുദ്ധൻ ഋഗ്വേദ അഥർവവേദമന്ത്രങ്ങൾ ഉദ്ധരിച്ചുകൊണ്ടാണ് മറുപടി പറഞ്ഞത്. ഉപനിഷത്തിലും ബുദ്ധനുള്ള താൽപ്പര്യവും അറിവും കാശ്യപനെ അത്ഭുതപ്പെടുത്തി. അതിനടിയിൽ ബുദ്ധൻ ചോദിച്ചു:

"സഹോദരാ, അങ്ങ് എന്തിനാണ് അഗ്നിയെ ഇത്ര കാര്യമായി, പ്രധാനമായി ആരാധിക്കുന്നത്?"

കാശ്യപൻ പെട്ടെന്ന് മറുപടി പറഞ്ഞില്ല. ചോദ്യകർത്താവ് സാമാന്യനല്ല എന്ന് തീർച്ചയായി, എല്ലാം പഠിച്ചറിഞ്ഞു വന്നവനാണ്. വേദങ്ങൾ ചൊല്ലിക്കേട്ട് ഹൃദിസ്ഥമാക്കിയിട്ടുണ്ട് എന്നല്ലാതെ അതിന്റെ ആന്തരാർഥങ്ങളിലേക്കൊന്നും താനത്ര കാര്യമായി കടന്നിട്ടില്ല. എന്നാലും പറഞ്ഞു:

"അഥർവവേദത്തിൽ അഗ്നിക്കാണ് പ്രാധാന്യം. അഗ്നിയെ ദേവനായിട്ടും സ്വീകരിച്ചിട്ടുണ്ട്. അഗ്നിയെ ആരാധിച്ച് വേണ്ടതെല്ലാം നേടാം എന്നുമുണ്ട്. പ്രപഞ്ചത്തിന്റെ പ്രധാനഘടകമല്ലേ അഗ്നി?"

അപ്പോൾ ബുദ്ധൻ അഥർവമന്ത്രങ്ങൾ ചൊല്ലാൻ തുടങ്ങി.

"അഗ്നിക്ക് പ്രാധാന്യമുണ്ട്. വെള്ളത്തിന്റെ പ്രാധാന്യത്തെപ്പറ്റിയും പുകഴ്ത്തുന്നുണ്ടല്ലോ വേദം. പ്രപഞ്ചഘടനയിൽ വെള്ളത്തിന്റെ സ്ഥാനത്തിനെന്നതാ കുറവ്?"

കാശ്യപൻ കൈകൂപ്പിക്കൊണ്ട് പറഞ്ഞു: "പ്രിയസുഹൃത്തേ ഞാൻ അങ്ങയോടു തർക്കിക്കാനില്ല. അങ്ങയുടെ വാക്കുകൾ കേൾക്കുവാനാണ് ആഗ്രഹിക്കുന്നത്."

ബുദ്ധൻ അവിടെ കിടക്കുന്ന ഒരു ഇല കുനിഞ്ഞ് എടുത്തിട്ട് സ്നേഹസ്വരത്തിൽ പറഞ്ഞു:

"ഗുരു കാശ്യപാ, ഇവിടെ ഏത് വസ്തുവും മറ്റു പലതിനോടും കടപ്പെട്ടുകൊണ്ടാണിരിക്കുന്നത്. മാറിക്കൊണ്ടിരിക്കുന്നതുമാണ്. എന്റെ കയ്യിലുള്ള ഈ ഇലക്കഷണം നോക്കൂ. ഭൂമി, സൂര്യൻ, ചൂട്, ജലം, വായു. വൃക്ഷം തുടങ്ങിയവയൊക്കെ കനിഞ്ഞതുകൊണ്ടാണ് ഇതുണ്ടായതും നിലനിൽക്കുന്നതും അവയോടൊക്കെ കടപ്പെട്ടതുമാണ്. അവയൊക്കെ മാറിനിന്നാൽ പിന്നെ ഈ ഇലയുണ്ടോ?"

അപ്പോൾ കാശ്യപൻ യജുർവേദത്തിലെ ചില മന്ത്രങ്ങൾ ചൊല്ലി. അതു മനസിലാക്കിയ ബുദ്ധൻ ഉടൻ പറഞ്ഞു:

"അതെ, അതാണ് പറഞ്ഞത്. മന്ത്രദ്രഷ്ടാക്കളായ ആ മഹർഷിമാരും അവരുടെ തപസിൽക്കൂടി ഇതുതന്നെ കണ്ടിരിക്കും."

ബുദ്ധൻ ആ വേദമന്ത്രങ്ങളുടെ അർഥം ലളിതമായി വ്യക്തമായി വിശദീകരിക്കുന്നതുകേട്ട് കാശ്യപൻ ആവേശത്തോടെ ബുദ്ധന്റെ കൈക്കുപിടിച്ചു. പിന്നിൽ നിന്നിരുന്ന ശിഷ്യന്മാർ ഉത്സാഹത്തിന്റെ, സന്തോഷത്തിന്റെ ഒരു ശബ്ദം പുറപ്പെടുവിച്ചു: "ഹായ്."

"ആ വേദമന്ത്രങ്ങളിൽ കൂടിയാണോ അങ്ങേയ്ക്ക് ജ്ഞാനോദയുമുണ്ടായത്?" കാശ്യപൻ ചോദിച്ചു.

ബുദ്ധൻ ഉറപ്പിച്ച് പറഞ്ഞു

"അല്ല നിരന്തരമായ, തീവ്രമായ അന്വേഷണത്തിലൂടെ, ഏകാഗ്രമായ ധ്യാനത്തിലൂടെയാണ് ഞാൻ അതറിഞ്ഞത്. ഞാൻ സങ്കൽപ്പങ്ങളിൽ വിശ്വസിക്കുന്നില്ല. വേദം അറിവാണ്. ഇന്നലെ കാണാത്ത വഴികൾ ഇന്ന് കണ്ടെത്തുന്നവരെ വേദം സ്വാഗതം ചെയ്തിട്ടേയുള്ളൂ. നിഷേധിച്ചിട്ടില്ല. പുതിയ വഴി വെട്ടുന്നവരെ സ്വീകരിക്കുന്നു. എന്നിട്ട് സ്വന്തം ആത്മാവിനെ വിസ്തൃതമാക്കുകയും ചെയ്യുന്നു. എന്റെ മാർഗം അഹിംസയുടെയും തിരിച്ചറിവിന്റെയുമാണ്. ബുദ്ധികൊണ്ട് ചിന്തിക്കുകയും, ഹൃദയംകൊണ്ട് അത് പകരുകയും ചെയ്യുന്ന രീതി. മനുഷ്യവർഗത്തിൽ ഇന്ന് ഏറ്റവും ആവശ്യം സ്നേഹവും കാരുണ്യവും തന്നെയാണ് എന്ന് ഞാൻ വിശ്വസിക്കുന്നു."

ബുദ്ധന്റെ വാക്കുകൾ കേട്ടുകൊണ്ടിരിക്കുമ്പോൾ തന്റെ ഉള്ളറകളും എവിടെയൊക്കെയോ തുറക്കുന്നത് കാശ്യപൻ അറിഞ്ഞു. എന്നാൽ വ്യക്തമായിട്ട് പിടികിട്ടുന്നതുമില്ല. ഒരു മോഹം അദ്ദേഹത്തിന്റെ മനസിൽ ഉദിച്ചു– ആ പൗർണമിരാത്രിയിൽ ബുദ്ധന് സിദ്ധിച്ച ആ സ്വാതന്ത്ര്യല

ബ്ധിയെപ്പറ്റി വിശദമായി അറിയണം. പക്ഷേ, ചോദിക്കാനൊരു ശങ്ക. അദ്ദേഹത്തിന് എന്ത് തോന്നും? അപ്പോൾ ബുദ്ധൻ സ്പഷ്ടമായിത്തന്നെ കാശ്യപനെ നോക്കി ചിരിച്ചു. അദ്ദേഹത്തിന്റെ കയ്യിൽ പിടിച്ചു:

"പറയാം. ആ രാത്രിയെപ്പറ്റി അങ്ങയോട് ഞാൻ പറയാം. ഞാൻ നേരിട്ട് കണ്ട് അനുഭവിച്ചതാണല്ലോ."

ജ്ഞാനോദയത്തിന്റെ ആ അനർഘനിമിഷങ്ങളെപ്പറ്റി, താൻ അനുഭവിച്ച ആ സ്വാതന്ത്ര്യാനുഭവങ്ങളെപ്പറ്റി ബുദ്ധൻ വളരെ വ്യക്തമായി, ലളിതമായി കാശ്യപനോട് പറഞ്ഞു: "പ്രിയ സുഹൃത്തേ, ഇതൊക്കെ ഞാൻ നേരിട്ട് കണ്ടതാണ്. ഇവിടയുള്ളതൊക്കെ പലപല ഘടകങ്ങളുടെ സംയോജനമാണ്. മാറിക്കൊണ്ടിരിക്കുന്നതുമാണ്."

കാശ്യപൻ ചില നിമിഷങ്ങൾ എന്തോ ആലോചിച്ചിരുന്നു. അതിനു ശേഷം ചോദിച്ചു:

"സഹോദരാ, ഞാൻ ഒരു സംശയം കൂടി ചോദിക്കട്ടെ?"

"ചോദിക്കൂ."

"അപ്പോൾ ഹോമങ്ങൾ പ്രയോജനപ്രദമല്ല എന്നാണോ? അഗ്നിയെ, ആരാധിക്കേണ്ടതില്ല എന്നാണോ?"

കാശ്യപന്റെ നിഷ്കളങ്കമായ ആ ചോദ്യം ശ്രീബുദ്ധനെ വല്ലാതെ സ്പർശിച്ചു. അദ്ദേഹം പെട്ടെന്ന് കാശ്യപന്റെ കൈകൾ പിടിച്ചു. സ്നേഹ സ്വരത്തിൽ പറഞ്ഞു:

"പ്രിയ സുഹൃത്തേ, കാശ്യപാ, ഞാൻ ഒരു ഉദാഹരണം കാണിക്കാം. നമ്മൾ പുഴവക്കത്ത് നിൽക്കുന്നു. പുഴ കടക്കണം. തോണി വന്നില്ല. എങ്ങനെ അപ്പുറത്തെത്തും?"

"തോണി വരുത്തും. അല്ലെങ്കിൽ നീന്തിക്കടക്കും."

"അതുപോലെ ഒരാൾ അയാളുടെ ഉള്ളിലെ അജ്ഞതയെയും വിവശതകളെയും അകറ്റാതെ യഥാർഥ സ്വാതന്ത്ര്യം കിട്ടില്ല. പ്രഥമവും പ്രധാനവും ആയത് ആ ഹൃദയശുദ്ധീകരണമാണ്."

കാശ്യപൻ നിശ്ശബ്ദനായി.

സൂര്യൻ അസ്തമിച്ചിട്ട് സമയം കുറേക്കഴിഞ്ഞരിക്കുന്നു. പുറത്തെ മുറ്റത്ത് ഇരുട്ട് പരന്നു. കാശ്യപൻ തന്റെ കുടിലിൽ കിടക്കാൻ ബുദ്ധനെ ക്ഷണിച്ചു. ആദ്യമായിട്ടാണ് കാശ്യപൻ ഒരാളെ തന്റെ കുടിലിലേക്ക് കിടക്കാൻ ക്ഷണിക്കുന്നത്. പക്ഷേ, ബുദ്ധൻ പറഞ്ഞു: "ഞാൻ ആ ഹോമശാലയിൽ കിടന്നോളാം."

"അയ്യോ അതു വേണ്ട. അവിടെ രാത്രി എന്നും ഒരു കൂറ്റൻ സർപ്പം വന്നു കിടക്കാറുണ്ട്. അവിടെ കിടക്കണ്ട."

ശിഷ്യരും കാശ്യപനും വിലക്കി. ആപത്താണ്. പിന്നെ ഹോമകുണ്ഡത്തിൽ നിന്നുള്ള ചൂടും ഉണ്ടാവും. ബുദ്ധൻ മന്ദഹസിച്ചു–

"ഭയപ്പെടേണ്ട. എനിക്കൊരാപത്തും വരില്ല. ഞാൻ അവിടെ കിടന്നോളാം."

കാശ്യപന് ആ അഭിപ്രായത്തെ മാനിക്കേണ്ടി വന്നു. ബുദ്ധൻ ആ അഗ്നിശാലയിൽ കിടന്നു. ഒരു മൂലയിൽ ചന്ദനമുട്ടികൾ കൂട്ടിയിട്ടുണ്ട്. ഹോമിക്കാനുള്ളതാവും. ഹോമകുണ്ഡത്തിൽ തീയ് കത്തിയും എരിഞ്ഞും തന്നെ കിടക്കുകയാണ്. ആ ചന്ദനമുട്ടികളുടെ മീതെ കിടക്കാനാവും പാമ്പ് വരുന്നത് എന്ന് വിചാരിച്ചു. ബുദ്ധൻ മറ്റേ മുറിയിലേക്ക് കടന്നു. അവിടെ നിലത്ത് പൊടിതട്ടിയിട്ട് മേൽവസ്ത്രം നിലത്ത് വിരിച്ച് അതിലിരുന്ന് ധ്യാനിക്കാനൊരുങ്ങി. കുറച്ചുകഴിഞ്ഞപ്പോൾ പാമ്പ് ഇഴഞ്ഞെത്തി. നാവു നീട്ടിക്കൊണ്ട് ബുദ്ധനെ നല്ലവണ്ണം നോക്കി. ബുദ്ധൻ പാമ്പിനെ നോക്കിയിട്ട് സ്നേഹാർദ്രമായ സ്വരത്തിൽ പറഞ്ഞു:

"സ്നേഹിതാ കാട്ടിലേക്കുതന്നെ പോയ്ക്കൊളു. അങ്ങയുടെ രക്ഷയ്ക്ക് അതല്ലേ നല്ലത്?"

പാമ്പ് ഒന്നകൂടി ബുദ്ധനെ നോക്കി. പിന്നെ ഇഴഞ്ഞ് പുറത്തേക്ക് പോവുകയും ചെയ്തു. ധ്യാനത്തിൽ നിന്നുണർന്നപ്പോൾ ബുദ്ധൻ അവിടെത്തന്നെ കിടന്ന് ഉറങ്ങുകയും ചെയ്തു. പാതിരാത്രിയായപ്പോൾ ബുദ്ധൻ ഉണർന്നു. പുറത്ത് നിറനിലാവ്. ജാലകത്തിലൂടെ വെളിച്ചം ബുദ്ധന്റെ മുഖത്ത് വന്ന് തടവുന്നു. അദ്ദേഹം എഴുന്നേറ്റ് മേൽമുണ്ടെടുത്ത് പുറത്തുവന്നു. മലമുകളിൽ നല്ല ചന്ദ്രപ്രഭ. അവിടെ നടന്നുകൊണ്ട് ധ്യാനിക്കുവാൻ ബുദ്ധന് മോഹം തോന്നി. അദ്ദേഹം നേരെ നടന്നു.

ഗുരു കാശ്യപന് സ്വന്തം കുടിലിൽ കിടന്നിട്ടും ഉറങ്ങുവാൻ കഴിഞ്ഞില്ല. അദ്ദേഹം മനസിലിട്ട് ചേറിക്കൊഴിച്ചു, ഏതാണ് ശരി? ഇത്രകാലവും വിശ്വസിച്ച് ആരാധിച്ച് അനുവർത്തിച്ചതൊക്കെ വ്യർഥമാവുകായാണോ? അതൊക്കെ തെറ്റായതായിരുന്നു എന്ന് വിശ്വസിക്കണോ? പക്ഷെ, ഈ ദീർഘകാലത്തെ ആശ്രമജീവിതംകൊണ്ട് തനിക്ക് സിദ്ധിച്ചതെന്താണ്? അതൊക്കെ ഈ യുവസന്യാസിക്കും സാധിക്കുന്നുണ്ടല്ലോ. ഈ മനുഷ്യജീവിതത്തിന്റെ ലക്ഷ്യം നമ്മൾതന്നെ സങ്കൽപ്പിച്ചുണ്ടാക്കുന്ന സ്വർഗം പ്രാപിക്കലാണോ? അതോ, യാഥാർഥ്യത്തെ അറിഞ്ഞ് ഇതിൽ നിന്ന് മോചനം നേടലല്ലേ? അത് ഈ ബുദ്ധന് സാധിച്ചു എന്ന് ബോധ്യമായിത്തുടങ്ങി. ഒരു രാജകുമാരന് ഈ അവസ്ഥ സ്വയം തെരഞ്ഞെടുക്കാറാവണമെങ്കിൽ അത് സുകൃതം തന്നെയാണ്. സമസൃഷ്ടിസ്നേഹം അദ്ദേഹം ഊന്നിപ്പറയുന്നു. അപ്പോൾ കാശ്യപന്റെ ഉള്ളിൽ പിന്നേയും ഒരു കൊളുത്തിപ്പിടിത്തം ഉണ്ടായി. ഈ സിദ്ധാർഥ ഗൗതമന്റെ അന്യാദൃശമായ വ്യക്തിപ്രഭാവം തന്റെ മനസിനെ ഭ്രമിപ്പിക്കുകയാണോ? അദ്ദേഹം വരുന്നതുതന്നെ ഒരു പ്രകാശം നടന്നടുക്കുന്നതുപോലെയല്ലേ? വാക്കുകൾ മനസിനെ ശുദ്ധീകരിക്കുന്നതും. കേൾക്കുമ്പോൾ ഇച്ഛാദ്വേഷാദികൾ അകന്നുപോവുന്നത് അറിയുന്നു. അരുതാത്തത് ഒന്നും അദ്ദേഹം പറയുന്നുമില്ല. ഈ ശ്വസനക്രിയയെപ്പറ്റി പല ഗ്രന്ഥങ്ങളിലും വ്യക്തമായി പറഞ്ഞ് ഫലിപ്പിച്ചത് കണ്ടിട്ടുണ്ട്. പക്ഷേ, ബുദ്ധൻ പറയുമ്പോൾ അതിന് പുതിയൊരു ശക്തിയും അർഥവും വരുന്നു. എന്തായാലും ബുദ്ധനെ വിടാൻ എനിക്കു ബുദ്ധിമുട്ടുണ്ട്.

പക്ഷേ, വളരെ നിഷ്കാമബുദ്ധിയോടെ സേവന തൽപ്പരരായി തന്നോടൊപ്പം നിൽക്കുന്ന മുന്നൂറ് ശിഷ്യന്മാരില്ലേ? അവളെ അനാഥരാക്കാമോ? അതേതായാലും വയ്യ. അപ്പോൾ ഒരു ഉപായം തോന്നി. നാളെ ബുദ്ധനോട് ഒരു ധർമപ്രഭാഷണം നടത്താൻ അപേക്ഷിക്കണം. അതു കേട്ടാൽ ആരും ആ വഴി സ്വീകരിക്കാതിരിക്കില്ല.

അങ്ങനെയൊക്കെ ആലോചിച്ചിട്ടു കിടക്കുമ്പോൾ, പുറത്ത് എന്തൊക്കെയോ പൊട്ടിത്തെറിക്കുന്ന കലശലായ ശബ്ദം കേട്ടു. കാശ്യപൻ പുറത്തേക്കിറങ്ങിയപ്പോഴേക്കും ശിഷ്യരും എത്തി. "അയ്യോ,അഗ്നിശാലയാണല്ലോ കത്തുന്നത്. സിദ്ധാർഥഗൗതമൻ അവിടെയെല്ലേ കിടന്നത്. അദ്ദേഹത്തിന് വല്ലതും..." എല്ലാവരും കൂടി ഓടി അവിടെയത്തി. ബുദ്ധനെയാണ് തെരഞ്ഞത്. എങ്ങും കാണുന്നില്ലല്ലോ. എല്ലാവരും അമ്പരന്നു പരിഭ്രമിച്ച് കാശ്യപന് ചുറ്റും നിൽക്കുമ്പോൾ അകലെ ഒരു പ്രകാശം സാവധാനത്തിൽ കുന്നിറങ്ങി നടന്നു വരുന്നു. എല്ലാ കണ്ണുകളും അങ്ങോട്ടായി.

"തീ കെടുത്താൻ ഞാൻ സഹായിക്കാം." എന്നു പറഞ്ഞ് ബുദ്ധൻ അവരുടെ അടുത്തെത്തി. കാശ്യപൻ ബുദ്ധനെ കെട്ടിപ്പിടിച്ച് നെടുവീർപ്പിട്ടു. ശിഷ്യരിൽ ഒരാൾ ബദ്ധപ്പെട്ട് ചോദിച്ചു.

"സർപ്പത്തെ കണ്ടില്ലേ?"

"കണ്ടു. എന്നെ കണ്ടപ്പോൾ തിരിച്ചുപോയി. പാവം. ചന്ദനഗന്ധമാസ്വദിച്ച് സുഖമായി കിടക്കാം എന്നു മോഹിച്ച് വന്നതാവും."

അതുകേട്ട് കാശ്യപനും ശിഷ്യന്മാരും അത്ഭുതസ്തബ്ധരായി പരസ്പരം മുഖത്തോടു മുഖം നോക്കി.

കാശ്യപനും ശിഷ്യരും ആവശ്യപ്പെട്ടതിനാൽ ബുദ്ധൻ അന്നും അവിടെത്തന്നെ താമസിക്കാം എന്നു സമ്മതിച്ചു. കാശ്യപന്റെ രണ്ട് അനുജന്മാരും അവരുടെ അറുനൂറ് ശിഷ്യന്മാരും അന്നവിടെ എത്തിയിരുന്നു. ഉച്ചഭക്ഷണത്തിനുശേഷം ഒരു ധർമ പ്രഭാഷണം നടത്തണമെന്ന കാശ്യപന്റെ അപേക്ഷ ബുദ്ധൻ സമ്മതിച്ചു. കാശ്യപന്റെയും അനുജന്മാരുടെയും ശിഷ്യരെക്കൂടാതെ കുറെ ഗ്രാമവാസികളും കേട്ടുകേൾപ്പിച്ച് അവിടെ എത്തിയിരുന്നു, പ്രഭാഷണം കേൾക്കുവാൻ. ബുദ്ധൻ വളരെ നേരം സംസാരിച്ചു. ജ്ഞാനോദയത്തെപ്പറ്റി ഇനിയൊരു സംശയം ഉണ്ടാകുവാൻ ഇടയില്ലാത്തവിധം അത്രയ്ക്കും സ്പഷ്ടവും ശക്തവും സ്നേഹനിർഭരവും ആയിരുന്നു അന്ന് ബുദ്ധന്റെ വാക്കുകൾ. അനിർവചനീയമായ ഒരു ശാന്തി ശ്രോതാക്കൾ അനുഭവിച്ചു. ബുദ്ധന്റെ ചുറ്റുമുള്ള പ്രഭാവലയം കൂടുതൽ തിളങ്ങുന്നതുപോലെ കാശ്യപന് തോന്നി. അദ്ദേഹം ഗദ്ഗദകണ്ഠനായിട്ട് ബുദ്ധന്റെ കൈക്കുപിടിച്ചുകൊണ്ട് പറഞ്ഞു:

"പ്രഭോ, എന്നെ അങ്ങയുടെ ആര്യമാർഗത്തിലേക്ക് സ്വീകരിച്ചാലും."

"ആചാര്യ കാശ്യപാ, അങ്ങയെ സ്വീകരിക്കാൻ എനിക്ക് സന്തോഷമേയുള്ളു. പക്ഷേ, അങ്ങയുടെ ശിഷ്യന്മാർ അനാഥരാവില്ലേ?"

അപ്പോൾ കേൽവിക്കാരുടെ ഇടയിൽ ഒരു മർമരമുണ്ടായി. കാശ്യപശിഷ്യന്മാരിൽനിന്ന് ഒരാൾ എഴുന്നേറ്റു നിന്നിട്ട് പറഞ്ഞു:

"ഞങ്ങളും ഗുരുവിന്റെ കൂടെ ആര്യമാർഗം സ്വീകരിക്കുവാനാണ് ആഗ്രഹിക്കുന്നത്."

ബുദ്ധൻ കൈപ്പടം ഉയർത്തിക്കൊണ്ട് സമ്മതം അറിയിച്ചു. അപ്പോഴേക്ക് കാശ്യപന്റെ രണ്ട് സഹോദരന്മാരും അവരുടെ അറുന്നൂറ് ശിഷ്യന്മാരും ഇതേ ആഗ്രഹം അറിയിച്ചു. അവരേയും ബുദ്ധൻ സ്വീകരിച്ചു. പിന്നെ ബുദ്ധൻ ഗൗരവത്തോടെ പറഞ്ഞു: "ഇത് എളുപ്പമുള്ള വഴിയല്ല. കല്ലും മുള്ളും നിറഞ്ഞതാണ്. എന്നാൽ ഇത് എത്തിച്ചേരുക സമാധാനത്തിലേക്കും മോചനത്തിലേക്കുമാണ്. ഈ ജനനമരണദു:ഖത്തിൽ കിടന്ന് പിന്നെ വലയേണ്ട."

എല്ലാ കണ്ഠങ്ങളിൽനിന്നും ഒന്നിച്ച് ഉയർന്നു:

"ഞങ്ങൾ മോചനം ആഗ്രഹിക്കുന്നു."

അപ്പോൾ ഉരുവേല കാശ്യപൻ ശരണമന്ത്രം ചൊല്ലി.

"ബുദ്ധം ശരണം ഗച്ഛാമി, ധർമം ശരണം ഗച്ഛാമി, സംഘം ശരണം...."

കാശ്യപന്റെ ഭ്രാതൃസ്നേഹത്തിലും സംഘടനാ പാടവത്തിലും ബുദ്ധന് ബഹുമാനം തോന്നി. അവിടെ വച്ചുതന്നെ അവർക്കൊക്കെ ദീക്ഷ കൊടുത്ത് ഭിക്ഷുക്കളാക്കി. ഭിക്ഷുധർമത്തെ പഠിപ്പിച്ച് നാല് ആര്യസത്യങ്ങളും അഷ്ടാംഗമാർഗവും ശീലിപ്പിച്ചു. ഭിക്ഷുക്കൾ പതുക്കെ വരിവരിയായി സംഘം ചേർന്ന് നടക്കണം. ഉറക്കെ ഉറക്കെ ആക്രോശിച്ച് സംസാരിക്കരുത്. തല മുണ്ഡനം ചെയ്യണം. ഭിക്ഷയെടുത്ത് ഭക്ഷണം കഴിക്കണം. അതിനുപുറമെ ശ്വസനക്രിയ നിർബന്ധമായും ചെയ്യണം. ചിന്തകളെ സന്മാർഗത്തിലേക്ക് തിരിക്കണം. പൊതുജനങ്ങളോട് ഭയരഹിതരായിട്ട് സ്നേഹപൂർവം പെരുമാറണം. പലതും മനസിലാക്കുവാൻ എളുപ്പത്തിനായ് വേദഭാഗങ്ങൾ ഉദ്ധരിച്ച് വിവരിച്ചു. ഒരു കാര്യം ശക്തിയായി ഓർമിപ്പിച്ചു:

പരസ്പരധാരണ, തിരിച്ചറിവ്, മൈത്രി.

ബുദ്ധന് ഉരുവേല വിടുവാൻ സമയമായി. രാജ്ഗീറിൽ പോകണം. ബിംബിസാര രാജാവിനോട് ഏറ്റിട്ടുള്ള പ്രതിജ്ഞ നിറവേറ്റണം. ബുദ്ധൻ പോകുവാൻ ഒരുങ്ങിയപ്പോൾ കാശ്യപൻ പറഞ്ഞു: "ഞങ്ങളും അങ്ങയുടെ കൂടെയുണ്ട്."

ബുദ്ധൻ ആദ്യം മിണ്ടാതിരുന്നതേയുള്ളു. ആ മൗനം മനസിലാക്കിയിട്ട് കാശ്യപൻ പറഞ്ഞു.:

"പ്രഭോ, രാജഗൃഹത്തിൽ വിശാലമായ കുന്നിൻപുറങ്ങളും കാടും ഉണ്ട്. അവിടെ ധാരാളം ശ്രമണ സംഘങ്ങളുണ്ടായിട്ടുണ്ട്. ഏതാണ്ട് ഒന്നര നൂറ്റാണ്ടു മുമ്പ് പരിനിർവാണം പ്രാപിച്ച പാർശ്വനാഥന്റെ നിർഗ്രന്ഥ ജൈന സംഘം അവിടെയായിരുന്നു. ജനങ്ങൾക്ക് ശ്രമണന്മാരോട് വളരെ ആദരവാണവിടെ. സംഘപ്രവർത്തനങ്ങൾക്ക് സാധ്യതയുള്ള സ്ഥലമാണ്."

അതുകേട്ടപ്പോൾ ബുദ്ധൻസമ്മതിച്ചു. തൊള്ളായിരത്തി അഞ്ച് ശിഷ്യരും മൂന്ന് കാശ്യപരും ബുദ്ധനും ആയിട്ട് സംഘം രാജഗൃഹത്തി

ലേക്ക് നീങ്ങി. ആ സംഘത്തെ നയിച്ചത് ഉരുവേല കാശ്യപനും രണ്ട് അനുജന്മാരും പിന്നെ ബുദ്ധന്റെ ആദ്യശിഷ്യരായ ആ അഞ്ചുപേരും തന്നെയായിരുന്നു. ഒരേ മട്ടിൽ കാവിവസ്ത്രം ധരിച്ച്, മുണ്ഡനം ചെയ്ത ശിരസ്സും കയ്യിൽ ഭിക്ഷാപാത്രവും ആയിട്ട് ഒരേ താളത്തിൽ നിശ്ശബ്ദമായി പരമശാന്തരായി മഗധയുടെ രാജവീഥിയിലേക്കുള്ള ആ ഭിക്ഷുസംഘപ്രവേശം മഗധയിലെ ജനങ്ങൾ ആശ്ചര്യപരതന്ത്രരായി നോക്കിനിന്നു. മുന്നിൽ സ്നേഹത്തിന്റെയും കാരുണ്യത്തിന്റെയും മൂർത്തിയായി തേജോമയനായി ബുദ്ധനും നടന്നിരുന്നു.

പത്തുദിവസം കൊണ്ടാണ് ആ സംഘം ഉരുവേലയിൽ നിന്ന് രാജഗൃഹത്തിന് രണ്ടുനാഴിക സമീപത്തുള്ള പനന്തോട്ടത്തിലെത്തിയത് കാശ്യപൻ പറഞ്ഞു:

“ഇവിടെ സുപ്രതിഷ്ഠാ വിഹാരമുണ്ട്. നമുക്കവിടെ തങ്ങാം.”

സംഘം അവിടെ എത്തി. അവിടെ ധാരാളം വൃക്ഷങ്ങൾ, കുളിർകാറ്റ്, അടുത്തുതന്നെ ജലാശയം. പകൽസമയത്ത് ഭിക്ഷുക്കളെല്ലാം നിശ്ശബ്ദരായി ശാന്തരായി ഗ്രാമത്തിലും നഗരത്തിലും ഇറങ്ങി ഭിക്ഷ യാചിച്ച് ഭക്ഷണം കൊണ്ടുവരും. എല്ലാവരും ഒരുമിച്ചിരുന്ന് നിശ്ശബ്ദരായി ഭക്ഷണം കഴിക്കും. ബാക്കി സമയങ്ങളിൽ ശ്വസനക്രിയകളും ധർമോപദേശങ്ങളും മറ്റ് പാഠങ്ങളുടെ പഠനങ്ങളും നടത്തും. ബുദ്ധന്റെ ധർമോപദേശങ്ങൾ കേൾക്കാൻ ജനങ്ങൾ പുറമെ നിന്നുകൂടി വന്നുതുടങ്ങി.

രണ്ടാഴ്ച കഴിഞ്ഞപ്പോൾ ഒരു വൈകുന്നേരം ബുദ്ധൻ പ്രഭാഷണം നടത്തുന്നതിനിടയിൽ രാജാബിംബിസാരനും വേറെ ചിലരും ആ പനങ്കാട്ടിലേക്കു വന്നു. ഏതോ ഒരു സന്യാസി അവിടെ ധർമോപദേശം നടത്തുന്നു. ജനങ്ങൾ അതിൽ ആകൃഷ്ടരാവുന്നു എന്നു മാത്രമേ രാജാവ് അറിഞ്ഞിരുന്നുള്ളു. രാജാവിനെയും പരിവാരത്തെയും സ്വാഗതം ചെയ്ത് സ്വീകരിക്കുവാൻ ഉരുവേല കാശ്യപനാണ് അടുത്തേക്ക് എത്തിയത്. മഹാബ്രഹ്മണനും ജ്ഞാനിയുമായ കാശ്യപനെ കണ്ടപ്പോൾ രാജാവ് അത്ഭുതപ്പെട്ടു– തേജോമയനായ ഒരു യുവസന്യാസി ആയിരത്തിലധികം വരുന്ന ജനങ്ങളെ പിടിച്ചിരുത്തി ധർമശാസ്ത്രം ഗ്രഹിപ്പിക്കുകയും ആചാര്യ കാശ്യപൻ ഈ യുവസന്യാസിയെ അത്യധികം ആദരവോടെ പരിചരിക്കുകയും ചെയ്യുന്നു! ബിംബിസാരൻ ഓർത്തെടുത്തു– ഇത് അദ്ദേഹം തന്നെ. രണ്ടരക്കൊല്ലം മുമ്പ് ഇവിടെ വന്ന ആ സത്യാന്വേഷിയായ സിദ്ധാർഥഗൗതമൻ. ബുദ്ധന്റെ ഉജ്വലവും അർഥപൂർണവുമായ വാക്കുകൾ ബിംബിസാരന്റെ പ്രജ്ഞയെ ശരിക്കും കുലുക്കി ഉണർത്തി. പ്രഭാഷണം നിർത്തിയപ്പോൾ രാജാവ് ബുദ്ധന്റെ മുമ്പിൽ വന്ന് വിനീതനായി നിന്നു: “പ്രഭോ, ഞാൻ ധന്യനായിരിക്കുന്നു. എന്റെ രാജ്യം അനുഗൃഹീതമായി. ജ്ഞാനോദയം കിട്ടിക്കഴിഞ്ഞാൽ അങ്ങ് ഇവിടെ വരാമെന്നു പറഞ്ഞ വാക്ക് അങ്ങ് പാലിച്ചിരിക്കുന്നു. ഇനി അങ്ങ് കൊട്ടാരത്തിൽ വന്ന് എന്റെ ഭിക്ഷ സദയം സ്വീകരിക്കണം.”

ബുദ്ധൻ ബിംബിസാരനെ നോക്കി ഹൃദ്യമായി പുഞ്ചിരിതൂകി. സംഘത്തോടൊപ്പം കൊട്ടാരത്തിൽ വരാമെന്നു സമ്മതിച്ചു.

രാജാ ബിംബിസാരന്റെ നിർദേശമനുസരിച്ച് കോസലാധീശനുമായി ചില രാജ്യകാര്യങ്ങളിൽ ഒരു സന്ധിസംഭാഷണം വിജയപ്രദമായി നിർവഹിച്ച് തിരിച്ചെത്തിയിട്ടേ ഉണ്ടായിരുന്നുള്ളു തപൻ. മത്സരം കൂടാതെ കഴിഞ്ഞ് സൗഹൃദം തുടരാൻ കഴിഞ്ഞതിൽ സന്തുഷ്ടനുമായിരുന്നു അദ്ദേഹം. അതിനെപ്പറ്റി പറയുവാൻ രാജധാനിയിൽ പോയതായിരുന്നു. കാര്യങ്ങൾ വിശദമായി രാജാവിനെ ബോധിപ്പിച്ചുകഴിഞ്ഞപ്പോൾ രാജാവ് തപനോട് മറ്റൊരു കാര്യം പറഞ്ഞു:

"സിദ്ധാർഥ ഗൗതമൻ കഠിന വ്രതമെടുത്ത് തപസ്സു ചെയ്ത് ജ്ഞാനോദയം നേടിയിട്ട് നമ്മുടെ ഈ രാജ്ഗീറിൽ എത്തിയിരിക്കുന്നു."

"ഉം."

രാജാവ് തപനെ വീണ്ടും നോക്കി. അവിടെ അത്ഭുതമോ ആനന്ദമോ ഇല്ലല്ലോ.

"അടുത്ത പൗർണമിയിൽ നമുക്ക് ഇവിടെ വെച്ച് അദ്ദേഹത്തിനും ശിഷ്യന്മാർക്കും ഒരു ഭിക്ഷ കൊടുക്കണം. മഗധയിലെ പ്രമുഖരായ ബുദ്ധിജീവികളെയും പണ്ഡിതന്മാരെയുമൊക്കെ ക്ഷണിക്കുകയും വേണം."

"സാധാരണ ജനങ്ങളെയും വിളിച്ച് ഭക്ഷണം കൊടുക്കണ്ടേ? അതാവും സിദ്ധാർഥന് കൂടുതൽ ഹിതകരം."

"സിദ്ധാർഥഗൗതമൻ ഇവിടെ വന്നത് തപൻ അറിഞ്ഞുവോ?"

"ഇവിടെ വന്നതറിഞ്ഞില്ല. സിദ്ധാർഥന് ജ്ഞാനോദയം ലഭിക്കും എന്നറിയാമായിരുന്നു."

"രാജ്ഗീറിലെ പനന്തോട്ടത്തിൽ വിഹാരത്തിനടുത്ത് തൊള്ളായിരം ശിഷ്യന്മാരോട് ധർമപ്രഭാഷണം ചെയ്യുകയായിരുന്നു ഞാൻ മലകയറിച്ചെല്ലുമ്പോൾ. അമൃത് കഴിച്ചതുപോലെയായി. കേട്ടിട്ട് മതിയായില്ല. അദ്ദേഹത്തെ യഥാവിധി ആദരിക്കുവാൻ തപൻ വേണ്ടതൊക്കെ ചെയ്യു."

"ചെയ്യാം."

തപന്റെ സന്തോഷം ഉള്ള് നിറഞ്ഞതായിരുന്നു. അതിനാൽ അത് ഒട്ടും പുറത്തേക്ക് തുളുമ്പിയില്ല എന്നുമാത്രം. സിദ്ധാർഥനെ കാണാൻ ബദ്ധപ്പാട് തോന്നി എങ്കിലും തപൻ രാജ്ഗീറിൽ പോയില്ല.

പരിവ്രാജക സംഘത്തലവനായ സഞ്ജയന്റെ പ്രധാന ശിഷ്യനും ശാസ്ത്രപണ്ഡിതനും ആയ സാരിപുത്രൻ രാജ്ഗീറിലെ പ്രധാന തെരുവിൽ കൂടി നടക്കുമ്പോൾ ഒരു യുവസന്യാസി അവിടെ ഒരു വീടിന്റെ മുമ്പിൽ നിന്നുകൊണ്ട് ഭിക്ഷ യാചിക്കുന്നത് കണ്ടു. സാരിപുത്രൻ അദ്ദേഹത്തെ ശ്രദ്ധിച്ചു– എവിടുന്നോ നല്ല ശിക്ഷണവും അനുഗ്രഹവും കിട്ടിയ ആളാവണം ഇദ്ദേഹം. മുഖത്തെ ശാന്തതയും സ്നേഹഭാവവും നടത്തത്തിന്റെ സവിശേഷതയും അതാണ് സൂചിപ്പിക്കുന്നത്. സാരിപുത്രൻ ആ സന്യാസിയുടെ പിന്നാലെ നടന്നു. കുറച്ചു കഴിഞ്ഞപ്പോൾ രണ്ടുപേരും നിന്നു. സാരിപുത്രൻ ചോദിച്ചു:

'അങ്ങയുടെ ഗുരുനാഥൻ ആരാണ്?'

'സിദ്ധാർഥ ഗൗതമനാണ് എന്റെ ഗുരുനാഥൻ. ഇപ്പോൾ അദ്ദേഹം 'ബുദ്ധൻ' എന്നാണ് അറിയപ്പെടുന്നത്. അദ്ദേഹം ഇവിടെ അടുത്ത് സുപ്രതിഷ്ഠ വിഹാരത്തിനടുത്ത് പനമ്പറമ്പിൽ ഉണ്ട്."

സാരിപുത്രന് ഉത്സാഹമായി: "എന്താണദ്ദേഹം പഠിപ്പിക്കുന്നത്?"

"ഞാനയ്യിടെയാണ് ദീക്ഷ സ്വീകരിച്ചത്. മുഴുവനായിട്ടൊന്നും മനസിലാക്കിയിട്ടില്ല."

"അറിയാവുന്നത് പറയു."

"പരസ്പരാശ്രയത്തിൽ കൂടിയാണ് ഇവിടെ എല്ലാ വസ്തുക്കളും രൂപംകൊള്ളുന്നത്. ഉണ്ടാവുന്നതൊക്കെത്തന്നെ ഇല്ലാതാവുകയും ചെയ്യും...."

അതുകേട്ടപ്പോൾത്തന്നെ സാരിപുത്രന് ഗുരുനാഥനെപ്പറ്റി ഏകദേശം മനസിലായി. കൂടുതൽ ഗുരുനാഥനിൽനിന്ന് മനസിലാക്കാമെന്നും തീർച്ചയാക്കി. അദ്ദേഹം ഉടനെ പോയിട്ട് സഹപാഠിയും ആത്മസുഹൃത്തും ആയ മൊഗല്ലാനനെ ഈ വിവരം അറിയിച്ചു. അവരുടെ കരാറുതന്നെ അതായിരുന്നു. ഇതിൽ ഒരാൾക്ക് പുതിയ ഒരറിവുകിട്ടിയാൽ ഉടനെ മറ്റാളെ അറിയിക്കണം. മൊഗല്ലാനൻ ഉടനെ പറഞ്ഞു: "നമുക്ക് ബുദ്ധനെ കാണാം."

"എന്നാൽ നമ്മുടെ മറ്റ് ഇരുന്നൂറ്റി അമ്പത് കൂട്ടുകാരെ എന്തു ചെയ്യും?"

മൊഗല്ലാൻ അപ്പോൾത്തന്നെ തങ്ങളുടെ ഈ തീരുമാനം മറ്റ് സഹപാഠികളോട് പറഞ്ഞു. അവർ ഇരുന്നൂറ്റി അമ്പത് പേരും സാരിപുത്രന്റെയും മൊഗല്ലാനന്റെയും കൂടെ നിൽക്കുവാൻ ഒരുങ്ങി. ആചാര്യനായ സഞ്ജയൻ തടഞ്ഞിട്ടുപോലും ആരും നിന്നില്ല. അവർ ഇരുന്നൂറ്റി അമ്പത്തി രണ്ട് പേരും രാജ്ഗീറിൽ വന്ന് ബുദ്ധനെ കണ്ടു. ബുദ്ധൻ ആ സഞ്ജയശിഷ്യന്മാർക്കെല്ലാവർക്കും ദീക്ഷകൊടുത്ത് ഭിക്ഷുക്കളാക്കി അവരെ സംഘത്തിൽ ചേർത്തു.

ഇരുപത്തിനാല്

ശുഭ്രമായ നിലാവ് പരത്തിക്കൊണ്ട് പൗർണമി വന്നു. ശ്രീബുദ്ധനെയും സംഘത്തെയും എതിരേൽക്കുവാൻ രാജഗൃഹവും മാന്യമായിത്തന്നെ ഒരുങ്ങിനിന്നു. നഗരവീഥികൾ അടിച്ചുതളിച്ച് ഇരുവശത്തും പുത്തൻ പൂമാലകൾ തൂക്കി, ദീപാലംകൃതമാക്കി. വേണ്ടപ്പെട്ടവരെയൊക്കെ വിവരം പറഞ്ഞ് ക്ഷണിച്ചു. ഓരോന്നിലും തപൻ ജീവകന്റെ നിർദേശങ്ങളും സ്വീകരിച്ചു. സിദ്ധാർഥന്റെ സ്വഭാവത്തിനനുസരിച്ച രീതിയിലായിരുന്നു ഓരോന്നും ഏർപ്പെടുത്തിയത്. സഭാമണ്ഡപം ഒരുക്കുമ്പോൾ തപൻ വന്ദനയെക്കൂടി കൂട്ടി. എല്ലാം ഒരുങ്ങിയപ്പോൾ തപൻ വന്ദനയോട് പറഞ്ഞു:

“വന്ദന നിർമിച്ച ആ പ്രതിമ കൊണ്ടുവരൂ. യശോധരയുടെ, സഭാമണ്ഡപത്തിൽ അത് വയ്ക്കണം. ഉചിതസ്ഥാനത്ത് തന്നെ.”

“അത് വേണോ? അതൊരു അനാദരവില്ലേ?”

“ശ്രീരാമചന്ദ്രൻ ഇടത്തുഭാഗത്ത് സ്വർണപ്രതിമ വെച്ചില്ലേ? യശോധരയാണ് ബുദ്ധനെ ഉണ്ടാക്കിയത്. സർവഥാ മാന്യയാണവർ. അത് ആരും മറക്കരുത്.”

തപനോട് വാദിച്ചിട്ട് കാര്യമില്ല. വന്ദന ആ പ്രതിമ കൊണ്ടു കയറി വരുമ്പോൾ തന്നെ കാണാൻ തക്കവണ്ണം സഭാമണ്ഡപത്തിൽ മാന്യസ്ഥാനത്തു തന്നെ വെച്ചു.

ആയിരത്തി ഇരുന്നൂറ്റി അമ്പത് സഹഭിക്ഷുക്കളോടും മറ്റ് ശിഷ്യന്മാരോടും ഒപ്പം ബുദ്ധൻ രാജഗൃഹത്തിന്റെ നഗരവീഥിയിലേക്ക് നടന്നെത്തി. കാവിവസ്ത്രം ധരിച്ച് ഉത്തരീയവുമിട്ട് മുണ്ഡനം ചെയ്ത തലയും കയ്യിൽ ഭിക്ഷാപാത്രവും ആയിട്ട് ശാന്തവും സ്നേഹനിർഭരവുമായ പ്രസന്നഭാവത്തോടെ നിശ്ശബ്ദരായി ഒരേ താളത്തിലുള്ള ആ വരവ് മഗധയിലെ ജനങ്ങളോ വിസ്മയാധീനരാക്കി. നിരനിരയായി തൂക്കിയ തൂക്കുവിളക്കിന്റെ പ്രഭയിൽ അവർ ആ കാഴ്ച ഇമവെട്ടാതെ നോക്കി നിന്നു. അത് അത്രയ്ക്കും ഹൃദ്യവും ആവേശഭരിതവും ആയിരുന്നു.

രാജാബിംബിസാരൻ തന്റെ വിശിഷ്ടാതിഥിയെ സ്വീകരിക്കുവാൻ രാജധാനിയുടെ പുറത്തുതന്നെ വന്നുനിന്നിരുന്നു.

അദ്ദേഹത്തിന്റെ കൂടെ രാജ്യത്തിലെ ഉന്നത ഉദ്യോഗസ്ഥരും മറ്റ് അനേകം മാന്യന്മാരായ അതിഥികളും ഉണ്ടായിരുന്നു. വളരെ ചിട്ടയോടെ സജ്ജീകരിച്ച സഭാങ്കണത്തിലേക്ക് രാജാവ് നിർവ്യജമായ സ്നേഹബഹുമാനങ്ങളോടെ ശ്രീബുദ്ധനെയും ഭിക്ഷുക്കളെയും ആനയിച്ചു. മഗധ കണ്ടതിൽ വെച്ച് ഏറ്റവും വലിയ ഒരു ജനാവലി ശ്വാസമടക്കിപ്പിടിച്ചു കൊണ്ട് അത് നോക്കി നിന്നു.

മുൻവരിയിൽത്തന്നെയായിരുന്നു ബുദ്ധന്റെയും കാശ്യപന്റെയും ഇരിപ്പിടം. അവർ അവിടെ ഇരുന്നു. കൈകാലുകൾ കഴുകാനുള്ള ജലവും പാത്രവും തുടയ്ക്കാനുള്ള തോർത്തും ഓരോ ഇരിപ്പിടത്തിനും അടുത്തു തന്നെ ഉണ്ടായിരുന്നു. രാജാവു തന്നെ അടുത്തുവന്ന് ബുദ്ധന്റെ കാലു കഴുകിത്തുടച്ചു. ബുദ്ധൻ നേരെ നോക്കി. അവിടെ ഒരു സ്ത്രീ രൂപം. ബുദ്ധന്റെ മുഖത്ത് പെട്ടെന്നൊരു ഭാവപ്പകർച്ച വന്നു. എന്നാൽ, ഉടൻ തന്നെ അത് സന്തോഷത്തിലേക്ക് മാറുന്നത് മറവിൽനിന്നു കൊണ്ട് രണ്ടു പേർ കാണുന്നുണ്ടായിരുന്നു.

വിഭവസമൃദ്ധമായി സസ്യാഹാരം നിശ്ശബ്ദമായി സാവധാനത്തിൽ ഭക്ഷിക്കാൻ തുടങ്ങും മുമ്പ് ശ്രീബുദ്ധൻ ഹൃദയനിർഭരതയോടെ ശാന്തിമന്ത്രവും ത്രിരത്നങ്ങളും ചൊല്ലി. അപ്പോൾ ആയിരത്തിമുന്നൂറോളം കണ്ഠങ്ങൾ അതേറ്റുചൊല്ലിക്കൊണ്ട് ആ സഭാമണ്ഡപത്തെ കോരിത്തരിപ്പിച്ചു.

ഭക്ഷണം കഴിച്ചു കഴിഞ്ഞിട്ട് ബുദ്ധൻ രാജാവിനോട് പതുക്കെ ചോദിച്ചു: "വന്ദന ഇവിടെയുണ്ടോ?"

"ഉണ്ട്."

"തപനും ഇവിടെയുണ്ട്."

"എനിക്ക് കാണണം."

തപൻ വന്ന് ബുദ്ധന്റെ മുമ്പിൽ നിന്നു. അദ്ദേഹം തപനെത്തന്നെ നോക്കി നിൽക്കുകയാണ്. കഴിഞ്ഞ പലപല രംഗങ്ങൾ സിദ്ധാർഥന്റെ മനസിലൂടെ കടന്നുപോയി. ഇരുവർക്കും പുറത്തേക്ക് പറയാൻ ഒന്നുമുണ്ടായിരുന്നില്ല. ഭിക്ഷാപാത്രം ഇടത്തെ കയ്യിലേക്കാക്കിയിട്ട് ബുദ്ധൻ കൈ നീട്ടിയപ്പോൾ തപൻ ആവേശത്തോടെ രണ്ടു കൈകൊണ്ടും ആ കൈപ്പടം പിടിച്ച് ബുദ്ധനെ നോക്കി നിന്നു.

ഏറ്റവും വികാരഭരിതമായിരുന്നു ആ കണ്ടുമുട്ടൽ. അവരുടെ ഭൂതകാലത്തെപ്പറ്റി ഒരു വിവരവും അറിയാത്ത സദസ്യരുടെപോലും ഉള്ള് അലിയിക്കുന്ന വിധത്തിൽ.

സംയമിതവും സ്നേഹഭരവുമായ സ്വരത്തിൽ ബുദ്ധൻ പറഞ്ഞു:

"യശോധരയുടെ പ്രതിമ അവിടെ വച്ചത് നന്നായി."

"അതില്ലെങ്കിൽ അപൂർണമാവും എന്ന് തോന്നി."

"ശരിയാണ്. വന്ദനയ്ക്കേ ഇങ്ങനെ ഒന്നുണ്ടാക്കാൻ കഴിയുള്ളൂ. നമുക്കിനിയും കാണണം."

"ഞാൻ അവിടെ വരാം."

അവർ പിരിഞ്ഞു.

രാജാബിംബിസാരൻ എന്തോ ആഗ്രഹിക്കുന്ന ഭാവത്തിൽ ബുദ്ധന്റെ അടുത്തുവന്ന് നിന്നപ്പോൾ കാര്യം മനസിലാക്കിയിട്ട് ബുദ്ധൻ പറഞ്ഞു:

"ഞാൻ അഞ്ച് തത്വങ്ങളെപ്പറ്റി പറയാം."

കുടുംബത്തിനും രാഷ്ട്രത്തിനും തന്നെയും സമാധാനം ഉണ്ടാക്കാനുള്ള ആ അഞ്ച് തത്വങ്ങൾ ബുദ്ധൻ അവിടെ വളരെ ലളിതമായി അവതരിപ്പിച്ചപ്പോൾ അവിടെ കൂടിയ എണ്ണായിരത്തോളം ജനഹൃദയങ്ങൾ അത് ശ്രദ്ധിച്ച് ഉൾക്കൊണ്ടു. അപ്പോൾ ബിംബിസാര രാജാവ് ബുദ്ധന്റെ അടുത്തുവന്ന് കൈകൾ കൂപ്പി തലകുനിച്ച് അറിയിച്ചു: "മഹാപ്രഭോ എനിക്ക് ഒരു അപേക്ഷ കൂടിയുണ്ട്."

ബുദ്ധൻ ചോദ്യരൂപത്തിൽ രാജാവിനെ നോക്കി. രാജാവ് തുടർന്നു:

"ഈ രാജഗൃഹത്തിന് വടക്ക് രണ്ടുനാഴിക അപ്പുറത്ത് വേണുവനം എന്നൊരു മുളങ്കാടുണ്ട്. അത് വളരെ ശാന്തവും ശീതളവും ശുദ്ധവും ആയ സ്ഥലമാണ്. ധാരാളം അണ്ണാറക്കണ്ണന്മാരുണ്ട് അവിടെ. അങ്ങയ്ക്കും സംഘത്തിനും ഉപയോഗിക്കുവാൻ സൗകര്യപ്പെടുന്നതാവും ആ സ്ഥലം. ആ വേണുവനം അങ്ങയ്ക്ക് ഭിക്ഷയായി സമർപ്പിക്കുവാൻ ഞാൻ ആഗ്രഹിക്കുന്നു. സ്വീകരിക്കണമെന്ന് വിനീതമായി അപേക്ഷിക്കുന്നു."

ഒരുനിമിഷം ബുദ്ധൻ മൗനംകൊണ്ട് ഇരുന്നു. പിന്നെ ദീർഘമായ ഒരു ശ്വാസം അകത്തേക്കെടുത്തതിനുശേഷം പുഞ്ചിരിതൂകി തലകുലുക്കി സമ്മതം അറിയിച്ചു.

രാജാവ് സന്തോഷഭരിതനായി. ഈ ഒരു കർമംകൊണ്ട് ശ്രീബുദ്ധന്റെ സാമീപ്യവും സ്നേഹവും വിടാതെ ലഭിക്കുമല്ലോ എന്നും അദ്ദേഹം ആഗ്രഹിച്ചിരുന്നു. ബുദ്ധൻ ഇരുന്ന പീഠത്തിനടുത്ത് അദ്ദേഹം ഒരു വെള്ളിത്താമ്പാളം കൊണ്ടുവന്നു വെച്ചു. ഒരു സ്വർണത്തമലയിൽ കൊണ്ടുവന്നു വെച്ച വെള്ളം രാജാവ് ബുദ്ധന്റെ കൈകളിലേക്ക് സാവധാനം ഒഴിക്കുമ്പോൾ ഒരു മന്ത്രോച്ചാരണത്തിന്റെ ഏകാഗ്രതയോടെ പറഞ്ഞു:

"ഈ ജലം അങ്ങയുടെ കയ്യിലേക്ക് എത്തിക്കുന്നതുപോലെ ആ വേണുവനം അങ്ങേയ്ക്കും അങ്ങയുടെ സംഘത്തിനും വേണ്ടി ഞാൻ അർപ്പിക്കുന്നു. മഹാപ്രഭോ സ്വീകരിച്ചാലും."

വേണുവനം ബുദ്ധന്റെയും സംഘത്തിന്റെയും സ്വന്തമായിത്തീർന്നു.

അടുത്തദിവസം വേണുവനത്തിലേക്ക് തപനും ജീവകനും ബുദ്ധനെ അനുഗമിച്ചു. അവരുടെ സാന്നിധ്യം ബുദ്ധന് ഉത്സാഹമുണ്ടാക്കി. സാവധനത്തിൽ, നിർത്തിനിർത്തിക്കൊണ്ട് ബുദ്ധൻ തന്റെ അനുഭവങ്ങൾ പറഞ്ഞു:

"ഇത് ഒരു അനുമാനമല്ല. കണ്ടെത്തലാണ്. തപൻ, ഞാൻ നേരിട്ടു കണ്ടറിഞ്ഞതാണ്."

ശ്രദ്ധയോടെ കേട്ടുകൊണ്ടിരിക്കുന്ന തപനോട് ബുദ്ധൻ തുടർന്നു:

"ഇതൊക്കെ കാലാകാലമായിട്ട് ഇവിടെയുള്ളതുതന്നെ. എന്റെ സൃഷ്ടിയൊന്നുമല്ല. പക്ഷേ, ഈ ആര്യമാർഗത്തിൽ കൂടിയല്ലാതെ മനുഷ്യന് ഒരു മോചനം സാധിക്കുകയില്ല."

"പക്ഷേ സിദ്ധാർഥ്, എനിക്കു തോന്നുന്നത് ഇനിയും ഏതൊക്കെയോ മഹാത്മാക്കൾ പുതിയ പുതിയ വഴികൾ കണ്ടെത്തുവാനിരിക്കുന്നു എന്നാണ്. ഇത് അവസാനമില്ലാത്തതാണ് എന്ന് അങ്ങുതന്നെ പറഞ്ഞുവല്ലോ. ഞങ്ങളെപ്പോലുള്ളവരുടെ കർത്തവ്യം, ഇന്ന് ഇതിനെ അംഗീകരിക്കാം എന്നുമാത്രമാണ്."

ബുദ്ധൻ ഒരുനിമിഷം നിന്നിട്ട് തപന്റെ മുഖത്തേക്ക് നോക്കി. പിന്നെ സ്നേഹപൂർവം തന്റെ കൈകൾ പിടിച്ചു. അത് കണ്ടുനിന്ന ജീവകന്റെ ശരീരത്തിൽ രോമാഞ്ചമുണ്ടായി. അദ്ദേഹം തന്റെ കൈത്തണ്ടകളിൽ പതുക്കെ ഒന്ന് തലോടി. അവർ പിന്നേയും നടന്നുപോവുമ്പോൾ ബുദ്ധൻ ആലോചിച്ചു. തപന്റെ വാക്കുകൾക്ക് ആർജവം ഒട്ടും കുറഞ്ഞിട്ടില്ല. വർധിച്ചിട്ടേയുള്ളു. സത്യത്തിന്റെ പ്രകാശവും സ്നേഹത്തിന്റെ ആർദ്രതയും നിറഞ്ഞ വാക്കുകൾ! അപ്പോൾ തപന്റെ വിനീതമായ വാക്കുകൾ കേട്ടു:

"ബുദ്ധദേവാ, ഇന്നലെ രാജധാനിയിലെ സഭാമണ്ഡപത്തിലെ ആ ഭിക്ഷ കൗതുകത്തോടെയാണ് ഞാൻ നോക്കിനിന്നത്. അങ്ങയുടെ ജ്ഞാനോദയ എത്രമാത്രം സാർഥകവും മഹനീയവും ആവുന്നു എന്നും അറിഞ്ഞ് സന്തോഷിച്ചു. ഒരേ വരിയിൽത്തന്നെ ഉയർത്തപ്പെട്ടവരും

താഴ്ത്തപ്പെട്ടവരും ഒരുമിച്ചിരുന്ന് ഒരേ താളത്തിൽ ഭക്ഷണം കഴിക്കുക!" ബുദ്ധൻ പിന്നേയും തപനെ നോക്കി– "തപൻ, ഞാൻ വേദത്തെ മാനിക്കുന്നു. ഉപനിഷത്തുകളെ അനുശീലനം ചെയ്യുന്നു. എന്നാൽ അതിലൊക്കെ കടന്നുകൂടിയിട്ടുള്ള ഉച്ചനീചത്വങ്ങളേയും സ്ഥാനമാനങ്ങളേയും സമ്മതിക്കുവാൻ വയ്യ. മനുഷ്യരാശിയെ ഗ്രസിക്കുന്ന മഹാരോഗമാണ് അത്. തപൻ, വേർപെടുത്താൻ കഴിയാത്ത ഈ മഹാപ്രവാഹത്തെ ഞാൻ നേരിട്ടുകണ്ട് അനുഭവിച്ചതാണ്."

എന്നാലും ഈ സംഘപ്രവർത്തനം എത്രകണ്ട് ഗുണം ചെയ്യും എന്ന് തപൻ ഉള്ളിൽ സംശയിച്ചു. ഈ രീതിക്ക് അധികം ആയുസ്സുണ്ടാവുമോ? ഇന്നലെ പ്രത്യേകം നിരീക്ഷിച്ചപ്പോൾ തോന്നി, ബുദ്ധന്റെ പ്രഭാവത്താൽ ആകർഷിക്കപ്പെട്ടവരാണ് അതിൽ പലരും. അതിന് സ്ഥായീഭാവമുണ്ടാവുമോ? എന്നാലും അതൊന്നും ബുദ്ധനോട് പറയേണ്ടതില്ല. ഭാവിയെപ്പറ്റി ഇന്ന് ആശങ്കപ്പെടേണ്ടല്ലോ.

അപ്പോൾ പുഞ്ചിരിതൂകുന്ന ബുദ്ധന്റെ മുഖം തപന്റെ നേരെ തിരിഞ്ഞു.

"കൂട്ടായ ചിന്തയ്ക്കും ധ്യാനത്തിനും ഗമനത്തിനും വാക്കിനും ഫലങ്ങളുണ്ടെന്ന് നമ്മൾ പഠിച്ചിട്ടില്ലേ തപൻ? ഞാനറിഞ്ഞ ഈ മോചനമാർഗം സകലരുടേയും ദുഃഖം തീർക്കാൻ ഉപകരിക്കണം എന്നും ഞാനാഗ്രഹിക്കുന്നു."

ബുദ്ധൻ തന്റെ ചിന്തകൾ വലിച്ചെടുക്കുന്നു എന്ന് തപൻ അറിഞ്ഞു. അപ്പോൾ ബുദ്ധന്റെ സൗമ്യസംഭാഷണം തുടർന്നു:

"ഞാൻ മറ്റൊരു അത്ഭുതം കണ്ടു. മേഘങ്ങൾക്കിടയിൽ ഇടിമിന്നലിന്റെ പ്രകാശത്തിനപ്പുറം അത്ഭുതകരമായ ഒരു വിദ്യുത് ചുംബകത്തെ ഞാൻ കണ്ടു!"

അതുകേട്ട് ജീവകൻ ഒന്നു ഞെട്ടി. പെട്ടെന്ന് ബുദ്ധനെ നോക്കി. ബുദ്ധൻ തുടരുകയാണ്:

"അഗ്നിജ്വാലയ്ക്ക് മാറ്റമില്ല എന്ന് തോന്നുമെങ്കിലും അതും മാറുന്നുണ്ട്. നീരുറവകൾ തുടർച്ചയായി പുതിയ ജലകണങ്ങൾകൊണ്ടതിന്റെ പ്രവാഹത്തെ നിലനിർത്തുന്നു. ഇതെല്ലാം ഞാൻ നേരിട്ടുകണ്ടതാണ്. ഇവിടെയുള്ള സകലതും മാറ്റത്തിന് വിധേയമാകുന്നുണ്ട്."

അവർ നടന്ന് വേണുവനത്തിലെത്തി. കണ്ണെത്താത്ത വിസ്തൃതിയിൽ പരന്നുകിടക്കുന്ന ഒരു മുളങ്കാട്. അതിനുള്ളിലേക്ക് കടന്നപ്പോൾ സുഖകരമായ തണുപ്പ്. പലതരം അണ്ണാർക്കണ്ണന്മാർ ഓടിനടക്കുന്നു. അച്ഛനും അമ്മയും കുട്ടികളും. ബുദ്ധനും സംഘത്തിനും ഉത്സാഹമായി. അവർ അവിടെയൊക്കെ ശ്രദ്ധവെച്ച് നോക്കി നടന്നു. പലതരം കാട്ടുപൂക്കളും വിരിഞ്ഞു നിന്നിരുന്നു. കിഴക്കേ അറ്റത്തായിട്ട് നിറഞ്ഞു നിൽക്കുന്ന വലിയ തടാകം.

തപൻ രാജാവിന്റെ പ്രതിനിധിയായിട്ടാണ് അവിടെ വന്നത്. ബുദ്ധനും സംഘത്തിനുമായിട്ട് ഇത് ഏൽപ്പിച്ചുകൊടുക്കുവാൻ രാജാവ് തപനെ,

ചുമതലപ്പെടുത്തിയിരിക്കുകയാണ്. ഉരുവേല കാശ്യപനോടും സാരിപുത്രൻ, മൊഗല്ലാനൻ തുടങ്ങിയവരോടും തപൻ സംസാരിച്ചു. അവർ മറ്റു ഭിക്ഷുക്കളെ കൂട്ടി മുളകൊണ്ടുതന്നെ ആശ്രമം പണിയാനുള്ള ശ്രമത്തിലായിരുന്നു.

അടുത്തദിവസം രാജാബിംബിസാരൻ വേണുവനത്തിലേക്ക് രഥം താഴെ നിർത്തിയിട്ട് സാധാരണ വേഷത്തിൽ നഗ്നപാദനായിട്ടാണ് വന്നത്. കൂടെ വൈദേഹി രാജ്ഞിയും തപനും ജീവകനും ഉണ്ടായിരുന്നു. ബുദ്ധൻ മാധ്യന്ദിനധ്യാനം കഴിഞ്ഞ് ഒരു ഉയർന്ന പാറപ്പുറത്ത് ഇരിക്കുകയായിരുന്നു ഏതാണ്ടൊരു ധ്യാനാവസ്ഥയിൽത്തന്നെ. രാജാവിനെ കണ്ടപ്പോൾ ബുദ്ധൻ എഴുന്നേറ്റ് ഉപചാരം പറഞ്ഞു. അടുത്തുള്ള മറ്റൊരു പാറപ്പുറത്ത് രാജാവും രാജ്ഞിയും ഇരുന്നു. തപനെയും ജീവകനെയും കാശ്യപനും സാരിപുത്രനും വന്ന് കൂട്ടിക്കൊണ്ടുപോയി. ബുദ്ധൻ തന്റെ വിശിഷ്ടാതിഥിയെ മാനിച്ചുകൊണ്ടുതന്നെ പ്രിയ സുഹൃത്തിനൊടെന്ന പോലെ ക്ഷേമം അന്വേഷിച്ചു. ധർമാനുഷ്ഠാനങ്ങളെപ്പറ്റി പറഞ്ഞു. എന്നിട്ടും രാജാവിന്റെ മുഖം പ്രസന്നമായില്ല. അപ്പോൾ രാജ്ഞിയാണ് പറഞ്ഞത്:

"മകൻ അജാതശത്രുവിനെപ്പറ്റിയാണ് അദ്ദേഹം ചിന്താകുലനാവുന്നത്."

അപ്പോൾ ബുദ്ധൻ സ്നേഹപൂർവം രാജാവിന്റെ കൈപ്പടങ്ങൾ പിടിച്ചിട്ട് ദൃഢസ്വരത്തിൽ പറഞ്ഞു:

"പ്രിയ സഹോദരാ സംഭവിക്കേണ്ടത് സംഭവിക്കാതരിക്കില്ല. അതിനെ നേരിടുവാൻ തന്നെ ഒരുങ്ങണം. ഞാൻ മകനെ വിളിച്ച് സംസാരിക്കാം. കാര്യമറിയുമ്പോൾ വഴി തിരിഞ്ഞ് വരും."

ബുദ്ധൻ രാജാവിനെ കൂട്ടി വേണുവനത്തിലൂടെ നടന്നു. അവിടെ ഭിക്ഷുക്കൾ കുടിലുകൾ പണിയുന്നതു കണ്ടപ്പോൾ രാജാവ് തപനോട് പറഞ്ഞു:

"വർഷകാലത്ത് ഇവിടെ ഒരുമിച്ചിരുന്നു ധ്യാനിക്കാനും പ്രഭാഷണങ്ങൾ നടത്താനും സൗകര്യമില്ലല്ലോ. ആയിരത്തോളം പേർക്ക് സൗകര്യമായിട്ട് ഇരുന്ന് പ്രഭാഷണം കേൾക്കുവാനുള്ള ഒരു വലിയ മണ്ഡപം പണിയണം. നാളെത്തന്നെ പണി തുടങ്ങുവാൻ ഏർപ്പാടാക്കണം."

രാജാവിനെ യാത്രയയച്ചതിനുശേഷം ബുദ്ധൻ ആശ്രമത്തിന്റെ പുറത്ത് നടക്കുമ്പോൾ രണ്ടുപേർ അങ്ങോട്ടു കയറിവന്നു. കപിലവസ്തുവിൽ നിന്ന് കലുഭായും ചന്ദനും. ബുദ്ധന് ഉത്സാഹമായി. കലുഭായ് തന്റെ അടുത്ത കൂട്ടുകാരനായിരുന്നുവല്ലോ. ചന്ദനാണെങ്കിൽ ഏറ്റവും വേണ്ടപ്പെട്ട ആളും.

"ഞങ്ങൾ സിദ്ധാർഥനെ കപിലവസ്തുവിലേക്ക് കൊണ്ടുപോകുവാൻ വന്നതാണ്."

കലുഭായ് പറഞ്ഞു നിർത്തിയപ്പോൾ ചന്ദൻ പറഞ്ഞു.

"പ്രഭു പ്രത്യേകം പറഞ്ഞയച്ചിട്ടുണ്ട്. അവിടെ എല്ലാവരും ആ ദിവസം കാത്തിരിക്കുകയാണ്."

"ഞാൻ വരാം. ഒരുമാസം കൂടി ഇവിടെ ചില പണികൾ ഉണ്ട് അത്രയും ദിവസം നിങ്ങൾക്കിവിടെ കഴിയാം. നമുക്ക് ഒരുമിച്ച് പോവാം."

കുമാരന്റെ വർത്തമാനത്തിന്റെ രീതി മാറിയിട്ടുണ്ട് എന്ന് ചന്ദന് തോന്നി. സാവധാനത്തിൽ നിർത്തിനിർത്തിയിട്ടാണല്ലോ പറയുന്നത്. ചന്ദന് കുമാരനോട് പറയാൻ കുറേ കാര്യങ്ങളുണ്ട്. "രാഹുലിന്റെ അമ്മ യാണ് പറഞ്ഞത് ചന്ദനും പോകണം എന്ന്. ചന്ദനിപ്പോൾ അവിടെ അധികം പണിയൊന്നുമില്ല. നമ്മുടെ കാന്തകനും പോയില്ലേ?"

"എവിടെ പോയി?"

"അന്ന് യാത്രകഴിഞ്ഞ് വന്നപ്പോൾ തന്നെ അവന്റെ മട്ട് മാറിയിരുന്നു. പിന്നെ എപ്പോഴും കൊട്ടാരത്തിലെ മാളികയിലേക്കോ കിഴക്കേ ഗോപുര വാതിൽക്കലേക്കോ നോക്കിനിൽക്കും. അടുത്തുചെന്ന് പുറത്തുതട്ടി വല്ലതും പറഞ്ഞാൽ കണ്ണിൽ നിന്നിങ്ങനെ വെള്ളം വരുത്തും. തിന്നാനും കുടിക്കാനും ശ്രദ്ധയില്ല. അങ്ങനെ അങ്ങനെ ഒരുദിവസം അവനും പോയി."

ബുദ്ധൻ കുറച്ചുനേരം അകലെ എങ്ങോട്ടോ നോക്കിക്കൊണ്ട് മിണ്ടാതിരുന്നു. എത്ര എത്ര തവണ കാന്തകൻ തന്നെ പുറത്തേറ്റിക്കൊണ്ട് ഗ്രാമത്തിലും പട്ടണത്തിലും നടന്നിരുന്നു- ഉത്സാഹത്തോടെ- കർത്ത വ്യബോധത്തോടെ! ചന്ദനും കലുഭായും പിന്നേയും നാട്ടിലെ വർത്തമാ നങ്ങൾ പലതും പറഞ്ഞു. ചന്ദൻ ഗോപയെപ്പറ്റി ഒന്നും പറയുന്നില്ല. പിന്നെ മനസിലായി. ഗോപയെപ്പറ്റി പറയുമ്പോൾ ചന്ദന് കരച്ചിൽ അടക്കാൻ പ്രയാസമാവുന്നു.

ചന്ദനും കലുഭായിയും വേണുവനത്തിൽ ഉത്സാഹത്തോടെ താമ സിച്ചു. പ്രധാന ഉത്സാഹം ബുദ്ധന്റെ സഹവാസം കൊണ്ടുതന്നെ, വേണു വനത്തിലെ ജീവിതരീതി ആദ്യം കുറച്ച് വിചിത്രമായി തോന്നി എങ്കിലും ആ ചിട്ടകളോട് വേഗം പൊരുത്തപ്പെട്ടു. ഇത്രയധികം ഭിക്ഷുക്കൾ അവിടെ ഒരുമിച്ച് താമസിച്ചിട്ടും എങ്ങും അപശബ്ദമോ കലപിലയോ ഇല്ല. ഏതോ ഒന്നിൽ എല്ലാവരും നിൽക്കുന്നു. അതിനെ ആദരിക്കുന്നു. അതിനെ സ്നേഹിക്കുന്നു. ധ്യാനം, പഠനം, ബുദ്ധന്റെ പ്രഭാഷണം.

ഒരുദിവസം കലുഭായ് ബുദ്ധനോട് പറഞ്ഞു: "ഞാൻ ആര്യമാർഗം സ്വീകരിക്കുവാൻ ആഗ്രഹിക്കുന്നു."

"കപിലവസ്തുവിൽ അച്ഛന് കലുഭായിയെ ആവശ്യമുണ്ടാവില്ലേ? കോടതിയിൽ ഉയർന്ന സ്ഥാനം വഹിക്കുകയാണല്ലോ കലുഭായ്."

"അതെ അതിലധികം ഉയർന്ന ഒരു സ്ഥാനത്തേക്കാണ് ഞാനിനി കയറുന്നത്. കപിലവസ്തുവിൽ ഒരു കലുഭായ് പോയാൽ മറ്റൊരു കലു ഭായ് വരും."

ബുദ്ധൻ തന്നെ കലുഭായിക്ക് ദീക്ഷകൊടുത്ത് സംഘത്തിൽ ചേർത്തു. ചന്ദനും ഇവിടെത്തന്നെ നിൽക്കുവാൻ ആഗ്രഹമുണ്ട്. പക്ഷേ,

തിന്ന ചോറ് മറക്കുവാൻ വയ്യ. ശുദ്ധോദനപ്രഭുവിനും കുടുംബത്തിനും കടപ്പെട്ടതാണീ ജീവിതം. വേണ്ട. മറ്റൊരു മോക്ഷം വേണ്ട.

ഇരുപത്തിയഞ്ച്

മനോഹരമായ ഒരു സായാഹ്നമായിരുന്നു അത്. കാറ്റത്ത് ഇളകി ആടുന്ന മുളങ്കൂട്ടത്തിന്റെ കൊട്ടും മേളവും കേൾക്കുന്നുണ്ട്. അണ്ണാർക്കണ്ണന്മാരുടെ ഇലത്താളവുമുണ്ട്. വേണുവനത്തിന്റെ മുറ്റത്ത് നിറയെ പൂത്തുനിൽക്കുന്ന കാട്ടുപിച്ചകത്തിന്റെ ചുവട്ടിൽ ഒരു പീഠത്തിന്മേൽ ശ്രീബുദ്ധൻ ഇരിക്കുന്നുണ്ടായിരുന്നു. ഉത്സാഹത്തോടെ തല കുലുക്കിക്കൊണ്ട് പിച്ചകം സുഗന്ധം പൊഴിക്കുന്ന വെള്ളപ്പൂക്കുളുതിർത്ത് ബുദ്ധനെ ആരാധിക്കുന്നുണ്ടായിരുന്നു. അടുത്തടുത്തായി കാശ്യപനും, സാരിപുത്രനും മൊഗല്ലാനനും കലുഭായിയും ഇരുന്നിരുന്നു. യാത്ര നിർത്തി പിരിഞ്ഞുപോവുന്ന സഹസ്രകിരണൻ തന്റെ നീണ്ട കയ്യുകൾ നീട്ടിയിട്ട് അവരുടെ മുഖത്തും ചുമലിലും തലോടിക്കൊണ്ട് യാത്ര പറയുന്നുമുണ്ടായിരുന്നു. കപിലവസ്തുവിലേക്കുള്ള ബുദ്ധന്റെ യാത്രയെപ്പറ്റി ആലോചിക്കുകയായിരുന്നു. അവർ.

അപ്പോൾ വേണുവനത്തിന്റെ അതിർത്തിയിൽ രണ്ട് വെള്ളക്കുതിരയെക്കെട്ടിയ ഒരു വെള്ള രഥം വന്ന് നിന്നു. അതിൽ നിന്ന് അതിസുന്ദരിയായ ഒരു മധ്യവയസ്ക ഇറങ്ങി. തൂവെള്ള വസ്ത്രമാണ് അവർ ധരിച്ചിരുന്നത്. അവർ സാവധാനത്തിൽ അടിവെച്ചുവന്ന് ബുദ്ധന്റെ മുമ്പിലായി കുറച്ചകലത്തിൽ നിന്നു. കൈകൂപ്പി. ബുദ്ധൻ അവരെ നോക്കി. പിന്നെ ഹൃദ്യമായി ചിരിച്ചു. കലുഭായ് മുഖം താഴ്ത്തി ഇരുന്നതേയുള്ളൂ. ആ വജ്രസൗന്ദര്യത്തെ നേരിടുവാൻ വയ്യ. സാരിപുത്രനും മൊഗല്ലാനനും ബുദ്ധന്റെ മുഖത്തേക്കാണ് നോക്കിയത്.

"എന്നെ അറിയുമോ?" സുന്ദരിയുടെ കുളിർകാറ്റ് വീശുന്നതുപോലത്തെ ചോദ്യം.

"അമ്രപാലിയല്ലേ?"

അവർ ഒന്നു ഞെട്ടിക്കൊണ്ട് അത്ഭുതപ്പെട്ടു. വർഷങ്ങൾ കഴിഞ്ഞിട്ടും അദ്ദേഹം ഓർക്കുന്നു!

"അമ്രപാലി ഇരിക്കൂ."

അടുത്തുള്ള ഒരു പരന്ന കല്ലിന്മേൽ അമ്രപാലി ഇരുന്നു. അവർ ബുദ്ധനെ നോക്കി. അദ്ദേഹവും നോക്കുന്നത് അമ്രപാലിയെത്തന്നെയാണ്. പക്ഷേ. ആകാശത്തിലെ മേഘങ്ങളെ നോക്കുന്നതുപോലെയോ, ഓളങ്ങളുണ്ടാക്കി ഒഴുകുന്ന പുഴയെ നോക്കുന്നതുപോലെയോ വിരിഞ്ഞു നിൽക്കുന്ന ഒരു പൂവിനെ നോക്കുന്നതുപോലെയോ ആയിരുന്നു ആ നോട്ടം. യാതൊന്നും കാംക്ഷിക്കാത്ത, നിരുപാധികസ്നേഹം നിറഞ്ഞ നോട്ടം. ആ കണ്ണുകൾ തന്റെ ഹൃദയവികാരങ്ങൾ അറിഞ്ഞ് അളക്കുകയാണ് എന്ന് അവർക്കു തോന്നി. വർഷങ്ങൾക്കു മുമ്പൊരിക്കൽ വളരെ

നിഷ്കളങ്കനായി ഇദ്ദേഹം പറഞ്ഞിട്ടുണ്ട്. "അമ്രപാലിയുടെ കണ്ണിന് നല്ല ഭംഗിയുണ്ട്." എന്നാൽ, ഇന്ന് ഇദ്ദേഹം ജ്ഞാനോദയം ലഭിച്ച മഹാ പുരുഷനായിരിക്കുന്നു. മനുഷ്യരാശിയുടെ മുഴുവൻ രക്ഷകനായിരിക്കുന്നു.

എന്നാൽ, ഈ അമ്രപാലിയോ....?

അവരുടെ ഉള്ളിന്റെ അടിത്തട്ടിൽനിന്ന് ശക്തിയായ ഒരു തേങ്ങൽ വന്ന് തൊണ്ടയിലെത്തി ശ്വാസം മുട്ടിച്ചു. എത്രയോ പുരുഷന്മാർ തന്നെ സമീപിച്ചിട്ടുണ്ട്. ശരീരം പങ്കിട്ടിട്ടുണ്ട്. അടങ്ങാത്ത കാമവും ഭോഗേച്ഛയും കൊണ്ട് തുടുത്തു വീർത്ത അവരുടെ കണ്ണുകൾ തന്നെ വലിച്ചുകുടിക്കുകയായിരുന്നു....

കൂടുതൽ ആലോചിക്കാൻ വയ്യ. ആ തേങ്ങൽ പിന്നേയും പൊന്തി വന്നു.

അടുത്തിരുന്ന സാരിപുത്രൻ ആദ്യം ആ സുന്ദരിയെയും പിന്നെ ബുദ്ധനെയും നോക്കി. തെളിഞ്ഞ ആകാശംപോലെ ശുഭ്രവും പ്രസന്നവും ആയിരുന്നു ബുദ്ധന്റെ മുഖം. കണ്ണുകളിൽ അറ്റമില്ലാത്ത കാരുണ്യവും ശാന്തതയും. ആ കണ്ണുകൾ തന്റെ ഹൃദയത്തിനും കാരുണ്യമൊഴുക്കുന്നു എന്ന് അദ്ദേഹത്തിന് തോന്നി. അപ്പോൾ മുന്നിൽ നിൽക്കുന്ന അപ്സരസിന്റെ മൊഴികേട്ടു. അതൊരു പരിദേവനമായിരുന്നില്ല.

"എന്തൊക്കെയോ വാരിപ്പിടിക്കാനുള്ള ഊക്കും പരക്കംപാച്ചിലും ആയിരുന്നു ഇതേവരെ. എന്നിട്ട് കിട്ടിയതോ, വേദനയും നിരാശയും. ഇത്ര കാലം ഞാനെന്തിനു ജീവിച്ചു? ഞാനിനി എന്തു ചെയ്യണം?" അവർ പെട്ടെന്നു നിർത്തി. തുടരുവാൻ കഴിയുന്നില്ല. അപ്പോൾ തഥാഗതൻ നേരെ നിവർന്നിരിക്കുന്നതു കണ്ടു. ഗൗരവം നിറഞ്ഞ സ്വരശുദ്ധിയോടെ അദ്ദേഹം പറയുകയാണ്.

"മറ്റെല്ലാറ്റിനേയും പോലെ സൗന്ദര്യവും ഉണ്ടാവുകയും ഇല്ലാതാവുകയും ചെയ്യും. ഭാഗ്യവും സമ്പത്തും പ്രശസ്തിയുമൊക്കെ അതുപോലെത്തന്നെ. തന്നിലേക്കിറങ്ങിച്ചെന്ന് ധ്യാനിക്കുമ്പോഴാണ് യഥാർഥ സന്തോഷം അറിയുക. കഴിഞ്ഞതോർത്ത് വെറുതെ പശ്ചാത്തപിച്ചും നിരാശപ്പെട്ടും ജീവിതം കളയരുത്– തുച്ഛമായ പ്രലോഭനങ്ങളിൽ മുഴുകാതിരിക്കൂ. മനസിനെ സന്തുഷ്ടമാക്കിവയ്ക്കൂ."

അതിനുശേഷം ബുദ്ധൻ ശ്വസനക്രിയയെപ്പറ്റിയും ധ്യാനത്തെപ്പറ്റിയും വിശദമായി അമ്രപാലിക്ക് പറഞ്ഞുകൊടുത്തു ധരിപ്പിച്ചു. വൈശാലിയിലെ ഏറെ പ്രസിദ്ധയായ ആ നഗരസുന്ദരി അതീവ കൃതാർഥയായി. കൈകൾകൂപ്പിക്കൊണ്ട് പറഞ്ഞു:

"ജീവിതത്തിലെ ഏറ്റവും സന്തോഷം തന്ന ദിവസമാണ്. ഈ ദിവസത്തിനു വേണ്ടിത്തന്നെയാവും ഞാനിത്രകാലവും ജീവിച്ചത്. ജീവിതം സഫലമായി. എനിക്കൊരു അപേക്ഷയുണ്ട്. വൈശാലിയിൽ എനിക്കൊരു മാന്തോപ്പുണ്ട്. ആ വഴി വരുമ്പോൾ അങ്ങും ഭിക്ഷുസംഘവും അവിടെ വരണം."

ബുദ്ധൻ മന്ദഹസിച്ച് സമ്മതഭാവത്തിൽ തലകുലുക്കി. ചരിതാർഥമായ മനസോടെ വെള്ളവസ്ത്രങ്ങൾ ഒതുക്കിപ്പിടിച്ച് അമ്രപാലി തിരിച്ചുപോയി.

അമ്രപാലി പോയതിനുശേഷം മനസിൽ പിന്നേയും സംശയങ്ങൾ ബാക്കിനിൽക്കുന്ന കലുഭായിക്കും മറ്റു ശിഷ്യർക്കും വേണ്ടി ഭിക്ഷുസംഘത്തെ ചുറ്റും നിർത്തിയിട്ട് സാരിപുത്രൻ ബുദ്ധനോടു ചോദിച്ചു:

"പ്രഭോ, എങ്ങനെയാണ് ഒരു സന്യാസി സ്ത്രീസൗന്ദര്യത്തെ കാണേണ്ടത്? ആത്മാന്വേഷണത്തിന് സ്ത്രീസൗന്ദര്യം ഒരു പ്രലോഭനമാവുമോ?"

ബുദ്ധൻ ഒന്ന് പുഞ്ചിരിതൂകി. അദ്ദേഹത്തിന് കാര്യം മനസിലായി. സാരിപുത്രന് ഇതിന്റെ മറുപടി അറിയാഞ്ഞിട്ടല്ല. മറ്റു ഭിക്ഷുക്കൾക്കു വേണ്ടിയാണ് അദ്ദേഹം ഈ ചോദ്യം എടുത്തിട്ടത്. ബുദ്ധൻ നിവർന്നിരുന്നു സ്ഫുടതയോടെ സംശയരഹിതമായി പറഞ്ഞു:

"ധർമത്തിന്റെ യഥാർഥ സത്ത സൗന്ദര്യത്തെയും വൈരൂപ്യത്തെയും ഒരുപോലെ അതിലംഘിക്കുന്നുണ്ട്. ഒരു ചിത്രകാരൻ കാണുന്ന സൗന്ദര്യവും ശാസ്ത്രകാരൻ കാണുന്നതും ഒരുപോലെ ആയിക്കൊള്ളണമെന്നില്ല. ഒരു പുഴ, മേഘശകലം, സൂര്യരശ്മി, ഒരു പൂവ്, മനോഹരമായ ഒരു സായാഹ്നം, എന്തിന്, സ്വർണനിറമുള്ള നമ്മുടെ ഈ മുളങ്കാടിനുപോലും എന്തു ഭംഗിയാണ്! എന്നാൽ, പുരുഷനെ പ്രലോഭിപ്പിക്കുന്നതും ഏകാഗ്രത കെടുത്തുന്നതും സ്ത്രീസൗന്ദര്യം തന്നെയാണ്. അതിൽ ഭ്രമിച്ച് മുങ്ങിപ്പോയാൽ എല്ലാം പോയതുതന്നെ. പക്ഷേ, ഒരു ഭിക്ഷുവിനെ സംബന്ധിച്ചിടത്തോളം ശ്രദ്ധിക്കേണ്ട ചില കാര്യങ്ങളുണ്ട്. ഏത് സൗന്ദര്യവും അനവധി വൈരൂപ്യങ്ങളുടെ കൂടി സംയോജനമാണെന്നും നിരന്തരം മാറിവരുന്നതാണെന്നും ധ്യാനത്തിൽ കൂടി മനസിലാവണം. യഥാർഥ സൗന്ദര്യം സഹാനുഭൂതി നിറഞ്ഞ, കളങ്കരഹിതമായ ഒരു ഹൃദയത്തിന്റെ സൗന്ദര്യം തന്നെയാണ്. ആ ആസ്വാദ്യതയും മഹത്വവും മറ്റൊന്നിനുമില്ല. അതുകൊണ്ട് നിങ്ങൾ നിരന്തരമായ സാധനയിൽ ആ സൗന്ദര്യം കണ്ടെത്തണം."

ബുദ്ധൻ പറഞ്ഞു നിർത്തിയപ്പോൾ സാരിപുത്രൻ ചുറ്റുമുള്ള ഭിക്ഷുക്കളെ നോക്കി. ആ മുഖങ്ങളിൽ തിരിച്ചറിവിന്റെ സൗന്ദര്യം തങ്ങിനിൽക്കുകയാണോ?

കലുഭായിയും ചന്ദനും കപിലവസ്തുവിലേക്ക് പോകാൻ തുടങ്ങി. രണ്ടാഴ്ചയ്ക്കുള്ളിൽ ബുദ്ധനും സംഘവും അവിടെ എത്തുമെന്ന് അറിയിക്കണം. സ്വീകരിക്കുവാൻ ഒരുക്കങ്ങൾ ചെയ്യണം. അതിനിടയിൽ ബുദ്ധന് ഇവിടെ ചിലത് ചെയ്തുതീർക്കുവാനുണ്ട്. ഭിക്ഷുക്കൾക്ക് പലതും പറഞ്ഞുകൊടുത്ത് ധരിപ്പിക്കേണ്ടതുണ്ട്. പുതുതായി വന്നവരുണ്ട്. പാവപ്പെട്ട കുടുംബങ്ങളിൽനിന്ന് വന്നവർ അവരുടെ മനസിനെ ഉദ്ധരിക്കണം.

സംഘത്തിലെ ഒരു ഭിക്ഷുവിന്റെ അമ്മ ശ്രീബുദ്ധന് ഭിക്ഷ തരുവാൻ ആഗ്രഹിക്കുന്നു എന്ന് അറിയിച്ചപ്പോൾ, ആ ഭിക്ഷ സ്വീകരിക്കുവാൻ പോയതായിരുന്നു ബുദ്ധൻ. നാഗസമാലനും, വേറെ ചില ഭിക്ഷുക്കളും ബുദ്ധനെ അനുഗമിച്ചിരുന്നു. രാജ്ഗീറിൽനിന്ന് കുറച്ച് അകലെയായിരുന്നു ആ ഭവനം. ഒരു നിർധന കുടുംബം. അവർ ആത്മാർഥമായി അർപ്പിച്ച ആ ഭിക്ഷ ബുദ്ധൻ സന്തോഷത്തോടെ, തൃപ്തിയോടെ സ്വീകരിച്ചു. എല്ലാവരും കൂടി തിരിച്ചുപോരുമ്പോൾ വഴിയരികിൽ ഒരു ഞരക്കം കേട്ടു. ബുദ്ധൻ ആ ഞരക്കത്തിനടുത്തേക്ക് നടന്നു. അവിടെ ഒരു നീണ്ട പലകയിൽ നിറയെ ആണികൾ കുത്തിനിർത്തിയിട്ട് അതിന്റെ മീതെ ഒരാൾ മലർന്നു കിടക്കുകയാണ്. സൂര്യനെ നോക്കിക്കൊണ്ട് എന്തൊക്കെയോ മന്ത്രങ്ങൾ ഉരുവിടുന്നതും ഉണ്ട്. തീക്ഷ്ണങ്ങളാണ് കണ്ണുകൾ. മധ്യാഹ്നസൂര്യനെ നേരിട്ട് നോക്കിക്കിടക്കുകയാണ് അദ്ദേഹം.

ബുദ്ധൻ അടുത്തുപോയി നിന്നതുപോലും കിടക്കുന്ന ആൾ അറിയുന്നില്ല. അത്രയ്ക്ക് ഏകാഗ്രതയിലാണ്. കുറച്ചു കഴിഞ്ഞപ്പോൾ ബുദ്ധൻ വിളിച്ചു: "സഹോദരാ."

ശബ്ദം കേട്ടപ്പോൾ അദ്ദേഹം മുഖംതിരിച്ചുനോക്കി. നേരിയ മന്ദഹാസവുമായിട്ട് നോക്കിനിൽക്കുന്ന ബുദ്ധനോട് ചോദിച്ചു:

"എന്താ വേണ്ടത്?"

"ഇതിന്റെ ഉദ്ദേശ്യമെന്താണ്?"

"ഏതിന്റെ?"

"ഈ കിടപ്പിന്റെ?"

"ഇതൊരു ഉപാസനയാണ്. ലക്ഷ്യം പാപമോചനം തന്നെ."

"അങ്ങയ്ക്ക് വിശ്വാസമുണ്ടോ ഇതുകൊണ്ട് മോചനം കിട്ടുമെന്ന്?"

അദ്ദേഹം മലർന്നുകിടന്നുകൊണ്ടുതന്നെ ഒന്ന് ചിരിച്ചു- അവനവനെത്തന്നെ ഹസിക്കുന്നതുപോലെ.

"ഒരു മനുഷ്യന് ചെയ്യാൻ വിധിച്ചിട്ടില്ലാത്ത നിരവധി പാപകർമങ്ങൾ, വിശ്വാസവഞ്ചനകൾ ഒക്കെ ഞാൻ ചെയ്തുകൂട്ടിയിട്ടുണ്ട്, ചെറുപ്പത്തിന്റെ അഹങ്കാരവും അജ്ഞതയും കൊണ്ട്. ഇപ്പോൾ ഞാൻ അതോർത്ത് നീറുകയാണ്. പാപം പോവാൻ ഇതല്ലാതെ മറ്റെന്താ മാർഗം? എന്റെ ഗുരുനാഥൻ ഉപദേശിച്ചതാണ്. സർവസാക്ഷിയായ സൂര്യദേവനോട് സങ്കടം പറയുകയാണ് ഞാൻ."

ബുദ്ധൻ അദ്ദേഹത്തിന്റെ കുറച്ചുകൂടി അടുത്തേക്ക് നീങ്ങിനിന്നു. സഹതാപാർദ്രമായ സ്വരത്തിൽ ചോദിച്ചു:

"വേറെ വഴി ഞാൻ കാണിച്ചുതന്നാൽ അങ്ങ് അത് സ്വീകരിക്കുമോ?"

"ഞാൻ ചോദിക്കട്ടെ, അങ്ങ് ശ്രീബുദ്ധനാണോ?" പെട്ടെന്നായിരുന്നു ആ ചോദ്യം.

"അതെ."

"ഞാൻ 'ഭരദ്വാജഗോത്രജ'നാണ്. ഞങ്ങൾ സൂര്യോപാസകരാണ്. ശ്രീബുദ്ധന് ഞങ്ങളെപ്പോലെയുള്ളവരോട് വിരോധവും പരിഹാസവുമാണെന്ന് കേട്ടത് ഞാൻ വിശ്വസിക്കണോ?"

"സഹോദരാ, തഥാഗതന് ഒരാളോടും വിരോധവും പരിഹാസവും ഇല്ല. വ്യക്തിയോടല്ല പ്രവൃത്തിയോടാണ് വിസമ്മതം. ഉപാസന വിഹിതമായതുതന്നെ. അതിനെന്തിനാണ് ഇത്ര ക്രൂരമായ ശരീരപീഡനം."

"ഇത് ഞങ്ങളുടെ ആചാര്യൻ വിധിച്ചിട്ടുള്ളതാണ്."

"ആ വിധി തിരുത്തണം. ഞാനും ആദ്യം ഇങ്ങനെ തെറ്റിദ്ധരിച്ച് ശരീരപീഡ നടത്തിയിട്ടുണ്ട്. അത് അധർമമാർഗമാണെന്നറിഞ്ഞ് സ്വയം പിന്മാറിയതാണ്. ഇതുപേക്ഷിച്ച് സ്വന്തം ഹൃദയാന്തരാളത്തിലേക്ക് ഇറങ്ങിച്ചെന്ന് അന്വേഷിച്ചപ്പോളാണ് ആ സത്യപഥം കണ്ടെത്തിയത്."

"എങ്ങനെ കണ്ടു? പറയാൻ വിരോധമില്ലെങ്കിൽ പറയൂ."

'സത്യത്തിനെന്തിനാണ് ഒരടപ്പ്? ഞാൻ അനുഭവിച്ചതാണല്ലോ. നിഷ്ഠയോടെയുള്ള ശ്വസനക്രിയയാലും ഏകാഗ്രമായ ധ്യാനത്താലും ആര്യമാർഗസ്വീകാരം കൊണ്ടും അങ്ങയ്ക്ക് തീർച്ചയായും സമാധാനം കിട്ടും. ഭൂതകാലം വിസ്മരിക്കപ്പെടും. ഭാവിയപ്പറ്റി ആശങ്കയും ഇല്ലാതെയാവും."

"എനിക്കാവശ്യം സമാധാനമാണ്. കൊല്ലങ്ങളായിട്ട് എന്നെ നീറ്റുന്ന ഈ പാപബോധം ഇല്ലാതാവലാണ്."

'സബോധമായ ഏകാഗ്രതയോടെ മനസും ശരീരവും ഇന്ദ്രിയസംബന്ധമായതും അല്ലാത്തതും ആയ എല്ലാം ഒരേ ദിശയിലാക്കി ധ്യാനിക്കുമ്പോൾ ആ സത്യപഥം തെളിഞ്ഞ് വരും. അവിടെ പിന്നെ പാപബോധമില്ല, അസ്വസ്ഥതകളില്ല പശ്ചാത്തപങ്ങളില്ല മോഹഭംഗങ്ങളുമില്ല. നിതാന്തമായ ഒരു ശാന്തത മാത്രം."

കിടക്കുന്ന ആൾ വളരെ പതുക്കെ ആണിക്കിടക്കയിൽ എഴുന്നേറ്റിരുന്നു. കൈകൾ കൂപ്പി ബുദ്ധനോട് പറഞ്ഞു:

"അങ്ങയുടെ വാക്കുകൾ എനിക്കൊരു പ്രതീക്ഷ തരുന്നു. ഞാൻ ഈ കിടത്തം തുടങ്ങിയിട്ട് കുറേ കാലമായി. അങ്ങ് പറഞ്ഞ ആ സത്യമാർഗത്തിലേക്ക് കടക്കാൻ എനിക്ക് യോഗ്യതയുണ്ടോ?"

ബുദ്ധൻ സാവധാനത്തിൽ അദ്ദേഹത്തിനെ പിടിച്ച് എഴുന്നേൽപ്പിച്ചു. പുറത്ത് അവിടവിടെ ആണിതറഞ്ഞ മുറിവുണ്ടായിരുന്നു.

"ഇതിൽ യോഗ്യതയും അയോഗ്യതയും ഇല്ല. പതറാത്ത ജാഗ്രത, സത്യസന്ധത, അത്രയേ വേണ്ടൂ. അങ്ങയ്ക്ക് ആ ജ്ഞാനപ്രകാശം ലഭിക്കും. എനിക്ക് വിശ്വാസമുണ്ട്."

ഇതെല്ലാം കണ്ടുനിന്ന നാഗസമാലന് ആ സൂര്യോപാസകനോട് അവജ്ഞയും നിന്ദയും തോന്നി. ഇത്തരം കാടത്തങ്ങളാണ് പൊറുപ്പിക്കാൻ വയ്യാത്തത് എന്നും ഉള്ളിൽ വിചാരിച്ചു. അപ്പോൾ ബുദ്ധൻ പിന്നിലേക്കൊന്നു നോക്കി.

"പൂജ്യനായ നാഗസമാലൻ, അവിടെ നിൽക്കുന്ന ആ അപ്പച്ചെടിയിൽ നിന്ന് കുറച്ച് ഇലകൾ പറിച്ചു തരൂ."

നാഗസമാലൻ വേഗം ഇലകൾ പറിച്ചെടുത്ത് ബുദ്ധന് കൊടുത്തു. അദ്ദേഹം കയ്യിലിട്ട് ഞരടിത്തിരുമ്പി അതിന്റെ നീരെടുത്ത് ആ സൂര്യോപാസകന്റെ പുറത്തും കാലിന്മേലും ഉള്ള മുറിവുകളിൽ പതുക്കെ പുരട്ടി ഉഴിഞ്ഞു. അദ്ദേഹം കൃതജ്ഞതയോടെ കൈകൾ കൂപ്പി ബുദ്ധനെ വന്ദിച്ചുകൊണ്ടു. പറഞ്ഞു: "ഞാൻ നാളെ വന്ന് അങ്ങയെ കാണും." നാഗസമാലനും മറ്റു ഭിക്ഷുക്കൾക്കും കാര്യം മനസിലായി. ചെറിയൊരു ജാള്യതയോടെ അദ്ദേഹം മുഖം താഴ്ത്തി നിന്നു. പിന്നെ മനസിൽ തെറ്റു തിരുത്തിയിട്ട് ബുദ്ധന്റെയും ഭിക്ഷുക്കളുടെയും കൂടെ നടന്നു, മനസ്സ് ശുദ്ധീകരിക്കുന്നതിൽത്തന്നെ ശ്രദ്ധിച്ചുകൊണ്ട്.

ഇരുപത്തിയാറ്

മഗധ രാജധാനിയുടെ പുറത്തുള്ള വിസ്തൃതമായ പറമ്പിൽ രാജകുടുംബത്തിലെ കുട്ടികൾ മൽപ്പിടിത്തം അഭ്യസിക്കുകയാണ്. പരിശീലകൻ അടുത്തുതന്നെ നിൽക്കുന്നുണ്ട്. രാജാ ബിംബിസാരന്റെ നാലു ഭാര്യമാരിലും ഉള്ള മക്കളും മറ്റ് ചർച്ചാവേഴ്ചക്കാരുടെ മക്കളും അതിലുണ്ട്. എല്ലാവരും ഉത്സാഹത്തോടെ പരിശീലിക്കുന്നുമുണ്ട്. എല്ലാവരേയും നയിക്കുന്നത് വൈദേഹി രാജ്ഞിയുടെ മൂത്തമകൻ അജാതശത്രുവാണ്. എന്നാൽ ഇതിലൊന്നും പെടാതെ ഒരാൾ കൂടിയുണ്ട്. അയാൾ രാജകുടുംബാംഗമോ സന്തുബന്ധുക്കളിൽപ്പെട്ട ആളോ ഒന്നുമല്ല. എന്നാലും അയാൾ അവിടെ പ്രമാണിയാണ്, അജാതശത്രുവിന് വളരെ പ്രിയപ്പെട്ടവനാണ് എന്നതുകൊണ്ടുതന്നെ. ചില കൊല്ലങ്ങൾക്കുമുമ്പ് എവിടുന്നോ എത്തിപ്പെട്ടതാണ് ഒരു വൃദ്ധയും കൂടെ ഒരു കുട്ടിയും. കുട്ടിയെ പുറത്തെ സത്രത്തിൽ നിർത്തിയിട്ട് വൃദ്ധ എങ്ങോട്ടോ പോയി. പിന്നെ തിരിച്ചുവന്നതേയില്ല. കുട്ടിയെപ്പറ്റിയും അന്വേഷിച്ചില്ല. ഈ കുട്ടി പുറത്തെ സത്രത്തിലും അടുക്കളയിലും നടന്ന് വളർന്നു. ഇവന്റെ ആകാര സൗഷ്ഠവും എന്തും ചെയ്യുവാനുള്ള സന്നദ്ധതയും അടുത്ത കിരീടാവകാശിയായ അജാതശത്രുവിനെ വശീകരിച്ചു. പേരില്ലാത്ത അവന് 'ജഗൻ' എന്ന പേരു കൊടുത്തതും അജാതശത്രുവാണ്. അവർ അടുത്ത സുഹൃത്തുക്കളായി. സ്വഭാവത്തിനും സാമ്യതകളുണ്ടായിരുന്നു. ആരെയെങ്കിലും വലിച്ചിറക്കി പുറത്തിടാറായാൽ അജാതശത്രുവിന് ഒരു വിളിയേ വേണ്ടു..... 'ജഗൻൻൻ.'

പിന്നെ രണ്ടാമതൊരാലോചനയോ വാക്കോ വേണ്ട. അയാൾ ചുവട്ടിലെത്തി പുറത്തിടപ്പെട്ടുകഴിഞ്ഞിരിക്കും. ന്യായമോ അന്യായമോ എന്ന് നോക്കാതെ തനിക്ക് തോന്നുന്നതെന്തും ചെയ്യും ജഗൻ. ഏതിനും നാടുവാഴുന്ന രാജാവിന്റെ മൂത്തമകന്റെ പിന്തുണയുണ്ടാവും എന്ന് ഉറപ്പുമുണ്ട്. മൽപ്പിടിത്തത്തിനിടയ്ക്ക് ബിംബിസാരന്റെ നാലാമത്തെ ഭാര്യയുടെ മകൻ ദീപാങ്കുരനെ ജഗൻ വീഴ്ത്തി. അതുകണ്ട് അജാതശത്രു കയ്യുകൊട്ടി ചിരിച്ചട്ടഹസിച്ചു.

"അവനെ നിലത്തിട്ടു ചവിട്ട്" ജഗനോട് അജാതശത്രു കൽപ്പിച്ചു. ജഗൻ കൽപ്പനകൾ ആവുന്നത്ര പാലിച്ചു. അജാതശത്രുവിന് തന്റെ നാലാം അമ്മയായ 'മിഥില'യെ ഒട്ടും ഇഷ്ടമല്ല. അവർ തന്റെ അമ്മയെ കഷ്ടപ്പെടുത്തും, സൂത്രത്തിൽ അച്ഛനെ വശത്താക്കിയിട്ട് രാജ്യം സ്വന്തം മകന് കൊടുക്കും എന്നൊക്കെ വിശ്വസിച്ചിരിക്കുകയാണ് അജാതശത്രു. ദീപാങ്കുരൻ മെലിഞ്ഞ് ശക്തികുറഞ്ഞ കുട്ടിയാണ്. ശാന്തനുമാണ്. വീണ്ടുംവീണ്ടും അവനെ നിലത്തിട്ടുരുട്ടുന്നതു കണ്ടിട്ടും പരിശീലകൻ അജാതശത്രുവിനെ പേടിച്ച് തടയാതെ നിന്നതേയുള്ളൂ.

"അവനെ ചവിട്ടിക്കൊല്ല് ജഗൻ." അജാതശത്രുവിന്റെ ആക്രോശം കേട്ട് ജഗൻ ദീപാങ്കുരനെ പിന്നേയും ചവിട്ടിച്ചതച്ചു. ദീപാങ്കുരന് ശ്വാസം മുട്ടിത്തുടങ്ങി. കണ്ണുതുറിക്കുന്നു. അത് കണ്ടുകൊണ്ടാണ് വൈദ്യൻ ജീവകൻ ആ വഴി വന്നത്. ജീവകന് ഈ കാട്ടാളത്തം കണ്ടുനിൽക്കാൻ കഴിഞ്ഞില്ല. അദ്ദേഹം വേഗം ജഗനെ ശക്തിയെടുത്ത് പിടിച്ചുമാറ്റി. ദീപാങ്കുരനെ എഴുന്നേൽപ്പിച്ച് ഇരുത്തി.

"നിങ്ങളാരാ ഇവിടുത്തെ? രാജാവോ? മന്ത്രിയോ?"

ജഗൻ ജീവകന്റെ നേരെ കുറേ പരിഹാസവാക്കുകൾ ഉതിർത്തു. ആ ശബ്ദവും മുഖവും ജീവകൻ ശ്രദ്ധിച്ചു. ഒന്നും പറയേണ്ട എന്ന് ആദ്യം കരുതി. എന്നാലും പിന്നെ അധികാരത്തോടെത്തന്നെ പറഞ്ഞു:

"ഞാനിവിടുത്തെ കൊട്ടാരം വൈദ്യനാണ്. എന്താ പോരെ?"

അപ്പോൾ അജാതശത്രുവിനോടൊപ്പം ജഗനും കയ്യുകൊട്ടി പരിഹസിച്ചു ചിരിച്ചു– "ഹ ഹ ഹ കൊട്ടാരം വൈദ്യൻ..." അന്ന് വൈകുന്നേരം ജീവകൻ പരിശീലകനെ വിളിച്ചു വരുത്തി അന്വേഷിച്ചു: "അവനേതാ? ആ ജഗൻ?"

"കുമാരൻ അജാതശത്രുവിന്റെ കൂട്ടുകാരനാണ്. അതുകൊണ്ടു തന്നെ എല്ലാവർക്കും ഭയമാണവനെ."

"എങ്ങനെ ഇവിടെ വന്നു?"

"ഏതോ ഒരു സ്ത്രീ ഇവിടെ കൊണ്ടുവന്ന് ഉപേക്ഷിച്ചുപോയതാണ് എന്നാണ് കേട്ടത്. മഹാ തെമ്മാടി തന്നെ."

ജീവകന്റെ മനസിൽ പിന്നേയും സംശയങ്ങൾ വന്ന് കൂടുകെട്ടി. അവന്റെ വാക്കും നോട്ടവുമൊക്കെ...? പ്രായവും ശരിയാവും.

പോട്ടെ. ഇനിയും അതിൽ പിടിച്ച് തൂങ്ങുന്നതെന്തിന്? അതൊക്കെ കഴിഞ്ഞില്ലേ? എന്നാലും ആ കുട്ടിയുടെ ക്രൂരഭാവവും അക്രമങ്ങളും പൊറുപ്പിക്കാൻ വയ്യ. പക്ഷേ, അവനെ ശ്രദ്ധിച്ചപ്പോൾ മറ്റൊന്നുകൂടി ജീവകൻ കണ്ടു. തെമ്മാടിത്തത്തിനും ഒരു തികവ്. മർമം നോക്കി ഒന്ന് പിടച്ചുതിരിച്ചാൽ അവൻ വിപരീതം തിരിഞ്ഞുവരും എന്നൊരു തോന്നൽ. പക്ഷേ, എവിടെയാണ് മർമം? എല്ലാം കാലം തെളിയിക്കും. അതുവരെ കാക്കാം. ജീവകൻ തന്റെ മരുന്നുപണിശാലയിലേക്ക് കടന്നു. വൈദേഹിരാജ്ഞിയുടെ രണ്ടാമത്തെ മകന് കാര്യമായ ചികിത്സവേണ്ടി വന്നിരിക്കുന്നു. കൂടെക്കൂടെ ബോധം കെട്ട് വീഴും, ഞെളിഞ്ഞു പിരിയും അപ

സ്മാരബാധയാണെന്നാണ് തോന്നുക. അതല്ല. വയറ്റിൽ ചെറുകുടലിനുള്ള ഒരു തകരാറാണ്. വിസ്തരിച്ച് ചികിത്സിക്കുക തന്നെ വേണം. രാജ്ഞി ദുഃഖിതയും പരിഭ്രാന്തയും ആയിരിക്കുന്നു. മകന്റെ ആരോഗ്യം വീണ്ടെടുത്ത് തരാം എന്ന് താൻ വാക്ക് കൊടുത്തിട്ടുണ്ട്. ജീവകൻ തന്റെ കർമങ്ങളിൽ വ്യാപൃതനായി.

രണ്ടുദിവസം കഴിഞ്ഞപ്പോൾ രാജാവ് ജീവകനെ വിളിച്ചു വരുത്തി. കാര്യമായി എന്തെങ്കിലും പറയാനാവും എന്ന് വിചാരിച്ചിട്ടാണ് ജീവകൻ വേഗം രാജാവിന്റെ മുമ്പിലെത്തിയത്.

"അജാതശത്രു ജീവകനെ അപമാനിച്ചുവോ?"

കണ്ട ഉടനെ രാജാവ് ചോദിച്ചു.

"ഇല്ലല്ലോ."

"എന്നാൽ അയാളുടെ കൂടെയുള്ള ആരെങ്കിലും?"

"കുട്ടികളല്ലേ? കാര്യമാക്കാനില്ല."

"അങ്ങയെപ്പോലെ ഒരാളെ ഒരു ഈച്ചപോലും അപമാനിക്കരുത് എന്റെ രാജ്യത്തിൽ. എന്ത് ശിക്ഷയാണ് കൊടുക്കേണ്ടത്?"

"അയ്യോ, ശിക്ഷയൊന്നും കൊടുക്കേണ്ട. അവൻ ചെയ്തത് ധിക്കാരം തന്നെയാണ്. ഇത്തരം കുട്ടികൾക്ക് ശിക്ഷയായിട്ട് ദേഹോപദ്രവം ചെയ്യുമ്പോൾ അവർ തനി തെമ്മാടികളാവുകയേയുള്ളൂ. ഞാൻ അവനോട് സംസാരിക്കട്ടെ. അങ്ങ് ഇതിൽ അസ്വസ്ഥനാവരുത്."

എന്നാൽ ജീവകൻ പലതവണ ജഗനെപ്പറ്റി അറിയുവാൻ ശ്രമിച്ചിട്ടും അവൻ ധിക്കാരവും കയ്യൂക്കും ഉപയോഗിച്ച് ജീവകനെ അകറ്റി ഓടിച്ചതേയുള്ളൂ. അജാതശത്രു അടുത്ത ഭാവിയിൽത്തന്നെ രാജാവാവും എന്നും അപ്പോൾ താൻ മന്ത്രിയാവും എന്നും ഉള്ള മൂഢസ്വർഗത്തിൽ വിഹരിക്കുകയാണ് ജഗൻ എന്നും ജീവകന് മനസിലായി. ദിവസം കഴിയുന്തോറും ജീവകന് ജഗൻ എന്ന ആ ധിക്കാരിയെപ്പറ്റിയല്ല; മഗധത്തിന്റെ രാഷ്ട്രീയത്തെപ്പറ്റിയായി ആശങ്ക. ഏതൊക്കെയോ അനിഷ്ടസംഭവങ്ങൾ നടക്കാനിരിക്കുന്നു എന്നതിന്റെ സൂചന പല സ്ഥലത്തുനിന്നും ലഭിച്ചു.

തപനോട് ഇതിനെപ്പറ്റി സംസാരിക്കുവാൻ പലദിവസവും ഒരുങ്ങി. പക്ഷേ, ആളെ സൗകര്യത്തിൽ അടുത്ത് കിട്ടുന്നില്ല. വളരെ തിരക്കിലാണിപ്പോൾ തപൻ. സാംസ്കാരികത്തിനുപുറമെ വേറെ പല ചുമതലകളും രാജാവ് തപനെ ഏൽപ്പിച്ചിട്ടുണ്ട്. അതൊക്കെ കഴിഞ്ഞാലുള്ള സമയങ്ങളിൽ തപൻ ഗ്രന്ഥപ്പുരയിലും എത്തിയിട്ടുണ്ടാവും. അവിടെ നിന്ന് എഴുന്നേൽക്കുക ചിലപ്പോൾ അടുത്ത ദിവസം പ്രഭാതത്തിലും ആവും. തപന്റെ ഈ ജിജ്ഞാസയെപ്പറ്റി എന്നും അത്ഭുതമാണ് ജീവകന്. ഏതു വിഷയമായാലും അതിന്റെ അറ്റംവരെ പോയി മനസിലാക്കുക.

ജഗനെപ്പറ്റിയും അവനെപ്പറ്റി തനിക്കു തോന്നിയ സംശയങ്ങളെപ്പറ്റിയും തപനോട് പറഞ്ഞില്ല. വേണ്ട. അതൊരു രഹസ്യമായിത്തന്നെ ഇരുന്നോട്ടെ. അത്രയ്ക്കേ അതിന് പ്രാധാന്യവും ഉള്ളൂ. എന്നാൽ, അജാതശത്രുവിന്റെ കുതന്ത്രങ്ങളെപ്പറ്റി ബോധിപ്പിക്കുകത്തന്നെ വേണം.

അങ്ങനെയൊക്കെ ആലോചിച്ചിരിക്കുമ്പോൾ പുറത്തെ വരാന്തയിലൂടെ തപൻ വരുന്നതു കണ്ടു. ഇങ്ങോട്ടുതന്നെയാണു വരുന്നത്. വന്ന ഉടനെ ജാലകപ്പടിയിലെ താമ്പാളത്തിൽ വെച്ചിരുന്ന കരിമ്പിൻകഷണം വായിലിട്ട് ചവച്ചു. അത് തപന്റെ പതിവു ശീലമാണ്.

“തപനെ കണ്ടിട്ട് കുറെ ദിവസമായി എന്ന തോന്നൽ.”

“തോന്നലല്ല. നമ്മൾ തമ്മിൽ കണ്ടിട്ട് പതിന്നാലു ദിവസം കഴിഞ്ഞു- ഒരു ചാന്ദ്രപക്ഷം.”

തപന്റെ ചിരിയുടെ ഭംഗി നോക്കി ആസ്വദിക്കുന്ന ജീവകന്റെ അടുത്തേക്ക് രണ്ടു പീഠങ്ങൾ നീക്കിയിട്ട് ഒന്നിൽ തപൻ ഇരുന്ന മറ്റേതിൽ ജീവകനെ പിടിച്ചിരുത്തി പറഞ്ഞു.

“കന്യാകുബ്ജത്തിൽനിന്ന് ഒരു പണ്ഡിതൻ കാശിയിൽ എത്തിയിട്ടുണ്ട്. അദ്ദേഹത്തെ ഇവിടേക്കും ക്ഷണിച്ചിട്ടുണ്ട്. വേണ്ടതുപോലെ ആദരിച്ചിട്ട് ഒരു പണ്ഡിതസദസ്സ് വിളിച്ചുകൂട്ടി അദ്ദേഹത്തിന്റെ പാണ്ഡിത്യം നമ്മുടെ ആളുകളേയും അറിയിക്കണം. ജീവകന്റെ നിർദേശങ്ങളും സാന്നിധ്യവും പ്രധാനമാണ്. നമ്മുടെ പണ്ഡിതന്മാരുമായും സംസാരിക്കണം.”

“ഏതു വിഷയത്തിലാണ് പാണ്ഡിത്യം? പേരെന്താണ്?”

“ഗണിതം എന്നാണ് പറഞ്ഞത്. ആചാര്യ അഭിഷിക്ത വർധമാനൻ. ഗുണഭദ്രന്റെ ശിഷ്യപരമ്പരയിൽ പെട്ട ആൾ.”

“അദ്ദേഹമാണെങ്കിൽ, ഗണിതം മാത്രമല്ല വൈദ്യവിഷയത്തിലും പ്രാഗത്ഭ്യമുള്ളവനാണ്. *ചരകസംഹിത* പഠിക്കുവാനായിട്ട് അവിടെ പോയപ്പോൾ ഇദ്ദേഹത്തിന്റെ ശിഷ്യന്മാരെ പരിചയപ്പെട്ടിട്ടുണ്ട്.”

“അദ്ദേഹം വരുന്നതറിഞ്ഞപ്പോൾ ഞാൻ ഗണിതത്തിനെപ്പറ്റി ചെറിയൊരു പഠനം നടത്തുകയായിരുന്നു. ബുദ്ധനും ഭിക്ഷുസംഘവും കപിലവസ്തുവിലേക്ക് പോയിരിക്കുന്നു. നാലുമാസം കഴിഞ്ഞിട്ടേ തിരിച്ചുവരുന്നുള്ളൂ എന്നും പറഞ്ഞു.”

“ഉം.”

“ജീവകനെന്താ ഒരു ഉണർവില്ലാത്തത്? എന്തെങ്കിലും വിഷമങ്ങൾ ഉണ്ടാവുന്നുണ്ടോ?”

“ധർമിഷ്ഠനായ രാജാ ബിംബിസാരനെ രക്ഷിക്കേണ്ട ചുമതല നമുക്കുണ്ടല്ലോ. അദ്ദേഹമാണെങ്കിൽ പുത്രവാത്സല്യത്താൽ ബന്ധിതനുമാണ്.”

“പുതുതായിട്ട് എന്തെങ്കിലും സംഭവിച്ചുവോ?”

“അജാതശത്രുവിന് സിംഹാസനത്തിലിരിക്കുവാൻ തിടുക്കമായിരിക്കുന്നു.”

“അത് ആദ്യംതന്നെ നമുക്ക് മനസിലായതാണല്ലോ. ആ വിചാരം മാറ്റണമെന്ന് പലതവണ അദ്ദേഹത്തെ ബോധിപ്പിച്ചതുമാണ്. രാജകുമാരനെ പിടിച്ച് ജയിലിലിട്ടടയ്ക്കുവാൻ പറയാൻ നമുക്ക് അധികാരമില്ലല്ലോ. രാജാവിനു മാത്രമേ സ്വന്തം അവസ്ഥ കാക്കാൻ ഈ അവസരത്തിൽ സാധിക്കുകയുള്ളൂ.”

തപൻ അധികസമയം അവിടെ ഇരുന്നില്ല. ചെയ്തുതീർക്കാൻ കുറേ കാര്യങ്ങളുണ്ട്.

ആചാര്യ അഭിക്ഷിക്തൻ രണ്ടുമാസം മഗധയിൽ തങ്ങി. ഇവിടുത്തെ ഭരണരീതിയും ജനതയുടെ സംസ്കാരവും പ്രശംസാവഹമായി അദ്ദേഹത്തിന് തോന്നി. മഗധത്തിന്റെ പലഭാഗങ്ങളിലും പണ്ഡിതസദസ്സ് വിളിച്ചുകൂട്ടിയിരുന്നു. ഗണിതത്തിന്റെ പ്രാധാന്യത്തെപ്പറ്റിയാണ് പ്രധാനമായും ചർച്ചചെയ്തത്. വൈദ്യവിഷയത്തിലും ജ്യോതിഷത്തിലും ഗണിതത്തിന്റെ ആവശ്യകത ആ സദസുകൾ തെളിയിച്ചു. മനഃശാസ്ത്ര ചികിത്സയ്ക്കും ഗണിതം ആവശ്യമാണെന്നു കണ്ടു. സൂര്യചന്ദ്രന്മാരും ഗ്രഹതാരകളുമെല്ലാം നിറഞ്ഞ വ്യോമമണ്ഡലം ഈ ഭൂമിയേയും ഇവിടത്തെ ജീവജാലങ്ങളേയും ഏതൊക്കെ വിധത്തിൽ സ്വാധീനിക്കുന്നു, ബാധിക്കുന്നു എന്നും ആ സദസുകൾ വ്യക്തമാക്കി. ജിജ്ഞാസുക്കൾക്ക് സമൃദ്ധമായ വിരുന്നുകളായിരുന്നു അവ. തപനും ജീവകനും വേറെ ഉൽപ്പതിഷ്ണുക്കളായ ധാരാളം പേരും സദസുകളുടെ വിജയത്തിൽ ജാഗരൂകരായിരുന്നു. എന്നാലും അഭിഷിക്തപണ്ഡിതൻ തപനെയാണ് പ്രത്യേകം ശ്രദ്ധിച്ചത്. സദസ്സ് പിരിഞ്ഞ ഇടവേളകളിലും അദ്ദേഹം തപനെ ഒപ്പം നിർത്തുവാൻ ശ്രദ്ധിച്ചു. ദീർഘകാല അനുഭവങ്ങളുടെയും പഠനത്തിന്റെയും പാഠങ്ങൾ അദ്ദേഹം തപന് പകർന്നു കൊടുക്കുകയും ചെയ്തു. രണ്ടുമാസം കഴിഞ്ഞ് തിരിച്ചുപോവാറായപ്പോൾ പണ്ഡിതഅഭിഷിക്തൻ രാജാവിനോട് ഒരു കാര്യം ആവശ്യപ്പെട്ടു:

“തപനെ ഞാൻ കന്യാകുബ്ജത്തിൽ കൊണ്ടുപോവാം. അവിടത്തെ പാഠശാലകളിൽ പഠിപ്പിച്ച് പുതിയ അറിവുകളുമായിട്ട് തിരിച്ചയക്കാം. അങ്ങയുടെ പ്രജകൾക്കും അതൊരു നേട്ടമാവും.”

തപനെ പിരിയുവാൻ രാജാവിന് നല്ല വൈമുഖ്യമുണ്ടായിരുന്നു. പ്രത്യേകിച്ചു രാജ്യത്ത് പലേ സംഘർഷങ്ങളും ഉള്ള ഈ സമയത്ത്. എന്നാലും അഭിഷിക്ത പണ്ഡിതനോട് വിപരീതം പറഞ്ഞില്ല. ഒരു നല്ല കാര്യത്തിനാണല്ലോ പോകുന്നത്. രാജ്യകാര്യങ്ങളിൽ തന്നെ പലേ ചുമതലകളും തപന്റെ ചുമലിൽ ഉണ്ടായിരുന്നു. അത് മറ്റു പലരേയും ഏൽപ്പിച്ചിട്ട് തപനും വന്ദനയും പോവാനൊരുങ്ങി രാജാവിന്റെ മുമ്പിൽനിന്നും.എന്തുകൊണ്ടോ തീരെ ഉത്സാഹശൂന്യനായിട്ടാണ് രാജാവ് തപന് യാത്രനുമതി നൽകിയത്. ഔപചാരികമായ യാത്ര ചോദിക്കൽ വിട്ട് തപൻ രാജാവിനെ നമസ്കരിക്കുകയാണ് ചെയ്തത്. രാജാവ് തപനെ പിടിച്ചെഴുന്നേൽപ്പിച്ച് ആവേശത്തോടെ ആഞ്ഞു പുൽകി. ഗദ്ഗദകണ്ഠനായി അനുഗ്രഹിച്ചു: “വിജയീഭവ.” വന്ദന പോവുന്നതിൽ രാജ്ഞിയും കുണ്ഠിതപ്പെട്ടു. എന്നാലും കാൽക്കൽ കുമ്പിട്ട വന്ദനയെ രാജ്ഞി നെറ്റിയിൽ കുങ്കുമം തൊടുവിച്ച് ആശീർവദിച്ചു.

“കൂടുതൽ വിജയങ്ങളുമായി ഇരുവരും വേഗം തിരിച്ചുവരൂ.” അവരുടെ രഥം നീങ്ങി കണ്ണിൽനിന്നു മറയുന്നതുവരെ ഒരാൾ ഇളകാതെ നോക്കിനിന്നിരുന്നു–ജീവകൻ.

ഇരുപത്തിയേഴ്

ബുദ്ധനും മുന്നൂറ് സഹഭിക്ഷുക്കളും കൂടി ഒരു ഉച്ചയ്ക്ക് കപില വസ്തുവിൽ എത്തി. അവരുടെ താമസത്തിന്റെയും മറ്റു പരിപാടികളു ടെയും ചുമതല ഏറ്റെടുത്തത് കലുഭായ് ആണ്. ബുദ്ധനോ ഭിക്ഷു ക്കൾക്കോ ഒരുതരത്തിലും ഒന്നിലും ഒരു അസൗകര്യവും ബുദ്ധിമുട്ടും ഉണ്ടാവാതിരിക്കാൻ പ്രത്യേകം ശ്രദ്ധിക്കണമെന്നും പ്രഭു കലുഭായിയെ ഏൽപ്പിച്ചിരിക്കുന്നു.

നീണ്ട ഏഴുകൊല്ലത്തിനുശേഷം ബുദ്ധൻ ജന്മനാട്ടിൽ വരികയാണ്. ചന്ദന്റെ കയ്യു പിടിച്ചിട്ടും പിന്നെ കുതിരപ്പുറത്തും അതിനുശേഷം നഗ്ന പാദനായിട്ടുമൊക്കെ എത്രയോ തവണ നടന്ന വഴികൾ. പിന്നീട് തപന്റെ സൗഹൃദം അനുഭവിച്ചുകൊണ്ട് വ്യത്യസ്തങ്ങളായ വിഷയങ്ങളെപ്പറ്റി പറഞ്ഞും കേട്ടും നടന്ന വഴികൾ.... പിന്നെ.. പിന്നെ തന്റെ ഗോപ..... അതാ, ആ വയൽപ്പുറത്തുള്ള വീട്ടിലെ പാവപ്പെട്ട കുട്ടികളെ കുളിപ്പിച്ച് നിർത്തുകയായിരുന്നു അന്ന് ഗോപ. ഓർമകൾ മനസിലേക്ക് തിക്കിത്തി രക്കി വന്നപ്പോൾ അദ്ദേഹം മുഖം തിരിച്ചു. ഛെ: ജീവിക്കേണ്ടത് വർത്ത മാനകാലത്തിലാണ്.

അപ്പോഴേക്ക് കലുഭായ് വന്ന് പറഞ്ഞു- ബുദ്ധനും ഭിക്ഷുക്കൾക്കും ന്യഗ്രോധപ്പറമ്പിൽ താമസിക്കുവാൻ സൗകര്യപ്പെടുത്തിയിട്ടുണ്ട്. നാളെ കൊട്ടാരത്തിൽ പോവാം. കപിലവസ്തുവിൽനിന്ന് മൂന്നുനാഴിക അക ലെയാണ് ന്യഗ്രോധവനം. സംഘത്തെ നയിച്ചിരുന്ന സാരിപുത്രനും നാഗ സമാലനും ലുംബിനീവാടികയിലെത്തിപ്പോഴാണ് വികാരഭരിതരായത്. മുപ്പത്താറുകൊല്ലം മുമ്പ് നടന്ന ആ പുണ്യ അവതാരം! അതിന്റെ പാവ നസ്മരണ അവരെ രോമാഞ്ചം കൊള്ളിച്ചു. അവിടെ എത്തിയപ്പോൾ ഭിക്ഷുസംഘം കുറച്ചുസമയം തലതാഴ്ത്തിനിന്ന് ആദരവ് അർപ്പിക്കു കയും ചെയ്തു. കപിലവസ്തുവിലെ കുന്നും ചോലകളും വളരെ ആകർ ഷകമായിട്ടാണവർക്ക് തോന്നിയത്. കോടാലി കാണാത്ത കൂറ്റൻ മരങ്ങൾ, തിമർത്ത് ഉത്സാഹിച്ച് ഒഴുകുന്ന പുഴകൾ, പേടികൂടാതെ തല ഉയർത്തി നിൽക്കുന്ന വിരിഞ്ഞ കാട്ടുപൂക്കൾ, വേലിയും മതിലുമില്ലാത്ത വിസ്തൃ തമായ പുൽപ്പറമ്പുകൾ, അവിടവിടെ കൊച്ചുകൊച്ചു വീടുകൾ, പച്ചപ്പുല്ലു തിന്നുകൊണ്ട് വാലാട്ടിമേയുന്ന കന്നുകാലികൾ. നടക്കുന്നതിനിടയിൽ സാരിപുത്രൻ ബുദ്ധനെ നോക്കി അദ്ദേഹം ധ്യാനത്തിലാണെന്നറിഞ്ഞ പ്പോൾ മുഖം തിരിക്കുകയും ചെയ്തു.

ന്യഗ്രോധപ്പറമ്പ് ബുദ്ധന് പരിചിതമാണ്. മുമ്പ് ഇവിടെ വെച്ചിട്ടാണ് ധ്യാനത്തിനെപ്പറ്റി ആലോചിച്ചു തുടങ്ങിയത് ആ ജൈന സന്യാസിയിൽ നിന്ന്. ശാന്തനും മിതഭാഷിയും ആയിരുന്നു അദ്ദേഹം. അതിനു ശേഷം വിശിഷ്ടരായ വേറെ പലരേയും ഇവിടെ വച്ച് കണ്ടിട്ടുണ്ട്.

രാവിലെ പ്രഭാത പരിപാടികൾക്കുശേഷം കപിലവസ്തുവിലെ തെരു വിലേക്ക് ബുദ്ധനും ഭിക്ഷുക്കളും ഭിക്ഷയ്ക്കിറങ്ങി. കടുംമഞ്ഞനിറത്തി

ലുള്ള വസ്ത്രം ധരിച്ച് മേൽമുണ്ട് ചുമലിലൂടെ ഇട്ട് മുണ്ഡനം ചെയ്ത തലയും കയ്യിൽ ഭിക്ഷാപാത്രവും മുഖത്ത് നിതാന്തമായ ശാന്തതയും കണ്ണുകളിൽ വറ്റാത്ത കാരുണ്യവും ആയി ശബ്ദമില്ലാതെ, ബദ്ധപ്പാടില്ലാതെ ഒരേ താളത്തിൽ നടക്കുന്ന ബുദ്ധന്റെയും പിന്നിൽ വരിയായിവരുന്ന മുന്നൂറു ഭിക്ഷുക്കളുടെയും വരവ് അതിശയിപ്പിക്കുന്ന ഒരു അപൂർവ കാഴ്ചയായിട്ട് കപിലവസ്തുവിലെ വഴിയോരങ്ങളിൽ ജനങ്ങൾ നോക്കി നിന്നു. എല്ലാ കണ്ണുകളും പതിഞ്ഞത് ആദ്യം ബുദ്ധന്റെ മുഖത്തായിരുന്നു. ഏഴുകൊല്ലം ആ മുഖത്തിന് വരുത്തിയ മാറ്റത്തെപ്പറ്റിയാണവർ ഓർത്തെടുത്തത്. ഈ തേജസ്സാണോ നമ്മുടെ പ്രഭുകുമാരനെ ശ്രീബുദ്ധനാക്കിത്തീർത്തത്?

"ബുദ്ധം ശരണം ഗച്ഛാമി, ധർമം ശരണം ഗച്ഛാമി, സംഘം ശരണം ഗച്ഛാമി:" ആ സംഘം അടുത്തെത്തി.

മകനും സംഘവും തെരുവിലെത്തിയിട്ടുണ്ട് എന്നറിഞ്ഞപ്പോൾ ശുദ്ധോദനപ്രഭുവിന് കൊട്ടാരത്തിൽ ഇരിപ്പുറച്ചില്ല. അദ്ദേഹം വേഗം ചന്ദനെ വിളിച്ച് രഥം വരുത്തി തെരുവിലേക്ക് തിരിച്ചു. മകന്റെ കാവി വസ്ത്രധാരണവും മുണ്ഡനം ചെയ്ത തലയും പോരെങ്കിൽ തെരുവിൽ നടന്ന് ഭിക്ഷയാചിക്കലും, പ്രഭു വല്ലാത്ത ഒരവസ്ഥയിലായി. എന്നാലും വേഗം രഥത്തിൽ നിന്നിറങ്ങിയിട്ട് ബുദ്ധന്റെ അടുത്തേക്ക് നടന്നു. അച്ഛൻ വരുന്നത് മകൻ അകലെനിന്നുതന്നെ കണ്ടു. പക്ഷേ, നടത്തത്തിന് വേഗത കൂട്ടിയില്ല. പതിഞ്ഞ കാൽവയ്പ്പുകളോടെ അച്ഛന്റെ തൊട്ടടുത്ത് നിന്നു.

"സിദ്ധാർഥാ" പ്രഭു വികാരഭരിതനായി വിളിച്ചു.

ആദരവോടെ മകൻ അച്ഛനെ നോക്കി മന്ദഹസിച്ചു. അടുത്തുണ്ടായിരുന്ന നാഗസമാലൻ ബുദ്ധന്റെ കയ്യിൽ നിന്ന് ഭിക്ഷാപാത്രം മേടിച്ചപ്പോൾ മകൻ രണ്ടുകൈകളും കൊണ്ട് അച്ഛന്റെ കൈപ്പടം പിടിച്ചു. ശുദ്ധോദനപ്രഭുവിന്റെ കണ്ണുകൾ നിറയുകയും കവിയുകയും ചെയ്യുന്നുണ്ടായിരുന്നു. കണ്ണുകളിൽ സ്നേഹത്തിന്റെ ഊഷ്മളതയും ആദരവും നിറച്ചുകൊണ്ട് ബുദ്ധൻ അച്ഛനെ നോക്കി നിന്നു. ഈ ഏഴുകൊല്ലത്തിനിടയ്ക്ക് പലപ്പോഴും മോഹത്തോടെ സ്വപ്നം കണ്ടിരുന്ന ഒരു മുഹൂർത്തം! അച്ഛന് മനസിലായിരുന്നു സിദ്ധാർഥൻ പഴയ സിദ്ധാർഥനല്ല. ലോകം ആദരിക്കുന്ന ഗുരുവാണ് എന്ന്. എന്നാലും മകനെ ഒന്ന് കെട്ടിപ്പിടിച്ചണയ്ക്കണമെന്ന് തോന്നി. പക്ഷേ, രണ്ടു കൈകളും കൂപ്പി തൊഴുതു നിന്നതേയുള്ളൂ.

സാരിപുത്രനെ ഭിക്ഷുക്കളുടെ അടുത്തേക്ക് പറഞ്ഞയച്ചിട്ട് ബുദ്ധനും നാഗസമാലനും അച്ഛന്റെ കൂടെ കൊട്ടാരത്തിലേക്ക് പോയി. ബുദ്ധൻ അകലെനിന്നുകൊണ്ടുതന്നെ കൊട്ടാരത്തിനെ നോക്കി മനസിൽ പറഞ്ഞു. "ഏഴുകൊല്ലം മുമ്പ് ഞാൻ പറഞ്ഞ വാക്ക് പാലിച്ചിരിക്കുന്നു. ഞാൻ അന്വേഷിച്ചത് കണ്ടെത്തി തിരിച്ചുവന്നു. പക്ഷേ, ഇവിടെ സ്ഥിരമായി നിൽക്കുവാൻ വന്നതല്ല."

കൊട്ടാരത്തിന് കുറച്ചൊരു പഴക്കമുണ്ട്. എന്നല്ലാതെ വേറെ മാറ്റമൊന്നുമില്ല. കുതിരാലയത്തിനടുത്തെത്തിയപ്പോൾ ബുദ്ധന്റെ ഹൃദയം ശക്തിയായി മിടിച്ചു. കാന്തകൻ ഇവിടെയില്ല. എപ്പോൾ ഈ വഴിയിൽ കൂടി താൻ കടന്നുപോയാലും കാന്തകൻ അറിയുമായിരുന്നു. ശബ്ദമുണ്ടാക്കിക്കൊണ്ട് ചിനക്കി പിൻകാലുകൾ നിലത്തടിച്ച് സ്നേഹം കാണിച്ചിരുന്നു. ചന്ദൻ വളരെ പതുക്കെ പറഞ്ഞു: "യശോധരാദേവി ആവശ്യപ്പെട്ടതിനാൽ കാന്തകനെ ചന്ദനമുട്ടിയും സുഗന്ധദ്രവ്യങ്ങളും ഇട്ട് ദഹിപ്പിക്കുകയാണ് ഉണ്ടായത്. അതാ, അവിടെ."

അവർ കൊട്ടാരത്തിന്റെ മുറ്റത്തുകൂടി നടക്കുമ്പോൾ പ്രഭു ചോദിച്ചു:

"സിദ്ധാർഥൻ എന്തിനാ ഇങ്ങനെ തെരുവിൽ ഭിക്ഷയാചിക്കുന്നത്? ഇവിടെ വന്ന് ഭക്ഷണംകഴിക്കാമല്ലോ."

"ഭിക്ഷ സ്വീകരിക്കൽ ഒരു മഹനീയ കർമമാണ്. മനസിൽ അഹങ്കാരമില്ലാതാവും. എല്ലാവരും തുല്യരാണ് എന്ന ബോധം വളരും. ഭിക്ഷ യാചിച്ചതുകൊണ്ട് ഞാൻ മോശക്കാരനാവില്ല. ഞാൻ ഒറ്റയ്ക്കല്ലല്ലോ. മുന്നൂറുപേർ എന്റെ കൂടെയുണ്ട്. അവരിൽ ഒരാൾ മാത്രമാണ് ഞാൻ."

പ്രഭുവിന് കൂടുതൽ കേൾക്കണമെന്ന് തോന്നിയില്ല. അദ്ദേഹം വിചാരിച്ചു– എന്റെ മകനെ ഞാൻ ലോകത്തിനു കൊടുത്തു. അവർ കൊട്ടാരത്തിന്റെ വലിയ പൂമുഖത്തെത്തി. വാതിൽക്കൽ ഗൗതമി മഹാപ്രജാപതി നിന്നിരുന്നു. പുറത്തെവിടെയോ കളിച്ചുകൊണ്ടിരുന്ന എട്ടുവയസായ രാഹുൽ ഓടിവന്ന് ഗൗതമിയോട് ചേർന്നുനിന്നു. ശുദ്ധോദനപ്രഭുവിന്റെ കൈക്കു പിടിച്ച് ബുദ്ധൻ പതുക്കെ അകത്തളത്തിലേക്ക് കടന്നപ്പോൾ ഗൗതമി മുഖം താഴ്ത്തി പതുക്കെ രാഹുലിനോട് പറഞ്ഞു:

"മുത്തച്ഛന്റെ കൈക്കു പിടിച്ച് വരുന്ന ആളില്ലേ? രാഹുലിന്റെ അച്ഛനാണ്."

"ഈ സന്യാസിയോ? സന്യാസിയോ എന്റെ അച്ഛൻ?" രാഹുലിന് വിശ്വാസമാവുന്നില്ല.

"പതുക്കെ പറയു. അച്ഛൻ വല്യേ ആളാണ്. അച്ഛനോട് വർത്തമാനങ്ങളൊക്കെ ചോദിക്കു."

"എന്താ ചോദിക്കേണ്ടത്?" രാഹുലിന് ഒന്നും മനസിലാവുന്നില്ല.

"രാഹുലിനെ അറിയ്യോ എന്ന് ചോദിച്ചു നോക്കൂ."

രാഹുലിന് വലിയ താൽപ്പര്യം തോന്നിയില്ല. ഒരു സന്യാസിയോട് സംസാരിച്ചിട്ടെന്ത് കാര്യം? എന്നാലും ബുദ്ധന്റെ അടുത്തുപോയി നിന്ന് പറഞ്ഞു:

''പൂജ്യനായ സന്യാസി, നാനി പറഞ്ഞു, അങ്ങ് എന്റെ അച്ഛനാണ് എന്ന്. അങ്ങ് എന്നെ അറിയുമോ എന്ന് ചോദിക്കുവാനും പറഞ്ഞു."

ബുദ്ധൻ തുറന്ന് ചിരിച്ചുകൊണ്ട് മകനെ പിടിച്ചടുപ്പിച്ച് കവിളിൽ തലോടി. സമ്മതിച്ച് തല ഇളക്കി പറഞ്ഞു:

"അറിയാം."

രാഹുൽ അപ്പോഴാണ് സന്യാസിയെ നല്ലവണ്ണം കണ്ടത്. ഇദ്ദേഹത്തിന്റെ ചുറ്റും എന്താണൊരു വെളിച്ചം? രാഹുൽ കയ്യ് നീട്ടി നോക്കി.

അത് തീയല്ല. പിന്നെ, വെയിലുമല്ല. അടുത്ത് നിൽക്കുമ്പോൾ നല്ല സുഖമുണ്ട്. രാഹുൽ അച്ഛന്റെ കുറച്ചുകൂടി അടുത്തേക്ക് നീങ്ങി. ബുദ്ധൻ മകനെ ഒരു കൈകൊണ്ട് പിടിച്ചടുപ്പിച്ചു. അപ്പോൾ രാഹുൽ അച്ഛനോട് പതുക്കെ ചോദിച്ചു:

"എന്താ മേലൊക്കെ ഒരു വെളിച്ചം?"

ബുദ്ധൻ അതുകേട്ട് മന്ദഹസിച്ചുകൊണ്ടുതന്നെ രാഹുലിനെ നോക്കി നിന്നു.

"എനിക്കും ഇങ്ങനെ വെളിച്ചം ഉണ്ടാക്കിത്തരോ?"

"തരാം."

"എന്നാ തര്വാ?"

"അതിന്റെ സമയമാവുമ്പോ തരാം. നിന്റെ ഉള്ളിലാവും വെളിച്ചം."

ഗൗതമി അവരുടെ മുമ്പിലേക്ക് വന്നപ്പോൾ ബുദ്ധൻ വേഗം ഗൗതമിയുടെ കൈപ്പടങ്ങൾ കൂട്ടിപ്പിടിച്ച് ആദരവോടെ തലകുനിച്ചു.

ഗൗതമിക്ക് നിയന്ത്രിക്കുവാൻ കഴിഞ്ഞില്ല. കണ്ണുകൾ നിറഞ്ഞു. അപ്പോൾ ശുദ്ധോദനപ്രഭു വിളിച്ചു:

"സിദ്ധാർഥ്, എന്തൊക്കെയാണുണ്ടായത്? എവിടെയൊക്കെയാണ് കഴിഞ്ഞത്? എനിക്ക് ഒന്നും മനസിലായില്ല. ഈ ഏഴുകൊല്ലം എങ്ങനെ കഴിഞ്ഞു?"

"പറയാം."

ബുദ്ധൻ അകത്തളങ്ങളിലേക്ക് ഒന്നു നോക്കിയിട്ട് ഗൗതമിയോടു ചോദിച്ചു:

"യശോധര എവിടെയാണ്? ഇവിടെയില്ലേ?"

"ഉണ്ടല്ലോ."

ബുദ്ധൻ രാഹുലിനോട് പതുക്കെ പറഞ്ഞു:

"രാഹുൽ അമ്മയോട് വരാൻ പറയൂ. അച്ഛൻ വിളിക്കുന്നുണ്ടെന്നു പറയൂ."

രാഹുൽ അകത്തേക്ക് ഓടി. രാഹുലിന്റെ കയ്യുംപിടിച്ച് യശോധര ഗൗതമിയുടെ അടുത്ത് വന്നു നിന്നു. ബുദ്ധൻ പതുക്കെ കാലടികൾ മുന്നോട്ടുവച്ച് യശോധരയുടെ മുമ്പിലേക്ക് നീങ്ങി.

"ഞാൻ ലക്ഷ്യം നേടി തിരിച്ചുവന്നിരിക്കുന്നു."

പണിപ്പെട്ട് മുഖത്ത് മന്ദഹാസം വരുത്തിക്കൊണ്ട് ബുദ്ധനെത്തന്നെ നോക്കി നിന്നതേയുള്ളു യശോധര. തൊട്ടടുത്താണ് നിൽക്കുന്നത്. എന്നിട്ടും എത്രയോ അകലെയാണ് താൻ എന്ന് തോന്നുകയാണ്. അദ്ദേഹം നോക്കുന്നത് തന്റെ മുഖത്തേക്കു തന്നെ. പക്ഷേ, ആ നോട്ടത്തിൽ മുമ്പില്ലാത്ത ഒരു അപരിചിതത്വം. അവൾ പതുക്കെ മുഖം താഴ്ത്തി.

ബുദ്ധൻ യശോധരയെ ശ്രദ്ധിച്ചു. ഗോപ മെലിഞ്ഞിരിക്കുന്നു. വിളറിയിട്ടുമുണ്ട്. തൂവെള്ള വസ്ത്രം ധരിച്ച് ആഭരണങ്ങളൊന്നുമില്ലാതെ.

പക്ഷേ, ഒന്നുണ്ടല്ലോ, കഴുത്തിൽ ഒരു മാല മാത്രം. മനസിലായി. താൻ അന്ന് അണിയിച്ച ആ മുത്തുമാല!

ഗൗതമി ബുദ്ധന്റെ അടുത്തേക്ക് നീങ്ങിയിട്ട് പറഞ്ഞു:

"സിദ്ധാർഥ്, ഈ ഏഴുകൊല്ലവും യശോധര എത്ര തന്റേടത്തോടെയാണ് ഇവിടെ കഴിഞ്ഞത് എന്നറിയുമോ? ബഹുമാനിക്കണം യശോധരയെ."

"എനിക്കറിയാം. ആ ബലത്തിലാണ് ഞാൻ ലക്ഷ്യത്തിലെത്തിയത്."

ഗൗതമി അപ്പോൾ നിയന്ത്രണങ്ങളൊക്കെ വിട്ട് കരയുവാൻ തുടങ്ങി. യശോധര കരഞ്ഞില്ല. വിതുമ്പിയതുമില്ല. മനസ്സ് ഒരു പ്രത്യേക കേന്ദ്രത്തിൽ ഉറപ്പിച്ചു നിർത്തുക മാത്രം ചെയ്തു. ബുദ്ധൻ അറിഞ്ഞു ഈ ഏഴുകൊല്ലവും ഗോപയും തപസ്സുചെയ്യുകതന്നെയായിരുന്നു.

യശോധര മുഖമുയർത്തിയപ്പോൾ ബുദ്ധൻ വീണ്ടും അവളുടെ നേരെ നോക്കി- പരിശുദ്ധമായ ആദരവോടെ.

ഓരോരുത്തരുടേയും മുഖത്തേക്കു മാറിമാറി നോക്കിയ രാഹുൽ പരിഭ്രമിച്ച് ബുദ്ധന്റെ കൈപിടിച്ചു വലിച്ചു. അവർ അതാത് ഇരിപ്പിടങ്ങളിൽ വന്നിരുന്നു. ബുദ്ധൻ അച്ഛന്റെയും മകന്റെയും ഇടയിലാണിരുന്നത്.

അകന്നിരുന്ന രാഹുലിനെ അടുത്തേക്ക് പിടിച്ചടുപ്പിച്ചു.

നാഗസമാലനോട് അടുത്ത പീഠത്തിൽ ഇരിക്കാൻ പറഞ്ഞു.

ഗൗതമിയോടും യശോധരയോടും മുന്നിലിരിക്കാനും പറഞ്ഞു. ഒരു രാത്രിയിൽ കാന്തകന്റെ പുറത്തുകയറി ചന്ദനേയും കൂട്ടി ഇവിടുന്നു പോയതുമുതൽക്ക് ഉണ്ടായ ഓരോ സംഭവവും വിടാതെ ഒരേ താളത്തിൽ സത്യസന്ധമായി ബുദ്ധൻ പറഞ്ഞു. നാഗസമാലൻ പോലും ഇത്ര വിശദമായി കാര്യങ്ങൾ അറിഞ്ഞിരുന്നില്ല. ഉരുവേലയിൽ ബോധംകെട്ട് വീണതും സുജാത പായസം നൽകി ഉണർത്തിയതും കേട്ടപ്പോൾ പ്രഭുവും ഗൗതമിയും കണ്ണുതുടച്ചു. രാജാ ബിംബിസാരന്റെ സഭാമണ്ഡപത്തിൽ തപൻ യശോധരയുടെ പ്രതിമ വെച്ച കാര്യം വിവരിച്ചപ്പോൾ എല്ലാവരും യശോധരയുടെ മുഖത്തേക്കു നോക്കി. എന്നാൽ അവൾ ഭാവഭേദമില്ലാതെ ഇരുന്നതേയുള്ളു.

അപ്പോൾ ശുദ്ധോദനപ്രഭു പറഞ്ഞു:

"ബിംബിസാര രാജാവ് നടത്തിയ ഒരു വിരുന്നുപോലെ ഇവിടെ നമുക്കും ഒന്ന് നടത്തണം. നമ്മുടെ ബന്ധുക്കളെയും പൗരമുഖ്യരെയും നാട്ടുകാരെയും ക്ഷണിക്കണം."

സിദ്ധാർഥൻ ചിരിച്ചുകൊണ്ട് അച്ഛന്റെ മുഖത്തേക്കു നോക്കി സമ്മതം മൂളി. അതിനിടയിൽ ഒന്ന് തിരിഞ്ഞുനോക്കിയപ്പോഴാണ് വാതിലിനു പിന്നിൽ പഴയ കൗശികി മറഞ്ഞുനിൽക്കുന്നതു കണ്ടത്. അവർ എല്ലാം കേട്ടുകൊണ്ട് സിദ്ധാർഥനെ തന്നെ നോക്കിനിൽക്കുകയായിരുന്നു. ബുദ്ധൻ എഴുന്നേറ്റ് അടുത്തുപോയി വിളിച്ചു: "വരൂ കൗശികീ." അവർ വന്നില്ല. പ്രഭു ഇരിക്കുമ്പോൾ ഒരു പരിചാരിക കടന്നുവരികയോ? അപ്പോൾ ബുദ്ധൻ അവരെ തൊട്ട് നിന്നു. ആ വൃദ്ധ പരിഭ്രമിച്ചു. കുമാ

രൻ അടുത്തു വരുമ്പോൾ ചൂടോ തണുപ്പോ കാറ്റോ എന്താണെന്നറിയാത്ത ഒരു ശക്തി വരുന്നു. അവർക്കാകെ ഒരു വിറയൽ.

"കൗശികി എന്തെങ്കിലും പറയു."

"എന്റെ ഭഗവാനെ...." ആ പാവം പരിചാരിക ബുദ്ധന്റെ കാൽക്കൽ നമസ്കരിച്ചപ്പോൾ ബുദ്ധൻ രണ്ടുകൈകൾ കൊണ്ടും അവരെ പിടിച്ചെഴുന്നേൽപ്പിച്ചു: "ഇനി ഞാൻ ഇവിടെ വരുമ്പോൾ കാണണം" എന്നും പറഞ്ഞു.

പരിചാരകൻ ഭക്ഷണത്തെപ്പറ്റി അറിയിച്ചപ്പോൾ എല്ലാവരും എഴുന്നേറ്റു. ആ പൂന്തോട്ടത്തിലാണ് ഭക്ഷണം ഒരുക്കിയിരിക്കുന്നത്. രാഹുൽ അച്ഛന്റെ അടുത്തുതന്നെ ഇരുന്നു. പ്രഭുവും ബുദ്ധന്റെ അടുത്ത്. നാഗസമാലനും കലുഭായിയും എതിർവശത്തും ഇരുന്നു. ഗൗതമിയും യശോധരയും സാവധാനത്തിൽ ആദരവോടെ ഓരോരുത്തർക്കും വിഭവങ്ങൾ വിളമ്പി. ശാന്തനായി ഏകാഗ്രമനസ്കനായി സാവധാനത്തിൽ ഭക്ഷണം കഴിക്കുന്ന ബുദ്ധന്റെ രീതിയെ യശോധര നോക്കിനിന്നു. വിശപ്പടക്കാൻ വാരിത്തിന്നലായിരുന്നില്ല അത്. രാഹുലും അത് നോക്കിയിരുന്നിട്ട് അച്ഛനെപ്പോലെ ഭക്ഷണം കഴിക്കുന്നത് കണ്ടപ്പോൾ യശോധരയ്ക്ക് കൗതുകം തോന്നി.

ഭക്ഷണത്തിനുശേഷം എല്ലാവരും കൊട്ടാരത്തിലെ പുറത്തെ തളത്തിൽ ഇരുന്നു. സുഖകരമായിരുന്നു കാലാവസ്ഥ. തണുത്ത കാറ്റ് നാലുപുറത്തുനിന്നും വന്നിരുന്നു. നാഗസമാലൻ ബുദ്ധന്റെ നേരെ മുമ്പിലിരുന്നു. രാഹുൽ ബുദ്ധന്റെ മടിയിലേക്കു ചാഞ്ഞ് മുഖമുയർത്തി ബുദ്ധനെത്തന്നെ നോക്കി ഇരുന്നു. ഇടത്തേ കയ്യുകൊണ്ട് ബുദ്ധൻ രാഹുലിനെ കൂട്ടിപ്പിടിച്ചിരുന്നു. ഒരുവശത്തായി ഗൗതമിയും അതിനു പിന്നിൽ യശോധരയും ഇരുന്നു. യശോധര കൗശികിയേയും വിളിച്ച് ഒരറ്റത്തിരുത്തി.

"സിദ്ധാർഥ് എങ്ങനെയാണ് ഒറ്റയ്ക്ക് കാട്ടിലൂടെ നടന്നതും രാത്രി വൃക്ഷച്ചുവട്ടിൽ കിടന്നുറങ്ങിയതുമൊക്കെ? ഭയം തോന്നിയില്ലേ? കാട്ടുജന്തുക്കൾ ഉപദ്രവിച്ചില്ലേ?"

ബുദ്ധൻ ആദരവോടെ അച്ഛനെ ഒന്ന് നോക്കി.

"മനസാണ് ഭയവും ഉണ്ടാക്കുന്നത്. നമ്മൾ പ്രകൃതിയോട് അകന്നു നിൽക്കുമ്പോഴാണ് മനസ്സ് ഓരോന്നിലും ഭയപ്പെടുന്നത്. കാട്ടിലെ മരങ്ങളും ജന്തുക്കളുമൊക്കെ എന്റേതന്നെ ഭാഗമാണ് എന്നറിയുമ്പോൾ, മനസ്സ് പ്രകൃതിയോട് യോജിക്കുമ്പോൾ പിന്നെ ഭയമുണ്ടാവില്ല. കാട്ടിൽ കിടക്കുമ്പോൾ കടുവയും സിംഹവുമൊക്കെ ആ വഴി പോവുന്നത് കാണാറുണ്ട്. പക്ഷേ, അവരിൽനിന്ന് ഒട്ടും ഉപദ്രവവും ഉണ്ടായിട്ടില്ല. ധ്യാനത്തിനിരിക്കുമ്പോൾ പാമ്പ് മുന്നിൽ പടം വിരുത്തി നിന്നിട്ടുണ്ട്. അതേപോലെതന്നെ അത് ഇഴഞ്ഞുപോവുകയും ചെയ്യും. നമ്മളെ ഭയപ്പെട്ടിട്ടാണ് അവ സ്വരക്ഷ നോക്കുന്നത്."

പാമ്പിനെപ്പറ്റി പറഞ്ഞപ്പോൾ രാഹുൽ പേടിച്ച് അച്ഛനെ മുറകെ പിടിച്ചു. ഗൗതമിയുടെ വായിൽനിന്ന് ഒരു ഭയത്തിന്റെ ശബ്ദം പുറത്തു വന്നു...... "ഊശ്ശ്."

"വന്ദ്യയായ ചെറിയമ്മേ, ഇതൊക്കെ ഞാൻ നേരിട്ട് അനുഭവിച്ച് പഠിച്ചതാണ്."

ഗൗതമി ബുദ്ധന്റെ കാലടികൾ നോക്കിയിട്ട് പറഞ്ഞു:

'എനിക്ക് ആലോചിച്ച് ദുഃഖം തോന്നിയിരുന്നു. ഇത്രയേറെ വഴി നടന്ന് സിദ്ധാർഥന്റെ കാലടികൾ വിണ്ട് കീറിയിട്ടുണ്ടാവില്ലേ എന്ന്. പക്ഷേ, നോക്കൂ, കാലടികൾ എത്ര വൃത്തിയിൽ സുന്ദരമായിട്ടിരിക്കുന്നു ഇപ്പോഴും. ആശ്വാസമായെനിക്ക്."

അതേവരെ നിശ്ശബ്ദനായി ഇരുന്ന നാഗസമാലൻ എന്തോ ഒന്ന് ആഗ്രഹിക്കുന്നതുപോലെ മുഖമുയർത്തി ചോദ്യഭാവത്തിൽ ബുദ്ധനെ നോക്കി. ബുദ്ധൻ മുഖത്തിന്റെ ചെറിയൊരു ചലനംകൊണ്ട് സമ്മതംകൊടുത്തു. നാഗസമാലൻ കൂപ്പുകൈകളോടെ എഴുന്നേറ്റുനിന്നു വന്ദിച്ചു പറഞ്ഞു:

"അഭിവന്ദ്യനായ ശുദ്ധോദനപ്രഭോ, ബഹുമാന്യയായ ഗൗതമി, യശോധരാദേവി, കൊച്ചുരാഹുൽ, കൗശികി ആ അത്ഭുതസംഭവം ഇവിടെ പറയാതിരിക്കുക വയ്യ."

എല്ലാവരുടെയും മുഖത്ത് ഉൽക്കണ്ഠയും ആകാംക്ഷയും വന്നു.

"വന്ദ്യ ശ്രീബുദ്ധദേവൻ ബോധോദയത്തിന്റെ 21-ാംദിവസം ധ്യാനലീനനായി ഉരുവേലയിലെ നിരഞ്ജനപ്പുഴയുടെ തീരത്തുകൂടി നടക്കുകയായിരുന്നു. അപ്പോൾ, ആ ഓരോ അടിവെപ്പിലും ഓരോ താമരപ്പൂവ് വിടർന്നു വിരിയുകയാണുണ്ടായത്. അതുവഴി വന്ന ഗ്രാമവാസികൾ അതു കണ്ട് അത്ഭുതപ്പെട്ട് നോക്കിനിന്നു." നാഗസമാലൻ ഗദ്ഗദകണ്ഠനായി. കുറേനേരം ആരും ഒന്നും മിണ്ടിയില്ല. അപ്പോൾ രാഹുൽ പതുക്കെ തന്റെ കയ്യുനീട്ടിയിട്ട് അച്ഛന്റെ കാലടികൾ തൊട്ടുനോക്കി.

കലുഭായ് വാതിൽക്കൽ വന്നുനിന്നപ്പോൾ ബുദ്ധൻ എഴുന്നേറ്റു– "പൂജ്യനായ നാഗസമാലൻ, നമുക്ക് പോവാം."

പ്രഭു എഴുന്നേറ്റിട്ട് പറഞ്ഞു: "ചന്ദൻ ഇവിടെത്തന്നെയുണ്ട്. രഥത്തിൽ പോവാം."

ബുദ്ധൻ ചിരിച്ചുകൊണ്ട് അച്ഛന്റെ കൈ പിടിച്ചു പറഞ്ഞു:

"വേണ്ട നടക്കാൻ എനിക്ക് ഒരു വിഷമവും ഇല്ല്യാ എന്നറിഞ്ഞില്ലേ നടക്കുന്നതാണ് ഇഷ്ടം. നാടും നാട്ടുകാരേയും കണ്ടുകൊണ്ട് നടക്കാമല്ലോ."

അപ്പോൾ യശോധര കലുഭായിയെ അടുത്തേക്ക് വിളിച്ചു ചോദിച്ചു: "ഒരു ചെറിയ സ്വീകരണം ഞങ്ങൾ വിചാരിക്കുന്നു. കലുഭായിയും സാരിപുത്രനും രാഹുലിന്റെ അച്ഛനും ഇവിടത്തെ ഞങ്ങളും. അദ്ദേഹത്തിനോട് ചോദിക്കു."

കലുഭായ് അപ്പോൾത്തന്നെ ബുദ്ധനോട് ചോദിച്ചു.

ബുദ്ധൻ പറഞ്ഞു: "അത് വളരെ നന്നായി. ഇവിടത്തെ അച്ഛൻ പറഞ്ഞ വിരുന്നു കഴിഞ്ഞ് സ്വസ്ഥമായിട്ട് മതി. ഞങ്ങൾ വരാം. ഗോപയോടു പറയൂ."

കലുഭായ് വന്ന് വിവരം പറഞ്ഞപ്പോൾ യശോധരയ്ക്ക് സന്തോഷമായി. കൊട്ടാരത്തിന്റെ പടിവരെ എല്ലാവരും ബുദ്ധനെയും നാഗസമാലനെയും കലുഭായെയും പിന്തുടർന്നു. പിന്നെ പടികടന്ന് ഒട്ടും ബദ്ധപ്പാടില്ലാതെ സാവധാനം നടന്നുപോകുന്ന അവർ കണ്ണിൽനിന്നു മറയുന്നതുവരെ നോക്കി നിന്നു. പിന്നെ തിരിച്ചുപോരികയും ചെയ്തു. ശുദ്ധോദന പ്രഭു നടക്കുമ്പോൾ ഒരു ബലത്തിനുവേണ്ടി രാഹുലിന്റെ കുഞ്ഞിക്കൈകൾ പിടിച്ചു. അകത്തു കടന്നപ്പോൾ വല്ലാത്ത ഒരു ശൂന്യത തോന്നി.

ഇരുപത്തിയെട്ട്

ന്യഗ്രോധവനത്തിൽ ബുദ്ധനും ഭിക്ഷുക്കളും കഴിയുന്നത് എങ്ങനെയൊക്കെയാണ് എന്ന് അറിയുവാൻ ഗൗതമിക്കും ശുദ്ധോദന പ്രഭുവിനും ഉൽക്കണ്ഠയും ആകാംക്ഷയും ഉണ്ടായിരുന്നു. കലുഭായ് എല്ലാ ദിവസവും വരും. കലുഭായ് പറഞ്ഞു:

"അവിടെ ചിട്ടകൾക്ക് ഒരു മാറ്റവുമില്ല. കലപില ശബ്ദങ്ങളില്ല. വാക്തർക്കങ്ങളില്ല. ആവശ്യങ്ങളറിയിക്കാൻ ഒന്നോ രണ്ടോ വാക്ക്. എല്ലാറ്റിന്റേയും കേന്ദ്രബിന്ദു ബുദ്ധൻ തന്നെ. പക്ഷേ, ആളുകൾ വരും. നാട്ടുകാർ തന്നെ. അവരുടെ ദുഃഖങ്ങൾ തീർക്കണം. സംഭാവനകൾ സ്വീകരിക്കണം. പലർക്കും ബുദ്ധന്റെ കൈകൾകൊണ്ടുതന്നെ ദീക്ഷ വരിച്ച് ഭിക്ഷുക്കളാകണം."

"ഇവർക്കൊക്കെയുള്ള ഭക്ഷണം ഭിക്ഷയെടുത്ത് കിട്ടുമോ?"

ഗൗതമി അതിലാണ് വ്യാകുലപ്പെട്ടത്.

"ഭിക്ഷ ഒരു അനുഷ്ഠാനം മാത്രമാണ്. എന്നും ഭിക്ഷുക്കൾ തെരുവുകളിലും ഗ്രാമങ്ങളിലും നടന്ന് ജനങ്ങളോട് സമ്പർക്കമുണ്ടാക്കണം. തുല്യരാണെന്ന് അറിയിക്കണം. ഭക്ഷണത്തിനുള്ളതൊക്കെ നാട്ടുകാരുടെ സംഭാവനകളാണ്. അതുതന്നെ വളരെ അധികമാവും."

പ്രഭു വിചാരിച്ചു- ഭക്ഷണം ഇവിടുന്ന് കൊടുക്കാമായിരുന്നു. എന്നാലും സിദ്ധാർഥൻ ഭിക്ഷതെണ്ടൽ നിർത്തുകയുണ്ടാവില്ല.

കലുഭായ് തുടർന്നു: "രാജാ ബിംബിസാരൻ വേണുവനം വന്ന് കണ്ടപ്പോൾ മഴക്കാലത്ത് ആയിരം പേർക്ക് ഇരുന്ന് സാധന ചെയ്യുവാനുള്ള വിഹാരം പണിയിക്കാൻ മന്ത്രിയോട് കൽപ്പനയാക്കി. ഗംഭീരമായിട്ടുണ്ട് ആ വിഹാരം."

പ്രഭു പെട്ടെന്ന് എഴുന്നേറ്റിട്ട് പറഞ്ഞു: "കലുഭായ്, ന്യഗ്രോധവനത്തിൽ ഒരു വിഹാരം പണിയുവാൻ തീർച്ചയാക്കിയിട്ടുണ്ട്. നാളെത്തന്നെ പണി തുടങ്ങാം."

കലുഭായ് മുമ്പൊക്കെ നിർത്താതെ വർത്തമാനം പറയുമായിരു

ന്നു. ഒന്നാന്തരം അഭിഭാഷകനുമാണ്. ശുദ്ധോദനപ്രഭുവിന് ഇഷ്ടക്കാരനും സഹായിയുമാണ്. എന്നാൽ ഇപ്പോൾ അനാവശ്യ സംസാരങ്ങളില്ല. കാര്യങ്ങൾ പറയുക എന്നുമാത്രം. കുറ്റപ്പെടുത്തലില്ല. ഏച്ചുകൂട്ടി പറയലില്ല. പരിഹസിക്കലുമില്ല. ഗൗതമി വിചാരിച്ചു, കലുഭായിയുടെ ഈ പെരുമാറ്റ വ്യത്യാസം നല്ലതുതന്നെ. ഭക്ഷണത്തിന്റെ ക്രമവും ശ്വസന ക്രിയകളും കാരണം ശരീരത്തിലെ ദുർമേദസ്സും പോയിട്ടുണ്ട്.

ബുദ്ധനെയും ഭിക്ഷുക്കളെയും സ്വീകരിക്കാനുള്ള ഒരുക്കുകൂട്ടലിന്റെ തിരക്കാണ് കൊട്ടാരത്തിൽ എല്ലാവർക്കും. പുരോഹിതന്മാരും പണ്ഡിതന്മാരും പൗരമുഖ്യന്മാരും എല്ലാമായിട്ട് നാലായിരം പേരെയാണ് പുറമെ ക്ഷണിച്ചിരിക്കുന്നത്. ഗൗതമിയുടെ മകൻ നന്ദൻ, പിന്നെ ആനന്ദൻ, ദേവദത്തൻ, കാംബില്യൻ എല്ലാവരും സൽക്കാരം ഭംഗിയാക്കുവാൻ മറ്റുള്ളവരോടൊപ്പം കിണഞ്ഞ് ശ്രമിക്കുന്നുണ്ട്. യശോധരയും ഗൗതമിയും കൗശികിയും മറ്റ് പരിചാരകരും എല്ലാം അതിൽ വ്യാപൃതരായി.

ആ ദിവസം വന്നു. കപിലവസ്തു അണിഞ്ഞൊരുങ്ങി നിൽക്കുകയാണ്. ശുദ്ധോദനപ്രഭുവിന്റെ പ്രത്യേക ക്ഷണത്തിൽ വന്ന നാലായിരം അതിഥി മാന്യന്മാരെയും സ്വാഗതം ചെയ്ത് യഥാസ്ഥാനങ്ങളിൽ ഇരുത്തി. അപ്പോഴാണ് ബുദ്ധനും സാരിപുത്രനും, നാഗസമാലനും കലുഭായിയും വേറെ മുന്നൂറ് ഭിക്ഷുക്കളും വന്നത്. മുണ്ഡനം ചെയ്ത ശിരസ്സ്, കാവിവസ്ത്രം, കയ്യിൽ ഭിക്ഷാപാത്രം, ചുണ്ടിൽ ശരണമന്ത്രം, ശാന്തരായി വരിതെറ്റിക്കാതെ അവർ നടന്നു വന്ന് കൊട്ടാരത്തിന്റെ പടിയിലെത്തി. മുന്നിൽ നടക്കുന്ന ബുദ്ധന്റെ ഭാവം ശാന്തമെങ്കിലും ദൃഢഭാവത്തോടു കൂടിയതും ആയിരുന്നു. ശുദ്ധോദനപ്രഭുവും മറ്റ് പ്രമുഖരും സംഘത്തെ സ്വീകരിച്ച് അകത്തേക്ക് ആനയിച്ചു. ഓരോരുത്തർക്കും കയ്യും കാലും കഴുകാനുള്ള വെള്ളവും തുടയ്ക്കാനുള്ള തോർത്തും ഒരുക്കിവെച്ചിരുന്നു. ശുദ്ധോദനപ്രഭു മകന് അവിടെ വന്ന അതിഥികളെ പരിചയപ്പെടുത്തി.

നിശ്ചിത സ്ഥാനങ്ങളിൽ എല്ലാവരും ഭക്ഷണത്തിനിരുന്നു. പരിപൂർണ സസ്യാഹാരമായിരുന്നു. മാംസാഹാരമില്ലാത്തതിനാൽ ചിലർ മുറുമുറുത്തു എങ്കിലും ആരും കേട്ടതായി ഭാവിച്ചില്ല. ഭക്ഷണാനന്തരം പ്രഭു ബുദ്ധനോടു പറഞ്ഞു:

"ഈ സദസ്യർക്കായിട്ട് ഒരു ധർമപ്രഭാഷണം നടത്തണം."

അപ്പോൾ സദസ്യരിലെ ചില പ്രമാണിമാർ പരസ്പരം പറഞ്ഞു:

"ഈ ചെറുപ്പക്കാരൻ സന്യാസിയാണോ നമ്മളെ ധർമം പഠിപ്പിക്കാൻ വരുന്നത്? നമ്മളെന്തിന് സന്യാസധർമം പഠിക്കണം?" മറ്റാരും അത് ശ്രദ്ധിച്ചില്ലെങ്കിലും ബുദ്ധൻ അത് മനസിലാക്കി. അദ്ദേഹം നിവർന്നിരുന്നു. മനസ്സ് ഏകാഗ്രമാക്കി. പ്രഭാഷണം തുടങ്ങി. താൻ കടന്നുവന്ന വഴികളെയും കണ്ടെത്തിയ മാർഗങ്ങളെയും സത്യപഥത്തെയും പറ്റിയാണ് പറഞ്ഞത്. യാതൊരു സംശയത്തിനും ഇടയില്ലാത്തവിധം വ്യക്തമാക്കിയത്. ശ്വാസമടക്കിപ്പിടിച്ചിരുന്ന സദസ്സ് ബുദ്ധന്റെ പ്രഭാഷണം

നിർത്തിയിട്ടും ആ അത്ഭുതവലയത്തിൽ നിന്നുണരുവാൻ ചില നിമിഷങ്ങൾ എടുത്തു. അവർ ശുദ്ധോദനപ്രഭുവിനോട് പറഞ്ഞു: "ഇങ്ങനെ ഒരു മകനുണ്ടാവൽ..... മഹാഭാഗ്യമാണ്- അങ്ങ് ഭാഗ്യവാനാണ്."

എന്നാലും പ്രഭു ഉള്ളിൽ ദുഃഖിച്ചു. ഇവിടെ നിൽക്കേണ്ട മകൻ വല്ല കാട്ടിലും മേട്ടിലും അലയുകയല്ലേ അദ്ദേഹം പിന്നെയും തന്നത്താൻ പറഞ്ഞു:

"എന്റെ മകനെ ഞാൻ ലോകത്തിനു കൊടുത്തു."

ഗൗതമിയെയും കൗശികിയെയും രാഹുലിനെയും കൂട്ടി യശോധര ന്യഗ്രോധവനത്തിൽ പോയിത്തുടങ്ങി. അവിടെ ഉച്ചയ്ക്കുശേഷമുള്ള ബുദ്ധന്റെ പ്രഭാഷണത്തിൽ ശ്രദ്ധിച്ചു. ഒരുദിവസം യശോധര ബുദ്ധനോടു നേരിട്ടുതന്നെ ആവശ്യപ്പെട്ടു- ശ്വസനക്രിയയും ആര്യമാർഗവും പറഞ്ഞു തരണമെന്ന്- ബുദ്ധന് വലിയ സന്തോഷമായി. അദ്ദേഹം വളരെ നിഷ്കർഷയോടെ യശോധരയെയും ഗൗതമിയെയും പഠിപ്പിച്ചു. ധ്യാനത്തിൽ കൂടി മനസിന്റെ പലപല ദുഷ്ടചിന്തകളെ പുറന്തള്ളേണ്ടതെങ്ങനെ എന്ന് പറഞ്ഞുകൊടുത്തു.

യശോധര പറഞ്ഞു: "ഗ്രാമത്തിലെ പാവപ്പെട്ടവരുടെ വീട്ടിൽ പോയി അവർക്ക് കഴിയുന്ന സഹായങ്ങൾ ചെയ്യാറുണ്ട് ഞാൻ. അതിനെ ആര്യമാർഗം ഏതുവിധത്തിലാവും സ്വീകരിക്കുക?"

ബുദ്ധന്റെ മുഖം പെട്ടെന്ന് വികസിച്ചു. ഉത്സാഹത്തോടെ പറഞ്ഞു: "തീർച്ചയായും ആ സാധു സേവനത്തിന് ഈ രീതി ഗുണമേ ചെയ്യുള്ളു. ഉള്ളിൽ സമാധാനവും സന്തോഷവും ഉണ്ടാവുമ്പോഴല്ലേ അത്തരം സദ് പ്രവൃത്തികൾ ഗുണപ്രദമാവുന്നത്? ഈ ധ്യാനക്രമത്തിൽനിന്നും ആര്യമാർഗത്തിൽനിന്നും വ്യതിചലിക്കരുത് എന്നതാണ് പ്രധാനം."

ഒരാഴ്ച കഴിഞ്ഞപ്പോൾ ബുദ്ധൻ പറഞ്ഞു: "നാളെ സാരിപുത്രനും കലുഭായിയും ഞാനും അവിടെ വരാം. ഭിക്ഷ സ്വീകരിക്കാം."

യശോധര ഗൗതമിയുടെ കൂടെ വേഗം വേഗം ഒരുക്കങ്ങൾ കൂട്ടി. ഒരുങ്ങാനൊന്നുമില്ല. സമ്പൂർണ സസ്യാഹാരം ഒരുക്കണം. കൊട്ടാരത്തിലെ കിഴക്കേ മാളികയിലാണ് സ്വീകരണം. മുമ്പ് ബുദ്ധൻ യശോധരയുമൊത്ത് വിഹരിച്ചിരുന്ന സ്ഥലമാണത്. അവിടെ മുറ്റത്തെ പൂന്തോട്ടത്തിലേക്ക് ഗൗതമിയും യശോധരയും അതിഥികളെ ആനയിച്ചു. അവിടെ ചില കുട്ടികൾ കളിച്ചിരുന്നു. യശോധര അവരെ ചുറ്റുമുള്ള ഇരിപ്പിടങ്ങളിൽ ഇരുത്തി. ധാരാളം പഴങ്ങൾ തൂങ്ങിനിന്ന ഒരു മധുരനാരകത്തിന്റെ ചുവട്ടിലെ പീഠത്തിനെ ചൂണ്ടിയ യശോധര ബുദ്ധനോട് പറഞ്ഞു: "അവിടെ ഇരിക്കാം."

സാരിപുത്രനും കലുഭായിയും അടുത്ത പീഠത്തിലും ഇരുന്നു. അപ്പോൾ രാഹുൽ ഓടിവന്ന് ആദ്യം ബുദ്ധന്റെ അടുത്തിരുന്നു. പിന്നെ എന്തോ ഒന്ന് ഓർത്ത് മറ്റു കുട്ടികളുടെ കൂട്ടത്തിലും ഇരുന്നു. അത് നോക്കിയ ബുദ്ധന്റെ മുഖത്ത് ചെറിയ മന്ദഹാസമുണ്ടായത് യശോധര ശ്രദ്ധിച്ചു. മധുരനാരകം ചൂണ്ടിയിട്ട് യശോധര ബുദ്ധനോടു ചോദിച്ചു:

"ഓർമയുണ്ടോ?" ബുദ്ധൻ തലുകുലുക്കി മനോഹരമായി ഒന്ന് മന്ദഹസിച്ചു. മുമ്പ് ഇതിന്റെ ചുവട്ടിൽ ബുദ്ധൻ തപനോടൊത്ത് ഇരുന്ന് ധ്യാനിക്കുമ്പോൾ ഒരു കുഞ്ഞി തൈയായിരുന്നു ഇത്. ഇപ്പോൾ വലിയ മരമായി. ബുദ്ധൻ ആ നാരകത്തെ സ്നേഹപൂർവം നോക്കി ഇരുന്നു. യശോധര ആ കുട്ടികളെ പരിചയപ്പെടുത്തി: "വിവാഹത്തിനു മുമ്പ് ഞാനിവിടെ വരുമ്പോൾ ഇവരുടെ അമ്മമാർ ഇതുപോലെ കുട്ടികളായിരുന്നു. ഇപ്പോൾ കുട്ടികൾ ഇവർ ആയി."

ബുദ്ധൻ ഗോപയുടെ ശബ്ദമാണ് ശ്രദ്ധിച്ചത്. ശബ്ദത്തിൽ വിഷാദച്ഛായയുണ്ട്. ശ്വസനക്രിയകൾകൊണ്ടും ധ്യാനംകൊണ്ടും ധർമചിന്തകൾ കൊണ്ടും അതു പോകണം, പോവും. എല്ലാവരും ബുദ്ധന്റെ മുഖത്തേക്കു തന്നെ നോക്കിയിരിക്കുകയാണ്. കുട്ടികൾ അത്ഭുതഭാവത്തിൽ പരസ്പരം നോക്കി. ഇദ്ദേഹത്തിനു ചുറ്റും എന്താ ഒരു വെളിച്ചം?

ഹൃദയത്തിൽ സ്നേഹം വളർത്തേണ്ടതിന്റെ പ്രാധാന്യത്തെപ്പറ്റിയാണ് ബുദ്ധൻ കുട്ടികളോട് പറഞ്ഞത്.

"സ്നേഹം ഒരു ഭ്രമമല്ല. പരസ്പരം അറിയലാണ് സ്നേഹം. ഒരാൾ സ്നേഹശൂന്യമായി നമ്മളോട് പെരുമാറുമ്പോൾ എന്തുകൊണ്ടാണ് അയാൾക്കങ്ങനെ തോന്നുന്നത് എന്ന് അറിയണം. യാഥാർഥ്യമായത് അറിഞ്ഞുകഴിയുമ്പോൾ അയാളോട് പൊറുക്കാനും കൂടുതൽ സ്നേഹിക്കാനും നമുക്ക് കഴിയും. ആ അറിവാണ് സ്നേഹം. ആ സ്നേഹം എല്ലാ സംഘർഷത്തെയും ആക്രമണ വാസനയെയും നശിപ്പിക്കുന്നു. സന്തോഷമുണ്ടാക്കുന്നു."

ഗൗതമി കയ്യിലുള്ള ഒരു പൊതി ബുദ്ധന് കൊടുത്തു.

"ഓർമയുണ്ടോ സിദ്ധാർഥൻ?"

"ഇതെന്റെ പഴേ ഓടക്കുഴലല്ലേ?"

"അതെ, അതൊന്ന് വായിക്കാമോ ഇപ്പോൾ?"

"ശ്രമിക്കാം."

എല്ലാവരും ബദ്ധശ്രദ്ധരായി ഇരുന്നു. രാഹുൽ കുറേക്കൂടി മുമ്പിലേക്ക് നീങ്ങി ബുദ്ധനെ നോക്കി ഇരുന്നു. ബുദ്ധൻ ശ്വാസം ഒന്ന് നീട്ടി ഉള്ളിലേക്കെടുത്ത് പതുക്കെ പുറത്തു വിട്ടു. പിന്നെ പുല്ലാങ്കുഴൽ വായന തുടങ്ങി. പതുക്കെപ്പതുക്കെ അന്തരീക്ഷം മാറിത്തുടങ്ങി. സമയം സന്ധ്യയാവുകയാണോ? രാത്രിയാവുകയാണോ? കിഴക്കേ മാളികയിലെ കിടപ്പറ, അവിടെ യശോധര രാഹുലിനെ ഉറക്കുന്നു. ആ താരാട്ട് കേൾക്കുന്നു. ബുദ്ധന്റെ പതിഞ്ഞ കാലടികൾ കേൾക്കുന്നു, ഗോപാ എന്ന വിളി കേൾക്കുന്നു.....

അന്തരീക്ഷം പിന്നേയും മാറുന്നു– കോരിച്ചൊരിയുന്ന മഴ, ഗൗതമിയുടെ ബദ്ധപ്പെട്ട കാലടി ശബ്ദം. പ്രഭുവിന്റെ നിശ്വാസങ്ങൾ.... ആകാശം തെളിയുന്നു. പക്ഷികളുടെ ശബ്ദങ്ങൾ, കാന്തകന്റെ ശബ്ദം, മേഘശകലങ്ങൾ, നേരിയ കാറ്റ്, പുഴയിലെ ഓളങ്ങൾ... ഉച്ചസമയം, പുകയുടെ നേരിയ പടലം, വീണ്ടും ചന്ദനക്കുളിരും സുഗന്ധവും, പതുക്കെപ്പതുക്കെ

യുള്ള ഗോപയുടെ പാദപതനങ്ങൾ, നിറയെ പഴം തൂങ്ങിനിൽക്കുന്ന മധുര നാരകം, പക്ഷിയുടെ അകന്നകന്നുപോവുന്ന ചിറകടി ശബ്ദം.... സാവധാനത്തിൽ എല്ലാം നിലയ്ക്കൽ! വേണുവാദനം നിർത്തിയിട്ട് ബുദ്ധൻ നേരെ നോക്കി. സാരിപുത്രൻ പോലും മാസ്മരികവലയത്തിൽ നിന്ന് മുക്തനായിട്ടില്ല.

പെട്ടെന്നുണ്ടായ രാഹുലിന്റെ ചോദ്യം എല്ലാവരെയും ഉണർത്തി:

"എനിക്കും ഇങ്ങനെ ഓടക്കുഴൽ വായിക്കാൻ എന്നാ സാധിക്ക്യാ?"

"സാധിക്കും, സമയം വരട്ടെ."

ബുദ്ധൻ ഗൗതമിയെയും യശോധരയെയും നോക്കി. പ്രസാദപൂരിതമായ ഭൂതകാലത്തിലേക്ക് ഇറങ്ങി നിൽക്കുന്ന ഭാവമായിരുന്നു യശോധരയ്ക്ക്, നേരിയ നഷ്ടബോധത്തോടെ. ഗൗതമി കൂടെക്കൂടെ കണ്ണുതുടച്ചു. സാരീപുത്രൻ കൈകൂപ്പി നിന്നു. കലുഭായ് തേങ്ങിത്തേങ്ങിക്കരയുകയായിരുന്നു. മുന്നിലിരുന്ന കുട്ടികൾ നാലുപുറത്തേക്കും നോക്കി, ഒന്നും വ്യക്തമാവാതെ- "അപ്പോൾ രാത്രിയും മഴയും ഒക്കെ കഴിഞ്ഞോ."

"ഇതൊക്കെ എങ്ങനെ സാധിക്കുന്നു?"

ബുദ്ധൻ യശോധരയെയും ഗൗതമിയെയും നോക്കി പറഞ്ഞു:

"ഇതാ, ഇവർ രണ്ടുപേരും തന്ന ശക്തികൊണ്ടാണ്. മനസ്സ് തികച്ചും മാലിന്യരഹിതമാവണം. പിന്നെ, വർത്തമാനകാലത്തിൽ മാത്രം നിർത്തി മനസിനെ ഏകാഗ്രമാക്കാൻ കഴിയണം.അതെനിക്കു സാധിപ്പിച്ചത് ഇവർ രണ്ടുപേരുമാണ്."

അപ്പോൾ ആ കുട്ടികൾ ഗൗതമിയുടെയും യശോധരയുടെയും കാൽക്കൽ കുമ്പിട്ടു.

ശുദ്ധോദനപ്രഭു ബുദ്ധനും ഭിക്ഷുക്കൾക്കുമായിട്ട് ഒരു വിഹാരം കൂടി പണിതുകൊടുത്തു

ഒരാഴ്ചകഴിഞ്ഞപ്പോൾ പ്രഭു ബുദ്ധനേയും കലുഭായിയേയും ഒരിക്കൽക്കൂടി ഭക്ഷണത്തിനു ക്ഷണിച്ചു. ഭക്ഷണം കഴിച്ചുകഴിഞ്ഞപ്പോൾ ഭിക്ഷാപാത്രം കഴുകിത്തുടച്ച് ബുദ്ധൻ അടുത്തുനിന്നിരുന്ന നന്ദനെ ഏൽപ്പിച്ചു. നന്ദൻ സന്തോഷത്തോടെ അത് വാങ്ങി കയ്യിൽ പിടിച്ചു. വൈകുന്നേരം ബുദ്ധൻ തിരിച്ചുപോവാൻ ഒരുങ്ങി. ജ്യേഷ്ഠൻ എന്തുകൊണ്ടാണ് ഭിക്ഷാപാത്രം തിരികെ മേടിക്കാത്തത് എന്ന് നന്ദന് മനസിലായില്ല. നന്ദൻ ഭിക്ഷാപാത്രവുമായി പടിവരെ അനുഗമിച്ചു. അപ്പോൾ ബുദ്ധൻ ചോദിച്ചു:

"നന്ദന് വിഹാരമൊക്കെ ഒന്ന് കാണാം. കൂടെ വന്നോളു."

നന്ദൻ അച്ഛന്റെ മുഖത്തേക്ക് നോക്കി. പ്രഭു സമ്മതിച്ചു. നന്ദന് പ്രായത്തിനൊത്ത പക്വത വന്നിട്ടില്ല. ബുദ്ധന്റെ കൂടെ കുറച്ചുദിവസം നിന്നാൽ അത് വരും. ഗൗതമിക്കും തോന്നി കുറച്ചുദിവസം അവിടെ നിൽക്കുന്നത് നല്ലതാണ്- അടുത്ത പ്രഭു ആകേണ്ട ആളല്ലേ.

നന്ദൻ സ്വതവെ തന്നെ കുറച്ചൊരു ലജ്ജാശീലനാണ്. വിഹാരത്തിലെ മുന്നൂറ് ഭിക്ഷുക്കളുടെ ഇടയിൽ പെട്ടപ്പോൾ ആദ്യം വലിയ ഒരു

ഏകാന്തത തോന്നി. കൂടെക്കൂടെ കല്യാണിയെ ഓർമവരും. അവളുടെ ആശ്വാസവചനങ്ങൾ, സ്നേഹഭാവങ്ങൾ, അപ്പോൾ നന്ദൻ ഒറ്റയ്ക്ക് എവിടെയെങ്കിലും പോയി നിൽക്കും. ബുദ്ധൻ നന്ദനെ ശ്രദ്ധിക്കുന്നുണ്ടായിരുന്നു. നന്ദന്റെ മനോഗതിയെപ്പറ്റിയും മനസിലാക്കിയിരുന്നു. ഒരു ഉച്ചയ്ക്ക് വിഹാരത്തിനു പുറത്ത് നന്ദൻ ഒറ്റയ്ക്ക് നിൽക്കുമ്പോൾ ബുദ്ധൻ പിന്നിൽ വന്ന് ചോദിച്ചു:

"നന്ദൻ, നീ ഇപ്പോഴും സുന്ദരിയായ കല്യാണിയെത്തന്നെ ആലോചിച്ച് നിൽക്കുകയാണോ?"

ശബ്ദംകേട്ട നന്ദൻ ആദ്യം ഒന്നു ഞെട്ടി. പിന്നെ പരുങ്ങിനിന്നു. പതുക്കെ പറഞ്ഞു: "കല്യാണി എന്നെ അത്രയ്ക്ക് സ്നേഹിക്കുന്നുണ്ട്– ഞാൻ അവളേയും."

"നന്ദൻ കല്യാണിയുടെ പുറമേയുള്ള ഭംഗിയെയാണോ സ്നേഹിക്കുന്നത്?"

"സ്നേഹിക്കലിന് അകവും പുറവും ഒന്നുമില്ല. ഞങ്ങൾ പരസ്പരം അത്രയ്ക്ക് സ്നേഹിക്കുന്നു."

അപ്പോൾ ബുദ്ധൻ നന്ദനെത്തന്നെ നോക്കിക്കൊണ്ടു കുറച്ചുനേരം നിന്നു. പിന്നെ. വാത്സല്യത്തോടെ പറഞ്ഞു:

"നന്ദൻ, ജീവിതം വിലപിടിച്ചതാണ്. വളരെ പെട്ടെന്ന് നശിച്ചുപോവുന്ന സൗന്ദര്യത്തെ ഭ്രമിച്ച് സ്വന്തം കർത്തവ്യത്തെ മറക്കരുത്. ശ്രദ്ധയോടെ ശ്വസനക്രിയചെയ്ത് ധ്യാനം ശീലിച്ച് മനസിനെ ഉണർത്തു."

നന്ദൻ മറുപടിയൊന്നും പറഞ്ഞില്ല. ബുദ്ധനോട് നന്ദന് സ്നേഹവും ആദരവും ഉണ്ട്. പക്ഷേ, തന്നെ ഇത്രയ്ക്ക് വിശ്വസിച്ച് സ്നേഹിക്കുന്ന കല്യാണിയെ ഉപേക്ഷിക്കുന്നതെങ്ങനെ? അത് ഓർക്കാൻ തന്നെ വയ്യ. എന്തായാലും കുറച്ചുദിവസം ഇവിടെ നിൽക്കാം. ഭിക്ഷുക്കളോട് ഇടപഴകി ശീലിച്ചപ്പോൾ ആദ്യം തോന്നിയ ഏകാന്തത കുറഞ്ഞു.

പതിനഞ്ചു ദിവസം കൂടി കഴിഞ്ഞപ്പോൾ ബുദ്ധൻ ചോദിച്ചു:

"നന്ദൻ, കുറച്ചു ദിവസം ഭിക്ഷുക്കളുടെ ചിട്ടകൾ പഠിച്ച് ഇവിടെ നിൽക്കുവാൻ ഇഷ്ടപ്പെടുന്നുവോ? മനസിന് ഉറപ്പുവരാൻ അത് ഉപകരിക്കും."

താനൊരു ദുർബലനാണെന്ന് നന്ദന് സ്വതവെത്തന്നെ ബോധ്യമുണ്ട്. ആ ബലഹീനത പോയിക്കിട്ടിയാൽ നന്നായല്ലോ. ജ്യേഷ്ഠനോട് നന്ദൻ വിപരീതം പറഞ്ഞില്ല. സാരിപുത്രനെ വിളിച്ച് ബുദ്ധൻ ഭിക്ഷുജീവിതത്തിന്റെ നിയമങ്ങളും മറ്റുപാഠങ്ങളും നന്ദനെ പഠിപ്പിക്കുവാൻ പറഞ്ഞു. പിന്നെ നന്ദന് ദീക്ഷ കൊടുക്കുവാനുള്ള ഏർപ്പാടുകൾ ചെയ്യുവാൻ ഏൽപ്പിച്ചു. നന്ദന് മനസിലാവുന്നില്ല ഇവിടെ എന്തിനുള്ള പുറപ്പാടാണെന്ന്. തഴച്ചുവളർന്ന ഭംഗിയുള്ള മുടിയുണ്ടായിരുന്നു നന്ദന്. കല്യാണി എത്രയോ തവണ കൗതുകത്തോടെ തൊട്ടു തലോടിയിരുന്ന മുടി. അത് മുറിച്ചു തലവടിച്ച് മൊട്ടയാക്കി. ആഗ്രഹിച്ച് വാങ്ങിക്കൂട്ടിയ പട്ടുവസ്ത്രങ്ങളുണ്ട്. അതൊക്കെ ഉപേക്ഷിച്ചിട്ട് കടുത്ത മഞ്ഞനിറത്തിലുള്ള വസ്ത്രം

ധരിച്ചു. സ്വാദിഷ്ഠങ്ങളായ ഭക്ഷണമൊക്കെ ഉപേക്ഷിച്ചു. കയ്യിൽ ഭിക്ഷാപാത്രവുമേന്തിയിട്ട് തെരുവുകളിൽ നടന്ന് ഭിക്ഷയാചിച്ച് കിട്ടിയ ഭക്ഷണം ഒരുനേരം മാത്രം കഴിച്ചു. രാത്രി പറമ്പിലോ കാട്ടിലെ എവിടെയായാലും മേൽമുണ്ട് വിരിച്ച് അതിൽ കിടന്നു. എന്നാൽ ഇതിനേക്കാളൊക്കെ നന്ദനെ നീറ്റുന്നത് അതാണ്– ഈ വിവരം കല്യാണിയോട് ഒന്നു പറയുകയെങ്കിലും ചെയ്തില്ലല്ലോ. ഒരു ദിവസം ഭിക്ഷയ്ക്കിറങ്ങിയപ്പോൾ നന്ദന് തോന്നി, കല്യാണിയുടെ വീട്ടിൽ പോവാം. തന്റെ ഈ വേഷം അവളെ വല്ലാതെ വിഷമിപ്പിക്കും. എന്നാലും കാര്യം പറഞ്ഞ് പിരിയാം. പക്ഷേ, നന്ദന്റെ ഈ വിചാരം എങ്ങനെയോ ബുദ്ധന് മനസിലായി. അദ്ദേഹം സാരിപുത്രനോട് പറഞ്ഞു: "നന്ദന്റെ പോക്ക് ശ്രദ്ധിക്കണം. കല്യാണിയുടെ വീടിന്റെ വഴിക്ക് നന്ദനെ വിടരുത്."

ഒരുമാസം കഴിഞ്ഞിട്ടും നന്ദൻ കൊട്ടാരത്തിലേക്ക് വരാതിരുന്നപ്പോൾ ശുദ്ധോദനപ്രഭുവും രാഹുലും ന്യഗ്രോധവനത്തിലേക്ക് പോയി. ഭിക്ഷുക്കൾ ബുദ്ധന്റെ പ്രഭാഷണം കേട്ടുകൊണ്ട് പിൻവരിയിലിരിക്കുകയായിരുന്നു. പ്രഭുവും ഗൗതമിയും അതു ശ്രദ്ധിച്ച് പിന്നിലിരുന്നു. പ്രഭാഷണം കഴിഞ്ഞപ്പോൾ പ്രഭു ചോദിച്ചു: "നന്ദൻ എവിടെ?"

അനവധി ഭിക്ഷുക്കളുടെ ഇടയിൽ നന്ദൻ ഉണ്ടെന്ന് അദ്ദേഹം അറിഞ്ഞില്ല. നന്ദൻ അച്ഛനമ്മമാരുടെ മുമ്പിൽ ഒട്ടും ഉത്സാഹമില്ലാതെ ജാള്യതയോടെ നിന്നു. മൊട്ടയടിച്ച തലയും വേഷവുംകണ്ട് പ്രഭു ഉറക്കെ ചോദിച്ചുപോയി.–

"നന്ദാ. നിന്റെ മുടിയൊക്കെ എവിടെ? കളഞ്ഞോ?"

മിണ്ടാതെ നിൽക്കുന്ന നന്ദന്റെ അടുത്തേക്ക് ബുദ്ധൻ വന്നു പറഞ്ഞു:

"നന്ദൻ സത്യമാർഗം തെരഞ്ഞെടുത്ത് സ്വീകരിച്ചിരിക്കുന്നു. ഭിക്ഷുവായി."

"ഇത് സത്യമാണോ നന്ദാ?"

ഗൗതമി മകന്റെ പുറത്ത് തലോടിയിട്ട് കരച്ചിലടക്കിക്കൊണ്ടാണ് ചോദിച്ചത്. നന്ദൻ ശബ്ദിക്കാൻ ആളായില്ല. തല കുലുക്കിയിട്ട് സമ്മതം കാണിച്ചതേയുള്ളു.

കൂടുതലൊന്നും പറയാതെ പ്രഭുവും ഗൗതമിയും രാഹുലിനേയും കൂട്ടി തിരിച്ചുപോന്നു. ഗൗതമിക്ക് ഏറെ വാത്സല്യമുണ്ടായിരുന്നു നന്ദനോട്. അമ്മയുടെ ഇഷ്ടങ്ങളൊക്കെ അറിഞ്ഞ് അനുസരിക്കുന്ന സ്വഭാവമായിരുന്നു നന്ദന്റേത്. ഏതുകാര്യവും അമ്മയോട് പറഞ്ഞിട്ടേ ചെയ്യാറുള്ളു. എന്നിട്ടും ഈ പ്രധാന കാര്യം... പ്രഭുവും ഗൗതമിയും അന്ന ഭക്ഷണം തന്നെ കഴിച്ചില്ല. ഉറങ്ങിയതുമില്ല.

രാഹുൽ കലുഭായ് വന്നുപോവുമ്പോൾ ചിലപ്പോഴൊക്കെ ഒരുമിച്ച് ന്യഗ്രോധവനത്തിൽ പോവും. ഭിക്ഷുക്കൾ രാഹുലിന് കഥ പറഞ്ഞുകൊടുക്കും. വ്യായാമം ചെയ്യിക്കും. പലവിധത്തിൽ സന്തോഷിപ്പിക്കും. ഇപ്പോൾ നന്ദനും അവിടെയുണ്ടല്ലോ. ചെറിയച്ഛനോട് നല്ല അടുപ്പമാണ് രാഹുലിന്. ഒരുദിവസം യശോധര രാഹുലിനെകൂട്ടി പുറത്തെ മുറ്റത്തു

കൂടി നടക്കുമ്പോൾ തെരുവിൽ ശരണമന്ത്രം കേട്ടു: "ബുദ്ധം ശരണം ഗച്ഛാമി, ധർമം ശരണം ഗച്ഛാമി..." ചെവിയോർത്തപ്പോൾ രാഹുലിന് മനസിലായി ശബ്ദം ആരുടേതാണെന്ന്. പെട്ടെന്ന് ചോദിച്ചു.

"അമ്മേ, അത് അച്ഛന്റെ ശബ്ദമാണ്. ഞാൻ അങ്ങോട്ടു പോകട്ടേ?"

"വേണ്ട, ഇപ്പോൾ പോകണ്ട."

രാഹുൽ പിന്നേയും വാശിപിടിച്ചപ്പോൾ യശോധര വിചാരിച്ചു- അച്ഛന്റെ അടുത്തേക്ക് പോകണം എന്നാണല്ലോ രാഹുൽ ആവശ്യപ്പെടുന്നത്. ഇത്ര കാലവും രാഹുൽ മോഹിച്ചിട്ടും സാധിക്കാത്തതാണ്. ഇപ്പോൾ മകന്റെ ഈ അവകാശം താനെന്തിന് തടയണം?

യശോധര സമ്മതം മൂളിയപ്പോൾ രാഹുൽ വേഗം ഓടിപ്പോയി. ബുദ്ധന്റെ അടുത്തുവന്ന് കൂടെ നടക്കുവാൻ തുടങ്ങി. അയാൾ തന്നത്താൻ പറഞ്ഞു: "അച്ഛന്റെ കൂടെ നിൽക്കുമ്പോൾ നല്ല തണുപ്പുണ്ട്."

ബുദ്ധൻ രാഹുലിനെ ചേർത്തുപിടിച്ച് ഒപ്പം നടത്തി. അവർ വിഹാരത്തിലെത്തി. ഭക്ഷണം കഴിഞ്ഞ് വിശ്രമിക്കുമ്പോൾ വാക്കുകളുടെ അർഥം പോലും അറിയാതെ നിഷ്കളങ്കമായി രാഹുൽ ചോദിച്ചു: "അച്ഛാ എന്നാണ് എന്റെ ദേഹത്തിലും ഈ വെളിച്ചം ഉണ്ടാക്കിതരിക?"

"രാഹുലിന് ആ വെളിച്ചം വേണോ?"

"വേണം."

"തരാം."

"ഇന്ന് തരോ?"

"ഇന്ന് പറ്റില്ല്യ."

"നാളെ തരോ?"

"ഉം."

അന്നു രാത്രിയിൽ രാഹുലിനെ സാരിപുത്രന്റെ കൂടെ കിടത്തിയാൽ മതി എന്ന് ബുദ്ധൻ പറഞ്ഞു. ഉറക്കം വരാതെ കിടക്കുമ്പോൾ രാഹുൽ സാരിപുത്രനോട് പറഞ്ഞു:

"എനിക്കിവിടെ, ഈ വിഹാരത്തിൽ എന്നും താമസിക്കാൻ മോഹം തോന്നുന്നു. നന്ദൻ ചെറിയച്ഛനും ഉണ്ടല്ലോ. അച്ഛനും ഉണ്ട്."

"വിഹാരങ്ങൾ ഭിക്ഷുക്കൾക്കുള്ളതാണ്. ഇവിടെ താമസിക്കണമെങ്കിൽ ഭിക്ഷു ആവണം."

"എന്നാൽ ഞാൻ ഭിക്ഷു ആവാം. എന്നെ ഭിക്ഷു ആക്കണം എന്ന് ഞാൻ അച്ഛനോട് പറയാം."

അടുത്തദിവസം രാവിലെ ബുദ്ധൻ സാരിപുത്രനെ നോക്കി പറഞ്ഞു: "വേണ്ടതൊക്കെ ചെയ്തോളൂ."

"പ്രഭോ, ഈ ഇളംപ്രായത്തിൽ....?"

സാരിപുത്രനു പോലും വിഷമം തോന്നി. എന്നാൽ ബുദ്ധൻ ഗൗരവംകൊള്ളുന്നത് കണ്ടപ്പോൾ സാരിപുത്രൻ രാഹുലനെ വിളിച്ചു പുറത്തുകൊണ്ടുപോയി മുടി വടിച്ചുകളഞ്ഞ് തലമൊട്ടയടിച്ചു. പിന്നെ മൂന്ന് അഭയമന്ത്രം ചെല്ലിച്ചു. നാല് ആര്യമാർഗങ്ങൾ ഉപദേശിച്ചു- കൊല്ലരു

ത്, കക്കരുത്, പൊളിപറയരുത്, ലഹരിപദാർഥം കഴിക്കരുത്. സ്വന്തം കാവിവസ്ത്രം ചീന്തി ചെറുതാക്കി മുറിച്ച് ഭിക്ഷു വേഷം ധരിപ്പിച്ചു. കയ്യിൽ ഭിക്ഷാപാത്രം കൊടുത്തു. സാരിപുത്രന്റെ കൂടെത്തന്നെ രാഹുൽ രാത്രി കിടക്കും. അദ്ദേഹത്തിന്റെ കൂടെത്തന്നെ ഭിക്ഷാപാത്രമെടുത്ത് തെരുവിൽ ഭിക്ഷ യാചിക്കും.

സാരിപുത്രന്റെ വിഷമം കണ്ടപ്പോൾ ബുദ്ധൻ പറഞ്ഞു

"രാഹുലിനെ ഓരോ അനുഷ്ഠാനങ്ങളും ഇപ്പോൾ തന്നെ ശീലിപ്പിച്ചോളൂ- ഭാവിയിലേക്ക് ഗുണപ്രദമാവാൻ. ഭിക്ഷുക്കൾ ധ്യാനത്തിനിരിക്കുമ്പോൾ പറന്നുവന്ന് ശബ്ദമുണ്ടാക്കുന്ന കാക്കകളെ ഓടിക്കൽ രാഹുൽ ചെയ്യട്ടെ."

രണ്ടുദിവസം കഴിഞ്ഞിട്ടും രാഹുൽ കൊട്ടാരത്തിൽ വരാതിരുന്നപ്പോൾ യശോധരയ്ക്കും മറ്റുള്ളവർക്കും രാഹുലിനെ കാണുവാൻ ബദ്ധപ്പാടായി. അവർ ചന്ദനെ വിളിച്ച് രഥത്തിൽ കയറി ന്യഗ്രോധവനത്തിലെത്തി. അവിടെ ബുദ്ധനും ഭിക്ഷുക്കളും പരിപൂർണ ധ്യാനത്തിലാണ്. ഒരു കുട്ടി അവിടെ ഓടി നടന്ന് കറുത്ത ഒരു തുണി വീശിക്കൊണ്ട് കാക്കകളെ ആട്ടി പറഞ്ഞയയ്ക്കുന്നുണ്ട്. യശോധര അങ്ങോട്ടു നോക്കി. അവളുടെ ഉള്ളിൽ നിന്ന് വല്ലാത്തൊരു തേങ്ങൽ വന്നു. ധ്യാനസമയത്ത് ശബ്ദമുണ്ടാക്കാതിരിക്കുവാൻ അവൾ വസ്ത്രം കൊണ്ട് വായ പൊത്തി. നിലയ്ക്കാതെ ഒഴുകുന്ന കണ്ണുനീർ തുടച്ചു. രാഹുൽ അമ്മയെയും മുത്തശ്ശനെയും നാനിയെയും കണ്ടു. പക്ഷേ, ഏൽപ്പിച്ച പണി ശ്രദ്ധ വെച്ചു ചെയ്യണം. ഇടയിൽ വച്ച് വിട്ടുപോവരുത് എന്ന് സാരിപുത്രനും ബുദ്ധനും പ്രത്യേകം പറഞ്ഞിട്ടുണ്ട്. കൂടെക്കൂടെ അമ്മയെ നോക്കുന്നുണ്ടെങ്കിലും രാഹുൽ കാക്കയെ ആട്ടൽ നിർത്തിയില്ല. ശുദ്ധോദനപ്രഭുവും ഗൗതമിയും ഒന്നും മനസിലാവാതെ, എന്തുവേണമെന്നറിയാതെ പുറത്ത് തല താങ്ങിപ്പിടിച്ച് ഇരുന്നു.

ധ്യാനം കഴിഞ്ഞ് എല്ലാവരും ഉണർന്നു. രാഹുൽ ഓടി വന്ന് അമ്മയെ കെട്ടിപ്പിടിച്ചു. യശോധരയ്ക്ക് ഒന്നും പറയുവാനുണ്ടായിരുന്നില്ല. കണ്ണു തുടച്ച് ചുണ്ട് അമർത്തിപ്പിടിച്ച് രാഹുലിന്റെ മൊട്ടത്തല പതുക്കെ തലോടി. രാഹുൽ അമ്മയുടെ മുഖം പടിച്ചുതാഴ്ത്തിയിട്ട് പതുക്കെ ചെവിയിൽ പറഞ്ഞു:

"അമ്മേ, എനിക്ക് കാക്കകളെ ആട്ടി ആട്ടി മടുത്തു."

"സാരല്ല്യ. രണ്ടുദിവസം കഴിഞ്ഞാൽ ശര്യാവും. വല്ല്യേ ആളാവാനല്ലേ?"

അപ്പോഴാണ് തല താഴ്ത്തി പതുക്കെ കയറിവരുന്ന മുത്തശ്ശനെ രാഹുൽ കണ്ടത്. "മുത്തശ്ശാ", എന്നുവിളിച്ച് വേഗം പോയിട്ട് അടുത്തു നിന്നു. മുത്തശ്ശൻ രാഹുലിനെ വാരിയെടുത്തു.

"എന്റെ കുട്ടാ" എന്നു പറഞ്ഞ് കെട്ടിപ്പിടിച്ചു. രാഹുൽ മുത്തശ്ശന്റെ കവിളിലും നെറ്റിയിലുമൊക്കെ ഉമ്മവച്ചു. കണ്ണുനീരൊഴുക്കിക്കൊണ്ടാണ് പ്രഭു ചോദിച്ചത്:

"ഇതെന്തു വേഷമാണ് കുട്ടാ. മുത്തശ്ശന് കാണാൻ വയ്യാലോ."

"ഭിക്ഷുക്കൾ ഇങ്ങനെയൊക്കെയാണ് മുത്തശ്ശാ. ഞാൻ ഭിക്ഷു സംഘത്തിൽ ചേർന്നു."

പിന്നിൽ നിന്നിരുന്ന ഗൗതമി കരഞ്ഞുകൊണ്ട് അടുത്തേക്ക് വന്നപ്പോൾ രാഹുൽ 'നാനി' എന്നു വിളിച്ച് ഗൗതമിയേയും കെട്ടിപ്പിടിച്ച് ഉമ്മ വച്ചു. എല്ലാം കണ്ടുകൊണ്ട് വീർപ്പടക്കി നിൽക്കുന്ന ഭിക്ഷുസംഘത്തിനുപോലും ആ രംഗം സഹിക്കുവാൻ കഴിഞ്ഞില്ല. പലരും അവിടെനിന്ന് മാറിപ്പോയി. അപ്പോൾ ഉറച്ച കാൽവെപ്പുകളോടെ സാക്ഷാൽ ഗൗതമ ബുദ്ധൻ അവരുടെ മുമ്പിൽ വന്നുനിന്നു. മുഖത്ത് അലൗകികം എന്നു തോന്നിക്കുന്ന ഒരു ഭാവമുണ്ടായിരുന്നു. ആദരവോടെത്തന്നെ ബുദ്ധൻ അച്ഛന്റെ കൈകൾ പിടിച്ച് മുഖത്തേക്ക് നോക്കിനിന്നു. പ്രഭുവിന് കരച്ചിൽ അടക്കാൻ കഴിഞ്ഞില്ല. തേങ്ങിക്കൊണ്ട് വാക്കുകൾ ഉള്ളിൽനിന്ന് പെറുക്കിയിട്ടു.

"ആദരണീയനായ ബുദ്ധഭഗവാനേ, ഞങ്ങൾ ഇതെങ്ങനെ സഹിക്കും? നന്ദനിൽ ഒരു പ്രതീക്ഷയുണ്ടായിരുന്നു. അവനും പോയി. ഇപ്പോൾ ഈ കൊച്ചു രാഹുലും. രാഹുൽ ഇല്ലാതെ ഞങ്ങൾ എങ്ങനെയാണ് അവിടെ കഴിയുക? ജീവിതത്തെപ്പറ്റി ഒരു ബോധമുണ്ടായിട്ട് വിരക്തി വരുമ്പോഴല്ലേ സന്യസിക്കുക? ഈ ഏഴുവയസായ രാഹുലിന് എന്താണറിയുക? എന്തിനേ ഈ കുട്ടിയെ ഇങ്ങനെ ഒരു വേഷം കെട്ടിച്ചത്."

അദ്ദേഹം മുഖം തുടച്ച് പൂർണ ഗൗരവത്തോടെ പറഞ്ഞു:

"ഒരു കാര്യം ഞാൻ ഓർമിപ്പിക്കുന്നു. അനുഭവജ്ഞാനം വന്ന് സ്വയം തീരുമാനം എടുക്കാറായവരെ മാത്രം ഭിക്ഷുക്കളായി സ്വീകരിക്കുക. വീട്ടുകാരുടെ പരിപൂർണ സമ്മതംകൂടാതെ ഒരു കുട്ടിയേയും ഇനി ഭിക്ഷു സംഘത്തിൽ ചേർക്കരുത്. ധ്യാനം കൊണ്ട് പാകം വന്ന ബോധിസത്വന്മാർക്കു സഹിക്കുവാൻ സാധിക്കുമായിരിക്കും. ഞങ്ങൾ സാധാരണ മനുഷ്യരാണ്. ഞങ്ങൾക്കിത് സഹിക്കാൻ വയ്യ."

എല്ലാം കണ്ട്, കേട്ട് ഒരു പ്രതിമ പോലെ ഭാവഭേദമില്ലാതെ നിൽക്കുന്ന യശോധരയെയാണ് ഭിക്ഷുക്കൾ ശ്രദ്ധിച്ചത്. കരിങ്കല്ലിന്റെ ഉറപ്പുപോലെ എന്തോ ഒന്ന് അവരുടെ ആ നിൽപ്പിൽ ഉണ്ടായിരുന്നു.

യശോധരയെയും ഗൗതമിയെയും കൂട്ടിക്കൊണ്ട് ശുദ്ധോദനപ്രഭു വിഹാരത്തിൽ നിന്നിറങ്ങി. താടിക്ക് കയ്യുംകൊടുത്ത് ചിന്താമഗ്നനായി ചന്ദൻ രഥത്തിൽ ഇരിക്കുന്നുണ്ടായിരുന്നു. രാഹുലിന്റെ കയ്യും പിടിച്ച് ബുദ്ധൻ രഥംവരെ വന്നു. രാഹുലിന് ചന്ദനെ കണ്ടപ്പോൾ ഉത്സാഹമായി രഥത്തിനുള്ളിലേക്ക് കൈനീട്ടി. നാലുപേരും ആ മൃദുലമായ കുഞ്ഞിക്കൈകൾ പിടിച്ചു. അതിൽ വീണ്ടുംവീണ്ടും ഉമ്മവച്ചു. രഥം നീങ്ങി. എല്ലാം കണ്ടുകൊണ്ട് വിഹാരത്തിന്റെ വാതിൽക്കൽ നിന്നിരുന്ന നന്ദൻ ഒരു ദീർഘനിശ്വാസത്തോടെ ഉള്ളിലേക്ക് പോയി.

അന്ന് വൈകുന്നേരം ബുദ്ധൻ സാരിപുത്രനെ വിളിച്ച് ഗൗരവത്തോടെ പറഞ്ഞു:

"ഇനി മുതൽ പ്രായപൂർത്തിവന്നവരെ മാത്രമേ നമ്മുടെ സംഘത്തിൽ സ്വീകരിക്കാവൂ. അതും വീട്ടുകാരുടെ പരിപൂർണസമ്മതത്തോടെ മാത്രം. ഒരു രേഖയായിട്ട് കുറിച്ചിട്ടോളൂ."

ബുദ്ധനും സംഘവും മഗധവിട്ട് കപിലവസ്തുവിലെത്തിയിട്ട് അഞ്ചു മാസം കഴിഞ്ഞു. തിരിച്ചുപോവാൻ വൈകി. പോവും മുമ്പ് അവസാനമായിട്ട് പ്രഭു ഒന്നു കൂടി ബുദ്ധനെയും സാരിപുത്രനെയും കൊട്ടാരത്തിലേക്ക് ക്ഷണിച്ചു. അവർ വന്നു. ഭക്ഷണം കഴിഞ്ഞപ്പോൾ പ്രഭു ബുദ്ധനോട് പറഞ്ഞു: "എനിക്ക് വയസായി. ആരോഗ്യവും മോശം. സിദ്ധാർഥ് ഇവിടെ ഇരുന്നാൽ നന്നായിരുന്നു."

ബുദ്ധൻ അപ്പോഴും അച്ഛന്റെ കൈ പിടിച്ച് പറഞ്ഞു:

"അച്ഛാ, ഞാൻ പറഞ്ഞില്ലേ, എന്റെ നാട് ഇപ്പോൾ ഈ കപിലവസ്തു മാത്രമല്ല. എന്റെ വഴി രാഷ്ട്രീയത്തിന്റെയും അല്ല. അച്ഛൻ ദുഃഖിക്കരുത്. ഞാൻ ഇപ്പോൾ പോവുകയാണ്. എങ്കിലും എപ്പോൾ വേണമെങ്കിലും ഞാൻ ഇവിടെ വരാം. അടുത്തുതന്നെവരാം."

ശുദ്ധോദനപ്രഭു നിറകണ്ണുകളോടെ യാത്രാനുമതി നൽകി. ബുദ്ധൻ ഗൗതമിയോടും കൗശികിയോടും യാത്ര ചോദിച്ചു. എല്ലാം അറിഞ്ഞ് എല്ലാം സഹിച്ചു നിൽക്കുന്ന യശോധരയുടെ മുമ്പിൽ നിന്നപ്പോൾ താനെത്രയോ ചെറുതാവുന്നു എന്ന് ബുദ്ധന് തോന്നി. ഗോപ വളരെ ഉയരത്തിലെത്തിയിരിക്കുന്നു എന്നറിഞ്ഞു. വിശുദ്ധിയുടേതായ ഒരു വെളിച്ചവും ഉറപ്പുമുണ്ട് അവരുടെ മുഖത്ത്. പൂർവാധികം ബഹുമാനത്തോടെ യശോധരയോടും യാത്ര പറഞ്ഞു. യശോധര ആദരവോടെ ബുദ്ധനെ നോക്കി. പിന്നെ ശിരസ്സ് കുനിച്ചു നിന്നു. അപ്പോൾ ബുദ്ധൻ തന്റെ വലതുകൈപ്പടം യശോധരയുടെ മൂർധാവിൽ വെച്ചു. അലൗകികമായ ഏതോ ഒരു രക്ഷ അപ്പോൾ അവൾ അനുഭവിച്ചു.

ശുദ്ധോദന പ്രഭുവിന് ഒട്ടും ഇരിക്കപ്പൊറുതി കിട്ടുന്നില്ല. രാഹുൽ അവിടെയൊക്കെ ഓടി നടക്കുന്നുണ്ടെന്ന് തോന്നുകയാണ്. രാഹുലിന്റെ കുഞ്ഞുപാദരക്ഷകൾ ഇറയത്ത് കിടക്കുന്നു. രാഹുൽ ഓടിച്ചിരുന്ന ഒരു വണ്ടി മുറ്റത്ത് കിടക്കുന്നു. രാഹുൽ മാറ്റിയിട്ട വസ്ത്രങ്ങൾ...

"മുത്തശ്ശാ" എന്ന വിളി.

അദ്ദേഹം തലയിൽ കൈവച്ച് ഉറക്കെ തന്നത്താൻ ചോദിച്ചു:

"എനിക്ക് ഇങ്ങനെ ഒരു ശിക്ഷയാണോ ഭഗവാനേ വിധിച്ചിരുന്നത്?"

എത്രയൊക്കെ അടക്കിയിട്ടും യശോധര ഇടയ്ക്കിടയ്ക്ക് തന്നത്താൻ ചോദിച്ചുപോവുന്നു.

"പത്തുകൊല്ലം കൂടിക്കഴിഞ്ഞിട്ടു മതിയായിരുന്നില്ലേ ഇത്?" പിന്നെ സമാധാനിച്ചു രാത്രി കിടന്നാൽ എന്നും രാഹുലിന് കഥ കേൾക്കണം. മാറിമാറി കഥകൾ പറയുമ്പോൾ ശ്രദ്ധിച്ച് കേൾക്കും. എന്നും അതിനു ശേഷം ചോദിക്കുന്ന ഒരു ചോദ്യമുണ്ട്– "എന്റെ അച്ഛൻ എവിടെയാണ് അമ്മേ?" എന്തെങ്കിലും ഒരു മറുപടി പറഞ്ഞ് അവനെ സമാധാനിപ്പിക്കുകയാണ് പതിവ്. അവനത് വിശ്വാസമാവുന്നില്ല എന്നറിയാം. പിന്നത്തെ

ചോദ്യം "അച്ഛൻ എന്നാ വര്യാ? നാളെ വരോ?" നാളെ വരോ എന്നാണ്. ആ ഭാഗ്യം രാഹുലിന് കിട്ടിയല്ലോ. അച്ഛന്റെ ഒരുമിച്ചുതന്നെ കഴിയാനുള്ള ഭാഗ്യം. പ്രലോഭനങ്ങളിൽ പെടാതെ ജീവന്റെ മേൽഗതിക്കുള്ള ഭാഗ്യവും.

എന്നാൽ ഒട്ടും സമാധാനം കിട്ടാതെ ഉഴലുന്ന മറ്റൊരാളുണ്ടായിരുന്നു കപിലവസ്തുവിൽ. പ്രധാന തെരുവിന്റെ ഏറ്റവും അങ്ങേത്തലയ്ക്കൽ നിന്ന് കിഴക്കോട്ടുപോകുന്ന വഴിയിലൂടെ കുറേ പോയാൽ മലകൾക്കുതാഴെയുള്ള വീട്ടിൽ അച്ഛനമ്മമാരുടെ ഏകമകൾ. സുന്ദരിയായ കല്യാണി. അവൾക്ക് വിവാഹപ്രായമായിരിക്കുന്നു. പക്ഷേ, കല്യാണിയുടെ മനസ്സ് ശുദ്ധോദനപ്രഭുവിന്റെ രണ്ടാമത്തെ മകൻ, നന്ദനിലാണ് ഉറച്ചുനിന്നത്. നന്ദനും കല്യാണിയെ അത്രയ്ക്കങ്ങ് ഇഷ്ടപ്പെട്ടിരുന്നു. അവൾക്ക് വാക്കുകൊടുക്കുകയും ചെയ്തിട്ടുണ്ട്. മിക്ക ദിവസവും അവർ കണ്ടുമുട്ടും. എത്രയോ സമയം സംസാരിച്ചുകൊണ്ട് നിൽക്കും, അനുരാഗത്തിന്റെ മധുരം നുണഞ്ഞ് ആസ്വദിച്ചുകൊണ്ട്. അങ്ങനെ ചിറകുവെച്ച പ്രതീക്ഷകളുമായിട്ട് അവളങ്ങനെ സ്വപ്നം കണ്ട് ഇരിക്കുകയായിരുന്നു. ഒരു ദിവസം നന്ദനെ കണ്ടില്ല. സന്ധ്യവരെ കാത്തിരുന്നിട്ടും കണ്ടില്ല. രാത്രി അച്ഛൻ പണികഴിഞ്ഞു വന്നപ്പോഴാണ് പറഞ്ഞത്: സിദ്ധാർഥൻ ബുദ്ധനായിട്ട് വന്നിട്ടുണ്ട് എന്ന്. അദ്ദേഹത്തിനെ സൽക്കരിക്കാൻ നിന്നതാവും നന്ദൻ. സിദ്ധാർഥനെ നന്ദന് വളരെ ഇഷ്ടമാണെന്നവൾക്കറിയാം. ഏഴുകൊല്ലങ്ങൾക്കുശേഷം കാണുകയാണല്ലോ. അതോർത്തപ്പോൾ കല്യാണിക്കും ബുദ്ധനെ കാണണമെന്നു തോന്നി, നന്ദന്റെ പ്രിയപ്പെട്ട ജ്യേഷ്ഠനെ.

എന്നാൽ, പിറ്റേദിവസം നന്ദൻ വന്നില്ല. കല്യാണി അസ്വസ്ഥയായി. നന്ദന് അസുഖം വല്ലതും വന്നുവോ? അല്ലെങ്കിൽ ഇവിടെ വരാതിരിക്കില്ല. വിവരംപോലും പറഞ്ഞയച്ചില്ലല്ലോ. കൊട്ടാരത്തിൽ എത്രയെങ്കിലും പരിചാരകരില്ലേ? അസുഖവിവരം അറിയിച്ച് തന്നെ വിഷമിപ്പിക്കേണ്ട എന്ന് കരുതിയിട്ടാവും. അല്ലെങ്കിൽ ഈ ബന്ധം പരിചാരകരെ അറിയിക്കണ്ടാ എന്നും വിചാരിച്ചിട്ടുണ്ടാവും. ഒരാഴ്ച കഴിഞ്ഞിട്ടും നന്ദൻ വന്നില്ല. കല്യാണിയുടെ ക്ഷമ തീരെ കെട്ടു. ഊണും ഉറക്കവും ഇല്ലാതെയായി. അച്ഛനോട് പറഞ്ഞു– "നന്ദനെ കാണാതെ ജീവിച്ചിരിക്കാൻ വയ്യ."

അച്ഛൻ അന്വേഷിച്ച് ഇറങ്ങി. കൊട്ടാരത്തിലെ കാര്യങ്ങളല്ലേ, ഉറക്കെ പറയുവാൻ വയ്യ. അപ്പോൾ വഴിയിൽ കണ്ടുമുട്ടിയ ഒരു ബന്ധു പറഞ്ഞു നന്ദൻ തല മൊട്ടയടിച്ച് കാവിചുറ്റി ഭിക്ഷുവേഷത്തിൽ തന്റെ വീട്ടിൽ ഭിക്ഷയ്ക്ക് വന്നിരുന്നു എന്ന്.

"നീ കണ്ടതാണോ?"

വിശ്വാസം വരാതെ ചോദിച്ചു.

"അതേന്ന്, ഞാനും ഇത് കണ്ടിട്ട് അന്തംവിട്ടു. അന്വേഷിച്ചപ്പോൾ അറിഞ്ഞത്: നന്ദന് നല്ല ദുഃഖമുണ്ട്, കല്യാണിയെ കാണാതിരിക്കുന്നതിൽ എന്നാണ്."

"ദുഃഖമുണ്ടെങ്കിൽ വന്ന് കണ്ടിട്ട് ദുഃഖം മാറ്റാത്തതെന്താണ്?"

"കുറേ പ്രാവശ്യം പുറപ്പെട്ടതാണത്രെ കല്യാണിയെ കാണാൻ. ബുദ്ധൻ തടഞ്ഞു എന്നാണ് പറഞ്ഞത്. അതി ശരിയാണെന്ന് എനിക്കും തോന്നി. ഭിക്ഷയ്ക്ക് നിങ്ങളുടെ വീട്ടിലേക്ക് തിരിഞ്ഞപ്പോൾ വേറൊരു ഭിക്ഷു വഴി മാറ്റിവിടുന്നതു കണ്ടു."

"ഞാനാ വിഹാരത്തിൽ പോയി അന്വേഷിച്ചാലോ?"

"അയ്യോ വേണ്ട വേണ്ട. ബുദ്ധൻ നമ്മളെപ്പോലത്തെ ആളാണോ? ദൈവമാണ് ബുദ്ധന്. എന്താ ആ മുഖത്തുള്ള ഒരു വെളിച്ചം! നന്ദന്റെ നന്മ വിചാരിച്ചിട്ടാവും അദ്ദേഹം അങ്ങനെ ചെയ്തത്."

"എന്ത് നന്മ? എന്റെ കുട്ടി ജീവനെ കളയും എന്നും പറഞ്ഞ് ഉണ്ണാതേയും ഉറങ്ങാതെയും വേദനിക്കുകയാണ്."

"നിങ്ങള് മകളെ പറഞ്ഞ് മനസിലാക്കിക്കു. നല്ലൊരാൾക്ക് വേറെ കല്യാണം കഴിച്ച് കൊടുക്കാൻ നോക്കു."

അവർ രണ്ടുവഴിക്ക് തിരിഞ്ഞ് നടന്നുപോയി. ഈ കഠിനവാർത്ത എങ്ങനെ മകളോട് പറയും എന്നറിയാതെ വലയുകയായിരുന്നു കല്യാണിയുടെ അച്ഛൻ. ഒടുവിൽ അവളുടെ അമ്മയോടു പറഞ്ഞു:

"നീ എങ്ങനെയെങ്കിലും അവളെ പറഞ്ഞ് മനസിലാക്കിച്ചിട്ട് സമാധാനിപ്പിക്ക്."

കല്യാണിയുടെ അമ്മയ്ക്കും അതിന് സാധിച്ചില്ല. നിങ്ങളൊക്കെ വെറുതെ പറയുകയാവും, നന്ദൻ അങ്ങനെ ചെയ്യില്ല എന്നവൾ ഉറപ്പിച്ച് പറഞ്ഞു. എന്നാൽ, മറ്റൊരുദിവസം അവൾ അത് സ്വന്തം കണ്ണുകൊണ്ടുതന്നെ കണ്ടു. നന്ദനെ ഒന്ന് കാണാതെ വയ്യ എന്ന് തോന്നിയിട്ടാണ് കല്യാണി ന്യഗ്രോധവനത്തിൽ പോയത്. അകലെ നിന്നെങ്കിലും നല്ല വണ്ണം ഒന്ന് കണ്ടാൽ മതിയായിരുന്നു. കാട്ടിലേക്ക് കയറിപ്പോയി നോക്കിയപ്പോൾ വിഹാരം ആളൊഴിഞ്ഞ് ശൂന്യമായി കിടക്കുന്നു. അവൾ വേഗം പുറത്ത് വന്നു. എവിടുന്നോ ശരണമന്ത്രം കേൾക്കുന്നുണ്ട്. ആ ഭാഗത്തേക്ക് ഓടി. അപ്പോൾ, അവൾക്ക് തന്റെ രണ്ടുകണ്ണും കുത്തിപ്പൊട്ടിക്കാനാണ് തോന്നിയത്. മൊട്ടത്തലയും ഭിക്ഷാപാത്രവും, ചുമലിൽ ചെറിയൊരു ഭാണ്ഡവുമായിട്ട് ഭിക്ഷുസംഘം വരിതെറ്റാതെ പോകുന്നു. മുമ്പിൽ നടക്കുന്നത് സാക്ഷാൽ ബുദ്ധൻതന്നെ. നാലാമതാണ് നന്ദൻ. നന്ദന്റെ കൂടെ ചെറിയൊരു ആൺകുട്ടിയുമുണ്ട്. അയ്യോ, അത് യശോധരാ ദേവിയുടെ മകൻ രാഹുൽ ആണല്ലോ. ബുദ്ധൻ ആ കുട്ടിയുടെ തലയും മൊട്ടയടിച്ചുവോ? കല്യാണി നന്ദനെത്തന്നെ കണ്ണെടുക്കാതെ നോക്കി. നന്ദന്റെ മുഖത്ത് ഒട്ടും ഉത്സാഹമില്ല. വല്ലാത്ത വിഷാദഭാവവും. അതു കാണാൻ വയ്യ കല്യാണിക്ക്. ആ ബുദ്ധന്റെ നിർബന്ധംകൊണ്ടാവും നന്ദനിത് ചെയ്തത്. എന്നാലും നന്ദന് എന്നോട് ഒന്നു പറയാമായിരുന്നില്ലേ? അതിനും ആ ബുദ്ധൻ സമ്മതിച്ചിട്ടുണ്ടാവില്ല. വിട്ടാൽ പിന്നെ തിരിച്ചു കിട്ടിയില്ലെങ്കിലോ? കല്യാണി ആലോചിച്ചു. ബുദ്ധൻ കാരുണ്യമൂർത്തി

യാണ്. ദയാവാനാണ് എന്നൊക്കെയാണല്ലോ നന്ദനും നാട്ടിലെല്ലാവരും പറയുന്നത്. എന്നിട്ട് എന്നോട് എന്തിനാണ് ഈ കൊടുംക്രൂരത ചെയ്തത്. എന്റെ നന്ദനെ.... അവൾ നോക്കിനിൽക്കുമ്പോൾ തന്നെ ആ ഭിക്ഷു സംഘം അകന്നകന്നുപോയി. നന്ദനെ ഒട്ടും കാണാതായി. കൺമുമ്പിൽ കട്ടപിടിച്ച ഒരു ഇരുട്ടുമാത്രം. തല താങ്ങിപ്പിടിച്ച് കുറേനേരം കല്യാണി ആ വിഹാരത്തിന്റെ മുറ്റത്തിരുന്നു. ഉറക്കെ ഒന്നു അലറാനാണ് തോന്നിയത്.

കുറേ കഴിഞ്ഞപ്പോൾ പതുക്കെ എഴുന്നേറ്റു. നന്ദന്റെ വല്ല സാധനങ്ങളും അവിടെയുണ്ടാവുമോ? മാറ്റിയിട്ട വസ്ത്രങ്ങളോ, അല്ലെങ്കിൽ മുറിച്ചിട്ട ആ കറുത്ത മിനുത്ത സുന്ദരമായ മുടിയോ എന്തെങ്കിലും? വിഹാരത്തിൽ നടന്ന് കല്യാണി നോക്കി. അപ്പോൾ, ഒരരികിൽ ഓലകൊണ്ട് മെടഞ്ഞ ഒരു കുഞ്ഞിത്തടുക്കു കണ്ടു. അടുത്തുതന്നെ ഒരു ഓലപ്പീപ്പിയും. കല്യാണി വേഗം അതെടുത്തു. പാവം, കൊച്ചു രാഹുൽ ഉപേക്ഷിച്ചു പോയതാവും. പീപ്പി ഊതി കളിക്കേണ്ട കുട്ടികളെപ്പോലും വെറുതെ വിടുന്നില്ലല്ലോ ഈ ബുദ്ധൻ. കല്യാണിയുടെ ഉള്ളിൽ ശക്തിയായ ഒരു വിദ്വേഷം നുരഞ്ഞുപൊന്തി. എന്റെ നന്ദനെ എന്തിന് തട്ടിയെടുത്ത് ഇങ്ങനെയാക്കി? കല്യാണിക്ക് ഒട്ടും സ്വസ്ഥത കിട്ടുന്നില്ല. ഇനി നന്ദനെ കാണലേ ഉണ്ടാവില്ലല്ലോ. അവൾ പിന്നെ തേങ്ങിത്തേങ്ങിക്കരഞ്ഞു. കരഞ്ഞുകൊണ്ടുതന്നെ ചോദിച്ചു: "ഇനി നന്ദനെ കാണുകയേ ഉണ്ടാവില്ലല്ലേ? ഉണ്ടാവില്ലേ?"

ഒരു സമാധാനത്തിനുവേണ്ടി കല്യാണി സ്വന്തം മുറിയിൽ വാതിലടച്ചിരുന്നു. നന്ദനെ സങ്കൽപ്പിച്ച് സംസാരിച്ചു തുടങ്ങി. സല്ലപിച്ചു. ക്രമത്തിൽ കല്യാണി ആ മുറിയിൽനിന്നു പുറത്തുവരാതെയായി. മറ്റാരേയും അറിയാതേയുമായി. അവൾ അറിയുന്ന ഒരേയൊരാൾ. അവളുടെ നന്ദൻ മാത്രം.

ഇരുപത്തിയൊൻപത്

ദേവദത്തനും ആനന്ദനും കാംബില്യനുമൊക്കെ അവരുടെ അമ്മാവന്റെ നാട്ടിലേക്ക് പോയതായിരുന്നു. അവിടത്തെ കാര്യങ്ങൾ കഴിഞ്ഞ് തിരിച്ചു വന്നപ്പോഴേക്ക് ബുദ്ധനും ഭിക്ഷുസംഘവും ന്യഗ്രോധവനം വിട്ടു പോയിക്കഴിഞ്ഞു. അതിനാൽ അവർ മഗധത്തിലേക്കു തന്നെ പുറപ്പെട്ടു. വഴിക്കുവെച്ചിട്ടാണ് 'ഉപാലി' എന്ന ചെറുപ്പക്കാരനെ കണ്ടത്. ഉപാലി ക്ഷുരകനായതിനാൽ ബുദ്ധനെ നേരിട്ടു ചെന്ന് കാണാൻ ധൈര്യപ്പെട്ടില്ല. അപ്പോൾ ആനന്ദൻ പറഞ്ഞു:

"ഉപാലി വരൂ. നമുക്കു ബുദ്ധനെ കാണാം."

ദേവദത്തൻ അതുകേട്ട് ഉറക്കെ ചിരിച്ചു.

"എന്തിനാ ഉപാലി വരുന്നത്? ബുദ്ധന് ക്ഷുരകന്റെ ആവശ്യമില്ല. ക്ഷൗരം സ്വയം ചെയ്യും?"

ആരും അതുകേട്ട് പ്രതികരിച്ചില്ല. ആനന്ദൻ ആവർത്തിച്ചു പറഞ്ഞു: "ഉപാലി വരൂ. ബുദ്ധൻ സമസ്ത ജീവജാലങ്ങൾക്കുവേണ്ടിയും നില കൊള്ളുന്നവനാണ് എന്നാണ് കേട്ടത്. ആർക്കും എപ്പോഴായാലും സമീ പിക്കാം."

അങ്ങനെ ഉപാലി അവരുടെ പിന്നാലെ നടന്നു. ഒരു നിറഞ്ഞ സായാ ഹ്നത്തിലാണ് അവർ രാജ്ഗീറിലെത്തിയത്. അവിടെ വേണുവനവിഹാര ത്തിനു പുറത്ത് ഒരു പാറപ്പുറത്തിരിക്കുകയായിരുന്നു ബുദ്ധൻ. ദേവദ ത്തൻ മുന്നിലേക്ക് കടന്നുവന്ന് പറഞ്ഞു:

"ഞങ്ങൾ ഭിക്ഷുക്കളാവാൻ തീരുമാനിച്ചു. ദീക്ഷയെടുക്കുവാൻ വന്ന താണ്."

"പിന്നിലുള്ള ആൾ?" ബുദ്ധൻ ഉപാലിയെ നോക്കി.

"അതൊരു ക്ഷുരകനാണ്- ഉപാലി. ബുദ്ധനെ കാണാൻ മോഹിച്ച് ഞങ്ങളുടെ കൂടെ കൂടിയതാണ്."

ബുദ്ധൻ ഉപാലിയെ അടുത്തേക്കു വിളിച്ചു.

"വരൂ. സഹോദരാ, ഇവിടെ ക്ഷുരകനും ക്ഷത്രിയനും ശൂദ്രനും ഇല്ല. മനുഷ്യരേ ഉള്ളു. വേദനകൊണ്ടു വിങ്ങുന്ന മനസുകൾക്ക് ആര്യമാർഗ ത്തിലൂടെ മോചനംകൊടുക്കുന്നു."

"പ്രഭോ, ഞാൻ അതാണാഗ്രഹിക്കുന്നത്."

ബുദ്ധൻ ആദ്യം ദീക്ഷ കൊടുത്തത് ഉപാലിക്കാണ്. പിന്നെ ആനന്ദ നും കാംബില്യനും അവസാനം ദേവദത്തനും മറ്റു ചെറുപ്പക്കാർക്കും സാരിപുത്രനാണ് അവരേയും ഭിക്ഷുത്വത്തിലേക്ക് ഉപനയിച്ചത്. രണ്ടുദി വസത്തെ ശ്വസനക്രിയയും ധ്യാനവും ബുദ്ധന്റെ പ്രഭാഷണവും കേട്ടു കഴിഞ്ഞപ്പോൾത്തന്നെ ഉപാലി ആളാകെ മാറി. മഹാപണ്ഡിതന്മാരും ഉപാ സകരും ശാസ്ത്രജ്ഞരും ആയ സാരിപുത്രനെയും മൌഗല്ലാനനെയും നാഗസമാലനെയും വിളിച്ചു ബുദ്ധൻ പറഞ്ഞു:

"ഭിക്ഷുക്കൾക്ക് ശാസ്ത്രപാണ്ഡിത്യം ആവശ്യമാണ്. നിങ്ങളുടെ അറിവ് ഇവർക്ക് പകർന്നു കൊടുക്കുക."

ഉപാലി ബുദ്ധിമാനായിരുന്നു. മറ്റുള്ളവരേക്കാൾ വേഗം പണ്ഡിതനും അച്ചടക്കമുള്ളവനും ബുദ്ധന് പ്രിയപ്പെട്ടവനും ആയി ഉപാലി.

ശാക്യപുരിയിൽനിന്ന് മഗധത്തിലേക്കുള്ള യാത്രയും അമ്മയെയും, മുത്തച്ഛനെയും നാനിയെയുമൊക്കെ വിട്ടുപോരലും, ഈ പുതിയ ജീവി തവും എല്ലാം കൂടി രാഹുലിന് വലിയ ഒരു ഏകാന്തതയും നഷ്ടബോധ വും തോന്നുകയാണ്. അമ്മയെ കാണാൻ മോഹമാവും. വെറുതെ കൊട്ടാരം വിട്ട് പോരേണ്ടായിരുന്നു എന്നു തോന്നും. ചിലപ്പോൾ മറ്റെ വിടെയെങ്കിലും നിന്ന് കുറേ കരയും, അടിമവർഗത്തിൽപ്പെട്ട സുനിതൻ എന്നൊരാളുണ്ട് ഭിക്ഷുക്കളിൽ. പ്രായം രാഹുലിനേക്കാൾ കൂടുമെങ്കിലും എപ്പോഴും രാഹുലിന് കൂട്ടായി നിൽക്കും സുനിതൻ. അവർ ഒരുമിച്ച് വേണുവനത്തിലൂടെ നടക്കും. പലതരം പക്ഷികളെ കാണും. അവരുടെ ശബ്ദങ്ങൾ അനുകരിക്കും. അവരുടെ ജീവിതങ്ങൾ കണ്ട് മനസിലാക്കും.

വിഹാരത്തിൽ തിരിച്ചെത്തിയാൽ രാഹുലിന്റെ ഉത്സാഹം പോവും. ഒരു ദിവസം ബുദ്ധൻ ഉപാലിയെ അടുത്തിരുത്തി വളരെ സ്നേഹപൂർവം സംസാരിക്കുന്നതും സമാധാനിപ്പിക്കുന്നതും രാഹുൽ ശ്രദ്ധിച്ചു നിന്നു കേട്ടു. അപ്പോൾ വിചാരിച്ചു, ബുദ്ധന് ബാക്കി എല്ലാവരോടും വലിയ സ്നേഹമാണ്. അവരെ അടുത്തിരുത്തി സമാധാനിപ്പിക്കുന്നു. പ്രഭാഷണങ്ങൾ നടത്തുന്നു... പക്ഷേ തന്നോട് അത്തരം ഒരു പെരുമാറ്റവുമില്ല. എപ്പോഴും ശാസനയും ശകാരവുമാണ്. മാത്രമല്ല പരസ്യമായി തന്നെ താഴ്ത്തിപറയും. ഇന്നലെ അഞ്ഞൂറ് ഭിക്ഷുക്കളുടെ മുമ്പിൽ വച്ചാണ് തന്നെ ശകാരിച്ചത്. ഭിക്ഷുക്കൾക്കുള്ള ഭക്ഷണം അളന്നാണ് പാത്രത്തിലിട്ടിരുന്നത്. അതുകഴിച്ചിട്ടും ഒട്ടും വിശപ്പ് മാറിയില്ല. വിശപ്പുകാരണം രാത്രി ഉറക്കം വന്നില്ല. അപ്പോൾ സുനിതൻ കൊണ്ടുവന്ന് തന്ന പേരക്കായ തിന്നു. അതറിഞ്ഞിട്ടാണ് ബുദ്ധൻതന്നെ പരസ്യമായി ശകാരിച്ചത്. അപ്പോൾ അമ്മയെ കാണാൻ വല്ലാതെ മോഹം തോന്നി. കരച്ചിൽ വന്നു അമ്മയെ ഓർത്തപ്പോൾ. ശ്വസനക്രിയ ചെയ്യുവാനോ ധ്യാനത്തിനോ ഒന്നു തോന്നിയില്ല. ഭിക്ഷാടനത്തിന് ഭിക്ഷുക്കളുടെ കൂടെ പോയതുമില്ല. സുനിതൻ വന്നു വിളിച്ചിട്ടും പോയില്ല. കുറേ കഴിഞ്ഞപ്പോൾ സാരിപുത്രനാണ് അടുത്തുവന്നിരുന്നത്. പുറത്തു തട്ടിക്കൊണ്ട് ചോദിച്ചു:

"എന്താണ് രാഹുൽ വിഷമം?"

മറുപടി പറയാൻ തന്നെ സാധിച്ചില്ല കരച്ചിൽ വന്നതുകൊണ്ട്. അപ്പോൾ അദ്ദേഹം വളരെ ശാന്തനായി സ്നേഹത്തോടെ തന്നെ ഒപ്പം നടത്തി പലതും പറഞ്ഞുതന്നു. സാരിപുത്രന്റെ വാക്കുകൾക്ക് എന്തൊരു ശക്തിയാണ്. മുത്തശ്ശനൊക്കെ പറയുന്നതുപോലെ തോന്നും കേട്ടാൽ.

വേണുവനത്തിലൂടെ നടക്കുമ്പോൾ സുനിതനോട് രാഹുൽ പറഞ്ഞു:

"ഈ പക്ഷികളെപ്പോലെ പറക്കാനും പാട്ടുപാടാനും കഴിഞ്ഞാൽ എന്തുരസമാവും അല്ലേ സുനിതാ?"

സുനിതൻ ചിരിച്ചു: "പറക്കാൻ നമുക്ക് പറ്റില്ലല്ലോ. എന്നാൽ പാട്ടു പാടാൻ രാഹുലിന് സാധിക്കും."

രാഹുലിന് അത്ഭുതമായി: "സാധിക്കോ?"

"ഉവ്വല്ലോ. രാഹുൽ സംസാരിക്കുന്നതുതന്നെ പാട്ടുപാടുന്നതുപോലെയാണ്. കേൾക്കാൻ നല്ല സുഖം."

ഈ പ്രശംസ രാഹുലിനെ വളരെയധികം സന്തോഷിപ്പിച്ചു. ധ്യാനവും പ്രഭാഷണവും ഇല്ലാത്ത സമയത്ത് രാഹുൽ സുനിതനെ കൂട്ടി വേണുവനത്തിന്റെ അറ്റത്ത് പോയി നിൽക്കും. എന്നിട്ട് അമ്മയും നാനിയുമൊക്കെ പാടിത്തന്നിരുന്ന ഓരോ പാട്ടുകൾ പാടും. സുനിതൻ അപ്പോഴും പറയും:

"കേൾക്കാൻ നല്ല രസമുണ്ട്. എത്ര ഇമ്പമുള്ള ശബ്ദമാണ് രാഹുലിന്റെ. ഭാഗ്യംവേണം ഇങ്ങനത്തെ ശബ്ദമുണ്ടാവാൻ."

രാഹുലിന് ആ അഭിനന്ദനം രസിച്ചു. വിഹാരത്തിനകത്ത് പാട്ടുപാടാനോ ചിരിക്കാനോ ഉറക്കെ സംസാരിക്കാനോ പാടില്ല. അതിനാൽ ഒഴി

വുസമയത്തൊക്കെ പുറത്ത് വളരെ അകലെ കാട്ടിൽ വന്നിരുന്ന് പാടും. അപ്പോൾ അമ്മയെയും നാനിയെയുമൊക്കെ ഓർമവരും.

ഒരുദിവസം അങ്ങനെ വേണുവനത്തിൽ നിന്നുകൊണ്ട് പാട്ട് മൂളുമ്പോൾ ഏതോ ഒരാൾ അപ്പുറത്തുനിന്ന് ചെവിയോർക്കുന്നത് രാഹുൽ കണ്ടു. അറിയാത്ത ആളാണ്. ഭിക്ഷുക്കളാരുമല്ല. രാജാക്കന്മാരുടെയോ സേവകന്മാരുടെയോ വേഷവുമല്ല. പക്ഷേ, രാഹുലിനെ വളരെ വാത്സല്യത്തോടെയാണ് നോക്കിനിന്നത്. ഒന്നും ചോദിച്ചില്ല. ഒന്നും പറഞ്ഞതുമില്ല.

അന്ന് രാഹുൽ ധ്യാനത്തിന് വിഹാരത്തിൽ പോയില്ല. കാട്ടിൽ ഒറ്റയ്ക്കിരുന്ന് ധ്യാനിച്ചു. അടുത്തദിവസം അങ്ങനെയാണുണ്ടായത്. മൂന്നാം ദിവസം ധ്യാനം കഴിഞ്ഞപ്പോൾ ബുദ്ധൻ രാഹുലിനെ അന്വേഷിച്ച് പുറത്തിറങ്ങി. വേണുവനത്തിനറ്റത്ത് രാഹുൽ ഒറ്റയ്ക്ക് നിന്ന് പാടുകയാണ്. ബുദ്ധന് വളരെ പരിചിതമായ പാട്ട്. ഗോപ മൂളാറുള്ള പാട്ട്. അതേ സ്വരത്തിൽ തന്നെ. പാടിത്തീരുന്നതുവരെ കേട്ടു നിന്നു. പിന്നിൽ ബുദ്ധൻ നിൽക്കുന്നുണ്ട് എന്ന് അറിഞ്ഞപ്പോൾ രാഹുൽ വേഗം നടന്ന് വിഹാരത്തിലെത്തുകയും ചെയ്തു.

അന്ന് വൈകുന്നേരം ബുദ്ധൻ സാരിപുത്രനെ വിളിച്ച് പറഞ്ഞു:

“രാഹുലിനെ ശ്രദ്ധിക്കണം. രാഹുലിന്റെ ശ്രദ്ധ തിരിഞ്ഞുപോകുന്നുണ്ട്. ഏകാഗ്രതയുണ്ടാക്കാൻ വേണ്ടത് ചെയ്യണം.”

സാരിപുത്രൻ രാഹുലിനോട് ആര്യമാർഗത്തെയും അഷ്ടാംഗമാർഗത്തെയും പറ്റിയൊക്കെ വളരെ ഗൗരവപൂർവം ലളിതരീതിയിൽ പറഞ്ഞ് മനസിലാക്കി. രാഹുൽ എല്ലാം ശ്രദ്ധിച്ച് തലയിളക്കിക്കേട്ട് സമ്മതിച്ചു. പക്ഷേ, പാട്ട് മൂളൽ നിർത്തിയില്ല.

രാജാ ബിംബിസാരന് വേണുവനവും വിഹാരവും ബുദ്ധനും ഒരു ആരാധനാലയം പോലെയായി. ഒഴിവു കിട്ടുമ്പോഴൊക്കെ അവിടെ പോവും. ഭിക്ഷുകൾക്ക് ആവശ്യമായതൊക്കെ അവിടെ നിവർത്തിച്ചു കൊടുക്കും. മഗധയിൽ പല ഭാഗത്തും രാജാവ് വിഹാരങ്ങൾ പണിത് ഭിക്ഷുക്കൾക്ക് ദാനം ചെയ്തു. ഭിക്ഷുക്കളുടെ എണ്ണവും അത്രയ്ക്കധികം വർധിച്ചു. എല്ലാ സ്ഥലത്തും ബുദ്ധന്റെ ശ്രദ്ധയും സാന്നിധ്യവും എത്താതെയായി. കച്ചവടക്കാരിൽനിന്നും വമ്പൻ ധനാഢ്യരിൽനിന്നും ധാരാളം സമ്പത്തും വിഹാരങ്ങളിൽ കുന്നുകൂടി.

ഒരുദിവസം ഭിക്ഷയ്ക്ക് തെരുവിലിറങ്ങിയപ്പോൾ പല കുടുംബങ്ങളിൽനിന്നും കുടുംബിനികൾ പറയുന്നതു ബുദ്ധനും ഭിക്ഷുക്കളും കേട്ടു.

“നാട്ടിലെ ചെറുപ്പക്കാരൊക്കെ ഇങ്ങനെ തല മുണ്ഡനം ചെയ്ത് ഭിക്ഷുക്കളായാൽ നമ്മളെന്തു ചെയ്യും? കുടുംബം നോക്കണ്ടേ? നമ്മുടെ പെൺമക്കളൊക്കെ കന്യകകളായി ഇരുന്ന് നരയ്ക്കില്ലേ? ഈ ആപത്തിനെ തടുക്കാതെ പറ്റില്ല. തീർച്ചയാണ് തടുക്കാതെ വയ്യ.”

പലഭാഗങ്ങളിൽനിന്നും ഈ അഭിപ്രായവും എതിർപ്പും വന്നപ്പോൾ ബുദ്ധൻ പ്രഭാഷണത്തിൽ കൂടി പറഞ്ഞു:

"ദീക്ഷവരിച്ച് സംഘത്തിൽ ചേരണമെന്ന് നിർബന്ധമില്ല. ശ്വസന ക്രിയയും ധ്യാനവും നിർത്താതെ ശീലിക്കുകയും ആര്യമാർഗവും അഷ്ടാംഗപഥവും തെറ്റാതെ വിടാതെ ശീലിക്കുകയും ചെയ്താൽ മതി."

അതിനിടയിൽ വൈശാലിയിലെ വിഹാരത്തിൽ നൂറിലധികം ഭിക്ഷുക്കൾ ഒന്നിച്ച് ആത്മഹത്യ ചെയ്തു എന്ന വിവരം കിട്ടി. ജീവിതത്തിന് അർഥമില്ല എന്ന് തോന്നി അവർ ജീവിതം അവസാനിപ്പിച്ചതാണത്രെ. അത് കേട്ടപ്പോൾ എല്ലാവരും ബുദ്ധന്റെ മുഖത്തേക്കാണു നോക്കിയത്. എന്നാൽ അവിടെ യാതൊരു ഭാവപ്പകർച്ചയുമില്ല. സൂര്യാസ്തമനത്തിൽ തന്നെ നോക്കിക്കൊണ്ടിരുന്നതേയുള്ളു ബുദ്ധൻ. അടുത്തുണ്ടായിരുന്ന മെഹിയൻ തിരിഞ്ഞുനിന്ന് നാഗസമാലനോട് പറഞ്ഞു:

"സാഗരഗംഭീരൻ തന്നെ. സമുദ്രത്തിലേക്ക് നോക്കുന്നതുപോലെ തോന്നുന്നില്ലേ തഥാഗതനെ നോക്കുമ്പോൾ?"

അതിനുശേഷം തുടർച്ചയായി നാലുദിവസം ബുദ്ധൻ ജീവിതത്തിന്റെ സ്വാർഥകതയെ പറ്റിയാണ് പ്രഭാഷണം ചെയ്തത്.

സുനിതൻ രാഹുലിന്റെ അടുത്ത ബന്ധുവും സഖാവും ആയിത്തീരുകയാണ്. വളരെ ദരിദ്രവും പുറന്തള്ളപ്പെട്ടവരും ആണ് സുനിതന്റെ കുടുംബപശ്ചാത്തലം. അനാഥത്വവും കഷ്ടപ്പാടും നിറഞ്ഞ ആ അനുഭവങ്ങൾ സുനിതൻ പറയുമ്പോൾ രാഹുൽ ശ്രദ്ധിച്ച് കേൾക്കും. പലപ്പോഴും അപ്പോൾ രാഹുലിന്റെ കണ്ണുകളിൽ വെള്ളം നിറയും. സുനിതന്റെ ഹൃദയവും കനക്കും. ആ സന്ദർഭങ്ങളിൽ സുനിതന് ഒരു എളുപ്പവഴിയുണ്ട്- "രാഹുൽ, ആ പാട്ടുകളൊന്നു പാടു. അത് കേൾക്കുമ്പോൾ എല്ലാ ദുഃഖവും മറന്ന് പോവുന്നു."

"ഇത് സത്യമാണോ സുനിത?"

രാഹുൽ അത്ഭുതപ്പെട്ടു. എന്നാൽ പിന്നെ തന്റെ ദുഃഖങ്ങളും മാറിക്കിട്ടാൻ പാട്ടുപാടി നോക്കിയാലോ. രാഹുൽ ആ വഴി തന്നെ പരീക്ഷിച്ചു തുടങ്ങി. വാക്കുകളിൽ പുതിയരീതിയിൽ സംഗീതം നിറച്ച് താളപ്പെടുത്തി മൂളിക്കൊണ്ടിരുന്നു. ഒരുദിവസം അങ്ങനെ ഉള്ളിൽ പുതിയ പാട്ടുവന്നപ്പോൾ സുനിതനെ കൂട്ടിക്കൊണ്ട് കഴുകൻകുന്നിന്റെ മുകളിൽ കയറി, ആകാശത്തിലേക്കു നോക്കിക്കൊണ്ട് ഉറക്കെ പാടി.

"ഹേ, അറ്റമില്ലാത്ത ആകാശമേ- അങ്ങ് എന്തിനാണ്. ആരേയും മോഹിപ്പിക്കുന്ന, എന്റെ ആ സ്വർഗത്തിന് ഇങ്ങനെ ഒരു അടപ്പിട്ട് നിൽക്കുന്നത്? അവിടെ അപ്പുറത്ത് എന്റെ കളിപ്പാട്ടങ്ങളും കൂട്ടുകാരും പ്രിയപ്പെട്ടവരും ഉണ്ടല്ലോ. വാടാത്ത പൂക്കളും വറ്റാത്ത അരുവികളും ഉള്ള എന്റെ ആ സ്വർഗം.." തുടരുവാൻ കഴിഞ്ഞില്ല. രാഹുലിന് ഗദ്ഗദം വന്ന് തടഞ്ഞു. മുന്നിൽനിന്ന സുനിതൻ തേങ്ങിക്കൊണ്ട് കവിളിലൂടെ ഒഴുകുന്ന കണ്ണുനീർ തുടച്ചുകൊണ്ടിരുന്നു. പിന്നെ പെട്ടെന്ന് സുനിതൻ രാഹുലിന്റെ ചുമലിൽ പിടിച്ചു: "രാഹുൽ!"

ഇല ഇളകുന്ന ശബ്ദംകേട്ട് ഇരുവരും തിരിഞ്ഞുനോക്കി. ഒരാൾ പിന്നിൽ നിൽക്കുന്നുണ്ട്. ഇത് അന്ന് വേണുവനത്തിൽ കണ്ട ആളുത

ന്നെയാണല്ലോ. അദ്ദേഹം ഇവരുടെ അടുത്തേക്കു വന്നു രാഹുലിന്റെ പുറം തട്ടിയിട്ട് വാത്സല്യസ്വരത്തിൽ പറഞ്ഞു:

"കവിത കേമമായി!"

കയ്യിലുണ്ടായിരുന്ന ഓടക്കുഴൽ അദ്ദേഹം രാഹുലിന് നീട്ടി: "ഇതിലൂടെ പാട്ടുപാടി നോക്കൂ."

രണ്ടുകയ്യും നീട്ടി രാഹുൽ ഓടക്കുഴൽ സ്വീകരിച്ചു. തിരിച്ചും മറിച്ചും നോക്കി. ഉത്സാഹത്തോടെ പറഞ്ഞു: "ഇത് അച്ഛന്റെ പുല്ലാങ്കുഴൽ പോലെയുണ്ട്. ഹായ്, പുല്ലാങ്കുഴൽ!"

രാഹുൽ ഉത്സാഹത്തോടെ അത് ഊതി നോക്കി. ആദ്യം ശരിയായില്ല. അപ്പോൾ അദ്ദേഹം അത് മേടിച്ച് വായിച്ച് കാണിച്ചു. രാഹുൽ അപ്പോൾ അവതരിപ്പിച്ച ആ സംഗീതശകലം രാഗപ്പെടുത്തി അവതരിപ്പിച്ച് രസിപ്പിച്ചു.

കുറച്ചുസമയം രാഹുലിനെത്തന്നെ വാത്സല്യത്തോടെ നോക്കിനിന്നിട്ട് പുറത്തൊന്ന് തട്ടിയിട്ട് ഒന്നും പറയാതെ അദ്ദേഹം പോവുകയും ചെയ്തു. അദ്ദേഹം പോയിക്കഴിഞ്ഞപ്പോഴാണ് അത് ആരാവും എന്ന് രാഹുൽ ആലോചിച്ചത്. അപ്പോൾ, കുറച്ചുകൂടി ലോകവിവരമുള്ള സുനിതൻ ബഹുമാനം വരുത്തി പറഞ്ഞു:

"അത് കൊട്ടാരം വൈദ്യനാണ്. ജീവകൻ എന്നാണ് പേര്. കൊട്ടാരം വൈദ്യനാണെങ്കിലും അദ്ദേഹം പാവപ്പെട്ടവരെയൊക്കെ ചികിത്സിച്ച് രോഗം മാറ്റും. എന്റെ അമ്മയുടെ മാറാത്ത നെഞ്ചുവേദന മാറ്റിക്കൊടുത്ത് ഇദ്ദേഹമാണ്."

രാഹുൽ വലിയ ഉത്സാഹത്തിലായി. വീണ്ടുംവീണ്ടും പുല്ലാങ്കുഴലിലൂടെ ഊതി. പുതിയ പുതിയ ശബ്ദങ്ങൾ. കാക്കയുടെ മാടപ്പിറാവിന്റെ ഒക്കെ ശബ്ദം അതിലുണ്ടാക്കി. വൈകുന്നേരത്തെ പ്രഭാഷണത്തിന്റെയും ധ്യാനത്തിന്റെയും സമയമായപ്പോൾ സുനിതൻ ഓർമിപ്പിച്ചു– "നമുക്ക് വിഹാരത്തിൽ പോവാം."

രാഹുലിന് അന്ന് എല്ലാറ്റിനും നല്ല ഉത്സാഹം തോന്നി. സുനിതന്റെ കൂടെ എല്ലാവരുടേയും പിന്നിലാണ് ഇരുന്നത്. ധ്യാനത്തിന് ഏകാഗ്രത കിട്ടി. പ്രഭാഷണത്തിൽ ശ്രദ്ധിക്കാൻ സാധിച്ചു. യുവാക്കൾ ആര്യമാർഗത്തിലേക്ക് വരേണ്ടതിന്റെ പ്രാധാന്യത്തെപ്പറ്റിത്തന്നെയാണ് ബുദ്ധൻ പ്രഭാഷണം നടത്തിയത്.

രണ്ടുമൂന്ന് ദിവസം രാഹുലിന് പരിഭ്രമമുണ്ടായിരുന്നു. ഈ ഓടക്കുഴൽ ആരെങ്കിലും കണ്ടെത്തിയാലോ? അതിന്റെ പേരിൽ ബുദ്ധൻ തന്നെ പരസ്യമായി ശകാരിച്ചാലോ, പക്ഷേ, കുറച്ചു കഴിഞ്ഞപ്പോൾ ആ ഭയവും ഇല്ലാതായി. തന്റെ മനസിന് നല്ല ഉത്സാഹം തോന്നുന്നുണ്ട്. ധ്യാനത്തിന് ഏകാഗ്രതയും കിട്ടുന്നുണ്ട്. മുമ്പൊരിക്കൽ കൊട്ടാരത്തിൽ വച്ച് അച്ഛൻ വായിച്ച ആ പുല്ലാങ്കുഴൽ രംഗം ഓർത്തു– "മനസ്സ് മാലിന്യരഹിതമാവണം. വർത്തമാനകാലത്തിൽ നിർത്തി ഏകാഗ്രമാക്കണം." എങ്ങനെ ഇത്ര നന്നായി വായിക്കാൻ കഴിയുന്നു എന്ന് ചോദിച്ചപ്പോൾ അച്ഛൻ പറഞ്ഞതാണ്. അതിന്റെ മുഴുവൻ അർഥമൊന്നും രാഹുലിന് ഇപ്പോഴും മനസി

ലായിട്ടില്ല. മറ്റൊന്നും ശ്രദ്ധിക്കാൻ രാഹുലിന് സാധിച്ചില്ല. എന്നതാണ് സത്യം. മനസിലുണ്ടായിരുന്ന സംഘർങ്ങൾ ഈ ശ്രദ്ധകൊണ്ട് മാറി പ്പോവുകയും ചെയ്തു. സുഖം ഈ ഓടക്കുഴൽ വാദനത്തിൽ മാത്രമായി.

സുദത്തൻ ശ്രാവസ്തിയിലെ പ്രശസ്തമായ കച്ചവടക്കാരനും ഏറ്റവും വലിയ ധനവാനും അതിലധികം സാധുസേവാതൽപ്പരനും ആയി രുന്നു. ഇതിന്റെ പേരിൽ ജനങ്ങൾ അദ്ദേഹത്തെ അനാഥരക്ഷകൻ എന്നു പോലും വിളിച്ചുപോന്നു. അദ്ദേഹം സാധാരണയായി പണ്ഡിതസദസു കളിൽ പങ്കെടുക്കാറുണ്ട്. പ്രഭാഷണങ്ങൾ ശ്രദ്ധിക്കാറുമുണ്ട്. ധാരാളം ദാനധർമങ്ങൾ നടത്താറുമുണ്ട്. അങ്ങനെയുള്ള യാത്രകൾക്കിടയിൽ യാദൃച്ഛികമായിട്ടാണ് മഗധയിൽ വെച്ച് ബുദ്ധന്റെ പ്രഭാഷണം കേട്ടത്. അത് അദ്ദേഹത്തെ അതിശക്തിയിൽ സ്വാധീനിച്ചു. ശ്രീബുദ്ധനും സംഘവും ശ്രാവസ്തിയിൽ താമസിച്ച് ആ നാടിനെ ശുദ്ധീകരിക്കാറാ ക്കണം എന്ന് സുദത്തൻ ആഗ്രഹിച്ചു. കോസലരാജാവിന്റെ ബന്ധുവായ ജേതന്റെ മനോഹരമായ ഒരു കാടും മലമ്പറമ്പുമുണ്ട് ശ്രാവസ്തിയിൽ. അതിൽ നിറയെ സ്വർണനാണയങ്ങൾ പരത്തിയിട്ട് ആ സ്വർണം ജേതന് പറമ്പിന്റെ വിലയായി കൊടുത്തിട്ടാണ് സുദത്തൻ പറമ്പ് വാങ്ങിയത്. അതിന് ജേതവനം എന്നുതന്നെ പേരിട്ട് ആ സ്ഥലം സുദത്തൻ ശ്രീബു ദ്ധനും ഭിക്ഷുക്കൾക്കുമായി തിരുമുൽക്കാഴ്ചയായി സമർപ്പിച്ചു. അതു മാത്രമല്ല അതിൽ ആയിരം ഭിക്ഷുക്കൾക്ക് ശ്വസനക്രിയകൾക്കും ധ്യാന ത്തിനും പ്രഭാഷണത്തിനും മറ്റ് സൗകര്യങ്ങൾക്കുമായി മനോഹരമായ ഒരു വിഹാരവും പണിതു. ധാരാളം വൃക്ഷങ്ങളും ജലാശയങ്ങളും ചോല കളും ഉള്ള നല്ല പ്രദേശമായിരുന്നു അത്. ബുദ്ധനും സംഘത്തിനും ഈ ജേതവനം വളരെ ഇഷ്ടപ്പെട്ടു. അവിടെ വിഹാരത്തിനു പുറത്ത് ചെറിയ കുടിൽ കെട്ടിയിട്ട് അതിൽ ചൂരൽ പീഠത്തിലിരുന്ന് ബുദ്ധൻ വളരെ നേരം ധ്യാനിക്കും. വിഹാരത്തിലിരുന്ന് പ്രഭാഷണം നടത്തും. അങ്ങനെ ഒരു പ്രഭാഷണത്തിനിടയ്ക്കാണ് കോസലരാജാവായ പ്രസേനജിത്ത് അവിടെ വന്നത്. സുദത്തനാണ് തന്റെ സ്നേഹിതനും രാജാവുമായ പ്രസേനജി ത്തിനോട് ബുദ്ധനെപ്പറ്റി പറഞ്ഞത്. പ്രസേനജിത്ത് ഇത്തരം സാംസ്കാ രിക കാര്യങ്ങളിൽ തൽപ്പരനുമാണ്. അന്നത്തെ സായാഹ്ന പ്രഭാഷണ ത്തിൽ മനസിന്റെ ഈ പരക്കംപാച്ചിൽ തടഞ്ഞുകൊണ്ട് അതിനെ സത്യ മാർഗത്തിലൂടെ നയിക്കുക തന്നെ വേണം എന്ന് ഊന്നിപ്പറഞ്ഞു.

ബുദ്ധൻ പ്രഭാഷണം നിർത്തിയപ്പോൾ രാജാ പ്രസേനജിത്ത് കിരീടം ഇല്ലാതെ, പാദരക്ഷകളില്ലാതെ മുന്നിലേക്ക് വന്ന് ബുദ്ധനെ വന്ദിച്ചു കൊണ്ട് പറഞ്ഞു: "ആചാര്യഗൗതമാ, എനിക്ക് പ്രഗത്ഭരായ കുറേ ഗുരു ക്കന്മാരുണ്ടായിട്ടുണ്ട്. പുരണകാശ്യപൻ, മക്കാളി ഗോസലൻ, നിഗാന്ത നാഥപുത്രൻ, സഞ്ജയബാലാതിപുത്രൻ തുടങ്ങി പലരും. അവരൊക്കെ വളരെക്കാലത്തെ പ്രയത്നംകൊണ്ട് സമ്പാദിച്ച അറിവുകൾ അങ്ങയുടെ ഈ വാക്കുകൾക്ക് ഒപ്പമെത്തുന്നില്ല. ഈ ചെറുപ്രായത്തിൽ എങ്ങനെ അങ്ങയ്ക്ക് ഈ ബോധോദയം ലഭിച്ചു? ബുദ്ധനായി?"

ബുദ്ധൻ ഒന്ന് മന്ദഹസിച്ചു: "മഹാരാജൻ, ജ്ഞാനപ്രകാശനത്തിന് വയസ്സ് ഒരു ഘടകമല്ല."

തുടർന്ന് ബുദ്ധൻ ജ്ഞാനസമ്പാദനത്തിന്റെ അത്ഭുതമാർഗങ്ങളെ പ്പറ്റി രാജാവിനെ ധരിപ്പിച്ചു. പ്രസേനജിത്ത് രാജാവ് ബുദ്ധനെ വീണു വണങ്ങി. നിറഞ്ഞ ഹൃദയത്തോടെ അദ്ദേഹം ആഗ്രഹിച്ചു. 'ഞാൻ ഒരു ബുദ്ധശിഷ്യനാവും. ഈ രാജ്യഭാരം ഒരു വല്ലാത്ത ചുമടാണ്. അത് മകനെ ഏൽപ്പിക്കുവാൻ വൈകി. മകനാണെങ്കിൽ, അത് ഏൽക്കാൻ ബദ്ധപ്പാടായി ഇരിക്കുകയുമാണ്. മകന്റെ കൈകൊണ്ട് മരിക്കേണ്ടിവരുന്നതിനു മുമ്പ് ഇതിൽ നിന്നൊഴിയണം. ഈ സമാധാനത്തിന്റെ മാർഗം സ്വീകരിക്കണം.' അവസരം കിട്ടുമ്പോഴൊക്കെ പ്രസേനജിത്ത് ജേതവനത്തിൽ ബുദ്ധനുണ്ടോ എന്നന്വേഷിച്ച് അവിടെ പോയി കണ്ടു. സംസാരിച്ചു. സംഘത്തിന് നിർലോഭം സഹായം നൽകി.

ജേതവനം ശരിക്കും ഒരു ബുദ്ധഭിക്ഷുവിഹാരം തന്നെ ആയിത്തീർന്നു. എണ്ണൂറിലധികം ബുദ്ധഭിക്ഷുക്കൾ അവിടെ ചിട്ടതെറ്റാതെ ധ്യാനവും ക്രിയകളും നടത്തുന്നു. ലിച്ഛാവി രാജാക്കന്മാർ ഒരു വലിയ കാട് അങ്ങനെതന്നെ ബുദ്ധന് വിട്ടുകൊടുത്തു എന്നു മാത്രമല്ല അവിടെ മാളികകളും പണിത വലിയ കെട്ടിടവും സംഭാവന ചെയ്തു. മഹാപണ്ഡിതന്മാരും ത്യാഗികളും ആയ സാരിപുത്രൻ, മൊഗല്ലാനൻ തുടങ്ങിയ ഭിക്ഷുക്കളും ബുദ്ധനും അവിടെ പ്രഭാഷണങ്ങൾ നടത്തി ജനങ്ങളെ ഉദ്ബുദ്ധരാക്കി. അടുത്തടുത്ത് ധാരാളം ചെറിയ വിഹാരങ്ങളും ഉടലെടുത്തു. എല്ലാംകൂടി ബുദ്ധന്റെ പ്രഭാഷണവും ധ്യാനവും ശ്വസനക്രിയകളും പെരുമാറ്റവും ജനങ്ങളിൽ വലിയ ഉദ്ബുദ്ധത ഉണ്ടാക്കിക്കൊണ്ടിരുന്നു. അതേവരെ ഉണ്ടാവാത്ത ഒരു ഉണർവ്. എന്നിട്ടും ശുദ്ധോദനപ്രഭുവിന്റെയും മഹാപ്രജാപതിയുടെയും മകൻ നന്ദന് മനസിന് ഒരു ഉത്സാഹവും വരുന്നില്ല. ജീവിതം നഷ്ടപ്പെട്ടതുപോലെ തോന്നുകയാണ്. തന്റെ ദുഃഖം നന്ദൻ കൂടെയുള്ള ഭിക്ഷു മെഹിയനോട് പറഞ്ഞു:

"കല്യാണി എന്നെ അത്രയ്ക്കധികം സ്നേഹിച്ചിരുന്നു. അവളെ മറക്കുവാൻ കഴിയുന്നതേയില്ല. അവളുടെ ശരീര സൗന്ദര്യംപോലെത്തന്നെ ആയിരുന്നു. മനസും." നന്ദന് സംസാരം തുടരുവാൻ കഴിഞ്ഞില്ല. പുറം തിരിഞ്ഞുനിന്നു.

മെഹിയൻ ഇക്കാര്യം ബുദ്ധനോട് പറഞ്ഞിട്ടുണ്ടാവും. വൈകുന്നേരം ബുദ്ധൻ നന്ദനെക്കൂട്ടി മുറ്റത്തിറങ്ങി. നടക്കുമ്പോൾ ചോദിച്ചു:

"നന്ദൻ, ഈ ഭിക്ഷുജീവിതം നിന്ക്ക് സുഖംതരുന്നില്ല എന്ന് എനിക്ക് തോന്നുന്നു. ശരിയാണോ?"

നന്ദൻ ഒന്നും മിണ്ടിയില്ല. കുറച്ചുകഴിഞ്ഞ് ബുദ്ധൻ വീണ്ടും ചോദിച്ചു:
"അങ്ങനെയാണെങ്കിൽ നന്ദൻ കപിലവസ്തുവിലേക്കു തന്നെ തിരിച്ചു പൊയ്ക്കോളു. അവിടെ രാജ്യം ഭരിച്ച് ജീവിക്കാമല്ലോ."

"എനിക്ക് രാജ്യം ഭരിക്കാനൊന്നും വയ്യ. അതിനുള്ള കഴിവുമില്ല. ആഗ്രഹവുമില്ല."

"പിന്നെ എന്താണീ ഭിക്ഷുജീവിതത്തിനോട് വിമുഖത? കല്യാണിയെ ഓർത്തിട്ടാണോ?"

അപ്പോൾ നന്ദൻ ജ്യേഷ്ഠനെ നോക്കിനിന്നു. അനുജന്റെ കണ്ണുകൾ നിറയുന്നതു കണ്ടപ്പോൾ സ്വന്തം ഉത്തരീയംകൊണ്ട് നന്ദന്റെ കണ്ണുകൾ തുടച്ച് അനുജന്റെ കൈപ്പടം സ്വന്തം കയ്യിലെടുത്ത് സ്നേഹസ്വരത്തിൽ പറഞ്ഞു:

"അനുജാ, ആത്മീയാന്വേഷണത്തിൽ വലിയ തടസം ഈ ബന്ധങ്ങളാണ്. ശരീരസൗന്ദര്യം വളരെപ്പെട്ടെന്ന് മാഞ്ഞുപോകുന്നതാണെന്ന് നിനക്കുതന്നെ അറിയില്ലേ? ഈ സ്ത്രീസൗന്ദര്യത്തിൽ ഇങ്ങനെ ഭ്രമിക്കരുത്. ഈ ലോകത്തിൽ......'

കൂടുതൽ പറയാൻ സമ്മതിക്കാതെ നന്ദൻ തടഞ്ഞു.

"ഒന്ന് നിർത്തോ? എനിക്കറിയാം. നിങ്ങൾ പറയുവാൻ പോകുന്നത് എന്തൊക്കെയാണ് എന്ന്. ഞാൻ ക്രിയകളിലും ധ്യാനത്തിലും ശ്രദ്ധിച്ചോളാം. എന്നാൽപ്പോരേ?"

ബുദ്ധൻ ഒന്നു മന്ദഹസിച്ച് അനുജനെ കൂട്ടി എഴുന്നേറ്റു. പുറത്ത് ഇരുട്ട് പടർന്ന് കഴിഞ്ഞിരുന്നു. നടക്കുമ്പോഴും ശരീരത്തിന്റെ അസ്ഥിരതയെപ്പറ്റിത്തന്നെയാണ് ബുദ്ധൻ പറഞ്ഞത്. എന്നാൽ, നന്ദന്റെ മനസ്സ് തന്നെ ജീവനുതുല്യം സ്നേഹിക്കുന്ന കല്യാണിയിലും ആയിരുന്നു.

മുപ്പത്

ചാതുർമാസ്യം കഴിഞ്ഞപ്പോൾ ബുദ്ധൻ മഗധയിലേക്കുതന്നെ പോയി. അവിടെ രാഷ്ട്രീയതലത്തിൽ എന്തൊക്കെയോ കുഴപ്പങ്ങളുണ്ടെന്നും രാജാ ബിംബിസാരൻ ബുദ്ധനെ കാണാൻ ബദ്ധപ്പെട്ടുകൊണ്ടിരിക്കുകയാണെന്നും കലുഭായ് മഗധയിൽ വന്നപ്പോൾ പറഞ്ഞു.

ബുദ്ധനും സംഘവും വേണുവനത്തിലെത്തി. അങ്ങോട്ട് കയറിവരുമ്പോൾത്തന്നെ ബുദ്ധൻ ശ്രദ്ധിച്ചു. ഒരു പുല്ലാങ്കുഴൽ നാദം! കുറച്ചുനേരം അവിടെത്തന്നെനിന്ന് ചെവിയോർത്തപ്പോൾ ബുദ്ധന് കാര്യം മനസിലായി. ബുദ്ധനെ വന്ദിക്കാനായി മുറ്റത്തേക്കിറങ്ങിയ ഗുരു കാശ്യപനോട് കുറച്ചുസമയം കഴിഞ്ഞിട്ട് ചോദിച്ചു: "എല്ലാം ചിട്ടപോലെ നടന്നില്ലേ?"

"ഉവ്വ്. എവിടേയും ഒരു അപശബ്ദവും ഉണ്ടായില്ല, അങ്ങയുടെ അനുഗ്രഹംകൊണ്ട്. എടുത്തുപറയേണ്ടത് രാഹുലിന്റെ കാര്യമാണ്."

"രാഹുൽ? രാഹുൽ എന്ത് ചെയ്തു?" ബുദ്ധന്റെ ശബ്ദം ഉയർന്നു. കാശ്യപൻ ചിരിച്ചു. "ഒന്നും ചെയ്തില്ല പ്രഭോ. രാഹുൽ ഓരോ കാര്യവും വളരെ മാന്യമായി ചെയ്യുന്നുണ്ട്. അനുഷ്ഠാനങ്ങളിലെ ശ്രദ്ധയും വാക്കുകളിലെ മിതത്വവും എടുത്തുപറയാതെ വയ്യ. ഈ ചെറുപ്രായത്തിൽ ഇത്തരം പെരുമാറ്റം ഒരത്ഭുതമാണ്." ബുദ്ധൻ ഒന്നും മിണ്ടിയില്ല. വിഹാരത്തിലേക്കു കയറാതെ നേരെ നടന്നു. രാഹുൽ എങ്ങനെയാണ് പെട്ടെന്നു

മാറിയത്?– മഹാകാശ്യപനുപോലും ഇഷ്ടപ്പെടാവുന്ന രീതിയിൽ? താൻ ഇവിടുന്ന് പോയിട്ട് കഷ്ടിച്ച് അഞ്ചുമാസം കഴിഞ്ഞിട്ടുണ്ടാവും. അത്രേയുള്ളൂ. ഒരു മാറ്റം വരാനുള്ള സമയമൊന്നും ആയിട്ടില്ല.

ആ ഓടക്കുഴൽ നാദം കേട്ടിടത്തേക്കാണ് ബുദ്ധന്റെ കാലുകൾ നീങ്ങിയത്. വേണുവനത്തിനറ്റത്ത് ഒരു പാറപ്പുറത്ത് ഒറ്റയ്ക്കിരുന്ന് രാഹുൽ പുല്ലാങ്കുഴൽ ഊതുകയാണ്. ആ നാദത്തിൽക്കൂടി ഏതൊക്കെയോ രാഗങ്ങൾ ഉരുത്തിരിയുവാൻ തുടങ്ങുന്നു. ചുറ്റുപാടും മറന്നപോലെയാണ് രാഹുലിന്റെ ഭാവം. രാഹുൽ ശാരീരികമായും പെട്ടെന്ന് വലുതായി എന്ന് തോന്നി. ബുദ്ധൻ സാവധാനത്തിൽ ആ നാദധാരയുടെ അടുത്തേക്കു നീങ്ങി. രാഹുൽ അറിയുന്നതേയില്ല. ശബ്ദം വളരെ താഴ്ത്തിക്കൊണ്ട് ബുദ്ധൻ വിളിച്ചു: "രാഹുൽ."

രാഹുൽ അറിയുന്നില്ല. അപ്പോൾ അടുത്തുപോയിട്ട് പുറത്ത് തൊട്ടു. രാഹുൽ ഞെട്ടിത്തിരിഞ്ഞു നോക്കി. ബുദ്ധനെ കണ്ട് വേഗം പോവാൻ തുടങ്ങി. ബുദ്ധൻ കൈകൊണ്ട് ആംഗ്യം കാണിച്ചു പറഞ്ഞു:

"രാഹുൽ, അവിടെ നിൽക്കൂ."

രാഹുൽ പെട്ടെന്ന് നിന്നപ്പോൾ ബുദ്ധൻ രാഹുലിന്റെ അടുത്തേക്ക് നടന്നെത്തി. രാഹുലിന്റെ ചുമലിൽ പിടിച്ചുകൊണ്ടു ബുദ്ധൻ പറഞ്ഞു:

"രാഹുൽ പെട്ടെന്ന് വലുതായി. എന്തിനാണ് രാഹുൽ ഇങ്ങനെ ഭയപ്പെടുന്നത്?"

"ഞാൻ ഭയപ്പെട്ടില്ലല്ലോ."

"പിന്നെ, എന്നെ കണ്ട് വേഗം പോയത്?"

"വിഹാരം അടിച്ചുതളിക്കുവാൻ സമയമായിട്ടുണ്ടാവും എന്ന് കരുതിയിട്ടാണ്. ഈ കല്ലിനടുത്ത് വെയിൽ വന്നാലാണ് ഞാൻ പോവുക."

അവിടെ പരത്തിവെച്ച കല്ലുകൾ കിടന്നത് ബുദ്ധൻ നോക്കി. രാഹുലിന്റെ കയ്യിലെ ഓടക്കുഴലിലും നോക്കി. അത്ഭുതഭാവത്തിൽ ചോദിച്ചു: "ഇതെവിടുന്നു കിട്ടി?"

"ഞാൻ വെറുതേ പാട്ട് മൂളുന്നതു കേട്ടിട്ട് ഒരാൾ തന്നതാണ്."

"ആര്?"

"ആളെ ഞാനറിയില്ല. സുനിതൻ പറഞ്ഞത്, അത് കൊട്ടാരം വൈദ്യൻ ജീവകൻ ആണ് എന്നാണ്."

"തരൂ," ബുദ്ധൻ നീട്ടിയ കയ്യിൽ രാഹുൽ പുല്ലാങ്കുഴൽ വച്ചുകൊടുത്തു. ബുദ്ധൻ ഒന്നുനോക്കി ചിരിച്ചു. തിരിച്ചുകൊടുക്കുകയും ചെയ്തു.

"പോട്ടെ. സമയം ആയിട്ടുണ്ടാവും."

രാഹുൽ പോവുന്നത് ബുദ്ധൻ നോക്കിനിന്നു. ഒരേ താളത്തിൽ അമർത്തിവെക്കുന്ന കാലടികൾ.

ബുദ്ധൻ ശ്രാവസ്തിയിൽനിന്ന് തിരിച്ചെത്തിയ വിവരമറിഞ്ഞ് ജീവകൻ കാണാൻ വന്നു. കുശലപ്രശ്നങ്ങൾക്കുശേഷം ബുദ്ധൻ ചോദിച്ചു:

"ജീവകൻ കപിലവസ്തുവിൽ പോയിരുന്നു അല്ലേ?"

'ഉവ്വ്, ആചാര്യമൃത്യുഞ്ജയ സമാധിയായി. വിവരമറിഞ്ഞപ്പോൾ പോയതാണ്.'

"ഗോപയെ കണ്ടു?"

"ഉവ്വ്. ലുംബിനിയിൽനിന്ന് വരുമ്പോൾ വഴിയിൽവച്ച് യശോധരയെ കണ്ടു. അവർ രാമഗമയിൽ പോയി വരികയായിരുന്നു."

"അപ്പോൾ ആ ഓടക്കുഴൽ?"

"യശോധര രാഹുലിന്റെ കാര്യമാണ് ചോദിച്ചത്. ആ കഴുകൻ കുന്നിന്റെ മുകളിൽ കയറിനിന്ന് അനന്തതയെ നോക്കിക്കൊണ്ട് രാഹുൽ പാടുന്നത് ഞാൻ കേട്ടിരുന്നു. ശുദ്ധസംഗീതം! അത് യശോധരയോട് പറഞ്ഞപ്പോൾ അവർ ആ ഓടക്കുഴൽ കൊണ്ടുവന്ന് രാഹുലിന് കൊടുക്കുവാനായി എന്നെ ഏൽപ്പിച്ചു. സ്വരം താഴ്ത്തിക്കൊണ്ട് തന്നത്താൻ പറയുകയും ചെയ്തു: "പൈതൃകസ്വത്ത്"

"ഗോപാ വേറെ ഒന്നും ചോദിച്ചില്ലേ?"

"ഇല്ല. ലുംബിനിയിലുള്ളവർ പറഞ്ഞത്, നാട്ടുകാർക്ക് യശോധര ഒരു ദേവി തന്നെയാണ് എന്നാണ്. ഗ്രാമങ്ങളിൽ സാധുജനസേവ നിർബാധം തുടരുന്നു. കാഴ്ചയിൽ ഒരു തപസ്വിനിയെപ്പോലെ തോന്നി എനിക്ക്. പഴയ ചിരിയും പ്രസരിപ്പും അകത്തേക്കു വലിച്ചതുപോലെ."

ബുദ്ധൻ ആ വാചകം മുഴുവൻ കേട്ടിട്ടില്ലേ? അറിയില്ല. ശബ്ദിക്കാതെ അകലെ എങ്ങോട്ടോ നോക്കി ഇരുന്നു. സമ്പന്നവും സുരഭിലവും ആയിരുന്ന ഭൂതകാലത്തെ ഓർത്തതാണോ? അതാവില്ല. അദ്ദേഹം വർത്തമാനകാലത്തിലാണല്ലോ ജീവിക്കുന്നതും ചിന്തിക്കുന്നതും. രാഹുലിന് വന്ന ഈ മാറ്റത്തെപറ്റിയാണ് അദ്ദേഹം ആലോചിച്ചത്. തന്നെ അച്ഛൻ എന്ന വിളി രാഹുൽ നിർത്തിയിരിക്കുന്നു. മറ്റുള്ളവരോടു പറയുമ്പോൾ 'ബുദ്ധദേവൻ' എന്ന് പറയും. മനസിൽനിന്ന് ബന്ധം വിടർത്തുകയാണ് രാഹുൽ. എന്നാൽ. ഭിക്ഷുസംഘത്തിനിടയിൽ രാഹുൽ ഏറ്റവും പ്രിയപ്പെട്ടവനും ആയിരിക്കുന്നു. സാരിപുത്രന് വത്സലശിഷ്യനാണ് രാഹുൽ. നാഗസമാലൻ ഏത് പ്രവൃത്തികൾക്കും രാഹുലിനെ കൂടെ കൂട്ടുന്നുണ്ട്. വാക്കിലും നോട്ടത്തിലുമൊക്കെ ഗോപയുടെ തനി മുഖച്ഛായ വരുന്നുണ്ട് രാഹുലിന്. അത് കാണുമ്പോൾ അങ്ങോട്ട് ഒന്നും പറയുവാനും കഴിയുന്നില്ല. ശ്വസനക്രിയകൾക്കോ മറ്റ് അനുഷ്ഠാനങ്ങൾക്കോ ഒരു കുറവും വരുത്തുന്നില്ല. എന്നാലും ഈ സംഗീതപ്രേമം തുടരുവാൻ അനുവദിക്കണോ? അത് മറ്റുള്ളവരുടെ ഏകാഗ്രത കൂടി നഷ്ടപ്പെടുത്തില്ലേ? വളരെ സൂക്ഷ്മമായി പരിശോധിച്ചിട്ടും രാഹുലിന്റെ ജീവിതചര്യകളിലും ധ്യാനത്തിലും അശ്രദ്ധയോ തെറ്റുകളോ കണ്ടെത്താൻ കഴിഞ്ഞതുമില്ല.

ഒരുദിവസം ഭിക്ഷാടനത്തിനിടയ്ക്ക് ബുദ്ധൻ ഒരു അത്ഭുതദൃശ്യം കണ്ടു. തെരുവിനപ്പുറത്തുനിന്ന് പുല്ലങ്കുഴൽ വിളി കേൾക്കുന്നു. കുറച്ചൊന്നു സംശയിച്ചുകൊണ്ടുതന്നെ പിന്നിലായി വരുന്ന ഭിക്ഷുസംഘത്തെ അപ്പോൾ അങ്ങോട്ടു നയിച്ചു. ഒരു കുഷ്ഠരോഗി ഇരിക്കുകയാണ് വഴിവക്കിൽ. രാഹുൽ ആ രോഗിയുടെ അടുത്തുനിന്ന് പുല്ലാങ്കുഴൽ വായിക്കു

ന്നു. ആ പാവം അതുകേട്ടപ്പോൾ നിർവൃതിയടയുന്നു. ബുദ്ധനെയും സംഘത്തെയും കണ്ടപ്പോൾ രാഹുൽ പാട്ടു നിർത്തി. അപ്പോൾ, ആ രോഗി കൈനീട്ടി കെഞ്ചി യാചിക്കുന്നു: "നിർത്തരുത് മോനേ, ഇനീം വായിക്കു. മോന്റെ പാട്ടുകേട്ടിട്ട് എന്റെ വേദന മറക്കുകയാണ് ഞാൻ. കേൾക്കാനെന്തു സുഖം!"

എല്ലാവരെയും കണ്ടപ്പോൾ രാഹുൽ ഭിക്ഷാപാത്രമെടുത്ത് ഭിക്ഷുക്കളുടെ പിന്നിൽ നടന്നു. ആ പാത്രത്തിൽ ഭക്ഷണമില്ല എന്ന് ബുദ്ധൻ കണ്ടു. അവിടവിടെ പറ്റിപ്പിടിച്ച വറ്റുകൾ മാത്രം. ബുദ്ധൻ ഒന്നു പിന്നിലേക്കു നോക്കി. കർക്കശൻ എന്നു തോന്നിയിരുന്ന മൊഗല്ലാനന്റെ കണ്ണുകൾ നിറഞ്ഞിട്ടുണ്ട്. മറ്റു പലരും കണ്ണു തുടയ്ക്കുന്നുമുണ്ട്.

വിഹാരത്തിലെത്തി ഭിക്ഷാന്നം വീതിക്കുമ്പോൾ രാഹുൽ അടുത്തേയ്ക്ക് വന്നില്ല. ബുദ്ധൻ വിളിച്ചു:

"രാഹുൽ ഭിക്ഷ കൊണ്ടുവരൂ."

"ഞാനത് അദ്ദേഹത്തിനു കൊടുത്തു-വഴിവക്കിലിരുന്ന....."

"അത് സംഘത്തിലെ ചിട്ടകൾക്ക് വിരുദ്ധമാണെന്ന് അറിയില്ലേ?"

"പക്ഷേ, അദ്ദേഹം എന്നോട് ഇന്നലെയും ഭക്ഷം കഴിച്ചിട്ടില്ലാ എന്നാണ് പറഞ്ഞത്."

രാഹുൽ അന്ന് ഭക്ഷണം കഴിച്ചില്ല. ആരും കൊടുത്തതുമില്ല. ഭിക്ഷു നിയമത്തിനെ അവരൊക്കെ ഭയപ്പെട്ടിരുന്നു. അത് നല്ല നിലാവുള്ള ദിവസമായിരുന്നു. രാത്രി എപ്പോഴോ ബുദ്ധൻ രാഹുൽ കിടക്കുന്നിടത്ത് വന്നു നോക്കി. രാഹുൽ എഴുന്നേറ്റിരുന്നു ധ്യാനിക്കുകയാണ്. ബുദ്ധൻ അടുത്തു വന്നതുപോലും അറിഞ്ഞിട്ടില്ല. ഉറങ്ങാതെ കിടന്നിരുന്ന സുനിതൻ അതറിഞ്ഞു. അയാൾ വേഗം കണ്ണടച്ച് തിരിഞ്ഞ് കിടന്നു. രാഹുലിന്റെ ഈ സ്വഭാവരീതികൾ ബുദ്ധനെ ഉള്ളാലെ സന്തോഷിപ്പിക്കുകയാണ് ചെയ്തത്. എന്നാൽ, രാഹുലൻ ചെറുപ്പമാണ്. ആവേശത്തെ അടുക്കുവാനുള്ള ജീവിത പരിചയമായിട്ടില്ല. സംഘത്തിന്റെ നിയമങ്ങൾ ഒരു നിലയ്ക്കും തെറ്റിക്കരുത്. അതിനാൽ പിന്നിലൂടെ എപ്പോഴും ഒരു പരിശോധന വേണം. പന്തീരായിരം ഭിക്ഷുക്കളെ നയിക്കുവാൻ ബുദ്ധിമുട്ടില്ലാത്ത താൻ ഈ ഒരാളെപ്പറ്റി ഇപ്പോൾ ഉൽക്കണ്ഠപ്പെടുന്നു.

ബുദ്ധനുതന്നെ ഉള്ളിൽ ചിരിവന്നു. അപ്പോഴും ഓർത്തുപോയി. രാഹുൽ ഗോപയുടെ തൽസ്വരൂപമാണ്.

നളന്ദയിലെ, ഉള്ളിലേക്കു തള്ളിയിട്ട ഏതോ ഗ്രാമത്തിലെ ചണ്ഡാലജാതിയിൽ നിന്നു വന്ന് ദീക്ഷ വരിച്ച ഭിക്ഷുവാണ് കണാരൻ. സ്വതവെ ഭക്ഷണപ്രിയനാണ്. എന്നാലും മോഹങ്ങളെയെല്ലാം ത്യജിച്ച് ഭിക്ഷു നിയമങ്ങളെ പരിപൂർണമായി അനുസരിക്കുന്നവനുമാണ്. ഒരു ദിവസം ഭിക്ഷാന്നം കുറവായിരുന്നു. വളരെ കുറവ്. തനിക്കു കിട്ടിയ ഭക്ഷണം കൂടി കണാരന് കൊടുക്കണം എന്ന് രാഹുലിന് ആഗ്രഹം തോന്നി. പക്ഷേ, അത് നിയമലംഘനമാവുമല്ലോ- ചെയ്തില്ല. രാത്രിയിൽ കിടന്നിട്ടും കണാരന് ഉറക്കം വരുന്നില്ല. വയറു കിടന്ന് പൊരിയുക.

കാലിലെ പേശികൾ ഉരുണ്ടുകയറിയിട്ട് കലശലായ വേദനയും. അന്ത രീക്ഷത്തിൽ നല്ല തണുപ്പ്. കണാരൻ ഉറങ്ങാതെ തിരിഞ്ഞും മറിഞ്ഞും കിടന്നു. വേദന സഹിക്കാൻ വയ്യാതായപ്പോൾ ഞരക്കം തുടങ്ങി. കുറെ അപ്പുറത്താണ് കിടന്നിരുന്നത്. എങ്കിലും രാഹുൽ അത് കേട്ടു. എഴു ന്നേറ്റ് വന്ന് കണാരന്റെ അടുത്തിരുന്ന് കാര്യം അന്വേഷിച്ചു. കണാരൻ വേദനകൊണ്ടു കരയാൻ തുടങ്ങിയിരുന്നു. രാഹുൽ കണാരന്റെ കാലു കൾ അമർത്തിപ്പിടിച്ച് ഉഴിഞ്ഞുകൊണ്ടിരുന്നു. തന്റെ മേൽവസ്ത്രമെടുത്ത് കണാരനെ പുതപ്പിച്ചു. പതിഞ്ഞ സ്വരത്തിൽ എന്തൊക്കെയോ ആശ്വാ സവചനങ്ങൾ പറഞ്ഞ് സമാധാനിപ്പിച്ചു. അപ്പോൾ കണാരൻ വളരെ സങ്കോചത്തോടെ ഒരാവശ്യം പറഞ്ഞു: "രാഹുൽ വല്ലാതെ ദാഹിക്കു ന്നു. ഈ രാത്രിയിൽ എവിടുന്നാ വെള്ളം കിട്ടാ.... അല്ലേ?"

"അപ്പുറത്തെ ചോലയിൽനിന്ന് വെള്ളം പിടിച്ചുകൊണ്ട് വരാം."

രാഹുൽ എഴുന്നേറ്റ് തിരിഞ്ഞപ്പോൾ ഒന്ന് ഞെട്ടി– പിന്നിൽ സാക്ഷാൽ ശ്രീബുദ്ധൻ! എല്ലാം കണ്ട് നിൽക്കുകയാണ് ബുദ്ധൻ. അദ്ദേഹം മകന്റെ ചുമലിൽ പിടിച്ച് വാത്സല്യത്തോടെ വിളിച്ചു: "രാഹുൽ....."

രാഹുൽ വന്ദിച്ചുകൊണ്ട് അഭിവാദ്യം ചെയ്തു: "ബുദ്ധദേവാ." സ്വന്തം ഉത്തരീയമെടുത്ത് രാഹുലിനെ പുതപ്പിച്ചിട്ട് അദ്ദേഹം പറഞ്ഞു:

"രാഹുൽ കിടന്ന് ഉറങ്ങിക്കോളൂ. വെള്ളം ഞാൻ കൊണ്ടുവരാം. കണാരന്റെ അടുത്ത് ഞാൻ ഇരിക്കാം." അപ്പോൾ, എന്തോ ഒരു ഉൾപ്രേ രണകൊണ്ടെന്നപോലെ രാഹുൽ ബുദ്ധനെ ഒന്ന് നോക്കി. ശബ്ദം താഴ്ത്തി 'അച്ഛാ' എന്നൊന്ന് വിളിക്കണമെന്ന് തോന്നി. പക്ഷേ, വിളിച്ചി ല്ല. ഇവിടെ എന്ത് അച്ഛൻ? എന്ത് മകൻ? ബുദ്ധൻ രാഹുലിനെ പിടിച്ചിടു പ്പിച്ചു ചേർത്തുനിർത്തി. പുറം തടവി. അമ്മയുടെ മഹനീയ ഗുണങ്ങൾ രാഹുലിന് കിട്ടിയിരിക്കുന്നു. വളരെ നന്നായി.

രാഹുൽ മുഖമുയർത്തി നോക്കി. ബുദ്ധന്റെ മുഖം വലുതായി വലു തായി വരുന്നു. അതിൽനിന്ന് പ്രകാശകിരണങ്ങൾ ഉതിരുന്നു. ഒരുനി മിഷം രാഹുലിന് സംഭ്രമം തോന്നി. പക്ഷേ, പെട്ടെന്ന് രംഗം മാറി. സ്നേ ഹലോലനായി അച്ഛൻ മുന്നിൽ. മകന്റെ പുറത്ത് പതുക്കെ തട്ടിക്കൊണ്ട് അച്ഛൻ പിന്നേയും പറഞ്ഞു:

"രാഹുൽ കിടന്നോളൂ. നാളെ നേരത്തെ ഉണരേണ്ടതല്ലേ? കണാര നുള്ള ദാഹജലം ഞാൻ വേഗം കൊണ്ടുവരാം. ഇവിടെ ഞാൻ ഇരുന്നോ ളാം."

സ്വന്തം സ്ഥാനത്ത് വന്നു കിടന്നിട്ടും രാഹുൽ അതനുഭവിച്ച് ആസ്വ ദിക്കുകയായിരുന്നു.– അച്ഛന്റെ വാക്കിന്റെ മാധുര്യവും സ്പർശനത്തിന്റെ സുഖവും. ഒരു മധ്യാഹ്നത്തിൽ രാജാ ബിംബിസാരൻ കഴുകൻകുന്നി ലേക്ക് കയറിവന്നു. പാദരക്ഷകൾ പോലുമില്ലാതെ ഒറ്റയ്ക്കാണ് വന്നത്. ബുദ്ധൻ ഒരു മരത്തണലിൽ ഇരിക്കുകയായിരുന്നു. അടുത്ത് നിന്നിരുന്ന ആനന്ദൻ രാജാവിനെ കണ്ടപ്പോൾ അവിടെനിന്ന് മാറി, താഴേക്കിറങ്ങി.

ബുദ്ധൻ വേഗം രാജാവിനെ അടുത്തുതന്നെ ഇരുത്തി. തീരെ ഉത്സാഹ ശൂന്യനായിക്കൊണ്ടാണ് രാജാവ് പറഞ്ഞത്:

"രാജ്യഭാരം ഒഴിയണം എന്ന് തോന്നിത്തുടങ്ങി. ഇനി വിട്ടുനിൽക്കു കയാണ് നല്ലത്."

"പുതുതായി എന്തെങ്കിലും സംഭവിച്ചുവോ?"

"അജാതശത്രുവിന് സിംഹാസനത്തിൽ കയറുവാൻ വളരെ ബദ്ധ പ്പാടായിരിക്കുന്നു. എന്തും പ്രവർത്തിക്കുവാൻ മടിയില്ലാത്ത സ്വഭാവവു മാണ്."

പെട്ടെന്ന് ബുദ്ധൻ ചോദിച്ചു: "ഭിക്ഷു ദേവദത്തൻ അവിടെ വരാ റുണ്ടോ?"

"ഉവ്വ്. അജാതശത്രുവുമായി നല്ല അടുപ്പത്തിലുമാണ്. എന്തൊ ക്കെയോ ഉപജാപങ്ങളുണ്ട്."

"തപൻ വരുന്നതെന്നാണ്?"

"തീർച്ചയായിട്ടില്ല. ഒരുമാസം കൂടി അവിടെത്തന്നെ നിൽക്കണം. പിന്നെ വരുന്ന വഴിക്ക് ചില പാഠശാലകളിൽ പോകുന്നുണ്ട്. യാത്രയ്ക്കും കുറേ ദിവസം എടുക്കുമല്ലോ. തപൻ തിരിച്ചെത്തിക്കാണാൻ വൈകി. തപനെ പറഞ്ഞയയ്ക്കണ്ടായിരുന്നു."

രാജാവിന്റെ വാക്കുകൾ ഗദ്ഗദം കൊണ്ട് വിറച്ചു. അപ്പോൾ ബുദ്ധൻ ബിംബിസാരന്റെ കൈപ്പടങ്ങൾ പിടിച്ചു. കരുണാർദ്രമായ മിഴികൾ കൊണ്ട് രാജാവിന്റെ മിഴികളെ സ്പർശിച്ചു.

"എന്റെ പ്രിയപ്പെട്ട സഹോദരാ, വരേണ്ടത് വരാതിരിക്കില്ല. മന സിനെ ശാന്തമാക്കി, ശ്വാസത്തെ നിയന്ത്രിച്ച് ധ്യാനത്തിൽ ഏർപ്പെടുക. ഈ ദുഃഖത്തിൽനിന്ന് രക്ഷ കിട്ടുവാൻ അതേ വഴിയുള്ളു."

ബുദ്ധന്റെ മൃദുലമായ കൈപ്പടം പിടിച്ച് സ്വന്തം നെറ്റിയിൽ തൊടു വിച്ച് ആ മഗധാധിപൻ തൊണ്ടയിടറിക്കൊണ്ട് പറഞ്ഞു:

"മതി പ്രഭോ, അങ്ങയുടെ വാക്കുകളെ ഞാൻ വിശ്വസിക്കുന്നു. എല്ലാറ്റിനേക്കാളും വിലമതിച്ചതായി ഉള്ളിൽ സൂക്ഷിക്കുന്നു." രാജാവ് എഴുന്നേറ്റ് യാത്ര പറഞ്ഞപ്പോൾ ബുദ്ധനും ഒരുമിച്ച് കുന്നിറങ്ങി പുറത്തെ തെരുവിൽ നിൽക്കുന്ന രഥത്തിൽ രാജാവ് കയറുന്നതുവരെ അനുഗമി ച്ചു. രഥം നീങ്ങി. അപ്പോഴും പിന്നിലേക്ക് തിരിഞ്ഞുനോക്കിക്കൊണ്ട്, ഒരു പ്രകാശഗോപുരംപോലെ നിൽക്കുന്ന ശ്രീബുദ്ധനോട് കൈകൂപ്പുന്നുണ്ടാ യിരുന്നു രാജാ ബിംബിസാരൻ."

അതിനുശേഷം രണ്ടുദിവസം കഴിഞ്ഞിട്ടാണ് ജീവകൻ വേണുവന ത്തിൽ വന്നത്. ബുദ്ധൻ പുറത്തെ മുറ്റത്ത് നടക്കുകയായിരുന്നു. ജീവ കനെ കണ്ടപ്പോൾ നടത്തം നിർത്തിയിട്ട് ഇരുവരും അടുത്തടുത്ത് ഇരു ന്നു. ജീവകൻ ബുദ്ധനെത്തന്നെ നോക്കി ഇരുന്നിട്ട് ചോദിച്ചു:

"അങ്ങ് ആ തവിഴാമ നീര് കഴിക്കാറില്ല, അല്ലേ?"

"ഇല്ല്യ."

"അങ്ങയ്ക്ക് ഒരു ഉദരരോഗം വരുന്നുണ്ട്."

"ശ്വസനക്രിയകൾ കൊണ്ട് തഥാഗതൻ അതിനെ തടയുന്നുണ്ട്."

"അതങ്ങനെ നിൽക്കില്ല. ശരീരത്തിന് അതിന്റെ നിയമങ്ങളുണ്ട് എന്ന് അങ്ങുതന്നെ പറഞ്ഞിട്ടില്ലേ? ഭിക്ഷാന്നത്തെ താഴ്ത്തി പറയുകയല്ലാ. പക്ഷേ ഇവിടെ ശ്രദ്ധിച്ച് പാകം ചെയ്ത ചൂടുള്ള ഭക്ഷണം തന്നെ അങ്ങ് കഴിക്കണം."

ബുദ്ധൻ ജീവകനെ നോക്കി ഒന്ന് മന്ദഹസിക്കുകമാത്രം ചെയ്തു. കുറച്ചു കഴിഞ്ഞപ്പോൾ ജീവകൻ സ്വരം താഴ്ത്തിക്കൊണ്ടു പറഞ്ഞു തുടങ്ങി. "രാജധാനിയിൽ ഒരു അനിഷ്ടസംഭവം ഉണ്ടായി. രാജാ ബിംബിസാരൻ രാത്രിയിൽ കിടപ്പുമുറിയിലേക്ക് കടക്കുമ്പോൾ രണ്ടുപേർ വന്നു തടഞ്ഞു. ഒന്ന് മകൻ അജാതശത്രു. മറ്റേത് അജാതശത്രുവിന്റെ കൂട്ടുകാരൻ ജഗൻ."

ബുദ്ധൻ ശ്രദ്ധിക്കുന്നുണ്ട് എന്നറിഞ്ഞപ്പോൾ ജീവകൻ തുടർന്നു. "രണ്ടുപേരുടേയും കയ്യിൽ വാളുണ്ടായിരുന്നു. രാജാവ് ഉറക്കെ കാവൽക്കാരെ വിളിച്ചു. അവർ വന്ന് രണ്ടുപേരേയും പിടിച്ചുകൊണ്ടു പോയി. അവരെ ശിക്ഷിക്കേണ്ട എന്നു രാജാവ് പറഞ്ഞു."

"ജഗൻ ആരാണ്?"

ബുദ്ധൻ ജീവകന്റെ മുഖത്തേക്ക് തറപ്പിച്ചു നോക്കിക്കൊണ്ടാണ് ചോദിച്ചത്.

"അജാതശത്രുവിന്റെ വലംകയ്യായി നിൽക്കുന്നവനാണ്. അജാതശത്രു രാജാവായാൽ പടനായകൻ ജഗനാവും എന്നാണ് കേട്ടത്. ദേവദത്തൻ മുഖ്യപുരോഹിതനും ആവും."

ബുദ്ധൻ ഒന്നും പറഞ്ഞില്ല. മറയാൻ തുടങ്ങുന്ന സൂര്യമണ്ഡലത്തെത്തന്നെ നോക്കി ഇരുന്നു.

തിരിച്ചുപോരുമ്പോൾ ജീവകൻ വിചാരിച്ചു: എന്തിനേ ബുദ്ധൻ ജഗനെപ്പറ്റി ചോദിച്ചത്? ബുദ്ധന് അറിയുമായിരുന്നുവോ ജഗന്റെ പൂർവകഥ? പോട്ടെ. അറിഞ്ഞാലും അറിഞ്ഞില്ലെങ്കിലും പ്രാധാന്യം ഇപ്പോൾ അതിനില്ല. ധർമിഷ്ഠനായ രാജാ ബിംബിസാരനെ എങ്ങനെ രക്ഷപ്പെടുത്താം എന്നതാണ് ചിന്താവിഷയം.

രാജ്ഗീറിലെ വേണുവനത്തിന്റെ കുറച്ചകലെ ജീവകന് ഒരു മാന്തോപ്പുണ്ട്. അവിടെ പോയി ഒറ്റയ്ക്കിരിക്കൽ ഒരു സുഖമാണ്. വൈദ്യവിഷയത്തെപ്പറ്റിത്തന്നെയാണ് അവിടെ ഇരുന്നും ആലോചിക്കുക. മറ്റ് ഏത് വിചാരങ്ങളായാലും മനസിനെ കലക്കുകയേയുള്ളു. എന്തുകൊണ്ടോ ബുദ്ധന്റെ അഷ്ടാംഗപഥത്തേക്കാൾ ജീവകന് സ്വീകാര്യം തപന്റെ ചിന്താപദ്ധതിയാണ്. തപൻ ഇപ്പോൾ ഇവിടെ ഉണ്ടായിരുന്നുവെങ്കിൽ വളരെ സഹായമാവുമായിരുന്നു. ബുദ്ധന് രാജാവിനെ രക്ഷിക്കാൻ കഴിയാതിരിക്കുമോ? എന്തുകൊണ്ടാണ് അദ്ദേഹം നിഷ്ക്രിയനായിട്ടിരിക്കുന്നത്? ഉടൻ എന്തെങ്കിലും ചെയ്യാതെ പറ്റില്ല. തപനോട് വേഗം വരാൻ പറഞ്ഞ് ദൂതനെ അയയ്ക്കാം. അതാണ് നല്ലത്. ജീവകൻ അപ്പോൾത്തന്നെ രാജധാനിയിലേക്ക് പോയി. ഗോപുരം കടന്നപ്പോൾ തന്നെ എന്തോ പന്തി

കേടു തോന്നി. അന്തരീക്ഷം ആകെ പെട്ടെന്ന് മാറിയതുപോലെ എല്ലാ മുഖങ്ങളിലും ഭയം. ആരുമൊന്നും സംസാരിക്കുന്നതേയില്ല. മിണ്ടാൻ പേടി. ഭിക്ഷു ദേവദത്തനും അദ്ദേഹത്തിന്റെ രണ്ട് കൂട്ടാളികളും ജഗനും വില്ലാളികളായി നടക്കുന്നുണ്ട്. ജീവകൻ കടന്നുവന്നപ്പോൾത്തന്നെ ദേവദത്തൻ ജഗനോട് എന്തോ ആംഗ്യം കാണിക്കുന്നതു കണ്ടു. ഉടനെ പട്ടാളവേഷമിട്ട ജഗൻ വന്ന് നിർബന്ധമായിട്ട് ജീവകന്റെ കൈ പിടിച്ചു വലിച്ചു. ആജ്ഞാപിച്ചു..

"നടക്കൂ. നിങ്ങൾ വീട്ടുതടങ്കലിലാണ്."

അയാൾ ജീവകനെ രാജധാനിയുടെ പുറത്ത് ഒരു മുറിയിലേക്ക് ഉന്തിത്തള്ളി.

"ഇത് ആരുടെ കൽപ്പനയാണ്.?" ജീവകൻ ചോദിച്ചു.

"രാജാ അജാതശത്രുവിന്റെ."

"അപ്പോൾ, മഹാനായ രാജാ ബിംബിസാരൻ?"

"അദ്ദേഹം കല്ലറയിലുണ്ട്. ഇരുമ്പുചങ്ങലകൊണ്ട് ബന്ധിച്ചിട്ടുമുണ്ട്. പട്ടിണി കിടന്ന് മരിക്കും. ആരും ഭക്ഷണം കൊടുക്കരുത്."

"എന്ന് ആരു പറഞ്ഞു? നിങ്ങൾ ഉണ്ടാക്കിയതാണോ?"

"ഞാനല്ല. രാജാ അജാതശത്രു."

"അതിന് എന്നെ എന്തിന് തടവിലിടുന്നു?'

"നിങ്ങൾ രാജാവിനെ ഒരുവിധത്തിലും സഹായിക്കാതിരിക്കുവാൻ. രാജാവിന് സഹായം നൽകുന്നവരെയൊക്കെ പൂട്ടിയിട്ടുണ്ട്."

ജീവകൻ പിന്നെ ഒന്നും പറഞ്ഞില്ല. ജഗൻ വാതിൽ പുറത്തുനിന്ന് ഭദ്രമായി പൂട്ടി മുദ്രവെച്ചിട്ട് പടപടാ എന്ന് നടന്നുപോയി.

ഇതെന്ത് കുട്ടിക്കളി എന്നാണ് ജീവകനു തോന്നിയത്. അല്ലെങ്കിലും ഭരണാധികാരികളുടെ പാരമ്പര്യം ഇതൊക്കെത്തന്നെയാണല്ലോ. എന്തും വരട്ടെ. തനിക്ക് നഷ്ടപ്പെടുവാൻ ഒന്നുമില്ല. ഏറിവന്നാൽ ഈ ജീവിതം. ഇത് അല്ലെങ്കിൽത്തന്നെ നഷ്ടപ്പെട്ടതാണല്ലോ. എന്നാൽ ബിംബിസാര രാജാവിനെ രക്ഷിക്കേണ്ട ഒരു ചുമതലയില്ലേ? തപൻ ഇവിടെനിന്ന് പോയതാണ് വലിയ കഷ്ടമായത്. ഉചിതമായ ഒരു പ്രതിവിധി കാണുമായിരുന്നു തപൻ. നടപ്പാക്കുകയും ചെയ്യും.

ജീവകൻ ആ വെറും നിലത്ത് അമർന്നിരുന്നു. പഠിച്ചുറപ്പിച്ച ആയുർവേദ ശ്ലോകങ്ങൾ ആവർത്തിച്ചു ചൊല്ലി. ഈ സമയത്തിന് ചെയ്യാൻ വേറെ ഒന്നുമില്ല. തന്റെ ധ്യാനവും മന്ത്രവും എല്ലാം അതാണ്. അതിൽക്കൂടിയാണ് സാക്ഷാൽക്കാരവും.

മുപ്പത്തിയൊന്ന്

ബുദ്ധനും ഭിക്ഷുക്കളും രാവിലെ ഭിക്ഷാടനത്തിന് ഒരുങ്ങുമ്പോൾ കപിലവസ്തുവിൽനിന്ന് ചന്ദൻ വന്നു: "ശുദ്ധോദനപ്രഭു മരണശയ്യയിലാണ്. വേഗം വരണം." ചന്ദന്റെ വർത്തമാനം കേട്ടപ്പോൾ അച്ഛന്റെ അവ

സാനനിമിഷങ്ങളായിരുന്നു എന്ന് ബുദ്ധനും തോന്നി. നന്ദനെയും ആനന്ദനെയും രാഹുലിനെയും കൂട്ടി ബുദ്ധൻ രഥത്തിൽ കയറി. വേറെ നൂറ്റിരുപത് ഭിക്ഷുക്കൾ രഥത്തിന് പിന്നാലേയും നടന്നു.

ചന്ദൻ കഴിയുന്നത്ര വേഗത്തിൽ കുതിരയെ തെളിച്ചുകൊണ്ടിരുന്നു. ബുദ്ധൻ ധ്യാനാവസ്ഥയിലായിരുന്നു. നന്ദന്റെയും രാഹുലിന്റെയും മനസാണ് പിടിച്ചുകൊണ്ടിരുന്നത്. നന്ദന് കുട്ടിക്കാലം മുതൽക്കുള്ള അച്ഛന്റെ ബന്ധം ഓർമവന്നു. അച്ഛൻ തന്നെ എടുത്തുകൊണ്ട് നടന്നിരുന്നത്. അമ്മയുടെ അടുത്തിരുത്തി കളിപ്പിച്ചിരുന്നത്. അവസാനം ന്യഗ്രോധവനവിഹാരത്തിൽ വെച്ചുണ്ടായ മർമഭേദകമായ രംഗങ്ങൾ. അച്ഛൻ എങ്ങനെയാവും അതൊക്കെ സഹിച്ചിട്ടുണ്ടാവുക? ഇനി അച്ഛനും പോയാൽ പിന്നെ അമ്മയുടെ സ്ഥിതി എന്താവും? ഓരോന്നും ഓർത്ത് നന്ദൻ തല താങ്ങിപ്പിടിച്ച് കുമ്പിട്ടിരുന്നു.

രാഹുലും മുത്തശ്ശനെപ്പറ്റിത്തന്നെയാണ് വിചാരിച്ചത്. രാഹുലിന് കളിക്കൂട്ടുകാരനായിരുന്നു മുത്തശ്ശൻ. ഒഴിവുസമയത്ത് മുത്തശ്ശൻ രാഹുലിന്റെ കൂടെ മുറ്റത്തിറങ്ങി കളിക്കുമായിരുന്നു. ഭക്ഷണത്തിനിരിക്കും മുമ്പ് എന്നും വിളിക്കും: "രാഹുൽ വരൂ. മുത്തശ്ശന്റെ അടുത്തിരിക്കൂ. മനസിൽ തോന്നുന്നതൊക്കെ രാഹുൽ മുത്തശ്ശനോട് പറഞ്ഞിരുന്നു. മുത്തശ്ശൻ രാഹുലിനെ പരിഹസിക്കില്ല. ശുണ്ഠിയെടുക്കില്ല. താഴ്ത്തി പറയുകയുമില്ല. രാഹുൽ വഴിനീളെ ഉള്ളിൽ വളരെ ശക്തിയായി ആഗ്രഹിച്ചു- മുത്തശ്ശൻ തന്നെ തിരിച്ചറിയണേ...

രഥം ശാക്യപുരിയിലെത്തി. ഇടവഴികളിലും കൊട്ടാരത്തിലും മുറ്റത്തും നിറയെ ആളുകൾ ആരും ഒന്നും മിണ്ടുന്നില്ല. എല്ലാ മുഖങ്ങളിലും ആശങ്ക, ഉൽക്കണ്ഠ.

രഥത്തിൽ നിന്നിറങ്ങിയ ബുദ്ധനെ അനുഗമിച്ചുകൊണ്ട് മറ്റുള്ളവരും ശുദ്ധോദനപ്രഭു കിടക്കുന്ന മുറിയിലെത്തി. പ്രഭുവിന്റെ അനുജൻ മഹാനാമൻ ജ്യേഷ്ഠനെ ശുശ്രൂഷിച്ചുകൊണ്ട് അടുത്തുണ്ട്. വേറെ പലരും അവിടെയുണ്ട്. ബുദ്ധൻ കട്ടിലിനടത്തുപോയി നിന്നു. പ്രഭുവിന്റെ മുഖത്തേക്കു തന്നെ നോക്കി ശ്രദ്ധിച്ചുകൊണ്ടേ നിന്നു. അച്ഛന് ബോധം പോയിരിക്കുന്നു എന്നറിഞ്ഞു. ശ്വാസം നീട്ടിവലിക്കുന്നുമുണ്ട്. ബുദ്ധൻ പിന്നിൽ നിൽക്കുന്ന രാഹുലിനെ നോക്കി ശബ്ദം താഴ്ത്തി പറഞ്ഞു:

"രാഹുൽ മുത്തശ്ശന്റെ അടുത്ത് തൊട്ടിരിക്കൂ."

രാഹുൽ വേഗം മുത്തശ്ശന്റെ അടുത്തേക്ക് നീങ്ങി കുട്ടിക്കാലത്തെപ്പോലെ കെട്ടിപ്പിടിച്ച് മുഖം കവിളിൽ വെച്ചു വിളിച്ചു: "മുത്തശ്ശാ."

പക്ഷേ, മുത്തശ്ശന്റെ കണ്ണുകൾ ഒന്ന് വട്ടം കറങ്ങി. പതുക്കെ അടയുകയും ചെയ്തു. എന്നെന്നേക്കുമായി അടഞ്ഞു. ശ്വാസം നേർത്ത് നേർത്ത് അതും നിലച്ചു. രാഹുൽ പിന്നിലേക്കു തിരിഞ്ഞ് ബുദ്ധനേയും ദയനീയമായി ഒന്ന് നോക്കി. അത് കണ്ടു നിന്നവരുടെ കണ്ണുകൾ നിറഞ്ഞു. "രാഹുൽ എഴുന്നേറ്റോളൂ." ബുദ്ധന്റെ നേർത്ത ശബ്ദം.

കൊട്ടാരം വൈദ്യൻ വന്നു പരിശോധിച്ചു മരണം സ്ഥിരീകരിച്ചതിനുശേഷം മഹാനാമൻ ഗണപരിഷത്തിലെ മുഖ്യനെ വിളിച്ചു പറഞ്ഞു:

"മഹാനായ ശുദ്ധോദനപ്രഭു നാടുനീങ്ങിയ വിവരം നാട്ടുകാരെ അറിയിക്കുക."

ബുദ്ധൻ മരണമുറിയിൽനിന്ന് പുറത്തിറങ്ങി അപ്പോൾത്തന്നെ ന്യഗ്രോധവിഹാരത്തിലേക്ക് പോകാൻ പുറപ്പെട്ടപ്പോൾ മഹാനാമൻ വന്ന് പറഞ്ഞു: "പിതാവിന്റെ ചിതകൊളുത്തുന്നതിനു മുമ്പ് പോവുകയോ? ജ്യേഷ്ഠന്റെ മൂത്തമകനല്ലേ സിദ്ധാർഥ്?'

ബുദ്ധൻ അപ്പോൾ അവിടെ കൂടിയിരുന്ന എല്ലാവരോടുമായിട്ട് പറഞ്ഞു:

"ജീവിതാനുഭവങ്ങളെ സമചിത്തതയോടെ നേരിടാൻ കഴിയാറാവണം. എന്നാൽ മറ്റൊന്നുകൂടിയുണ്ട്. എല്ലാ ധർമങ്ങളുടേയും സത്യാവസ്ഥ ജനനമരണങ്ങളും, ഉയർച്ചതാഴ്ചകളും, ഉണ്ടാവലും ഇല്ലാതാവലും എല്ലാം തന്നെ തോന്നൽ മാത്രമാണ്, ഇല്ലാത്തതാണ് എന്നുമാണ്."

ബുദ്ധന്റെ ആ ശബ്ദവും വാക്കുകളും പറയുന്ന രീതിയും ആ അന്തരീക്ഷത്തെ ചില നിമിഷങ്ങൾ സ്തബ്ധമാക്കി നിർത്തി. ആർക്കുംതന്നെ അങ്ങോട്ടെന്തെങ്കിലും പറയാനോ ചോദിക്കാനോ കഴിയാത്ത വിധം. ശബ്ദങ്ങളെല്ലാം നിന്നുപോയപോലെ. ശുദ്ധോദനപ്രഭുവിന്റെ മരണാനന്തരകർമങ്ങളൊക്കെ അനുജനായ മഹാനാമൻതന്നെ ചെയ്തു.

രാഹുൽ അമ്മയുടെ കൂടെ കൊട്ടാരത്തിലൊക്കെ നടന്നു. തന്റെ അന്നത്തെ കളിപ്പാട്ടങ്ങൾ, വസ്ത്രങ്ങൾ എല്ലാം അതേപടി കിടക്കുന്നു. എന്നും അമ്മ നോക്കി ഇരിക്കാറുള്ള അച്ഛന്റെ ഛായാപടം പോലും അതേപോലെ തന്നെ. രാഹുൽ അമ്മയുടെ മുഖത്തേക്കു നോക്കി. അമ്മ മാത്രം വളരെ മാറിപ്പോയല്ലോ. അമ്മ രാഹുലിനെ ചേർത്തു നിർത്തി പുറം തലോടിക്കൊണ്ട് ചിരിക്കാൻ ശ്രമിക്കുന്നുണ്ട്. എന്നാലും രാഹുൽ അറിഞ്ഞു– അമ്മ വല്ലാതെ മാറിയിട്ടുണ്ട്.

"അമ്മേ!" പതുക്കെ വിളിച്ചു.

"എന്താ രാഹുൽ."

"ഹായ് അമ്മയുടെ ശബ്ദം എത്ര നല്ലതാണ്."

"രാഹുൽ പുല്ലാങ്കുഴൽ വായിക്കാറുണ്ടോ?"

"അത് അമ്മ എങ്ങനെ അറിഞ്ഞു?"

"ജീവകൻ പറഞ്ഞു. രാഹുലിന്റെ അച്ഛന്റെ പുല്ലാങ്കുഴൽ ഞാൻ ജീവകന്റെ കയ്യിൽ കൊടുത്തയച്ചിരുന്നു."

"അത് അമ്മ കൊടുത്തയച്ചതാണെന്നും അച്ഛന്റെ പുല്ലാങ്കുഴലാണെന്നും ഞാൻ അറിഞ്ഞിരുന്നില്ല. അത് തന്ന ആൾ ജീവകനാണ് എന്നുതന്നെ സുനിതൻ പറഞ്ഞിട്ടാണ് അറിഞ്ഞത്. അമ്മ പാടിയിരുന്ന പാട്ടുകൾ ഓർത്തുകൊണ്ട്...."

രാഹുലിന് ഗദ്ഗദം വന്ന് മുട്ടി. തുടരുവാൻ കഴിയുന്നില്ല. യശോധര മകനെ കുറേക്കൂടി ചേർത്തുപിടിച്ചടുപ്പിച്ച് മൂർധാവിൽ ചുംബിച്ചു. പുറം തലോടി. പതുക്കെ പറഞ്ഞു:

"രാഹുൽ അമ്മ എപ്പോഴും രാഹുലിന്റെ കൂടെത്തന്നെയുണ്ടാവും. ധൈര്യമായിട്ടിരിക്കു."

"ഉം." രാഹുൽ തലയിളക്കി സമ്മതിച്ചു. എന്നാലും അമ്മയെ വിട്ടു പോവാൻ തോന്നുന്നില്ല. അമ്മയെ തന്നെ നോക്കിനിന്നു. അപ്പോൾ ഗൗതമി വന്ന് പറഞ്ഞു: "രാഹുലിനെ ബുദ്ധൻ വിളിക്കുന്നു. ന്യഗ്രോധവിഹാരത്തിൽ പോവാൻ സമയമായി." അമ്മയും മകനും പിടിത്തം വിട്ടു. അമ്മ കണ്ണുകൊണ്ട് അനുമതികൊടുത്തു– രാഹുൽ പൊക്കോളു.

അമ്മയും മകനും വിചാരിച്ചു– ഇനി കാണലുണ്ടാവുമോ? ഉണ്ടെങ്കിൽത്തന്നെ ഏതവസ്ഥയിൽ? രാഹുൽ നാലടിനടന്നിട്ട് വീണ്ടും തിരിഞ്ഞുനോക്കി. അമ്മ അതേ നിൽപ്പിൽ ഇങ്ങോട്ടുതന്നെ നോക്കി നിൽക്കുകയാണ്. നടന്നുമറയുന്നതുവരെ രാഹുൽ കൂടെക്കൂടെ തിരിഞ്ഞുനോക്കി. അവസാനം അമ്മ ഒന്ന് കയ്യുയർത്തുന്നതു കണ്ടു. അമ്മയുടെ കയ്യിന്റെ അറ്റവും പിന്നെ കാണാതായി.

കൊട്ടാരത്തിൽനിന്ന് പുറത്തുവന്ന് പോകാൻ മുറ്റത്തിറങ്ങിയപ്പോൾ മതിലരികിൽ ഒരാൾ നിൽക്കുന്നത് നന്ദൻ കണ്ടു. വെയിലും വെളിച്ചവും പോയിക്കഴിഞ്ഞിരുന്നു. ആരാണത്? ഇങ്ങോട്ടു തന്നെ നോക്കി നിൽക്കുകയാണ്. നന്ദൻ അങ്ങോട്ടുനടന്നു. ആദ്യം ഒന്ന് ഞെട്ടി. കല്യാണിയുടെ അച്ഛൻ! നന്ദന് അടുത്ത് നിൽക്കാൻതന്നെ വിഷമം തോന്നി. എന്നാൽ, അദ്ദേഹം എന്തോ പറയാൻ വേണ്ടിത്തന്നെ നിൽക്കുകയാണ്. നന്ദൻ അദ്ദേഹത്തിന്റെ അടുത്തേക്ക് നീങ്ങി. എന്ത് ചോദിക്കണം? എന്ത് പറയണം?

അപ്പോൾ, ചോദിക്കലും പറയലും വേണ്ടിവന്നില്ല. കേട്ടുനിൽക്കലേ ഉണ്ടായുള്ളു.

"അവള് പോയി. എന്റെ മോള്. പൊന്നുമോള് കല്യാണി പോയി..." ആ അച്ഛൻ തേങ്ങിത്തേങ്ങിക്കരഞ്ഞു. കരച്ചിലിനിടയിൽ വാക്കുകളിങ്ങനെ ചിതറിവീണുകൊണ്ടിരുന്നു:

"നന്ദൻ വരും, നന്ദൻ വരും എന്നു പറഞ്ഞ് കുറേ കാത്തിരുന്നു. പിന്നെ, വരില്ലായെന്ന് തീർച്ചയായപ്പോ മട്ടൊക്കെ മാറി. എല്ലാവരോടും ദേഷ്യായി. എങ്ങനെ സമാധാനിപ്പിക്കേണ്ടതെന്ന് ഞങ്ങൾക്കറിയാണ്ടായി. പിന്നെ ആ മട്ടും മാറി. നന്ദനെ കാണണം, നന്ദനെ കാണണം. അതു മാത്രമായി സ്വരം. ഭക്ഷണോം കഴിക്കാണ്ടായി. ഒരു രാത്രി ഞങ്ങളുടെ കണ്ണുവെട്ടിച്ച് വീട്ടിൽനിന്ന് ഇറങ്ങിപ്പോയി. തെരഞ്ഞുനോക്കിയപ്പോൾ വിഹാരത്തിന്റെ മുറ്റത്ത് കെടക്കണു. വീട്ടിലെത്തീല്ലാ. അതിന്റെ മുമ്പെ കഴിഞ്ഞു– ഹയ്യോ എനിക്ക് വയ്യാലോ."

തല താങ്ങിപ്പിടിച്ച് ആ അച്ഛൻ അവിടെ മണ്ണിൽ ഇരുന്നു. നന്ദന് കരയാനും കൂടി സാധിക്കുന്നില്ല. ഭൂമി കിടന്ന് വട്ടം കറങ്ങുകയാണ്.

ഇവിടെ ധർമ്മും അധർമവും ഒന്നുമില്ല. ചുടലക്കാടാണിത്. നന്ദന് അവന വനോടുതന്നെയാണ് വെറുപ്പ് തോന്നിയത്. ആ ഭിക്ഷാപാത്രം തിരിച്ചു കൊടുത്ത് എന്തുകൊണ്ട് താൻ കല്യാണിയുടെ അടുത്ത് വന്നില്ല? ഈ ജീവിതം അവൾക്കുള്ളതാണ് എന്നുപോലും താൻ കല്യാണിക്ക് വാക്കു കൊടുത്തിരുന്നുവല്ലോ. അവൾക്ക് കപിലവസ്തുവിലെ സിംഹാസനവും പദവിയും ഒന്നും വേണ്ടായിരുന്നു. "നന്ദൻ നമുക്ക് നമ്മുടെ ചെറിയ ലോകം...." എന്തെല്ലാം മോഹങ്ങളാണ് ഉണ്ടാക്കിയത്. ഇനി തനിക്കെന്തിന് ബോധോദയം? എവിടുന്ന് കിട്ടും സമാധാനം?

രാത്രിയിൽ ബുദ്ധൻ ചോദിച്ചു: "നന്ദൻ ശ്വസനക്രിയ ചെയ്തില്ലേ?" നന്ദൻ ഒട്ടും മയമില്ലാതെ പറഞ്ഞു: "ഇല്ല്യാ."

"ധ്യാനമോ?"

അതേ പരുക്കൻ സ്വരത്തിൽ തന്നെ "ഇല്ല്യാ."

പാതിരാത്രിയിൽ ബുദ്ധൻ എഴുന്നേറ്റ് നന്ദൻ കിടക്കുന്നിടത്ത് വന്നു നോക്കി. നന്ദനെ കണ്ടില്ല. പുറത്തെ മുറ്റത്ത് നിഴൽ. നന്ദൻ കുമ്പിട്ടിരുന്ന് കരയുകയാണ്. ബുദ്ധൻ അടുത്തുവരെ പോയിട്ട് പുറം തടവിക്കൊണ്ട് വിളിച്ചു : "നന്ദാ."

നന്ദൻ വിളികേട്ടില്ല. തിരിഞ്ഞുനോക്കാതെ വേഗം സ്വന്തം സ്ഥാനത്തു പോയി കമിഴ്ന്നു കിടന്നു.

ബുദ്ധനും ഭിക്ഷുസംഘവും തിരിച്ചുപോകുന്നതിനു മുമ്പ് ഒരു ദിവസം മഹാപ്രജാപതി ഗൗതമി ന്യഗ്രോധവനത്തിൽ വന്ന് ബുദ്ധനെ കണ്ടു. അവർ ഒരു അപേക്ഷ സമർപ്പിക്കാനാണ് വന്നത്. ബുദ്ധൻ ചെറിയമ്മയെ ആദരവോടെ സ്വീകരിച്ച് പീഠത്തിന്മേലിരുത്തി. ഗൗതമി പറഞ്ഞു:

"ഞാനും അമ്പതു സ്ത്രീകളും ജേതവനത്തിൽ വരാം. ഞങ്ങൾ സംഘത്തിന്റെ നിയമങ്ങൾ തെറ്റാതെ പാലിക്കും. ഞങ്ങൾക്കു ദീക്ഷ തരണം. ഭിക്ഷുണികളാക്കണം."

ഗൗതമി ബുദ്ധന്റെ മുഖത്തേക്കു തന്നെ നോക്കി ഇരുന്നു. കുറച്ചുകഴിഞ്ഞിട്ടാണ് മറുപടി കിട്ടിയത്.

"അത് പറ്റില്ല."

"എന്തുകൊണ്ട്?"

"സ്ത്രീകളെ ചേർക്കുവാനുള്ള സംവിധാനമില്ല."

"അതുണ്ടാക്കണം. ബോധോദയലബ്ധിക്ക് സ്ത്രീപുരുഷഭേദമൊന്നുമില്ല. എനിക്കറിയാം."

ബുദ്ധൻ മിണ്ടാതിരുന്നപ്പോൾ ഗൗതമി പിന്നേയും ചോദിച്ചു:

"ഞങ്ങളുടെ ഈ ആവശ്യം സ്വീകരിക്കാൻ വയ്യേ?"

"ബുദ്ധിമുട്ടുണ്ട്." ചെറിയമ്മയുടെ മുഖത്തുനോക്കാതെയാണ് ബുദ്ധൻ പറഞ്ഞത്.

"ഞങ്ങൾ മനസുറപ്പുള്ളവരാണ്. ഞങ്ങൾക്കാവശ്യം ബോധോദയം ലഭിക്കൽ മാത്രമാണ്. നിഷേധിക്കരുത്."

"അത് വിഷമമുണ്ടാക്കും ചെറിയമ്മേ. വേണ്ട. അത് ഉപേക്ഷിച്ചേക്കു."

ഗൗതമി പിന്നെ തർക്കിക്കാൻ നിന്നില്ല. അത് അവരുടെ സമ്പ്രദായ വുമല്ല. നല്ലപോലെ ആലോചിച്ച് തീരുമാനമെടുക്കുക. അത് നടപ്പാക്കു ക. ഇതുവരെ അങ്ങനയേ ഉണ്ടായിട്ടുള്ളു.ഇനി അത് മാറ്റുന്നുമില്ല. കുറ ച്ചുദിവസം കൂടി കാത്തു- ബുദ്ധനിൽനിന്ന് എന്തെങ്കിലും ശബ്ദമുണ്ടാ വുമോ? ഒന്നുമുണ്ടായില്ല. അപ്പോൾ, ഗൗതമി ജീവിതസാഫല്യം നേടാ നാഗ്രഹമുള്ള അമ്പതുസ്ത്രീകളെ ഒരുക്കി. എല്ലാവരും ആദ്യം തന്നെ ആഭരണങ്ങളും വിശേഷവസ്ത്രങ്ങളും അഴിച്ച് മാറ്റിവെച്ചു. കടും മഞ്ഞ വസ്ത്രം സ്വീകരിച്ചു. തല മുണ്ഡനം ചെയ്തു. ഭിക്ഷാപാത്രമെടുത്തു. തികഞ്ഞ ലക്ഷ്യബോധത്തോടെ നഗ്നപാദരായി ഇറങ്ങി നടന്നു.

കൊട്ടാരത്തിൽനിന്ന് ഇറങ്ങുംമുമ്പ് ഗൗതമി യശോധരയെ അടു ത്തുപിടിച്ച് ആശ്ലേഷിച്ചു: "യശോ, നീ ഇപ്പോൾ ഇവിടെ നിൽക്കു. കൗശി കിയെ ഞാൻ പ്രത്യേകം ഏൽപ്പിച്ചിട്ടുണ്ട്. ചന്ദനും പിന്നെ നമ്മുടെ പഴയ ആൾക്കാരും ഉണ്ടല്ലോ. അവിടുത്തെ സ്ഥിതി അറിഞ്ഞിട്ട് ഞാൻ വരാം."

യശോധരയുടെ ആ മാന്യമായ മന്ദഹാസവും സമ്മതംമൂളലും ഗൗതമി ഒരിക്കൽക്കൂടി കണ്ടു. ഇനി?

കൂടുതൽ ആലോചിച്ചില്ല. ആ കൊട്ടാരത്തെ ആകെ ഒന്ന് നോക്കി. പതിമൂന്നാമത്തെ വയസിൽ വന്നതാണിവിടെ ജ്യേഷ്ഠത്തി മായാദേവി യുടെ ഒഴിഞ്ഞ സ്ഥാനത്തേക്ക്. ജ്യേഷ്ഠത്തിയുടെ ഏഴുദിവസം പ്രായ മായ ഉണ്ണിയെയും ഭർത്താവിനെയും ശുശ്രൂഷിക്കാൻ. ആവുന്നത്ര ശ്രദ്ധ യോടെയും ശുഷ്കാന്തിയോടെയും താൻ അത് നിർവഹിച്ചു എന്നാണ് വിശ്വാസം. "ഇനി എനിക്ക് എന്റെ വഴി നോക്കാം. ഈ കെട്ടുപാടുകളിൽ നിന്ന് മോചനം നേടാം."

അവർ ആദ്യം തന്നോടുതന്നെ ചൊല്ലി:

"ബുദ്ധം ശരണം ഗച്ഛാമി ധർമം ശരണം ഗച്ഛാമി, സംഘം ശരണം ഗച്ഛാമി." അതിനുശേഷം കൂടെയുള്ളവർ ഓരോരുത്തരും ചൊല്ലി. അതി നുശേഷം ആ 51 കണ്ഠങ്ങളിൽനിന്നും ആ ശരണമന്ത്രം ഉയർന്നു. ആ ഭിക്ഷുണിസംഘം കപിലവസ്തുവിന്റെ വീഥികളിലൂടെ വരിതെറ്റാതെ നീങ്ങി.

ബുദ്ധനും സംഘവും ന്യഗ്രോധവിഹാരത്തിൽനിന്ന് പോകാൻ തുട ങ്ങുമ്പോൾ കപിലവസ്തുവിൽനിന്ന് വീരശുൽക്ക ബദ്ധപ്പെട്ട് അവിടെ വന്നു. വർധിച്ച പരിഭ്രമത്തോടെ ബുദ്ധനോട് പറഞ്ഞു:

"കോസലത്തിലെ വിദൂദഭൻ ശാക്യദേശത്തെ ആക്രമിക്കുവാൻ ഒരുക്കങ്ങൾ തുടങ്ങിയിട്ടുണ്ട്." വിവരം പറഞ്ഞുകഴിഞ്ഞ് വീരശുൽക്ക ബുദ്ധനെത്തന്നെ നോക്കി നിന്നു- ആ നെറ്റി ചുളിയുന്നുണ്ടോ? പുരികം വളയുന്നുണ്ടോ? ഒന്നുമില്ല. സ്വതവെയുള്ള ആ ശാന്തസ്വരത്തിൽ തന്നെ ബുദ്ധൻ ചോദിക്കുന്നു:

"എങ്ങനെ അറിഞ്ഞു?"

"കിഴക്കൻ ഭാഗങ്ങളിലെ കാവൽക്കാരനും ജനങ്ങളും വന്ന് അറി യിച്ചതാണ്."

കൂടുതലെന്തെങ്കിലും വാക്കുകൾ ബുദ്ധനിൽനിന്ന് കേൾക്കുമെന്ന് പ്രതീക്ഷിച്ച് വീരശുൽക്ക കുറച്ചുദൂരം കൂടി അവിടെ നിന്നു. ഒന്നുമുണ്ടായില്ല. അപ്പോൾ യാത്രപറഞ്ഞ് തിരിച്ചുപോവുകയും ചെയ്തു.

ബുദ്ധനും സംഘവും അപ്പോൾ തന്നെ ജേതവനവിഹാരത്തിലേക്കാണ് പോയത്. ശിഷ്യരോടൊപ്പം ശ്രീബുദ്ധൻ വിഹാരത്തിൽ എത്തിയിട്ടുണ്ടെന്നറിഞ്ഞ് ഗ്രാമവാസികൾ വിഹാരത്തിൽ എത്തിക്കൊണ്ടിരുന്നു. അവർ ഭക്തിപൂർവം അർപ്പിച്ച ഭക്ഷണസാധനങ്ങളെക്കൊണ്ടും വസ്ത്രങ്ങളെക്കൊണ്ടും വിഹാരം നിറഞ്ഞു. ഹൃദയം സദ് വിചാരങ്ങളെക്കൊണ്ട് നിറയ്ക്കണമെന്ന് ബുദ്ധൻ അവരെ വീണ്ടും വീണ്ടും ഉദ്ബോധിപ്പിച്ചു.

ഗ്രാമവീഥികളിൽ ശരണമന്ത്രധ്വനി മുഴങ്ങുന്നത് കേട്ടപ്പോഴാണ് കോസലാധിപൻ രാജാ പ്രസേനജിത്ത് അറിഞ്ഞത് ശ്രീബുദ്ധൻ വിഹാരത്തിലെത്തിയിട്ടുണ്ട് എന്ന്. അദ്ദേഹം അടുത്ത ദിവസം തന്നെ ജേതവനവിഹാരത്തിലെത്തിയപ്പോൾ അവിടെ ബുദ്ധന്റെ പ്രഭാഷണത്തിന്റെ സമയമായിരുന്നു. സ്നേഹത്തിന്റെയും സഹവർത്തിത്വത്തിന്റെയും മേന്മയും, സർവനാശങ്ങൾ ഉണ്ടാക്കുന്ന യുദ്ധങ്ങളെ ഒഴിവാക്കേണ്ടതിനെപ്പറ്റിയുമാണ ബുദ്ധൻ അന്ന് മുന്നിലുള്ള നൂറുകണക്കിന് ഭിക്ഷുക്കളോടും മറ്റ് ആയിരക്കണക്കിലുള്ള ഭക്തരോടും പ്രഭാഷണം ചെയ്തത്. അത് കഴിഞ്ഞപ്പോൾ ഒരു സാധാരണ വേഷത്തിൽ പ്രസേനജിത്ത് ബുദ്ധന്റെ അടുത്തേക്ക് വന്നു. പതിവിനു വിപരീതമായി രാജാ പ്രസേനജിത്ത് ബുദ്ധനെ സാഷ്ടാംഗം നമസ്കരിക്കുകയാണുണ്ടായത്. കണ്ഠമിടറിക്കൊണ്ട് പറഞ്ഞു:

"പ്രഭോ, എന്റെ മകന്റെ തെറ്റുകൾ പൊറുത്താലും."

"എഴുന്നേൽക്കു സഹോദരാ" ബുദ്ധൻ പ്രസേനജിത്തിനെ പിടിച്ചെഴുന്നേൽപ്പിച്ചു.

"പ്രഭോ, എന്നെ അറിയിപ്പിച്ചുകൊണ്ടല്ലാ അവൻ ഇതൊക്കെ ചെയ്യുന്നത്. അഹങ്കാരവും ദുരാഗ്രഹവും അവനെ ശരിക്കും അന്ധനാക്കിയിരിക്കുന്നു."

"ഇപ്പോഴത്തെ അവസ്ഥ എന്താണ്?"

'ബുദ്ധദേവന്റെ ജന്മസ്ഥലം ആക്രമിക്കുന്നതിനുമുമ്പ് എന്നെ കൊല്ലണം എന്ന് ഞാനവനോടു പറഞ്ഞു. എന്നെ കൊല്ലാൻ അവൻ ഒട്ടും മടിക്കുകയില്ല എന്നറിയാം. പക്ഷേ, എന്തുകൊണ്ടോ ഇത്തവണ പിന്മാറിയിരിക്കുന്നു. എന്നാലും ശാക്യദേശത്തേക്കുള്ള അവന്റെ നോട്ടം എന്നെ ഭയപ്പെടുത്തുന്നു. ഞാനെന്തു ചെയ്യണം?"

"അങ്ങ് ആര്യമാർഗത്തിൽ നിന്ന് പിന്മാറരുത്. ധ്യാനം ശീലിക്കുക. ശ്വസനക്രിയ ചെയ്യുക. ഞാൻ അങ്ങയുടെ മകനോട് സംസാരിക്കാം."

വളരെ യാദൃച്ഛികമായിട്ടാണ് ബുദ്ധൻ വിദൂദഭനെ കണ്ടുമുട്ടിയത്. ബുദ്ധന്റെ അസാധാരണമായ സൗമ്യതയിലും സ്നേഹസാമീപ്യത്തിലും കോസലത്തിന്റെ അടുത്ത കിരീടാവകാശി മയങ്ങിപ്പോവുകയാണുണ്ടായത്. തന്റെ പിതാവ് എന്തുകൊണ്ടാണ് ഈ ബുദ്ധനെ ഇത്രയധികം

ആരാധിക്കുന്നത് എന്നും മനസിലായി. ശാക്യദേശവുമായിട്ടുള്ള ബാന്ധവം താനാഗ്രഹിക്കുന്നു എന്നുകൂടി വിദൂദഭൻ ബുദ്ധനോടു പറഞ്ഞു.

കപിലവസ്തുവിന്റെ സർവനാശം തൽക്കാലം ഒഴിവായിക്കിട്ടി എന്ന സമാധാനത്തോടെ ബുദ്ധൻ സംഘത്തോടൊപ്പം വേണുവനത്തിലെത്തി.

മുപ്പത്തിരണ്ട്

തപനും വന്ദനയും വളരെ ഉത്സാഹത്തോടെയാണ് കന്യാകുബ്ജത്തിൽനിന്ന് തിരിച്ചുപോന്നത്. ശാസ്ത്രത്തിലെ അറിയപ്പെട്ടിട്ടില്ലാത്ത പല മേഖലകളും തുറന്നു കിട്ടി. അതിന്റെ അനന്തസാധ്യതകൾ മനസിലായി. ഇനി അതിനെ മുൻനിർത്തിത്തന്നെ മഗധയിൽ ഒരു സർവകലാശാല രൂപപ്പെടുത്തണം എന്ന ശക്തമായ ആഗ്രഹവും തപന്റെ മനസിൽ മുളച്ചു. പല പദ്ധതികളും ബുദ്ധിയിൽ രൂപപ്പെടുത്തുകയും ചെയ്തിരുന്നു. ഉൽപ്പതിഷ്ണുവും ഉദാരമനസ്കനും ആയ രാജാ ബിംബിസാരനുള്ളപ്പോൾ അത് ക്ഷിപ്രസാധ്യമാവും എന്നും കണക്കുകൂട്ടിയിരുന്നു. ജനങ്ങളെ ഉദ്ബുദ്ധരാക്കാനുള്ള ഏതു കർമത്തിനേയും രാജാവ് പ്രോത്സാഹിപ്പിച്ചിട്ടേയുള്ളു. തപനും വന്ദനയ്ക്കും രാജ്ഗീറിലെത്തിയിട്ട് ഈ സന്തോഷവാർത്തകൾ രാജാവിനെയും രാജ്ഞിയെയും അറിയിക്കുവാൻ ബദ്ധപ്പാടായി.

രഥം അതിവേഗം നീങ്ങുന്നുണ്ട്. അതിനിടയിൽ വന്ദന ഒരുതവണ തപന്റെ ചുമലിലേക്ക് തല ചായ്ച്ചു. തപൻ അവളെ ചേർത്തണച്ചു. വഴിയുടെ ഇരുവശത്തേക്കും കൗതുകത്തോടെ നോക്കി ഇരുന്നു. കൊല്ലങ്ങൾ ചിലത് കഴിഞ്ഞുവല്ലോ ഇവിടെനിന്ന് പോയിട്ട്.

പക്ഷേ, നഗരവീഥിയിലെത്തിയപ്പോൾ തപന് എന്തോ പന്തികേടു തോന്നി. എങ്ങും ഒരു ശോകച്ഛായ. രഥം നിർത്തിച്ചു പുറത്തിറങ്ങിയിട്ട് ജനങ്ങളോട് കാര്യമന്വേഷിച്ചു.

"ദുഃഖാചാരണമാണ്." മറുപടി.

"എന്തിന്? എന്തു ദുഃഖം?" തപൻ നാലുപുറവും നോക്കി.

"മഹാനായ ബിംബിസാരചക്രവർത്തി നാടുനീങ്ങി."

അതു കേട്ടിട്ടും ഇളകാതെ നിൽക്കുകയാണ് തപൻ. ഇനി കേൾക്കേണ്ടത് എന്തൊക്കെയാവും? അപ്പോഴേക്ക് നഗരപ്രമാണികളും കൊട്ടാരം കാവൽക്കാരുമൊക്കെ ഓടിക്കിതച്ച് തപന്റെ അടുത്തെത്തി. അവർ ആ ദാരുണവാർത്ത അറിയിച്ചു. ഭിക്ഷു ദേവദത്തന്റെയും കൂട്ടാളികളുടെയും വാക്കു കേട്ടുകൊണ്ട് അജാതശത്രു അച്ഛനെ പട്ടിണിക്കിട്ട് കൊന്നു. അജാതശത്രുവിന്റെ രാജ്യാഭിഷേകവും കഴിഞ്ഞു.

"ജീവകൻ ഉണ്ടായിരുന്നില്ലേ ഇവിടെ?" തപൻ ചോദിച്ചു.

"വൈദ്യജിയേയും അവർ തടങ്കലിൽ ഇട്ടിരുന്നു."

തപന് കൊട്ടാരത്തിലേക്ക് കടക്കുവാൻ തന്നെ തോന്നിയില്ല. ഈ അജാതശത്രുവിനെ പേടിച്ചിട്ട് ആർക്കും തന്നെ രാജാവിനെ രക്ഷിക്കുവാൻ കഴിഞ്ഞില്ലെന്നോ?

ആരോ ചുമലിൽ പിടിച്ചപ്പോൾ മനസിലായി. തിരിഞ്ഞുനോക്കി- ജീവകൻ.

"എന്തൊക്കെയാണ് ജീവകൻ ഇവിടെ നടന്നത്?"

"ആപത്തിന്റെ സൂചന കിട്ടിയപ്പോൾ തപന് ദൂതനെ അയയ്ക്കുവാനായി വന്നതായിരുന്നു ഞാൻ. എന്നേയും പിടിച്ച് മുറിയിലിട്ട് പൂട്ടി. രാജാവിനെ ഒന്ന് കാണാൻ കൂടി സമ്മതിച്ചില്ല. നാൽപ്പത്തിരണ്ട് ദിവസം പട്ടിണിക്കിട്ടിട്ട് കാരാഗൃഹത്തിന്റെ വാതിൽതുറന്നപ്പോൾ, ബുദ്ധൻ ഇരിക്കാറുള്ള ആ കഴുകൻ കുന്നിലേക്കുതന്നെ നോക്കി തൊഴുതുകൊണ്ട് ചരിഞ്ഞുകിടക്കുകയായിരുന്നവത്രെ രാജാവ്. ജീവൻ പോയിക്കഴിഞ്ഞിരുന്നു."

"ബുദ്ധൻ എന്തേ ഒന്നും ചെയ്യാതിരുന്നത്?"

"അത് മനസിലായില്ല. ആദ്യം രാജാവുതന്നെ തന്റെ വിഷമം ബുദ്ധനോടു പറഞ്ഞു. അതിനുശേഷം ഞാൻ പറഞ്ഞു. സഹിക്കുവാൻ കഴിയാതെ വൈദേഹിരാജ്ഞിയും ബുദ്ധനോട് സഹായം ആവശ്യപ്പെട്ടുവത്രെ."

"അപ്പോൾ..."

"വരേണ്ടത് വരും എന്നാണത്രെ ബുദ്ധൻ പറഞ്ഞത്"

"ഇത് ഒരിക്കലും വരാൻ പാടില്ലാത്തതാണ്." തപന് ആവേശം നിയന്ത്രിക്കാനായില്ല.

"കപിലവസ്തുവിൽ ശുദ്ധോദനപ്രഭു നാടുനീങ്ങി." ജീവകൻ വർത്തമാനങ്ങൾ ഓരോന്നായിട്ട് പറഞ്ഞുതുടങ്ങി. തപൻ പെട്ടെന്ന് മുഖമുയർത്തി- "പിന്നെ?"

"അവിടെ ഇപ്പോൾ പ്രഭുകുടുംബത്തിലേതായിട്ട് യശോധര മാത്രമേയുള്ളു."

"യശോധര തനിച്ചോ?" തപന്റെ ശബ്ദം ശക്തിയായി ഉയർന്നു.

"നന്ദൻ, ആനന്ദൻ, കലുഭായ്, ദേവദത്തൻ..... എല്ലാവരും ഭിക്ഷുക്കളായി. ഏഴുവയസിൽത്തന്നെ രാഹുലിനേയും സംഘത്തിൽ ചേർത്തു. ഗൗതമി മഹാപ്രജാപതി ഭിക്ഷുണിയായി. ഭിക്ഷുണിസംഘം രൂപീകരിച്ചു എന്നു കേട്ടു."

ജീവകൻ തപനെ കൊട്ടാരത്തിലേക്കു കൊണ്ടുപോയി. അവിടെ പുതിയ പുതിയ വേഷങ്ങളാണ്. ഭിക്ഷുരൂപം ധരിച്ച ദേവദത്തനും കൂട്ടാളികളും അവിടെ കിടന്ന് വിലസുന്നുണ്ട്. ബിംബിസാര രാജാവ് ഇരിക്കാറുള്ള ആ സ്വീകരണ മുറിയിൽ തപൻ ജീവകന്റെ കൂടെ പോയി നിന്നു. രാജാവ് തന്നെ എത്രയോ തവണ സ്നേഹവിശ്വാസങ്ങളോടെ സ്വീകരിക്കുകയും ഗൗരവമുള്ള കാര്യങ്ങൾ സംസാരിക്കുകയും ചെയ്തത് ഇവിടെ വച്ചാണ്. ച്ഛെ; ഇത് തടയാൻ തനിക്ക് ഒന്നും ചെയ്യാൻ കഴിഞ്ഞില്ലല്ലോ.

"ബുദ്ധൻ ഇപ്പോൾ എവിടെയാണ്?"

"വേണുവനത്തിലുണ്ടാവും. കന്യാകുബ്ജത്തിലെ വർത്തമാനങ്ങളൊന്നും പറഞ്ഞില്ലാ?"

"പറയുവാൻ ധാരാളമുണ്ട്. ജീവകൻ വരൂ. നമുക്ക് സിദ്ധാർഥനെ ഒന്ന് കാണാം."

അവർ വേണുവനത്തിലേക്കു നടന്നു. വിഹാരത്തിന്റെ മുറ്റത്ത് ഒരു ചൂരൽപീഠത്തിലിരിക്കുകയായിരുന്നു ബുദ്ധൻ. തപനും ജീവകനും കൂടി വന്നപ്പോൾ അദ്ദേഹം സന്തോഷത്തോടെ എഴുന്നേറ്റു. ചൂരലിന്റെ രണ്ടു പീഠങ്ങൾക്കൂടി മുറ്റത്തിട്ടിട്ട് മൂന്നുപേരും ഇരുന്നു.

"തപൻ പോയിട്ടുള്ള അനുഭവങ്ങൾ?"

"നന്നായിരുന്നു. ഒരു വിജ്ഞാനകേന്ദ്രം ഇവിടെ സ്ഥാപിക്കണം എന്നൊക്കെ മോഹിച്ചാണ് വന്നത്. പക്ഷേ. ഇവിടെ വന്നപ്പോൾ...."

"ഇനി ഏതായാലും മഗധയിൽ അതൊന്നും ഉണ്ടാവില്ല. കോസല രാജാവ് പ്രസേനജിത്തിന്റെ അധീനതയിലാണിപ്പോൾ കാശി. പ്രസേന ജിത്ത് പണ്ഡിതനും ഉദാരനുമാണ്. സാരനാഥത്തിലാണ്, ആ അഞ്ചുപേ രോട് ഞാനാദ്യം പ്രഭാഷണം നടത്തിയത്. അതിനടുത്താവാം വിജ്ഞാ നകേന്ദ്രം." ജീവകൻ തപന്റെയും ബുദ്ധന്റെയും മുഖത്തേക്ക് നോക്കി. ഇത്ര വ്യക്തമായിട്ട് ഇതൊക്കെ നോക്കിവച്ചിരിക്കുകയാണല്ലോ.

"ഗവേഷണ വിഷയങ്ങൾ എന്തൊക്കെയാണ്?"

"പ്രധാനമായും ഗണിതം തന്നെ- ജ്യോതിശ്ശാസ്ത്രം വരെ. വേദോ പനിഷത്തുക്കളും പഠനവിഷയമാക്കും. പിന്നെ *ചരകസംഹിത* മറ്റൊരു പ്രധാനവിഷയം. പല പണ്ഡിതന്മാരുമായും സംസാരിച്ചു. ഇവിടെ അങ്ങനെ ഒരു കേന്ദ്രം പ്രവർത്തിക്കുന്നതിൽ അവർ താൽപ്പര്യവും കാണി ച്ചു. എന്നാൽ, മഗധയിലെ ഈ അവസ്ഥയിൽ....."

"ഇവിടെ വൈകാതെ ഒരു യുദ്ധമുണ്ടാവാനാണ് സാധ്യത."

"എന്തിനാണ് ഇപ്പോൾ ഒരു യുദ്ധം?"

"സാമ്രാജ്യം വലുതാക്കലാണല്ലോ രാജാക്കന്മാരുടെ ലക്ഷ്യം. കപി ലവസ്തുവിലെ കാര്യങ്ങൾ അറിഞ്ഞില്ലേ?"

"അറിഞ്ഞു. യശോധരയെ ഞങ്ങൾ വിളിച്ചുകൊണ്ടുവരും. ഇനി ഞങ്ങളുടെ കൂടെയാവും. ചന്ദനെയും കൊണ്ടുവരണം. വയസായിട്ട് അവിടെ കിടന്ന് ബുദ്ധിമുട്ടേണ്ട."

"നല്ല തീരുമാനം."

രണ്ടുപേരും തിരിഞ്ഞുനോക്കിയപ്പോൾ ജീവകനെ കണ്ടില്ല. കുറച്ചു കഴിഞ്ഞപ്പോൾ നാലുപുറവും നോക്കിക്കൊണ്ട് പതുക്കെ തിരിച്ചുവന്നു.

"എന്താണ്?" തപൻ ചോദിച്ചു.

"ആരെ ഉദ്ദേശിച്ചാണ് എന്നറിയില്ല. വധഭീഷണി തന്നെ."

"ആളെ കണ്ടുവോ?"

"ഉവ്വ്. ഉവ്വ്. ആ ജഗൻ. മുകളിൽ നിന്നുള്ള കൽപ്പനയാവും. ആയുധ മുണ്ട് കയ്യിൽ."

അപ്പോൾ ഭിക്ഷുക്കൾ പലരും ആ വഴി കടന്ന് വിഹാരത്തിലേക്ക് പോയി. കുറച്ചുകഴിഞ്ഞപ്പോൾ ദേവദത്തനും കോകിലനും വേറെ കുറേ ഭിക്ഷുക്കളും വന്നു.

"പ്രഭാഷണത്തിന്റെ സമയമായി" ബുദ്ധൻ എഴുന്നേറ്റു. വലിയൊരു സദസാണ് അന്ന് ഉണ്ടായിരുന്നത്. ദീക്ഷയെടുക്കാത്ത വിശ്വാസികളും

കുറേ ഉണ്ടായിരുന്നു. ജീവകനും തപനും വേണുവനത്തിൽനിന്ന് ഇറങ്ങിപ്പോന്നു. ബുദ്ധന്റെ ധർമപ്രഭാഷണം അന്ന് വളരെ ഗംഭീരമായി. ബുദ്ധൻ പ്രഭാഷണം നിർത്തിയപ്പോൾ ദേവദത്തൻ മുൻപിലേക്കു വന്നിട്ടു പറഞ്ഞു:

"എനിക്ക് ഒരു അഭിപ്രായമുണ്ട്. ഭിക്ഷുക്കളുടെ ജീവിതരീതി മാറ്റണം. കുറേക്കൂടി ലളിതമാക്കണം. അതിനായി ഞാൻ അഞ്ചു നിയമങ്ങൾ പറയാം. ഭിക്ഷുക്കൾ കാട്ടിൽ മാത്രം ജീവിക്കണം. ഗ്രാമത്തിൽ ഒരിക്കലും ഉറങ്ങരുത്. രണ്ടാമത്, ഭിക്ഷുക്കൾ വീടുകളിലെ ഭക്ഷണം സ്വീകരിച്ച് അവിടെ പോയി ഭക്ഷണം കഴിക്കരുത്. മൂന്നാമത്, കീറിയ മുണ്ടുകൾ അവനവൻ തുന്നിക്കൂട്ടി ധരിക്കണം. നാലാമത്, ഭിക്ഷുക്കൾ വൃക്ഷമൂലങ്ങളിൽ മാത്രമേ കിടന്നുറങ്ങാവൂ. അഞ്ചാമത്, ഭിക്ഷുക്കൾ സസ്യാഹാരം മാത്രമേ ഭക്ഷിക്കാവൂ."

ബുദ്ധൻ പറഞ്ഞു: "ദേവദത്താ, തഥാഗതൻ നിങ്ങളുടെ നിയമങ്ങൾ സ്വീകരിക്കുന്നില്ല. അനുസരിക്കുകയും ഇല്ല."

ദേവദത്തൻ പിന്നേയും ചോദിച്ചു: "ഇല്ല്യേ?"

ബുദ്ധൻ ഉറപ്പിച്ചു പറഞ്ഞു: "ഇല്ല. പാലിക്കില്ല."

ദേവദത്തൻ മുഖം വീർപ്പിച്ച് സ്വസ്ഥാനത്തിരുന്നു.

അന്നുരാത്രി ബുദ്ധൻ പറഞ്ഞു: "ആനന്ദാ, ഭിക്ഷുസംഘത്തിൽ പിളർപ്പുണ്ടാവുകയായി."

അത് ശരിയാവുകയും ചെയ്തു. ഇതിൽനിന്ന് അഞ്ഞൂറു ഭിക്ഷുക്കളെ അടർത്തിയെടുത്തുകൊണ്ട് വേറെ സംഘമുണ്ടാക്കി ദേവദത്തൻ.

ഭിക്ഷു ദേവദത്തന്റെ കഴിവുകളിൽ സാരിപുത്രന് ബഹുമാനമുണ്ടായിരുന്നു. ദേവദത്തന് നല്ല സംഘടനാശേഷിയുണ്ട്. എന്നാൽ ഇപ്പോൾ ദേവദത്തനോട് ബഹുമാനമില്ലാതാവുകയാണ്. ഒരു രാത്രിയിൽ പുറത്തെ കുടിലിൽ ബുദ്ധന്റെ അടുത്തിരിക്കുമ്പോൾ സാരിപുത്രൻ പറഞ്ഞു:

"പ്രഭോ, ഞങ്ങൾ ആദ്യമൊക്കെ ദേവദത്തനെ പ്രശംസിച്ച് അങ്ങയോട് പറഞ്ഞിരുന്നു. ഇപ്പോൾ മറിച്ച് പറയേണ്ടിവരുമ്പോൾ വിഷമം തോന്നുന്നു."

ബുദ്ധൻ ദൃഢസ്വരത്തിൽ ചോദിച്ചു: "സാരിപുത്രാ, ആദ്യം നിങ്ങൾ ദേവദത്തനെ സ്തുതിച്ചത് അത് ശരിയാണ് എന്ന് തോന്നിയിട്ടുതന്നെയല്ലേ?"

"അതെ."

"ഇപ്പോൾ ദേവദത്തന്റെ പ്രവൃത്തികൾ കണ്ട് നിങ്ങൾ താഴ്ത്തിപ്പറയുന്നതും അത് ശരിയാണ് എന്ന് തോന്നിയിട്ടുതന്നെയല്ലേ?"

"അതെ."

"എന്നാൽ പിന്നെ പേടിക്കണ്ട. ഏറ്റവും പ്രധാനം പറയുന്നത് സത്യമായിരിക്കുക എന്നതാണ്."

വാക്കുകൾക്ക് ഒട്ടും ക്ഷാമമില്ലാത്ത സാരിപുത്രൻ ഒന്നും മിണ്ടാനില്ലാതെ ബുദ്ധനെ നോക്കിക്കൊണ്ടിരുന്നു.

അടുത്ത ദിവസം രാവിലെ ജീവകനും തപനും കൂടിത്തന്നെ ബുദ്ധനെ കാണുവാനായി പോയി. രണ്ടുപേർക്കും ബുദ്ധനോടു പറയുവാൻ ചില കാര്യങ്ങളുമുണ്ടായിരുന്നു. ദേവദത്തനിൽനിന്നും അജാതശത്രുവിൽനിന്നും മഗധയെ രക്ഷിക്കണം എന്നാണ് ജീവകന് പറയുവാനുണ്ടായിരുന്നത്. തപന് വേറെ വൈജ്ഞാനിക വിഷയങ്ങളും, നാളെ കോസലരാജാവിനെ കാണുമ്പോൾ എന്തൊക്കെ അവതരിപ്പിക്കണം. എന്നതിനെപ്പറ്റിയും. രണ്ടുപേരും എന്തൊക്കെയോ സംസാരിച്ചുകൊണ്ട് കഴുകൻ കുന്ന് കയറുകയാണ്. അകലെ ഒരു പാറപ്പുറത്ത് ബുദ്ധൻ ഇരിക്കുന്നതു കാണാനുണ്ട്. അപ്പോൾ ആദ്യം ഒരു മുഴക്കം കേട്ട് തപൻ ജീവകന്റെ മുഖത്തുനോക്കി ചെവിയോർത്തു. അപ്പോഴേക്ക് മല ഇടിയുന്നതുപോലെ ഒരു ശബ്ദം. കുന്നിൻമുകളിൽനിന്ന് ഒരു കൂറ്റൻ പാറക്കഷണം ഉരുണ്ടുരുണ്ടു വരുന്നു.

"സിദ്ധാർഥ്" എന്ന് ഉറക്കെ അലറിവിളിച്ചുകൊണ്ട് തപൻ ആവുന്നത്ര ഊക്കെടുത്ത് ഓടി. ജീവകനും ഒപ്പം ഓടി. ആ പാറ ബുദ്ധന്റെ മീതെ വീഴുന്നതിന് തൊട്ടുമുമ്പ് രണ്ടുപേരും കൂടി പാറയെ ഉന്തിമറിച്ചിട്ടു. എന്നാലും ചില വലിയ കല്ലുകൾ ബുദ്ധന്റെ കാലിന്മേൽ വീണു. കാൽ വലിച്ചെടുക്കുവാൻ പറ്റുന്നില്ല. കാല് മുറിഞ്ഞ് ചോര ഒഴുകി. തപനും ജീവകനും കൂടി ആ കല്ലുകൾ മാറ്റി. ശബ്ദങ്ങൾ കേട്ടുകൊണ്ട് താഴെ ഉണ്ടായിരുന്ന ഭിക്ഷുക്കൾ കൂട്ടമായി ഓടിവന്നു. അടുത്തുള്ള ചോലയിൽ നിന്ന് കുറേ വെള്ളം പിടിച്ചുകൊണ്ടുവന്ന് തപൻ ബുദ്ധനെ കുടിപ്പിച്ചു. സ്വന്തം ഉത്തരീയം ചീന്തി ജീവകൻ മുറിവിൽ കെട്ടി. ഏതൊക്കെയോ പച്ചിലകൾ പറിച്ച് പ്രഥമ ശുശ്രൂഷകൾ ചെയ്തു. കാലിന് സാരമായ പരിക്കുണ്ടെന്ന് ജീവകന് മനസിലായി.

"ഞാൻ വേഗം പോയിട്ട് മഞ്ചൽ കൊണ്ടുവരാം." തപൻ ബദ്ധപ്പെട്ട് കുന്നിറങ്ങി.

ബുദ്ധന്റെ പരവശത കണ്ടിട്ട് ആനന്ദന്റെ കണ്ണുകൾ നിറഞ്ഞു. ബുദ്ധനെ താങ്ങിയിട്ട് തന്റെ ശരീരത്തിലേക്ക് ചായ്ച്ച് ഇരുത്തി. കുട്ടികളെപ്പോലെ നിഷ്കളങ്കമായിട്ട് ചോദിച്ചു:

"ശരീരത്തിൽ വല്ലാതെ വേദനയുണ്ടോ പ്രഭോ?"

"തഥാഗതൻ അസത്യം പറയില്ലെന്നറിയില്ലേ ആനന്ദാ? യഥാർഥത്തിൽ നല്ല വേദനയുണ്ട്. ശക്തിയായ വേദന." അതിനുശേഷം കണ്ണടച്ച് കിടന്നു. ശ്വാസം നീട്ടിവലിച്ച് സാവധാനം ഉച്ഛ്വസിച്ചു.

"സിദ്ധാർഥ്." തപന്റെ പഴയ വിളി. ബുദ്ധൻ കണ്ണ് തുറന്നു എല്ലാവരും കൂടി ബുദ്ധനെ മഞ്ചലിൽ കിടത്തി. ജീവകന്റെ മാന്തോപ്പിലേക്ക് കൊണ്ടുപോയി. നാൽപ്പത്തിഒന്ന് ദിവസത്തെ ശ്രദ്ധയോടുള്ള ചികിത്സ കൊണ്ടും ശുശ്രൂഷകൊണ്ടും ബുദ്ധന് എഴുന്നേറ്റ് നടക്കാം എന്നായി. ഉത്സാഹം കിട്ടി. എന്നാൽ തപന്റെ മുഖം തെളിഞ്ഞില്ല. ഗൗരവത്തോടെ തന്നെ ജീവകനോട് പറഞ്ഞു: "ഇത് ഇവിടംകൊണ്ട് അവസാനിക്കില്ല. നമ്മൾ ജാഗ്രതയിൽ ഇരിക്കുകതന്നെ വേണം."

ജേതവനത്തിലോ ന്യഗ്രോധത്തിലോ വൈശാലിയിലോ താമസിക്കാം എന്ന് എല്ലാവർക്കും കൂടിത്തന്നെ ബുദ്ധനോട് പറഞ്ഞു. ബുദ്ധൻ വഴങ്ങിയില്ല.

"തഥാഗതന് ഭയപ്പെട്ട് ഒഴിയേണ്ട ഒരാവശ്യവും ഇല്ല."

എന്നാൽ, മറ്റൊരു ദിവസം രാത്രിയിൽ ബുദ്ധൻ കഴുകൻകുന്നിൽ ധ്യാനത്തിനായി ഇരുന്നപ്പോൾ മരത്തിന്റെ ഇടയിൽക്കൂടി ഒരു നിഴൽ കണ്ടു. സൂക്ഷിച്ചു നോക്കി. കയ്യിലൊരു വാളുമായിട്ട് ഒരു മനുഷ്യൻ. ബുദ്ധൻ നേരെ നോക്കിയപ്പോൾ ആ ആൾ വാള് മണ്ണിലിട്ട് ബുദ്ധനെ നമസ്കരിച്ചു. പതുക്കെ മന്ത്രിച്ചു:

"പ്രഭോ, മാപ്പ്, മാപ്പ്, മാപ്പ്."

"ആരാണ് നിങ്ങൾ? എന്തിനാണ് ഈ വാള് ഇവിടെ ഇട്ടത്?"

ആ മനുഷ്യൻ കാര്യം പറഞ്ഞു: "പത്തു തവണ ഞാൻ അങ്ങയെ വെട്ടുവാൻ വാളുയർത്തി. പക്ഷേ, കയ്യ് വരുന്നില്ല. അങ്ങയെ കൊല്ലുവാൻ വയ്യ എനിക്ക്."

"എന്തിനാണ് എന്നെ കൊല്ലുന്നത്?"

"ഒരാൾ ആവശ്യപ്പെട്ടതാണ്. ആളുടെ പേര് പറയാൻ വയ്യ."

"പേരൊന്നും പറയണ്ട. വേഗം കുന്നിറങ്ങി ഓടിക്കോളൂ. കോസലത്തിൽ പോയിട്ട് പേടികൂടാതെ ജീവിച്ചോളൂ. ഇവിടെ നിങ്ങൾക്കിനി ജീവനോടെ ഇരിക്കാൻ സാധിക്കില്ല." അയാൾ വാളെടുക്കാതെ വേഗം ഓടി.

തന്റെ പ്രവർത്തനങ്ങൾക്ക് തപൻ ജാഗ്രതയോടെ ഒരുങ്ങുകയാണ്. കോസലത്തിൽ പോയിട്ട് രാജാ പ്രസേനജിത്തിനെ കാണണം. വിജ്ഞാനകേന്ദ്രം സ്ഥാപിക്കേണ്ടതിനെപ്പറ്റി സംസാരിക്കണം. എന്നാൽ ബുദ്ധനുനേരെയുള്ള തുടർച്ചയായ ഈ വധശ്രമം കാണുമ്പോൾ വിട്ടുപോകുവാൻ വിഷമം തോന്നുന്നു. ബുദ്ധനെ കൊല്ലാനൊന്നും ആർക്കും കഴിയുകയില്ല. ശരീരപീഡ ഏൽപ്പിച്ചാലും ബുദ്ധിമുട്ടുതന്നെയല്ലേ.

തപൻ വേണുവനത്തിൽ പോയി ബുദ്ധനെ കണ്ടു:

"അങ്ങ് കുറച്ചുദിവസം ജേതവനത്തിൽ കഴിയുകയല്ലേ നല്ലത്?"

ബുദ്ധൻ ചിരിച്ചു. "പ്രിയസഹോദരാ, സമാധാനമായിട്ട് കോസലത്തിൽ പോയി പ്രസേനജിത്ത് രാജാവിനെക്കാണൂ. ഭാവികാര്യങ്ങളെപ്പറ്റി സംസാരിക്കൂ. തഥാഗതന് ഒരാപത്തും സംഭവിക്കുകയില്ല. ഭയപ്പെടേണ്ട." ബുദ്ധൻ തപന്റെ രണ്ട് കൈപ്പടങ്ങളും കൂട്ടിപ്പിടിച്ചു ആശ്ലേഷിച്ചു. തിരിഞ്ഞുനോക്കാതെ തപൻ നടന്നുനീങ്ങുന്നത് നോക്കിനിന്നു.

മുപ്പത്തിമൂന്ന്

കോസലരാജാവ് പ്രസേനജിത്തിനെ തപൻ ഇതിനു മുമ്പും കണ്ടിട്ടുണ്ട്. പക്ഷേ, ഒരു സൗഹൃദ ഭാഷണമൊന്നും ഉണ്ടായിട്ടില്ല. രാജാ ബിംബിസാരന്റെ പ്രതിനിധിയായിട്ട് പോയിട്ടുണ്ട് എന്നുമാത്രം. അന്ന് വളരെ ഊർജസ്വലനായിരുന്നു രാജാവ്. ഉള്ളിൽ നിറഞ്ഞ പാണ്ഡിത്യം

കൂടെക്കൂടെ പുറത്തുവരും. വാക്കുകളിലൂടെയും പ്രവൃത്തികളിലൂടെയും പെരുമാറ്റത്തിൽ മാന്യതയുടെ ഒരു പരിവേഷം. എന്നാൽ ഇപ്പോൾ കണ്ട പ്പോൾ ശാരീരികമായി മാത്രമല്ല മാനസികമായും വാർധക്യം ബാധിച്ചി ട്ടുണ്ട് എന്ന് തോന്നി. രാജ്യകാര്യങ്ങൾ മകനെ ഏൽപ്പിച്ച് സ്വസ്ഥമായിട്ടി രിക്കുവാൻ ബദ്ധപ്പെടുന്നതുപോലെ. അല്ലെങ്കിൽ, മഗധയിലെ ബിംബി സാരന്റെ ദുരനുഭവം തനിക്കും വരുമോ എന്ന് ഭയപ്പെടുന്നതുപോലെ. ഒരു സായാഹ്നത്തിലാണ് തപൻ കോസല രാജധാനിയിലെത്തിയത്. രാജാവ് സ്വീകരണമുറിയിൽത്തന്നെ ഉണ്ടായിരുന്നു. ഒരു മാന്യ അതി ഥിയെ എന്നപോലെ അദ്ദേഹം തപനെ സ്വീകരിച്ചു. വന്നകാര്യം പറയാൻ ഇടകിട്ടും മുമ്പ് ബുദ്ധനെപ്പറ്റി രാജാവ് പറഞ്ഞുതുടങ്ങി.

"ശ്രീബുദ്ധൻ ഇപ്പോൾ രാജഗൃഹത്തിൽത്തന്നെയില്ലേ?" ബുദ്ധനോ ടുള്ള ആദരവ് കാണിച്ച് അദ്ദേഹം കൈകൂപ്പിക്കൊണ്ടാണ് ചോദിച്ചത്.

"ഉവ്വ് പക്ഷേ, അദ്ദേഹം എവിടേയും അധികദിവസം നിൽക്കുകയി ല്ലല്ലോ. എപ്പോഴും സഞ്ചരിച്ചുകൊണ്ടിരിക്കും. പ്രഭാഷണങ്ങൾ നടത്തി ജനങ്ങളെ ഉദ്ബുദ്ധരാക്കും. യാത്ര മുഴുവൻ കാൽനടയായിട്ടുത്തന്നെ."

'എനിക്ക് ഇത്രയ്ക്ക് ആദരവു തോന്നിച്ച മറ്റൊരാളില്ല. ആദ്യം ഇവിടെ വന്നപ്പോൾ അദ്ദേഹത്തിന് മധ്യവയസേ ആയിരുന്നുള്ളു. എന്നാൽ, വാക്കു കളും പെരുമാറ്റവും മഹാജ്ഞാനിയുടേയും. നമ്മുടെ കാലത്തെ ഒരു മഹാത്ഭുതം തന്നെയാണ് ഈ ശ്രീബുദ്ധൻ! വഴി പിഴയ്ക്കാവുന്ന എത്ര യൗവനങ്ങളെയാണ് അദ്ദേഹം ധ്യാനത്തിന്റെയും ശ്വസനക്രിയകളുടെയും പ്രഭാഷണങ്ങളുടെയും വഴിയിലേക്ക് തിരിച്ചിട്ട് സന്മാർഗികളാക്കിയത്?"

"ശരിയാണ്."

"തപൻ ബുദ്ധന്റെ പ്രഭാഷണങ്ങൾ കേട്ടിട്ടില്ലേ?"

"ഉവ്വ്."

"നേരിട്ട് സംസാരിച്ചിട്ടുണ്ടോ?"

"ഉവ്വ്."

"ബുദ്ധൻ വേദങ്ങളെ നിഷേധിക്കുന്നു എന്ന് ചിലർ പറയുന്നത്?"

"വേദനിഷേധിയല്ല. ഓരോ കാലത്തും വേദത്തിൽ വന്നുകൂടുന്ന മാലിന്യങ്ങളെ നിഷേധിക്കുന്നുണ്ട്. ഉച്ചനീചത്വങ്ങൾ, യാഗങ്ങളിൽ ഹിംസ. ഗുണകർമ വിഭാഗങ്ങളിലാണ് ആദ്യം ചാതുർവർണ്യം ഋഷികൾ കണ്ടത് എങ്കിലും പിൽക്കാലത്ത് അത് മനുഷ്യരെ തമ്മിൽ അകറ്റാനും ജാതി തിരിച്ച് മേലും കീഴും ആക്കാനും തുടങ്ങിയപ്പോൾ ആ സങ്കൽപ്പം തന്നെ ജീർണിച്ചു. പിന്നെ, ബഹുദേവതാ വാദം. അതും വേദങ്ങളിൽ പിന്നീട് വന്നുകൂടിയതാവണം. അതിനെ ബുദ്ധൻ നിഷേധിക്കുന്നുണ്ട്. കർമഫ ലങ്ങളെ ഒട്ടും തള്ളിപ്പറയുന്നുമില്ല. ശരിയായ വാക്ക്, ശരിയായ ചിന്ത, ശരിയായ കർമം, ശരിയായ തിരിച്ചറിവ്. ചിന്തയുടെ ചേതനാരൂപമായ നിർത്താത്ത ഒഴുക്കാണ് മനസ്സ് എന്ന് ഒരു പ്രഭാഷണത്തിൽ പറഞ്ഞു. സത്യത്തിനാണ് പ്രഥമസ്ഥാനം. കാരുണ്യം എന്ന ആ വിശുദ്ധബോ

ധത്തെ മനുഷ്യനിലൂടെ പ്രവർത്തിച്ചു ശ്രീബുദ്ധൻ. അദ്ദേഹം ഹൃദയം കൊണ്ടാണ് നോക്കിയതും അനുഭവപ്പെടുത്തിയതും."

"ഇതിനെ തപൻ എങ്ങനെ കാണുന്നു?"

തപൻ ഒന്ന് മന്ദഹസിച്ചു. വിനീതഭാവത്തിൽ പറഞ്ഞു:

"ബുദ്ധൻ തീവ്രത തപസുചെയ്ത് കണ്ടെത്തിയ കാര്യങ്ങളാണ് പറയുന്നത്. അദ്ദേഹത്തിന് മറ്റൊരു സത്യത്തിന്റെ ആവശ്യമില്ല. അസാധാരണം എന്ന് നമുക്കു തോന്നാവുന്ന ഒരു സമഗ്രബോധമാണ് ബുദ്ധന്റേത്. എന്നാൽ, ഈ ബ്രഹ്മാണ്ഡം ഒറ്റയ്ക്കൊരു വ്യക്തിയുടെ കണ്ടെത്തലിൽ ഒതുങ്ങിനിൽക്കുന്നതല്ലല്ലോ. ബുദ്ധൻ ഭക്തിക്ക് ഒട്ടും സ്ഥാനം കൊടുക്കുന്നില്ല. അകളങ്കമായ കേവലഭക്തിക്കൊണ്ട് ഈ മാനസികാവസ്ഥയും മോചനവും ലഭിച്ച പലരും ഉണ്ടായിട്ടില്ലേ? ഇനിയും ഏതൊക്കെയോ വഴികളിലൂടെ സത്യം കൂടുതൽ വെളിപ്പെടാനും ഇരിക്കുന്നു. ഈ ആര്യമാർഗം ശ്രേഷ്ഠമായതുതന്നെ. എന്നാൽ, ഇതൊരു അവസാന വാക്കാണ് എന്ന് എനിക്ക് തോന്നിയിട്ടില്ല. മനഃശുദ്ധിയാണല്ലോ ലക്ഷ്യം. അതുണ്ടാക്കുന്ന ഏതുമാർഗവും നിഷേധിക്കേണ്ട എന്നാണ് എനിക്കു തോന്നിയത് ഇത് പുതിയതല്ല. ഇവിടെ ഉണ്ടായിരുന്നതാണ് എന്ന് ബുദ്ധൻ തന്നെ പറഞ്ഞിട്ടുണ്ട് ഇന്നലത്തെ പ്രഭാഷണത്തിൽ."

രാജാവിന് ഔത്സുക്യം വർധിച്ചു. കേട്ട് മതിയാവാത്ത വാക്കുകൾ?

"തപൻ ബുദ്ധനിൽനിന്ന് ദീക്ഷ വരിച്ചില്ല അല്ലേ?"

"ഇല്ല്യ. ധ്യാനവും വ്യായാമവും ആദ്യം മുതൽക്കേ ചെയ്യാറുണ്ട്."

"എങ്ങനെ അത് സാധിച്ചു?"

"ഇരുപത്തിനാല് വയസുവരെ ഞാൻ കപിലവസ്തുവിലായിരുന്നു. അവിടെ പർവതങ്ങളുടെ ഗുഹകളിൽ തപോനിഷ്ഠരായ മഹർഷിമാരുണ്ടായിരുന്നു. സിദ്ധാർഥനും ഞാനും അവരിൽനിന്ന് ശ്വാസനിയന്ത്രണത്തെപ്പറ്റിയും ധ്യാനത്തെപ്പറ്റിയും അറിഞ്ഞിരുന്നു. സിദ്ധാർഥൻ അന്നുതന്നെ സമാധ്യസ്ഥവരെ എത്തിയിരുന്നു."

"അപ്പോൾ, ശ്രീബുദ്ധനെ നേരത്തെതന്നെ അറിയാമെന്നാണോ?"

"വളരെ രസപ്രദമാണല്ലോ കാര്യങ്ങൾ. എന്തായിരുന്നു അന്നത്തെ ബുദ്ധന്റെ സമ്പ്രദായങ്ങൾ?"

"ബോധോദയസിദ്ധിക്കുള്ള എല്ലാ സൂചനയും ഉണ്ടായിരുന്നു സ്വഭാവത്തിൽ. അസാധാരണവും മനോഹരവും ആയിരുന്നു സിദ്ധാർഥന്റെ സ്നേഹവും പെരുമാറ്റവും."

"ഇത്ര അടുത്ത ബന്ധമുണ്ടായിട്ടും ദീക്ഷ വരിക്കണമെന്ന് തോന്നിയില്ലേ?"

"ഇല്ല്യ."

"ബുദ്ധൻ നിർബന്ധിച്ചതുമില്ല."

"ഇല്ല്യ."

"ഞാൻ അങ്ങയെ ബഹുമാനിക്കുന്നു തപൻ. ചോദിച്ചില്ല ഇവിടെ വന്നതിൽ പ്രത്യേകമായി വല്ല ഉദ്ദേശ്യവുമുണ്ടോ? എന്തായാലും പറയൂ."

തപൻ ഒരുനിമിഷം ആലോചിച്ചതിനുശേഷം പറഞ്ഞു:

"മഗധ ഭരിച്ചിരുന്ന രാജാ ബിംബിസാരന്റെ അനുഗ്രഹത്തോടെ ഞാൻ കന്യാകുബ്ജത്തിൽ പോയിട്ട് അവിടുത്തെ മഹാപണ്ഡിതന്മാരുടെ കീഴിൽ ഗണിതത്തിൽ മനനം നടത്തി."

"ഓ! എന്നിട്ട്?"

"ഇവിടെവന്ന് ഒരു വിജ്ഞാനകേന്ദ്രം സ്ഥാപിക്കണം എന്നായിരുന്നു. മോഹം. കന്യാകുബ്ജത്തിലെ പണ്ഡിതന്മാർ സഹായവും വാഗ്ദാനം ചെയ്തിരുന്നു. എന്നാൽ, തിരിച്ചെത്തിയപ്പോൾ കേട്ടത്, മഹാനായ ബിംബിസാരരാജാവിന്റെ ദാരുണമായ മരണവാർത്തയാണ്. ഇനി മഗധയിൽ നിൽക്കാൻ എനിക്ക് താൽപ്പര്യമല്ല. വിജ്ഞാനകേന്ദ്രം സാരനാഥത്തിലായാൽ നന്നാവും എന്ന് ശ്രീബുദ്ധൻ പറഞ്ഞു. അദ്ദേഹം ആദ്യത്തെ പ്രഭാഷണം നടത്തിയത് അവിടെയാണല്ലോ. ബുദ്ധന്റെ നിർദേശ പ്രകാരമാണ് ഞാൻ വന്നത്. അങ്ങയുടെ അധികാര പരിധിയിലാണല്ലോ ആ സ്ഥലം."

രാജാവ് ചാടി എഴുന്നേറ്റ് ഉത്സാഹത്തോടെ പറഞ്ഞു:

"വളരെ നല്ല കാര്യം തന്നെ. ഞാൻ പൂർണസമ്മതം തരുന്നു. സമ്മതം മാത്രമല്ല, അതിനാവശ്യമായ എല്ലാ സഹായവും. തപൻ, നമ്മുടെ ആളുകളും കുറച്ചെന്തെങ്കിലും പഠിക്കട്ടെ. വൈദ്യശാസ്ത്ര മഹോദധിയായ ആചാര്യ സുശ്രുതമഹാരാജ് കാശിയിലുണ്ടല്ലോ."

"ഉവ്വ്."

"കേട്ടിട്ടില്ലേ അദ്ദേഹത്തിന്റെ വൈദഗ്ധ്യത്തെപ്പറ്റി?"

"ഉവ്വ്. അനുഭവിച്ചിട്ടും ഉണ്ട്."

"അതെങ്ങനെ?"

"അദ്ദേഹം വളരെ വിദഗ്ധമായിത്തന്നെ എന്നെ ചികിത്സിച്ചിട്ടുണ്ട്."

രാജാവ് പിന്നേയും ആവേശംകൊണ്ടു.

"തപൻ, ഓരോ വാക്കിലും നിങ്ങൾ എന്നെ അത്ഭുതപ്പെടുത്തുകയാണല്ലോ. നിങ്ങളിൽനിന്ന് അറിയുവാൻ എനിക്ക് കുറേ കാര്യങ്ങളുമുണ്ട്."

അപ്പോൾ, കോസലരാജാവിന് ഒരു ദൂതൻ ബദ്ധപ്പെട്ട് വന്ന് ഒരു സന്ദേശം കൊടുത്തു– 'മഗധരാജാ അജാതശത്രു കാശിയെ ആക്രമിച്ച് പിടിച്ചടക്കുവാൻ പടനീക്കം തുടങ്ങി.' സന്ദേശം വായിച്ച് രാജാവിന്റെ മുഖം ചുവന്നു. പുരികങ്ങൾ വളഞ്ഞു. ഒരുനിമിഷം കഴിഞ്ഞ് അദ്ദേഹം പെട്ടെന്ന് എഴുന്നേറ്റ് തപന്റെ കൈകൾ കൂട്ടിപ്പിടിച്ച് ക്ഷമയാചിക്കുന്ന മട്ടിൽ പറഞ്ഞു: "അജാതശത്രു എന്റെ സഹോദരിയുടെ മകനാണ് എന്നത് ശരിതന്നെ. എന്നാലും ഈ ധിക്കാരം പൊറുക്കാൻ വയ്യ. തപൻ, കാശി ഞാൻ വിട്ടുകൊടുക്കില്ല. കുറച്ചുദിവസം ഇടതരണം. ഞാൻ തന്ന വാക്ക് പാലിക്കും. അഭിവന്ദ്യനായ ബുദ്ധനോടും ഭിക്ഷുക്കളോടും ഉടൻ ജേതവനത്തിലേക്ക് താമസം മാറ്റാൻ പറയണം. ജേതവനത്തിൽ കൂടുതൽ

വിഹാരങ്ങളുണ്ടാക്കാൻ ഞാൻ കൽപ്പന കൊടുക്കാം." തപനോട് വിട ചോദിച്ചിട്ട് രാജാവ് യുദ്ധഭൂമിയിലേക്ക് പുറപ്പെട്ടു.

തപൻ കോസലത്തിൽനിന്ന് തിരിച്ചുപോരുമ്പോൾ വിചാരിച്ചു: ഇതൊരു മായക്കാഴ്ചതന്നെ. മുന്നറിയിപ്പില്ലാതെ യുദ്ധം തുടങ്ങൽ. അതും സ്വന്തം അമ്മാമനോട്. അച്ഛനോടില്ലാത്ത ബന്ധം എന്തിന് അമ്മാമനോട് അല്ലേ? തപൻ കപിലവസ്തുവിൽ പോവാതെതന്നെ രഥം രാജ്ഗീറിലേക്ക് തിരിച്ചു. മഗധയിലെത്തിയ അന്നുതന്നെ തപൻ വേണുവനത്തിൽ വന്നു ബുദ്ധനെ കണ്ടു.

കോസലരാജാവ് പറഞ്ഞയച്ച കാര്യങ്ങൾ പറഞ്ഞു.

ബുദ്ധനും സംഘവും ജേതവനത്തിലേക്ക് പോകാൻ ഒരുങ്ങി.

നഗരത്തിൽ ആകെ സംഭ്രമമാണ്. എല്ലാ മുഖങ്ങളിലും ആശങ്ക, ഭയം, പരസ്പരം ഉച്ചത്തിൽ സംസാരിക്കുവാൻപോലും സങ്കോചം. എല്ലാ ദ്വാരങ്ങളിലും രഹസ്യം പതിയിരിക്കുന്നതുപോലെ. തപൻ ജീവകനെ അന്വേഷിച്ചു. അദ്ദേഹം മാന്തോപ്പിൽ വിശ്രമിക്കുകയാണ് എന്ന് വിവരം കിട്ടി. എന്തിനാണിപ്പോൾ ഈ സമയത്ത് ഒരു വിശ്രമം? വേഗം മാന്തോപ്പിലെത്തി. ജീവകൻ എഴുന്നേൽക്കാൻ വയ്യാത്ത വണ്ണം കിടക്കുകയാണ്. ശരീരത്തിൽ അവിടവിടെ ആഴത്തിൽത്തന്നെ മുറിവേറ്റിട്ടുണ്ട്.

"ഇതെങ്ങനെ പറ്റി?" തപൻ വേഗം അടുത്തുപോയി നിന്ന് കൈ പിടിച്ചു. ജീവകൻ ചിരിച്ചുകൊണ്ടാണ് പറഞ്ഞത്:

"എനിക്കും വധഭീഷണി."

"മുഴുവൻ പറയൂ." തപന്റെ ശബ്ദം കനത്തിരുന്നു.

"ബുദ്ധന് വയറ്റിന് കുറച്ച് തകരാറുണ്ടെന്ന് എനിക്ക് തോന്നിയിരുന്നു. ശ്രദ്ധിക്കണമെന്നും ഞാൻ പറഞ്ഞിരുന്നു. അദ്ദേഹം അത് കണക്കിലെടുത്തില്ല. അത് അന്വേഷിക്കാൻ വന്നതായിരുന്നു."

"എന്നിട്ട്?"

"കഴുകൻകുന്നിലേക്കുള്ള ഇടുക്കിൽ ഒരു ആയുധധാരി, ജഗൻ. ഭിക്ഷു ദേവദത്തന്റെ ആജ്ഞയാണത്രെ എന്നേയും കൊല്ലണം എന്ന്. അത്യാവശ്യം വാൾപ്പയറ്റൊക്കെ ഞാനും നോക്കിയിട്ടുണ്ടല്ലോ. എന്നാലും, എനിക്കെന്തോ, അവനെ കൊല്ലാൻ തോന്നിയില്ല. വാള് വലിച്ചെറിഞ്ഞു കൊടുത്തു."

"അപ്പോൾ?"

"അപ്പോളവൻ വിജികീഷുവിനെപ്പോലെ പറയുകയാണ്. ഭിക്ഷുദേവദത്തനു വേണ്ടി നിങ്ങളെ കൊന്നാൽ എനിക്കു കിട്ടുന്ന സ്ഥാനവും ലാഭവും എന്താണെന്നറിയുമോ? വളരെ വലുതാണ്. എന്നാലും ഞാനത് ചെയ്യുന്നില്ല. എന്റെ അച്ഛന്റെ പേരാണ് ജീവകൻ എന്ന്. അദ്ദേഹവും ഒരു വൈദ്യനായിരുന്നു."

തപൻ ഒന്ന് ഞെട്ടി. ജീവകനെ അമർത്തിപ്പിടിച്ചു. ജീവകൻ ഭാവവ്യത്യാസമില്ലാതെതന്നെ പറയുകയാണ്: "ഞാൻ ചോദിച്ചു എങ്ങനെ അറിഞ്ഞു എന്ന്. അവൻ അന്വേഷിച്ചു നടന്ന് പലരിൽനിന്നും അറിഞ്ഞ

താണത്രെ. അമ്മയ്ക്കെന്താണ് പേര് എന്ന് ചോദിച്ചപ്പോൾ അവന്റെ ക്രോധം മൂർച്ഛിച്ചു. എല്ലാ അമ്മമാരും രാക്ഷസികളാണ്. ഇവിടെയും ഒരു കാദംബരിയുണ്ട്. ഞാനവരെ രാക്ഷസി എന്നാണ് വിളിക്കുക. മക്കളെ വിൽക്കുന്നവരെ വേറെ എന്ത് പേര് പറയും?"

തപൻ പതുക്കെ ചോദിച്ചു: "പിന്നീട് ജഗനെ കണ്ടുവോ? അദ്ദേഹം തിരിച്ചറിഞ്ഞുവോ?"

"ഞാൻ അറിയിച്ചില്ല. പോകുമ്പോൾ അവൻ എന്നെ ശ്രദ്ധയോടെ സൂക്ഷിച്ചു നോക്കിയിരുന്നു."

ഒന്നുരണ്ടു നിമിഷം കഴിഞ്ഞ് ജീവകൻ മുഖം തിരിച്ച് സായാഹ്ന സൂര്യനെ നോക്കിക്കൊണ്ട് പതുക്കെ പറഞ്ഞു:

"രണ്ടുദിവസം മുമ്പ് സർവസൈന്യാധിപൻ ഇവിടെ വന്നിരുന്നു. പട നയിക്കുവാൻ ജഗനും പോവും എന്ന് പറഞ്ഞു."

രംഗം ലാഘവപ്പെടുത്തിക്കൊണ്ട് തപൻ ചോദിച്ചു:

"ഈ മുറിവുണങ്ങാൻ എത്ര ദിവസമെടുക്കും?"

"ഏത്? ശരീരത്തിന്റേയോ മനസിന്റെയോ?"

"രണ്ടും."

"ശരീരത്തിന്റേത് നാലുദിവസം കഴിഞ്ഞാൽ ശരിയാവും. മനസിന്റേത് അത് ഉണങ്ങുമോ തപൻ?"

"ഞാൻ ജഗനെ അനുനയിപ്പിച്ച് കാര്യം മനസിലാക്കിക്കൊടുക്കാം. എനിക്ക് വിശ്വസമുണ്ട്."

ജീവകൻ കിടന്നുകൊണ്ടുതന്നെ ഒന്ന് വെറുതേ ചിരിച്ചു.

"അത് നടന്നാൽ നന്നായി. എന്നാൽ, ജഗന് പടനയിക്കുവാനുള്ള അഭ്യാസമൊന്നും ആയിട്ടുണ്ടെന്ന് തോന്നിയില്ല. അവന്റെ സമയവും മഹാ മോശം. തിരിച്ചുവരാൻ വിഷമമാണ്."

വല്ലാത്ത ഒരു മൂകത അവിടെ വന്ന് മൂടി. അതിനെ ഭേദിച്ചുകൊണ്ട് തപൻ പറഞ്ഞു:

"ജീവകനെ ഞാൻ എന്റെ താമസസ്ഥലത്തേക്ക് കൊണ്ടുപോവുകയാണ്. യുദ്ധം തുടങ്ങുകയായി. ബുദ്ധനും സംഘവും രാജഗൃഹത്തിൽ നിന്ന് ഒഴിഞ്ഞുപോവുകയാണ്. ഇവിടെ ഒറ്റയ്ക്ക് കിടക്കുന്നത് സുരക്ഷിതമല്ല. ഞാൻ മഞ്ചൽ കൊണ്ടുവരാം."

ജീവകന് തടയുവാൻ ഇടകിട്ടുന്നതിനു മുമ്പ് തപൻ ഇറങ്ങി നടന്നു. വേഗം തന്നെ മഞ്ചലുമായി വന്ന് ജീവകനെ തപന്റെ മന്ദിരത്തിലേക്ക് കൊണ്ടുപോയി.

മുപ്പത്തിനാല്

യുദ്ധം തുടങ്ങിയപ്പോൾ ബുദ്ധനും സംഘവും മഗധവിട്ട് ശ്രാവസ്തിയിലേക്ക് വന്നു. വേദശാസ്ത്രപണ്ഡിതരായ സാരിപുത്രനും മൊഗല്ലാനനും പുതുതായി വന്ന ഭിക്ഷുക്കളെ ശ്രദ്ധയോടെ ബുദ്ധതത്വങ്ങളെ

പ്പറ്റി പഠിപ്പിച്ചു. അത് അനുഷ്ഠിക്കാനും നിർദേശങ്ങൾ നൽകി. ആദ്യം ബ്രഹ്മണരാണ് ബുദ്ധസംഘത്തിൽ കൂടുതലായി ഉണ്ടായിരുന്നത്. പക്ഷേ, പിന്നീട് അധഃസ്ഥിതരും തിരസ്കൃതരും ദുഃഖിതരുമായവരെയെല്ലാം മനുഷ്യരായി അംഗീകരിച്ച് അവരേയും മോക്ഷമാർഗത്തിലേക്ക് തിരിക്കുക എന്ന മഹത്തായ ദൗത്യം ബുദ്ധനിൽനിന്ന് ഏറ്റെടുത്ത് നടപ്പാക്കിയതും ബ്രഹ്മണരാണ്. ഭൂതകാലം, ജാതി, കുടുംബം, ധനസ്ഥിതി എന്നൊന്നും അവർ അന്വേഷിച്ചതേയില്ല. ഈ ആര്യമാർഗത്തെ സർവാത്മനാ സ്വീകരിക്കാൻ ആഗ്രഹിക്കുന്ന ആർക്കും ദീക്ഷവരിച്ച് ഭിക്ഷുസംഘത്തിൽ ചേരാം. ബുദ്ധൻ സാരിപുത്രനോടു പറഞ്ഞു:

"തഥാഗതന്റെ കണ്ടെത്തലുകൾക്കനുസൃതമായി ഭിക്ഷുക്കളുടെ മനസ്സ് ഉദ്ബുദ്ധമാക്കി സൂത്രങ്ങളുണ്ടാക്കി ഭിക്ഷുക്കളെ പഠിപ്പിക്കൂ."

സാരിപുത്രൻ സമ്മതിച്ചു. ദീർഘകാലത്തിലെ അഭ്യാസത്തിന്റെയും മനനശീലത്തിന്റെയും ശക്തിയിൽ അദ്ദേഹത്തിനത് എളുപ്പമുള്ളതായിരുന്നു.'ധർമചക്രത്തിരിച്ചിൽ' 'അഷ്ടമാർഗത്തെപ്പറ്റി' 'അനാത്മപ്രകൃതി' തുടങ്ങിയ സൂത്രങ്ങളും പിന്നെ, 'ശ്രമണേര സിദ്ധാന്തങ്ങളു' മെല്ലാം സാരിപുത്രൻ നിർമിച്ചു. അത് പഠിപ്പിക്കാൻ വേറെ വേറെ അധ്യാപകരെയും ഏർപ്പെടുത്തി. അധ്യാപനം സുഗമമായി നീങ്ങുകയായിരുന്നു. അതിനിടയിൽ ഒരു ദിവസം ഉച്ചയ്ക്ക് ഒരധ്യാപകൻ ഭക്ഷണം കഴിച്ച് പാത്രം കഴുകിയ സ്ഥലം വൃത്തിയാക്കാതെ പോയി. മറ്റേ അധ്യാപകനാണു പിന്നെ വന്നത്. അദ്ദേഹം ഇതുകണ്ട് ക്ഷുഭിതനായി. രണ്ടുപേർക്കും ക്ഷമ കുറവായിരുന്നു. ഇരുവരും അവനവന് അറിയാവുന്ന ക്ഷുദ്രപദങ്ങളൊക്കെ വിളിച്ചുപറഞ്ഞ് പരസ്പരം ശണ്ഠകൂടി. അപ്പോൾ ഓരോരുത്തരുടെ കീഴിലുള്ള വിദ്യാർഥികളും ചേരി തിരിഞ്ഞു. ശകാരങ്ങളും ഭീഷണികളുമായിട്ട് വിഹാരം ശരിക്കും മത്സരരംഗമായി. അനുരഞ്ജനത്തിന് സാരിപുത്രൻ ഇടപെട്ടു. അപ്പോൾ രണ്ടു ചേരിക്കാരും ഒന്നിച്ച് സാരിപുത്രനോട് തട്ടിക്കയറി അദ്ദേഹത്തെ പുറത്താക്കി. ബുദ്ധൻ ശ്രാവസ്തിയിൽ തന്നെ മറ്റൊരു ആശ്രമത്തിൽ പ്രഭാഷണം നടത്തുകയായിരുന്നു. ഈ അനിഷ്ടസംഭവം ആനന്ദനാണ് അവിടെ പോയി ബുദ്ധനെ അറിയിച്ചത്. അദ്ദേഹം വേഗം വന്നു. ഭിക്ഷുക്കളെ മുഴുവൻ വിളിച്ച് ഒരു പ്രഭാഷണം നടത്താൻ ബുദ്ധൻ ഒരുങ്ങി. അപ്പോൾ മത്സരക്കാരുടെ ഇടയിലുള്ള ഒരു മുതിർന്ന ഭിക്ഷു മുന്നിലേക്ക് വന്ന് പറഞ്ഞു:

"അങ്ങ് അങ്ങയുടെ കാര്യങ്ങൾ നോക്കിക്കൊള്ളൂ. ഇതിലൊന്നും ഇടപെടേണ്ട. ഇത് ഞങ്ങൾ നോക്കിക്കൊള്ളാം." അതു കേട്ടപ്പോൾ തന്റെ ഭിക്ഷാപാത്രവും മേൽവസ്ത്രവും എടുത്ത് ബുദ്ധൻ ആരോടുമൊന്നും പറയാതെ വിഹാരത്തിൽനിന്ന് ഇറങ്ങി നടന്നു. ആ പോക്കു കണ്ടിട്ട് എന്തെങ്കിലും ചോദിക്കുവാൻ ആനന്ദനുപോലും ധൈര്യമേ വന്നില്ല. ആനന്ദൻ തീർച്ചപ്പെടുത്തി. ബുദ്ധന്റെ മനോഗതങ്ങൾ നമുക്കറിയില്ല. കരുണാമയനാണ് അദ്ദേഹം. തിരിച്ചുവരാതിരിക്കില്ല. ക്ഷമയോടെ കാത്തിരിക്കുകതന്നെ. വിഹാരത്തിലെ ചേരിക്കുത്തിന്റെയും മത്സരത്തിന്റെയും

വാർത്തകൾ വായുവേഗത്തിൽ നാട്ടിൽ പരന്നു. നാട്ടുകാർ ഭിക്ഷുക്കളെ അകറ്റി നിർത്താൻ തുടങ്ങി. ഭിക്ഷകൊടുക്കാൻ പോലും പല കുടുംബക്കാരും മടിച്ചു. അപ്പോഴും മത്സരിക്കുന്ന ഭിക്ഷുക്കളുടെ വാക്കുകളിലെ ക്രോധാഗ്നി അടങ്ങിയില്ല.

ശുദ്ധോദനപ്രഭുവിന്റെ ശവസംസ്കാരം കഴിഞ്ഞ് പോകുന്നവഴി ജേതവനത്തിലെത്തിയപ്പോൾ ബുദ്ധനോട് സാരിപുത്രൻ പറഞ്ഞിരുന്നു.

"രാഹുൽ ഇനി ഇവിടെ നിൽക്കട്ടെ. നീതിവചനങ്ങളെപ്പറ്റിയും സൂത്രങ്ങളെപ്പറ്റിയും പഠിപ്പിക്കാം, മനസിന് ബലം കിട്ടും." ബുദ്ധൻ സമ്മതിച്ചു. സാരിപുത്രന്റെ ശിക്ഷണത്തിൽ നന്നാവും. നന്ദനും അവിടെത്തന്നെ നിന്നു.

സാരിപുത്രന് രാഹുലിനോട് ആദ്യം മുതൽക്കുതന്നെ ഒരു വാത്സല്യമുണ്ട്. ഇപ്പോൾ, രാഹുലിന്റെ സ്വഭാവമാറ്റത്തിൽ ബഹുമാനവും വന്നു തുടങ്ങി. ശ്വസനക്രിയകളിലും ധ്യാനത്തിലും രാഹുലിന് ഏകാഗ്രത കിട്ടിത്തുടങ്ങി. ആദ്യം ഉണ്ടായിരുന്ന വാചാലതയും എടുത്തുചാട്ടവും തീരെ പോയിട്ട് ഗൗരവം വന്നു. വാക്കുകൾ വളരെ കുറവായി. പറയുന്നതുതന്നെ അർത്ഥഗർഭമായവ. നന്ദനും സുനിതനും അടുത്തുവന്നാൽ എന്തെങ്കിലും ചിലത് പറയും. എന്നാൽ, പുല്ലാങ്കുഴൽ വാദനം നിർത്തിയില്ല. നീതിവചനാധ്യാപകൻ ഒരുതവണ അതിന് വിപരീതം പറഞ്ഞപ്പോൾ രാഹുൽ ഗൗരവം വിടാതെതന്നെ പറഞ്ഞു:

"എങ്കിൽ ഞാൻ ഈ ഭിക്ഷുസംഘത്തിൽ നിൽക്കുന്നില്ല."

ജേതവനത്തിലെ ഭിക്ഷുക്കൾക്ക് മറ്റാരേക്കാളും രാഹുൽ പ്രിയപ്പെട്ടവനായിക്കഴിഞ്ഞിരിക്കുന്നു. അവർ എല്ലാവരും കൂടി പറഞ്ഞു: "രാഹുൽ പോവരുത്."

ഭിക്ഷുധർമങ്ങളൊക്കെ യഥാസമയം ഭംഗിയായി തന്നെ ചെയ്തിട്ടാണ് രാഹുൽ ഓടക്കുഴലുമായി പുറത്തിറങ്ങുക. കാട്ടിലെവിടെയെങ്കിലും ഇരുന്ന് ഓടക്കുഴലൂതും. നന്ദനും സുനിതനും ചിലപ്പോൾ വേറെ ചിലരും ഒരുമിച്ച് വന്നിരിക്കും. അവർ പറയും: "ഇത് കേൾക്കുമ്പോൾ മറ്റെല്ലാം മറക്കുന്നു. അല്ലെങ്കിൽ, എല്ലാം ഓർക്കുന്നു."

അപ്പോഴാണ് സുനിതൻ മരക്കൊമ്പത്ത് നോക്കിയത്. പക്ഷികൾ ഇളകാതെ പുല്ലാങ്കുഴൽ നാദം കേട്ട് ചെവിയോർത്തിരിക്കുകയാണ്. അണ്ണാർക്കണ്ണന്മാർ ഓടിവന്ന് മുമ്പിൽ നിരന്നിരിക്കുന്നു. വാലുപോലും ഇളക്കാതെ കാട്ടിൽ മേയുന്ന പശുക്കൾ ഓടിവന്ന് അടുത്ത് നിൽക്കുന്നു. രാഹുൽ അവർക്കൊക്കെ വേണ്ടി സംഗീതം പൊഴിക്കുകയാണോ? അതിനിടയിൽ രാഹുൽ ചെറിയച്ഛന്റെ മുഖത്തേക്ക് നോക്കി. അവിടെ നിരാശ കട്ടപിടിച്ച് നിൽക്കുന്നു. അന്ന് രാഹുൽ പുല്ലാങ്കുഴലെടുത്ത് ഒരു അത്ഭുതവിദ്യ കാണിച്ചു. വാദനം തുടങ്ങി. പതുക്കെപ്പതുക്കെ അന്തരീക്ഷം മാറുന്നു എന്ന് നന്ദന് തോന്നി. കപിലവസ്തുവിലെത്തിയോ? നഗരവീഥികൾ കാണുന്നു. അത് ചെന്നെത്തുന്നത് എവിടെയാണ്. പെട്ടെന്ന് നന്ദൻ രാഹുലിനെ പിടിച്ചു: "രാഹുൽ!"

അന്ന് രാവിലെത്തന്നെ വിഹാരത്തിനുള്ളിൽ വാക്കേറ്റമായിരുന്നു. അസഭ്യവാക്കുകൾ ഉതിർക്കുകയാണ് രണ്ട് ഭാഗക്കാരും. രാഹുൽ അകത്തു വന്നു. ആകെ ഒന്ന് നോക്കി. പുല്ലാങ്കുഴലെടുത്തു. ശ്വാസം നീട്ടി വലിച്ച് സാവധാനത്തിൽ പുറത്തുവിടും. മനസിനെ ഒതുക്കി പുല്ലാങ്കുഴ ലൂതിത്തുടങ്ങി അവരുടെ ഇടയിൽ നിന്നുകൊണ്ടുതന്നെ. ആദ്യം കുറച്ചു സമയം മത്സരക്കാർ ശ്രദ്ധിച്ചില്ല. രാഹുലും വിട്ടില്ല. അതീവ ശ്രദ്ധയോടെ വാദനം ശക്തിപ്പെടുത്തി. അപ്പോൾ അകത്ത് ഇടിമുഴങ്ങുന്നുണ്ടെന്നു തോന്നി. മിന്നൽ വരുന്നുണ്ടല്ലോ. അകത്തൊക്കെ മഴ പെയ്യുകയാണോ? വാക് തർക്കത്തിന്റെ ഘനം കുറഞ്ഞു തുടങ്ങി. അവർ പുല്ലാങ്കുഴൽ നാദം. ശ്രദ്ധിക്കുകയാണ്. രാഹുൽ നിർത്തിയില്ല. മറ്റൊരു രാഗമെടുത്തു. ഒരു പുൽമേട്ടിലാണ് എല്ലാവരും എന്ന് തോന്നുന്നുവല്ലോ. പശുക്കൾ മേയുന്നു. തണുത്ത കാറ്റടിക്കുന്നു. അവിടെ കുട്ടികൾ കളിക്കുന്നു. അവർ സ്നേഹ പൂർവം ഓടിവന്ന് കെട്ടിപ്പിടിക്കുന്നു. ശകാരങ്ങളും ശാപവാക്കുകളും ഒട്ടും കേൾക്കാതെയായി. ഒരു ശബ്ദവുമില്ല, പുല്ലാങ്കുഴൽ നാദമല്ലാതെ. സാരിപുത്രൻ പതുക്കെ അകത്തേക്ക് കടന്ന് നോക്കി. ഈ സംഗീതത്തിൽ അലിഞ്ഞുകൊണ്ട് ഭിക്ഷുക്കൾ ഇളകാതെ നിൽക്കുകയാണ്. മത്സരിച്ചി രുന്ന രണ്ട് അധ്യാപകരും മുഖത്തോടുമുഖം നോക്കുന്നു. ഇതേവരെ അവർ അഭിമുഖമായി നിന്നിട്ടില്ല. പരസ്പരം നേർമുഖം കണ്ടപ്പോൾ അവർക്ക് ചീത്തവാക്കുകൾ വരുന്നില്ല. മറ്റാളിൽ അവനവനെത്തന്നെ കാണുകയാണോ. മത്സരകാരണം തന്നെ ഓർമവരുന്നുമില്ല. ഇരുവരും അടുത്തടുത്ത് ഇരുന്നു, തൊട്ടുരുമ്മിക്കൊണ്ട്. രാഹുൽ അത് കണ്ടു. പതു ക്കെപ്പതുക്കെ രംഗം മാറി വന്നു. പുല്ലാങ്കുഴൽ നാദം സാവധാനത്തിൽ നിന്നു.

കുറച്ചുസമയം വേണ്ടിവന്നു എല്ലാവരും ഒന്ന് ഉണരുവാൻ. സാരി പുത്രൻ പോലും ഇളകാതെ നിൽക്കുകയാണ്. കുറച്ചുകഴിഞ്ഞപ്പോൾ സാരിപുത്രൻ വന്ന് രാഹുലിനെ കെട്ടിപ്പിടിച്ചു. മത്സരിച്ചിരുന്ന രണ്ട് അധ്യാ പകരും രാഹുലിന്റെ അടുത്ത് വന്നു നിന്നു. "രാഹുൽ ഞങ്ങളുടെ ഗുരു നാഥനായിരിക്കുന്നു."

കുറെദിവസം കഴിഞ്ഞിട്ടാണ് ബുദ്ധൻ തിരിച്ചുവന്നത്. വൈശാലി യിലെ വിഹാരത്തിൽ ബുദ്ധൻ എത്തി എന്നറിഞ്ഞപ്പോൾ ആനന്ദൻ അവിടെ പോയി. ബുദ്ധനെ കൂട്ടിക്കൊണ്ടുവന്നു. ബുദ്ധന്റെ വരവ് ഭിക്ഷു ക്കളുടെ ഹൃദയങ്ങളിൽ ആഹ്ലാദം നിറച്ചു. പ്രസന്നവും കരുണാപൂരിതവും തേജോമയവും ആയിരുന്നു ബുദ്ധന്റെ മുഖം. ഏറ്റവും പിന്നിലായിരുന്നു രാഹുലും സുനിതനും നന്ദനും നിന്നിരുന്നത്.

സംഘത്തിന്റെ സ്വരചേർച്ചയിൽ താൻ വളരെ സന്തോഷിക്കുന്നു എന്ന് ബുദ്ധൻ എല്ലാവരോടുമായിട്ട് പറഞ്ഞു. അപ്പോൾ, മത്സരിച്ച രണ്ട് അധ്യാപകരും മുന്നിലേക്കുവന്ന് ബുദ്ധനെ വണങ്ങിയിട്ട് പറഞ്ഞു:

"രാഹുലാണ് ഞങ്ങളെ യോജിപ്പിച്ചത് ഭിക്ഷു രാഹുൽ!"

"അതെങ്ങനെ?"

"രാഹുലിന്റെ വേണുഗാനം ഞങ്ങളുടെ ഉള്ള് തുറപ്പിച്ചു."

ബുദ്ധൻ ചുറ്റും നോക്കി. "എവിടെ? രാഹുൽ എവിടെ?"

രാഹുൽ സാവധാനത്തിൽ ബുദ്ധന്റെ അടുത്തുവന്ന് നിന്നു. ബുദ്ധൻ നല്ലവണ്ണം നോക്കി. രാഹുലിനെ കണ്ടിട്ട് കുറേ നാളായിരുന്നു. പ്രായപൂർത്തി വച്ചു. ധ്യാനം കൃത്യമായി തെറ്റാതെ ചെയ്യുന്നുണ്ട് എന്നറിയിക്കുന്ന കണ്ണുകൾ പ്രകാശിക്കുന്നു. അപ്പോഴും ബുദ്ധന്റെ മനസിൽ എന്തോ ഒന്ന് ശക്തിയായി ഇളകി. രാഹുലിന് ഗോപയുടെ മുഖച്ഛായ തെളിഞ്ഞുവരുന്നുണ്ട് ആ മുഖത്ത്. അന്നുകണ്ട നിസ്സംഗതപോലും രാഹുലിന്റെ മുഖത്തുണ്ടാവുന്നു.

"ആ പുല്ലാങ്കുഴൽ കയ്യിലുണ്ടോ?" ബുദ്ധൻ സ്നേഹപൂർവം തന്നെയാണ് ചോദിച്ചത്. മറ്റെല്ലാവരോടും ചോദിക്കുന്നതുപോലെ.

"ഉവ്വ്."

"വിഹാരത്തിനുള്ളിൽ വച്ച് അത് വായിക്കരുത്. ഇവിടെ ധ്യാനത്തിനും ശ്വസനക്രിയകൾക്കും പ്രഭാഷണത്തിനും ഉള്ളതാണ്."

"ഉം." രാഹുൽ സമ്മതിച്ചു. പിന്നിൽത്തന്നെ പോയി നിന്നു. ഈ അഭിപ്രായം സംഘത്തിൽ അധികം പേർക്കും ഇഷ്ടപ്പെട്ടില്ല. ഇവിടെ വാക്തർക്കത്തിനുള്ള സ്ഥലമാണോ?" അവർ പതുക്കെ ചോദിച്ച് മുറുമുറുത്തു. അടുത്ത ദിവസം ബുദ്ധൻ ആവശ്യപ്പെട്ടപ്രകാരം സംഘത്തിന്റെ ഏറ്റവും മുതിർന്ന ഭിക്ഷുക്കളെല്ലാവരും കൂടി നാലുദിവസം ഇരുന്ന് ആലോചിച്ച് പരസ്പരം മൈത്രിക്കുവേണ്ടി 'സപ്താധികരണ സമത' എന്ന നീതിവചനമുണ്ടാക്കി ബുദ്ധന് സമർപ്പിച്ചു. ഏഴ് സിദ്ധാന്തങ്ങൾ. 'സമ്മുഖവിനയ, സ്മൃതിവിനയ, അമൃദ്ധവിനയ, തൽസ്വഭാവേശ്യ, പ്രതിജ്ഞാകാരക, യാദ്ഭൂയാസീകിവിനയ, തൃണാസ്താരക.' ബുദ്ധൻ അതിനെ അഭിനന്ദിച്ചു. സംഘത്തിൽ ഇനി ഒരു ശൈഥില്യമുണ്ടാവാതിരിക്കാൻ ഈ ഏഴ് സൂത്രങ്ങളും പഠിക്കണമെന്ന് സൂത്രാധ്യാപകനെ ഏൽപ്പിച്ചു. അപ്പോഴും ബുദ്ധൻ കണക്കുകൂട്ടി– ഈ ഇണക്കുത്തും മത്സരവും ഇനിയും ആവർത്തിച്ചേക്കും. ഇപ്പോഴും പല വിഹാരങ്ങളുടെ ഉള്ളും സ്വസ്ഥമല്ലാ എന്ന് അറിയുന്നുണ്ട്. ആദ്യകാലത്ത് സംഘപ്രവർത്തനത്തെപ്പറ്റി തപൻ സംശയിച്ചത് ഓർമവന്നു. തപന്റെ ദീർഘദർശിത്വം! അദ്ദേഹം ഭിക്ഷാപാത്രമെടുത്ത് പുറത്തേക്കിറങ്ങി. കാട്ടിലൂടെ ഒറ്റയ്ക്ക് നടക്കുവാൻ ഒരു സുഖമുണ്ട്. കുറേ നടന്ന് ഭിക്ഷയുടെ സമയമായപ്പോൾ തെരുവിലേക്കിറങ്ങി. തെരുവ് തീരെ ശൂന്യമായിക്കണ്ടു. വഴിയിലൊന്നും ആരുമില്ല. ഒരു വീടിന്റെ വാതിൽ പകുതി തുറന്ന് ഗൃഹനാഥൻ അടക്കിയ ശബ്ദത്തിൽ പറഞ്ഞു: "അകത്തുകടന്നിരിക്കൂ. വരൂ. അംഗുലീമാലൻ ഇറങ്ങിയിട്ടുണ്ട്. കണ്ടവരെ കൊല്ലും." ബുദ്ധൻ ഒന്ന് മന്ദഹസിച്ച് നേരെ നടന്നു, തന്റെ പതിഞ്ഞ ബദ്ധപ്പാടില്ലാത്ത കാൽവെപ്പുകളുമായിട്ട്. കുറച്ചുകഴിഞ്ഞപ്പോൾ പിന്നിൽ ആക്രോശം കേട്ടു:

"ഏയ് സന്യാസീ അവിടെ നിൽക്ക്."

അത് അംഗുലീമാലനാണ് എന്ന് തീർച്ചയായി. ബുദ്ധൻ ശ്രദ്ധി ക്കാതെ പിന്നേയും നടന്നു. അപ്പോൾ അംഗുലീമാലൻ മുന്നിലേക്കുവന്ന് തടഞ്ഞു.

"ഞാൻ പറഞ്ഞില്ലേ നിങ്ങളോട് നിൽക്കാൻ?"

"അംഗുലീമാലാ, ഞാൻ എന്നോ നിർത്തിക്കഴിഞ്ഞല്ലോ. നിർത്താ ത്തത് നിങ്ങളാണ്."

ബുദ്ധൻ അംഗുലീമാലന്റെ കണ്ണുകളിലേക്കുതന്നെ നോക്കിനിന്നു. അംഗുലീമാലൻ ഇളകാതെ നിൽക്കുകയാണ്. അയാൾ അമ്പരക്കുന്നു. ഈ സന്യാസിയുടെ കണ്ണുകളിൽ നക്ഷത്രങ്ങളുണ്ടോ! ഈ സന്യാസി എന്താ എന്നെ കണ്ട് പേടിച്ചോടാത്തത്? അയാൾ എന്റെ പേരു പറഞ്ഞു വല്ലോ. അപ്പോൾ എന്നെ അയാൾക്കറിയാം. എന്നിട്ടും ഭയപ്പെടുന്നുമില്ല. അനേകം മനുഷ്യരെ കൊന്നിട്ട് അവരുടെ വിരലെടുത്ത് കോർത്ത് മാല യിട്ട അംഗുലീമാലന് ബുദ്ധന്റെ കാരുണ്യത്തിനുമുമ്പിൽ നിൽക്കുവാൻ കഴിയുന്നില്ല. അയാൾ ചോദിച്ചു: "സന്യാസീ, നിങ്ങൾ എന്ത് നിർത്തി എന്നാണ് പറഞ്ഞത്?"

ബുദ്ധൻ അംഗുലീമാലന്റെ തൊട്ടടുത്തു നിന്ന് മുഖത്തേക്കുതന്നെ നോക്കിക്കൊണ്ടു പറഞ്ഞു:

"അംഗുലീമാലാ, എല്ലാ ജീവികളും ആഗ്രഹിക്കുന്നത് ജീവിക്കാനാ ണ്. ആ അവകാശം എന്തിനില്ലാതാക്കുന്നു? ഈ ലോകത്തിൽ സക ലർക്കും സമാധാനമുണ്ടാക്കാനാണ് ഞാൻ ശ്രമിക്കുന്നത്."

"മനുഷ്യരൊക്കെ ക്രൂരന്മാരാണ്. അവർക്ക് സ്നേഹമില്ല. ഞാനെ ന്തിനു പിന്നെ അവരെ സ്നേഹിക്കുന്നു? എല്ലാവരേയും കൊന്നൊടുക്ക ലാണ് എന്റെ ലക്ഷ്യം."

ബുദ്ധൻ ദയാവായ്പോടെ പറഞ്ഞു:

"അംഗുലീമാലാ, നിങ്ങൾക്ക് മനുഷ്യരിൽനിന്ന് എന്തോ വലുതായ വ്യഥയും വേദനയും സംഭവിച്ചിട്ടുണ്ട് എന്ന് ഞാനറിയുന്നു. അത് അവ രുടെ അറിവില്ലായ്മകൊണ്ട് വന്നതാണ്. ക്രൂരതയെ ക്രൂരതകൊണ്ട് ജയി ക്കാനാവില്ല. നിങ്ങൾ ഈ പണി നിർത്തണം. നിങ്ങൾക്ക് സമാധാനമു ണ്ടാവാനുള്ള വഴി ഞാൻ പറഞ്ഞുതരാം."

അംഗുലീമാലൻ നിന്നനിൽപ്പിൽ ഒന്നിളകി ആടി. ബുദ്ധനെ തന്നെ കണ്ണെടുക്കാതെ നോക്കി. ഇതെന്ത് മഹാത്ഭുതമാണ്. ഒരു കൊലപാത കിയെ ഭയപ്പെടാത്ത സന്യാസിയോ? പോരെങ്കിൽ എന്നെ നേരെയാക്കു വാനും ശ്രമിക്കുന്നു. ഇദ്ദേഹത്തിന്റെ കണ്ണുകൾ ഇപ്പോൾ നീലക്കടൽ പോലെ തോന്നുന്നു. ഇതാരാണ്? അംഗുലീമാലൻ ഒരടി മുന്നിലേക്കു നിന്നിട്ട് അത്ഭുതവും ആദരവും കൊണ്ട് വിറയ്ക്കുന്ന ശബ്ദത്തിൽ ചോദിച്ചു:

"പ്രഭോ, അങ്ങ് നാട്ടുകാരൊക്കെ ആദരിക്കുന്ന ഗൗതമബുദ്ധ നാണോ?"

ശ്രീബുദ്ധൻ പുഞ്ചിരിച്ച് മുഖം ചെരിച്ച് സമ്മതിച്ചു. അംഗുലീമാലൻ തന്റെ കയ്യിലുള്ള രക്തക്കറ പറ്റി ഇരുണ്ട കഠാര വലിച്ചെറിഞ്ഞ് വിറയ്ക്കുന്ന ചുണ്ടുകളോടെ പറഞ്ഞു: "ഇതെന്തൊരു മഹാത്ഭുതമാണ്! പക്ഷേ മഹാപ്രഭോ, സമയം വല്ലാതെ തെറ്റിപ്പോയല്ലോ. ഞാൻ എന്റെ ഈ സംഹാരത്തിന്റെ വഴിയിലൂടെ മടങ്ങിപ്പോവാൻ പറ്റാത്തത്ര ദൂരത്തിലെത്തിക്കഴിഞ്ഞു."

"ഇല്ല്യ. സൽപ്രവൃത്തിക്ക് ഇനിയും എത്രയോ സമയവും അവസരവും ഉണ്ട്."

"ഏത് സൽപ്രവൃത്തിയാണ് അങ്ങുദ്ദേശിക്കുന്നത്?"

"ഈ കൊടും ഹിംസയുടെ വഴി വിടണം. ജീവിതത്തിലേക്കു തിരിച്ചുവരണം."

അംഗുലീമാലൻ മുഖം താഴ്ത്തിക്കൊണ്ടു തന്നോടുതന്നെ ഒരു പരിഹാസച്ചിരി ചിരിച്ചു.

"ഗൗതമാ, ഞാൻ ആഗ്രിച്ചാൽ തന്നെ അത് നടക്കില്ല. ഞാൻ ചെയ്തുകൂട്ടിയത് അങ്ങനത്തെ പണിയല്ലേ?"

ശ്രീബുദ്ധൻ അടുത്തേക്ക് നീങ്ങി അംഗുലീമാലന്റെ കൈപിടിച്ചു.

"സഹോദരാ, അങ്ങ് ഒരുക്കമാണെങ്കിൽ ഞാൻ അങ്ങയെ വഴിതിരിച്ചുവിടാം. പക്ഷേ, ഉള്ളിൽ ഉറപ്പുവേണം കഴിഞ്ഞതൊന്നും ആവർത്തിക്കില്ല എന്ന്. എനിക്കൊരു സംശയവുമില്ല, അങ്ങ് ഇതിൽ വിജയിക്കും."

ബുദ്ധന്റെ സ്പർശനം അംഗുലീമാലനെ അടിമുടി ഇളക്കിമറിച്ചു. അയാൾ ബുദ്ധന്റെ പാദങ്ങളിൽ കമിഴ്ന്നു കിടന്നു തേങ്ങിത്തേങ്ങി കുറേയങ്ങോട്ടു കരഞ്ഞു. കുറച്ചുകഴിഞ്ഞ് മുഖമുയർത്തി. ബുദ്ധൻ ഇളകാതെ നിൽക്കുകയാണ്. അംഗുലീമാലൻ പിന്നീട് തേങ്ങൽ അമർത്തി പറഞ്ഞു:

"പ്രഭോ, ഞാൻ ശപഥം ചെയ്യുന്നു. അങ്ങയുടെ കാരുണ്യത്തിന്റെയും വിശുദ്ധിയുടെയും പാത ഞാൻ ശീലിച്ചുകൊള്ളാം. അങ്ങയുടെ ഒരു എളിയ ശിഷ്യനായിട്ട് എന്നെ സ്വീകരിക്കണേ."

അവർ ആ തെരുവിലൂടെ നടന്നു. സംഹാരരുദ്രനായി കഠാരയും കൊണ്ട് അട്ടഹസിച്ചു നടന്നിരുന്ന അംഗുലീമാലൻ ഒരു പാവം ആട്ടിൻകുട്ടിയെപ്പോലെ കണ്ണീരൊലിപ്പിച്ച് ബുദ്ധന്റെ പിന്നാലെ നടക്കുന്ന അത്ഭുതക്കാഴ്ച ശ്രാവസ്തിയിലെ ജനങ്ങൾ വീട്ടിലെ പകുതി തുറന്ന ജാലകത്തിനിടയിലൂടെ നോക്കിക്കണ്ടു. ആ കാഴ്ചയെ അവർക്ക് വിശ്വസിക്കുവാൻ സാധിച്ചില്ല ആദ്യം.

ബുദ്ധനും അംഗുലീമാലനും നടന്നുപോകുമ്പോൾ നഗരകവാടത്തിൽ ആയുധധാരികളായ സൈനികരെയും ബദ്ധശ്രദ്ധനായ പ്രസേനജിത്ത് രാജാവിനെയും കണ്ട് ബുദ്ധൻ ചോദിച്ചു: "മഹാരാജൻ, എന്താണ്, ഇനിയും ആക്രമണങ്ങളുണ്ടാവുന്നുണ്ടോ?"

"പുറമേ നിന്നുള്ള ആക്രമണമല്ല പ്രഭോ. ആ അംഗുലീമാലൻ തെരുവിലിറങ്ങിയിട്ടുണ്ട്. അയാളെ നേരിടാനാണ്. നിരപരാധികളായ എത്രപേർ ഇന്ന് കൊല്ലപ്പെടും ആവോ."

"അങ്ങയ്ക്ക് ഉറപ്പുണ്ടോ, അംഗുലീമാലൻ ആക്രമിയും കൊലപാതകിയും ആണെന്ന്?"

"പ്രഭോ അവന്റെ ക്രൂരത പറഞ്ഞാലാവില്ല. അവനെ കൊന്നാലല്ലാതെ നാട്ടിൽ സ്വൈരമുണ്ടാവില്ല."

ബുദ്ധൻ അംഗുലീമാലനെ മുന്നിലേക്ക് നീക്കി നിർത്തി.

"ഇതാ, ഇതാണ് അംഗുലീമാലൻ. ഇദ്ദേഹം ദീക്ഷ വരിച്ചിരിക്കുന്നു. പഴയ അംഗുലീമാലൻ ഇനി ഇല്ല. എന്നെപ്പോലെ ഒരു ഭിക്ഷുവാണിപ്പോൾ ഇദ്ദേഹം."

രാജാവ് ശരിക്കും ഒന്ന് ഭയന്ന് ഞെട്ടി. അപ്പോൾ ബുദ്ധൻ സമാധാനിപ്പിച്ചു.

"പേടിക്കേണ്ട, ഇദ്ദേഹം ഇന്ന് 'അഹിംസക'നാണ്, ഹിംസയില്ലാത്തവൻ. ശാന്തൻ."

രാജാവ് അഹിംസകന്റെ മുമ്പിൽ കൈകൂപ്പി. അതിനുശേഷം തിരിഞ്ഞ് ബുദ്ധനെ വണങ്ങി പറഞ്ഞു:

"മഹാപ്രഭോ, അങ്ങയുടെ ഈ കാരുണ്യത്തെയും ഗുണങ്ങളെയും ഞാൻ എങ്ങനെയാണ് കീർത്തിക്കേണ്ടത്? ഒരു രാജ്യത്തെ സൈന്യത്തിനു കഴിയാത്ത കാര്യം അങ്ങ് ഒറ്റയ്ക്ക് അങ്ങയുടെ ഹൃദയവിശാലതകൊണ്ടും സഹാനുഭൂതികൊണ്ടും സാധിച്ചിരിക്കുന്നു!"

അഹിംസകൻ അപ്പോഴും ബുദ്ധദേവന്റെ മുഖത്തേക്ക് നോക്കി. കലർപ്പില്ലാത്ത ദയാവായ്പും ശാന്തതയും തന്നെയാണ് ഇപ്പോഴും അവിടെ. ഇനിയും അനേകം അംഗുലീമാലന്മാരെ അഹിംസകന്മാരാക്കാവുന്ന അറ്റമില്ലാത്ത സ്നേഹവായ്പ്!

മുപ്പത്തിയഞ്ച്

മഗധ കോസലയുദ്ധം ആറുമാസത്തിലധികം നീണ്ടുനിന്നു. കാശി മനുഷ്യരുടെയും നാൽക്കാലികളുടെയും ശവപ്പറമ്പായി. കോസലരാജാവ് മഗധരാജാവിനെ തോൽപ്പിച്ച് ബന്ധനസ്ഥനാക്കി. യുദ്ധഭൂമിയിലെ ആ ശവക്കൂമ്പാരങ്ങൾക്കിടയിൽ അറുപത് വയസിനോടടുത്ത ഒരു വൃദ്ധൻ ശ്രദ്ധയോടെ എന്തോ തെരഞ്ഞ് നടക്കുന്നുണ്ട്. അസ്തമിക്കുന്ന നിലാവിന്റെ നേരിയ വെളിച്ചമേ ഉണ്ടായിരുന്നുള്ളു. അയാൾക്ക് ഭയമില്ല. പിൻമടക്കവും ഇല്ല. ഓരോ ശരീരവും തെരഞ്ഞു തെരഞ്ഞു നോക്കുന്നുണ്ട്. ഓരോ മുഖത്തിനു മുമ്പിലും കുനിഞ്ഞ് ശ്രദ്ധയോടെ പരിശോധിക്കുന്നുണ്ട്. അപ്പോൾ ആ ഭീകരതയുടെ ഒരറ്റത്തുനിന്ന് നേർത്ത ഞരക്കം കേട്ടു. അദ്ദേഹം തല ഉയർത്തിനോക്കി. ശവശരീരങ്ങളുടെ ഇടയിലൂടെ കവച്ചുവെച്ചുകൊണ്ട് ആ ചോരച്ചാലിലൂടെ ബദ്ധപ്പെട്ട് നടന്നു. ഇടയിൽ എന്തോ തടഞ്ഞ അവിടെ കാലുതെറ്റി ഒന്ന് ഇരുന്നു. അതൊരു കുതിരയുടെ ശവമായിരുന്നു. അദ്ദേഹം നല്ലവണ്ണം കുനിഞ്ഞു നോക്കി. രാജാബിംബിസാരന്റെ പ്രിയപ്പെട്ട കുതിര– 'വിക്രാന്ത്'. ഒന്ന് തൊട്ടുനോക്കി. ഇല്ല–

ശ്വാസം നിന്നിരിക്കുന്നു. കുതിരച്ചോരയുടെ രൂക്ഷഗന്ധം. അദ്ദേഹം പിന്നേയും ആ ശവങ്ങളെ ചാടിക്കടന്ന് ആ ഞരക്കത്തിന്റെ അടുത്തേക്ക് കുതിച്ചു. മരണത്തിലേക്ക് ഇഴഞ്ഞെത്തുന്ന ആ ഞരക്കത്തിനടുത്തെത്തി. ആസമയത്ത്, താൻ അന്വേഷിച്ചു വന്നത് ആരെയാണെന്നോ, ജീവനോടെ അയാളെ കാണാമെന്നോ ഒക്കെ ഒരുനിമിഷം മറന്നു. ആ ശബ്ദത്തിന്റെ ഉടമയെ വലിച്ചുവാരി എടുത്തു. ആ ശബ്ദം നേർത്തു വരുന്നുണ്ട്. കഷ്ടിച്ച് മനസിലാവുന്ന രീതിയിൽ ശബ്ദിക്കുന്നു.

"വെള്ളം വെള്ളം....."

ആ യുവാവിനേയും ഏറ്റിനിന്ന് അദ്ദേഹം നാലുപുറവും ഒന്ന് നോക്കി. ചുറ്റും വിറങ്ങലിപ്പിക്കുന്ന ഒരു ഭീകരത. ഇവിടെ എങ്ങനെ കിട്ടും ഒരു തുള്ളി വെള്ളം? ഏതായാലും അദ്ദേഹം അയാളേയും ഏറ്റിക്കൊണ്ട് ആ ശവപ്പറമ്പ് കടന്നു. ഗംഗാനദി തേങ്ങിത്തേങ്ങിക്കരയുകയാണെന്ന് തോന്നി. അങ്ങോട്ട് നീങ്ങിക്കൊണ്ടിരുന്നു. അപ്പോൾ ഒരാൾ പിന്നിൽവന്ന് ചുമലിൽ തൊട്ട് വിളിച്ചു: "ജീവകൻ."

അദ്ദേഹം അത്ഭുതപ്പെട്ടില്ല. ഏതാപത്തിലും ദൈവദൂതനെപ്പോലെ രക്ഷയ്ക്കെത്താറുള്ള തപൻ!

ജീവകൻ ബദ്ധപ്പെട്ട് പറഞ്ഞു: "തപൻ, ഉടൻ കുറച്ച് വെള്ളം വേണമല്ലോ."

തപൻ ഓടി. രഥത്തിൽനിന്ന് ജലപാത്രവുമായി വന്നു.

"ഗംഗാജലം തന്നെയാണ്."

ചുമലിലേറ്റിയ ആ യുവാവിനെ ജീവകൻ പരിശുദ്ധ ഭൂമിയിൽ കിടത്തി. അരണ്ടവെളിച്ചത്തിലും ഇരുവരും ആ മുഖം തിരിച്ചറിഞ്ഞു. ജീവകൻ ആ വരണ്ട ചുണ്ടിലേക്ക് വെള്ളം ഉറ്റിച്ചപ്പോൾ ചുണ്ടുകൾ വിടർന്നു. അയാൾ കുടുകുടെ കുറേ വെള്ളം കുടിച്ചു. കണ്ണുതുറക്കാൻ ബലമായി ശ്രമിക്കുമ്പോൾ രണ്ട് കണ്ണുകളിലൂടെയും ചോര ഒഴുകി. എന്നിട്ടും അയാൾ ശബ്ദം പുറപ്പെടുവിച്ചു. "ആരാ?"

"ഞാനാണ് കുട്ടാ, നിന്റെ അച്ഛൻ തന്നെ."

ജീവകന്റെ ശബ്ദത്തിൽ ഗദ്ഗദം കലർന്നു. അപ്പോൾ ജീവിതം വറ്റിത്തീർന്ന് ആ ഹതഭാഗ്യന്റെ അത്ഭുതാഹ്ലാദം കലർന്ന അവസാനവാക്കുകളും തപൻ കേട്ടു:

"അച്ഛനോ? എന്റെ അച്ഛനോ? എന്റെ അച്ഛൻ! ഹായ്... അച്ഛാ..." ജീവകന് എന്തെങ്കിലും പറയാൻ ഇടകിട്ടും മുമ്പുതന്നെ ആ യോദ്ധാവിന്റെ തല ഒരുവശത്തേക്കു ചെരിഞ്ഞു. എല്ലാ ശബ്ദവും നിന്നു.

ജീവകൻ തപന്റെ കൈകളിൽ ബലമായി പിടിച്ചു. പിടി പിന്നേയും മുറുക്കി. പിന്നെ ഒരു ദീർഘശ്വാസം വിട്ടു. ആ മണ്ണിൽ ചേതനയറ്റു കിടക്കുന്ന മുഖത്തേക്ക് ഒന്നുകൂടി നോക്കി.

"തപൻ, ഇവൻ ഈ ഭൂമിയിലേക്ക് ആദ്യം വരുമ്പോൾ വീണതും എന്റെ കൈകളിലേക്കായിരുന്നു. അവിടെ സഹായത്തിനൊന്നും അന്ന് വേറെ ആരും ഇല്ലായിരുന്നു. ഇപ്പോൾ അവസാനവും...."

തപൻ ജീവകനെ പിടിച്ച് എഴുന്നേൽപ്പിച്ചു. ആ പടനായകന്റെ ജഡം രഥത്തിലേക്കെടുത്ത് കിടത്തി. രണ്ടുപേരും കൂടി മണികർണികാ ഘട്ടിലെത്തിച്ചു. അവിടെ ചിത കൂട്ടി സംസ്കരിച്ചു. എല്ലാം കത്തിയടങ്ങിയപ്പോൾ രണ്ടുപേരും തിരിച്ചുപോന്നു. വീണ്ടും രഥത്തിലിരുന്നപ്പോഴാണ് ജീവകൻ ചോദിച്ചത്, "തപൻ ഇപ്പോൾ ഇവിടെ വന്നത്?"

"ജീവകനെ അവിടെ അന്വേഷിച്ചപ്പോൾ എവിടെപ്പോയി എന്ന് ആർക്കും അറിയില്ല. ഇവിടെയാവും എന്ന് ഊഹിച്ചു."

തപൻ പുറത്തേക്ക് നോക്കിക്കൊണ്ടിരുന്നു. പുതിയ ഒരുദിവസം നിവർത്തുവാൻ ഒരുങ്ങുകയാണ് സൂര്യദേവൻ.

"സാരനാഥ് ഇവിടെ അടുത്താണല്ലോ അല്ലേ?"

"ഉം കുറച്ച് തെക്കോട്ടു പോകണം. യുദ്ധം സർവനാശം വരുത്തിയിട്ടുണ്ടെങ്കിലും താൻ പറഞ്ഞ വാക്ക് പാലിക്കാതിരിക്കില്ലെന്ന് രാജാ പ്രസേനജിത്ത് പറഞ്ഞു. സർവകലാശാലയുടെ പുരപ്പണി നാളെ തുടങ്ങും."

"ദക്ഷിണദേശങ്ങളിൽ ശാസ്ത്രവിഷയങ്ങൾ അറിഞ്ഞ് അഭ്യസിക്കുന്ന പണ്ഡിതന്മാരുണ്ട്. വിദ്യയുടെ മഹത്വം അറിഞ്ഞവർ. അവരെക്കൂടി ഉൾപ്പെടുത്തുന്നത് നന്നാവും."

മുഖം തുടച്ച് കണ്ഠശുദ്ധി വരുത്തിക്കൊണ്ട് ജീവകനാണ് പറഞ്ഞത്, കഴിഞ്ഞതൊക്കെ മറക്കാനെന്നപോലെ.

"ഞാൻ അവിടെയൊക്കെ പോയി. പലരേയും കണ്ടു. എനിക്കു മനസിലായത്. അവരൊക്കെ പ്രമാണീകരിക്കുന്നത് ഈ കന്യാകുബ്ജമാർഗമാണ് എന്നും തോന്നി."

അവർ സാരനാഥത്തിലെത്തി. രഥം നിന്നു. ഇരുവരും ഇറങ്ങി നേരെ നടന്നു. പിന്നെ രണ്ടുവഴിക്ക് തിരിഞ്ഞു.

കപിലവസ്തുവിലും സംഘർഷം മുക്കുകയായിരുന്നു. പ്രഭു മഹാനാമന്റെ ഭരണത്തിൽ ജനങ്ങൾ ഒട്ടും തൃപ്തരായിരുന്നില്ല. മഹാനാമന് സൗഹൃദത്തിന്റെയോ മാന്യതയുടെയോ രീതി അറിയില്ല. കൂടെക്കൂടെ യുദ്ധപ്രഖ്യാപനവുമുണ്ട്. ഇപ്പോഴും അത് ആവർത്തിച്ചുകഴിഞ്ഞു- ആദ്യം കോലിയരുമായിട്ട്? തന്റെ ജന്മദേശം യുദ്ധഭൂമിയാവുകയായി എന്ന് യശോധര അറിഞ്ഞു. യശോധരയെ വേഗം തന്നെ അവിടന്ന് കൊണ്ടുവരണം എന്ന് തപനും വന്ദനയും തീർച്ചപ്പെടുത്തി. മഗധയുടെ കൊടിയടയാളമുള്ള രഥത്തിലാണ് തപൻ വന്ദനയോടൊപ്പം പോയത്. വർഷങ്ങൾക്കു മുമ്പ് പൂർണ അബോധാവസ്ഥയിൽ അവിടെ നിന്ന് പോന്നതാണ് തപൻ. ഇനി ഇങ്ങനെ ഒരു വരവുണ്ടാവും എന്നുതന്നെ വിചാരിച്ചിരുന്നില്ല. ഈ വഴികൾക്കൊന്നും ഒരു മാറ്റവും ഇല്ല. സിദ്ധാർഥന്റെ കൂടെ എത്രയോ തവണ നടന്ന വഴികൾ. ഇപ്പോൾ ഇവിടെയുള്ള അവസാനത്തെ കണ്ണികൂടി പറിച്ചുകൊണ്ടുപോകാനാണല്ലോ ഈ വരവ്. രഥം നഗരവാതിൽ കടന്നു. വീഥികൾക്കിരുവശത്തുനിന്നുകൊണ്ട് ജനങ്ങൾ അത്ഭുതത്തോടെ നോക്കുന്നതു മനസിലായി. രഥത്തിൽ നിന്നിറങ്ങിയിട്ട് തപനും വന്ദനയും നടന്ന് കൊട്ടാരത്തിലെത്തി. അവിടെ പരിചിതമുഖങ്ങളൊന്നും കണ്ടില്ല.

കുറച്ചുകഴിഞ്ഞപ്പോൾ യശോധര ചിരിച്ചുകൊണ്ടുതന്നെ വന്ന് എതിരേറ്റ് മാളികയിലേക്ക് ഇരുവരേയും കൂട്ടിക്കൊണ്ടുപോയി.

"തപനെ കണ്ടിട്ട് മുപ്പത്തഞ്ചുകൊല്ലം കഴിഞ്ഞു."

ജാലകത്തിലൂടെ പുറത്തേക്കു നോക്കിക്കൊണ്ടു മിണ്ടാതിരുന്ന തപനോട് യശോധര പറഞ്ഞു. മുഖം തിരിച്ച് യശോധരയെ നോക്കി തലകുലുക്കി സമ്മതിച്ചു തപൻ.

"ഉവ്വ്. മനുഷ്യായുസ്സിനെ നോക്കുമ്പോൾ അത് അത്ര വലിയ കാലമൊന്നുമല്ലല്ലോ."

യശോധര വേഗം അവരുടെ കിടപ്പറയിൽ പോയി വന്ന് തപന്റെ മുമ്പിൽ കൈ നിവർത്തിക്കാണിച്ചു.- തിളങ്ങുന്ന ഒരു സ്വർണമാല! തപൻ ഒന്ന് നോക്കി. തിരിച്ചറിഞ്ഞു. ഒന്ന് അമർത്തിമൂളി.

"ഊം."

"ഇത് തിരിച്ചു തരുവാനുള്ള യോഗം ഉണ്ടാവില്ലേ എന്നുകൂടി ഭയപ്പെട്ടിരുന്നു. ആ പുല്ലിൽ വീണു കിടന്നിരുന്നതാണ്."

"അത് അത്രയ്ക്ക് പരിശുദ്ധമായതാണല്ലോ. മുപ്പത്തഞ്ചുകൊല്ലം അത് പാവനമായ ഒരു കയ്യിൽത്തന്നെ ഇരിക്കുകയും ചെയ്തു."

തപൻ യശോധരയെതന്നെ നോക്കി ഇരിക്കുകയാണ്. ഒരു തപസ്വിനിയുടെ നിസ്സംഗതയുണ്ട് ആ മുഖത്ത്. എന്നിട്ടും യശോധര സുന്ദരി തന്നെ. ഈ ശുഭ്രവസ്ത്രം അവർക്ക് അത്രമാത്രം ഇണങ്ങുന്നു.

വന്ദന യശോധരെ കെട്ടിപ്പിടിച്ചുകൊണ്ട് നിന്നുകൊണ്ടുതന്നെ പറഞ്ഞു: "നിന്നെ കൂട്ടിക്കൊണ്ടുപോകുവാൻ വന്നതാണ് ഞങ്ങൾ. ഇനി മുതൽ നീ ഞങ്ങളുടെ കൂടെ നിന്നാൽ മതി."

"മഗധയിലേക്കോ? അതുവേണ്ട."

"അല്ല കാശിയിലേക്കാണ്. നമുക്കവിടെ താമസിക്കാം."

"കൗശികി മരിച്ചു. പക്ഷേ, വൃദ്ധനായ ചന്ദനുണ്ട് ഇവിടെ."

"ചന്ദനെ നമ്മൾ കൂടെ കൊണ്ടുപോകുന്നുണ്ട്."

യശോധര ഒരു മായക്കാഴ്ച കാണുന്നതുപോലെ വന്ദനയെയും തപനെയും മാറിമാറി നോക്കി. തപൻ ശബ്ദം താഴ്ത്തി ചോദിച്ചു: "സമ്മതം തന്നെയല്ലേ ഈ അഭിപ്രായം?"

യശോധര പതുക്കെ മുഖം താഴ്ത്തി. പിന്നെ തലകുലുക്കി സമ്മതിച്ചു. "ഞാൻ വരാം."

കൊട്ടാരത്തിനു പുറത്തുള്ള പഴയ ധർമശാലയിൽ പോകേണ്ട എന്നാണാദ്യം തപൻ വിചാരിച്ചത്- വെറുതെ ഉറങ്ങിയ ഓർമകളെ ഉണർത്തേണ്ടല്ലോ. പഴയ പരിചയക്കാരെക്കണ്ടപ്പോൾ അങ്ങോട്ടു പോയി. തപൻ കിടന്നിരുന്ന മുറി അതേപോലെ അടച്ചിട്ടിരിക്കുകയാണ് അവിടെ. മുപ്പത്തഞ്ചുകൊല്ലം മുമ്പ് പർവതാരോഹണ മത്സരത്തിന് പോവാനായി മാറ്റിയിട്ട വസ്ത്രങ്ങൾപോലും മാറ്റമില്ലാതെ അതേപടി കിടക്കുന്നു.

സിദ്ധാർഥൻ പറഞ്ഞതാവും അത് മാറ്റേണ്ട എന്ന്.

തപൻ പതുക്കെ വാതിലടച്ച് തിരിച്ചുപോന്നു. കുതിരാലയത്തിനടുത്തു കൂടി വന്നപ്പോൾ അകത്തേക്കു നോക്കി. ഒരു വയസൻ കുതിര മാത്രം തൂങ്ങിപ്പിടിച്ച് നിൽക്കുന്നുണ്ട്. യുവാക്കളെയൊക്കെ യുദ്ധത്തിന് ഒരുക്കുവാൻ കൊണ്ടുപോയിട്ടുണ്ടാവും. അപ്പുറത്ത് ചന്ദന്റെ മുറിയുടെ മുമ്പിൽ തപൻ നിന്നു. വാതിൽ തുറന്നിട്ടിരിക്കുന്നു. ചന്ദൻ ജാലത്തിലൂടെ പുറത്തേക്ക് നോക്കിയിരിക്കുകയാണ്.

"ചന്ദൻ." തപന്റെ ശബ്ദം കേട്ടപ്പോൾ ആ വൃദ്ധൻ പിടഞ്ഞെഴുന്നേറ്റു. കവിളിലൂടെ കണ്ണുനീർ ഒഴുകുന്നുണ്ട്.

"ചന്ദൻ കരയുകയാണോ?" തപൻ ചന്ദനെ പിടിച്ച് ഇറയത്തിരുത്തി അടുത്തിരുന്നു. ചന്ദൻ പൂർണമായിത്തന്നെ വൃദ്ധനായിരിക്കുന്നു. വസ്ത്രത്തലപ്പുകൊണ്ട് കണ്ണും മുഖവും തുടച്ച് ചന്ദൻ പറഞ്ഞു:

"കുറെ വർഷം മുമ്പ് ഈ ദിവസമാണ് കുമാരൻ പോയത്. അതിങ്ങനെ ഓരോന്ന് ആലോചിച്ചു സങ്കടം ഉള്ളിലൊതുങ്ങിയില്ല. എന്തൊക്കെ കഴിഞ്ഞു. ഒരുദിവസം രാവിലെ ചന്ദൻ ഉണരാൻ വൈകി. പിന്നെ ശബ്ദം കേട്ട് പിടഞ്ഞെണീറ്റ് ലായത്തിൽ വന്നപ്പോൾ കുമാരനുണ്ട് നിന്ന് കുതിരകളെ തുടയ്ക്കുന്നു. കുതിരകൾക്കും സന്തോഷമാണ് കുമാരൻ വന്നാല്. ഒന്ന് കാണാൻ വല്ല്യേ ആശ തോന്നും ചിലപ്പോൾ. ഇനി ചന്ദൻ കാണലൊന്നും ഉണ്ടാവില്ല. കുമാരനെ. ആ രാഹുലിനെയെങ്കിലും കാണാൻ കിട്ടില്യല്ലോ."

ആ വൃദ്ധനയനങ്ങൾ വീണ്ടും നിറഞ്ഞു.

"ചന്ദൻ ഞങ്ങൾ നാളെ ഇവിടുന്ന് പോവുകയാണ്. ചന്ദനും ഞങ്ങളുടെ കൂടെയുണ്ടാവും."

"ചന്ദനോ? അപ്പോൾ യശോധരാദേവിയോ?"

"യശോധരയും വരുന്നുണ്ട്."

"എങ്ങോട്ടു പോവും?"

"കാശിയിലേക്ക്. ഇനി മുതൽ ചന്ദനും യശോധരയും ഞങ്ങളുടെ കൂടെ കാശിയിലാണ് താമസിക്കുക."

"ദേവി വരാൻ സമ്മതിച്ചുവോ?"

"ഉവ്വ്. നമുക്ക് നാളെ രാവിലെ പോവാം. സമ്മതമല്ലേ?"

"സമ്മതം തന്നെ. ചന്ദന് എന്തിനാ സമ്മതക്കേട്? വരാം."

രാവിലെ കൊട്ടാരത്തിന്റെ മുമ്പിലേക്ക് വരിവരിയായിട്ട് നാട്ടുകാരിങ്ങനെ വരുന്നതുകണ്ടപ്പോൾ പടികാവൽക്കാർ തടഞ്ഞുകൊണ്ട് ചോദിച്ചു. "നിങ്ങൾക്ക് എന്താണിവിടെ കാര്യം?"

"ഞങ്ങളുടെ ദീദിയെ കാണുവാൻ."

"ഏതു ദീദി?"

"യശോധരാ ദീദി. ദീദി എന്ന് വിളിച്ചാൽ മതി എന്ന് അവർ തന്നെ പറഞ്ഞതാണ്."

തപനും വന്ദനയും യശോധരയും യാത്രയ്ക്കൊരുങ്ങി പുറത്തുവന്നപ്പോൾ മുറ്റത്തും വഴിയിലും നിറയെ ആളുകൾ. അവർക്ക് ഒരേയൊരു അപേക്ഷയേ ഉണ്ടായിരുന്നുള്ളു- "ദീദി പോവരുത്."

യശോധര അവർക്കൊക്കെ ധാരാളം സമ്മാനങ്ങൾ വാരിക്കോരിക്കൊടുത്തു. ആശ്വസിപ്പിച്ചു. വീണ്ടും വരാമെന്നു പറഞ്ഞു. തപൻ വന്ദനയോട് പതുക്കെ പറഞ്ഞു:

"സാക്ഷാൽ ബുദ്ധദേവനുപോലും ഇത്രയ്ക്ക് ആത്മാർഥമായ യാത്രയയപ്പ് കിട്ടിയിട്ടുണ്ടാവില്ല."

"എവിടെ? ചന്ദൻ എവിടെ?" മൂന്നുപേരും ഒരുമിച്ച് അന്വേഷിച്ചു. ചന്ദൻ രഥത്തിനടുത്ത് എത്തിക്കഴിഞ്ഞിരുന്നു. യശോധര ഒന്നുകൂടി പിന്നിലേക്കു തിരിഞ്ഞുനോക്കി. അവസാനത്തെ കാഴ്ച. ഇനി എന്തൊക്കെയാണാവോ ഇതിന്റെ ഗതി. അവർ മൂന്നുപേരും രഥത്തിൽ കയറി ഇരുന്നു.

രഥം നീങ്ങി.

അത്ഭുതങ്ങൾ ഏതൊക്കെ രൂപത്തിൽ ഈ ഭൂമിയിലെത്തുന്നു എന്ന് ആർക്കും പറയുവാനാവില്ല. ഒട്ടും പ്രതീക്ഷിച്ചില്ലെങ്കിലും അത് വന്നെത്തുകതന്നെ ചെയ്യും. ആരുടേയും സമ്മതമോ, സമ്മതക്കേടോ പരിഗണിക്കാതെതന്നെ. നമുക്കതിനെ സ്വീകരിക്കാതെയും കഴിയില്ല. അത്തരത്തിലൊന്നാണ് ആ ഉന്മേഷമുണ്ടാക്കുന്ന സുപ്രഭാതത്തിൽ ആനന്ദൻ കണ്ടത്. രാവിലെ വെള്ളം എടുക്കുവാൻ വേണ്ടി പാത്രവുമായി പുറത്തിറങ്ങിയതായിരുന്നു. ഭിക്ഷു ആനന്ദൻ. മരക്കൊമ്പുകളിൽ കാണുന്ന ഇളംകൂമ്പുകളെയും വാലുയർത്തി ബദ്ധപ്പെട്ടോടുന്ന അണ്ണാർക്കണ്ണന്മാരേയും നോക്കിക്കൊണ്ട് ഉത്സാഹത്തോടെയാണ് നടന്നിരുന്നത്. അപ്പോൾ ഒരു വലിയ ഭിക്ഷുണിസംഘം ശരണം വിളിച്ച് വരിവരിയായി അടുത്തെത്തുന്നതറിഞ്ഞു. ആ ഭാഗത്തുള്ള വിശ്വാസികളാവും എന്നാണാദ്യം വിചാരിച്ചത്. പലരും ഇപ്പോൾ ദീക്ഷ സ്വീകരിക്കാതെതന്നെ ഇങ്ങനെ അനുകരിച്ച് ശരണാഗതരാവാറുണ്ട്. സംഘം അടുത്തെത്തിയപ്പോൾ ആനന്ദൻ അമ്പരന്നുകൊണ്ട് രണ്ടടി പിന്നിലേക്ക് മാറിപ്പോയി- "ഇതാരാണ്? അഭിവന്ദ്യയായ ഗൗതമി ഈ വേഷത്തിൽ ഇവിടെ വരികയോ? ഈ സ്ത്രീകളൊക്കെ ആരാണ്? എങ്ങനെ ഇവിടെ എത്തി?" ശ്വാസം വിടാതെ ചോദ്യങ്ങൾ ഉതിർന്നു.

"ഞങ്ങൾ കപിലവസ്തുവിൽനിന്നു തന്നെ വരുന്നത്. ബുദ്ധന്റെ ധർമങ്ങൾ സ്വീകരിച്ച് ചിട്ടകൾ അനുഷ്ഠിച്ച് ഭിക്ഷുണികൾ ആവാൻ തീരുമാനിച്ചിരിക്കുന്നു. ദിവസങ്ങൾ കുറേ കഴിഞ്ഞു ഞങ്ങൾ നടന്നുതുടങ്ങിയിട്ട്" അവർ കാലടികൾ നീട്ടിക്കാണിച്ചുകൊടുത്തു. "കണ്ടില്ലേ നടന്ന് നടന്ന് കാലടികൾ പൊട്ടി ചോരയൊലിച്ചിട്ടുണ്ട്. ഭിക്ഷയെടുത്ത് ഭക്ഷിക്കും. വഴിയരികിലോ വൃക്ഷച്ചുവട്ടിലോ കിടന്നുറങ്ങും. ആനന്ദൻ ബുദ്ധനോട് പറയൂ. സ്ത്രീകളെ സംഘത്തിൽ സ്വീകരിച്ചതുകൊണ്ട് ഒരു മാനഹാനിയും സംഘത്തിനുണ്ടാവില്ല. ഞങ്ങൾക്ക് ദീക്ഷ തരണമെന്ന് പറയൂ."

ആനന്ദൻ അപ്പോൾത്തന്നെ വിഹാരത്തിലേക്ക് തിരിച്ചുപോയിട്ട് ബുദ്ധനോട് വിവരം പറഞ്ഞു. ബുദ്ധൻ അപ്പോഴും ആദ്യം ഒന്നും മിണ്ടിയില്ല. ആനന്ദൻ വിടാതെ തുടർന്നു:

"സമൂഹത്തിലെ അധഃകൃതരെന്ന് മാറ്റിനിർത്തിയവരെ കൂടി സ്വീകരിക്കുന്നില്ലേ? സ്ത്രീകൾക്കുമാത്രം എന്തിനാണ് വിലക്ക്? എല്ലാ പ്രലോഭനങ്ങളേയും അതിജീവിച്ചവരാണവർ. പോരെങ്കിൽ അഭിവന്ദ്യ ഗൗതമിയോട് അങ്ങയ്ക്കും എനിക്കുമൊക്കെ കടപ്പാടില്ലേ? അങ്ങ് അവരോട് ദയ കാണിക്കണം എന്നാണ് എന്റെ അപേക്ഷ."

അപ്പോൾ ബുദ്ധൻ സംശയത്തോടെ പിന്നേയും പറഞ്ഞു: "സാരീപുത്രനെയും നാഗിതനെയും മഹാകാശ്യപൻ, മൊഗല്ലാനൻ, അനിരുദ്ധൻ തുടങ്ങിയവരേയും വിളിക്കു." സംഘത്തിന്റെ പ്രവർത്തനത്തിലെ നെടും തൂണുകളായ അവരൊക്കെ വന്നു. കുറേനേരത്തെ ചർച്ചകൾക്കുശേഷം സാരിപുത്രൻ ഭിക്ഷുണികൾക്കായിട്ട് എട്ട് നിയമങ്ങളുണ്ടാക്കി. കടുത്ത കർശനനിയമങ്ങൾ തന്നെ. ഒരിക്കലും സ്ത്രീശബ്ദം പുറത്തുകേൾക്കാനിടവരുത്താത്ത നിയമങ്ങൾ. ഒപ്പംതന്നെ സ്ത്രീകളുടെ അച്ചടക്കം എന്ന ചട്ട ഉറപ്പിക്കുന്നതും. സാരിപുത്രന്റെ കൂർമബുദ്ധിയിൽനിന്ന് ജനിച്ച ഈ കാര്യക്രമത്തെ മറ്റെല്ലാവരും സമ്മതിച്ചു. അപ്പോൾ ബുദ്ധൻ ആനന്ദനോട് പറഞ്ഞു: "ഗൗതമിയോട് പറഞ്ഞോളു ഈ എട്ടു നിയമങ്ങളും മുറപോലെ തെറ്റാതെ അനുഷ്ഠിക്കാമെങ്കിൽ സംഘത്തിൽ ചേർക്കാം എന്ന്."

പകൽ ഏതാണ്ട് മധ്യത്തിൽനിന്നും കടന്നിരുന്നു. ഭിക്ഷുണിസംഘം വന്നപടി ആ പൊരിവെയിലത്തുതന്നെ നിൽക്കുകയാണ്. ആനന്ദനുതന്നെ അവരെ കണ്ടിട്ട് വിഷമം തോന്നി. ബുദ്ധൻ പറഞ്ഞ കാര്യങ്ങൾ ആനന്ദൻ ഗൗതമിയോടു പറഞ്ഞു. ഗൗതമിക്ക് ഒരു സംശയവും ഉണ്ടായില്ല. ആശ്വാസത്തോടെ തന്നെ പറഞ്ഞു: "ഞങ്ങൾ ഇതൊക്കെ അക്ഷരംപ്രതി അനുഷ്ഠിക്കാൻ തയാറാണ്. ജന്മസാക്ഷാൽക്കാരം എന്നത് എല്ലാറ്റിനേക്കാളും പ്രധാനമായതാണ് എന്ന് ഞങ്ങൾക്കറിയാം." അന്നുതന്നെ ആ അമ്പത്തൊന്ന് സ്ത്രീകളും ദീക്ഷവരിച്ച് ഭിക്ഷുണികളായി. ഭിക്ഷുണി ഗൗതമി അതീവ ശ്രദ്ധയോടെ മനസുറപ്പോടെ ശ്വസനക്രിയകളും ധ്യാനവും അനുഷ്ഠിച്ചു. വാക്കുകൾ കുറച്ചു. മനസിന്റെ ചാഞ്ചല്യം മാറി. കൂടെയുള്ളവരേയും ശക്തരാക്കി. ബുദ്ധന്റെയും സംഘത്തിന്റെയും സമ്മതത്തോടെതന്നെ കപിലവസ്തുവിൽത്തന്നെ ഭിക്ഷുണികൾക്കായിട്ട് വേറെ വിഹാരമുണ്ടാക്കി. സ്ത്രീകളിൽ ബൗദ്ധികമായും. പിന്നെ ആത്മീയമായും ഉണർവുണ്ടാക്കി. ബുദ്ധൻ അതറിഞ്ഞപ്പോൾ ഉള്ളുകൊണ്ട് അവരെ അഭിനന്ദിച്ചു. ഇത്രയ്ക്കു സന്മാർഗബോധവും ഇച്ഛാശക്തിയും ധൈര്യവും ഉള്ള സ്ത്രീകൾ വേറെ അധികം ഉണ്ടാവില്ല!

വൈശാലിയിലെ മനോഹരവും പ്രശാന്തവും ആയ ഗ്രാമങ്ങളിലൂടെ നടക്കുവാൻ ആനന്ദന് ഇഷ്ടമാണ്. ആ ഭാഗത്ത്, സമൂഹത്തിൽനിന്ന് മാറ്റി നിർത്തപ്പെട്ട അധ:കൃതരുടെ വീടുകളാണ് അധികവും. അവർക്ക് ദാരിദ്ര്യം കൊണ്ടുള്ള ശോച്യാവസ്ഥയൊന്നുമില്ല. അരോഗദൃഢഗാത്രരായ

അധ്വാനശീലർ. ആരോഗ്യവതികളും സുന്ദരികളും ആയ സ്ത്രീകൾ. എന്നിട്ടും അവർക്ക് വിജ്ഞാനത്തിന്റെ പ്രകാശം അനുഭവിക്കുവാൻ കഴിയാതെ പോകുന്നു. അവരോട് ബുദ്ധധർമങ്ങളെയും ജ്ഞാനപ്രകാശത്തെയും പറ്റി പറയുവാൻ വേണ്ടിത്തന്നെയാണ് ആനന്ദൻ ആ ഭാഗത്തേക്ക് നടന്നത്. സമയം നട്ടുച്ചയായിരുന്നു. നല്ല വെയില്. ദാഹം സഹിക്കാൻ വയ്യാതാവുന്നു. കുറച്ചു നടന്നപ്പോൾ ഗ്രാമത്തിലെ കിണറ്റിൽ നിന്ന് ഒരു യുവതി വെള്ളം കോരുന്നതു കണ്ടു. ആനന്ദൻ വേഗം അവിടെ ചെന്ന് ദാഹജലം ആവശ്യപ്പെട്ടു. അകലേക്ക് മാറിനിന്നുകൊണ്ട് തന്നെ ആ യുവതി ആനന്ദനെ നോക്കി– ഹായ്! എത്ര സുന്ദരനാണ് ഈ ഭിക്ഷു. അവൾ വിളിച്ചു പറഞ്ഞു: "വെള്ളം കോരി എടുത്തോളൂ. ഞാനൊരു താണ ജാതിക്കാരിയാണ്. ഞാൻ തൊട്ടവെള്ളം അങ്ങയ്ക്ക് കുടിക്കരുതല്ലോ."

ആനന്ദൻ ഒന്നു ചിരിച്ചു. "സോദരി, എനിക്കിപ്പോൾ ദാഹം മാറ്റുവാൻ കുറച്ച് വെള്ളമാണ് വേണ്ടത്. അത് തരൂ. നിങ്ങൾ തൊട്ടാൽ വെള്ളം അശുദ്ധമാവും എന്ന് ഞാൻ വിശ്വസിക്കുന്നില്ല." സങ്കോചത്തോടെയാണെങ്കിലും അവൾ വെള്ളം കോരിയിട്ട് ഭിക്ഷുവിന് ഒഴിച്ചുകൊടുത്തു. ദാഹം തീർന്നപ്പോൾ ആനന്ദൻ അവളോട് നന്ദി പറഞ്ഞ് പോവാൻ ഒരുങ്ങി. അപ്പോൾ ആ യുവതി ചോദിച്ചു: "നിങ്ങൾ ഭിക്ഷുക്കൾ എന്താണിങ്ങനെ ആചാരം നോക്കാതെ താണജാതിക്കാരുടെ വെള്ളം കുടിക്കുന്നത്?"

ആനന്ദൻ അപ്പോഴും ചിരിച്ചു. "വെള്ളം ഏതെങ്കിലും ജാതിക്കാർ ഉണ്ടാക്കുന്നതല്ലല്ലോ. പ്രകൃതിതന്നെ തരുന്ന അമൃതാണ് അത്. പിന്നെ ഞങ്ങൾ ഭിക്ഷുക്കൾ മനുഷ്യരെ ജാതി തിരിച്ച് വേർപെടുത്താറില്ല. അവരവരുടെ പ്രവൃത്തികളിലാണ് നന്മയും തിന്മയും ഉണ്ടാവുന്നത്."

ആ ചണ്ഡാല സ്ത്രീ ഇതുവരെ കേട്ടിട്ടില്ലാത്ത കാര്യങ്ങളാണ് ഇതൊക്കെ. ഭിക്ഷുവിന്റെ ശബ്ദവും ഭാഷയുമാണെങ്കിൽ കേട്ടാൽ മതിയാവാത്തതും. അവൾക്ക് അദ്ദേഹത്തെ വിട്ടുപോവാൻ തോന്നുന്നില്ല. മനസിൽ ഭിക്ഷു മാത്രമായി. ഒരുദിവസം അവൾ ഭിക്ഷുവിനെ അന്വേഷിച്ച് വിഹാരത്തിൽ പോയി. ബുദ്ധനോടു പറഞ്ഞു: "എനിക്ക് ആനന്ദനെ കൂടാതെ ജീവിക്കാൻ വയ്യ. ഞാനദ്ദേഹത്തെ സ്നേഹിക്കുന്നു. ആനന്ദനെ വിട്ടുതരണം."

ബുദ്ധൻ ചോദിച്ചു: "നിങ്ങൾ ആനന്ദന്റെ കണ്ണിനെയാണോ മൂക്കിനെയാണോ വായയെയാണോ സ്നേഹിക്കുന്നത്?"

"ഞാനദ്ദേഹത്തിന്റെ കണ്ണും മൂക്കും നടത്തവും ശബ്ദവും എല്ലാം ഇഷ്ടപ്പെടുന്നു. സ്നേഹിക്കുന്നു."

ബുദ്ധൻ ശബ്ദം മൂപ്പിച്ചു. "എന്നാൽ അതൊന്നുമല്ലാത്ത ഒരു സൗന്ദര്യം ആനന്ദനുണ്ട്. അതറിയുമോ?"

"അതെന്താണ്?"

"ആനന്ദന്റെ ഹൃദയത്തിന്റെ സൗന്ദര്യം. ഭിക്ഷു ആനന്ദൻ സ്നേഹിക്കുന്നത് ഏതിനെയാണെന്നറിയുമോ?"

"ഇല്ല. എനിക്കറിയില്ല. അദ്ദേഹം എന്നെ സ്നേഹിക്കുന്നില്ല എന്നു മാത്രമേ എനിക്കറിയുള്ളു."

"എന്നാൽ അറിഞ്ഞുകൊള്ളുക- ഭിക്ഷു ആനന്ദൻ സ്നേഹിക്കുന്നത് സ്വാതന്ത്ര്യത്തിന്റെയും സമാധാനത്തിന്റെയും പാതയെയാണ്. ആ വഴിയിൽ കൂടി വന്നോളൂ. നിങ്ങൾക്കും ആ സ്നേഹം അനുഭവിക്കാം."

"ഞാനെങ്ങനെ, അവിടെ ഭിക്ഷു ആനന്ദന്റെ വഴിയിലെത്തും?"

"ഇവിടെ നിന്ന് ദീക്ഷ സ്വീകരിക്കണം."

അവൾ സമ്മതിച്ചു. ദീക്ഷ വരിച്ച് ഭിക്ഷുണിസംഘത്തിൽ ചേർന്നു. എന്നാൽ ബുദ്ധൻ ഭിക്ഷുക്കളോട് ശക്തിയായി ആവർത്തിച്ചു ഓർമിപ്പിച്ചു. "സ്ത്രീകളെ നിങ്ങൾ അമ്മമാരോ സഹോദരിമാരോ ആയിട്ട് മാത്രമെ കാണാവൂ. നിങ്ങളുടെ ഏകാഗ്രത നഷ്ടപ്പെടാവുന്ന ഒരു അവസരവും ഒരു വൈകാരിക അവസ്ഥയും ഒരു നിലയ്ക്കും ഉണ്ടാക്കരുത്."

മുപ്പത്തിയാറ്

യുദ്ധം നിന്നപ്പോൾ ബുദ്ധനും ഭിക്ഷുക്കളും രാജഗൃഹത്തിലേക്കു തന്നെ വന്നു. ജനശൂന്യമായി കിടന്നിരുന്ന വേണുവനവും മറ്റ് പല വിഹാരങ്ങളും ശരണമന്ത്രങ്ങൾകൊണ്ടും ബുദ്ധന്റെ ഹൃദ്യമായ പ്രഭാഷണങ്ങൾ കൊണ്ടും ജീവസ്സുള്ളതായി. ഒരു പ്രഭാഷണത്തിനുശേഷം ബുദ്ധൻ വേണുവനത്തിലെ മുറ്റത്ത് കുടിലിനു മുമ്പിൽ ചൂരൽപീഠത്തിലിരിക്കുമ്പോൾ ബഹുമാന്യനായ സാരിപുത്രൻ അടുത്തു വന്നു. അന്നത്തെ പ്രഭാഷണം സാരിപുത്രനെ അത്രയ്ക്കധികം ഉദ്ബുദ്ധനാക്കിയിരുന്നു. ആറായിരത്തോളം വരുന്ന ഭിക്ഷുക്കളോടാണ് അന്ന് ബുദ്ധൻ സംസാരിച്ചത്. അവിടെ ബുദ്ധന്റെ ശാന്തവും ഹൃദ്യവും സ്വച്ഛവും ആയ ശബ്ദമല്ലാതെ മറ്റൊന്നും കേട്ടിരുന്നില്ല. സാരിപുത്രന് ബുദ്ധനോടത് പറയാതെ വയ്യ എന്നായി. സാരിപുത്രനെ ബുദ്ധൻ വളരെ സ്നേഹപൂർവം അടുത്തിരിക്കാൻ ക്ഷണിച്ചു. അടുത്തൊരു പീഠം എടുത്തിട്ട് അതിലിരുത്തി. സാരിപുത്രൻ പറഞ്ഞു;

"മഹാപ്രഭോ, ഞാൻ വിശ്വസിക്കുന്നു, അവിടുത്തേക്കാൾ മഹാനും ബുദ്ധിമാനും ആയി ഇതുവരെ ആരും ഉണ്ടായിട്ടില്ല. ഇനി ഉണ്ടാവുകയും ഇല്ല."

ബുദ്ധൻ സാരിപുത്രനെ അഭിനന്ദിക്കുന്ന മട്ടിൽത്തന്നെ നോക്കികൊണ്ട് പ്രതിവചിച്ചു: "സാരിപുത്രാ അങ്ങയുടെ വാക്കുകളെ ഞാൻ മാനിക്കുന്നു. ശരി, അങ്ങ് ഇതേവരെ ഉണ്ടായ ബുദ്ധന്മാരെയെല്ലാം അറിയുമോ?"

"ഇല്ല. ഇല്ല ഭഗവൻ, ഞാനറിയില്ല."

"ഇനി വരാൻ പോകുന്നവരെ?"

"അതുമില്ല."

"ചുരുക്കത്തിൽ അങ്ങ് എന്നെ അറിയുന്നു എന്നുമാത്രം. അപ്പോൾത്തന്നെ, എന്റെ മനസ്സ്, ജ്ഞാനം, മോക്ഷം, ഇതെല്ലാം അറിയുമോ?"

"ഇല്ല ഭഗവൻ."

"പിന്നെ എങ്ങനെ അങ്ങയുടെ വാക്കുകൾ മഹത്തരമാവും? ആര് ആരേക്കാൾ യോഗ്യൻ എന്നൊന്നും നമുക്ക് അന്വേഷിക്കേണ്ടതില്ല. ശരൽക്കാലത്തെ ഇലകൾ നാലുപാടും കൊഴിയുന്നു. അവ എണ്ണാൻ കഴിയില്ല. അതുപോലെ ഞാൻ നിങ്ങൾക്ക് ഒരുപിടി സത്യം തന്നു. എന്നാൽ, ഇതിനോടൊപ്പം എണ്ണിത്തീർക്കുവാൻ പറ്റാത്ത അത്രയധികം സത്യങ്ങളുണ്ട്. ഇനിയും." അവർ അങ്ങനെ സംസാരിച്ചുകൊണ്ടിരിക്കുമ്പോൾ താഴെ ചില ശബ്ദങ്ങൾ. ഒരാളുടെ ശബ്ദങ്ങൾ കേട്ടു. ശുഭസൂചകമല്ലാത്ത ശബ്ദങ്ങൾ. കുറച്ചുകഴിഞ്ഞപ്പോൾ കുറെപ്പേർ കൂടി ഒരാളെ താങ്ങിയെടുത്ത് കൊണ്ടുവരുന്നതും കണ്ടു. സാരിപുത്രൻ എഴുന്നേറ്റ് പോയി നോക്കി. പിന്നെ കരയുന്നപോലെയാണ് പറഞ്ഞത്.

"അത് മൊഗല്ലാനനാണ്."

അവർ മൊഗല്ലാനനെ വിഹാരത്തിൽ കൊണ്ടുവന്ന് കിടത്തി. ബുദ്ധനും സാരിപുത്രനും അടുത്തുപോയി നിന്നു. മൊഗല്ലാനന്റെ ശരീരത്തിൽ അടികൊണ്ട പാടുകളുണ്ട്. തല പൊട്ടിയിരിക്കുന്നു കൊണ്ടുവന്നവർ പറഞ്ഞു:

"ഇദ്ദേഹം കാട്ടിലൂടെ നടന്നുവരുമ്പോൾ ആരോ ചിലർ പിന്നിലൂടെ വന്ന് അടിച്ചതാണ്. ഏതോ കുടുംബത്തിലെ പൂർവ വൈരം തീർക്കാൻ വന്നവരാണെന്നും, അതല്ലാ കവർച്ചക്കാരാണെന്നും കേട്ടു. ഉറക്കെ കരച്ചിൽ കേട്ടുകൊണ്ട് ഞങ്ങൾ ഓടിയെത്തിയപ്പോഴേക്കും മരിച്ചുകഴിഞ്ഞിരുന്നു."

മൊഗല്ലാനന്റെ നീണ്ടുനിവർന്ന ശരീരം ആ നിലത്ത് ചേഷ്ടയില്ലാതെ കിടക്കുന്നു. മുഖത്ത് അപ്പോഴും സ്ഥായിയായ ഗൗരവഭാവം തന്നെ. സാരിപുത്രൻ വളരെ നേരം ആ ശരീരം നോക്കി നിന്നു. എത്ര നീണ്ട വർഷങ്ങളുടെ അടുപ്പമാണ്! ഇരട്ടകളെപ്പോലെയായിരുന്നു. വേറെയാണെന്ന് തോന്നിയിട്ടേ ഇല്ല. അസാധാരണമാംവിധം സത്യനിഷ്ഠനും നീതിജ്ഞനും ആയിരുന്നു മൊഗല്ലാനൻ. അത് മറ്റുള്ളവർക്കു സ്വീകരിക്കുവാൻ കഴിഞ്ഞിട്ടുണ്ടാവില്ല. എന്തൊരു മനഃശക്തിയായിരുന്നു മൊഗല്ലാനന്! അദ്ദേഹം ഇല്ലാത്തൊരു ജീവിതം ആലോചിക്കുവാൻ തന്നെ പറ്റുന്നില്ല. സാരിപുത്രൻ വിഹാരത്തിനു പുറത്ത് പുൽക്കുടിലിൽ കടന്ന് വാതിലടച്ചു. ശ്വസനക്രിയകൊണ്ട് ശാന്തത കിട്ടുമോ? നോക്കട്ടെ.

രണ്ടുമൂന്നു ദിവസം ഉണർത്തുന്ന ധ്യാനത്തിൽ മുഴുകിക്കൊണ്ട് അതിൽ നിന്നെഴുന്നേറ്റപ്പോൾ രാഹുലനെ കാണണം എന്നാണ് തോന്നിയത്. രാഹുലന്റെ പുല്ലാങ്കുഴൽ വാദനം കേൾക്കുവാനാഗ്രഹം തോന്നി. രാഹുൽ ജേതവനത്തിൽ തന്നെ നിൽക്കുകയാണ്. രാജ്ഗീറിലേക്കു വന്നില്ല. തന്റെ ഈ വേഷം മാറ്റേണ്ട സമയമായി എന്ന് സാരിപുത്രന് തോന്നി. കഴിയുന്നത്ര സമയം ബുദ്ധന്റെ കൂടെത്തന്നെ നിൽക്കണം.

ബുദ്ധനും സംഘവും അന്ന് നളന്ദയിലേക്ക് പോവുകയാണ്. അപ്പോൾ സാരിപുത്രനും കൂടെ പോയി. വഴിയിലൊക്കെ ബുദ്ധൻ ആര്യമാർഗത്തെ പ്പറ്റി പ്രഭാഷണം ചെയ്തിരുന്നു. അതൊക്കെ തനിക്കുവേണ്ടിയിട്ടാണ് ബുദ്ധൻ പറയുന്നത് എന്ന് സാരിപുത്രന് തോന്നി. പ്രഭുവിന്റെ സാന്നി ധ്യത്തിൽ സുഖം അളവറ്റതായി അനുഭവപ്പെട്ടു. അതിനിടയിൽ സാരി പുത്രന്റെ അമ്മ ആസന്നമരണയായിക്കിടക്കുന്നു എന്ന വിവരം കിട്ടി. അമ്മയെ കാണുവാൻ പോകാൻ സാരിപുത്രൻ ബുദ്ധന്റെ സമ്മതം വാങ്ങി. മൂന്നുതവണ ബുദ്ധനെ പ്രദക്ഷിണം വച്ച് നമസ്കരിച്ചിട്ടാണ് സാരി പുത്രൻ പോയത്. കൂടെ 'കുണ്ഡ' എന്ന ഭിക്ഷുവിനേയും കൂട്ടി. അമ്മയെ അവസാന സമയത്ത് പരിചരിക്കാനും വേണ്ടതൊക്കെ ചെയ്യാനും സാരി പുത്രന് സാധിച്ചു. എന്ന് നളന്ദയിൽ നിന്നു വന്ന ഭിക്ഷു പറഞ്ഞു.

ഒരു ദിവസം രാവിലെ നളന്ദയിലെ വിഹാരത്തിൽനിന്ന് കുണ്ഡ തനി ച്ചാണ് വേണുവനത്തിൽ വന്നത്. അദ്ദേഹം മ്ലാനമുഖനായിട്ട് ആനന്ദന്റെ അടുത്തു വന്നുനിന്നു. കയ്യിൽ ഒരു മഞ്ഞ വസ്ത്രവും ഭിക്ഷാപാത്രവും കുറച്ച് ചിതാഭസ്മം പൊതിഞ്ഞ പൊതിയും ഉണ്ടായിരുന്നു. കുണ്ഡയുടെ മുഖഭാവം കണ്ടപ്പോൾ ആനന്ദൻ ഉൽക്കണ്ഠയോടെ ചോദിച്ചു:

"എന്തുണ്ടായി കുണ്ഡാ, വന്ദ്യനായ സാരിപുത്രനെവിടെ?"

"അദ്ദേഹം അമ്മയുടെ പിതൃക്രിയകളൊക്കെ ചെയ്തശേഷം അവിടെ കൂടിയിരുന്നവർക്ക് ശ്വസനക്രിയകളെപ്പറ്റിയും ആര്യമാർഗത്തെ പ്പറ്റിയും വ്യക്തമായി ഒരു പ്രഭാഷണം നടത്തി. എല്ലാവർക്കും വിശ്വാസ മായി. പിന്നീട് അദ്ദേഹം പത്മാസനത്തിലിരുന്നു. ശ്വാസത്തെ അടക്കി. നിർവാണം പ്രാപിക്കുകയും ചെയ്തു. അതിനുമുമ്പ് എന്നോടു പറഞ്ഞി രുന്നു ഇതൊക്കെ ഇവിടെത്തരണമെന്ന്."

കുണ്ഡ കയ്യിലുള്ള സാധനങ്ങൾ ആനന്ദനെ ഏൽപ്പിച്ചു. ആനന്ദൻ കുറേ സമയം അതും പിടിച്ച് കഴിഞ്ഞ സംഭവങ്ങൾ ഓരോന്നും ഓർത്തു. സംഘത്തിന്റെ സ്ഥാപക പ്രധാനികളായിരുന്നു സാരിപുത്രനും മൊഗ ല്ലാനനനും. ബുദ്ധൻ ഏതു കാര്യവും ആദ്യം ആലോചിച്ച് ഏൽപ്പിക്കുക സാരിപുത്രനെ ആയിരുന്നു. മൊഗല്ലാനന് ഏതിലും ഉറച്ച അഭിപ്രായമു ണ്ടായിരുന്നു. ഒരു ശക്തിയായിരുന്നു മൊഗല്ലാനൻ. ആ പ്രബലതയെ ബുദ്ധൻ പ്രശംസിക്കുന്നത് എത്രയോ തവണ കേട്ടിട്ടുണ്ട്. പക്ഷേ, എത്ര മാത്രം ഹൃദയാലുവായിരുന്നു മൊഗല്ലാനൻ എന്നും അറിഞ്ഞിട്ടുണ്ട്. പല സന്ദർഭങ്ങളിലും, ഇവരുടെ വേർപാടിന്റെ ഈ ദുഃഖം ബുദ്ധൻ എങ്ങനെ സഹിക്കും എന്നായിരുന്നു ആനന്ദന്റെ സങ്കടം. രാവിലത്തെ നടത്തം കഴിഞ്ഞ് ബുദ്ധൻ വന്നപ്പോൾ ആനന്ദൻ തന്നെയാണ് സാരിപുത്രന്റെ നിർവാണവാർത്ത ബുദ്ധനോടു പറഞ്ഞത്. ദുഃഖം സഹിക്കുവാൻ ബുദ്ധൻ ബുദ്ധിമുട്ടുന്നത് ആനന്ദൻ അറിഞ്ഞു. എന്നിട്ടും ആനന്ദന്റെ ചുമലിൽ പിടിച്ചുകൊണ്ട് പറഞ്ഞു:

"ആനന്ദ, ഇതിൽ ദുഃഖിക്കുവാനോ നിരാശപ്പെടുവാനോ എന്താണു ള്ളത്? ജനിച്ചവർക്ക് മരണമുണ്ടെന്നുള്ളത് തീർച്ചയാണല്ലോ. സാരിപു

ത്രനും മൊഗല്ലാനുമാണെങ്കിൽ മഹത്തായ ചിന്തകൾകൊണ്ടും അനുഷ്ഠാനങ്ങൾ കൊണ്ടും കർമങ്ങളെക്കൊണ്ടും ബോധിസത്വരായവരാണ്. അവരെപ്പറ്റി ദുഃഖിക്കേണ്ട ഒരാവശ്യവും ഇല്ല. ഇനി, സൂക്ഷ്മമായി നോക്കിയാലോ, ഈ ജനനമരണങ്ങളൊക്കെ അയഥാർഥങ്ങളാണ്. തോന്നലാണ്. അതുകൊണ്ട് ഇപ്പോൾ നീ ചെയ്യേണ്ടത് ജാഗ്രതയോടെ ശ്വസന ക്രിയകളും ധ്യാനവും ചെയ്ത് ഈ ജനനമരണങ്ങളിൽനിന്ന് മോചിതനാവുകയാണ്. അതിനുള്ള മാർഗമാണല്ലോ ഞാനിത്രകാലവും പറഞ്ഞത്. അത് ചെയ്തു ദുഃഖം കളയു."

അവരുടെ കൂടെ ഭിക്ഷു കാംബില്യനും ഉണ്ടായിരുന്നു. ചൂരൽപീഠത്തിൽ ഇരുന്നുകൊണ്ട് ബുദ്ധൻ കാംബില്യനെ വിളിച്ചു:

"ഭിക്ഷു കാംബില്യൻ, നമ്മുടെ സംഘത്തിൽ ഇപ്പോൾ ഭിക്ഷുക്കളുടെ സംഖ്യ എത്രയാണ് എന്നറിയാമോ?"

"പന്തീരായത്തിൽ കവിയും."

"വിഹാരങ്ങളോ?"

"ചെറുതും വലുതുമായിട്ട് ഇരുപതിലധികം കാണും."

"ഇപ്പോൾ സംഘത്തിന്റെ ഐക്യത്തിന് കോട്ടമൊന്നുമില്ലല്ലോ?"

കാംബില്യൻ മൗനംകൊണ്ടതേയുള്ളു. കോസാംബിയിലെ വിഹാരത്തിൽ ഭിക്ഷുക്കൾ തമ്മിൽ മത്സരവും വാക്കേറ്റവും നടക്കുന്നുണ്ട് എന്ന് അറിവുകിട്ടിയിരിക്കുന്നു. അതുപറഞ്ഞ് ബുദ്ധനെ വിഷമിപ്പിക്കണ്ടല്ലോ.

ബുദ്ധൻ വിളിച്ചു പറഞ്ഞു: "കാംബില്യൻ എല്ലാറ്റിലും പ്രധാനം പരസ്പര ഐക്യം തന്നെയാണ് നഷ്ടപ്പെടുത്തുന്നത്. ദീർഘമായ ക്ഷമയും പരസ്പരധാരണയുംകൊണ്ട് ആ ഐക്യത്തിനെ സംരക്ഷിക്കണം."

ബുദ്ധൻ പിന്നേയും എഴുന്നേറ്റു നടന്നു. നടക്കുമ്പോൾ ബുദ്ധന് കിതപ്പ് വരുന്നുണ്ട് എന്ന് ആനന്ദൻ അറിഞ്ഞു. ബുദ്ധൻ പിന്നേയും കാംബില്യനെ വിളിച്ചുപറഞ്ഞു:

"സംഘം ഉണ്ടായ നാൾക്കുള്ളവരാണ് കാശ്യപനും സാരിപുത്രനും മൊഗല്ലാനനും. ഭാഗ്യംകൊണ്ട് മഹാകാശ്യപൻ ഇന്നും നമ്മോടൊപ്പമുണ്ട്. മറ്റ് രണ്ടു പേർക്കുമായി സാഞ്ചിയിൽ ഒരു സ്മാരകം പണിയണം. അവർ ബോധിസത്വന്മാരാണ്." കാംബില്യൻ ബുദ്ധന്റെ വാക്കുകളെ സ്വീകരിച്ച് അനുസരിച്ചു. അവർ പിന്നേയും നടന്നു. കുറച്ചുകൂടി കഴിഞ്ഞപ്പോൾ ബുദ്ധൻ വിളിച്ചു: "ആനന്ദാ, തഥാഗതൻ ഭാഗ്യവാനാണ്. ആനന്ദനപ്പോലെ ഒരു സഹായിയെ കിട്ടിയല്ലോ. മറ്റാർക്കും ഈ ഭാഗ്യം ഉണ്ടാവില്ല."

ആനന്ദൻ അതുകേട്ട് വികാരവിവശനായി. അപ്പോൾ ബുദ്ധൻ വീണ്ടും ചോദിച്ചു: "ആനന്ദ, തഥാഗതൻ എത്ര തവണ പ്രഭാഷണം നടത്തിയിട്ടുണ്ട് എന്നറിയുമോ?"

"ഞാൻ വരുന്നതുവരെയുള്ള വിവരങ്ങൾ മഹാകാശ്യപൻ കുറിച്ചു വെച്ചിട്ടുണ്ട്. ആകെ നോക്കുമ്പോൾ എൺപത്തിനാലായിരത്തിനടുത്താണ്." ബുദ്ധൻ പിന്നെ ഒന്നും പറഞ്ഞില്ല. അദ്ദേഹം തിരിഞ്ഞുനടന്ന് വിഹാരത്തിലേക്കു കടന്നു.

യശോധരയേയും ചന്ദനേയും കൂട്ടിയുള്ള യാത്ര ശ്രാവസ്തിയിൽ കുടിയാവാം എന്ന് തപനും വന്ദനയും തീർച്ചപ്പെടുത്തി. ബുദ്ധൻ അവിടെ ഇല്ല എന്ന് തപൻ അറിഞ്ഞിരുന്നു. യശോധരയും വന്ദനയും പുറത്തേക്ക് ഒന്നും യാത്രയിൽ സംസാരിച്ചിരുന്നില്ല. പക്ഷേ, അവരുടെ ഉള്ളിൽ പലരും മാറിമാറി സംസാരിക്കുന്നുണ്ട് എന്ന് തപനറിഞ്ഞു. ചന്ദൻ തന്നോടുതന്നെ എന്നപോലെ പതുക്കെ പറഞ്ഞു: "രാഹുലിനെ ഒന്ന് കാണാൻ കഴിഞ്ഞെങ്കിൽ........" തപന്റെ ഹൃദയവും കനഞ്ഞ് വരികയായിരുന്നു. ജേതവനത്തിനടുത്തെത്തിയപ്പോൾ ആ കാടിന്റെ തെക്കുഭാഗത്തുനിന്ന് ഒരു പുല്ലാങ്കുഴൽ നാദം കേട്ടു. യശോധരയാണ് ആദ്യം കേട്ടത്. അവർ തപന്റെ മുഖത്തേക്കു നോക്കി. തപനും കേട്ടു അത്. ബുദ്ധൻ മുമ്പ് ഓടക്കുഴൽ വിളിച്ചിരുന്നത് തപന് അറിയാം. എന്നാൽ ഭിക്ഷുക്കൾക്ക് ഇത്തരം ലളിതകലകളും ഭാവാത്മകതയും ഒക്കെ നിഷിദ്ധമാണല്ലോ. ബുദ്ധന്റെ വാദനത്തിന്റെ നല്ല സാമ്യവും ഉണ്ട് കേൾക്കുമ്പോൾ. തപനും യശോധരയെ നോക്കി, ചോദ്യരൂപത്തിൽ. "രാഹുൽ പുല്ലാങ്കുഴൽ വായിക്കും എന്ന് ജീവകൻ പറഞ്ഞു." യശോധര പതുക്കെ പറഞ്ഞു.

രഥം ആ പാട്ടിനടുത്തേക്ക് നീങ്ങി. ചന്ദന് യശോധര പറഞ്ഞത് മുഴുവൻ മനസിലായില്ല. എന്നാലും ഉള്ളിൽ ഒരു സന്തോഷം വന്നു. കാടിന്റെ താഴ്‌വരയിൽ രഥം നിർത്തി. അവർ നാലുപേരും ഇറങ്ങിയിട്ട് കാട്ടിലേക്കുകയറി. അവിടെ ഒരു പാറപ്പുറത്ത് ഇരുന്ന് പുല്ലാങ്കുഴലൂതുകയാണ് രാഹുൽ. ചുറ്റുപാടും മറന്നപോലെയാണ്. കാട്ടിലെ പക്ഷികളും മൃഗങ്ങളും അവിടവിടെ ഇളകാതെ ചെവിയോർത്ത് നിൽക്കുന്നുമുണ്ട്. കുറച്ചുനേരം അവർ നാലുപേരും ആ പാട്ടുകേട്ട് ആസ്വദിച്ചു നിന്നു. പിന്നെ ക്ഷമകെട്ട് ചന്ദനാണ് മുന്നിലേക്കു നീങ്ങിയത്. ചന്ദൻ കരഞ്ഞുകൊണ്ടാണ് രാഹുലിന്റെ അടുത്തിരുന്നത്. "ഹായ്! ചന്ദൻ!" രാഹുൽ ചാടിയെഴുന്നേറ്റ് ചന്ദനെ കെട്ടിപ്പിടിച്ചു. അപ്പോൾ, പിന്നിൽ അമ്മ നിൽക്കുന്നു.രാഹുൽ വേഗം അമ്മയുടെ അടുത്തെത്തി.

"രാഹുൽ, തപനെയും ദീദിയെയും കണ്ടിട്ടേ ഇല്ലല്ലോ?" തപനും വന്ദനയും രാഹുലിനെത്തന്നെ നോക്കിനിൽക്കുകയാണ്. ശരീരം ശോഷിച്ചിട്ടാണ്. എന്നാലും മുഖത്ത് എന്തൊരു തേജസ്സ്! വന്ദന വിചാരിച്ചു. യശോദരയുടെ തനിപ്പകർപ്പ്. രാഹുൽ തപന്റെ മുമ്പിൽ നിന്നു. ധാരാളം പലരും പറഞ്ഞ് കേട്ടിട്ടുണ്ടെങ്കിലും പരസ്പരം ആദ്യം കാണുകയാണ്. തപൻ രാഹുലിന്റെ കൈക്ക് പിടിച്ച് മുഖത്തേക്ക് നോക്കി. ഒരുനിമിഷം നിന്നു. പിന്നെ ആവേശത്തോടെ കെട്ടിപ്പിടിച്ചു. രാഹുലിന്റെ പുറത്ത് പതുക്കെ കൊട്ടിക്കൊണ്ടു നിന്നു. തപനെ ഇത്രയ്ക്കു വികാരഭരിതനായിട്ട് യശോധര കണ്ടിട്ടില്ല. അദ്ദേഹത്തിന് ഒന്നും ചോദിക്കാനോ പറയാനോ തന്നെ കഴിയുന്നില്ലല്ലോ. വന്ദനയും ആ രംഗം നോക്കിക്കൊണ്ട് നിറകണ്ണുകളോടെ നിൽക്കുകയാണ്.

"രാഹുൽ നന്നായിട്ട് പുല്ലാങ്കുഴൽ ഊതുന്നുണ്ടല്ലോ."

തപന്റെ ശബ്ദത്തിലെ ഗദ്ഗദം എല്ലാവരും ശ്രദ്ധിച്ചു. അത്ഭുതപ്പെട്ടു. തപന് ഗദ്ഗദമോ?

"ചന്ദൻ ഇനി ഇവരുടെയൊക്കെ കൂടെ കാശിയിലാവും. യശോധര ദേവിയും ഇല്ലെങ്കിൽ പിന്നെ ചന്ദനെന്തിനാ അവിടെ?"

ചന്ദനും കുറേ പറയാനുണ്ട് രാഹുലിനോട്.

"അമ്മ?" രാഹുൽ അമ്മയെ നോക്കി.

വന്ദനയാണ് പറഞ്ഞത്- "ഞങ്ങൾ കാശിയിലേക്ക് കൊണ്ടുപോവുകയാണ് അമ്മയെയും ചന്ദനെയും. ഇനി അവിടെയാണ് ഇവരും താമസിക്കുക."

രംഗം ലാഘവപ്പെടുത്തിക്കൊണ്ട് വന്ദന രാഹുലിനെ കെട്ടിപ്പിടിച്ചു പറഞ്ഞു: "ഒരുദിവസം അങ്ങോട്ടേക്ക് ആക്കു ഭിക്ഷാടനം. നല്ല ഭിക്ഷ തരാം."

രാഹുൽ മന്ദഹസിച്ചപ്പോൾ തപൻ പ്രത്യേകം ശ്രദ്ധിച്ചു- ഈ മന്ദഹാസം സിദ്ധാർഥന്റേതാണ്. അതെ. അതേപോലെ തന്നെ.

രാഹുൽ പെട്ടെന്ന് ഒരു കാര്യം ഓർത്തെടുത്ത് പറഞ്ഞു: "ചെറിയച്ഛൻ നന്ദൻ മരിച്ചു.അറിഞ്ഞുവോ?"

"അറിഞ്ഞില്ല."

"നാനി മരിച്ചതിന്റെ നാലാം ദിവസം. സുഖമില്ലാതെ കുറച്ചുദിവസം ഉണ്ടായി. മരിക്കുമ്പോൾ സുനിതനും ഞാനും അടുത്തുണ്ടായിരുന്നു."

തപൻ എന്തിനോ കുറച്ചപ്പുറത്തേക്കു മാറി നിന്നു. വന്ദനയും ചന്ദനും കൂടെപ്പോയി. യശോധര പോവാൻ തുടങ്ങിയപ്പോൾ തപൻ തടഞ്ഞു:

"അവിടെ നിന്നോളു."

യശോധര മകനെത്തന്നെ നോക്കി നിൽക്കുകയാണ്. അന്ന് രാഹുലിന് പതിനഞ്ചാമത്തെ വയസായിരുന്നു. ജീവിതം തുടങ്ങേണ്ട പ്രായം. ഇപ്പോൾ നാൽപ്പത് കഴിഞ്ഞുവല്ലോ. എത്ര അടക്കിയിട്ടും മകന്റെ മുമ്പിലെത്തുമ്പോൾ യശോധര ദുർബലയാവുകയാണ്. അവർ പതുക്കെ വിളിച്ചു.

"രാഹുൽ....."

"എന്താ അമ്മേ?"

രാഹുൽ അമ്മയുടെ രണ്ടു കയ്യുകളും കൂട്ടിപ്പിടിച്ച് മുഖത്തേക്ക് തന്നെ നോക്കി നിന്നു.

"ഞാനെന്നും ഉണർന്നാൽ ആദ്യം അമ്മയെ ഓർക്കും."

രാഹുലനും ഗദ്ഗദം വന്ന് മുട്ടുന്നുണ്ട്. യശോധര മകനെ അടുത്തേക്ക് പിടിച്ച് അടുപ്പിച്ചു. പുറം തലോടി. പിന്നെ പറഞ്ഞു:

"അമ്മ പറഞ്ഞില്ലേ രാഹുലിന്റെ കൂടെ എന്നും അമ്മയുണ്ടാവും എന്ന്. ഓരോ ദിവസവും ഞാൻ എണ്ണി കണക്കാക്കും. രാഹുൽ എത്ര കണ്ട് വലുതായിട്ടുണ്ടാവും എന്ന് സങ്കൽപ്പിച്ചു നോക്കും."

അപ്പോൾ രാഹുൽ പെട്ടെന്ന് മുഖമുയർത്തി ചോദിച്ചു:

"അമ്മേ, വല്യച്ഛന് മക്കളുണ്ടായിട്ടില്ല്യേ?"

"ഇല്ല്യ."

"എനിക്ക് മനസിലായി. സ്പന്ദനം...."

"വല്യച്ഛനെപ്പറ്റി അമ്മ രാഹുലിനോട് പറഞ്ഞിട്ടില്ലല്ലോ. പറയുവാൻ വാക്കുകളില്ല. അത്രയ്ക്ക് വലിയ...." അപ്പോഴേക്ക് വിഹാരത്തിൽ നിന്ന് മണി മുട്ട് കേട്ടു.

"ശ്വസനക്രിയയ്ക്കുള്ള സമയം അറിയിക്കലാണ്."

"ഉം. എന്നാൽ രാഹുൽ പൊക്കോളൂ. അത് തെറ്റിയ്ക്കേണ്ട."

അമ്മ മകനെ കർത്തവ്യം ഓർമിപ്പിക്കുകയാണ്. യാത്രയാക്കുകയാണ്. രാഹുൽ അപ്പുറത്തേക്കു നീങ്ങി. ചന്ദനെ കെട്ടിപ്പിടിച്ച് യാത്ര ചോദിച്ചപ്പോൾ ആ പാവം കുതിരക്കാരൻ തേങ്ങിത്തേങ്ങിക്കരഞ്ഞു. രാഹുൽ സ്വന്തം ഉത്തരീയംകൊണ്ട് ചന്ദന്റെ കണ്ണുനീർ തുടച്ച്, ആശ്വസിപ്പിച്ചുകൊണ്ട് പറഞ്ഞു:

"ചന്ദൻ കരയണ്ട. കരയണ്ട."

അതിനുശേഷം തപന്റെ മുമ്പിൽ കുനിഞ്ഞു: "വല്യച്ഛാ!"

തപൻ രാഹുലനെ പിടിച്ചുയർത്തി മൂർധാവിൽ ചുംബിച്ചു. വീണ്ടും അമർത്തി കെട്ടിപ്പിടിച്ചു.

"രാഹുലിന്റെ പുല്ലാങ്കുഴലൂത്ത് കേട്ടിട്ട് മതിയായില്ല. ഇനിയും വരാം."

വന്ദനയുടെ മുമ്പിലും കുനിഞ്ഞ് രാഹുൽ യാത്ര ചോദിച്ചു. വന്ദനയ്ക്ക് കണ്ണുനീർ അടക്കുവാൻ കഴിഞ്ഞില്ല– "രാഹുൽ !" കൂടുതൽ പറയുവാനും കഴിഞ്ഞില്ല. അതിനുശേഷം അമ്മയുടെ മുമ്പിലും രാഹുൽ നിന്നു. രാഹുലിന്റെ ശരീരം അമ്മയേക്കാൾ ഉയരം വെച്ചിട്ടുണ്ട്. യശോധര രണ്ടു കൈപ്പടങ്ങളും ഉയർത്തി രാഹുലിന്റെ മൂർധാവിൽ വെച്ചു– പ്രാർഥനാനിരതയായി കണ്ടുനിന്നു. വിഹാരത്തിൽനിന്നുള്ള മണിമുട്ട് വീണ്ടും കേട്ടു.

രാഹുൽ എല്ലാവരേയും ഒന്നുകൂടി നോക്കിയിട്ട് ഭിക്ഷുക്കൾ നടക്കുന്നതുപോലെ ഒരേ താളത്തിൽ അടിവെച്ച് നടന്നു. കുറച്ചുദൂരം നടന്ന് വീണ്ടും തിരിഞ്ഞുനോക്കി. പിന്നേയും നടന്നു നടന്ന് പോയി.അപ്പോൾ തപന്റെ മുഖമാണ് ഏറ്റവുമധികം വിവർണമായത്. തപന്റെ ഈ ഭാവം വന്ദനപോലും ഇതിനുമുമ്പു കണ്ടിട്ടില്ല.

മുപ്പത്തിയേഴ്

കാശിയിൽ വിജ്ഞാനമന്ദിരം പ്രവർത്തിച്ചുതുടങ്ങി. അധ്യാപകരായിട്ട് കന്യാകുബ്ജത്തിൽനിന്നു വന്ന പല പ്രഗത്ഭരും ഉണ്ട്. എന്നാലും പ്രധാന ഭാരവാഹി ആചാര്യ സുശ്രുതൻ തന്നെ. അങ്ങനെ വേണം എന്ന് തപന്റെ നിർബന്ധം തന്നെ ആയിരുന്നു. രാജാ പ്രസേനജിത്തും ഓരോ കാര്യത്തിനു താൽപ്പര്യപൂർവം മാന്യസ്ഥാനത്തുതന്നെ നിന്നു. ബദ്ധപ്പാടുകൾ ഒന്ന് ഒതുങ്ങിയപ്പോൾ തപനും ജീവകനും കൂടി വേണുവനത്തിൽ പോയി ബുദ്ധനെ കണ്ടു. വിജ്ഞാനകേന്ദ്രത്തിൽ വന്ന് ബുദ്ധൻ പ്രഭാ

ഷണം നടത്തണം എന്ന് അഭ്യർഥിച്ചു. ബുദ്ധന് ശാരീരിക ക്ലേശങ്ങളുണ്ടായിരുന്നു. എന്നാലും വാരമെന്ന് സമ്മതിച്ചു. ആനന്ദനും മഹാകാശ്യപനും അനിരുദ്ധനും മറ്റ് ഭിക്ഷുക്കളും കൂടിയിട്ടാണ് ബുദ്ധൻ വന്നത്. വിജ്ഞാനകേന്ദ്രം നടന്നുകണ്ടു. സൂക്ഷ്മമായി പരിശോധിച്ചു. എല്ലാം തപൻ നേരത്തെ പറഞ്ഞപോലെത്തന്നെ–വിജ്ഞാനശാഖകൾ! ഒരിടത്തെത്തിയപ്പോൾ പെട്ടെന്നു നിന്നു. അവിടെ ബുദ്ധതത്വങ്ങൾ പഠിപ്പിക്കുന്ന വിശാലമായ മുറിയായിരുന്നു. കൂടെ നടന്ന് ഓരോന്നും കാണിച്ചുകൊടുക്കുന്ന തപന്റെ മുഖത്തേക്ക് ബുദ്ധൻ സാകൂതം നോക്കി. പിന്നെ മന്ദഹസിച്ചു: "ഏതൊക്കെയാണ് പാഠ്യവിഷയങ്ങൾ?"

"തത്വങ്ങൾ 423 ഉം. പിന്നെ, മറ്റ് ആര്യമാർഗം, ശ്വസനക്രിയ, ധ്യാനം.."

"ആരാണ് ക്രമീകരിച്ചത്?"

"ജീവകനും ഞാനും കൂടി."

ബുദ്ധൻ തപന്റെ കൈകൾ പിടിച്ചു– "സന്തോഷം തോന്നുന്നു."

എല്ലാം കണ്ടുകഴിഞ്ഞിട്ട് പുറത്തുവന്ന് ബുദ്ധൻ ഒരു സിംഹാവലോകനം നടത്തി. അന്ന് ആദ്യത്തെ പ്രഭാഷണം നടത്തിയത് ഇവിടേക്ക് തിരിഞ്ഞിട്ടാണ്. വിജ്ഞാനകേന്ദ്രം നിൽക്കുന്ന ഇടത്തേക്കു തന്നെ. അത് നന്നായി.

കൂടെ നടക്കുമ്പോൾ തപൻ ഓർമിപ്പിച്ചു:

"സിദ്ധാർഥ്, ക്ഷീണിച്ചിട്ടുണ്ട്."

"ഉവ്വ്. തഥാഗതന് ഈ വേഷം മാറ്റാറായിരിക്കുന്നു. അന്ന് ജീവകൻ പറഞ്ഞത് കാര്യമാക്കിയില്ല. വയറിലെ അസുഖം അധികമാവുകയാണ്."

"ജീവകനെ കൂട്ടിയിട്ട് ഞാൻ നാളെത്തന്നെ അവിടെ വരാം. മരുന്നും വിശ്രമവും വേണം."

ബുദ്ധൻ വേണ്ടെന്നു പറഞ്ഞില്ല. അടുത്തദിവസം തന്നെ തപൻ ജീവകനേയും കൂട്ടിയിട്ട് വേണുവനത്തിൽ പോയി. ബുദ്ധനെ കണ്ടു. വളരെ നേരം ഇരുന്ന് സംസാരിച്ചു. ശ്രദ്ധയോടെ പരിശോധിച്ചു. തിരിച്ചുവരുമ്പോൾ ജീവകൻ ഓർമിപ്പിച്ചു. 'ബുദ്ധൻ വയറിലെ അസുഖം മൂർച്ഛിച്ചിരിക്കുന്നു. ശക്തിയുള്ള മരുന്നുതന്നെ വേണം. പഥ്യം നോക്കി ശരിക്കു കഴിച്ചില്ലെങ്കിൽ മോശമാവും."

ഉള്ളിൽ കടന്നുകൂടിയ ഭയം തപൻ പുറത്തു കാണിച്ചില്ല. അവർ നടന്നുവരുമ്പോൾ ജീവകൻ ആളൊഴിഞ്ഞ ഒരു സ്ഥലത്തുനിന്നു. തപന്റെ ചുമലിൽ പിടിച്ച് മുഖത്തേക്കു തന്നെ സൂക്ഷിച്ചു നോക്കി. ബുദ്ധിമുട്ടുള്ളത് എന്തോ ഒന്ന് പറയാനുണ്ട് എന്ന മട്ടിൽ.

"എന്താ?" ഒട്ടും മാർദവമുണ്ടാക്കാതെ തപൻ ചോദിച്ചത്.

"തപൻ, ഓർക്കുന്നുണ്ടോ, അന്ന് ചികിത്സയ്ക്കിടയിൽ ഞാൻ ഒരു പരീക്ഷണം കൂടി നടത്തുകയാണ് എന്നു പറഞ്ഞത്?"

"ഉവ്വ്"

“അതെന്താണ് എന്ന് തപൻ ചോദിച്ചില്ലല്ലോ. അത് ആശാവഹമായിരുന്നില്ല എന്നത് എന്നെ വേദനിപ്പിക്കുകയായിരുന്നു. അന്നൊന്നും അത് പറയാതിരുന്നത് അതുകൊണ്ടാണ്. വീഴ്ചയിൽ നഷ്ടപ്പെട്ട പുത്രോൽപ്പാദനശേഷി വീണ്ടും കൊണ്ടുവരാൻ ചികിത്സയ്ക്കും കഴിഞ്ഞില്ല.”

“ഉം.” ജീവകന്റെ കൈകൾ പിടിച്ചുകൊണ്ട് മുഖത്തേക്കു നോക്കി നിന്ന് തപൻ മൂളി. ആ മൂളലിന്റെ ഘനം ഏൽക്കുവാൻ ജീവകനുപോലും ബുദ്ധിമുട്ടായി തോന്നി.

അവർ നേരെ നടന്നു. ഇരുവരും പുറമേക്കു നിശ്ശബ്ദത പാലിച്ചുകൊണ്ടുതന്നെ. കുറച്ചുകഴിഞ്ഞപ്പോൾ ദേവദത്തന്റെ ശിഷ്യൻ കോകിലൻ ബദ്ധപ്പെട്ടുകൊണ്ട് എതിരെ വന്നു. തപനെ കണ്ട് അദ്ദേഹം ചൂളിക്കൊണ്ട് മുഖം താഴ്ത്തി വേഗം നടന്നു. ജീവകൻ ചോദിച്ചു: “എന്താ കോകിലൻ? എവിടെ പോകുന്നു?”

“ഭിക്ഷു ദേവദത്തന് അസുഖം വർധിച്ചിരിക്കുന്നു. ആ വിവരം ബുദ്ധനോട് പറയുവാൻ പോയതാണ്.”

“എവിടെയാണ് ദേവദത്തൻ?”

“കുറച്ചപ്പുറത്ത് പറമ്പിൽ കിടക്കുകയാണ്. ബുദ്ധനെ കാണുവാൻ വേണ്ടി പുറപ്പെട്ടതായിരുന്നു. കുറേ ദിവസമായിട്ട് കിടപ്പുതന്നെയായിരുന്നു. നടക്കുമ്പോൾ വീണ്ടും കുഴഞ്ഞു വീണു.”

ജീവകൻ തപന്റെ മുഖത്തേക്കു നോക്കി.

“നമുക്ക് അവിടെ പോവാം. വേണ്ടത് ചെയ്യാം.” തപൻ സംശയമില്ലാതെ പറഞ്ഞപ്പോൾ ജീവകൻ കണ്ണുതുറിച്ച് വായതുറന്നു നിന്നു. തപനെ കെട്ടിപ്പിടിച്ചുകൊണ്ടു പറഞ്ഞു: “എന്റെ തപൻ!”

അവർ മൂന്നു പേരും കൂടി ദേവദത്തന്റെ മുമ്പിൽനിന്നപ്പോൾ അദ്ദേഹത്തിന് സ്വന്തം കണ്ണുകളെപോലും വിശ്വസിക്കുവാൻ സാധിച്ചില്ല. ജീവകൻ കുനിഞ്ഞിരുന്ന് നാഡികൾ പിടിച്ചുനോക്കി. അതിനുശേഷം എഴുന്നേറ്റ് മാറി നിന്ന് തപനോടു പറഞ്ഞു:

“കൊണ്ടുപോവാം ബുദ്ധന്റെ അടുത്തെത്തിയാൽ ഭാഗ്യം.” അവർ മൂന്നുപേരും കൂടി ദേവദത്തനെ താങ്ങി എടുത്തു. വാക്പടുത്വത്തെപ്പറ്റി തലങ്ങും വിലങ്ങും അഭിമാനിച്ചിരുന്ന ദേവദത്തന് സംസാരശേഷി നഷ്ടപ്പെട്ടിരുന്നു. അദ്ദേഹം തപനെയും ജീവകനെയും മാറിമാറി നോക്കിക്കൊണ്ട് അവരുടെ കൈകളിൽ കിടന്നു. ബുദ്ധൻ വേണുവനത്തിൽ തന്നെ ഉണ്ടായിരുന്നു. വിഹാരത്തിലെത്തുന്നതിനു മുമ്പ് ദേവദത്തന്റെ ശ്വാസം നിന്നു. അകലെ ചൂരൽപീഠത്തിൽ ഇരുന്നുകൊണ്ട് ബുദ്ധൻ ആ വരവ് നോക്കുന്നുണ്ട്. അദ്ദേഹം സാവധാനത്തിൽ നടന്ന് അവരുടെ അടുത്തെത്തി. ദേവദത്തന്റെ തല താങ്ങിയിരുന്നത് തപനാണ്. തപനെ ചാരിക്കൊണ്ട് ശ്രീബുദ്ധന്റെ കണ്ണുകൾ പെട്ടെന്ന് പ്രകാശമാനമായി. അദ്ദേഹം ഒന്നും സംസാരിച്ചില്ല. എന്നാൽ ആ പ്രകാശം വന്നു മുട്ടിയത് ആദ്യം തപന്റേയും പിന്നെ ജീവകന്റേയും മുഖത്തേക്കാണ്. അവർ നമ്രശിരസ്ക

രായി. ഭിക്ഷു ദേവദത്തന്റെ ശവശരീരം വിഹാരത്തിൽ കൊണ്ടുപോയി കിടത്തിയിട്ട് തപനും ജീവകനും തിരിച്ചുപോയി.

ബുദ്ധൻ അവിടെത്തന്നെ ഇരിക്കുന്നുണ്ടായിരുന്നു. അപ്പോൾ ആരോ കുന്നുകയറി വരുന്നുണ്ടെന്നു തോന്നി. ശ്രദ്ധിച്ചപ്പോൾ ആളെ മനസിലായി. ശ്രാവസ്തിയിലെ സുദത്തൻ. സുദത്തനെ ബുദ്ധൻ അനാഥരക്ഷകാ എന്നുതന്നെ വിളിച്ച് ഹൃദയപൂർവം സ്വാഗതം ചെയ്തു. സുദത്തൻ കുറച്ചുനേരം ബുദ്ധനെത്തന്നെ നോക്കി ഇരുന്നു. മനസിൽ കരുതി– ബുദ്ധദേവന്റെ ശരീരം വളരെ ക്ഷീണിച്ചിട്ടുണ്ട്. എന്നാലും മുഖപ്രസാദത്തിന് കുറവില്ല.

"സുദത്തൻ ഇപ്പോൾ ഈ കുന്നുകയറി വന്നത്?" ബുദ്ധന്റെ ചോദ്യം..

"ഒരു ദുഃഖവാർത്ത അറിയിക്കുവാനാണ്."

"ദുഃഖവാർത്ത!"

"അതെ, എനിക്കേറ്റവും പ്രിയപ്പെട്ട കോസലാധിപൻ പ്രസേനജിത്ത് രാജാവ് അന്തരിച്ചു."

"സ്വാഭാവികമരണം തന്നെയാണോ?" ബുദ്ധന്റെ ബദ്ധപ്പാടില്ലാത്ത ചോദ്യം.

"എന്ന് പറയുവാൻ വയ്യ. പത്നിയുടെ മരണം കൊണ്ടുതന്നെ അദ്ദേഹം തളർന്ന് കഴിഞ്ഞിരുന്നു. മകൻ മുഴുവനാക്കി."

"മകൻ?"

"രാജാ പ്രസേനജിത്തും ഞാനും അങ്ങയുടെ ദർശനം കിട്ടാനായി ഇവിടേക്ക് പുറപ്പെട്ടതായിരുന്നു. മകൻ വിദൂഭദനും സൈന്യാധിപൻ കാരായണനും കൂടെ വന്ന് രഥത്തിൽ കയറി. വഴിയിൽ രാജാവ് രഥം നിർത്തിച്ചു. ഒന്ന് താഴെ ഇറങ്ങി. ആ സമയത്ത് അദ്ദേഹത്തിന്റെ ഉടവാളും കിരീടവും രാജകീയവസ്ത്രങ്ങളും എല്ലാം എടുത്ത് വിദൂഭദൻ പോയി. രഥത്തിലേക്ക് തിരിച്ചുവന്ന രാജാവിനോട് സൈന്യാധിപൻ പറഞ്ഞു:

"അങ്ങയ്ക്ക് പ്രായമായി. ഇനി രാജാവ് വിദൂഭദനാണ്. ചെറുപ്പക്കാരനായ രാജാവിനെയാണ് പ്രജകൾക്കാവശ്യം." സ്വതവെതന്നെ ദുർബലനായിരിക്കഴിഞ്ഞിരുന്ന ആ രാജാവ് ആ രഥത്തിൽ തന്നെ ബോധരഹിതനായി വീണു. സ്വർഗപ്രാപ്തനുമായി."

ബുദ്ധൻ എല്ലാം കേട്ട് മിണ്ടാതിരിക്കുമ്പോൾ സുദത്തൻ തുടർന്നു: "ശ്വാസം നിലയ്ക്കുന്നതിനു മുമ്പ് രാജാവ് കൈകൾ കൂപ്പി ഉരുവിടുന്നത് കേട്ടു– ബുദ്ധം ശരണം ഗച്ഛാമി."

"പിന്നീടെന്തൊക്കെ ഉണ്ടായി?"

സുദത്തൻ ഒന്നുരണ്ടു നിമിഷങ്ങൾ മിണ്ടാതെയിരുന്നതിനുശേഷമാണ് മറുപടി പറഞ്ഞത്: "ശാക്യദേശത്തിൽ നിന്നൊരു പെൺകുട്ടിയെ വിവാഹംകഴിച്ച് കോസലത്തിൽ കൊണ്ടുവരണം എന്ന് വിദൂഭദന് ആഗ്രഹം. പക്ഷേ, വംശശുദ്ധി നഷ്ടപ്പെടും എന്ന് ഭയന്ന് പ്രഭു മഹാനാമൻ സമ്മതിച്ചില്ല. വീണ്ടും ആവശ്യപ്പെട്ടപ്പോൾ പ്രഭുകുടുംബത്തിലേതല്ലാത്ത

ഏതോ ഒരു പെൺകുട്ടിയെ പ്രഭ്വീ വേഷമണിയിച്ച് മഹാനാമൻ കോസലാധിപന് കൊടുത്തു."

"പ്രഭു മഹാനാമൻ അതു ചെയ്തുവെന്നോ?" ബുദ്ധൻ അസ്വസ്ഥനായിട്ട് ചോദിച്ചു.

"അതിന്റെ ശിക്ഷയും അദ്ദേഹവും അവിടുത്തെ ജനങ്ങളും അനുഭവിച്ചു എന്നതാണ് ഖേദകരം."

"സുദത്തൻ കാര്യം മുഴുവൻ പറയൂ."

"ശാക്യദേശത്തിനോട് ഒരു പ്രതികാരത്തിനൊരുങ്ങരുത് എന്നു പറഞ്ഞ് പിൻവലിപ്പിക്കാൻ ആവുന്നതും ശ്രമിച്ചു ഞാൻ. പക്ഷേ, പ്രസേനജിത്ത് മരിക്കുകയും കൂടിയായപ്പോൾ വിദൂഭദന് എളുപ്പമായി. അതിദാരുണമാംവിധം തന്നെ നശിപ്പിച്ചു എന്നാണറിഞ്ഞത്. പ്രഭു മഹാനമനെ വിദൂഭദൻ പിച്ചിച്ചീന്തി വലിച്ചെറിഞ്ഞുവത്രെ. അങ്ങനെ അവിടെ പലരേയും,"

പരിപൂർണ മൗനത്തിലിരുന്ന ബുദ്ധനോട് സുദത്തൻ യാത്രപറഞ്ഞ് കുന്നിറങ്ങി നേരെ നടന്നു. ബുദ്ധൻ അവിടെത്തന്നെ ഇരുന്ന് പതുക്കെ ധ്യാനത്തിലേക്ക് കടക്കുവാൻ ഒരുങ്ങി. ചിന്തകൾ മനസിലിട്ടുരുട്ടിയിട്ട് ഒരു പ്രയോജനവും ആർക്കുമില്ല. കപിലവസ്തുവിനോട് പ്രത്യേകമായിട്ട് എന്തിനാണ് തനിക്കൊരു മമത? തന്റേതായിട്ട് അവിടെ ആരെങ്കിലും എന്തെങ്കിലും അവശേഷിച്ചിരുന്നുവോ? അപ്പോൾ ബുദ്ധൻ വിവേകിയായ തപനെ നന്ദിപൂർവം ഓർത്തു. തപന്റെ ആ തീരുമാനം എത്ര ഗുണപ്രദമായി. ബുദ്ധൻ വിചാരങ്ങളെ മാറ്റി നിർത്തിയിട്ട് മനസ്സ് ധ്യാനത്തിൽ ഉറപ്പിച്ചു.

കാശിയിൽ ഗംഗാതീരത്തുതന്നെയാണ് തപന്റെ താമസസ്ഥലം. വന്ദനയും യശോധരയും ചന്ദനും. ചന്ദന് തൊണ്ണൂറ്റഞ്ച് വയസ്സ് കഴിഞ്ഞു. സ്നേഹപൂർവമുള്ള പരിചരണം അനുഭവിച്ചുകൊണ്ടു തന്നെ ഒരുദിവസം ചന്ദൻ ഈ ലോകത്തിൽനിന്ന് മറഞ്ഞുപോയി.

ദീദിയുടെ സഹവാസം യശോധരയെ ഉത്സാഹവതിയാക്കി. ഭൂതകാലം യശോധര ബോധപൂർവം തന്നെ തന്നിൽ നിന്ന് മാറ്റി നിർത്തി. ഈ എഴുപതാം വയസിൽ വീണ്ടും ബാല്യം അനുഭവിക്കുകയാണെന്ന് തോന്നി. യശോധര കൃത്യമായി ശ്വസനക്രിയ ചെയ്തു. ധ്യാനം ശീലിച്ചു. സദ് വിചാരങ്ങൾകൊണ്ട് മനസിനെ ശുദ്ധീകരിച്ചു. കാശിയിലും യശോദര സാധുസേവ നടത്താതിരുന്നില്ല. തെരുവിലെ അനാഥ ബാല്യങ്ങളെ വിളിച്ചുകൂട്ടിയിട്ട് ബോധവൽക്കരണം നടത്തി, ചികിത്സ കൊടുത്തു. യശോധരയുടെ ജീവിതലക്ഷ്യവും അതാണല്ലോ. ചില ദിവസങ്ങളിൽ തപന്റെ കൂടെ വന്ദനയും യശോധരയും വിജ്ഞാനകേന്ദ്രത്തിൽ പോവും, അവിടെയൊക്കെ നടക്കും. ഗംഗാനദിയുടെ കരയിൽ പോയി ഇരിക്കും. ചിലപ്പോൾ അവിടെ ഇരുന്ന് വന്ദന സംഗീതമാലപിക്കും. മനസ്സ് വീണ്ടും വിരിഞ്ഞുവിരിഞ്ഞു വരികയാണോ എന്ന് തോന്നിയിരുന്നു യശോധരയ്ക്ക്. വിജ്ഞാനപ്രദങ്ങളായ പല കാര്യങ്ങളും പറഞ്ഞ് തപൻ ഉത്സാഹിപ്പി

ക്കുകയും ചെയ്തിരുന്നു. രാഹുലിനെപ്പറ്റി പറയുമ്പോൾ തപൻ ഇപ്പോഴും വികാരഭരിതനാവുകയാണ് എന്നത് യശോധര പ്രത്യേകം ശ്രദ്ധിച്ചു.

രാഹുലിനെ കാണുവാൻ മോഹമാവുന്നു എന്ന് വന്ദന പറയുമ്പോൾ ഒരു തവണ തപൻ പറഞ്ഞു:

"മോഹമില്ലാഞ്ഞിട്ടല്ല വന്ദനാ. പലതവണ രഥം അങ്ങോട്ടുതന്നെ തിരിച്ചിട്ടുമുണ്ട്. പക്ഷേ.."

തുടർന്നു പറയുമ്പോൾ തപൻ ബുദ്ധിമുട്ടുന്നു. മുഖം തിരിച്ച് എഴുന്നേറ്റു പോയി.

ഇഷ്ടപ്പെട്ട ഭക്ഷ്യവിഭവങ്ങളൊരുക്കിയിട്ട് വന്ദന വിളമ്പിയപ്പോൾ തപൻ കുറച്ചുനേരം ആലോചിച്ചിരുന്നിട്ട് പറഞ്ഞു:

"വേണ്ടിയിരുന്നില്ല വന്ദനാ. നമ്മുടെ രാഹുൽ അവിടെ ഭിക്ഷാന്നവുമായി കഴിയുമ്പോൾ...."

എന്നിട്ടും സൂര്യൻ ഉദിക്കാതിരുന്നില്ല, കാറ്റ് വീശാതിരുന്നില്ല. ഋതുക്കൾ മാറിമാറി വരാതേയും ഇരുന്നില്ല.

ഒരുദിവസം വൈശാലിയിൽനിന്ന് വരികയാണ് എന്നു പറഞ്ഞ് രണ്ട് ഭിക്ഷുക്കൾ ഓടിക്കിതച്ച് തപന്റെ സ്ഥലത്ത് കാശിയിലെത്തി. കിതപ്പ് ആറും മുമ്പുതന്നെ അവർ പറഞ്ഞു: "രാഹുലിന് സുഖമില്ല. അമ്മയെ കാണണം എന്നു പറയുന്നുണ്ട്. ഇന്ന് വല്യച്ഛനേയും അന്വേഷിച്ചു." വന്ദനയും തപനും യശോധരയും കൂടി ഉടൻ തന്നെ രഥമെടുത്തു പുറപ്പെട്ടു.

"ബുദ്ധൻ അവിടെയില്ലേ?" രഥത്തിൽ കയറുമ്പോൾ തപൻ ചോദിച്ചു.

"അദ്ദേഹം രാജാഗൃഹത്തിലാണ്. ഇന്നലെതന്നെ വിവരം കൊടുത്തിരുന്നു. വന്നിട്ടില്ല."

രഥചക്രങ്ങൾ ഉരുണ്ടുനീങ്ങി. കുതിരയെ കൂട്ടിപ്പറപ്പിച്ചു. ജേതവന വിഹാരത്തിലാണ് രാഹുൽ കിടന്നിരുന്നത്. അകലെ എത്തിയപ്പോൾ തന്നെ തപൻ നോക്കി. വിഹാരത്തിനു പുറത്ത് ചില ഭിക്ഷുക്കൾ അങ്ങോട്ടുമിങ്ങോട്ടും നടക്കുന്നുണ്ട്. രഥം പുറത്തുനിർത്തിയിട്ട് മൂന്നുപേരും ധൃതിപ്പെട്ട് വിഹാരത്തിലേക്ക് കടന്നു. ഇരുവശത്തേക്കും നോക്കാതെ. പരിപൂർണ്ണ നിശ്ശബ്ദതയാണവിടെ. തപൻ ശബ്ദം മൂപ്പിച്ചുകൊണ്ട് ചോദിച്ചു:

"എവിടെ? രാഹുൽ എവിടെ?"

രണ്ട് ഭിക്ഷുക്കൾ വന്ന് ഇവരെ വിഹാരത്തിന്റെ ഒരു അരികിലേക്ക് കൊണ്ടുപോയി. അവിടെ വെളിച്ചം വളരെ കുറവായിരുന്നു. രണ്ട് ഭിക്ഷുക്കൾ കാവൽ നിൽക്കുന്നുണ്ട്. നിലത്ത് ഒരു മഞ്ഞവസ്ത്രത്തിൽ കിടക്കുകയാണ് രാഹുൽ. യശോധര വേഗം അടുത്തിരുന്നു തൊട്ടുവിളിച്ചു. "രാഹുൽ."

ഉടൻ ഉറക്കെ കരഞ്ഞുകൊണ്ട് കയ്യെടുത്തു. തൊട്ടുനിന്നിരുന്ന വന്ദനയുടെ ചുമലിൽ തലവെച്ച് പിന്നേയും പിന്നേയും തേങ്ങി:

"രാഹുൽ പോയി ദീദി....."

കുറച്ചുകഴിഞ്ഞ് മുഖം തുടച്ചിട്ട് യശോധര മകന്റെ ശരീരത്തിന്റെ മുമ്പിൽ തന്നെ നിന്നു. ഇടത്തുകാൽ വലത്തുകാലിനു മീതെ വച്ച്

കൈകൾ മാറത്ത് കമിഴ്ത്തി കണ്ണടച്ചു കിടക്കുകയാണ് രാഹുൽ. അയാളുടെ അച്ഛൻ കിടക്കുന്നതുപോലെത്തന്നെ. ഒരു പ്രഭാവലയം ചുറ്റും പ്രകാശിക്കുന്നു! നിഷ്ഠയോടെ, ഏകാഗ്രമായ ധ്യാനംകൊണ്ടും സദ്വിചാരങ്ങൾ കൊണ്ടും ചേതന ഉണരുമ്പോഴുള്ള പ്രകാശം! ഏഴു വയസിൽ അച്ഛനെ ആദ്യം കണ്ടപ്പോൾ രാഹുൽ ആഗ്രഹിച്ചതും അതായിരുന്നുവല്ലോ–അച്ഛനെപ്പോലെ മേലൊക്കെ വെളിച്ചം. എന്നാൽ, രാഹുലിന്റെ ഓരോ ജന്മദിനം കഴിയുമ്പോഴും അമ്മ കണക്കാക്കുകയായിരുന്നു. രാഹുലിന്റെ പ്രായം. കുറേക്കൂടി ശരീരവും ബുദ്ധിയും വളർന്നിട്ടുണ്ടാവും എന്ന് സങ്കൽപ്പിക്കും. ഇപ്പോളിനി? വേണ്ട. ഇനി കാണേണ്ട.

വന്ദനയുടെ ചുമലിൽ തലവെച്ച് യശോധര അവിടെനിന്ന് മാറിനിന്നു. അപ്പോൾ, രാഹുൽ കിടന്നിരുന്നതിന്റെ അടുത്തായിട്ട് ഒരു ഭിക്ഷാപാത്രവും മടക്കിവച്ച ഒരു മഞ്ഞവസ്ത്രവും കണ്ടു. മറ്റൊന്നുകൂടി കണ്ടു.–അനാഥമായ ഒരു പഴയ ഓടക്കുഴൽ! യശോധര കുനിഞ്ഞ് വാത്സല്യപൂർവം ആ ഓടക്കുഴൽ എടുത്തു. അത് നോക്കി നിന്നപ്പോൾ, എത്ര അടക്കി നിർത്തിയിട്ടും അടങ്ങാതെ തപന്റെയും വന്ദനയുടെയും കണ്ണുകൾ നിറഞ്ഞൊഴുകി.

മുഖം തുടച്ച് ഉരത്തുകൊണ്ടുതന്നെ തപൻ അവിടെ നിന്നിരുന്ന ഭിക്ഷുക്കളോടു ചോദിച്ചു:

"എന്താണുണ്ടായത്?"

"രണ്ടുദിവസമായിട്ട് സുഖമില്ലെന്ന് പറഞ്ഞിരുന്നു. രാത്രിയിൽ ഒന്നു ഛർദിച്ചു. കൂടെക്കൂടെ അമ്മയെ കാണണം എന്നു പറഞ്ഞിരുന്നു. ഒരു പ്രാവശ്യം വല്യച്ഛാ എന്നും വിളിക്കുന്നതും കേട്ടു. പിന്നെ ധ്യാനത്തിലേക്ക് ലയിക്കുകയായിരുന്നു. സമാധ്യവസ്ഥയിലെത്തി. അപ്പോഴും ഇങ്ങനെ ഒരവസ്ഥ വരും എന്നു കരുതിയില്ല. രാഹുൽ ഇല്ലാതെ ഞാനിനി എങ്ങനെ ഇവിടെ കഴിയും?'

പൊട്ടിപ്പൊട്ടിക്കരയുന്ന ആ ഭിക്ഷുവിനോട് വന്ദന ചോദിച്ചു:

"എന്താ പേര്?"

"സുനിതൻ. രാഹുലാണ് ഞങ്ങൾക്കൊക്കെ ഒരാശ്വാസം ഇനി...." സുനിതൻ തിരിഞ്ഞുനിന്ന് പിന്നേയും തേങ്ങി.

തപൻ വന്ദനയെയും യശോധരയെയും കൂട്ടി തിരിച്ചുപോന്നു.

രഥത്തിലിരിക്കുമ്പോൾ ഒരാശ്വാസത്തിന് വന്ദന യശോധരയെ കെട്ടിപ്പിടിച്ചു. രാഹുൽ കാവിമുണ്ടുടുത്ത് മുണ്ഡനം ചെയ്ത തലയുമായിട്ട് ഏഴാം വയസിൽ വിഹാരത്തിനു പുറത്തുനിന്ന് കാക്കയെ ആട്ടിയോടിക്കുന്ന രംഗമാണ് യശോധര ഓർത്തത്. പിന്നീട് കണ്ടപ്പോഴും ഉത്സാഹമുണ്ടായിരുന്നില്ല. അമ്മയെ വിട്ടുപോകുവാൻ വിഷമം ഭാവിച്ചിരുന്നു. യശോധര തേങ്ങലമർത്തിയിട്ട് ഉറക്കെ പറഞ്ഞുപോയി– "ദീദീ.... രാഹുൽ പാവമായിരുന്നു ദീദീ." എന്തു പറഞ്ഞിട്ടാണ് ഈ അമ്മയെ സമാധാനിപ്പിക്കുക? അല്ലെങ്കിൽ ഇതിനൊരു സമാധാനമുണ്ടോ? ജനന മരണങ്ങൾ അയഥാർഥങ്ങളാണ് എന്നൊക്കെ ബോധോദയം വന്നവർക്ക്

ഉരുവിടാനുള്ളതാണ്. അനുഭവിക്കേണ്ടവർക്ക് അനുഭവംതന്നെയാണ് വലുത്. ഇതിൽപ്പരം ഒരു ദുഃഖം വരാനുണ്ടോ ഇനി, ഒരമ്മയ്ക്ക്?

വന്ദനന്ക്ക് ആരോടൊക്കെയോ ദേഷ്യം വന്നു.

രഥം അതിവേഗം നീങ്ങി. കാശിയിൽ താമസസ്ഥലത്തെത്തിയപ്പോൾ ജീവകൻ അവിടെ വന്നിരിക്കുന്നുണ്ടായിരുന്നു.

"വിവരമറിഞ്ഞിട്ടാണോ വന്നത്?" തപൻ ചോദിച്ചു

"അതെ."

അവർ അകത്തേക്ക് പോയി.

യശോധര ക്രമത്തിൽ ഉത്സാഹശൂന്യയാവുകയായിരുന്നു. നിത്യകർമ്മങ്ങളൊക്കെ ചെയ്യും. സാധുസേവയും മുടക്കില്ല. ചിരിയും സംഭാഷണങ്ങളും നിന്നു. യശോധരയെ ഉത്സാഹിപ്പിക്കുവാൻ തപനും വന്ദനയും ആവുന്നതൊക്കെ ചെയ്തു. അവർ മൂന്നുപേരും കൂടി ഗംഗാതീരത്ത് പോയി ഇരിക്കും. അത് യശോധരയ്ക്ക് വളരെ ഇഷ്ടമായിരുന്നു. നദിയിലൂടെ ഒഴുകിപ്പോകുന്ന ഓരോന്നിനേയും പറ്റി ഓരോ അഭിപ്രായം പറയുമായിരുന്നു. ഇപ്പോൾ അതൊന്നുമില്ല. വളരെ മുമ്പ് ഒരു തവണ യശോധര വന്ദനയോട് സ്വകാര്യമായി പറഞ്ഞിട്ടുണ്ട്- "ദീദീ, ആ ഉരുവേലയിലൊന്ന് പോയാലോ? നിരഞ്ജനപ്പുഴയും ബോധിവൃക്ഷവുമൊക്കെ ഒന്ന് കാണാം."

അന്ന് അത് സാധിച്ചില്ല. ഇപ്പോൾ വന്ദന ചോദിച്ചു:

"അവിടെ പോകണോ യശോ?"

യശോധര ദീദിയെ ഇമവെട്ടാതെ നോക്കിനിന്നതേയുള്ളൂ.

"പോയി കണ്ട് വരാം അല്ലേ?"

ഒരു മധ്യാഹ്നത്തിലാണ് തപനും വന്ദനയും യശോധരയും ഉരുവേലയിലെത്തിയത്. ഒട്ടും തന്നെ വെയിൽ ഉണ്ടായിരുന്നില്ല. ഗാസിയാർ ഘനഗംഭീരനായിട്ട് നിൽക്കുന്നു. അതിന്റെ താഴെ വയൽ. അപ്പുറത്ത് മനോഹരമായ ഉരുവേലഗ്രാമം. അതിന്റെ നടുവിലൂടെ ശാന്തമായി ഒഴുകുകയാണ് നിരഞ്ജനപ്പുഴ. തപൻ ഓർത്തുനോക്കി. സിദ്ധാർഥ് എത്രയോ തവണ നീന്തിക്കുളിച്ച പുഴ. ആ പുഴക്കരയിൽക്കൂടി കുറച്ച് നടന്നപ്പോൾ അവർ അത് കണ്ടു- ആ ബോധിവൃക്ഷം. അത് നിറയെ കൊമ്പും ചില്ലയും തുറ്റ് തുറ്റ് ഇലകളുമായിട്ട് പടർന്നു പന്തലിച്ച് നിൽക്കുകയാണ്. അവർ മൂന്നുപേരും ആ ബോധിവൃക്ഷത്തിനു താഴെ ഇരുന്നു. യശോധര 45 കൊല്ലം മുമ്പത്തെ ആ രാത്രിയെപ്പറ്റി ആലോചിച്ചുനോക്കി. ധ്യാനത്തിന്റെ തീവ്രത. പിന്നീടുള്ള രാത്രികൾ വീണ്ടും കണ്ടുമുട്ടൽ? പലപല സംഭവങ്ങൾ. രാഹുലിന്റെ വേർപാട്. അവസാനം.. മറ്റൊന്നും മനസിലേക്ക് വരുത്താതെ അവർ ഏതോ ഒന്നിൽ തന്നെ മനസുറപ്പിച്ച് നിന്നു. അപ്പോൾ അനേകം തരംഗങ്ങൾക്കിടയിൽക്കൂടി ആ വിളി ഒഴുകി ഒഴുകി എന്നു തോന്നി:

"ഗോപാ ഗോപാ എന്റെ ഗോപാ."

യശോധര അപ്പോൾ വല്ലാതെ ഒന്ന് ഞെട്ടി. തൊട്ടിരിക്കുന്ന ദീദിയെ അവൾ കെട്ടിപ്പിടിച്ചു. പിന്നെ പൊട്ടിപ്പൊട്ടിക്കരഞ്ഞു. വന്ദന പതുക്കെ ഒരു കയ്യുകൊണ്ട് അവരെ പിടിച്ചിട്ട് മറ്റേ കയ്യുകൊണ്ട് പുറത്ത് തലോടിക്കൊണ്ടിരുന്നു. കരയേണ്ട എന്നു പറഞ്ഞില്ല. ആശ്വസിപ്പിച്ചതുമില്ല. അത്രയും ബലമുള്ള ഒരു വാക്കും വന്ദനയുടെ ഓർമയിൽ ഇല്ല.

കുറേ കഴിഞ്ഞതിനുശേഷം മുഖം തുടച്ച് തപനെ നോക്കിയിട്ട് യശോധര പറഞ്ഞു: "തപൻ, എന്തെങ്കിലും പറയൂ."

ആ പുഴയേയും വിട്ട് ചക്രവാളസീമയിലേക്ക് നോക്കി ഇരിക്കുകയായിരുന്ന തപൻ മുഖം തിരിച്ച് യശോധരയെ നോക്കി:

"ബുദ്ധൻ പറയുന്നു, കാരണമില്ലാതെ കാര്യമുണ്ടാവില്ല എന്ന്. പൂർവജന്മസിദ്ധാന്തം തന്നെ."

"എനിക്കിപ്പോൾ ഒരു സിദ്ധാന്തവും ഉള്ളിൽ കടക്കില്ല. അറിയണമെന്നുമില്ല. ഈ പുഴയിലൊന്ന് നീന്തിക്കളിക്കുവാൻ തോന്നുകയാണ്. അത് പറ്റില്ലെങ്കിൽ കുറച്ച് ലഘുവായത് എന്തെങ്കിലും പറയൂ."

"നമുക്ക് ഈ പുഴവെള്ളത്തിലൂടെ നടക്കാം. പുഴയ്ക്ക് എന്തൊക്കെയാണ് പറയാനുള്ളത് എന്നറിയാമല്ലോ."

അവർ ആ പുഴവെള്ളത്തിലൂടെ കാലടികൾ മാത്രം നനച്ചുകൊണ്ട് പതുക്കെ നടന്നു. അസ്വസ്ഥനും, പിന്നെ സ്വസ്ഥനും ആയിട്ട് സിദ്ധാർഥ് ഈ പുഴയിലൂടെ എത്രതവണ നടന്നിട്ടുണ്ടാവും. മൂന്നുപേരും അതു തന്നെയാണ് വിചാരിച്ചത്. കുറേ നടന്നിട്ട് അവർ ആ ബോധിവൃക്ഷച്ചുവട്ടിൽ തന്നെ വന്നു. ഏഴു മുഴുവൻ ദിവസവും ബുദ്ധൻ സൂര്യബിംബത്തെനോക്കി നിന്ന സ്ഥലം കണ്ടു. പിന്നീട് ഏഴുദിവസം ഇരുന്നു ധ്യാനിച്ച ഇരിപ്പിടവും കണ്ടു. കേട്ടറിഞ്ഞ് ഗ്രാമീണർ വന്നു തുടങ്ങിയപ്പോൾ തിരിച്ചുപോന്നു.

ഉരുവേലയിൽനിന്ന് വന്നതിനുശേഷം യശോധര കുറേക്കൂടി അന്തർമുഖിയായി. ശ്വസനക്രിയകൾ ചെയ്യുന്നതിൽ ജാഗ്രത വർധിച്ചു. ധ്യാനസമയത്തിന്റെ നീളം കൂടി. സാധുസേവയുടെ സമയം കുറഞ്ഞു.

"യശോ, നീ ഇപ്പോൾ സാധുക്കളുടെ അടുത്ത് അധികം നിൽക്കുന്നില്ലല്ലോ. എന്തുപറ്റി?" വന്ദന ഒരു ദിവസം ചോദിച്ചു.

"പ്രായം കൂടുകയല്ലേ ദീദീ?" ഇരുവരും പുഞ്ചിരിച്ചു. എന്നാൽ, യശോധരയുടെ മനസ്സ് ഇവിടുന്നൊക്കെ വിട്ടുതുടങ്ങി എന്ന് തപനും വന്ദനയ്ക്കും തോന്നി. കോസലരാജാവ് വിദൂഭദൻ കപിലവസ്തുവിനെ ആക്രമിച്ച് നശിപ്പിച്ചു എന്നറിഞ്ഞപ്പോൾ പോലും യശോധരയ്ക്ക് ഭാവഭേദമുണ്ടായില്ല.

രാത്രിയിൽ വന്ദനയും യശോധരയും ഒരു മുറിയിലാണ് കിടക്കുക. അടുത്തടുത്ത് കിടക്കും. സാധാരണയായി രാത്രിയിലെ ധ്യാനം കഴിഞ്ഞാൽ യശോധര വേഗം കിടന്ന് ഉറങ്ങും. അന്ന് എന്തുകൊണ്ടോ ഉറങ്ങുന്നില്ല. വന്ദന അനുജത്തിയെ കെട്ടിപ്പിടിച്ച് ചോദിച്ചു."എന്താണ് യശോ?"

"ദീദീ. ഞാൻ നമ്മുടെ കുട്ടിക്കാലമൊക്കെ ഓർത്തുനോക്കുകയാണ്. നമ്മുടെ കളികൾ, അമ്മമാരുടെ ശാസനകൾ...."

"യശോ വേഷപ്രച്ഛന്നയായി ഗ്രാമത്തിലൂടെ നടന്നത്..." രണ്ടുപേരും കിലുകിലെ ചിരിച്ചു.

"എന്ത് ഉത്സാഹമായിരുന്നു അന്നൊക്കെ അല്ലേ? ദീദീയുടെ സംഗീതപഠനം, പ്രതിമാനിർമാണം, കൂടെക്കൂടെ ശാക്യപുരത്ത് പോവൽ, തപനെ കാണൽ...."

"അതെ. അത് അങ്ങനെ ഒരു കാലമായിരുന്നു....."

ബാല്യകാലാനുഭവങ്ങൾ ഓർത്തും പറഞ്ഞും ചിരിച്ചും അവർ രണ്ടുപേരും അന്ന ഉറങ്ങിയതേയില്ല. വന്ദന തന്നെ അത്ഭുതപ്പെട്ടു. ഇങ്ങനെ ചിരിച്ച് വർത്തമാനം പറഞ്ഞിട്ട് കാലമെത്രയായി.

ഏതായാലും യശോ കുറച്ച് ചിരിച്ച് സംസാരിച്ചുവല്ലോ. ആശ്വാസമായി. വന്ദന നിത്യകർമങ്ങളിലേക്ക് തിരിഞ്ഞു.

രാവിലെ പലവിധം വിഭവങ്ങളുണ്ടാക്കാൻ വെപ്പുകാരിക്ക് നിർദേശം കൊടുക്കുന്നതുകേട്ടിട്ട് തപൻ ചോദിച്ചു:

"ഇന്നെന്താ വിശേഷം?"

"യശോ ഇന്നലെ രാത്രി വളരെ സന്തോഷത്തിലായിരുന്നു. രാത്രിയിൽ ഞങ്ങൾ ഉറങ്ങിയതേയില്ല. കുട്ടിക്കാലത്തെ കഥകൾ പറഞ്ഞ് കളിചിരിതന്നെ. അതൊന്ന് ആഘോഷിക്കണ്ടേ?"

"വേണം." തപൻ അങ്ങനെ പറഞ്ഞു എങ്കിലും ആ ഉത്സാഹം ആഘോഷിക്കേണ്ടതാണ് എന്ന് തപന് തോന്നിയില്ല. അതൊരു പടുതിരികത്തലാവുമോ?

മൂന്നുപേരും അടുത്തടുത്താണ് ഭക്ഷണം കഴിക്കുവാൻ ഇരുന്നത്. വന്ദന ഉത്സാഹത്തോടെ യശോധരയെ നിർബന്ധിച്ച് ഭക്ഷണം കഴിപ്പിച്ചു.

"മതി ദീദീ. എനിക്കിനി കഴിക്കാൻ വയ്യ." യശോധര വന്ദനയെ വിളമ്പുവാൻ സമ്മതിച്ചില്ല. തപൻ യശോധരയുടെ കണ്ണുകളിലേക്കുതന്നെ നോക്കിക്കൊണ്ടാണിരുന്നത്. അന്ന് വൈകുന്നേരമായപ്പോഴേക്ക് യശോധര വീണ്ടും നിശ്ശബ്ദയായി. ഒന്നിനോടും ഒരു ബന്ധവും ഇല്ലാത്തതുപോലെ ആയി. തപൻ വേഗം ജീവകനോട് വരാൻ പറഞ്ഞ് രഥം കൊടുത്തയച്ചു. ജീവകൻ വന്നു. രാത്രി യശോധര ഭക്ഷണം കഴിച്ചില്ല. ജീവകനെ കണ്ടപ്പോൾ ഒന്ന് ചിരിച്ചു. പിന്നെ തപന്റെ അടുത്തുപോയി നിന്നു. തപൻ ആദരവോടെ യശോധരയുടെ കൈപിടിച്ച് ചോദിച്ചു: "എന്താ യശോധര? എന്താണ് വേണ്ടത് പറഞ്ഞോളു."

അപ്പോഴും അവർ തപനെത്തന്നെ നോക്കി നിൽക്കുകയാണ്.

അപ്പോൾ തപന് മനസിലായി. ചോദിച്ചു:

"സിദ്ധാർഥനെ വരുത്താം അല്ലേ?"

അതുകേട്ട് അവർ മന്ദഹസിച്ചു. ജീവകൻ എല്ലാം സശ്രദ്ധം നോക്കി നിൽക്കുന്നുണ്ട്. ജീവകന്റെ മുഖത്തേക്ക് നോക്കുമ്പോൾ തപനും വന്ദനയ്ക്കും പരിഭ്രമം വർധിക്കുന്നുമുണ്ട്. തപൻ വേഗം രഥം കൊടുത്തയച്ചു.

ബുദ്ധനെ വിവരം അറിയിച്ചുകൊണ്ട് രാത്രിയിൽ യശോധര ഒട്ടും ഉറങ്ങിയില്ല. ശ്വസനക്രിയകളും ധ്യാനവും തന്നെ. വന്ദന ഇരിപ്പുറയ്ക്കാതെ പലതവണ തപനെയും ജീവകനെയും അങ്ങോട്ടു വിളിച്ചു വരുത്തി. അവർ കുറേനേരം നോക്കിനിന്നതിനുശേഷം മുറിയിൽ നിന്ന് പോവുമ്പോൾ ജീവകൻ പതുക്കെ പറഞ്ഞു.

"ഇവിടുന്നൊക്കെ വിടുവാൻ തുടങ്ങി."

വന്ദന ശ്വാസമടക്കിപ്പിടിച്ച് അവളുടെ ഭരദേവതയെ പ്രാർഥിച്ചുകൊണ്ട് ഉറ്റുനോക്കി ഇരിക്കുകയാണ്. അപ്പോൾ യശോധരയ്ക്ക് പെട്ടെന്നൊരു ഭാവവ്യത്യാസം വന്നു. വന്ദന ഉറക്കെ വിളിച്ചു. "തപൻ, വേഗം വരൂ." തപനും ജീവകനും ഓടി വന്നു. യശോധര പരിപൂർണ ധ്യാനത്തിലാണ്. മുഖത്ത് അതേവരെ കാണാത്ത ഒരു വെളിച്ചം വരുന്നുണ്ട്. അത് ശരീരത്തിലാകെ പകരുന്നു. നോക്കിനിന്നപ്പോൾ, ശ്വാസം ഒന്ന് നീട്ടി വലിക്കുന്നതു തപൻ കണ്ടു. ഒടുവിൽ അതും നിന്നു. എല്ലാം നിലച്ചു. യശോധര ഈ ലോകത്തിന്റേതല്ലാതായി...

വന്ദന തപനെ വന്ന് കെട്ടിപ്പിടിച്ചു തേങ്ങിയപ്പോൾ വന്ദനയെ കൂട്ടിപ്പിടിച്ചു കൊണ്ടു തപൻ പതുക്കെ പറഞ്ഞു: "കരയരുത്. ഇപ്പോൾ കരയരുത് വന്ദന." കരയേണ്ടതൊന്നുമില്ല എന്നറിഞ്ഞിട്ടും ജീവകൻ ആ വിശിഷ്ടയായ ബോധിസത്വയുടെ മുമ്പിൽ നമസ്കരിച്ചപ്പോൾ വിതുമ്പിപ്പോയി.

രാവിലെ വിവരമറിഞ്ഞിട്ട് കാശിവാസികൾ കൂട്ടമായി വന്ന് വന്ദിച്ച് തിരിച്ചുപോയി. ഓരോരുത്തർക്കും വിലപ്പെട്ട അനുഭവങ്ങളാണ് പറയുവാനുണ്ടായിരുന്നത്. ഈ കുറച്ചുദിവസം കൊണ്ട് യശോധര ഇത്ര അധികം ആളുകളുടെ സ്വന്തമായിക്കഴിഞ്ഞു എന്നത് ജീവകനെ അത്ഭുതപ്പെടുത്തി. അതായിരുന്നുവല്ലോ യശോധരയുടെ വലിപ്പം!

എന്നിട്ടും ഒരാൾ മാത്രം വന്നില്ല.

ഉച്ചയ്ക്ക് രഥം തിരിച്ചു വന്നു. "ബുദ്ധൻ രാജഗൃഹത്തിൽ തിരക്കിലാണ്. സംഘത്തിന്റെ കാര്യാലോചനയിലാണ്. വരുന്നില്ല."

ഗംഗാതീരത്തുതന്നെയാണ് ചിത ഒരുക്കിയത്. യശോധരയുടെ ശരീരം ചിതയിലേക്കെടുക്കുവാനായി തപനും ജീവകനും കുളിച്ച് ഈറനുടുത്ത് അവിടെ വന്നു. കാൽക്കൽ നിന്നുകൊണ്ട് തപൻ നോക്കി. ചുറ്റുമുള്ള ആ വെളിച്ചം അണഞ്ഞുകഴിഞ്ഞിരുന്നില്ല. ഹൃദയനിർഭരമായ ഒരു ശാന്തത അവിടെ തങ്ങിനിന്നിരുന്നു. അതീവ ആദരവോടെ തപൻ കുനിഞ്ഞ് ആ കാലടികൾ തൊട്ടു വന്ദിച്ചു.

എല്ലാം അറിയാമായിരുന്നിട്ടും എന്തുകൊണ്ടോ ജീവകന് ആ സമയത്ത് കരച്ചിലടക്കുവാൻ കഴിഞ്ഞില്ല. കണ്ണുനീരൊലിപ്പിച്ചുകൊണ്ടുതന്നെ ജീവകൻ വന്ന് യശോധരയുടെ കാലുകൾ പിടിച്ചു. തപനാണ് തല പിടിച്ചത്. പരിപാവനമായ ഗംഗാനദിയുടെ സജീവസാന്നിധ്യത്തിൽ ഒരുക്കിയ ചിതയുടെ മീതെ യശോധരാ ദേവിയുടെ ശരീരം വെച്ച്, മൂന്നു പ്രദക്ഷിണം വെച്ചതിനുശേഷം വിശ്വപ്രകൃതിയെ ധ്യാനിച്ചു. തപൻ ചിതകൊളുത്തി.

അഗ്നിക്ക് സമർപ്പിച്ചു- അനേകം ആരാധകരും സുമനസുകളും അതിന് സാക്ഷ്യംവഹിച്ചു!

തിരിച്ച് താമസസ്ഥലത്തെത്തിയപ്പോഴാണ് വന്ദന യശോധരയുടെ അഭാവംഅറിഞ്ഞത്. എന്തുചെയ്യണം ചെയ്യാതിരിക്കണം. എന്നറിയാത്ത അവസ്ഥ. സത്യത്തെ നേരിട്ട് കാണുമ്പോഴത്തെ ഒരു വിറങ്ങലിപ്പ്.

അപ്പോൾ പുറത്തെ തളത്തിൽ ഇരിക്കുന്ന ജീവകൻ നെടുവീർപ്പിട്ടു കൊണ്ട് തപനോടു പറയുന്നതു വന്ദന കേട്ടു:

“ഒരു കാലഘട്ടമാണ് മറഞ്ഞുപോയത്. അഗ്നിയുടെ ശുദ്ധിയും ജലത്തിന്റെ കുളിർമയും ഉള്ള സൂര്യതേജസ്സാർന്ന ഒരു ഘട്ടം!”

മുപ്പത്തിയെട്ട്

യശോധര നിർവാണമടഞ്ഞതിന്റെ നാൽപ്പത്തൊന്നാം ദിവസം വിജ്ഞാനമന്ദിരത്തിൽ ബുദ്ധതത്വങ്ങളെപ്പറ്റി ഒരു പ്രഭാഷണം നടത്തുവാനായി തപൻ ശ്രീബുദ്ധനെ ക്ഷണിച്ചു. ബുദ്ധൻ സന്തോഷത്തോടെ ക്ഷണം സമ്മതിച്ചു. അനേകം ശിഷ്യന്മാരോടുകൂടിയിട്ടാണ് ബുദ്ധൻ വന്നത്. പ്രഭാഷണം കേൾക്കുവാൻ കാശിയിലെ ജനങ്ങളും തിങ്ങിക്കൂടി. ഉള്ളിലേക്ക് കടക്കുമുമ്പ് തപൻ ബുദ്ധനെയും സംഘത്തെയും എതിർവശത്തുകൂടിയാണ് കൊണ്ടുപോയത്. അവിടെ ഒരു ഓർമകുടീരത്തിനു മുമ്പിൽ ബുദ്ധനെ നിർത്തി. ആ കുടീരത്തിനുള്ളിൽ ജീവസ്സുണ്ടെന്നു തോന്നിക്കുന്ന ഒരു പ്രതിമ! വന്ദന നിർമിച്ച യശോധരയുടെ ആ പഴയ പ്രതിമ! അതിനടുത്തുതന്നെ ഒരു പഴയ ഓടക്കുഴലും. ആ കുടീരത്തിനു മുകളിലായി സ്വർണലിപികളെക്കൊണ്ടുള്ള കുറിപ്പുണ്ട്.

‘സ്നേഹത്തിന്റെയും സഹനത്തിന്റെയും ജ്ഞാനപ്രകാശത്തിന്റെയും പ്രതീകമായ അഭിവന്ദ്യ യശോധരാദേവി.’ ബുദ്ധൻ കുറേനേരം അതിനു മുമ്പിൽ നിന്നു. പിന്നെ തപനെ നോക്കി പതുക്കെ പറഞ്ഞു:

“വളരെ നന്നായി. ഗോപ ഇതർഹിക്കുന്നു.”

“സഹസ്രാബ്ദങ്ങൾക്കിടയ്ക്കുമാത്രമേ ഇത്രയ്ക്കു മഹത്തായ സ്ത്രീജന്മം ഉണ്ടാവുള്ളു.” ഏറെ ശക്തനെന്ന് കരുതിയ തപനും ഗദ്ഗദം വന്ന് മുട്ടി. “ധ്യാനത്തിന്റെ വഴികൾ കടന്നുകടന്ന് നിർവാണം പ്രാപിക്കുക തന്നെ ചെയ്തു!”

“ബുദ്ധം ശരണം ഗച്ഛാമി, ധർമം ശരണം ഗച്ഛാമി, സംഘം ശരണം ഗച്ഛാമി.” വിജ്ഞാനകേന്ദ്രത്തിന്റെ വിസ്തൃതമായ മുറ്റത്തായിരുന്നു പ്രഭാഷണം. പടിഞ്ഞാറുഭാഗത്ത് ഒരു പീഠത്തിന്മേൽ ബുദ്ധൻ ഇരുന്നു. മുന്നിൽ ജനസമുദ്രമായിരുന്നു. ബുദ്ധന് പ്രായം എൺപതോടടുത്തിരുന്നു. എന്നാലും ശാന്തഗംഭീരമായ ബുദ്ധന്റെ ശബ്ദം അവിടെ മുഴങ്ങി. മറ്റൊരു ശബ്ദവും അവിടെ കേട്ടതുമില്ല. മനുഷ്യൻ എക്കാലത്തും അനുഷ്ഠിക്കേണ്ട പഞ്ചശീലതത്വങ്ങളെ പറ്റിത്തന്നെയാണ് പ്രധാനമായും ബുദ്ധൻ പറഞ്ഞത്. അനേകം ഉദാഹരണങ്ങളോടെ ലളിതഭാഷയിൽ ഉള്ള ആ

പ്രഭാഷണം ശ്രോതാക്കളെ ഉദ്ബുദ്ധരാക്കി. എല്ലാം കഴിഞ്ഞ് എഴുന്നേറ്റ് നടക്കുമ്പോൾ കൂടെ നടന്ന തപനോട് ബുദ്ധൻ ചോദിച്ചു:

"തപൻ, ആ പുല്ലാങ്കുഴൽ?"

"രാഹുൽ കിടന്നിരുന്നതിന്റെ അടുത്തുണ്ടായിരുന്നു. യശോധര അതെടുത്തു കൊണ്ടുവന്ന് ആദരവോടെ സൂക്ഷിച്ചിരുന്നു."

"എന്റെ അമ്മ നന്നായി പുല്ലാങ്കുഴൽ വായിച്ചിരുന്നു. ഇത് അമ്മ വായിച്ചിരുന്ന പുല്ലാങ്കുഴലാണ് എന്ന് അച്ഛൻ പറഞ്ഞിട്ടുണ്ട്."

"ഇക്കാര്യം അന്ന് സിദ്ധാർഥ് പറഞ്ഞിട്ടുണ്ടല്ലോ. എന്നാൽ, അത് രാഹുലിന് കിട്ടിയത്?"

"ഗോപ ജീവകൻ വശം കൊടുത്തയച്ചതാണ്, രാഹുലിന്റെ സംഗീതാഭിരുചിയെപ്പറ്റി കേട്ടപ്പോൾ. ഏതായാലും തപന്റെ ഈ തീരുമാനവും പ്രവൃത്തിയും ഉചിതമായതുതന്നെ."

ബുദ്ധനും സംഘവും അവിടെ നിന്ന് പിന്നീട് വൈശാലിയിലേക്കാണ് പോയത്. വഴിയിലൊക്കെ ബുദ്ധൻ ആര്യമായ മൗനം ദീക്ഷിച്ചിരുന്നു. ആനന്ദൻ ആ മുഖത്തേക്ക് ഒളിഞ്ഞ് നോക്കി. അദ്ദേഹം നടന്നുകൊണ്ട് സാധനചെയ്യുകയാണല്ലോ. പ്രകാശംപൂരിതമാവുന്നുണ്ട് ഭാവം.

കുറെ നടന്ന് ആ സംഘം വൈശാലിയിലെ വിസ്തൃതമായ നെൽവലിനടുക്കലെത്തി. അവിടെ കന്നുപൂട്ടിന്റെ തിരക്കിലാണ്. കന്നുകളുടെ കഴുത്തിൽ നുകം വെച്ച് കന്നുപൂട്ടുകാർ അവയെ അടിച്ചു നടത്തുകയാണ്. അടിയുടെ ഊക്കുകൊണ്ട് നാൽക്കാലികളുടെ പുറം പൊട്ടി വ്രണമാവുന്നുണ്ട്. ശ്രീബുദ്ധൻ നടത്തം നിർത്തി. വയൽവക്കിൽനിന്ന് ആ രംഗം നോക്കിക്കണ്ടു. അദ്ദേഹത്തിന്റെ മുഖഭാവം മാറുന്നത് ഭിക്ഷുക്കളെല്ലാം അറിഞ്ഞു. അതാ, അദ്ദേഹം ആ ചെളിവെള്ളത്തിലേക്കിറങ്ങുകയാണ്. വേഗം നടന്ന് കാളകൾക്കൊപ്പമെത്തി. കന്നുപൂട്ടുകാരനെ തടഞ്ഞുകൊണ്ട് മൃദുസ്വരത്തിൽ പറഞ്ഞു:

"സഹോദരാ, ആ സാധുജീവികളെ ഇങ്ങനെ ഉപദ്രവിക്കാതിരിക്കൂ."

"ഇവറ്റ നടക്കില്ല. നെല്ലുണ്ടാവണമെങ്കിൽ നുകം താഴ്ത്തി ഉഴുതുമറിക്കണ്ടേ? അങ്ങു മാറിനിൽക്കൂ. ഞാൻ എന്റെ പണി മുഴുമിക്കട്ടെ."

"എന്നാൽ നിങ്ങൾ മാറി നിൽക്കൂ. ഈ പണി ഞാൻ ചെയ്യാം." കന്നപൂട്ടുകാരൻ ബുദ്ധനെ തുറിച്ചുനോക്കി. വീണ്ടും നിർബന്ധിച്ചപ്പോൾ അയാൾ മാറിനിന്നു. ഭിക്ഷാപാത്രം ആനന്ദന്റെ കയ്യിൽകൊടുത്തിട്ട് ചുറ്റിയ മഞ്ഞവസ്ത്രം മടക്കികുത്തിയിട്ട് ബുദ്ധൻ നുകത്തിന്റെ തണ്ടുപിടിച്ചു. നോക്കിനിൽക്കുന്ന ഭിക്ഷുക്കൾ ശ്വാസം മേൽപ്പോട്ട് വലിച്ചു നിൽക്കുകയാണ്. തഥാഗതൻ വാർധക്യത്തിലേക്കെത്തിയിരിക്കുന്നു. പോരെങ്കിൽ ആരോഗ്യവും മോശമായിട്ടുണ്ട്.

ബുദ്ധൻ കഴുത്തിൽ നുകം ഏറ്റിനിൽക്കുന്ന ആ എരുക്കളുടെ കണ്ണിലേക്ക് നോക്കി. അവിടെ കനത്ത നിസ്സഹായതയും വേദനയുമാണ്. കണ്ണുനീർ ഒഴുകുന്നുമുണ്ട്. അദ്ദേഹം നിറഞ്ഞ സ്നേഹവായ്പോടെ ആ മിണ്ടാപ്രാണികളുടെ മുഖം തലോടി. പതുക്കെ പറഞ്ഞു: "സഹോദരന്മാരെ

ഇതു നിങ്ങളുടെ കർത്തവ്യമാണെങ്കിൽ അത് അനുഷ്ഠിക്കണമല്ലോ. ഉത്സാഹത്തോടെ അത് ചെയ്തോളൂ. ഞാനൊരിക്കലും നിങ്ങളെ ദ്രോഹിക്കുകയില്ല."

അദ്ദേഹം സ്വന്തം കണ്ണിലേക്ക് ശക്തി ആവാഹിച്ച് ആ നാലു കണ്ണുകളിലേക്കും നോക്കി. അപ്പോൾ ഒടിഞ്ഞുതൂങ്ങി നിന്നിരുന്ന ആ എരുക്കൾ ഉത്സാഹം കൊള്ളുന്നതു കണ്ടു. ബുദ്ധൻ നുകത്തണ്ട് പിടിച്ചു. നുകം ഭൂമിയിൽ താഴ്ത്തി. ആ മിണ്ടാപ്രാണികൾ ബുദ്ധനെയും നുകത്തെയും ഏറ്റി വേഗം വേഗം നടന്നു. വയൽ മുഴുവൻ വട്ടം ചുറ്റി ഉഴുതുമറിച്ചു. എല്ലാം മുഴുമിച്ച് കന്നുപൂട്ടുകാരന്റെ മുമ്പിൽ വന്നു നിന്നു. കൈകൾ കൂപ്പി ചുണ്ടുവിറപ്പിച്ചു നിൽക്കുന്ന ആ കൃഷിക്കാരന് എന്തെങ്കിലും പറയുവാൻ തന്നെ വാക്കുകൾ കിട്ടുന്നില്ല. അപ്പോൾ ബുദ്ധൻ പറഞ്ഞു:

"നോക്കു. സ്നേഹിതാ. ഈ ജീവികൾക്കും നമുക്കുള്ളതുപോലെ സുഖദു:ഖങ്ങളും വേദനകളും ഉണ്ട്. അവയെ ഉപദ്രവിക്കാതെ സ്നേഹിക്കുക മാത്രമേ വേണ്ട. അവ എന്നും നമ്മളോടൊപ്പം നിൽക്കും. ഈ സാധുജീവികളെ ഇങ്ങനെ തല്ലിപ്പൊളിക്കാതിരിക്കൂ."

ആ കർഷകൻ കൈകൾ കൂപ്പിക്കൊണ്ടുതന്നെ നിറഞ്ഞ കണ്ണുകളോടെ തല കുലുക്കി അനുസരിച്ചു. ആ കന്നുകളും കണ്ണുതുറന്ന് ബുദ്ധനെത്തന്നെ നോക്കുന്നുണ്ടായിരുന്നു.

ഭിക്ഷുസംഘം വൈശാലിയിൽ എത്തുന്നതിനു മുമ്പ് അവിടെയുള്ള ഒരു ചെറിയ വിഹാരത്തിനടുത്തിരുന്ന് ചില പ്രമാണിമാർ ബുദ്ധനെയും ഭിക്ഷുക്കളെയും വളരെ തരംതാഴ്ത്തി പറഞ്ഞുകൊണ്ട് അധിക്ഷേപിക്കുന്നുണ്ടായിരുന്നു. ബുദ്ധൻ അത് ശ്രദ്ധിക്കാതെ നേരെ നോക്കി നടന്നതേയുള്ളൂ. എന്നാൽ ഭിക്ഷുക്കൾക്ക് അത് സാധിച്ചില്ല. വേദനയും വിഷമവും തോന്നി. അവർ വിഹാരത്തിലെത്തിയതിനുശേഷം അതിനെപ്പറ്റി ബുദ്ധനോട് പറഞ്ഞു. എല്ലാം കേട്ട് അദ്ദേഹം ശാന്തനായിത്തന്നെ പറഞ്ഞു:

"ഭിക്ഷുക്കളേ, മറ്റുള്ളവർ തഥാഗതനെപ്പറ്റി വിപരീതം പറയുന്നതു കേട്ട് നിങ്ങളിങ്ങനെ ആവേശം കൊള്ളരുത്. മറ്റുള്ളവർ എന്നെ സ്തുതിക്കുന്നതു കേട്ട് നിങ്ങൾ ഉത്സാഹഭരിതരാവുകയും വേണ്ട. അത് രണ്ടും നിങ്ങൾക്കുതന്നെ ദോഷം ചെയ്യുകയേയുള്ളൂ. നിങ്ങൾ ചെയ്യേണ്ടത് കേൾക്കുന്ന സ്തുതിയിലും നിന്ദയിലും സത്യമേതാണ് എന്ന് കണ്ടറിഞ്ഞ് ആ സത്യത്തെ ഉപയോഗപ്രദമാക്കുകയാണ്.

ബുദ്ധധർമത്തെ യഥാർഥമായി മനസിലാക്കുന്നവർ ഇങ്ങനെ പരസ്യമായി പ്രസംഗിച്ചുകൊണ്ടിരിക്കുകയില്ല. ധർമത്തെ പ്രശംസിക്കുവാൻ ചുരുങ്ങിയ വാക്കുകൾ മതി. അതാകട്ടെ, വളരെവേഗം അന്യനെ ഉണർത്തുന്നതുമായിരിക്കും. ഇവിടെ എത്രയോ തത്വജ്ഞാനികളും ബുദ്ധിമാന്മാരും ഉണ്ടായിട്ടുണ്ടല്ലോ. നൂറു കണക്കിൽ തത്വശാസ്ത്രങ്ങളും ഉണ്ടാവുന്നുണ്ട്. ഞാനറിഞ്ഞിടത്തോളം അതിൽ അറുപത്തിരണ്ട് തത്വങ്ങൾ മാത്രമേ പ്രധാനമായിട്ടുള്ളൂ."

അതിനുശേഷം ബുദ്ധൻ ആ അറുപത്തിരണ്ടു തത്വങ്ങളെ വിശദീകരിച്ചു. "ജീവന്റെ സാക്ഷാൽക്കാരത്തിന് ഈ അറുപത്തിരണ്ടെണ്ണം മതി. മുക്കുവന്റെ വലയിൽ കുടുങ്ങിയ മത്സ്യങ്ങൾ മേൽപ്പോട്ട് ഉയരത്തിൽ ചാടുന്നതുകാണാം. പക്ഷേ, അവ എത്ര ഉയരത്തിലേക്ക് ചാടിയാലും പിന്നേയും വീഴുന്നത് വലയിൽത്തന്നെ. നൂറുകണക്കിലുള്ള തത്വശാസ്ത്രങ്ങളെ വ്യാഖ്യാനിച്ചു വാദിച്ചുകൊണ്ട് നിങ്ങൾ സമയം പാഴാക്കരുത്. എത്ര വാദിച്ചാലും ഒടുവിൽ നിങ്ങളെ കര കയറ്റുവാൻ ഈ അറുപത്തിരണ്ടെണ്ണം മതിയാവും." ശ്രീബുദ്ധന്റെ ഈ ധർമപ്രഭാഷണം കേട്ടുകഴിഞ്ഞപ്പോൾ പൂജ്യനായ ഭിക്ഷു ആനന്ദൻ ഉള്ളിൽ ഉറപ്പിച്ചു.

"ഏറ്റവും പ്രധാനപ്പെട്ട സൂത്രം ഇതുതന്നെ. ഞാൻ ഇതിനെ 'ബ്രഹ്മജാലസൂത്രം' എന്ന് പറയും."

ബുദ്ധൻ വൈശാലിയിൽ ഉണ്ട് എന്നറിഞ്ഞപ്പോൾ ജീവകൻ അവിടെ വന്നു. ബുദ്ധന്റെ കാലിന്മേൽ ഒരു ചൊറി ബാധിച്ചിരുന്നു. അത് ഭേദപ്പെടുത്തുവാനുള്ള മരുന്നുമായിട്ടാണ് ജീവകൻ വന്നത്. ആ ചിരകാല സുഹൃത്തിനെ ബുദ്ധൻ സന്തോഷത്തോടെ സ്വാഗതം ചെയ്തു. ഇത്തിൾ നീറ്റിയെടുത്ത ആ ലായിനിയിൽ പച്ചമരുന്ന് ചേർത്ത് ബുദ്ധന്റെ കാലിന്മേൽ പുരട്ടി സാവധാനം തലോടുകയായിരുന്നു ജീവകൻ. ബുദ്ധന് അത് വളരെ സുഖപ്രദമായിട്ട് തോന്നി. മന്ദഹസിച്ചുകൊണ്ട് ബുദ്ധൻ പറഞ്ഞു:

"പ്രിയപ്പെട്ട ജീവകൻ, അങ്ങയ്ക്കിനി അധിക ദിവസം ഈ പണി വേണ്ടിവരില്ല."

ജീവകൻ മുഖമുയർത്തി ബുദ്ധനെ നോക്കി. ഉദ്ദേശ്യം മനസിലായി. എന്നാലും ആ മന്ദഹാസത്തിന്റെ ഭംഗി അനുഭവിച്ചുകൊണ്ടുതന്നെ പറഞ്ഞു:

"വേണ്ടിവരില്ല. ഇതു വേഗം സുഖപ്പെടും"

ബുദ്ധൻ ജീവകന്റെ പുറത്ത് സൗഹൃദപൂർവം ഒന്ന് തട്ടി. ഇരുവർക്കും പരസ്പരം കാര്യം മനസിലാവുകയും ചെയ്തു.

കാലിലെ അസുഖം ഭേദപ്പെട്ടതിനുശേഷം ബുദ്ധൻ ശ്രാവസ്തിയിലേക്കാണ് പോയത്. നടക്കുന്നതിനിടയിൽ ബുദ്ധന് വല്ലാതെ കിതയ്ക്കുന്നുണ്ട് എന്ന് ആനന്ദന് മനസിലായി. അദ്ദേഹത്തിന് ക്ഷീണം കലശലായിട്ടുണ്ട്. ആനന്ദന്റെ ആശങ്ക വായിച്ചെടുത്ത മട്ടിൽ ബുദ്ധൻ പറഞ്ഞു:

"ആനന്ദാ, തഥാഗതനെ ബാധിച്ച ഈ ക്ഷീണം ഇനി വിട്ടുപോവില്ല. അതിനേക്കാളൊക്കെ പ്രധാനമായ കാര്യം നിങ്ങളാരും ഒരിക്കലും ഈ ആര്യമാർഗത്തിൽനിന്നും ധ്യാനക്രമത്തിൽനിന്നും വിട്ടുമാറിപ്പോവരുത് എന്നാണ്. എന്റെ ഈ പ്രഭാഷണങ്ങൾ വെറുതെയാക്കരുത്. ഈ മാർഗം അനുസരിക്കുകയാണെങ്കിൽ, ഭാവിയിൽ ഇനിയും എത്രയോ ബോധിസത്വന്മാർ ഇവിടെ ഉണ്ടാവും, നൂറ്റാണ്ടുകൾക്കോ സഹസ്രാബ്ദങ്ങൾക്കോ ശേഷവും. മനുഷ്യന്റെ ഈ ദു:ഖങ്ങളിൽനിന്ന് ഉള്ള മോചനത്തിന് വേറെ വഴിയില്ല."

ആനന്ദനും മറ്റെല്ലാവരും ഇതുകേട്ടു തലുകുലുക്കി സമ്മതം മൂളി. ബുദ്ധന് ക്ഷീണം കൂടുകയാണെന്ന കാര്യം അവരെ പരിഭ്രാന്തരാക്കുകയായിരുന്നു. അന്ന് അവർ അമ്രപാലിയുടെ മാന്തോപ്പിലാണ് വിശ്രമിച്ചത്. ബുദ്ധൻ വന്നതറിഞ്ഞ് അമ്രപാലി ഏറ്റവും സന്തോഷവതിയായി. അതീവ ആദരവോടെ, ഉത്സാഹത്തോടെ ശ്രദ്ധാപൂർവം ബുദ്ധനും ഭിക്ഷുക്കൾക്കും ഭിക്ഷ അർപ്പിച്ചു. ഭിക്ഷയ്ക്ക് ശേഷം ബുദ്ധൻ അമ്രപാലിയോട് വീണ്ടും ശ്വസനക്രിയയെയും ധ്യാനത്തെയും ആര്യമാർഗത്തെയും ഓർമപ്പെടുത്തി. അവർ കൃതാർഥതയോടെ, തുറന്ന മനസോടെ ബുദ്ധതത്വങ്ങൾ സ്വീകരിച്ച് ഭിക്ഷുണിയായി. തന്റെ സ്വത്തുക്കളെല്ലാം സന്തോഷത്തോടെ ഭിക്ഷുസംഘത്തിന് സമർപ്പിച്ചു സ്വതന്ത്രയായി.

ഭക്ഷണത്തിനുശേഷം ബുദ്ധനും സംഘവും അവിടെ സാലവനത്തിൽ വിശ്രമിക്കുകയായിരുന്നു. അപ്പോൾ ബുദ്ധൻ ആനന്ദനെ വിളിച്ച് പറഞ്ഞു:

"ആനന്ദാ, വല്ലാതെ ദാഹിക്കുന്നു. വയറിനുണ്ടായിരുന്ന വേദനയും വീണ്ടും വന്നിട്ടുണ്ട്. കുടിക്കുവാൻ കുറച്ച് വെള്ളം കിട്ടുമോ?"

ആനന്ദൻ പുറത്തുപോയി പുഴയിൽ നിന്ന് തെളിഞ്ഞ വെള്ളം കൊണ്ടു വന്നു. ബുദ്ധൻ അത് കുറേ കുടിച്ചിട്ടു ധ്യാനത്തിൽ മുഴുകി. ആനന്ദന്റെ മനസിന് ഒട്ടും സമാധാനമില്ലാതാവുന്നു. അദ്ദേഹം കാട്ടിലൂടെ വെറുതെ നടന്നുകൊണ്ടിരിക്കുമ്പോൾ ഭൂമി വല്ലാതെ കിടിലം കൊള്ളുന്നതറിഞ്ഞു. കാലിടറുന്നു. സംഭ്രമത്തോടെ വേഗം ബുദ്ധന്റെ അടുത്തു വന്നിരുന്നപ്പോൾ ബുദ്ധൻ പറഞ്ഞു:

"ആനന്ദാ, അത് തീർച്ചപ്പെട്ടു. തഥാഗതന്റെ ഇവിടുത്തെ ദിവസങ്ങൾ കഴിയുകയായി. മൂന്നു മാസത്തിലധികം നീളുകയില്ല."

ആനന്ദന് കരച്ചിൽ നിയന്ത്രിക്കുവാൻ കഴിഞ്ഞില്ല. ബുദ്ധന്റെ കാലടികളിൽ കമിഴ്ന്നു കിടന്ന് പറഞ്ഞു:

"പ്രഭോ, എനിക്കത് സഹിക്കുവാൻ ശക്തി കിട്ടുന്നില്ല." ബുദ്ധൻ അപ്പോൾ വളരെ സ്നേഹത്തോടെ അനുനയിപ്പിച്ചു- "ആനന്ദാ, ഞാൻ എത്രയോ തവണ പറഞ്ഞു കഴിഞ്ഞതാണല്ലോ, ജനനമരണങ്ങളെപ്പറ്റി വ്യാകുലപ്പെടരുത് എന്ന്. ജ്ഞാനപ്രകാശം നേടുവാൻ പരിശ്രമിക്കലാണ് കർത്തവ്യം. അതിൽ ഉറച്ചാൽ പിന്നെ ഈ ദുഃഖം ഉണ്ടാവില്ല."

അതിനുശേഷം ബുദ്ധൻ അനിരുദ്ധനെ വിളിച്ച് ഏൽപ്പിച്ചു: "ഈ ഭാഗത്തെ ഭിക്ഷുക്കളെയൊക്കെ കുടഗാരധർമവിഹാരത്തിലേക്ക് കൊണ്ടുവരണം. ആയിരത്തി അഞ്ഞൂറോളം ഭിക്ഷുക്കളും പിന്നെ ഭിക്ഷുണികളും അവിടെ ഒത്തുകൂടി. അവരോട് ബുദ്ധൻ അതിഗംഭീരമായ ധർമപ്രഭാഷണം നടത്തിയതിനുശേഷം വെളിപ്പെടുത്തി:

"മൂന്ന് മാസം തികയും മുമ്പ് തഥാഗതൻ നിർവാണം പ്രാപിക്കും."

പിറ്റേദിവസം ബുദ്ധനും സംഘവും ഭിക്ഷയ്ക്ക് വൈശാലിയിലെ ഗ്രാമത്തിൽ പോയി. അവിടെയൊക്കെ നടന്ന് ചുറ്റും നോക്കിക്കൊണ്ട് ബുദ്ധൻ പറഞ്ഞു:

"ആനന്ദാ, ഈ വൈശാലി എത്ര മനോഹരിയാണ്! ഇത് തഥാഗതന്റെ അവസാന കാഴ്ചയാവും." കുറച്ചു ദിവസം അവിടെ വിശ്രമിച്ചതിനുശേഷം ഭിക്ഷുക്കൾക്ക് ബുദ്ധൻ അവിടെയുള്ള ഓരോ പ്രദേശത്തിന്റെ മാഹാത്മ്യവും ഭംഗിയും വിവരിച്ചുകൊടുത്തു. കൂടെതന്നെ ധർമപ്രഭാഷണങ്ങളും നടത്തി. വഴിക്ക് കപാലവിഹാരത്തിലാണ് നിന്നത്. ബുദ്ധൻ പറഞ്ഞു:

"നോക്കൂ. ഈ കപാലവിഹാരം എത്ര മനോഹരമായതാണ്! ഇവിടെ തീർഥങ്കരന്മാർ തപസിരുന്നിട്ടുണ്ട്. ഇവിടെ നിൽക്കുമ്പോൾ തന്നെ ഒരു സുഖം തോന്നും. അതുപോലെത്തന്നെ ഉദാനാക്ഷേത്രവും, മറ്റ് ക്ഷേത്രങ്ങളും. ഇവിടെ എത്ര ദിവസം താമസിച്ചാലും മതിയാവില്ല."

പിന്നീട് അവർ പാവ ഗ്രാമത്തിലേക്കാണ് പോയത്. അവിടെ കുന്ദൻ എന്ന ഇരുമ്പുപണിക്കാരൻ ബുദ്ധനെ ആദരവോടെ ഭിക്ഷയ്ക്ക് ക്ഷണിച്ചു. ബുദ്ധന് വയറുവേദന ഉണ്ടായിരുന്നു. എന്നാലും കുന്ദന്റെ സന്തോഷത്തിനായി അവിടെ പോയി ഭിക്ഷ സ്വീകരിച്ചു. കുന്ദൻ കൃതാർഥനായി. പക്ഷേ, ആ ഭക്ഷണം ബുദ്ധന്റെ വയറുവേദനയെ അധികരിപ്പിച്ചു. അത് കലശലാവുകതന്നെ ചെയ്തു. അപ്പോൾ ആനന്ദൻ കാട്ടിൽത്തന്നെ ഒരു മുണ്ടുവിരിച്ച് ബുദ്ധനെ അതിൽ കിടത്തി. വല്ലാതെ ദാഹിക്കുന്നുണ്ടെന്ന് അദ്ദേഹം പറഞ്ഞപ്പോൾ ആനന്ദൻ അരുവിയിൽ പോയി വെള്ളം കൊണ്ടുവന്നു. ബുദ്ധൻ അത് മുഴുവൻ കുടിച്ച് സാവധാനത്തിൽ അവിടെ നടക്കുമ്പോൾ പറഞ്ഞു:

"ആനന്ദാ, നമുക്ക് കുശിനാരയിൽ പോവാം. അവിടെ കാട്ടിൽ നല്ല സാലവൃക്ഷങ്ങളുണ്ട്. അതിന്റെ ചോട്ടിൽ കിടക്കുവാൻ തോന്നുന്നു എനിക്ക്."

അവർ നടന്നു. പിറ്റേദിവസം കുശിനാരയിൽ എത്തി. അവിടെ ഒരു പുഴയിൽ ബുദ്ധൻ വീണ്ടുംവീണ്ടും മുങ്ങിക്കുളിച്ചു. ആവോളം വെള്ളവും കുടിച്ചു. പിന്നെ ചുറ്റും നോക്കി. അവിടെ സാലവൃക്ഷങ്ങൾ പൂത്ത് നിൽക്കുന്നു. നല്ല ഭംഗി! തുരുതുരെ പൂക്കൾ കൊഴിയുകയാണല്ലോ. ബുദ്ധൻ ചുറ്റും നോക്കിക്കൊണ്ടു പ്രകൃതിയെ കഴിയുന്നത്ര ആസ്വദിച്ചു. കുറച്ചുകഴിഞ്ഞപ്പോൾ കിടക്കണമെന്നു തോന്നി. പൂത്തുനിൽക്കുന്ന രണ്ട് സാലവൃക്ഷങ്ങളുടെ ഇടയിൽ നിലത്ത് ആനന്ദൻ മുണ്ടു വിരിച്ചു. ബുദ്ധൻ അതിൽ കിടന്നു. നാലുപുറത്തും കൂടിനിന്ന ഭിക്ഷുക്കളോട് ആര്യമാർഗത്തെപ്പറ്റി സംസാരിച്ചുകൊണ്ടിരിക്കുകയായിരുന്നു. അതിനിടയിൽ ബുദ്ധൻ ആരേയോ അന്വേഷിക്കുന്നതുപോലെ നോക്കുന്നത് ഭിക്ഷുക്കൾ കണ്ടു. അപ്പോൾ, പിന്നിൽ നിന്ന് പതിഞ്ഞ ഒരു വിളി കേട്ടു:

"സിദ്ധാർഥ്"

ബുദ്ധൻ ശാന്തനായിത്തന്നെ ആലോചിച്ചു.

"തപൻ വന്നു അല്ലേ? വളരെ നന്നായി."

തപൻ ബുദ്ധന്റെ അടുത്തുത്തന്നെ ഇരുന്നു. തപന് എന്തോ ഒരു ഉൾവിളി പോലെ തോന്നിയതാണ് ബുദ്ധനെ കാണണം എന്ന്. അന്വേഷിച്ചു പിടിച്ചാണ് വന്നത്. കൃത്യസമയത്ത് എത്തി!

തപൻ ബുദ്ധനെ ശ്രദ്ധയോടെ നോക്കിക്കൊണ്ടിരിക്കുകയാണ്. ബുദ്ധന്റെ മുഖം വികസിച്ച് വരുന്നു. ഞരമ്പുകൾ കുറേക്കൂടി ജീവസ്സുള്ളതാവുന്നു. തപന് അപ്പോൾ യശോധരയെ ഓർമ വന്നു. ബുദ്ധൻ അത് മനസിലാക്കിയിട്ടെന്നവണ്ണം തപന്റെ കൈകളിൽ പിടിച്ച് മുഖത്തുനോക്കി മധുരമായി ഒന്നു മന്ദഹസിച്ചു.

തപൻ മനസിനെ കഴിയുന്നത്ര ഏകാഗ്രമാക്കിക്കൊണ്ട് ബുദ്ധനെ തന്നെ നോക്കി ഇരിക്കുകയാണ്. കുശിനാരയിലെ മല്ലന്മാരും സമീപവാസികളും പുറമെ ആയിരത്തഞ്ഞൂറ് ഭിക്ഷുക്കളും, ശ്വാസമടക്കിപ്പിടിച്ച് ചുറ്റും നിൽക്കുന്നുണ്ട്. അപ്പോൾ ബുദ്ധൻ എല്ലാവരോടുമായിട്ട് ചോദിച്ചു: "നിങ്ങൾക്ക് എന്തെങ്കിലും സംശയമുണ്ടോ? ഇനി സമയമില്ല."

ഗദ്ഗദസ്വരത്തിൽ ആനന്ദൻ പറഞ്ഞു: "ഇല്ല പ്രഭോ. ഞങ്ങളുടെ സംശയങ്ങളെല്ലാം തീർത്തിരിക്കുകയാണ് അങ്ങ്."

ബുദ്ധൻ ഒന്നുകൂടി ശ്വാസം നീട്ടി വലിച്ചു. പിന്നെ, ശാന്തനായി. സ്നേഹാർദ്രമായ സ്വരത്തിൽ പറഞ്ഞു:

"ഭിക്ഷുക്കളെ തഥാഗതൻ അവസാനമായിട്ട് വീണ്ടും നിങ്ങളെ ഓർമിപ്പിക്കുന്നു. ധർമശാസ്ത്രാനുസാരിയായ നിയമങ്ങളെല്ലാം നശ്വരങ്ങളാണ്. ജനനമുണ്ടെങ്കിൽ മരണവും തീർച്ചയായതാണ്. നിങ്ങൾ നിങ്ങളുടെ പ്രയത്നം വിടാതെ കൂടുതൽ ഊർജസ്വലമായി പ്രയത്നിച്ച് സ്വാതന്ത്ര്യം നേടുവിൻ."

അതു പറഞ്ഞ് ബുദ്ധൻ ദീർഘമായി ഒരു ശ്വാസം ഉള്ളിലേക്കെടുത്തു. കണ്ണുകൾ സാവധാനം അടഞ്ഞു. തന്റെ കയ്യിന്മേലുള്ള ബുദ്ധന്റെ പിടിത്തം അയഞ്ഞുപോകുന്നത് തപൻ അറിഞ്ഞു. ആ മുഖം പ്രകാശമാനമാവുന്നു. ആ പ്രകാശം ശരീരമാകെ പരക്കുന്നു. ഒരു അലൗകികത അവിടെ നിറയുന്നു. അദ്ദേഹം ധ്യാനത്തിൽ ആണ്ടുപോവുകയാണ്. സമാധിയുടെ പലപല പടികളിലൂടെ കടന്നുപോവുന്നത് തപൻ സശ്രദ്ധം, ജാഗ്രതയോടെ ആദരവോടെ നോക്കിനിന്നു.

അവസാനം?

അവസാനം ആ ശ്വാസവും നിന്നു. അദ്ദേഹം സ്വതന്ത്രനായി. എല്ലാ വിലപ്പെട്ട സമ്പാദ്യങ്ങളും മനുഷ്യവർഗത്തിന്റെ സ്വാതന്ത്ര്യത്തിനും സമാധാനത്തിനുമായി സമർപ്പിച്ചുകൊണ്ട് ശ്രീബുദ്ധൻ ഇവിടുന്ന് യാത്രയായി....!

അപ്പോൾ, തങ്ങൾ കാലുറപ്പിച്ചു നിന്ന ഈ ഭൂമി ഒന്ന് ഞെട്ടി വിറച്ചത് അവിടെ ഉണ്ടായിരുന്ന എല്ലാവരും അറിഞ്ഞു. സാലവൃക്ഷങ്ങൾ തുരുതുരെ പുതുപൂക്കൾ ഉതിർത്തുകൊണ്ട് അവയുടെ ആദരവ് അർപ്പിച്ചു. എല്ലാ ജീവിവർഗങ്ങളിലും ആ പ്രകമ്പനം അനുഭവപ്പെട്ടു. സമയം അർധരാത്രി കഴിഞ്ഞിരുന്നു.

തപൻ ദീർഘമായി ഒന്ന് നിശ്വസിച്ചിട്ട് ആകാശത്തേക്ക് നോക്കി. വൈശാഖപൗർണമി മുഴുവൻ കലകളോടെയും പ്രകാശിക്കുന്നു- ഈ ഭൂമിയിലേക്കു തന്നെ നോക്കിക്കൊണ്ട്.

തപൻ ഓർത്തുനോക്കി- സിദ്ധാർഥൻ ജനിച്ചത് ഒരു വൈശാഖ പൗർണമി രാത്രിയിലാണ് എന്ന് കേട്ടിട്ടുണ്ട്.അദ്ദേഹത്തിന് ജ്ഞാനോദയം ലഭിച്ചതും ഒരു വൈശാഖ പൗർണമിരാത്രിയിൽത്തന്നെ. ഇപ്പോൾ ഈ നിർവാണവും......... അങ്ങനെയൊക്കെ വിചാരിച്ച് നോക്കിനിൽക്കുമ്പോൾ അകലെനിന്ന് കുതിരക്കുളമ്പടികൾ കേട്ടു. അത് അടുത്തെത്തി. ബുദ്ധൻ കിടക്കുന്നതിനു ചുറ്റും ആളുകൾ കൂടിയിട്ടുണ്ട്. അവിടെ നിന്ന് വാക്ക്തർക്കങ്ങളും ആക്രോശങ്ങളും കേൾക്കുന്നു. ഓടിപ്പോവുന്ന ഒരു ഭിക്ഷുവിനോട് ചോദിച്ചു: "അവിടെ എന്താ ബഹളം?"

ഭിക്ഷു ശരണമന്ത്രം ജപിച്ചു നിൽക്കാതെ ഓടിയതേയുള്ളൂ. ചോദ്യം തന്നെ ശ്രദ്ധിച്ചിട്ടില്ല. പിന്നിൽ ആരോ നിൽക്കുന്നതറിഞ്ഞ് തപൻ തിരിഞ്ഞുനോക്കി-ജീവകൻ.

"ശ്രീബുദ്ധന്റെ ശരീരത്തിനുവേണ്ടി അവകാശത്തർക്കമാണവിടെ. അടക്കം ചെയ്യൽ മഗധയിൽ തന്നെ വേണമെന്ന് മഗധേശൻ. അതു പറ്റില്ല. കോസലത്തിൽ വേണമെന്ന്....."

"ഇനി ശരീരം വെട്ടിമുറിച്ച് ഭാഗിക്കലും ഉണ്ടാവുമോ?"

"ഉണ്ടാവും അവർക്കാവശ്യം ശരീരമാണല്ലോ"

"ജീവകൻ വരുന്നില്ലേ? നമുക്ക് പോവാം..."

തപൻ വേഗം നടന്നു. സിദ്ധാർഥന്റെ മന്ദഹാസത്തിന്റെയും സ്നേഹസ്വരങ്ങളുടെയും മാധുര്യം ഓർത്തുകൊണ്ട്.

www.ingramcontent.com/pod-product-compliance
Lightning Source LLC
LaVergne TN
LVHW101417051026
849519LV00005BC/1789
* 9 7 8 9 3 8 3 4 3 2 7 7 6 *